ಛಂದ ಪುಸ್ತಕ

ಓದಿ ಓದಿ ಮರುಳಾಗಿ!

ವಸುಧೇಂದ್ರ

ವಿಷಮ ಭಿನ್ನರಾಶಿ

VISHAMA BHINNARAASHI
-Collection of Short Stories in Kannada
by Vasudhendra,
Published by Chanda Pustaka,
I-004, Mantri Paradise,
Bannerughatta Road, Bangalore-560 076
ISBN: 978-81-957904-6-3

ಮೊದಲ ಮುದ್ರಣ: 2017 ಎರಡನೆಯ ಮುದ್ರಣ: 2017
ಮೂರನೆಯ ಮುದ್ರಣ: 2018 ನಾಲ್ಕನೆಯ ಮುದ್ರಣ: 2020

ಮುಖಪುಟ, ಒಳಚಿತ್ರಗಳು: ಸೌಮ್ಯ ಕಲ್ಯಾಣಕರ್
ಕರಡು ತಿದ್ದುವಿಕೆ: ಪುನರ್ವಸು, ಡಾ. ಎಚ್ ಎಸ್ ಸತ್ಯನಾರಾಯಣ
ಪುಟಗಳು: 242
ಕಾಗದ: ಎನ್‌ಎಸ್ ಮ್ಯಾಪ್ಲಿತೊ 70 ಜಿಎಸ್‌ಎಂ, 1/8 ಡೆಮಿ

ಪ್ರತಿಗಳಿಗಾಗಿ ಸಂಪರ್ಕಿಸಿ:

ಛಂದ ಪುಸ್ತಕ
ಐ-004, ಮಂತ್ರಿ ಪ್ಯಾರಡೈಸ್
ಬನ್ನೇರುಘಟ್ಟ ರಸ್ತೆ
ಬೆಂಗಳೂರು-560 076
ಸೆಲ್: 98444 22782
me@vasudhendra.com

ಮುದ್ರಣ:

ಟ್ರಿನಿಟಿ ಅಕಾಡೆಮಿ, ಕುಡ್ಲು ಗೇಟ್, ಹೊಸೂರು ರಸ್ತೆ, ಬೆಂಗಳೂರು

ವಸುಧೇಂದ್ರ

1996ರಿಂದ ಕನ್ನಡದಲ್ಲಿ ಸಾಹಿತ್ಯ ರಚಿಸುತ್ತಿರುವ ಇವರು, ಮೂಲತಃ ಬಳ್ಳಾರಿ ಜಿಲ್ಲೆಯ ಸಂಡೂರಿನವರು. NITK ಸೂರತ್ಕಲ್‌ನಿಂದ BE ಮತ್ತು IISc ಬೆಂಗಳೂರಿನಿಂದ ME ಪದವಿಯನ್ನು ಪಡೆದಿದ್ದಾರೆ. 20 ವರ್ಷಗಳ ಕಾಲ ಸಾಫ್ಟ್‌ವೇರ್ ಪ್ರಪಂಚದಲ್ಲಿ ಕೆಲಸ ಮಾಡಿ, ಈಗ ತಮ್ಮ ಸಮಯವನ್ನು ಪ್ರವಾಸ, ಓದು ಮತ್ತು ಬರೆಹಗಳಲ್ಲಿ ವಿನಿಯೋಗಿಸುತ್ತಾರೆ. ತಾವು "ಗೇ" ಎಂದು ಹೆಮ್ಮೆಯಿಂದ ಹೇಳಿಕೊಂಡ ಕನ್ನಡದ ಮೊಟ್ಟ ಮೊದಲ ಸಾಹಿತಿ ಇವರಾಗಿದ್ದಾರೆ.

ಕತೆ ಮತ್ತು ಪ್ರಬಂಧ ಕ್ಷೇತ್ರದಲ್ಲಿ ಪುಸ್ತಕಗಳನ್ನು ರಚಿಸಿರುವ ಇವರ ಪುಸ್ತಕಗಳು ಹಲವಾರು ಮರು ಮುದ್ರಣಗಳನ್ನು ಕಂಡಿವೆ. 'ನಮ್ಮಮ್ಮ ಅಂದ್ರೆ ನಂಗಿಷ್ಟ' ಎನ್ನುವ ಈ ಕೃತಿಯು 20 ಕ್ಕೂ ಹೆಚ್ಚು ಮುದ್ರಣಗಳನ್ನು ಕಂಡಿದೆ. 'ಮೋಹನಸ್ವಾಮಿ' ಎಂಬ ಕಥಾಸಂಕಲನ 'ಗೇ' ಜೀವನದ ನೋವು ನಲಿವನ್ನು ಚಿತ್ರಿಸುವದರಿಂದ, ಸಾಕಷ್ಟು ಚರ್ಚೆಗೆ ಒಳಗಾಗಿದೆ. ಈ ಕೃತಿಯು ಇಂಗ್ಲಿಷ್, ಸ್ಪಾನಿಷ್, ಮಲಯಾಳಂ, ತೆಲುಗು, ಮರಾಠಿ, ಹಿಂದಿ ಮತ್ತು ತಮಿಳು ಭಾಷೆಯಲ್ಲಿ ಪ್ರಕಟವಾಗಿದೆ. ಇವರ ಕಾದಂಬರಿ 'ತೇಜೋ ತುಂಗಭದ್ರಾ' ವಿಜಯನಗರ ಸಾಮ್ರಾಜ್ಯದ ಇತಿಹಾಸದ ಅಧ್ಯಯನದಿಂದ ರಚನೆಗೊಂಡಿದ್ದು, ಸಾಕಷ್ಟು ಚರ್ಚೆ ಮತ್ತು ಮೆಚ್ಚುಗೆಯನ್ನು ಗಳಿಸಿದೆ.

ಕರ್ನಾಟಕ ಸಾಹಿತ್ಯ ಅಕಾಡೆಮಿಯ "ಸಾಹಿತ್ಯಶ್ರೀ" ಪ್ರಶಸ್ತಿಯೂ ಸೇರಿದಂತೆ ಹಲವಾರು ಪ್ರಶಸ್ತಿಗಳು ಮತ್ತು ಬಹುಮಾನಗಳು ಅವರ ಪುಸ್ತಕಗಳಿಗೆ ದಕ್ಕಿವೆ. 'ಛಂದ ಪುಸ್ತಕ' ಎಂಬ ಪ್ರಕಾಶನ ಸಂಸ್ಥೆಯನ್ನು ಪ್ರಾರಂಭಿಸಿ, ಅದರ ಮೂಲಕ ನಾಡಿನ ಹಲವಾರು ಹೊಸ ಕನ್ನಡ ಬರಹಗಾರರ ಪುಸ್ತಕಗಳನ್ನು ಪ್ರಕಟಿಸಿದ್ದಾರೆ. ಆ ಪುಸ್ತಕಗಳ ಜೊತೆಗೆ, ತಮ್ಮ ಪುಸ್ತಕಗಳ ಮುದ್ರಣ ಮತ್ತು ಮಾರಾಟವನ್ನು ಸ್ವತಃ ನೋಡಿಕೊಳ್ಳುತ್ತಾರೆ.

ಚಾರಣದಲ್ಲಿ ಆಸಕ್ತಿಯಿರುವ ಇವರು ತಾಂಜಾನಿಯಾ ದೇಶದಲ್ಲಿರುವ ಕಿಲಿಮಂಜಾರೋ ಪರ್ವತವನ್ನೂ ಮತ್ತು ಹಿಮಾಲಯದ ಹಲವು ಪರ್ವತಗಳನ್ನೂ ಹತ್ತಿದ್ದಾರೆ. ಕೈಲಾಶ-ಮಾನಸಸರೋವರದ ಚಾರಣವನ್ನೂ ಮಾಡಿದ್ದಾರೆ. ಅಂತಾರಾಷ್ಟ್ರೀಯ ಸಿನಿಮಾ, ಮಹಾಭಾರತದ ಓದು, ಶಾಸ್ತ್ರೀಯ ಸಂಗೀತವನ್ನು ಕೇಳುವುದು ಅವರ ಇತರ ಹವ್ಯಾಸಗಳಾಗಿವೆ.

me@vasudhendra.com | 98444 22782

ಕತೆಗಳ ಹಣತೆಯನ್ನು ಹಚ್ಚುವ
ದೀಪಾವಳಿ ವಿಶೇಷಾಂಕಗಳಿಗೆ

ಅಂಶ

ಅಮೃತ ಸೊಪ್ಪು /1
ವಾಹಿನಿ /20
ಡೆವಿಲ್ ಡಾಗ್ /50
ವಿಷಮ ಭಿನ್ನರಾಶಿ /73
ನಿಯಮಬಾಹಿರ /100

ಅಮೃತ ಸೊಪ್ಪು

ನಲವತ್ತರ ಆಸುಪಾಸಿನ ಅಂಬಾಬಾಯಿ ಎನ್ನುವ ಸಂಪ್ರದಾಯಸ್ಥ ಬ್ರಾಹ್ಮಣ ಮುತ್ತೈದೆ, ಬಾಯಿಗೆ ಒಂದು ಹನಿ ನೀರನ್ನೂ ಹಾಕದೆ ಈವತ್ತಿಗೆ ಸರಿಯಾಗಿ ಒಂದು ತಿಂಗಳಾಗಿತ್ತು. ಸಮಸ್ಯೆಯೇನೆಂದರೆ ಆಕೆಯ ಆರೋಗ್ಯದಲ್ಲಿ ಯಾವ ತೊಂದರೆಯೂ ಇಲ್ಲದೆ ಗಟ್ಟಿಮುಟ್ಟಿಯಾಗಿದ್ದಳು!

ಆಕೆಯ ಪತಿ ಹಳ್ಳಾಚಾರ್ಯರಿಗೆ ತಲೆ ಕೆಟ್ಟು ಹೋಗಿತ್ತು. ಐವತ್ತು ವರ್ಷದ ಬದುಕಿನಲ್ಲಿ ಇಂತಹ ವಿಚಿತ್ರ ಸಮಸ್ಯೆಯನ್ನು ಎಂದೂ ಎದುರಿಸಿರಲಿಲ್ಲ. ಗಂಡ-ಹೆಂಡತಿ ಇಬ್ಬರೂ ಬಹಳ ಬಡತನದ ಸಂಸಾರದಲ್ಲಿಯೇ ಬಾಳಿದವರಾಗಿದ್ದರು. ಪುಟ್ಟ ಊರಿನ ಪೌರೋಹಿತ್ಯದ ವೃತ್ತಿಯವರಿಗೆ ಶ್ರೀಮಂತಿಕೆ ಬರುವುದು ಹೇಗೆ ಸಾಧ್ಯ? ಒಂದು ಹೊತ್ತು ಊಟಕ್ಕಿದ್ದರೆ, ಮತ್ತೊಂದು ಹೊತ್ತು ಉಪವಾಸ ಅವರಿಗೆ ಅಭ್ಯಾಸವಾಗಿತ್ತು. ಎಷ್ಟೋ ಬಾರಿ ಅಡುಗೆ ಮಾಡಲು ದಿನಸಿಯೂ ಇಲ್ಲದೆ, ದ್ವಾದಶಿಯ ದಿನ ಉಪವಾಸ ಮಾಡಿದ ಅನುಭವ ಇಬ್ಬರಿಗೂ ಇದೆ. ಅವರ ಊರಿನಲ್ಲಿ ಪುಣ್ಯದ ನದಿ ತುಂಗಭದ್ರಾ ಹರಿಯುತ್ತಾಳಾದ್ದರಿಂದ, ಯಾವ ಹೊತ್ತಿಗೆ ಅವಳ ಬಳಿ ಹೋದರೂ ಹೊಟ್ಟೆ ತುಂಬುವಷ್ಟು ಅಮೃತದಂತಹ ನೀರನ್ನು ನೀಡುತ್ತಾಳೆ. ಆ ಕಾರಣಕ್ಕಾಗಿಯೇ ಅವರು ಪುಣ್ಯವಂತರು ಎಂದು ಹೇಳಬಹುದು.

ಆದರೆ ಈಗ ಕಾಲ ಬದಲಾಗಿದೆ. ಸ್ವಲ್ಪ ಮಟ್ಟಿಗೆ ಬ್ರಾಹ್ಮಣ ಕುಟುಂಬಗಳ ಬದುಕಿನ ಮಟ್ಟ ಹೆಚ್ಚಾಗಿದೆ. ಆ ಕಾರಣಕ್ಕಾಗಿಯೇ ಮಾತಿಗೊಮ್ಮೆ ಸತ್ಯನಾರಾಯಣ ಪೂಜೆ, ಅಷ್ಟೋತ್ತರ, ಗುರುಮಂತ್ರ – ಇತ್ಯಾದಿಗಳನ್ನು ಗೃಹಸ್ಥರು ಹಮ್ಮಿಕೊಂಡು ಪುರೋಹಿತ ದಂಪತಿಯನ್ನು ಊಟಕ್ಕೆ ಕರೆಯುವ ಸಂಪ್ರದಾಯ ಶುರುವಾಗಿದೆ. ಕೈ ಬಿಚ್ಚಿ ದಕ್ಷಿಣೆ ಕೊಡುವುದು, ಒಂದಿಷ್ಟು ಹೆಚ್ಚಾಗಿಯೇ ದವಸ-ಧಾನ್ಯಗಳನ್ನು ಕಟ್ಟಿ ಕೊಡುವುದು ಮಾಡುತ್ತಾರೆ. ಆ ಕಾರಣದಿಂದಾಗಿಯೇ ಹಳ್ಳಾಚಾರ್ಯ-ಅಂಬಾಬಾಯಿ ದಂಪತಿಯ ಉಪವಾಸಗಳು ಪೂರ್ತಿ ಕಡಿಮೆಯಾಗಿವೆ. "ದೇವರು ಒಳ್ಳೇ ದಿನಗಳನ್ನು ಕೊಡಲಿಕ್ಕೆ ಶುರು ಮಾಡಿದ" ಎಂದು ಒಂದೆರಡು ಬಾರಿ ಮನಸ್ಸಿನಲ್ಲಿ ಅಂದುಕೊಂಡಿದ್ದಾರೆ. ಹಾಗೆ ಅಂದುಕೊಂಡಿದ್ದೇ ದೃಷ್ಟಿಯಾಯಿತೋ ಎನ್ನುವಂತೆ ಅಂಬಾಬಾಯಿ ಏನೂ ತಿನ್ನಲಾಗದಂತೆ ಕೂತುಬಿಟ್ಟಿದ್ದಾಳೆ!

ಅಂಬಾಬಾಯಿ ತನಗಿಂತಲೂ ದೊಡ್ಡ ಹೊಟ್ಟೆಯವಳು ಎಂದು ಹಳ್ಳಾಚಾರ್ಯರಿಗೆ ಯಾವತ್ತೂ ಅಸೂಯೆ ಇತ್ತು. ಎಲೆ ಮುಂದೆ ಕೂತರೆ ಸಾಕು, ಸೊಗಸಾಗಿ ನಾಲ್ಕು ಹೋಳಿಗೆ ಕತ್ತರಿಸುತ್ತಾಳೆ. "ಭಿಡೆ ಮಾಡ್ಕೋಬೇಡ್ರಿ ಅಂಬಾಬಾಯಿ" ಎಂದು ಬಾರಿ ಬಾರಿ ಹೇಳುತ್ತಾ ಹೆಂಗಸರು ಆಕೆಗೆ ತುಸು ಹೆಚ್ಚೇ ತುಪ್ಪ-ಹಾಲನ್ನು ಬಡಿಸುತ್ತಾರೆ. "ಅನ್ನ ಅಂದ್ರೆ ಅನ್ನಪೂರ್ಣಾ ದೇವೀನೇ ನಮ್ಮವ್ವ... ದೇವರ ಮುಂದೆ ಕೂತ ಮನುಷ್ಯ ಸಂಕೋಚ ಮಾಡ್ಲಿಕ್ಕೆ ಆಗ್ತದೇನು? ಇನ್ನೊಂದು ಸೌಟು ಪಾಯಸ ಬಡಸು. ಭಲೋ ಮಾಡಿ" ಎಂದು ಅಂಬಾಬಾಯಿಯೂ ನಿರ್ಭಿಡೆಯಿಂದ ಎಲ್ಲವನ್ನೂ ಎರಡೆರಡು ಬಾರಿ ಬಡಿಸಿಕೊಂಡು ಊಟ ಮಾಡುತ್ತಿದ್ದಳು. ಗಟ್ಟಿಮುಟ್ಟಿ ದೇಹದ ಅಂಬಾಬಾಯಿ ಯಾರದೇ ಸಹಾಯವಿಲ್ಲದೆ ನೂರು ಕೊಡ ನೀರನ್ನು ಸೇದಿ ಮನೆಯ ಹಂಡೆ, ಗಚ್ಚುಗಳನ್ನು ತುಂಬಿಸುವ ಶಕ್ತಿಶಾಲಿಯಾಗಿದ್ದಳು. ನೂರು ಜನಕ್ಕೆ ಒಬ್ಬಳೇ ಅಡುಗೆ ಮಾಡಿ ನಿಭಾಯಿಸುತ್ತಿದ್ದಳು. ಒನಕೆ ಹಿಡಿದು ಅವಲಕ್ಕಿ ಕುಟ್ಟಲು ನಿಂತಳೆಂದರೆ, ಸಾಕ್ಷಾತ್ ಓಬವ್ವನಂತೆ ಕಾಣುತ್ತಿದ್ದಳು.

ಅದಕ್ಕೆ ವ್ಯತಿರಿಕ್ತವಾಗಿತ್ತು ಹಳ್ಳಾಚಾರ್ಯರ ದೇಹಪ್ರಕೃತಿ. ಮೈಕೈ ತುಂಬಿಕೊಂಡ ಅಂಬಾಬಾಯಿಯ ಪಕ್ಕ ಈತ ನಡೆಯುತ್ತಿದ್ದರೆ, ತಟ್ಟಿರಾಯನ ಪಕ್ಕ ನಂದಿಕೋಲು ಕುಣಿದಂತೆ ಕಾಣುತ್ತಿತ್ತು. ಊಟದಲ್ಲಿ ಒಂದರ ಮೇಲೆ ಇನ್ನೊಂದು ಚೂರು ಹೋಳಿಗೆ ತಿಂದರೂ ಸಾಕು; ನದಿ ದಂಡೆಗೆ ನಾಲ್ಕು ಬಾರಿ ಅಡ್ಡಾಡಬೇಕಾಗುತ್ತಿತ್ತು. ವಿಪರೀತ ಬಡತನದಿಂದಾಗಿ ತಿನ್ನುವ ವಯಸ್ಸಿನಲ್ಲಿ ಬೇಕೆಂದರೂ ಏನೂ ಸಿಗುತ್ತಿರಲಿಲ್ಲ. ಈಗ ದೇವರು ಕೊಟ್ಟ ಹೊತ್ತಲ್ಲಿ ದೇಹ ಕೈಕೊಡುತ್ತಿತ್ತು. ದೇವರ ಪೂಜೆಯನ್ನು ಶಾಸ್ತ್ರೋಕ್ತವಾಗಿ ಮಾಡುವುದು ಬಿಟ್ಟರೆ, ಉಳಿದೆಲ್ಲಾ ಕೆಲಸಗಳನ್ನು ಅಂಬಾಬಾಯಿಯೇ ಮಾಡುತ್ತಿದ್ದಳು. ಅವರ ದೇಹಪ್ರಕೃತಿಯ ಅರಿವಿದ್ದರಿಂದಲೇ

ಊಟಕ್ಕೆ ಕರೆದವರೂ ಹುಷಾರಾಗಿರುತ್ತಿದ್ದರು. "ನಿಮಗೆ ಎಷ್ಟು ಬೇಕೋ ಅಷ್ಟು ಕೇಳ್ರಿ ಆಚಾರ್ಯರೆ... ಯಾವುದೇ ಒತ್ತಾಯ ಮಾಡಂಗಿಲ್ಲ. ನಿಮ್ಮ ಆರೋಗ್ಯ ಮುಖ್ಯ ನಮಗೆ" ಎಂದು ನಿಸ್ಸಂಕೋಚವಾಗಿ ಹೇಳಿ ಬಾಯಿ ಕಟ್ಟಿಸುತ್ತಿದ್ದರು. ಪಕ್ಕದಲ್ಲಿ ತುಪ್ಪ-ಹಾಲಿನ ಜೊತೆಯಲ್ಲಿ ಹೋಳಿಗೆಯನ್ನು ಕತ್ತರಿಸುವ ಅಂಬಾಬಾಯಿಯನ್ನು ನೋಡಿದಾಗ "ಗಂಡನಿಗಿಂತಾ ಹೆಂಡತಿ ಜಾಸ್ತಿ ಊಟ ಮಾಡಬಾರದು ಅಂತ ಯಾವುದಾದರೂ ಶಾಸ್ತ್ರದಾಗೆ ಬರೆದಿದ್ರೆ ಛಲೋ ಇತ್ತು. ಯಾಕೋ ಯಾರಿಗೂ ಅದು ಹೊಳದಂಗಿಲ್ಲ" ಎಂದು ಬೇಸರ ಮಾಡಿಕೊಳ್ಳುತ್ತಿದ್ದರು.

ಈ ದಂಪತಿಗಳಿಗೆ ಇಬ್ಬರು ಮಕ್ಕಳಿದ್ದರು. ಮೊದಲನೆಯವನು ಮುಕುಂದ; ಈಗ ಬಿಎ ಕಲಿಯುತ್ತಿದ್ದ. ಎರಡನೆಯವನು ಜಗನ್ನಾಥ; ಹತ್ತನೆಯ ತರಗತಿಯಲ್ಲಿ ಓದುತ್ತಿದ್ದ. ಇವರಿಬ್ಬರಲ್ಲದೆ ಹಳ್ಳಾಚಾರ್ಯರ ವಿಧವೆ ತಾಯಿ ರಾಧಕ್ಕನೂ ಮನೆಯಲ್ಲಿ ಇರುತ್ತಿದ್ದಳು. ಆಕೆಗೆ ಆಗಲೇ ಎಪ್ಪತ್ತೈದು ದಾಟಿತ್ತು. ಕೆಲಸ ಮಾಡಲು ಕೈಲಾಗುತ್ತಿರಲಿಲ್ಲ. ಆದರೆ ಬಾಯಿ ಜೋರು. ಮನೆಯ ಮೂಲೆಯಲ್ಲಿ ಕುಳಿತುಕೊಂಡಿದ್ದರೂ ಇಡೀ ಸಂಸಾರವು ತನ್ನ ಆಜ್ಞೆಯಂತೆಯೇ ನಡೆಯಬೇಕೆಂದು ಹಂಬಲಿಸುತ್ತಿದ್ದಳು. ಮದುವೆಯಾಗಿ ಬಂದ ಹೊಸತರಲ್ಲಿ ಆಕೆಗೆ ವಿಪರೀತ ಅಂಜುತ್ತಿದ್ದ ಅಂಬಾಬಾಯಿ, ಈಗ ಜೋರುಮಾಡಿ ಆಕೆಯನ್ನು ಸುಮ್ಮನೆ ಕೂಡಿಸುವಷ್ಟು ಪ್ರಬುದ್ಧಳಾಗಿದ್ದಳು. ಆದರೆ ಹಿರಿಯ ಜೀವವೆಂದು ಬಹಳ ಗೌರವವಿದ್ದ ಕಾರಣ, ಆಕೆಗೆ ಯಾವುದೇ ರೀತಿಯಲ್ಲಿ ಕುಂದು ಕೊರತೆಯಾಗದಂತೆ ನೋಡಿಕೊಳ್ಳುತ್ತಿದ್ದಳು.

ಇಡೀ ಸಂಸಾರಕ್ಕೆ ಹಳ್ಳಾಚಾರ್ಯರ ಪೌರೋಹಿತ್ಯವೇ ಏಕಮೇವ ಆದಾಯವಾಗಿತ್ತು. ಅದು ಸಾಕಾಗುತ್ತಿರಲಿಲ್ಲ. ಆ ಕಾರಣದಿಂದಾಗಿಯೇ ಹಲವಾರು ಮನೆಕೆಲಸಗಳನ್ನು ಹಣವಿಲ್ಲದೆ ಮಾಡಿಕೊಳ್ಳುವ ವಿಧಾನಗಳನ್ನು ಅಂಬಾಬಾಯಿ ಕಂಡುಕೊಂಡಿದ್ದಳು. ಮನೆಯ ಹಿತ್ತಲಿನಲ್ಲಿ ತರಕಾರಿಗಳನ್ನು ಬೆಳೆಸುವುದು, ಊಟಕ್ಕೆ ಬೇಕಾದ ಮುತ್ತುಗದ ಪತ್ರಾಳಿಗಳನ್ನು ತಾನೇ ಕಾರ್ಚಿಕಡ್ಡಿಯನ್ನು ಸೀಳಿ ಹಚ್ಚುವುದು, ಪೌರೋಹಿತ್ಯಕ್ಕೆ ಕರೆದ ಮನೆಗಳ ಮಕ್ಕಳಿಂದ ಕಳೆದ ವರ್ಷದ ನೋಟ್ ಪುಸ್ತಕಗಳಲ್ಲಿ ಬಳಸದೇ ಬಿಟ್ಟ ಖಾಲಿ ಕಾಗದಗಳನ್ನು ಬೇಡಿ ತಂದು ಮಕ್ಕಳಿಗೆ ನೋಟ್ ಪುಸ್ತಕಗಳನ್ನು ಹೊಲೆದು ಕೊಡುವುದು, ಕುಪ್ಪಸ-ಶರ್ಟು-ನಿಕ್ಕರುಗಳನ್ನು ತಾನೇ ಹೊಲೆಯುವುದು, ತಾಮ್ರದ ತಂಬಿಗೆಯಲ್ಲಿ ಕೆಂಡವನ್ನು ತುಂಬಿ ಮಕ್ಕಳ ಅಂಗಿ-ನಿಕ್ಕರನ್ನು ಇಸ್ತ್ರಿ ಮಾಡಿ ಕೊಡುವುದು - ಇತ್ಯಾದಿ ಕೆಲಸಗಳನ್ನು ಮಾಡುತ್ತಿದ್ದಳು. ಕೈಯಿಂದ ಹಣ ಸೋರದೆ ಸಂಸಾರವನ್ನು ತೂಗಿಸಲು ಸಕಲ ಪ್ರಯತ್ನವನ್ನೂ ಮಾಡುತ್ತಿದ್ದಳು. ಅವುಗಳ ಸಾಲಿನಲ್ಲಿ ಇತ್ತೀಚೆಗೆ ಹೊಸದಾಗಿ ಕಾಡಿಗೆ ಹೋಗಿ ಕಟ್ಟಿಗೆ ತರುವುದೂ ಸೇರಿಕೊಂಡಿತ್ತು.

"ಬ್ರಾಹ್ಮಣರು ಕಾಡಿಗೆ ಹೋಗಿ ಕಟ್ಟಿಗೆ ತರೋದು ಕೇಳಿರಲಿಲ್ಲ ನೋಡವ್ವಾ... ಇದೇನು ಸುಡುಗಾಡು ಸಹವಾಸ ಅಂಟಿಸಿಕೊಂಡಿ" ಎಂದು ರಾಧಕ್ಕ ಕುಳಿತಲ್ಲಿಂದಲೇ ಕುಟುಕಿದ್ದಳು. "ಹಂಗಾರೆ ಲಂಬಾಣಿ ಹೆಂಗಸರಿಗೆ ದುಡ್ಡು ನೀನು ಕೊಡ್ತೀಯೇನು?" ಎಂದು ಅಂಬಾಬಾಯಿ ಎದುರು ಮಾತನಾಡಿ ಬಾಯಿ ಮುಚ್ಚಿಸಿದ್ದಳು. ಮನೆಯಲ್ಲಿ ಅಡುಗೆಯನ್ನು ಕಟ್ಟಿಗೆಯಲ್ಲಿಯೇ ಮಾಡಬೇಕಿತ್ತು. ಪುರೋಹಿತ ಮನೆತನವಾದ್ದರಿಂದ ಸೀಮೆ ಎಣ್ಣೆಯ ಸ್ಟೌ ಬಳಸುವಂತಿರಲಿಲ್ಲ. ನದಿಯ ಆ ದಡದಲ್ಲಿ ಸಾಕಷ್ಟು ಕಾಡು ಇತ್ತು. ಆದರೆ ಹೋಗಿ ತಂದುಕೊಳ್ಳುವ ಹವ್ಯಾಸ ಬ್ರಾಹ್ಮಣ ಮನೆಗಳಲ್ಲಿ ಇರಲಿಲ್ಲ. ಲಂಬಾಣಿ ಹೆಂಗಸರು ತಲೆಯ ಮೇಲೆ ಹೊರೆ ಹೊತ್ತುಕೊಂಡು ಮಾರಲು ಬರುತ್ತಿದ್ದರು. ಅದನ್ನೇ ಕೊಳ್ಳುತ್ತಿದ್ದರು. ಇತ್ತೀಚೆಗೆ ಅವರು ಮನಸ್ಸಿಗೆ ಬಂದಷ್ಟು ಹಣವನ್ನು ಕೇಳಲಾರಂಭಿಸಿದ್ದರು. ಈ ಹೊತ್ತಿನಲ್ಲಿಯೇ ಪಕ್ಕದ ಓಣಿಯ ಕುರುಬರ ತಾಯಕ್ಕ ಅಂಬಾಬಾಯಿಯನ್ನು ಕಾಡಿಗೆ ಕರೆದುಕೊಂಡು ಹೋಗಿ, ಕಟ್ಟಿಗೆಯನ್ನು ಸಂಗ್ರಹಿಸಿ ತರಲು ಒಪ್ಪಿಕೊಂಡಿದ್ದಳು.

ಪೌರೋಹಿತ್ಯ ಇಲ್ಲದ ದಿನ ಮಾತ್ರ ಅಂಬಾಬಾಯಿ ಕಾಡಿಗೆ ಹೋಗುತ್ತಿದ್ದಳು. ನಸುಕಿನಲ್ಲಿಯೇ ಎದ್ದು ಹೋದರೆ, ಹೊತ್ತೇರುವುದರಲ್ಲಿ ಒಂದು ಹೊರೆ ಕಟ್ಟಿಗೆ ತಂದು ಬಿಡುತ್ತಿದ್ದಳು. ಮೊದಮೊದಲು ಪುಟ್ಟ ಹೊರೆಯನ್ನು ಮಾತ್ರ ತರಲು ಸಾಧ್ಯವಾಗುತ್ತಿತ್ತು. ಈಗ ದಿನ ಸಾಗಿದಂತೆ ದೊಡ್ಡ ಹೊರೆಯನ್ನೇ ತರುವಷ್ಟು ಪಳಗಿಬಿಟ್ಟಿದ್ದಳು. ತಿಂಗಳಿಗೆ ಎರಡು ಬಾರಿ ಹೋಗಿ ಬಂದರೆ ಸಾಕಾಗುತ್ತಿತ್ತು.

ಕಾಡು ಹಲವು ಸವಲತ್ತುಗಳನ್ನು ಆಕೆಗೆ ಪರಿಚಯಿಸಿತ್ತು. ಮುತ್ತುಗದ ಎಲೆ, ಸೀತಾಫಲ-ಬೆಳವಲಕಾಯಿ ಇತ್ಯಾದಿ ಹಣ್ಣುಗಳು, ತೊಕ್ಕಿಗೆಂದು ಹುಣಸೆಕಾಯಿ, ಹಕ್ಕರಕಿ ಸೊಪ್ಪು, ಮೂರೆಲೆ ಪಲ್ಯ, ಅಪರೂಪಕ್ಕೆ ಗಂಧದ ಕೊರಡು, ಈಶ್ವರೀ ಪುಷ್ಪ... ಹೀಗೆ ಸಾಕಷ್ಟು ಸವಲತ್ತುಗಳ ನಿಧಿಯು ತುಂಬಿಕೊಂಡ ಮಹಲಿನಂತೆ ಕಾಡು ಅಂಬಾಬಾಯಿಗೆ ಕಂಡಿತ್ತು. ಅಷ್ಟಾದರೂ ಬ್ರಾಹ್ಮಣರೇಕೆ ಕಾಡಿಗೆ ಹೋಗಿ ಬರುವುದಿಲ್ಲ ಎಂದು ಆಕೆಗೆ ಆಶ್ಚರ್ಯವಾಗುತ್ತಿತ್ತು. ಒಮ್ಮೊಮ್ಮೆ ತಾಯಕ್ಕನ ಗಂಡನೂ ಜೊತೆಯಲ್ಲಿ ಬಂದಿದ್ದರೆ, ಜೇನು ಓಡಿಸಿ, ತುಪ್ಪವನ್ನು ಸೋಸಿ ಕೊಡುತ್ತಿದ್ದ.

ಹೊಸತನ್ನು ಕಂಡುಕೊಳ್ಳುವ ಸ್ವಭಾವ ಅಂಬಾಬಾಯಿಗೆ ಚಿಕ್ಕಂದಿನಿಂದಲೂ ಇತ್ತು. ವಾರಿಗೆಯ ಹುಡುಗಿಯರು ಹಿರಿಯ ಹೆಂಗಸರಿಂದ ಕಲಿತ ತಲೆತಲಾಂತರದ ರಂಗೋಲಿಗಳನ್ನೇ ಅಂಗಳದಲ್ಲಿ ಹಾಕುತ್ತಿದ್ದರೆ, ಈಕೆ ಮಾತ್ರ ಅಷ್ಟೇ ಚುಕ್ಕೆಗಳನ್ನು ಬಳಸಿಕೊಂಡು ಹೊಸದಾದ ಚಿತ್ರವನ್ನು ಬಿಡಿಸುತ್ತಿದ್ದಳು. ಭಜನೆಗಳಲ್ಲಿ ಅವವೇ ಜಮಾನದ ಹಾಡುಗಳನ್ನು ಊರಿನವರೆಲ್ಲಾ ಹೇಳುವಾಗ, ಈಕೆ ಅದೇ ಹಾಡಿಗೆ ಬೇರೆ ಸಾಹಿತ್ಯವನ್ನು ಹಾಕಿ ಹೊಸ ಹಾಡು ಮಾಡಿಬಿಡುತ್ತಿದ್ದಳು. ಅಡುಗೆ ಮಾಡುವ ವಯಸ್ಸು

ಬಂದ ಮೇಲಂತೂ ತನ್ನದೇ ಅನುಭವದಿಂದ ಹೊಸರುಚಿಯನ್ನು ಯೋಚಿಸಿ ಅಡುಗೆ ಮಾಡುತ್ತಿದ್ದಳು. ಎಲ್ಲ ಸಲವೂ ಪ್ರಯೋಗದಲ್ಲಿ ಯಶಸ್ವಿಯಾಗುತ್ತಿರಲಿಲ್ಲ. ಕೈಕೊಟ್ಟಾಗ ಹಿರಿಯರಿಂದ ಬೈಸಿಕೊಳ್ಳುತ್ತಿದ್ದಳು. ಆದರೆ ಏನಾದರೂ ಯಶಸ್ವಿಯಾಗಿ ಬಿಟ್ಟು ಯಾರಾದರೂ ಹೊಗಳಿದರೂ ಸಾಕು, ಅದು ಮತ್ತಷ್ಟು ಪ್ರಯೋಗಗಳಿಗೆ ಆಕೆಯನ್ನು ಪ್ರೇರೇಪಿಸುತ್ತಿತ್ತು. ಮದುವೆಯಾದ ಮೇಲೆ ಹಳ್ಳಾಚಾರ್ಯರಿಗೆ ಆಕೆಯ ಅನ್ವೇಷಣೆಯ ಹುಚ್ಚು ವಿಪರೀತವೆನ್ನಿಸಿ, ಆ ರಾತ್ರಿಯ ಕತ್ತಲಿನಲ್ಲಿಯೇ "ಥೂ ಹೋಗೆ!" ಎಂದು ನಾಚಿಕೊಳ್ಳುತ್ತಿದ್ದರು. ಪಡಸಾಲೆಯ ಮೂಲೆಯಲ್ಲಿ ಮಲಗಿದ್ದ ರಾಧಕ್ಕಳು ಮಗನ ಈ ಉದ್ಗಾರವನ್ನು ಕೇಳಿ, 'ರಾಮ, ರಾಮ' ಎಂದು ಗಲ್ಲ ಬಡಿದುಕೊಂಡು ಮಗ್ಗಲು ಬದಲಾಯಿಸುತ್ತಿದ್ದಳು.

ಕಾಡಿನ ಪ್ರವೇಶ ಶುರು ಮಾಡಿದ ಮೇಲೆ ಕೇಳಬೇಕೆ? ಅಲ್ಲಿಯ ನೂರೆಂಟು ಸಂಗತಿಗಳು ಅಂಬಾಬಾಯಿಯನ್ನು ವಿಶೇಷವಾಗಿ ಆಕರ್ಷಿಸಿ ಕರೆಯಲಾರಂಭಿಸಿದ್ದವು. ಹೊಸ ಹೂ, ಬಳ್ಳಿ, ಸೊಪ್ಪು, ಕಟ್ಟಿಗೆ, ಹಣ್ಣು, ಕ್ರಿಮಿ, ಮೃಗ, ಮಣ್ಣು, ಕೆರೆ, ನೀರು – ಎಲ್ಲವೂ ವಿಶೇಷವೆನ್ನಿಸುತ್ತಿದ್ದವು. ಇಷ್ಟೆಲ್ಲಾ ಸಂಪತ್ತನ್ನು ಅಡಗಿಸಿಕೊಂಡ ಕಾಡು ಊರಿನ ಹತ್ತಿರವೇ ಇದ್ದರೂ ಯಾಕೆ ಎಲ್ಲರೂ ಅದರ ಉಪಯೋಗವನ್ನು ಪಡೆದುಕೊಳ್ಳುವುದಿಲ್ಲ ಎಂದು ಅಚ್ಚರಿಯಾಗುತ್ತಿತ್ತು. ವಾರಕ್ಕೆ ಒಂದೆರಡು ಬಾರಿ ಹೋಗಿ ಬಂದರೂ ಸಾಕು, ಮನೆಗೆ ಎಷ್ಟೊಂದು ಅನುಕೂಲವಾಗುತ್ತದೆ ಎಂದು ಅನ್ನಿಸುತ್ತಿತ್ತು. ಆದರೆ ಆಕೆಯ ಮಾತನ್ನು ವಾರಿಗೆಯವರು ಕಿವಿಗೆ ಹಾಕಿಕೊಳ್ಳುತ್ತಿರಲಿಲ್ಲ. "ಬ್ರಾಹ್ಮಣರು ಕಾಡಿಗೆ ಹೋಗೋದು ನಾವಂತೂ ಕೇಳಿಲ್ಲ ಬಿಡವ್ವ" ಎಂದು ಮೂಗಿನ ಮೇಲೆ ಬೆರಳಿಡುತ್ತಿದ್ದರು.

ಕಾಡಿನಲ್ಲಿ ಕಾಣುವ ಸಾವಿರಾರು ಬಗೆಯ ಸೊಪ್ಪುಗಳು ಅಂಬಾಬಾಯಿಯ ಪ್ರಯೋಗಕ್ಕೆ ಕಾರಣವಾದವು. ಬೇರೆ ಬೇರೆ ರೀತಿಯ ಸೊಪ್ಪುಗಳ ರುಚಿ ನೋಡಿ, ಅವುಗಳ ಹುಳುಪಲ್ಯ ಅಥವಾ ಪಲ್ಯವನ್ನು ಮಾಡಲು ಸಾಧ್ಯವೆ ಎಂದು ಪ್ರಯತ್ನಿಸಲಾರಂಭಿಸಿದಳು. "ಹುಷಾರಕ್ಕ, ಯಾವುದಾದ್ರೂ ವಿಷದ ಸೊಪ್ಪು ಇದ್ರೆ ಪ್ರಾಣ ತೆಗೆದುಬಿಡ್ತದೆ. ರಾಕ್ಷಸ ಸೊಪ್ಪುಗಳು ಕಾಡಿನಾಗೆ ಇರ್ತಾವೆ" ಎಂದು ತಾಯಕ್ಕ ಎಚ್ಚರಿಸುತ್ತಿದ್ದಳು. ಆಕೆಯ ಎಚ್ಚರಿಕೆಯು ಸಣ್ಣಗೆ ಭಯವನ್ನು ಹುಟ್ಟಿಸಿದರೂ, ಅವಳ ಅನ್ವೇಷಣೆಯ ಸ್ವಭಾವ ಅದನ್ನು ನಿರ್ಲಕ್ಷಿಸುವಂತೆ ಮಾಡಿಬಿಟ್ಟಿತ್ತು. ಆದರೆ ಹೊಸ ಸೊಪ್ಪನ್ನು ನೇರವಾಗಿ ತಿನ್ನದೆ, ಅದರ ಪಲ್ಯವನ್ನು ಮಾಡಿ, ಮನೆಗೆ ದಿನನಿತ್ಯ ಬರುವ ಬೀದಿಯ ನಾಯಿಗೆ ಅನ್ನದ ಜೊತೆಯಲ್ಲಿ ಕಲೆಸಿ ಕೊಡುತ್ತಿದ್ದಳು. ಅದು ವಿರೋಧ ವ್ಯಕ್ತಪಡಿಸದೆ ತಿಂದರೆ, ಅದನ್ನು ತನ್ನ ಮೇಲೆ ಮೊದಲು ಪ್ರಯೋಗಿಸಿಕೊಳ್ಳುತ್ತಿದ್ದಳು. ಇಷ್ಟವಾಗಿ, ಮರುದಿನ ತನ್ನ ಆರೋಗ್ಯಕ್ಕೆ ಏನೂ ಆಗದಿದ್ದರೆ, ಗಂಡ ಮಕ್ಕಳಿಗೆ

ಅಡುಗೆ ಮಾಡಿ ಹಾಕುತ್ತಿದ್ದಳು. ಅವರು ಊಟ ಮಾಡಿ ಮುಗಿದ ಮೇಲೆ ಹೊಸ ಸೊಪ್ಪಿನ ವಿಚಾರವನ್ನು ಹೇಳುತ್ತಿದ್ದಳು. ತನ್ನ ಮಹಾನ್ವೇಷಣೆಯನ್ನು ಪೇಟೆಂಟ್ ಮಾಡಿಕೊಳ್ಳುವಂತೆ, ಆ ಹೊಸ ಸೊಪ್ಪಿಗೊಂದು ವಿಶೇಷ ಹೆಸರನ್ನು ಕೊಡುತ್ತಿದ್ದಳು. ದುಂಡನೆಯ ಎಲೆಯ ಸೊಪ್ಪಿಗೆ ಚಂದ್ರಸೊಪ್ಪು ಎಂದೂ, ಐದು ಜೋಡಿಯ ಎಲೆಗಳಲ್ಲಿಯೇ ಲಭ್ಯವಾಗುವ ಸೊಪ್ಪಿಗೆ ಅಂಗೈ ಸೊಪ್ಪು ಎಂತಲೂ, ಕಡುಹಸಿರು ಬಣ್ಣದ ಸೊಪ್ಪೊಂದಕ್ಕೆ ಕಾಡಿಗೆ ಸೊಪ್ಪು ಎಂದೂ ನಾಮಕರಣ ಮಾಡಿದ್ದಳು. ಚಂದ್ರಸೊಪ್ಪು ಮನೆಯವರೆಲ್ಲರಿಗೂ ಇಷ್ಟವಾಗಿತ್ತು. ನಾಲ್ಕೈದು ಬಾರಿ ಅದನ್ನು ಮಾಡಿಸಿಕೊಂಡು ತಿಂದಿದ್ದರು. ಯಜಮಾನರು ಮಾತ್ರ "ಅವು ವಿಶ್ವಾಮಿತ್ರ ಸೃಷ್ಟಿ ಆಗಿದ್ರೆ ಏನು ಮಾಡ್ತೀಯೆ?" ಎಂದು ಗಾಬರಿ ಬಿದ್ದು ಕೇಳಿದ್ದರು. "ನಮಗೊಬ್ಬಳು ಶಕುಂತಲೆ ಹುಟ್ತಾಳೆ ಅಂದ್ಕೊಳ್ತೀನಿ" ಎಂದು ಅಂಬಾಬಾಯಿ ಮುಸಿಮುಸಿ ನಕ್ಕಿದ್ದಳು.

ಈ ಬಾರಿ ಅಂಬಾಬಾಯಿಯ ಪ್ರಯೋಗ ಯಾರೂ ಊಹಿಸದ ರೀತಿಯಲ್ಲಿ ಕೈಕೊಟ್ಟಿತ್ತು. ಆವತ್ತು ಕಾಡಿಗೆ ತಾಯಕ್ಕನೂ ಬಂದಿರಲಿಲ್ಲ. ಮನೆಗೆ ನೆಂಟರು ಬಂದಿದ್ದಾರೆಂದು ಹೇಳಿದ್ದಳು. ಮನೆಯಲ್ಲಿ ಕಟ್ಟಿಗೆ ಒಂದಿಷ್ಟೂ ಇರಲಿಲ್ಲ. ಜೊತೆಗೆ ಸ್ವಲ್ಪ ಮುತ್ತುಗದ ಎಲೆಗಳನ್ನು ಹರಿದು ತರಬೇಕಿತ್ತು. ಆ ಕಾರಣದಿಂದಾಗಿ ಅಂಬಾಬಾಯಿ ಬೆಳಿಗ್ಗೆಯೇ ಎದ್ದು ಒಬ್ಬಳೇ ಹೋಗಿದ್ದಳು. ಎಂಟು ಗಂಟೆಯ ಹೊತ್ತಿಗೆ ವಾಪಸಾಗಿ, ಗಂಡನ ದೇವರ ಪೂಜೆಗೆ ಅನುವು ಮಾಡಿಕೊಡಬೇಕು ಎಂದು ಆಲೋಚಿಸಿದ್ದಳು. ಒಣ ಕಟ್ಟಿಗೆಗಳು ಸಾಕಷ್ಟು ಸಿಕ್ಕಿದ್ದವು. ಅವುಗಳನ್ನು ಪೇರಿಸಿ ಒಂದು ಪುಟ್ಟ ಹೊರೆಯನ್ನು ಮಾಡಿಕೊಂಡಳು. ಒಂದಿಷ್ಟು ಮುತ್ತುಗದ ಎಲೆಗಳನ್ನು ಹರಿದುಕೊಂಡು, ತಾನು ತಂದ ಗೋಣಿಯ ಚೀಲದಲ್ಲಿ ತುಂಬಿಸಿಕೊಂಡಿದ್ದಳು. ಅಲ್ಲಿಯೇ ಹರಿಯುತ್ತಿದ್ದ ತೊರೆಯ ನೀರನ್ನು ಕುಡಿದು, ಊರಿಗೆ ಹಿಂತಿರುಗುವುದಕ್ಕೆ ಮುಂಚೆ ದಣಿವಾರಿಸಿಕೊಳ್ಳುವ ಸಲುವಾಗಿ ಒಂದು ಕಲ್ಲಿನ ಮೇಲೆ ಕುಳಿತುಕೊಂಡಳು. ಹರಿಯುತ್ತಿದ್ದ ಸ್ವಚ್ಛವಾದ ನೀರಿನಲ್ಲಿ ಕಾಲನ್ನು ಬಿಟ್ಟುಕೊಂಡಿದ್ದಳು. ಪುಟ್ಟಪುಟ್ಟ ಮೀನುಗಳು ಕಾಲನ್ನು ಸೋಕಿ, ಕಚಗುಳಿ ಇಡುವಾಗ ಖುಷಿಯಾಗುತ್ತಿತ್ತು. ಆ ತೊರೆ ನೇರವಾಗಿ ತುಂಗಭದ್ರೆಯನ್ನು ಸೇರುತ್ತಿತ್ತು. ಪ್ರಕೃತಿಯ ಮಡಿಲಲ್ಲಿ ಮಗುವಾದ ಅಂಬಾಬಾಯಿಯ ಮನಸ್ಸು ಎಂತಹುದೋ ಸಂತಸದಲ್ಲಿ ನಲಿದಾಡುತ್ತಿತ್ತು. ಆ ಹೊತ್ತಿನಲ್ಲಿಯೇ ಆ ಪುಟ್ಟ ಗುಹೆ ಆಕೆಗೆ ಕಂಡಿತ್ತು. ಹಿಂದೆಂದೂ ಅದನ್ನು ನೋಡಿದ ನೆನಪು ಆಕೆಗಾಗಲಿಲ್ಲ. ಒಳಗಿನಿಂದ ಎಂತಹುದೋ ವಿಶೇಷ ಹಸಿರು ಬೆಳಕು ಹೊಮ್ಮುತ್ತಿತ್ತು. ಆ ಬೆಳಕು ಆಕೆಯನ್ನು ಆಕರ್ಷಿಸಿತು.

ಗುಹೆಯ ದ್ವಾರ ತುಂಬಾ ಚಿಕ್ಕದಿದ್ದರಿಂದ, ತಲೆತಗ್ಗಿಸಿ ಒಳಗೆ ಹೋಗಬೇಕಿತ್ತು. ಆದರೆ ಒಳಗೆ ಗುಹೆಯ ಪ್ರಾಂಗಣ ವಿಶಾಲವಾಗಿತ್ತು. ಎಲ್ಲಿಯೋ ಝುಳುಝುಳು

ನೀರು ಹರಿಯವ ಸದ್ದು ಕೇಳಿಸುತ್ತಿತ್ತು. ಹಲವು ಬೆಳಕಿನ ಕೋಲುಗಳು ಅಲ್ಲಲ್ಲಿ ಬೀಳುತ್ತಿದ್ದರಿಂದ ಗುಹೆಯ ಒಳಗಿನದು ನಿಧಾನಕ್ಕೆ ಸ್ಪಷ್ಟವಾಗುತ್ತಿತ್ತು. ಯಾರೋ ಅಲ್ಲಿ ವಾಸಿಸುತ್ತಿರಬೇಕು ಎನ್ನುವ ಭಾವ ಮೂಡುತ್ತಿತ್ತು. ಆದರೆ ಅಲ್ಲಿ ಯಾರೂ ಕಾಣುತ್ತಿರಲಿಲ್ಲ. ಒಂದು ಬಗೆಯ ಪವಿತ್ರತೆಯ ಅನುಭವ ಆಕೆಗೆ ಆಗುತ್ತಿತ್ತು. ಹಲವು ಗಿಣಿಗಳು ಅಲ್ಲಿ ಹಾರಾಡಿಕೊಂಡಿದ್ದವು. ಈಕೆಯ ಪ್ರವೇಶವಾಗುತ್ತಿದ್ದಂತೆಯೇ ಒಂದು ವಿಶೇಷ ಸದ್ದನ್ನು ಹೊರಡಿಸಿ ಅವು ಸ್ವಾಗತಿಸಿದವು. ತನ್ನ ಪಾದದ ಸದ್ದೂ ಆಗದಂತೆ ಒಂದೊಂದೇ ಹೆಜ್ಜೆಗಳನ್ನು ಇಡುತ್ತಾ ಅಂಬಾಬಾಯಿ ಸಾಗಿದಳು. ಆ ಗುಹೆಯ ಗೋಡೆಗಳಿಗೆ ಒಂದು ವಿಶಿಷ್ಟ ಬಗೆಯ ಬಳ್ಳಿ ಹಬ್ಬಿಕೊಂಡಿತ್ತು. ದಟ್ಟ ಹಸಿರಿನ ಆ ಬಳ್ಳಿ ಇಡೀ ಗುಹೆಯನ್ನೆಲ್ಲಾ ಆವರಿಸಿದ್ದರಿಂದ, ಬೆಳಕಿನ ಕೋಲುಗಳು ಅದರ ಮೇಲೆ ಬಿದ್ದು, ಹಸಿರು ಬಣ್ಣವು ಹೊರಹೊಮ್ಮಿತ್ತು. ಇಡೀ ಗುಹೆಯೇ ಹಸಿರು ದೀಪದ ಬೆಳಕಿನಲ್ಲಿ ಪ್ರಜ್ವಲಿಸಿದಂತೆ ಕಾಣುತ್ತಿತ್ತು. ಆ ಬಳ್ಳಿಯ ಎಲೆಗಳು ಐದು ಬೆರಳನ್ನು ಚಾಚಿಕೊಂಡ ಹಸ್ತದಂತಹ ಆಕಾರವನ್ನು ಹೊಂದಿದ್ದವು. ಆ ಅಂಗೈಯ ಮಧ್ಯದಲ್ಲಿ ಹೂವನ್ನು ಹಿಡಿದಂತೆ, ಒಂದು ಕೆಂಪು ಬಣ್ಣದ ಪುಟ್ಟ ಹೂ ಎಲೆಯ ಮಧ್ಯ ಬಿರಿದುಕೊಂಡಿತ್ತು. ಆ ಹೂಗಳಿಂದಾಗಿ ಇಡೀ ಗೋಡೆಯ ತುಂಬಾ ಕೆಂಪು ಬಣ್ಣದ ನಕ್ಷತ್ರಗಳು ಹೊಳೆಯುತ್ತಿರುವಂತೆ ಕಾಣಿಸುತ್ತಿತ್ತು.

ಅಂಬಾಬಾಯಿಗೆ ಆ ಪವಿತ್ರ ಬಳ್ಳಿಯನ್ನು ಮುಟ್ಟಲು ಹಿಂಜರಿಕೆಯಾಯ್ತು. ಆದರೆ ಮನಮೋಹಕವಾದ ಅದರ ರೂಪ ಅವಳನ್ನು ಹತ್ತಿರ ಕರೆಯಿತು. ನಿಧಾನಕ್ಕೆ ಹೆಜ್ಜೆಯಿಟ್ಟು, ಒಂದು ಎಲೆಯನ್ನು ಕಿತ್ತಿದಳು. ಹಾಲಿನಂತಹ ದ್ರವವೊಂದು ಬಳ್ಳಿಯಿಂದ ಜಿನುಗಿತು. ಆ ಹಾಲಿನ ಹನಿಯನ್ನು ತೋರು ಬೆರಳ ತುದಿಯಲ್ಲಿ ಜಿನುಗಿಸಿಕೊಂಡು, ತನ್ನ ಮೂಗಿನ ಬಳಿ ತೆಗೆದುಕೊಂಡು ಆಘ್ರಾಣಿಸಿದಳು. ಎಂತಹುದೋ ಗುಂಗಿಗೆ ಒಳಗಾದಂತೆ ಮೈ ರೋಮಾಂಚನಗೊಂಡಿತು. ಮತ್ತೆ ಈ ಜಗತ್ತಿಗೆ ವಾಪಸು ಬರುವುದಕ್ಕೆ ಕೆಲವು ಕ್ಷಣಗಳೇ ಹಿಡಿದವು.

ಹಲವು ಎಲೆಗಳನ್ನು ಕಿತ್ತು ಉಡಿಗೆ ಹಾಕಿಕೊಂಡಳು. ಜಾಸ್ತಿ ಕಿತ್ತುಕೊಳ್ಳುವುದಕ್ಕೆ ಯಾಕೋ ಭಯವಾಯ್ತು. ಯಾರೋ ಉಸಿರಾಡುತ್ತಿರುವ ಸದ್ದು, ಅದರ ಜೊತೆಗೆ ಹೆಜ್ಜೆಯ ಸದ್ದೂ ಕೇಳಿಬಂತು. ಮತ್ತೆ ಅಲ್ಲಿರುವ ಧೈರ್ಯ ಅಂಬಾಬಾಯಿಗೆ ಆಗಲಿಲ್ಲ. ಸದ್ದು ಮಾಡದೆ ಹೆಜ್ಜೆಗಳನ್ನು ಹಿಂದಕ್ಕೆ ಇಡುತ್ತಾ, ಗುಹೆಯಿಂದ ಹೊರಗೆ ಬಂದುಬಿಟ್ಟಳು.

ಯಾವತ್ತಿನಂತೆ ಮೊದಲ ದಿನ ಸ್ವಲ್ಪ ಸೊಪ್ಪನ್ನು ಬಳಸಿ ಬೀದಿಯ ನಾಯಿಗೆ ತಿನ್ನಿಸಿದಳು. ಅದು ಮರುದಿನವೂ ಆರೋಗ್ಯವಾಗಿಯೇ ಇತ್ತು. ಆದರೆ ಹೊಸದಾಗಿ ಅನ್ನ-ಚಪಾತಿ ಬಡಿಸಿದರೆ ತಿನ್ನಲು ನಿರಾಕರಿಸಿತು. ಎರಡು ದಿನ ಬಿಟ್ಟು ಅಂಬಾಬಾಯಿ

ಸೊಪ್ಪಿನ ಹುಳುಪಲ್ಯ ಮಾಡಿಕೊಂಡು ತಾನೊಬ್ಬಳೇ ತಿಂದಳು. ಸ್ವಲ್ಪ ಒಗರೆನ್ನಿಸಿದರೂ, ರುಚಿಯಾಗಿತ್ತು. ಅದರ ಪರಿಮಳ ಎಂತಹುದೋ ಸಿಹಿಯನ್ನು ನೆನೆಸುವಂತೆ ಇತ್ತು. ಒಂದಿಷ್ಟೂ ಬಿಡದಂತೆ ಎಲ್ಲವನ್ನೂ ಅನ್ನಕ್ಕೆ ಕಲೆಸಿಕೊಂಡು ತಿಂದಳು. ಮನೆಯ ಯಾರಿಗೂ ಅದನ್ನು ಬಡಿಸುವುದು ಬೇಡವೆಂದು ನಿರ್ಧರಿಸಿದಳು. ಎರಡು ದಿನ ತನಗೆ ಏನೂ ಆಗದಿದ್ದರೆ ಉಳಿದವರಿಗೆ ಅದನ್ನು ಮಾಡಿ ಹಾಕೋಣ ಎಂದು ನಿರ್ಧರಿಸಿದಳು.

ಅಂಬಾಬಾಯಿಗೆ ತಾನೊಂದು ದೊಡ್ಡ ಸಮಸ್ಯೆಯಲ್ಲಿ ಸಿಕ್ಕಿ ಬಿದ್ದೆ ಎಂಬುದು ಆ ಸಮಯದಲ್ಲಿ ತಿಳಿಯಲೇ ಇಲ್ಲ.

^^^

ಅಂಬಾಬಾಯಿಯ ಹಸಿವೆ ಕಟ್ಟಿಹೋಯ್ತು. ಏನೂ ತಿನ್ನಬೇಕು ಎಂದು ಅನ್ನಿಸಲೇ ಇಲ್ಲ. ಬೆಳಿಗ್ಗೆಯ ತಿಂಡಿ, ಮಧ್ಯಾಹ್ನದ ಊಟ, ಸಂಜೆಯ ಹಚ್ಚಿದವಲಕ್ಕಿ ಮತ್ತು ರಾತ್ರಿಯ ಊಟ ಯಾವುದೂ ಬೇಡವಾಗಿ ಹೋಯ್ತು. ಉಳಿದ ಸಂಗತಿಗಳಂತಿರಲಿ, ದಿನಕ್ಕೆ ಮೂರು ಬಾರಿ ಇಚ್ಛೆಯಿಂದ ಮಾಡಿಕೊಳ್ಳುತ್ತಿದ್ದ ಕಾಫಿಯೂ ಬೇಡವೆನ್ನಿಸಿತು. ನೀರಿನ ಹನಿಯೂ ಬೇಡವಾಗಿ ಹೋಯ್ತು. ಇಡೀ ದಿನ ನಿರಾಹಾರದ ಏಕಾದಶಿ ಮಾಡಿದಂತೆ ಉಪವಾಸವಿದ್ದಳು. ಯಾಕೋ ಆ ಸೊಪ್ಪು ತಿಂದು ಎಡವಟ್ಟು ಮಾಡಿಕೊಂಡೆ ಎಂದು ಕಳವಳವಾಗಲಾರಂಭಿಸಿತು. ಆದರೂ ಮನಸ್ಸಿಗೆ ಧೈರ್ಯ ತಂದುಕೊಂಡು, ಒಂದು ದಿನ ಉಪವಾಸವಿದ್ದರೆ ಏನಾಯ್ತು? ನಾಳೆ ಹೇಗೂ ಹೊಟ್ಟೆ ಹಸಿಯುತ್ತೆ, ತಿಂದರಾಯ್ತು. ವಾಂತಿ-ಬೇಧಿ-ತಲೆನೋವು ತರಹದ್ದೇನೂ ಆಗಿಲ್ಲವಲ್ಲ? ಅಂದ ಮೇಲೆ ಅದು ಒಳ್ಳೆಯ ಸೊಪ್ಪೇ ಎಂದು ನಿರ್ಧರಿಸಿದಳು.

ಎರಡನೆಯ ದಿನವೂ ಅದೇ ಪುನರಾವರ್ತನೆಯಾಯ್ತು. ಒಂದು ಹನಿ ನೀರನ್ನೂ ಬಾಯೊಳಗೆ ಹಾಕಲು ಮನಸ್ಸಾಗಲಿಲ್ಲ. ಆದರೂ ಬಲವಂತದಿಂದ ಒಂದು ಬಾಳೆಯ ಹಣ್ಣನ್ನು ತಿಂದಳು. ಆದರೆ ತಿಂದ ಎರಡು ನಿಮಿಷಕ್ಕೇ ಅದಿಷ್ಟೂ ಹಣ್ಣು ವಾಂತಿಯಾಗಿ ಹೊರಗೆ ಬಂತು. ಮತ್ತೆ ಬಲವಂತದಿಂದ ತಿನ್ನುವ ಅಥವಾ ಕುಡಿಯುವ ಸಾಹಸಕ್ಕೆ ಹೋಗದೆ ಸುಮ್ಮನಾಗಿಬಿಟ್ಟಳು.

ಎರಡು ದಿನದಿಂದ ತಾನು ಶೌಚಕ್ಕೂ ಹೋಗಿಲ್ಲ ಎನ್ನುವುದು ತಿಳಿಯಿತು. ಸಾಮಾನ್ಯವಾಗಿ ಬೆಳಕು ಹರಿಯುವುದರೊಳಗೆ ನದಿಯ ದಂಡೆಗೆ ಯಾರಾದರೂ ಅಕ್ಕಪಕ್ಕದ ಮನೆಯವರನ್ನು ಜೊತೆ ಮಾಡಿಕೊಂಡು ಹೋಗಿ ಬಂದುಬಿಡುವುದು ರೂಢಿ. ಈ ಎರಡೂ ದಿನದಿಂದ ಹೋಗುವ ಒತ್ತಡವೇ ಬಂದಿರಲಿಲ್ಲ. ಬಲವಂತಕ್ಕೆ

ತಾನೊಬ್ಬಳೇ ಸಂಜೆಯ ವೇಳೆ ನದಿ ದಂಡೆಗೆ ಹೋಗಿ ಕುಳಿತು ತಿಣುಕಿದಳು. ಊಹೂಂ, ಏನೂ ಬರಲಿಲ್ಲ. ಹೊಟ್ಟೆಗೆ ಹನಿ ನೀರೂ ಹೋಗಿಲ್ಲವೆಂದ ಮೇಲೆ, ಶೌಚಕ್ಕೆ ಆಸ್ಪದವಾದರೂ ಎಲ್ಲಿ? ಶೌಚದ ಮಾತಂತಿರಲಿ, ಎರಡು ದಿನದಿಂದ ತಾನು ಮೂತ್ರವನ್ನೂ ಮಾಡಿಲ್ಲ ಎಂಬ ಸತ್ಯವನ್ನು ನೆನೆದು ಹೌಹಾರಿದಳು.

ಆ ರಾತ್ರಿ ವಿಚಿತ್ರ ಭಯದಲ್ಲಿ ಹಳ್ಳಾಚಾರ್ಯರಿಗೆ ತನ್ನ ಸಂಕಷ್ಟವನ್ನು ಹೇಳಿಕೊಂಡಳು. "ಎರಡು ದಿನದಿಂದ ಊಟಾನೂ ಮಾಡಿಲ್ಲ, ದೊಡ್ಡಿ-ಉಚ್ಚೆನೂ ಆಗಿಲ್ಲ. ಯಾಕೋ ಕಳವಳ ಆಗ್ತಾ ಅದೆ ರ್ರೀ" ಎಂದಳು. ನಿದ್ದೆಯ ಜೋಂಪಿನಲ್ಲಿದ್ದ ಹಳ್ಳಾಚಾರ್ಯರು ಆ ಸಮಸ್ಯೆಗೆ ಗಂಭೀರವಾಗಿ ಪ್ರತಿಕ್ರಿಯಿಸುವ ಮನಃಸ್ಥಿತಿಯಲ್ಲಿ ಇರಲಿಲ್ಲ. "ಊಟ ಹೋಗಲಿಲ್ಲ ಅಂದ್ರೆ ಒಳ್ಳೇದೇ ಆಯ್ತು. ದುಡ್ಡು ಉಳೀತು. ದಿನಾ ಬಯಲು ಕಡೆ ಹೋಗೋ ಉಪದ್ರ ನಿಂತದೆ ಅಂದ್ರೆ ಸಂತೋಷಪಡು" ಎಂದು ಎಡವಟ್ಟಾಗಿ ಹೇಳಿ ನಿದ್ದೆ ಹೋಗಿಬಿಟ್ಟರು.

ಆದರೆ ಅಷ್ಟು ಸುಲಭವಾಗಿ ಹಳ್ಳಾಚಾರ್ಯರು ಆಕೆಯ ಹಸಿವು, ಶೌಚವನ್ನು ಕೊಡವಿಕೊಳ್ಳುವಂತಿರಲಿಲ್ಲ. ಅದು ಅವರ ಆರ್ಥಿಕ ವರಮಾನದ ಬುಡಕ್ಕೆ ಕೊಡಲಿ ಏಟು ಹಾಕುತ್ತದೆಂಬುದು ಒಂದೆರಡು ದಿನದಲ್ಲಿಯೇ ಗೊತ್ತಾಗಿ ಹೋಯ್ತು. ಮೂರನೆಯ ದಿನ ದಂಪತಿ ಸಮೇತ ಇಬ್ಬರಿಗೂ ಶ್ರೀಮಂತರ ಮನೆಯಲ್ಲಿ ಊಟಕ್ಕೆ ಕರೆದಿದ್ದರು. ಆದರೆ ಎಲೆಯ ಮುಂದೆ ಕುಳಿತ ಅಂಬಾಬಾಯಿ ಏನು ತಾನೆ ತಿಂದಾಳು? ಬಲವಂತಕ್ಕೆ ತುರುಕಿದರೆ ಅದು ಹೊರಬಂದು ಬಿಡುತ್ತದೆ ಎಂದು ಹಿಂದಿನ ಎರಡು ದಿನದಿಂದ ಮನಗಂಡಿದ್ದಳು. ಆದ್ದರಿಂದ ಒಂದು ತುತ್ತೂ ಸೇವಿಸದೆ, ಸುಮ್ಮನೆ ಎಲೆಯ ಮುಂದೆ ಕುಳಿತು ಬಿಟ್ಟಳು. ಮನೆಯವರು ಎಷ್ಟು ಬಲವಂತ ಮಾಡಿದರೂ ಊಟ ಮಾಡುವ ಧೈರ್ಯ ಮಾಡಲಿಲ್ಲ. ಅಮ್ಮನ ವೈದೀಕ ಮಾಡಿದ ಯಜಮಾನನಿಗೆ ಆಹ್ವಾನ ಕೊಟ್ಟ ಮುತ್ತೈದೆ ಒಂದಗಳೂ ಸೇವಿಸದೆ ಹೋಗಿದ್ದು ಅತ್ಯಂತ ದುಃಖದ ವಿಷಯವಾಯ್ತು.

ಸಂಜೆಗೆಲ್ಲಾ ಈ ವಿಷಯ ಊರೆಲ್ಲಾ ಡಂಗುರವಾಯ್ತು. ಬಂಧುಗಳು, ಪ್ರೀತಿಪಾತ್ರರು, ಇವರ ಏಳ್ಗೆಯನ್ನು ಕಂಡು ಕರುಬುವವರು ಎಲ್ಲರೂ ಬಂದು ಅಂಬಾಬಾಯಿಯನ್ನು ಮಾತನಾಡಿಸಿಕೊಂಡು ಹೋದರು. ಎಲ್ಲರಿಗೂ ನಡೆದ ಸಂಗತಿಯನ್ನು ಹೇಳಿಹೇಳಿ ಸಾಕಾಗಿ ಹೋಯ್ತು. ಒಂದಿಷ್ಟು ಜನ ತಾವು ಮಾಡಿದ ಯಾವುದೋ ವಿಶೇಷ ಖಾದ್ಯವನ್ನು ಕಟ್ಟಿಕೊಂಡು ಬಂದು ತಿನ್ನಿಸಲು ನೋಡಿದರು. ಊಹೂಂ, ಅಂಬಾಬಾಯಿ ಮುಟ್ಟಲೇ ಇಲ್ಲ. ಬಲವಂತದಿಂದ ತಿನ್ನಿಸಿದರೆ, ಎರಡು ನಿಮಿಷಕ್ಕೆ ವಾಂತಿಯಾಗಿ ಹೋಗುತ್ತಿತ್ತು. ಈ ರೋಚಕ ಸುದ್ದಿ ಬಾಯಿಯಿಂದ ಬಾಯಿಗೆ ಹಬ್ಬುತ್ತಾ ಹೋಯ್ತು.

ಅಂದಿನಿಂದ ಹಳ್ಳಾಚಾರ್ಯರಿಗೆ ಪೂಜೆಯ ಆಹ್ವಾನಗಳೂ ಬರುವುದು ನಿಂತು ಹೋಯ್ತು. ಒಂದಗಳು ಊಟವನ್ನು ತೆಗೆದುಕೊಳ್ಳದ ಮುತ್ತೈದೆಯಿಂದ ಯಾರಿಗೆ ತಾನೇ ಸಂತೋಷವಾದೀತು? ಯಾರೂ ಹಳ್ಳಾಚಾರ್ಯರ ಸಹವಾಸಕ್ಕೆ ಹೋಗಲಿಲ್ಲ. ಊರಿನ ಬೇರೆ ಪುರೋಹಿತರಿಗೆ ಹೇಳಿ ಪೂಜೆಯ ಕಾರ್ಯಗಳನ್ನು ಮುಗಿಸಿಕೊಳ್ಳತೊಡಗಿದರು. ಈ ಬಿಸಿ ಹಳ್ಳಾಚಾರ್ಯರಿಗೆ ತಟ್ಟತೊಡಗಿತು. “ಇದೇನು ಅವಸ್ಥೆ ಮಾಡಿಕೊಂಡು ಕೂತುಬಿಟ್ಟೆಯೇ?” ಎಂದು ಹೆಂಡತಿಯ ಮೇಲೆ ರೇಗಾಡಿದರು. ಆಕೆಯಾದರೂ ಏನು ಮಾಡಿಯಾಳು? ಕೊನೆಗೆ ಡಾಕ್ಟರರ ಬಳಿ ಕರೆದುಕೊಂಡು ಹೋದರು.

ಡಾಕ್ಟರರು ಅಂಬಾಬಾಯಿಯನ್ನು ಪರೀಕ್ಷಿಸಿದರು. ಆಕೆಯಲ್ಲಿ ಯಾವ ಸಮಸ್ಯೆಯೂ ಕಾಣಲಿಲ್ಲ. ಕಣ್ಣಿನಲ್ಲಿ ಬ್ಯಾಟರಿ ಹಿಡಿದು ಪರೀಕ್ಷಿಸಿದಾಗ ದೇಹದಲ್ಲಿ ರಕ್ತದ ಪ್ರಮಾಣವೂ ಸೊಗಸಾಗಿ ಇದೆ ಎನ್ನುವುದು ತಿಳಿಯಿತು. ಈವತ್ತಿಗೂ ಅಂಬಾಬಾಯಿ ಮನೆಗೆ ಬಾವಿ ನೀರು ಸೇದಿ ಹಾಕುತ್ತಾಳೆ ಎಂದು ಗೊತ್ತಾದ ಮೇಲೆ ಆಕೆಯ ಚೈತನ್ಯವೂ ಕುಸಿದಿಲ್ಲ ಎಂಬುದು ತಿಳಿಯಿತು. ಹಾಗಿದ್ದರೆ ಯಾವ ಪರಿಹಾರವನ್ನು ಕೊಡಬೇಕು? ಅಷ್ಟಕ್ಕೂ ಏನಾದರೂ ಮಾತ್ರೆಯನ್ನು ಬರೆದುಕೊಟ್ಟರೆ, ಅದನ್ನು ಒಳಗೆ ತೆಗೆದುಕೊಂಡ ಎರಡು ನಿಮಿಷಕ್ಕೆ ಅದು ವಾಂತಿಯ ರೂಪದಲ್ಲಿ ಹೊರಬರುತ್ತಿತ್ತು. ಕೊನೆಗೆ ನಡೆದ ಘಟನೆಯನ್ನು ವಿಷದವಾಗಿ ಕೆದಕಿದಾಗ, ಅಂಬಾಬಾಯಿ ಕಾಡಿನಿಂದ ತಂದು ತಿಂದ ಸೊಪ್ಪಿನ ಬಗ್ಗೆ ಬಾಯ್ಬಿಟ್ಟಳು. “ಆ ಸೊಪ್ಪಿನ ಹೆಸರೇನಾದ್ರೂ ಗೊತ್ತಾ?” ಎಂದು ಡಾಕ್ಟರರು ಕೇಳಿದರು. ಆ ಹೊತ್ತಿನಲ್ಲಿಯೂ ಆ ಹೊಸ ಸೊಪ್ಪಿಗೆ ಒಂದು ಸೊಗಸಾದ ಹೆಸರಿಡಬೇಕು ಎಂದು ಅಂಬಾಬಾಯಿಗೆ ಅನ್ನಿಸಿತು. ಒಂದು ಕ್ಷಣ ಆಲೋಚಿಸಿ “ಅಮೃತ ಸೊಪ್ಪು” ಎಂದಳು. “ಇದ್ಯಾವ ಹೆಸರಮ್ಮಾ? ಕೇಳೇ ಇರಲಿಲ್ಲ. ಒಂದು ಕೆಲಸ ಮಾಡಿ. ನಾಳೆ ಆ ಅಮೃತ ಸೊಪ್ಪಿನ ಎರಡು ಎಲೆಗಳನ್ನು ತೆಗೆದುಕೊಂಡು ಬನ್ನಿ. ಬಳ್ಳಾರಿಗೆ ಕಳುಹಿಸಿ ಕೊಟ್ಟು, ಬೇರೆ ಡಾಕ್ಟರ ಜೊತೆ ವಿಚಾರಿಸುತ್ತೇನೆ” ಎಂದು ಹೇಳಿದರು.

ಮರುದಿನ ತಾಯಕ್ಕನನ್ನು ಜೊತೆ ಮಾಡಿಕೊಂಡು, ಅಮೃತ ಸೊಪ್ಪನ್ನು ಹುಡುಕಲು ಅಂಬಾಬಾಯಿ ಹೊರಟಳು. ದಾರಿಯುದ್ದಕ್ಕೂ ಗುಹೆ, ಗುಹೆಯೊಳಗಿನ ಬಳ್ಳಿ, ಗಿಣಿಗಳು, ಬಿಸಿಲುಕೋಲು, ಉಸಿರಾಟದ ಸದ್ದು – ಎಲ್ಲವನ್ನೂ ವಿವರಿಸಿದಳು. “ಇಷ್ಟು ವರ್ಷ ಆದ್ರೂ ಅದು ನನ್ನ ಕಣ್ಣಿಗೆ ಬಿದ್ದೇ ಇಲ್ಲ ನೋಡವ್ವಾ?” ಎಂದು ತಾಯವ್ವ ಅಚ್ಚರಿಯ ಧ್ವನಿಯಲ್ಲಿ, ಗಲ್ಲವನ್ನು ಅಂಗೈಯಲ್ಲಿ ಹಿಡಿದು ವಯ್ಯಾರ ಮಾಡಿ ಉದ್ಗರಿಸಿದ್ದಳು.

ಅಮೃತ ಸೊಪ್ಪಿನ ಮಾತಿರಲಿ, ಆ ಗುಹೆಯೇ ಅವರಿಬ್ಬರ ಕಣ್ಣಿಗೆ ಕಾಣಲಿಲ್ಲ. ಎಷ್ಟೇ ಹುಡುಕಿದರೂ ಅಂತಹ ಯಾವ ಜಾಗವೂ ಅಂಬಾಬಾಯಿಗೆ

ಕಾಣಿಸಲಿಲ್ಲ. "ಕನಸುಗಿನಸು ಕಂಡೀರೇನವ್ವಾ?" ಎಂದು ತಾಯವ್ವ ಅನುಮಾನ ಪಡಲಾರಂಭಿಸಿದಳು. "ಅಯ್ಯೋ ಮಾರಾಯ್ತಿ... ನೀನೂ ನನ್ನ ನಂಬಂಗಿಲ್ಲೇನೆ? ಇಲ್ಲೇ ಇತ್ತವ್ವಾ ಆ ಗುಹೆ. ಒಳಗೆ ಹೋದ್ರೆ ಹಸಿರು ದೀಪ ಹಚ್ಚಿಟ್ಟಂಗೆ ಬೆಳಕು ಇತ್ತು" ಎಂದು ಅಂಬಾಬಾಯಿ ಬಡಬಡಿಸಿದಳು. ಸಂಜೆಯವರೆಗೂ ಅವರು ಗುಹೆಯನ್ನು ಹುಡುಕಿದರು. ಅದು ದಕ್ಕಲಿಲ್ಲ. ಕೊನೆಗೆ ನಿರಾಸೆಯಿಂದ ಊರಿಗೆ ವಾಪಸಾದರು.

ಊಟ-ಶೌಚ ಇಲ್ಲವೆನ್ನುವುದು ಬಿಟ್ಟರೆ ಬೇರೆ ಯಾವ ದೈಹಿಕ ಸಮಸ್ಯೆಯೂ ಅಂಬಾಬಾಯಿಯಲ್ಲಿ ಕಾಣಲಿಲ್ಲ. ಸೊಗಸಾಗಿ ಓಡಾಡಿಕೊಂಡು, ಮನೆ ಕೆಲಸ ಮಾಡಿಕೊಂಡು ಇದ್ದುಬಿಟ್ಟಿದ್ದಳು. ಆದರೆ ಮಾನಸಿಕ ಸಮಸ್ಯೆ? ಇಡೀ ಜಗತ್ತೇ ಸೊಗಸಾಗಿ ಬಾಯಿ ಚಪ್ಪರಿಸಿಕೊಂಡು ಊಟ ಮಾಡುತ್ತಿರುವಾಗ ಈಕೆಯೊಬ್ಬಳೇ ಸುಮ್ಮನೆ ಅವರನ್ನು ನೋಡುತ್ತಾ ಕುಳಿತುಕೊಳ್ಳುವುದು ಹೇಗೆ? ದೇವರು ಕೊಟ್ಟ ನಾಲಿಗೆ, ಹಲ್ಲು, ಜೊಲ್ಲು - ಯಾವುದಕ್ಕೂ ಕೆಲಸವಿಲ್ಲದೆ ಹೋದರೆ ಹೇಗೆ? ಎಲ್ಲಕ್ಕೂ ಮುಖ್ಯವಾಗಿ ಯಾವ ಬ್ರಾಹ್ಮಣರೂ ಈ ದಂಪತಿಯನ್ನು ಊಟಕ್ಕೆ ಆಹ್ವಾನಿಸದೆ, ಪೌರೋಹಿತ್ಯದ ಆದಾಯವೇ ನಿಂತು ಹೋಗಿಬಿಟ್ಟಿತ್ತು.

ಸಮಸ್ಯೆ ಗಂಭೀರವಾಗಲಾರಂಭಿಸಿತು. ಊರಿಂದ ಊರಿಗೆ ಅಂಬಾಬಾಯಿಯ ವಿಚಿತ್ರ ಸಮಸ್ಯೆಯು ನೀಲಿಸುದ್ದಿಯಂತೆ ಹಬ್ಬಿತು. ಪರ ಊರಿನಿಂದಲೂ ಹಲವರು ಬಂದು ಆಕೆಯನ್ನು ಮಾತನಾಡಿಸಿಕೊಂಡು ಹೋಗುವುದು ಸಹಜವಾಯ್ತು. ತನ್ನನ್ನು ಉತ್ಸವದ ಮೂರ್ತಿಯಂತೆ ವೀಕ್ಷಿಸುವ ಪರ ಊರಿನ ಜನರನ್ನು ಕಂಡು ಅಂಬಾಬಾಯಿಗೆ ಸಿಟ್ಟೇ ಬರತೊಡಗಿ, ಅವರನ್ನು ಬೈದು ಕಳುಹಿಸುತ್ತಿದ್ದಳು.

ಒಂದು ದಿನ ಆಕೆಗೆ ಬಹಳ ದುಃಖವಾಗುವಂತಹ ಘಟನೆ ನಡೆಯಿತು. ಅಂಬಾಬಾಯಿಗೆ ಊರಲ್ಲಿರುವ ಗುರುರಾಜ ಹೋಟೆಲ್ಲಿನ ಮಸಾಲೆ ದೋಸೆಯೆಂದರೆ ವಿಪರೀತ ಇಷ್ಟ. ಪೌರೋಹಿತ್ಯ ಮಾಡಿಕೊಂಡಿರುವ ಈ ಸಂಸಾರ ಹೋಟೆಲ್ಲಿನ ತಿಂಡಿಯನ್ನು ತಿನ್ನುವಂತಿರಲಿಲ್ಲ. ಆದರೆ ಅಂಬಾಬಾಯಿ ಅದಕ್ಕೊಂದು ಉಪಾಯವನ್ನು ಕಂಡು ಹಿಡಿದುಕೊಂಡಿದ್ದಳು. ಮನೆಯಲ್ಲಿ ಗಂಡ, ಹಿರಿಯ ಮಗ ಇಲ್ಲದ ಹೊತ್ತಿನಲ್ಲಿ, ತನ್ನ ಕಿರಿಯ ಮಗ ಜಗನ್ನಾಥನ ಕೈಗೆ ಹಣವನ್ನು ಕೊಟ್ಟು ಮಸಾಲೆ ದೋಸೆಯನ್ನು ತರಿಸಿಕೊಳ್ಳುತ್ತಿದ್ದಳು. ಅಮ್ಮನ ಮೇಲೆ ವಿಶೇಷ ಪ್ರೀತಿಯಿರುವ ಮಗರಾಯ ಓಡಿ ಹೋಗಿ, ಯಾರಿಗೂ ಗೊತ್ತಾಗದ ರೀತಿಯಲ್ಲಿ ದೋಸೆಯನ್ನು ಬಚ್ಚಿಟ್ಟುಕೊಂಡು ತಂದು ಅಮ್ಮನಿಗೊಪ್ಪಿಸುತ್ತಿದ್ದ. ಮೂಲೆಯಲ್ಲಿ ಕುಳಿತ ರಾಧಕ್ಕನಿಗೆ ಈ ವಿಷಯ ಗೊತ್ತಾಗುತ್ತಿತ್ತು. "ಇಂಥಾ ಪಾಪದ ಕೆಲಸ ಮಾಡಬೇಡೇ ಅಂಬಾ..." ಎಂದು ಗೊಣಗುತ್ತಿದ್ದಳು. ಆಕೆಯ ಮಾತನ್ನು ಕಿವಿಗೆ ಹಾಕಿಕೊಳ್ಳದ ಅಂಬಾಬಾಯಿ, ಹಿತ್ತಲಿಗೆ ಹೋಗಿ ಗಪ್‌ಚುಪ್ ಆಗಿ ಮಸಾಲೆ ದೋಸೆ

ತಿಂದು ಬಿಡುತ್ತಿದ್ದಳು. ಅನಂತರ ಕಟ್ಟಿಕೊಂಡು ಬಂದ ಪೇಪರು, ಪತ್ರಾಳಿ, ದಾರ ಎಲ್ಲವನ್ನೂ ಬಚ್ಚಲೊಲೆಯಲ್ಲಿ ಹಾಕಿ ಬೂದಿ ಮಾಡಿ ಬಿಡುತ್ತಿದ್ದಳು. ಆ ಹೊತ್ತಿನಲ್ಲಿ ಜಗನ್ನಾಥ ಮನೆಯ ಅಂಗಳದಲ್ಲಿ ನಿಂತುಕೊಂಡು, ಯಾರೂ ಮನೆಗೆ ಬರದಂತೆ ನೋಡಿಕೊಳ್ಳುತ್ತಿದ್ದ.

ಅಮ್ಮನ ಹೊಸ ಅವಸ್ಥೆಯನ್ನು ನೋಡಿ ಆ ಪುಟ್ಟ ಕಂದನಿಗೆ ಒಳಗೇ ನೋವಾಗುತ್ತಿತ್ತು. ಅವಳು ಏನನ್ನು ತಿನ್ನದಿದ್ದರೂ, ಖಂಡಿತಾ ಭಟ್ಟರ ಹೋಟೆಲ್ಲಿನ ಮಸಾಲೆ ದೋಸೆಯನ್ನು ಕಂಡರೆ ಸುಮ್ಮನಿರುವುದಿಲ್ಲ ಎಂದು ಅವನಿಗೆ ಅನ್ನಿಸುತ್ತಿತ್ತು. ಉಳ್ಳಾಗಡ್ಡಿ, ಆಲೂಗಡ್ಡಿ, ಬೆಳ್ಳುಳ್ಳಿ ಹಾಕಿ ಮಾಡಿದ ಆ ಪಲ್ಯವನ್ನು, ಗರಿಗರಿಯಾದ ಆ ಮಸಾಲೆ ದೋಸೆಯ ತುಂಡಿನೊಂದಿಗೆ ಬೆರೆಸಿ ತಿನ್ನುವುದೆಂದರೆ ಅಮ್ಮನಿಗೆ ಪ್ರಾಣವೆಂದು ಅವನಿಗೆ ಗೊತ್ತಿತ್ತು. ಆದ್ದರಿಂದ ಒಂದು ದಿನ ಹೇಗೋ ತಾನೇ ಸ್ವಂತ ಹಣವನ್ನು ಸಂಪಾದಿಸಿಕೊಂಡು, ಮಸಾಲೆ ದೋಸೆಯ ಪಾರ್ಸಲ್ಲನ್ನು ಕಟ್ಟಿಕೊಂಡು ಮನೆಗೆ ಬಂದ. ಅವನು ಹತ್ತಿರ ಬರುತ್ತಲೇ ವಾಸನೆಯಿಂದಲೇ ಅಂಬಾಬಾಯಿಗೆ ಮಗ ಮಸಾಲೆ ದೋಸೆ ಕಟ್ಟಿಸಿಕೊಂಡು ಬಂದಿದ್ದಾನೆಂದು ತಿಳಿದು ಹೃದಯ ತುಂಬಿ ಬಂತು. ತಾಯಿ–ಮಗ ಇಬ್ಬರೂ ಹಿತ್ತಲಿಗೆ ಹೋದರು. ಅಲ್ಲಿದ್ದ ಬೇವಿನ ಮರದ ಕೆಳಗೆ ಕುಳಿತ ಮೇಲೆ, ಮಗರಾಯನೇ ಪೊಟ್ಟಣವನ್ನು ಒಡೆದು, ದೋಸೆಯ ಮಧ್ಯಭಾಗದ ಕೆಂಪನೆಯ ಗರಿಗರಿ ತುಂಡೊಂದನ್ನು ಮುರಿದು, ಅದಕ್ಕೆ ಮಸಾಲೆ ಪಲ್ಯವನ್ನು ಹಚ್ಚಿ, ತನ್ನ ಪುಟ್ಟ ಕೈಗಳಿಂದಲೇ ಅಮ್ಮನ ಬಾಯಿಗೆ ಒಯ್ದು ಇಟ್ಟ. ಆಕೆಗೆ ಬೇಡವೆನ್ನಿಸುತ್ತಿತ್ತು. ಆದರೂ ಮಗನ ಆ ಪ್ರೀತಿಗೆ ಕರಗಿ, ಅದನ್ನು ತಿಂದಳು. ಮಗ ಸಂತೋಷದಿಂದ ನಕ್ಕ. ಆದರೆ ಎಲ್ಲಾ ಖುಷಿ ಎರಡೇ ನಿಮಿಷ. ತಿಂದ ಮಸಾಲೆ ದೋಸೆ–ಪಲ್ಯ ಒಂದು ಕಣವೂ ಹೊಟ್ಟೆಯಲ್ಲಿ ಉಳಿಯದಂತೆ ವಾಂತಿಯಾಗಿ ಹೋಯ್ತು. ಅಮ್ಮನ ಅವಸ್ಥೆಯನ್ನು ನೋಡಿ ಜಗನ್ನಾಥ ಪೆಚ್ಚಾದ. ಅಂಬಾಬಾಯಿಗೆ ವಿಪರೀತ ದುಃಖವಾಗಿ ಅಳಲಾರಂಭಿಸಿದಳು.

ಒಂದು ದಿನ ತಾಯಕ್ಕ ಬೇಯಿಸಿದ ಕೋಳಿಯ ತುಂಡೊಂದನ್ನು ಬಾಳೆಲೆಯಲ್ಲಿ ಕಟ್ಟಿಕೊಂಡು ಬಂದು "ಅಕ್ಕಾ, ಬರ್ರಿ" ಎಂದು ಅಂಬಾಬಾಯಿಯನ್ನು ಕರೆದಳು. ಇಬ್ಬರೂ ಸೇರಿ ಬೀದಿ ನಾಯಿಯನ್ನು ಹುಡುಕಿಕೊಂಡು ಹೊರಟರು. ದಿನನಿತ್ಯ ಬರುವ ಆ ನಾಯಿ ಇತ್ತೀಚೆಗೆ ಅಂಬಾಬಾಯಿಯ ಮನೆಗೆ ಬಂದೇ ಇರಲಿಲ್ಲ. ಓಣಿ ಓಣಿ ತಿರುಗಾಡುತ್ತಾ ಆ ನಾಯಿಗಾಗಿ ಹುಡುಕಾಡಿದರು. ಅದು ಸಿಗಲೇ ಇಲ್ಲ. ಕೊನೆಗೆ ಊರ ಹೊರಗಿರುವ ದುರ್ಗಮ್ಮನ ಗುಡಿಯ ಹುಣಸೆ ಮರದ ನೆರಳಿನಲ್ಲಿ ಮಲಗಿಕೊಂಡಿದ್ದು ಕಂಡಿತು. ಇಬ್ಬರೂ ಅದರ ಹತ್ತಿರ ಹೋದರು. ಅವರನ್ನು ಗುರುತು ಹಿಡಿದ ನಾಯಿ, ಎದ್ದು ನಿಂತು ಬಾಲವನ್ನು ಅಲ್ಲಾಡಿಸಿತು. ತಾಯಕ್ಕ

ಪ್ರೀತಿಯಿಂದ ಅದರ ಮೈಯನ್ನು ಸವರಿ ಕೋಳಿಯ ತುಂಡನ್ನು ಅದರ ಮುಂದೆ ಇಟ್ಟಳು. ನಾಯಿ ಅದನ್ನು ಮೂಸಿ ನೋಡಿತು. ಅನಂತರ ತಾಯಕ್ಕನನ್ನು ಒಮ್ಮೆ, ಅಂಬಕ್ಕನನ್ನು ಒಮ್ಮೆ ವಿಚಿತ್ರ ಅಸಹಾಯಕತೆಯಲ್ಲಿ ನೋಡಿತು. ಆಮೇಲೆ ಅದನ್ನು ತಿನ್ನದೇ ಸ್ವಲ್ಪ ದೂರ ಹೋಗಿ, ಮಲಗಿಕೊಂಡು ಕಣ್ಣು ಮುಚ್ಚಿತು. ಅಂಬಾಬಾಯಿಗೆ ಅದರ ಅವಸ್ಥೆ ಚೆನ್ನಾಗಿ ಅರ್ಥವಾಯ್ತು. "ಮೂಕಪ್ರಾಣಿಗೆ ಎಂಥಾ ಅವಸ್ಥೆ ತಂದಿಟ್ಟೆನಲ್ಲೇ ತಾಯಕ್ಕ! ದೇವರು ನನ್ನ ಕ್ಷಮಿಸ್ತಾನೇನವ್ವಾ?" ಎಂದು ಅಂಬಾಬಾಯಿ ರೋದಿಸಿದಳು.

ಇಂತಹ ಸಂಕಷ್ಟದ ದಿನಗಳಲ್ಲಿಯೇ ಆ ಊರಿಗೆ ಮೀನಿನ ಬಾಬಾ ಬಂದ.

^^^

ಮೀನಿನ ಬಾಬಾ ಆ ಊರಿನವರೆಲ್ಲರಿಗೂ ಪರಿಚಿತನೇ ಆಗಿದ್ದ. ಮೂರು ತಿಂಗಳಿಗೊಮ್ಮೆಯೋ, ಆರು ತಿಂಗಳಿಗೊಮ್ಮೆಯೋ ಭೇಟಿ ಕೊಡುತ್ತಿದ್ದ. ಸುಮಾರು ಹದಿನೈದು-ಇಪ್ಪತ್ತು ದಿನಗಳ ಕಾಲ ಆ ಊರಿನಲ್ಲಿದ್ದು, ಮತ್ತೆ ಬೇರೊಂದು ಊರಿಗೆ ಹೊರಟು ಹೋಗುತ್ತಿದ್ದ.

ಮೀನಿನ ಬಾಬಾ ತನ್ನ ಸಂಚಾರಕ್ಕೆ ಎಂದೂ ಭೂಮಿಯನ್ನು ಬಳಸುತ್ತಿರಲಿಲ್ಲ. ಅವನೆಂದೂ ನಡೆಯುತ್ತಿರಲಿಲ್ಲ. ನದಿಯ ಮಾರ್ಗದ ಮೂಲಕವೇ ಒಂದೂರಿಂದ ಮತ್ತೊಂದು ಊರಿಗೆ ಈಜಿ ಸಾಗುತ್ತಿದ್ದ. ನದಿಯಿಲ್ಲದ ಊರಿಗೆ ಅವನೆಂದೂ ಕಾಲಿಡುತ್ತಿರಲಿಲ್ಲ. ನದಿಯಿಲ್ಲದ ಊರು ವಾಸಿಸಲು ಯೋಗ್ಯವಾದದ್ದೇ ಅಲ್ಲ ಎಂದು ಅವನು ಹೇಳುತ್ತಿದ್ದ. ತುಂಗಭದ್ರಾದಲ್ಲಿ ಈಜುತ್ತಾ ಸಾಗಿ, ಹಗರಿ ನದಿಯನ್ನು ಸೇರುತ್ತಿದ್ದ. ಕೆಲವೊಮ್ಮೆ ಹಾಗೇ ಉತ್ತರದ ಕಡೆಗೆ ಈಜುತ್ತಾ ಸಾಗಿ ಕೃಷ್ಣಾ, ಘಟಪ್ರಭ, ಮಲಪ್ರಭ, ದೋಣಿ, ಭೀಮಾ ಇತ್ಯಾದಿ ನದಿಗಳ ಊರಿಗೂ ಹೋಗುತ್ತಿದ್ದ. ನದಿಗಳೇ ನಮ್ಮ ಜನರನ್ನು ಒಂದುಗೂಡಿಸುವುದು ಎಂದು ಭಾವುಕನಾಗಿ ಹೇಳುತ್ತಿದ್ದ. ಬೆಳಿಗ್ಗೆ ಸೂರ್ಯೋದಯಕ್ಕೂ ಮುಂಚೆ ಈಜುತ್ತಾ ಬಂದು ಆ ಊರಿನ ನದಿ ದಂಡೆಯಲ್ಲಿ ಕುಳಿತು ಬಿಡುತ್ತಿದ್ದ. ಬೆಳಿಗ್ಗೆ ಶೌಚಕ್ಕೋ, ಸ್ನಾನಕ್ಕೋ, ಬಟ್ಟೆ ಒಗೆಯಲೆಂದೋ ನದಿಗೆ ಬಂದ ಜನ, ಮೀನಿನ ಬಾಬಾ ಬಂದ ವಿಷಯವನ್ನು ಇಡೀ ಊರಿಗೆ ಹಬ್ಬಿಸುತ್ತಿದ್ದರು.

ಮೀನಿನಂತೆ ಈಜುವ ಬಾಬಾನಿಗೆ 'ಮೀನಿನ ಬಾಬಾ' ಎನ್ನುವ ಹೆಸರು ಬಂದಿರುವುದು ಅನ್ವರ್ಥಕವಾಗಿತ್ತು. ಆದರೆ ಆತನ ಮತ್ತು ಮೀನಿನ ಒಡನಾಟ ಇನ್ನಷ್ಟು ವಿಶೇಷವಾಗಿತ್ತು. ಮೀನಿನ ಜೊತೆಯಲ್ಲಿ ಮಾತನಾಡುವ ಶಕ್ತಿ ಅವನಿಗಿದೆ ಎಂದು ಜನರೆಲ್ಲಾ ಗಟ್ಟಿಯಾಗಿ ನಂಬಿದ್ದರು. ಅವನೆಂದೂ ಆ ವಿಚಾರವಾಗಿ ಯಾರ

ಮುಂದೂ ಹೇಳಿರಲಿಲ್ಲ. ಆದರೆ ಜನರ ನಂಬಿಕೆಗೂ ಒಂದು ಕಾರಣವಿತ್ತು. ಮೀನಿನ ಬಾಬಾ ಸಕಲ ರೋಗಕ್ಕೂ ಔಷಧಿ ಕೊಡುತ್ತಿದ್ದ. ಆ ಔಷಧಿ ಕೇವಲ ಮೀನಿನ ರೂಪದಲ್ಲಿಯೇ ಇರುತ್ತಿತ್ತು. ಈ ರೋಗಹರಣ ಗುಣಕ್ಕಾಗಿಯೇ ಊರಿನ ಜನರು ಬಾಬಾನ ಆಗಮನವನ್ನು ಯಾವಾಗಲೂ ಎದುರು ನೋಡುತ್ತಿದ್ದರು.

ಯಾವುದೇ ರೋಗವಿರಲಿ, ಅದಕ್ಕೆ ಪರಿಹಾರ ಮೀನಿನ ಬಾಬಾನಲ್ಲಿರುತ್ತಿತ್ತು. ಹಿಂದಿನ ದಿನ ಅವನ ಹತ್ತಿರ ಕುಳಿತು ರೋಗಿಯು ತನ್ನ ಎಲ್ಲಾ ಸಮಸ್ಯೆಯನ್ನು ಹೇಳಿಕೊಳ್ಳಬೇಕಿತ್ತು. ಅವೆಲ್ಲವನ್ನೂ ಜತನದಿಂದ ಬಾಬಾ ಕೇಳಿಸಿಕೊಳ್ಳುತ್ತಿದ್ದ. ಅನಂತರ ಒಂದೆರಡು ಪ್ರಶ್ನೆಗಳನ್ನು ಕೇಳಿ ಉತ್ತರವನ್ನು ಪಡೆದುಕೊಳ್ಳುತ್ತಿದ್ದ. ಅದಾದ ನಂತರ ಸ್ವಲ್ಪ ಹೊತ್ತು ರೋಗಿಗೆ ಧ್ಯಾನ ಮಾಡಲು ಹೇಳಿ, ತಾನೂ ಜೊತೆಯಲ್ಲಿ ಧ್ಯಾನ ಮಾಡುತ್ತಿದ್ದ. ಧ್ಯಾನ ಮುಗಿದ ನಂತರ "ನಾಳೆ ಸಂಜೆಯ ವೇಳೆಗೆ ಬರಬೇಕು" ಎಂದು ಹೇಳಿ ಕಳುಹಿಸಿಬಿಡುತ್ತಿದ್ದ. ಒಂದು ದಿನಕ್ಕೆ ಕೇವಲ ಒಬ್ಬರ ರೋಗವನ್ನು ಮಾತ್ರ ಪರಿಹಾರ ಮಾಡುತ್ತಿದ್ದ. ಯಾವತ್ತೂ ಎಪ್ಪತ್ತು ವಯೋಮಾನ ದಾಟಿದವರಿಗೆ ಮದ್ದು ಕೊಡುತ್ತಿರಲಿಲ್ಲ. "ಜವರಾಯನಿಗೆ ಸೆಡ್ಡು ಹೊಡೆಯುವ ಶಕ್ತಿ ನಂಗಿಲ್ಲ" ಎಂದು ಹೇಳುತ್ತಿದ್ದ.

ಮರುದಿನ ನಸುಕಿನಲ್ಲಿಯೇ ನದಿಗೆ ಬೀಳುತ್ತಿದ್ದ. ಅದು ಎಲ್ಲೆಲ್ಲಿ ಈಜುತ್ತಿದ್ದನೋ ಯಾರಿಗೂ ಗೊತ್ತಿಲ್ಲ. ನದಿಯಲ್ಲಿನ ಸುಳಿ, ಮೊಸಳೆ, ಜಲಪಾತ – ಒಂದೂ ಅವನ ಈಜುವ ವೇಗಕ್ಕೆ ಅಡ್ಡಿಯಾಗುತ್ತಿರಲಿಲ್ಲ. ಹೀಗೆ ಈಜುವಾಗ ಅವನು ಹಲವಾರು ಮೀನುಗಳ ಜೊತೆ ಮಾತನಾಡಿ, ರೋಗಿಯ ಸಮಸ್ಯೆಯನ್ನು ಆದ್ಯಂತವಾಗಿ ಹೇಳುತ್ತಿದ್ದ ಎನ್ನುವ ಪ್ರತೀತಿ ಇತ್ತು. ಆ ಮೀನುಗಳೂ ಇವನೊಡನೆ ಮಾತನಾಡಿ ರೋಗದ ವಿವರವನ್ನೆಲ್ಲಾ ತಿಳಿದುಕೊಂಡು, ತಮ್ಮೊಳಗೆ ಚರ್ಚಿಸುತ್ತಿದ್ದವು. ಕೊನೆಗೆ ಅವೆಲ್ಲವೂ ಸೇರಿ ನಿರ್ಧಾರಕ್ಕೆ ಬಂದು, ಒಂದು ಎಳೆಯ ವಿಶೇಷ ಮೀನನ್ನು ಅವನಿಗೆ ಉಡುಗೊರೆಯಾಗಿ ಕೊಡುತ್ತಿದ್ದವು. ಆ ಪುಟ್ಟ ಮೀನು ಅವನೊಡನೆಯೇ ಜೊತೆಯಾಗಿ ಈಜಿಕೊಂಡು ದಂಡೆಗೆ ಬರುತ್ತಿತ್ತು. ದಂಡೆಯ ಮೇಲಿನ ಕಲ್ಲು ಮಂಟಪದಲ್ಲಿ ಒಂದು ಒರಳು ಇತ್ತು. ಆ ಒರಳನ್ನು ಸ್ವಚ್ಛಗೊಳಿಸಿ, ತಿಳಿಯಾದ ತುಂಗೆಯ ನೀರನ್ನು ಅದರಲ್ಲಿ ಹಾಕುತ್ತಿದ್ದ. ಆ ನೀರಿನಲ್ಲಿ ಮೀನುಗಳೆಲ್ಲಾ ಸೇರಿ ಉಡುಗೊರೆಯಾಗಿ ಕೊಟ್ಟ ಪುಟ್ಟ ಮೀನನ್ನು ಬೊಗಸೆಯಲ್ಲಿ ನೀರಿನ ಸಮೇತ ಎತ್ತಿಕೊಂಡು ಹಾಕುತ್ತಿದ್ದ. ಸಂಜೆಯ ತನಕ ಆ ಮೀನು ಅಲ್ಲಿಯೇ ತೇಲುತ್ತಿರುತ್ತಿತ್ತು. ಅದಕ್ಕೆ ವಿಶೇಷ ಆಹಾರಗಳನ್ನು ಮೀನಿನ ಬಾಬಾ ಕೊಡುತ್ತಿದ್ದ.

ಸಂಜೆಯ ಹೊತ್ತಿಗೆ ರೋಗಿಯು ಕಲ್ಲು ಮಂಟಪಕ್ಕೆ ಬರುತ್ತಿದ್ದ. ಸಾಮಾನ್ಯವಾಗಿ ಅವನೊಡನೆ ಮನೆಯವರೂ ಇರುತ್ತಿದ್ದರು. ಸುಮಾರು ಅರ್ಧ ಗಂಟೆಯ ಕಾಲ

ಮತ್ಸ್ಯಾವತಾರದ ವಿಷ್ಣುವಿನ ಪೂಜೆಯನ್ನು ಮೀನಿನ ಬಾಬಾ ಮಾಡುತ್ತಿದ್ದ. ಅನಂತರ ಒರಳಿನಲ್ಲಿ ತೇಲುತ್ತಿದ್ದ ಆ ಮೀನನ್ನು ಎರಡು ಬೆರಳುಗಳಲ್ಲಿ ತೆಗೆದುಕೊಂಡು ಎತ್ತಿ ಹಿಡಿಯುತ್ತಿದ್ದ. ತಾನಾಗಿಯೇ ರೋಗಹರಣಕ್ಕೆ ಒಪ್ಪಿಕೊಂಡು ಬಂದ ಮರಿಮೀನು ಅದಾಗಿದ್ದರೂ, ನೀರಿನ ಸಹವಾಸ ತಪ್ಪಿದ ತಕ್ಷಣ ವಿಲವಿಲ ಒದ್ದಾಡುತ್ತಿತ್ತು. ರೋಗಿಗೆ ಬಾಯಿ ತೆಗೆಯಲು ಹೇಳುತ್ತಿದ್ದ. ಒದ್ದಾಡುವ ಮೀನನ್ನು ಕೈಯಲ್ಲಿ ಹಿಡಿದುಕೊಂಡೇ ಎಂತಹುದೋ ಜಪವನ್ನು ಮಾಡುತ್ತಿದ್ದ. ಅನಂತರ ಆ ಜೀವಂತ ಮರಿಮೀನನ್ನು ರೋಗಿಯ ಬಾಯೊಳಗೆ ಬಿಟ್ಟು, ಅದು ಹೊರ ಬರದಂತೆ ಅವನ ಬಾಯನ್ನು ಒಂದು ಕೈಯಿಂದ ಮುಚ್ಚಿ ಬಿಡುತ್ತಿದ್ದ. ಜೀವಂತ ಮೀನು ರೋಗಿಯ ದೇಹದೊಳಗೆ ಸೇರಿ ಬಿಡುತ್ತಿತ್ತು. ಅನಂತರ ರೋಗಿಯನ್ನು ಅಲ್ಲಿಯೇ ಕಲ್ಲಿನ ಮೇಲೆ ಮಲಗಿಸಿ, ಅವನ ಹೊಟ್ಟೆಯ ಮೇಲೆ ಕೈಯಿಟ್ಟು ಎಂತಹುದೋ ಮಾತುಕತೆ ನಡೆಸುತ್ತಿದ್ದ. ನೋಡುತ್ತಾ ಕುಳಿತವರಿಗೆ ಅವನು ಹೊಟ್ಟೆಯೊಳಗಿನ ಮೀನಿನ ಜೊತೆಯಲ್ಲಿ ಮಾತನಾಡುತ್ತಿರುವಂತೆ ಕಾಣಿಸುತ್ತಿತ್ತು. ಆ ಮೀನಿಗೆ ಹಲವಾರು ಆಜ್ಞೆಗಳನ್ನು ಕೊಡುವ ಹಾಗೆ ಭಾಸವಾಗುತ್ತಿತ್ತು. ಸ್ವಲ್ಪ ಸಮಯದ ನಂತರ ಪ್ರಶಾಂತನಾದ ಮೀನಿನ ಬಾಬಾ, ರೋಗಿಗೆ ಮನೆಗೆ ಹಿಂತಿರುಗಲು ತಿಳಿಸುತ್ತಿದ್ದ. ಕೆಲವೇ ದಿನಗಳಲ್ಲಿ ರೋಗಹರಣವಾಗುತ್ತಿತ್ತು. ಎಂತಹ ರೋಗವೂ ಗುಣವಾಗುತ್ತಿತ್ತು.

ಬರೀ ಇಷ್ಟೇ ಆಗಿದ್ದರೆ ಮೀನಿನ ಬಾಬಾ ತಮ್ಮೂರಿನಲ್ಲಿ ಎಷ್ಟು ದಿನವಿದ್ದರೂ ಜನರಿಗೆ ಸಮಸ್ಯೆಯಿರುತ್ತಿರಲಿಲ್ಲ. ಆದರೆ ಮೀನಿನ ಬಾಬಾ ಮಹಾ ಹೊಟ್ಟೆಬಾಕ. ಪ್ರತಿ ದಿನವೂ ಅವನ ಎರಡು ಹೊತ್ತಿನ ಊಟವನ್ನು ಊರಿನ ಜನರು ನೋಡಿಕೊಳ್ಳಬೇಕಾಗಿತ್ತು. ಅವನ ಊಟದ ಶಕ್ತಿ ವಿಪರೀತವಾಗಿತ್ತು. ತೆಳ್ಳನೆಯ ದೇಹದ ಮೀನಿನ ಬಾಬಾ, ಅಷ್ಟೊಂದು ಊಟವನ್ನು ಹೊಟ್ಟೆಯಲ್ಲಿ ಅದೆಲ್ಲಿ ಅಡಗಿಸಿಕೊಳ್ಳುತ್ತಿದ್ದನೋ ಆ ಭಗವಂತನೇ ಬಲ್ಲ! ಬಕಾಸುರನಂತೆ ತಿನ್ನುತ್ತಿದ್ದ. ಹದಿನೈದು ಹೋಳಿಗೆ, ಅರ್ಧ ಸೇರು ತುಪ್ಪ, ಒಂದು ಸೇರು ಅನ್ನ, ಸಾಂಬಾರು, ಚಟ್ನಿ, ಎರಡು ಕೋಳಿ, ಲಭ್ಯವಿದ್ದರೆ ಆಡಿನ ಮಾಂಸ – ಹೀಗೆ ರುಚಿರುಚಿಯಾದ ಆಹಾರವನ್ನು ಅವನು ಹಕ್ಕಿನಿಂದ ಬೇಡಿ ತರಿಸಿಕೊಳ್ಳುತ್ತಿದ್ದ. ಅವನ ರೋಗಹರಣ ಶಕ್ತಿಯನ್ನು ಬಲ್ಲ ಊರಿನ ಜನರು, ಅವನ ಹೊಟ್ಟೆಬಾಕತನವನ್ನು ಸಹಿಸಿಕೊಳ್ಳಲೇಬೇಕಿತ್ತು. ಆದ್ದರಿಂದ ದುಬಾರಿಯಾದರೂ ಅಡ್ಡಿಯಿಲ್ಲ, ಅವನಿಗೆ ಊಟಕ್ಕೆ ಸಿದ್ಧ ಮಾಡುತ್ತಿದ್ದರು. ದಿನಕ್ಕೊಂದು ಮನೆಯವರಂತೆ ಅವನ ಹೊಟ್ಟೆಯ ಹಸಿವನ್ನು ನೀಗಿಸುವ ಜವಾಬ್ದಾರಿಯನ್ನು ವಹಿಸಿಕೊಳ್ಳುತ್ತಿದ್ದರು. ಒಂದು ವೇಳೆ ಅವರು ಒಯ್ದ ಆಹಾರ ಅವನಿಗೆ ಸಾಕಾಗದೆ ಹೋದರೆ, ಅವರ ಮೇಲೆ ಇನ್ನಿಲ್ಲದಂತೆ ರೇಗಿ ಶಾಪ ಕೊಡುವುದಾಗಿ ಹೆದರಿಸುತ್ತಿದ್ದ. ಆದ್ದರಿಂದ ಅವನ ಆಹಾರದ ಪೂರೈಕೆ ಊರಿನ ಜನರಿಗೆ ದೊಡ್ಡ ತಲೆನೋವೇ ಆಗಿರುತ್ತಿತ್ತು.

ಊರಿನಲ್ಲಿ ರೋಗಿಗಳು ಇರುವ ತನಕವೂ ಹೇಗೋ ಅವನ ಆಹಾರದ ಸರಬರಾಜನ್ನು ಜನರು ನಿರ್ವಹಿಸುತ್ತಿದ್ದರು. ಒಂದು ದಿನಕ್ಕೆ ಒಬ್ಬ ರೋಗಿಗಿಂತಲೂ ಹೆಚ್ಚಿನ ಜನರನ್ನು ಮೀನಿನ ಬಾಬಾ ನೋಡುತ್ತಿರಲಿಲ್ಲ. ಒರಳಿನಲ್ಲಿ ಯಾವತ್ತೂ ಒಂದಕ್ಕೂ ಹೆಚ್ಚು ಮೀನು ಇರುವಂತಿಲ್ಲ ಎಂದು ಹೇಳುತ್ತಿದ್ದ. ಆದ್ದರಿಂದ ಊರಿನ ರೋಗಿಗಳ ಸಮಸ್ಯೆಗಳೆಲ್ಲವೂ ಮುಗಿಯುವ ತನಕ ಊಟಕ್ಕೆ ಸಮಸ್ಯೆ ಬರುತ್ತಿರಲಿಲ್ಲ. ಆದರೆ ಒಮ್ಮೆ ರೋಗಿಗಳೆಲ್ಲರೂ ಮುಗಿದ ಮೇಲೆ ಊರಿನ ಜನರಿಗೂ ಅವನ ಆಹಾರದ ಸರಬರಾಜು ಕಿರಿಕಿರಿಯಾಗಿ ಕಾಣಿಸುತ್ತಿತ್ತು. ಎಷ್ಟು ದಿನವೆಂದು ಈ ರೀತಿಯಲ್ಲಿ ಮತ್ತೊಬ್ಬರಿಗೆ ಆಹಾರವನ್ನು ಪೂರೈಸಲು ಸಾಧ್ಯ? ಯಾವತ್ತು ಈ ಬಾಬಾ ವಾಪಸು ಹೋಗುತ್ತಾನೆ ಎಂದು ಕಾಯುತ್ತಿದ್ದರು. ಅವರ ಮನೋಭಾವ ಮೀನಿನ ಬಾಬಾಗೆ ತಿಳಿಯುತ್ತಿತ್ತು. ಅದು ಅವನಿಗೆ ನೋವು ಕೊಡುತ್ತಿತ್ತು.

ಊರಿನ ಜನರ ಸಹನೆಯೆಲ್ಲಾ ಮುಗಿದ ಮೇಲೆ, ಬಾಬಾನನ್ನು ಮುಂದಿನ ಊರಿಗೆ ಕಳುಹಿಸಿಕೊಡುವುದಕ್ಕೆ ಉಪಾಯವನ್ನು ಅವರು ಕಂಡುಕೊಂಡಿದ್ದರು. ಊರಿನವರೆಲ್ಲಾ ಸಭೆ ಸೇರಿ, ಬಾಬಾನನ್ನು ಯಾವತ್ತು ಬೀಳ್ಕೊಡಬೇಕು ಎಂದು ನಿರ್ಧರಿಸುತ್ತಿದ್ದರು. ಆ ದಿನ ವಿಶೇಷ ಊಟವನ್ನು ಅವನಿಗೆ ನೀಡಿ, ಅವನು ಉಂಡು ತೇಗಿ, ಕೈ ತೊಳೆದ ನಂತರ, ಒಂದಿಷ್ಟು ವೀಳ್ಯದ ಎಲೆ, ಒಂದು ಚಿಪ್ಪು ಬಾಳೆಹಣ್ಣು, ಅಡಿಕೆ, ಸುಣ್ಣ ಆತನಿಗೆ ಕೊಟ್ಟು ಕೈ ಮುಗಿದು ನಿಲ್ಲುತ್ತಿದ್ದರು. ಈ ತಾಂಬೂಲ ಸಿಕ್ಕ ತಕ್ಷಣ ಮುಂದಿನ ಊರಿಗೆ ಹೋಗಬೇಕು ಎನ್ನುವ ಸೂಕ್ಷ್ಮ ಮೀನಿನ ಬಾಬಾಗೆ ಗೊತ್ತಾಗುತ್ತಿತ್ತು. ತಕ್ಷಣವೇ ಎಲೆ-ಅಡಿಕೆ ಹಾಕಿಕೊಂಡು, ಬಾಳೆಹಣ್ಣು ತಿಂದು, ನದಿಯಲ್ಲಿ ಎಗರಿ, ಮುಂದಿನ ಊರಿಗೆ ಹೋಗಿಬಿಡುತ್ತಿದ್ದ. ಕೆಲವೊಮ್ಮೆ ಅನಿರೀಕ್ಷಿತವಾಗಿ ತಾಂಬೂಲ ಅವನ ಕೈ ಸೇರಿದಾಗ, ಅವನ ಎರಡು ಹನಿ ಕಣ್ಣೀರು ಅದರ ಮೇಲೆ ಬೀಳುತ್ತಿತ್ತು. ಆದರೂ ಧೃತಿಗೆಡದೆ ತಕ್ಷಣ ಸಾವರಿಸಿಕೊಂಡು, ಊರವರಿಗೆ ಹರಸಿ, ನದಿಗೆ ಜಿಗಿಯುತ್ತಿದ್ದ.

ಸುಖವೆಂಬುದು ಎಂದೂ ಶಾಶ್ವತವಲ್ಲ. ಮತ್ತೆ ಕೆಲವೇ ತಿಂಗಳುಗಳಲ್ಲಿ ಊರಿನ ಜನರಲ್ಲಿ ರೋಗಗಳು ತಲೆದೋರುತ್ತಿದ್ದವು. ಆಗ ಎಲ್ಲರೂ ಮೀನಿನ ಬಾಬಾನ ಆಗಮನದ ದಾರಿಯನ್ನು ಕಾಯುತ್ತಿದ್ದರು.

^^^

ಆ ದಿನ ವಿಪರೀತವಾಗಿ ಜನರು ನದಿ ದಂಡೆಯ ಕಲ್ಲುಮಂಟಪದಲ್ಲಿ ಸೇರಿದ್ದರು. ಬಂಗಾರದ ಬಣ್ಣದ ಮೀನೊಂದು ಒಂದೇ ಸಮನೆ ಪಾದರಸದ ಚುರುಕಿನಲ್ಲಿ ಒರಳಿನ ನೀರಿನಲ್ಲಿ ಈಜು ಹೊಡೆಯುತ್ತಿತ್ತು.

ಅಂಬಾಬಾಯಿಯ ರೋಗವನ್ನು ಮೀನಿನ ಬಾಬಾ ಗುಣಪಡಿಸುತ್ತಾನೆ ಎನ್ನುವ ಸುದ್ದಿ ಕಾಳ್ಗಿಚ್ಚಿನಂತೆ ಸುತ್ತುಮುತ್ತಲ ಊರಿಗೆಲ್ಲಾ ಹಬ್ಬಿತ್ತು. ಅಂಬಾಬಾಯಿಯ ರೋಗವಲ್ಲದ ರೋಗದ ವಿವರ ಅವರೆಲ್ಲರನ್ನೂ ಕುತೂಹಲಕ್ಕೆ ಕೆಡವಿತ್ತು. ಹಿಂದೆ ತಾವೆಂದೂ ಕೇಳರಿಯದ ಆ ಸ್ಥಿತಿಯ ಬಗ್ಗೆ ಒಂದು ರೀತಿಯ ಅನುಕಂಪವೂ, ಕುತೂಹಲವೂ, ಆತಂಕವೂ ಅವರಲ್ಲಿ ಇತ್ತು. ಆ ಕಾರಣಕ್ಕಾಗಿಯೇ ನೂರಾರು ಜನ ಮಂಟಪದಲ್ಲಿ ನೆರೆದು ಬಿಟ್ಟಿದ್ದರು.

ರಾಧಕ್ಕ ಈ ಮೀನಿನ ಬಾಬಾನ ರೋಗಹರಣ ಬ್ರಾಹ್ಮಣರಿಗೆ ಸಲ್ಲುವುದಿಲ್ಲ, ಹೋಗಬೇಡ ಎಂದು ಸೊಸೆಯ ಮೇಲೆ ಇನ್ನಿಲ್ಲದ ದಬ್ಬಾಳಿಕೆ ಮಾಡಿದ್ದಳು. ಬ್ರಾಹ್ಮಣ ಮುತ್ತೈದೆಯೊಬ್ಬಳು ಸಾರ್ವಜನಿಕರ ಎದುರಿನಲ್ಲಿ ಮೀನು ನುಂಗಿದ ವಿಷಯ ಸುದ್ದಿಯಾಗದೆ ಉಳಿಯುತ್ತದೆಯೆ? ಮುಂದೆ ಯಾರು ತಾನೇ ತನ್ನ ಮಗನನ್ನು ಪೌರೋಹಿತ್ಯಕ್ಕೆ ಕರೆಯುತ್ತಾರೆ? ಅವನ ಗತಿಯೇನು? ನೀನು ಇನ್ನೂ ಹಟ ಮಾಡಿದರೆ ನನ್ನ ಮಗನಿಗೆ ಮತ್ತೊಂದು ಮದುವೆ ಮಾಡಿಬಿಡುತ್ತೇನೆ – ಎಂದೆಲ್ಲಾ ಕುಳಿತಲ್ಲಿಂದಲೇ ಆವಾಜ್ ಹಾಕಿದ್ದಳು. ಆದರೆ ಅಂಬಾಬಾಯಿ ಆ ಬೆದರಿಕೆಗೆ ಸೊಪ್ಪು ಹಾಕಿರಲಿಲ್ಲ. ಇಡೀ ಜಗತ್ತೇ ಉಂಡು–ತಿಂದು–ಜೀರ್ಣಿಸಿಕೊಂಡು–ಹೊರಹಾಕಿ ನಲಿದಾಡುತ್ತಿರುವಾಗ, ತಾನೊಬ್ಬಳೇ ಆ ಸುಖವಿಲ್ಲದೆ ಬದುಕುವುದು ಹೇಗೆ? ನಾಲಿಗೆಗೆ ರುಚಿಯೆನ್ನುವುದೇ ಮರೆತುಹೋಗಿ ಕೆರದಂತೆ ಒರಟಾಗಿ ಹೋಗಿದೆ. ಇಡೀ ಪ್ರಪಂಚದಲ್ಲಿ ತಾನೊಬ್ಬಳು ಮಾತ್ರ ಎಲ್ಲ ಆಹಾರದ ಸುಖವನ್ನು ತ್ಯಜಿಸಿ ಉಳಿಯುವುದು ಅದೆಂತಹ ಕ್ರೌರ್ಯ? ನನ್ನ ಬ್ರಾಹ್ಮಣಿಕೆ ಹಾಳಾದರೂ ಚಿಂತೆಯಿಲ್ಲ, ನಾನು ಮತ್ತೆ ಊಟ ಮಾಡಬೇಕು. ರುಚಿರುಚಿಯಾದದ್ದನ್ನು ಸೇವಿಸಬೇಕು. ಎಲ್ಲರಂತೆ ಶೌಚ–ಮೂತ್ರಗಳನ್ನು ಮಾಡಬೇಕು. ನನಗೆ ಈ ಅಮೃತ ಸೊಪ್ಪು ಬೇಡ. ಇದು ಅಮೃತ ಅಲ್ಲವೇ ಅಲ್ಲ; ವಿಷದ ಸೊಪ್ಪು. ನಾನು ತಪ್ಪಾಗಿ ನಾಮಕರಣ ಮಾಡಿಬಿಟ್ಟೆ. ನನಗೆ ಈ ಬಂಗಾರದ ಅರಮನೆಯ ಸಹವಾಸ ಬೇಡ. ಉಸಿರುಗಟ್ಟುತ್ತಿದೆ. ನಾನು ಹೊರ ಬರಲೇಬೇಕು – ಎಂದು ಸವಾಲು ಹಾಕಿ ಮೀನಿನ ಬಾಬಾನನ್ನು ಭೇಟಿಯಾಗಿ ಬಂದಿದ್ದಳು. ಒಂದು ದಿನದ ಊಟದ ಜವಾಬ್ದಾರಿಯನ್ನು ಹೊತ್ತು, ತಾಯಕ್ಕನ ಸಹಾಯದಿಂದ ಬಾಡೂಟವನ್ನು ತಯಾರು ಮಾಡಿ, ಅವನಿಗೆ ಒಪ್ಪಿಸಿ, ಅವನ ಮದ್ದಿಗಾಗಿ ಕಾದು ಕುಳಿತಿದ್ದಳು.

ಹತ್ತಾರು ವೈದ್ಯರು ಪ್ರಯತ್ನಿಸಿ ಕೈಚೆಲ್ಲಿದ ರೋಗಿಯನ್ನು ಎದುರಲ್ಲಿ ಕೂಡಿಸಿಕೊಂಡಿದ್ದ ಮೀನಿನ ಬಾಬಾ ಕೊಂಚ ಅಧೀರನಾಗಿದ್ದ. ಆದರೆ ತನ್ನ ಮೇಲಿನ ನಂಬಿಕೆಯನ್ನು ಕಳೆದುಕೊಂಡಿರಲಿಲ್ಲ. ಮತ್ಸ್ಯದೇವರು ಎಂದೂ ತನಗೆ ಮೋಸ ಮಾಡುವುದಿಲ್ಲ ಎನ್ನುವುದು ಆತನಿಗೆ ಗೊತ್ತಿತ್ತು. ಆದ್ದರಿಂದ ಮನಸ್ಸನ್ನು ನಿಗ್ರಹಿಸುತ್ತಾ ದೇವರ ಪೂಜೆಯನ್ನು ಮಾಡಿದ. ಸುತ್ತ ನೆರೆದ ಜನರಿಗೆ ಈ ಬಾರಿ ಮೀನಿನ

ಬಾಬಾ ಸೋಲಬಹುದಾ ಎಂಬ ಕೆಟ್ಟ ಕುತೂಹಲ ಇತ್ತು. ಇಲ್ಲಿಯವರೆಗೆ ಎಂದೂ ಸೋಲನ್ನು ಕಾಣದ ಮೀನಿನ ಬಾಬಾ ಈಗ ಅಪಜಯವನ್ನು ಎದುರಿಸಬಹುದೆ ಎಂಬ ಕೀಳುಮಟ್ಟದ ಆಸೆಯೂ ಮನಸ್ಸಿನಲ್ಲಿತ್ತು.

ಸರಿಯಾದ ಸಮಯಕ್ಕೆ ಬಂಗಾರದ ಬಣ್ಣದ ಮೀನನ್ನು ಎರಡು ಬೆರಳಿನಲ್ಲಿ ಹಿಡಿದು, ತಲೆಯ ಮೇಲೆ ಕೈಯನ್ನೊಯ್ದು, ಕಣ್ಣು ಮುಚ್ಚಿ ಪ್ರಾರ್ಥಿಸಿದ. ಸೂರ್ಯನ ಕಿರಣಕ್ಕೆ ಆ ಬಂಗಾರದ ಮೀನು ಫಳಫಳ ಹೊಳೆಯುತ್ತಾ ವಿಲವಿಲ ಒದ್ದಾಡಿತು. ಅನಂತರ ಅಂಬಾಬಾಯಿಗೆ ಬಾಯಿ ತೆಗೆಯಲು ಸೂಚಿಸಿದ. ಮನಸ್ಸಿನಲ್ಲಿಯೇ ಭಗವಂತನನ್ನು ಪ್ರಾರ್ಥಿಸಿದ ಅಂಬಾಬಾಯಿ ಬಾಯನ್ನು ತೆರೆದಳು. ದೂರದಲ್ಲಿ ಹೆಂಡತಿಯನ್ನು ನೋಡುತ್ತಾ ಕುಳಿತಿದ್ದ ಹಳ್ಳಾಚಾರ್ಯರು, ತಮ್ಮ ಕಣ್ಣೆದುರೇ ದುರಂತವೊಂದು ನಡೆದುಹೋಗುತ್ತಿರುವುದನ್ನು ಅಸಹಾಯಕತೆಯಿಂದ ನೋಡುತ್ತಿದ್ದರು. ಅಲ್ಲಿ ಸೇರಿದ್ದ ನೂರಾರು ಜನರು, ಮಾತನ್ನೂ ಮರೆತು, ಆವಾಕ್ಕಾಗಿ ಮುಂದೇನಾಗುವುದೋ ಎಂದು ಎದುರು ನೋಡುತ್ತಿದ್ದರು. ಮಂಟಪದ ಪಕ್ಕದಲ್ಲಿ ತುಂಗಮ್ಮ ಸದ್ದು ಮಾಡುತ್ತಾ ಹರಿಯುತ್ತಿದ್ದಳು. ದೂರದ ಮಾತಂಗ ಪರ್ವತದ ಕಡೆಯಿಂದ ತಣ್ಣನೆಯ ಗಾಳಿ ಬೀಸುತ್ತಿತ್ತು. ಸಂಜೆಯ ಸೂರ್ಯ ಮುಳುಗುವ ಹಂತದಲ್ಲಿದ್ದರೂ, ಈ ಘಟನೆಯನ್ನು ನೋಡಲು ಕಾತರಗೊಂಡಿದ್ದ.

ಅಂಬಾಬಾಯಿ ಮೀನನ್ನು ನುಂಗಿದಳು. ಮೀನಿನ ಬಾಬಾ ಆಕೆಯನ್ನು ಕಲ್ಲಿನ ಮೇಲೆ ಮಲಗಿಸಿದ. ಆಕೆಯ ಬಿಳುಪಾದ ಮತ್ತು ನುಣ್ಣನೆಯ ಕಿಬ್ಬೊಟ್ಟೆಯ ಮೇಲೆ ಕೈಯಿಟ್ಟು, ಕಣ್ಣು ಮುಚ್ಚಿ, ಎಂತಹುದೋ ಮಾತುಕತೆಯಾಡುತ್ತಿದ್ದರೆ, ಅಂಬಾಬಾಯಿಗೆ ಹೊಟ್ಟೆಯೊಳಗೆಲ್ಲಾ ಮೀನು ಈಜಾಡಿದಂತೆ ಭಾಸವಾಗುತ್ತಿತ್ತು. ಜನರೆಲ್ಲಾ ತದೇಕಚಿತ್ತರಾಗಿ ನೋಡುತ್ತಿದ್ದರು. ಬಾಬಾ ಮತ್ತು ಬಂಗಾರದ ಮೀನಿನ ಸಂವಾದ ಸುಮಾರು ಮೂರು ನಿಮಿಷಗಳ ಕಾಲ ನಡೆಯಿತು. ಅಷ್ಟೇ! ಇದ್ದಕ್ಕಿದ್ದಂತೆಯೇ ಅಂಬಾಬಾಯಿಗೆ ಉಬ್ಬಳಿಕೆ ಬಂದಿದ್ದೇ ಎದ್ದು ಕುಳಿತು ವಾಂತಿ ಮಾಡಿಬಿಟ್ಟಳು. ಆಕೆಯ ವಾಂತಿಯೆಲ್ಲವೂ ಬಾಬಾನ ಮುಂದೆ ಹರಡಿತು. ಆ ವಾಂತಿಯಲ್ಲಿ ಬಿದ್ದ ಮೀನು ವಿಲವಿಲ ನೆಲದ ಮೇಲೆ ಸ್ವಲ್ಪ ಹೊತ್ತು ಒದ್ದಾಡಿ ನಿಶ್ಚಲಗೊಂಡಿತು. ಅಂಬಾಬಾಯಿಯ ರೋಗಹರಣದ ವಿಷಯದಲ್ಲಿ ಮೀನಿನ ಬಾಬಾ ಸೋತು ಹೋದನೆಂದು ನೆರೆದ ಜನರಿಗೆಲ್ಲಾ ಅರ್ಥವಾಗಿ ಹೋಯ್ತು. ಅವರೆಲ್ಲಾ ಗುಸುಗುಸು ಮಾತನಾಡಲಾರಂಭಿಸಿದರು.

ಆದರೆ ಮೀನಿನ ಬಾಬಾ ಯಾವುದೇ ಗೊಂದಲಕ್ಕೆ ಒಳಗಾದಂತೆ ಕಾಣಲಿಲ್ಲ. ಆ ವಿಲವಿಲ ಒದ್ದಾಡಿ ಸತ್ತ ಮೀನನ್ನು ಅಂಗೈಯಲ್ಲಿ ಇರಿಸಿಕೊಂಡ. ಲಿಂಗವೊಂದು ಕೈಯಲ್ಲಿ ಬಂದು ಕೂತಂತೆ ಭಕ್ತಿಯಿಂದ ಕಣ್ಣು ಮುಚ್ಚಿದ. ಅನಂತರ ಆ ಮೀನಿನ

ದೇಹಕ್ಕೆ ತನ್ನ ಕಿರುಬೆರಳಿನ ಉದ್ದನೆಯ ಉಗುರನ್ನು ನೆಟ್ಟು ಸೀಳುತ್ತಾ, ಇಬ್ಭಾಗ ಮಾಡಿ, ಅದರ ಹೊಟ್ಟೆಯಿಂದ ಹಸಿರುಗಪ್ಪಿನ ಗುಂಡನೆಯ ಮುದ್ದೆಯಂತಹ ವಸ್ತುವನ್ನು ತೆಗೆದ. ಅದಕ್ಕೆ ವಿಶೇಷ ಪ್ರಭೆಯಿತ್ತು. ಅದನ್ನು ನೋಡಿದ ತಕ್ಷಣವೇ ಅಂಬಾಬಾಯಿಗೆ ಅದು ಅಮೃತ ಸೊಪ್ಪಿನ ಮುದ್ದೆ ಎನ್ನುವುದು ತಿಳಿದು ಹೋಯ್ತು. ಬಹುಶಃ ಮೀನಿನ ಬಾಬಾನಿಗೂ ಅದು ಗೊತ್ತಾಗಿತ್ತು. ಅವನ ಮುಖದಲ್ಲಿ ಪ್ರಸನ್ನ ಭಾವ ಅರಳಿತ್ತು. ತುಟಿಯಲ್ಲಿ ಕಿರುನಗೆಯಿತ್ತು. ಅನಂತರ ತನ್ನ ಬಾಯಿಯನ್ನು ತೆರೆದಿದ್ದೇ, ಆ ಸೊಪ್ಪಿನ ಮುದ್ದೆಯನ್ನು ನುಂಗಿಬಿಟ್ಟ! ಇಡೀ ಜಗತ್ತನ್ನು ಗೆದ್ದ ಖುಷಿ ಅವನ ಮುಖದಲ್ಲಿ ಅರಳಿತು. ಸುತ್ತಲೂ ನೆರತ ಜನರನ್ನು ಒಮ್ಮೆ ಗೆದ್ದ ಭಾವದಿಂದ ನೋಡಿದ. ಅಲ್ಲಿಯೇ ಪೇರಿಸಿಟ್ಟಿದ್ದ ರಾತ್ರಿಯ ಬಾಡೂಟದ ಪಾತ್ರೆಗಳನ್ನು ಅಸಡ್ಡೆಯಿಂದ ಗಮನಿಸಿದ. ಜನರು ನೋಡನೋಡುತ್ತಿರುವಂತೆಯೇ ನದಿಗೆ ಜಿಗಿದು ಈಜಲಾರಂಭಿಸಿದ.

ಇಡೀ ಊರಿನ ಜನರು ನಡೆದ ಘಟನೆಯ ಅರ್ಥವನ್ನು ಜೀರ್ಣಿಸಿಕೊಳ್ಳದೆ ಒದ್ದಾಡುತ್ತಿದ್ದರು.

20ನೇ ಮಾರ್ಚ್ 2017

ವಾಹಿನಿ

ಪುಟ್ಟ ಫಣಿರಾಜನದು ಇನ್ನಿಲ್ಲದ ಹಟ. ನಾನೂ ಅಪ್ಪನ ಜೊತೆಗೆ ಊರಿಗೆ ಹೋಗ್ತೀನಿ ಅಂತ ಒಂದೇ ವರಾತ. ಊರಿಗೆ ಬಂದ ನೆಂಟರೇ ಮರಳಿ ಹೋಗುವಾಗ ಜೊತೆಗೆ ಅವರೂರಿಗೆ ಹೋಗಿ ಬರಬೇಕು ಎನ್ನುವ ಆಸೆ ಅವನಿಗೆ ಆಗುತ್ತದೆ. ಇನ್ನು ಅಪ್ಪನೇ ಹೊರಟು ನಿಂತರೆ ಸುಮ್ಮನೆ ಬಿಟ್ಟಾನೆಯೆ? ಅದೂ ಯಾವುದೋ ದೂರದ ಊರು, ಆಂಧ್ರಪ್ರದೇಶದಲ್ಲಿದೆಯಂತೆ. ಬಳ್ಳಾರಿ ಜಿಲ್ಲೆಯ ಆಚೆಗೆ ಫಣಿರಾಜ ಹೋಗಿರುವುದೇ ಅಪರೂಪ. ಇದುವರೆಗೆ ಅವರಪ್ಪ ಕರೆದುಕೊಂಡು ಹೋಗಿರುವುದು ಮಂತ್ರಾಲಯಕ್ಕೆ ಮತ್ತು ಧರ್ಮಸ್ಥಳಕ್ಕೆ ಮಾತ್ರ. ಈಗ ಹೆಸರೇ ಕೇಳಿಲ್ಲದ ರಾಜಮಂಡ್ರಿ ಎನ್ನುವ ಊರಿಗೆ ಅಪ್ಪ ಹೊರಟು ನಿಂತಿದ್ದ. ಬಳ್ಳಾರಿಯಲ್ಲಿ ರೈಲು ಹತ್ತಿದರೆ ಪೂರ್ತಿ ಒಂದು ದಿನದ ಪ್ರಯಾಣ. ಮಧ್ಯದಲ್ಲಿ ವಿಜಯವಾಡ ಎನ್ನುವ ಊರಿನಲ್ಲಿ ಹೊಸ ರೈಲಿನೊಳಗೆ ಹತ್ತಬೇಕಂತೆ. ಆ ಊರಿನಲ್ಲಿ ದೊಡ್ಡದೊಂದು ನದಿ ಹರಿಯುತ್ತದಂತೆ. ನಮ್ಮ ಊರಿನಷ್ಟೇ ದೊಡ್ಡದಾದ ಪಾತ್ರ ಆ ನದಿಗೆ

ಇದೆಯಂತೆ. ನದಿಯ ಉದ್ದಕ್ಕೆ ಸೇತುವೆಯನ್ನು ನಿರ್ಮಿಸಿದ್ದಾರಂತೆ. ಅದರ ಮೇಲೆ ರೈಲು ಹೊರಟರೆ ಇನ್ನಿಲ್ಲದ ಸದ್ದು ಮೂಡಿ ಭಯವಾಗುತ್ತದಂತೆ. ಕಣ್ಣು ಹಾಯಿಸಿದ ಕಡೆಯೆಲ್ಲಾ ಬರೀ ನೀರೇ ನೀರು! ಒಂದು ಕೊಡ ನೀರು ಹಿಡಿಯಲೂ ಇನ್ನಿಲ್ಲದ ಕಷ್ಟಪಡುವ ಊರಿನಲ್ಲಿ ಬೆಳೆಯುವ ಫಣಿರಾಜನಿಗೆ, ಅಂತಹ ದೊಡ್ಡ ನದಿಯನ್ನು ಊಹಿಸಿಕೊಳ್ಳುವುದೂ ಕಷ್ಟವಿತ್ತು.

ಇವೆಲ್ಲಾ ವಿವರಗಳನ್ನು ಅವನಿಗೆ ಕಣ್ಣಿಗೆ ಕಟ್ಟುವಂತೆ ಹೇಳಿದ್ದು ನಾರಾಯಣ ಕಕ್ಕ ಅರ್ಥಾತ್ ನಾಣಿ ಕಕ್ಕ. ಪ್ರತಿ ವರ್ಷ ಫಣಿರಾಜನ ತಾತನ ವೈದೀಕವನ್ನು ಊರಲ್ಲಿಯೇ ಮಾಡಲು ಬರುತ್ತಿದ್ದ. ಎಷ್ಟೇ ಕಷ್ಟವಾದರೂ ತಪ್ಪಿಸುತ್ತಿರಲಿಲ್ಲ. ಬಂದಾತ ಒಂದೆರಡು ದಿನ ಇದ್ದು ನಂತರ ವಾಪಸು ಹೋಗುತ್ತಿದ್ದ. ಆಗ ಫಣಿರಾಜನಿಗೆ ಇನ್ನಿಲ್ಲದಷ್ಟು ಊರಿನ ಕತೆಗಳನ್ನು ಹೇಳುತ್ತಿದ್ದ. ಅದರಲ್ಲಿ ಬಹುಪಾಲು ಕತೆಗಳು ನದಿಗೆ ಸಂಬಂಧಿಸಿದ್ದವೇ ಆಗಿರುತ್ತಿದ್ದವು. ಆ ನದಿಯಲ್ಲಿ ಹೇಗೆ ದೊಡ್ಡ ದೊಡ್ಡ ಹಡಗುಗಳು ತೇಲುತ್ತವೆ, ಅವುಗಳಲ್ಲಿ ಕುಳಿತು ಹೋದರೆ ಸೀದಾ ಭದ್ರಾಚಲಂ ತಲುಪಿ ರಾಮದೇವರ ದರ್ಶನ ಪಡೆಯಬಹುದು, ಗೌತಮನ ಶಾಪದಿಂದ ಹೇಗೆ ಗೌತಮಿ ನದಿಯಾಗಿ ಹರಿದುಬಿಟ್ಟಳು, ಇಂಗ್ಲಿಷ್ ಆಫೀಸರ್ ಒಬ್ಬ ಬುದ್ಧಿ ಉಪಯೋಗಿಸಿ ಅಣೆಕಟ್ಟು ಕಟ್ಟಿ ಹೇಗೆ ಆ ಊರಿನ ರೈತರನ್ನೆಲ್ಲಾ ಶ್ರೀಮಂತ ಮಾಡಿಬಿಟ್ಟ... ಇತ್ಯಾದಿಗಳನ್ನು ರೋಚಕವಾಗಿ ಆತ ನಿರೂಪಿಸುತ್ತಿದ್ದ. ನಾಣಿ ಕಕ್ಕ ಬಂದಾಗಿನಿಂದ ಹೋಗುವವರೆಗೆ ಫಣಿರಾಜ ಆತನ ಪಕ್ಕ ಬಿಟ್ಟಿರುತ್ತಿರಲಿಲ್ಲ. ರಾತ್ರಿಯ ಹೊತ್ತೂ ಆತನ ಪಕ್ಕವೇ ಮಲಗಿಕೊಳ್ಳುತ್ತಿದ್ದ. ಕತೆ ಕೇಳುತ್ತಲೇ ನಿದ್ದೆ ಮಾಡುತ್ತಿದ್ದ.

ಒಂದು ದಿನ ರಾತ್ರಿ ಮೂತ್ರಕ್ಕೆ ಅವಸರವಾಗಿ ಫಣಿರಾಜ ಎದ್ದಿದ್ದ. ರಾತ್ರಿ ಉಚ್ಚೆ ಹೊಯ್ದು ಮಲಕೊಳ್ಳೋ ಅಂದ್ರೂ ಕೇಳ್ತಿರಲಿಲ್ಲ. ಮುಂಚೆಯೆಲ್ಲಾ ಹಾಸಿಗೆಯಲ್ಲೇ ಮಾಡಿಕೊಳ್ಳುತ್ತಿದ್ದ, ಜಮಖಾನ ಒಗೆದು ಒಗೆದು ಕೈ ಬಿದ್ದು ಹೋಗ್ತಿತ್ತು ಅಂತ ಅವರಮ್ಮ ಗೆಳತಿಯರ ಮುಂದೆ ಹೇಳುತ್ತಾಳೆ. ಈಗವನು ಐದನೇ ಕ್ಲಾಸು. ಅಂತಹ ಅವಮಾನಕರ ಹಳೆಯ ಸುದ್ದಿಗಳನ್ನು ಅವನಮ್ಮ ಹೇಳಿದರೆ ಸಿಕ್ಕಾಪಟ್ಟೆ ರೇಗುತ್ತಾನೆ. ಈಗ ಮೂತ್ರಕ್ಕೆ ಅವಸರವಾದರೆ ಎಚ್ಚರವಾಗಿ ಬಿಡುತ್ತದೆ. ಬಚ್ಚಲ ಮನೆಗೆ ಹೋಗಲು ಭಯವಾದರೂ, ಹಾಗೇ ಧೈರ್ಯ ಮಾಡಿಕೊಂಡು ಹೋಗಿ ಬರುತ್ತಾನೆ. ಆವತ್ತು ಹಾಗೇ ಹೋಗಿ ಬಂದು ನೋಡಿದರೆ ಪಕ್ಕದಲ್ಲಿ ನಾಣಿ ಕಕ್ಕ ಇರಲಿಲ್ಲ. ಯಾಕೋ ಭಯವಾಯ್ತು. ಸುತ್ತಲೂ ಒಮ್ಮೆ ನೋಡಿದ. ದೂರ ಕಿಟಕಿಯ ಹತ್ತಿರ ಆತ ಕುಳಿತುಕೊಂಡಿದ್ದು ಕಾಣಿಸ್ತು. ಹೊರಗಿನ ಚಂದಿರನನ್ನು ನೋಡುತ್ತಾ ಇದ್ದ. ಹಗೂರಕ್ಕೆ ಅವನ ಬಳಿ ಹೋಗಿ "ನಾಣಿ ಕಕ್ಕ, ನಿದ್ದಿ ಮಾಡಲ್ಲೇನು?" ಎಂದು ಕೇಳಿದ್ದ. "ಬರವಲ್ತು ರಾಜ, ಏನು ಮಾಡ್ಲಿ? ಅದಕ್ಕೆ ಚಂದಪ್ಪನ್ನ ನೋಡೋಣ ಅಂತ

ಕುಂತೀನಿ. ಆತ ಹೆಂಗಿದ್ರೂ ರಾತ್ರಿ ಪೂರ್ತಿ ನಿದ್ದಿ ಮಾಡಲ್ಲ. ಬರೀ ತಿಂಗಳಿಗೊಂದು ದಿನ ಮಾತ್ರ ಆತ ನಿದ್ದಿ ಮಾಡೋದಲ್ಲೇನು?" ಎಂದು ನಕ್ಕು ಕೇಳಿದ್ದ. "ಯಾವತ್ತು ಮಾಡ್ತಾನೆ?" ಎಂದು ಮುಗ್ಧವಾಗಿ ಫಣಿರಾಜ ಕೇಳಿದ್ದ. "ಅಮವಾಸ್ಯೆ ಅಲ್ಲೇನು?" ಎಂದು ನಾಣಿ ಕಕ್ಕ ಮತ್ತೊಮ್ಮೆ ನಕ್ಕಿದ್ದ. ಫಣಿರಾಜ ಮತ್ತೆ ವಾಪಸು ತನ್ನ ಹಾಸಿಗೆಗೆ ಬಂದು ಮಲಗಿಕೊಂಡಿದ್ದ. ಅಪ್ಪ-ಅಮ್ಮರ ಗೊರಕೆ ಕೋಣೆಯಿಂದ ಗರಗಸ ಕೊಯ್ದಂತೆ ಕೇಳಿಸುತ್ತಿತ್ತು. ಈ ತರಹ ಸದ್ದು ಮಾಡಿದ್ರೆ ಪಾಪ ನಾಣಿ ಕಕ್ಕ ಹೆಂಗೆ ಮಲಗಲಿಕ್ಕೆ ಸಾಧ್ಯ? ಅಂತ ಫಣಿರಾಜನಿಗೆ ಅನ್ನಿಸಿತ್ತು. ಅನಂತರ ಆ ಗೊರಕೆಯೇ ಒಂದು ಹುಲಿಯ ಗರ್ಜನೆಯಂತೆ, ಆ ಹುಲಿಯೊಡನೆ ನಾಣಿ ಕಕ್ಕ ಹೋರಾಡಿದಂತೆ, ತಾನು ಭಯದಿಂದ ಮರದ ಹಿಂದೆ ಅವಿತುಕೊಂಡಂತೆ – ಇತ್ಯಾದಿ ಕನಸುಗಳನ್ನು ಕಾಣುತ್ತಾ ನಿದ್ದೆ ಹೋಗಿದ್ದ.

ನಾಣಿ ಕಕ್ಕನಿಂದಾಗಿಯೇ ಫಣಿರಾಜ ಸೈಕಲ್ ಬಿಡುವುದನ್ನು ಕಲಿತಿದ್ದ. ಒಬ್ಬನೇ ಮಗನೆಂದು ಹೆದರಿ ಅಮ್ಮ ಕಲಿಯಲು ಬಿಟ್ಟಿರಲೇ ಇಲ್ಲ. ಅಪ್ಪನಿಗೆ ಮಗನಿಗೆ ಸೈಕಲ್ ಕಲಿಸಿ ಕೊಡಲು ಪುರುಸೊತ್ತಿಲ್ಲ. ತನ್ನ ಗೆಳೆಯರೆಲ್ಲರೂ ಆಗಲೇ ಸೈಕಲ್ ಹೊಡೆಯುವುದನ್ನು ಕಲಿತುಕೊಂಡು ಬಿಟ್ಟಿದ್ದಾರೆ ಎಂದು ಫಣಿರಾಜನಿಗೆ ಸಿಟ್ಟು, ಅವಮಾನ, ಅಸಹನೆಯಾಗುತ್ತಿತ್ತು. ತನ್ನ ವೇದನೆಯನ್ನೆಲ್ಲಾ ಕಕ್ಕನ ಮುಂದೆ ಹೇಳಿಕೊಂಡಿದ್ದ. "ನೀನೇನೂ ಹೆದರಬೇಡ. ಈ ಶನಿವಾರ ನಾನು ಕಲಿಸಿಕೊಡ್ತೀನಿ. ಯಾರ ಮುಂದೂ ಹೇಳಬೇಡ" ಎಂದು ಅಭಯ ಕೊಟ್ಟಿದ್ದ. ಕೊಟ್ಟ ಮಾತಿಗೆ ತಕ್ಕಂತೆ ಆ ಶನಿವಾರವೇ ಗಂಡಿ ನರಸಿಂಹ ಸ್ವಾಮಿಯ ಬಯಲಿಗೆ ಫಣಿರಾಜನನ್ನು ಕರೆದುಕೊಂಡು ಹೋಗಿದ್ದ. ದಾರಿಯಲ್ಲಿ ಪುಟ್ಟ ಸೈಕಲ್ಲೊಂದನ್ನು ಬಾಡಿಗೆಗೆ ಪಡೆದಿದ್ದಾಯ್ತು. "ಸೈಕಲ್ ಬಿಡೋದಕ್ಕೆ ಚಾಣಾಕ್ಷತನ ಮುಖ್ಯ ಅಲ್ಲ ರಾಜ, ಧೈರ್ಯ ಮುಖ್ಯ. ಅದೊಂದು ಇದ್ರೆ ವಿಮಾನ ಕೂಡಾ ನಡೆಸಬೋದು" ಎಂದು ಕಿವಿಮಾತನ್ನು ಹೇಳಿ ಸೈಕಲ್ ಹತ್ತಿಸಿದ್ದ. ಮೊದಲಿಗೆ ಕತ್ತರಿ ಹಾಕಿ ನಡೆಸುವುದು, ಅನಂತರ ಪೆಡಲ್ ತುಳಿಯುತ್ತಾ ಹತ್ತುವುದು ಹೀಗೆ ಹಲವು ವಿಧಗಳನ್ನು ಕಲಿಸಿದ್ದ. ಒಮ್ಮೆಯಂತೂ ಪುಟ್ಟ ಸೈಕಲ್ ತುಳಿಯುವಾಗ ಪೂರ್ತಿ ಕೈ ಬಿಟ್ಟು ಬಿಟ್ಟ. ಪುಟ್ಟ ತುಳಿಯುತ್ತಲೇ ಹೋದ. ಕಕ್ಕ ಸೈಕಲ್ ಹಿಡಿದಿರುವುದನ್ನು ಬಿಟ್ಟಿದ್ದಾನೆಂದು ಗೊತ್ತಾಗಿತ್ತು. ದೂರದಲ್ಲಿ ಮೈನ್ಸ್ ಲಾರಿ ಬರುವುದು ಕಾಣಿಸಿತು. ಪೊವ್ ಪೊವ್ ಎಂದು ಹಾರ್ನ್ ಮಾಡುತ್ತಲೇ ಇತ್ತು. ಭಯ ಹೊಕ್ಕಿಕೊಂಡು ಬಿಟ್ಟಿತು. ಜೀವ ಹೋಗೇಬಿಟ್ಟಿತು ಎನ್ನಿಸಿತು. ಹಿಂದಿನಿಂದ ನಾಣಿ ಕಕ್ಕ ಓಡಿ ಬರುತ್ತಿದ್ದ. ಲಾರಿ ಹಾರ್ನ್ ಜೋರಾಗುತ್ತಲೇ ಇತ್ತು. ಸೈಕಲ್ ತುಳಿಯುವುದು ಫಣಿರಾಜನಿಗೆ ಮರೆತೇ ಹೋಯ್ತು. ಸೀದಾ ಹೋಗಿದ್ದೇ ಬೇಲಿಯ ಜಾಲಿಯ ಮುಳ್ಳಿನ ಗಿಡಗಳ ಮೇಲೆ ಬಿದ್ದುಬಿಟ್ಟ.

ಮನೆಯಲ್ಲಿ ಆ ದಿನ ರಾದ್ಧಾಂತವೇ ನಡೆದಿತ್ತು. ಯಾವುದೇ ಮುಲಾಜಿಲ್ಲದಂತೆ ಅಮ್ಮ, ನಾಣಿ ಕಕ್ಕನನ್ನು ತರಾಟೆಗೆ ತೆಗೆದುಕೊಂಡಿದ್ದಳು. ಅಪ್ಪ ಸುಮ್ಮನೆ ಬಾಯಿ ಮುಚ್ಚಿಕೊಂಡು ಕುಳಿತುಬಿಟ್ಟಿದ್ದ. "ಲಾರಿ ಕೆಳಗೆ ಬಿದ್ದಿದ್ರೆ ಗತಿ ಏನಿತ್ತು? ಇರೋನು ಒಬ್ಬ ಮಗ..." ಎಂದು ಅನ್ನುವಾಗ ಅಮ್ಮ ವಾಕ್ಯವನ್ನೂ ಪೂರ್ತಿಗೊಳಿಸದೆ ಬಿಕ್ಕಿದ್ದಳು. ನಾಣಿ ಕಕ್ಕ ಎದುರು ಮಾತನಾಡದೆ ಅತ್ತಿಗೆಯಿಂದ ವಾಚಾಮಗೋಚರ ಬೈಸಿಕೊಂಡಿದ್ದ. ಫಣಿರಾಜನ ಮೊಣಕಾಲಿಗೆ, ಹಣೆಗೆ ದೊಡ್ಡ ಬಿಳಿಯ ಪಟ್ಟಿಯನ್ನು ನಾಣಿ ಕಕ್ಕನೇ ಆಸ್ಪತ್ರೆಯಲ್ಲಿ ಕಟ್ಟಿಸಿಕೊಂಡು ಬಂದಿದ್ದ. ಆಮೇಲೆ ಎರಡು ದಿನ ತಪ್ಪದಂತೆ ಅವನನ್ನು ಆಸ್ಪತ್ರೆಗೆ ಕರೆದುಕೊಂಡು ಹೋಗಿ ಮುತುವರ್ಜಿಯಿಂದ ಪಟ್ಟಿ ಕಟ್ಟಿಸಿಕೊಂಡು ಬರುತ್ತಿದ್ದ. ಗಾಯಗೊಂಡ ಫಣಿರಾಜನನ್ನು ದಿನವೂ ಶಾಲೆಗೆ ಕರೆದುಕೊಂಡು ಹೋಗಿ, ಮರಳಿ ಕರೆದುಕೊಂಡು ಬರುತ್ತಿದ್ದ. ಎರಡು ದಿನಕ್ಕೆ ಗಾಯಗಳು ಮಾಗಿ, ಒಂದು ಚೂರು ಕಲೆಯನ್ನು ಉಳಿಸಿ ಹೋಗಿದ್ದವು.

ಮುಂದಿನ ಶನಿವಾರ ಮತ್ತೆ ಫಣಿರಾಜನನ್ನು ನಾಣಿ ಕಕ್ಕ ಸೈಕಲ್ ಕಲಿಯಲು ಪುಸಲಾಯಿಸಿದ್ದ. ಬಿದ್ದ ಪೆಟ್ಟಿನ ನೆನಪಿದ್ದ ನಾಣಿ ಒಲ್ಲೆನೆಂದು ಹಿಂಜರಿದ. "ನೀನು ಸೈಕಲ್ಲಿಗೆ ಹೆದರ್ತೀಯೋ, ಇಲ್ಲಾ ಸೈಕಲ್ ನಿಂಗೆ ಹೆದರಬೇಕೋ?" ಎಂದು ನಾಣಿ ಕಕ್ಕ ಪ್ರಶ್ನೆ ಮಾಡಿದ್ದ. ಜುಜುಬಿ ಸೈಕಲ್‌ಗೆ ತಾನು ಹೆದರುವುದು ಎಂದರೇನು? ಒಪ್ಪಿಕೊಂಡ. ಆ ದಿನ ಸ್ವಲ್ಪ ಧೈರ್ಯದಿಂದ ಸೈಕಲ್ ತುಳಿದ. ಬಂದೇಬಿಟ್ಟಿತು! ಸುಲಭ ಅಂದ್ರೆ ಸುಲಭ ಅನ್ನಿಸ್ತು. ಎದುರಿಗೆ ಕಾರು ಬಂದ್ರೂ ಸೈಡ್ ಕೊಟ್ಟು ಹೊಡೆಯೋ ಧೈರ್ಯವೂ ಬಂತು.

ಮರುದಿನ ಆದಿತ್ಯವಾರ ಅವರಮ್ಮ ಕೈಯಲ್ಲಿ ತುಪ್ಪದ ದೀಪವನ್ನು ಹಿಡಿದುಕೊಂಡು ರಾಯರ ಮಠಕ್ಕೆ ಹೋಗುವಾಗ, ತಾನೇ ಹೋಗಿ ಬಾಡಿಗೆ ಸೈಕಲ್ಲನ್ನು ಕೊಂಡು ತಂದು, ಸೀದಾ ಅವರಮ್ಮನಿಗೆ ನೇರವಾಗಿ ಸೈಕಲ್ ಹೊಡೆದುಕೊಂಡು ಬಂದಿದ್ದೇ, ಟ್ರಿಣ್ ಟ್ರಿಣ್ ಸದ್ದು ಮಾಡುತ್ತಾ ಪೂರ್ತಿ ಮೈ ತಾಕುವಂತೆ ತಂದು ನಿಲ್ಲಿಸಿಬಿಟ್ಟಿದ್ದ. ಅಮ್ಮ ಬೆಚ್ಚಿ ಬಿದ್ದು, ಕೈಯಲ್ಲಿನ ತುಪ್ಪದ ದೀಪವನ್ನು ನೆಲಕ್ಕೆ ಬೀಳಿಸಿ ಬಿಟ್ಟಿದ್ದಳು. ಫಣಿರಾಜನಿಗೆ ಇನ್ನಿಲ್ಲದ ನಗು. ಮಗನನ್ನು ಗುರುತಿಸಿದ ಅಮ್ಮ "ನೀನೇನೋ ರಂಡೆಗಂಡ..." ಎಂದು ಕೈ ಎತ್ತಿ ಹೊಡೆಯಲು ಹೋದರೆ, ಫಣಿರಾಜ ಸೈಕಲ್ ಬಿಟ್ಟುಕೊಂಡು ಪುರ್ ಎಂದು ಹೋಗಿಬಿಟ್ಟಿದ್ದ! ಆ ರಾತ್ರಿ ಊಟಕ್ಕೆ ಕುಳಿತಾಗ ಅಮ್ಮ "ಹಟಮಾರಿ, ಹಟಮಾರಿ" ಎಂದು ಬೈಯುತ್ತಲೇ ಬಡಿಸಿದ್ದಳು. ಫಣಿರಾಜ ಮತ್ತು ನಾಣಿ ಕಕ್ಕ ಒಬ್ಬರನ್ನೊಬ್ಬರು ನೋಡಿ ಸಣ್ಣಗೆ ನಕ್ಕಿದ್ದರು. ಆ ಬಾರಿ ಊರಿಗೆ ಹೋಗುವಾಗ ಫಣಿರಾಜನಿಗೆ ಒಂದು ಸೆಕೆಂಡ್ ಹ್ಯಾಂಡ್ ಸೈಕಲ್ ಅನ್ನು ನಾಣಿ ಕಕ್ಕ ಕೊಡಿಸಿ ಹೋಗಿದ್ದ.

ನಾಣಿ ಕಕ್ಕ ಯಾವತ್ತೂ ಒಬ್ಬನೇ ಬರುತ್ತಿದ್ದ. ಹೆಂಡತಿ ಮಕ್ಕಳನ್ನು ಕರೆದು ತರುತ್ತಿರಲಿಲ್ಲ. "ಗಂಗೂಬಾಯಿನ್ನ, ಹುಡುಗರನ್ನ ಕರಕೊಂಡು ಬರಬೇಕಿತ್ತು" ಎಂದು ಅವನಮ್ಮ ಬಾಯಿ ಮಾತಿನಲ್ಲಿ ಹೇಳುವುದಿತ್ತು. ಆ ಮಾತಿಗೆ ಒಂದು ಕ್ಷಣ ಸುಮ್ಮನಿದ್ದ ನಾಣಿ ಕಕ್ಕ, "ಆಕಿ ಸ್ವಭಾವ ನಿಂಗೆ ಗೊತ್ತದಲ್ಲಮ್ಮ. ತಾನೂ ಬರಲ್ಲ, ಮಕ್ಕಳನ್ನೂ ಕಳಿಸಲ್ಲ. ನಂಗಂತೂ ಅಪ್ಪ-ಅಮ್ಮನ ಶ್ರಾದ್ಧ ತಪ್ಪಿಸೋ ಹಂಗಿಲ್ಲ. ಬಂದೇ ಬರ್ತೀನಿ" ಎಂದು ವಿಷಾದದಿಂದಲೇ ಹೇಳುತ್ತಿದ್ದ. ಅಮ್ಮ ಮತ್ತೆ ಕೆದಕಲು ಹೋಗುತ್ತಿರಲಿಲ್ಲ. ಆದರೆ ಕಕ್ಕ ಇಲ್ಲದ ಹೊತ್ತಿನಲ್ಲಿ ಅಪ್ಪನ ಹತ್ತಿರ ವಟವಟ ಶುರುವಿಡುತ್ತಿದ್ದಳು. "ನಿಮ್ಮ ತಮ್ಮ ಸ್ವಲ್ಪ ಗಟ್ಟಿಯಾಗಬೇಕು ನೋಡ್ರಿ. ಆಕಿ ಬುಗುರಿ ಆಡಿಸಿದಂಗೆ ಆಡಿಸ್ತಾ ಇದಾಳೆ. ಗಂಡ ಅನ್ನೋ ಮರ್ಯಾದೆ ಕೂಡಾ ಇಲ್ಲ. ಏನೋ ಬ್ಯಾಂಕಿನಾಗೆ ಕೆಲಸ ಮಾಡಿ ಒಂದಿಷ್ಟು ದುಡೀತಾನೆ ಅಂತ ಮನೆಯಾಗೆ ಇಟ್ಟುಗೊಂಡಾಳೆ. ಇಲ್ಲಾ ಅಂದ್ರೆ ಯಾವತ್ತೋ ಹೊರಗೆ ಹಾಕಿ ಬಿಡಾಕಿ. ಅಂತಾ ಚಂಡಿ ಹೆಂಗಸನ್ನ ನಾನಂತೂ ನೋಡಿಲ್ಲ ಬಿಡ್ರಿ" ಎಂದು ಶುರು ಮಾಡುತ್ತಿದ್ದಳು. ಅಪ್ಪನಿಗೆ ಬಿಸಿ ತುಪ್ಪ. ಖಾಸಾ ತಮ್ಮನ ಅವಸ್ಥೆ ಗೊತ್ತಿಲ್ಲ ಅಂತೇನೂ ಅಲ್ಲ. ಆದರೆ ಎಷ್ಟೇ ಸ್ವಂತ ತಮ್ಮ ಎಂದರೂ ತಾನು ನಿಂತು ಆ ಸಂಸಾರವನ್ನು ಸರಿಪಡಿಸುವುದು ಹೇಗೆ? ಗಂಡನ್ನ ಹಿಗ್ಗಾಮುಗ್ಗ ಬೈಯುವಾಕೆ ತನ್ನ ಮಾತನ್ನು ಕೇಳುತ್ತಾಳೆಯೆ? "ಅವರವರು ಪಡಕೊಂಡು ಬಂದಿದ್ದು. ಎಲ್ಲಾ ಪ್ರಾರಬ್ಧ" ಅಂತ ನಿಟ್ಟುಸಿರು ಬಿಡುತ್ತಿದ್ದ.

ಕಳೆದ ಮೂರು ವರ್ಷಗಳಿಂದ ನಾಣಿ ಕಕ್ಕ ಊರಿಗೆ ಬಂದಿರಲಿಲ್ಲ. "ಸೀನಣ್ಣ ಮತ್ತು ವೈನಿಗೆ ನಮಸ್ಕಾರಗಳು. ಯಾಕೋ ಆರೋಗ್ಯ ಸರಿಯಿಲ್ಲ. ನಿದ್ರಾಹೀನತೆ ನನ್ನನ್ನು ತುಂಬಾ ಕಾಡುತ್ತಿದೆ. ಊರಿಗೆ ಬರುವ ಧೈರ್ಯ ಬರುತ್ತಿಲ್ಲ. ಯಾಕೋ ಅಪ್ಪ-ಅಮ್ಮನಿಗೆ ನನ್ನ ಕೈಯಿಂದ ಊಟ ಬಡಿಸಿಕೊಳ್ಳುವ ಆಸೆ ಕಡಿಮೆಯಾಗಿದೆಯೇನೋ ಅಂತ ಅನುಮಾನ ಆಗ್ತಾ ಅದೆ. ಬದುಕು ಕಷ್ಟ ಅನ್ನಿಸ್ತಾ ಅದೆ. ಬ್ಯಾಂಕಿನ ಉದ್ಯೋಗವನ್ನೂ ಸರಿಯಾಗಿ ನಿಭಾಯಿಸಿಕೊಳ್ಳಲು ಆಗುತ್ತಿಲ್ಲ. ಆ ಗುರುರಾಯರ ಮನಸ್ಸಿನಲ್ಲಿ ಏನಿದೆಯೋ ನಾ ಕಾಣೆ. ಚಿರಂಜೀವಿ ಫಣಿರಾಜನಿಗೆ ನನ್ನ ಆಶೀರ್ವಾದಗಳನ್ನು ತಿಳಿಸುವುದು" ಎನ್ನುವ, ಹದಿನೈದು ಪೈಸೆಯ ಕಾಗದ ಬರೋದು. ಅಪ್ಪನಿಗೆ ಈ ಪತ್ರಗಳನ್ನು ಓದಿ ಸಾಕಷ್ಟು ಚಿಂತೆಯಾಗೋದು. ತಮ್ಮನ ಪರಿಸ್ಥಿತಿಯ ಬಗ್ಗೆ ಕಾಳಜಿಯಾಗಿ ಸಪ್ಪಗಾಗುತ್ತಿದ್ದರು. ಆದರೆ ಅಮ್ಮ ಮಾತ್ರ ಒಂದೇ ಸಮನೆ ವಟಗುಟ್ಟೋಳು. "ಆ ಗಂಗೂಬಾಯಿ ಸಾಮಾನ್ಯ ಹೆಣ್ಣಲ್ಲ. ಆತ ನೆಮ್ಮದಿಯಿಂದ ಬದುಕೋದಕ್ಕೆ ಬಿಟ್ಟಿರಲ್ಲ. ಎಲ್ಲದಕ್ಕೂ ಹಂಗಿಸಿ ಹಂಗಿಸಿ ಮನೆ ನರಕ ಮಾಡಿಟ್ಟು ಬಿಟ್ಟಿರ್ತಾಳೆ. ನೆಮ್ಮದಿ ಇಲ್ಲದ ಮನೆಯಾಗೆ ಮೆತ್ತಗಿನ ಮನುಷ್ಯಗೆ ನಿದ್ದಿ ಎಲ್ಲಿಂದ ಬರ್ತದೆ? ಆತಗೆ ಹುಚ್ಚು ಹಿಡಿಸೋ ತನಕ ಆಕಿಗೆ ಸಮಾಧಾನ ಆಗಲ್ಲ.

ನೋಡ್ತಿರಿ ಬೇಕಾರೆ" ಎಂದು ಶಪಥ ಮಾಡುವಂತೆ ಹೇಳುತ್ತಿದ್ದಳು. ಈಗಾಗಲೇ ಎರಡೂ ಕೈ ಬಿಟ್ಟು ಸೈಕಲ್ ಹೊಡೆಯುವುದನ್ನು ನಾಣಿ ಕಕ್ಕಗೆ ತೋರಿಸಬೇಕೆಂದೂ, ಜೊತೆಗೆ ಗೆಳೆಯನೊಬ್ಬನು ಈಗಾಗಲೇ ಖರೀದಿಸಿದ ಲೂನಾ ಕೂಡಾ ತನಗೆ ಹೊಡೆಯಲು ಬರುತ್ತದೆಂಬುದನ್ನು ಹೇಳಬೇಕೆಂದು ಅತ್ಯಂತ ಕಾತರದಲ್ಲಿರುತ್ತಿದ್ದ ಫಣಿರಾಜಗೆ ಮಾತ್ರ ಇದರಿಂದ ಬೇಸರವಾಗುತ್ತಿತ್ತು.

ಸೀನಣ್ಣಗೆ ಒಮ್ಮೆ ಹೋಗಿ ತಮ್ಮನನ್ನು ನೋಡಿಕೊಂಡು ಬರಬೇಕೆಂದು ಜೀವ ಎಳೆಯೋದು. ಆದರೆ ಎಲ್ಲೋ ದೂರದ ಊರು. ಬಳ್ಳಾರಿ ಜಿಲ್ಲೆಯಲ್ಲಿಯೇ ಬದುಕು ಮಾಡಿದ ಸೀನಣ್ಣಗೆ ಹಾಗೆಲ್ಲಾ ದೂರದ ಊರುಗಳಿಗೆ ಹೋಗಿ ಅಭ್ಯಾಸವಿಲ್ಲ. ಆದರೂ ರಕ್ತ ಹಂಚಿಕೊಂಡು ಹುಟ್ಟಿದ ತಮ್ಮ. ಏನು ಮಾಡುವುದೋ ತೋಚುತ್ತಿರಲಿಲ್ಲ. "ನೀವು ಸುಮ್ಮನಿರಿ. ಅಷ್ಟು ದೂರದ ಊರಿಗೆ ಹೋಗೋದು ಅಂದ್ರೆ ತುಸಾ ಖರ್ಚು ಆಗ್ತದೇನು? ನಿಮ್ಮ ತಮ್ಮ ಆದ್ರೆ ಬ್ಯಾಂಕಿನಾಗೆ ನೌಕರಿ ಮಾಡೋನು. ಕೈ ತುಂಬಾ ಪಗಾರ ಗಳಿಸ್ತಾನೆ. ನಿಮ್ಮದೇನದೆ? ತಿಂಗಳ ಕೊನೀಗೆ ಸಾಲ ಮಾಡದಿದ್ರೆ ದೇವರ ದೀಪ ಈ ಮನಿಯಾಗೆ ಉರಿಯೋ ಹಂಗಿಲ್ಲ. ಇಲ್ಲದ ಹಿರೇತನ ಮಾಡಲಿಕ್ಕೆ ಹೋಗಬ್ಯಾಡರಿ" ಎಂದು ಅಮ್ಮ ಅಂತಿಮ ತೀರ್ಪನ್ನು ಕೊಟ್ಟುಬಿಟ್ಟಿದ್ದಳು.

ಆದರೆ ಹೋಗಲೇ ಬೇಕಾದಂತಹ ಮತ್ತೊಂದು ಕಾಗದ ಬಂತು. ಈ ಬಾರಿ ಸಾಕ್ಷಾತ್ ಗಂಗೂಬಾಯಿ ಬರೆದಿದ್ದಳು. "ತೀರ್ಥರೂಪ ಸಮಾನರಾದ ಸೀನಣ್ಣ ಭಾವಗೆ ನಮಸ್ಕಾರಗಳು. ಅಲ್ಲಿ ಎಲ್ಲವೂ ಕುಶಲವೆಂದು ಭಾವಿಸುತ್ತೇನೆ. ಇಲ್ಲಿ ಮಾತ್ರ ಪರಿಸ್ಥಿತಿ ಹದಗೆಟ್ಟಿದೆ. ನಿಮ್ಮ ತಮ್ಮನವರನ್ನು ಸಂಭಾಳಿಸುವುದು ನಮಗೆ ಕಷ್ಟವಾಗುತ್ತಿದೆ. ಬ್ಯಾಂಕಿಗೆ ಹೋಗುವುದನ್ನು ನಿಲ್ಲಿಸಿ ತುಂಬಾ ಕಾಲವಾಗಿದೆ. ಮಕ್ಕಳನ್ನು ಕಟ್ಟಿಕೊಂಡು ಜೀವನ ನಡೆಸುವುದು ನನಗೂ ಕಷ್ಟವಾಗಿದೆ. ತಾವು ದಯವಿಟ್ಟು ಒಮ್ಮೆ ಇಲ್ಲಿಗೆ ಬಂದು ಸಹಾಯ ಮಾಡಬೇಕೆಂದು ಈ ಮೂಲಕ ವಿನಂತಿಸಿಕೊಳ್ಳುತ್ತೇನೆ. ನೀವು ಇಂತಹ ದಿನ ಬರುತ್ತೀರೆಂದು ತಿಳಿಸಿದರೆ, ಮಗನನ್ನು ರೈಲ್ವೇ ನಿಲ್ದಾಣಕ್ಕೆ ಕಳುಹಿಸುತ್ತೇನೆ. ನಮ್ಮ ವಿಳಾಸವನ್ನು ಪತ್ರದ ಹಿಂದಕ್ಕೆ ಬರೆದಿದ್ದೇನೆ. ವೈನಿಯವರಿಗೆ ಕೇಳಿದೆನೆಂದು ತಿಳಿಸಿ. ಚಿರಂಜೀವಿ ಫಣಿರಾಜನಿಗೆ ಆಶೀರ್ವಾದಗಳು" ಎಂದು ಬರೆದಿದ್ದಳು. ಗಂಗೂಬಾಯಿ ಓದು-ಬರಹ ಬಲ್ಲವಳಲ್ಲ. ಆದರೆ ಮಗನ ಕೈಯಿಂದ ಬರೆಸಿರಬೇಕು ಎಂದು ಅಪ್ಪ ಅಂದಾಜು ಮಾಡಿದರು.

ಈ ಬಾರಿ ಹೋಗಲೇ ಬೇಕೆಂದು ಸೀನಣ್ಣ ನಿರ್ಧಾರ ಮಾಡಿಬಿಟ್ಟರು. ಯಾಕೋ ಮನಸ್ಸಿಗೆ ಕೆಟ್ಟ ಕಲ್ಪನೆಗಳೆಲ್ಲಾ ಬರಲಾರಂಭಿಸಿದವು. ಗಂಗೂಬಾಯಿಯ ಪತ್ರವನ್ನು ನೋಡಿದ ಮೇಲೆ ಯಾಕೋ ಸೀನಣ್ಣನ ಪತ್ನಿಯೂ ತಕರಾರು ತೆಗೆಯಲಿಲ್ಲ. ಕೊನೆಗೆ ಧೈರ್ಯಮಾಡಿ ಇಂತಹ ದಿನ ಬರುತ್ತಿರುವುದಾಗಿ ಪತ್ರ ಬರೆದು ಹಾಕಿದರು. ಆಗಲೇ

ಫಣಿರಾಜ ತಾನೂ ಬರುವುದಾಗಿ ಹಟ ಹಿಡಿದಿದ್ದು. “ಸಂತೋಷದ ಹೊತ್ತಾದ್ರೆ ಹುಡುಗರನ್ನ ಕರಕೊಂಡು ಹೋಗಬೇಕು. ಈ ದುಃಖದ ಹೊತ್ತಿನಲ್ಲಿ ಅವನು ಬೇಡವೇ ಬೇಡ” ಎಂದು ಅಮ್ಮ ಹಟ ಹಿಡಿದಳು. ಫಣಿರಾಜ ಕೇಳಿಯಾನೆ? ನೆಲದ ಮೇಲೆ ಬಿದ್ದು ಹೊರಳಾಡಿ ಅತ್ತ. ಅಮ್ಮ ಒಂದೆರಡು ಏಟು ಬಿಟ್ಟರೂ ಕೇಳಲಿಲ್ಲ. “ಒಂದು ವಾರ ಸ್ಕೂಲು ಬಿಟ್ಟು ಕೂತಿ ಅಂದ್ರೆ ಫೇಲು ಆಗ್ತೀಯೋ... ಮೊದಲೇ ಇಂಗ್ಲಿಷ್‌ನಾಗೆ ನಿಂಗೆ ಸರಿಯಾಗಿ ಮಾರ್ಕ್ಸು ಬರವಲ್ಲು” ಎಂದು ಅಮ್ಮ ಹೆದರಿಸಿ ನೋಡಿದಳು. ಫಣಿರಾಜ ಕೇಳುತ್ತಾನೆಯೆ? ಊಟ ಬಿಟ್ಟು ಹಟ ಹಿಡಿದ. ಕೊನೆಗೆ ಸೋತ ಅವರಪ್ಪ “ಹೋಗಲಿ ಬಿಡೆ. ಹುಡುಗನೂ ಅಷ್ಟು ದೂರದ ಊರು ಯಾವಾಗ ನೋಡಬೇಕು? ಹೆಂಗೂ ರೈಲಿನಾಗೆ ಹೋಗೋದು. ಅರ್ಧ ಚಾರ್ಜು ತೊಗೋತಾರೆ. ಕರಕೊಂಡು ಹೋಗಿ ಬರ್ತೀನಿ” ಎಂದು ಅಂತಿಮ ತೀರ್ಮಾನವನ್ನು ಕೊಟ್ಟುಬಿಟ್ಟರು. ಫಣಿರಾಜನ ಖುಷಿಯನ್ನು ಹಿಡಿದಿಡುವುದಾದರೂ ಹೇಗೆ? ಸೈಕಲ್ ಏರಿದ್ದೇ ಇಡೀ ಊರನ್ನು ನಾಲ್ಕು ಬಾರಿ ಸುತ್ತು ಹಾಕಿ, ಕಂಡ ಕಂಡವರಿಗೆಲ್ಲಾ ತಾನು ದೂರದ ರಾಜಮಂಡ್ರಿಗೆ ಹೋಗುತ್ತಿರುವುದಾಗಿ ಹೇಳಿ ಬಂದ.

ನಾಣಿ ಚಿಕ್ಕಪ್ಪನಿಗೆ ಏನಾದರೂ ಅಮೂಲ್ಯವಾದ ಉಡುಗೊರೆಯನ್ನು ಒಯ್ಯಬೇಕೆಂದು ಅವನ ತಲೆಯಲ್ಲಿ ಬಂದುಬಿಟ್ಟಿತು. ಇಡೀ ದಿನವೆಲ್ಲಾ ಏನು ಒಯ್ಯಬೇಕೆಂದು ತಲೆಕೆಡಿಸಿಕೊಂಡ.

^^^

ರೈಲ್ವೆ ನಿಲ್ದಾಣಕ್ಕೆ ನಾಣಿ ಕಕ್ಕನ ಮಗ ಪ್ರಕಾಶ ಬಂದಿದ್ದ. ಅವನನ್ನು ನೋಡಿದ ನೆನಪೇ ಫಣಿರಾಜನಿಗಿರಲಿಲ್ಲ. ಆದರೆ ನಾಣಿ ಕಕ್ಕನ ಚಹರೆಗಳು ಅವನಲ್ಲಿ ಇದ್ದವು. ಸೀನಣ್ಣ ಮಾತ್ರ ಸಹೋದರನ ಮಗನನ್ನು ಗುರುತು ಹಿಡಿದ. ಅವನ ಮುಂಜಿಗೆ ಸೀನಣ್ಣ ಪತ್ನಿ ಸಮೇತ ಬಂದಿದ್ದ. ಆದರೆ ಯಾಕೋ ಗಂಗೂಬಾಯಿ ಸರಿಯಾದ ಮರ್ಯಾದೆಯನ್ನು ಕೊಡದೆ ಕಡೆಗಣಿಸಿ ಬಿಟ್ಟಳು ಅಂತ ಅನ್ನಿಸಿ ಬಿಟ್ಟು, ನಾರಾಯಣ ಬೇಡಿಕೊಂಡರೂ ಒಂದು ದಿನಕ್ಕೂ ಹೆಚ್ಚು ಅಲ್ಲಿರದೆ ಹೊರಟು ಬಂದಿದ್ದ. ಆಗಿನ್ನೂ ಫಣಿರಾಜ ಹುಟ್ಟಿರಲಿಲ್ಲ. ಮದುವೆಯಾಗಿ ತುಂಬಾ ತಡವಾಗಿ ಅವನು ಹುಟ್ಟಿದ್ದು. ಈಗಲೇ ಮೊದಲ ಸಲ ಫಣಿರಾಜ ಮತ್ತು ಪ್ರಕಾಶ ಒಬ್ಬರನ್ನೊಬ್ಬರು ನೋಡಿಕೊಂಡಿದ್ದು. ಪ್ರಕಾಶ ಈಗ ಬಿಕಾಂ ದ್ವಿತೀಯ ವರ್ಷ ಓದುತ್ತಿದ್ದ. ಅವನಿಗೆ ಒಬ್ಬ ತಂಗಿಯೂ ಇದ್ದಳು. “ಅಪ್ಪ ಹೇಗಿದಾರಪ್ಪಾ?” ಎಂದು ಸೀನಣ್ಣ ಕೇಳಿದ್ದಕ್ಕೆ, “ಹಂಗೇ ಇದಾರೆ ದೊಡ್ಡಪ್ಪ... ಯಾಕೋ ಯಾವುದೂ ಸರಿ ಹೋಗವಲ್ಲು” ಎಂದು

ಹೇಳಿದಾಗಲೇ ಸೀನಣ್ಣ ಅಪಸ್ವರವನ್ನು ಗುರುತಿಸಿದ್ದ. ಪ್ರಕಾಶ ತನ್ನ ಸೈಕಲ್ಲಿನಲ್ಲಿ ಫಣಿರಾಜನನ್ನು ಕೂಡಿಸಿಕೊಂಡು, ಸೀನಣ್ಣನಿಗೆ ಒಂದು ಸೈಕಲ್ ರಿಕ್ಷಾ ಗೊತ್ತು ಮಾಡಿ ಮನೆಗೆ ಕರೆದುಕೊಂಡು ಹೋದ. ಇನ್ನೂ ಬೆಳಗಿನ ಎಂಟು ಗಂಟೆಗೆಲ್ಲಾ ಆ ಊರಲ್ಲಿ ಬಿಸಿಲು ಸುರಿಯುತ್ತಿತ್ತು. ತನಗೂ ಸೈಕಲ್ ಹೊಡೆಯಲು ಬರುತ್ತದೆನ್ನುವ ಸಂಗತಿಯನ್ನು ಫಣಿರಾಜ ತನ್ನ ಹೊಸ ಅಣ್ಣನಿಗೆ ಹೇಳಿದ. ತಮ್ಮ ಊರಿಗಿಂತಲೂ ಬಹಳ ದೊಡ್ಡದಾದ ಈ ಊರು ಫಣಿರಾಜನಲ್ಲಿ ಸೋಜಿಗವನ್ನು ಮೂಡಿಸಿತ್ತು. ಯಾವ ಗೋಡೆಯನ್ನೇ ನೋಡಲಿ, ಸಿನಿಮಾ ಭಿತ್ತಿಪತ್ರಗಳು ದೊಡ್ಡ ದೊಡ್ಡದಾಗಿ ರಾರಾಜಿಸುತ್ತಿದ್ದವು. ನಾಣಿ ಕಕ್ಕನ್ನ ಒಪ್ಪಿಸಿ ಒಂದು ಮೂರು ಸಿನಿಮಾನಾದ್ರೂ ನೋಡಿ ಬಿಡಬೇಕು ಎಂದು ಮನಸ್ಸಿನಲ್ಲಿಯೇ ನಿಶ್ಚಯಿಸಿದ. ಸಂಜೆಯ ಹೊತ್ತು ಪ್ರಕಾಶಣ್ಣನನ್ನು ಒಪ್ಪಿಸಿ, ನದಿಯ ಹತ್ತಿರ ಹೋಗಬೇಕೆಂದು ಕನಸು ಕಂಡ.

ಯಾವುದೋ ಗಲ್ಲಿಯಲ್ಲಿ ಒಂದು ವಠಾರದ ಮನೆ ಅವರದಾಗಿತ್ತು. ಸರಿಯಾಗಿ ಬೆಳಕೂ ಇರಲಿಲ್ಲ. ಜೊತೆಗೆ ಕೆಟ್ಟ ಸೆಕೆಯಿತ್ತು. ವಿದ್ಯುಚ್ಛಕ್ತಿ ಇಲ್ಲದ ಕಾರಣ ದೀಪ ಹಾಕುವಂತೇ ಇರಲಿಲ್ಲ. ಕಣ್ಣುಗಳು ಕತ್ತಲೆಗೆ ಹೊಂದಿಕೊಳ್ಳಲು ಕೆಲವು ನಿಮಿಷಗಳೇ ಹಿಡಿದವು. ಗಂಗೂಬಾಯಿ ಮಾತ್ರ ಮನೆಯಲ್ಲಿದ್ದಳು. ಸಣ್ಣ ಹುಡುಗಿ ಶಾಲೆಗೆ ಹೋಗಿದ್ದಳು. ತಮ್ಮನಾದ ನಾರಾಯಣ ಬ್ಯಾಂಕಿಗೆ ಹೋಗಿರಬೇಕೆಂದು ಸೀನಣ್ಣ ಭಾವಿಸಿದ. ಗಂಗೂಬಾಯಿ ಒಂದು ಚಾಪೆಯನ್ನು ಹಾಸಿ "ಕೂಡ್ರಿ ಭಾವ" ಎಂದು ಉಪಚರಿಸಿದಳು. ಒಂದು ತಂಬಿಗೆ ನೀರನ್ನು ತಂದು ಕೊಟ್ಟು, ಫಣಿರಾಜನಿಗೆ ತಿನ್ನಲೆಂದು ಒಂದು ಬೆಲ್ಲದ ಚೂರನ್ನು ಕೊಟ್ಟಳು. ಅವನ ಗಲ್ಲ, ತಲೆಯನ್ನು ಸವರಿ "ಎಷ್ಟು ದೊಡ್ಡವನಾಗಿ ಬಿಟ್ಟೀಯಲ್ಲೋ... ಎಷ್ಟನೇ ಕ್ಲಾಸು..." ಎಂದು ಕೇಳಿದಳು. ತನ್ನಮ್ಮ ಜರಿಯುವಷ್ಟು ಕೆಟ್ಟವಳು ಈಕೆಯಾಗಿರಲಿಕ್ಕಿಲ್ಲ ಎಂದು ಫಣಿರಾಜನಿಗನ್ನಿಸಿತು.

ಮನೆ ಬೋಳು ಬೋಳಾಗಿತ್ತು. ಇಡೀ ಪಡಸಾಲೆಯಲ್ಲಿ ಕೂಡಲು ಒಂದು ಕುರ್ಚಿಯೂ ಇರಲಿಲ್ಲ. ಮೂಲೆಯಲ್ಲಿ ಒಂದಿಷ್ಟು ಹಾಸಿಗೆಗಳನ್ನು ಪೇರಿಸಿಟ್ಟಿದ್ದರು. ಮತ್ತೊಂದು ತುದಿಯಲ್ಲಿ ಮೆಣಸಿನಕಾಯಿಯನ್ನು ಯಾವುದೋ ಹಳೆಯ ಸೀರೆಯ ಮೇಲೆ ಹರವಿದ್ದರು. ತಾರಸಿಯಲ್ಲಿ ಬಿದಿರಿನ ಕೋಲುಗಳನ್ನು ಕಟ್ಟಿದ್ದು, ಒಂದಿಷ್ಟು ಬಟ್ಟೆಗಳನ್ನು ಹರವಿದ್ದರು. ಎರಡು ಕೋಲುಗಳ ಮಧ್ಯೆ ಎಲ್ಲಿಯೋ ಇದ್ದಿರಬಹುದಾದ ಒಂದು ಗವಾಕ್ಷಿಯ ಮೂಲಕ ಹೌದೋ ಅಲ್ಲವೋ ಎನ್ನುವಂತೆ ಕ್ಷೀಣವಾಗಿ ಬೆಳಕು ಬರುತ್ತಿತ್ತು. ಗೋಡೆಯ ಮೇಲೆ ವೆಂಕಟೇಶ್ವರ ಮತ್ತು ಪದ್ಮಾವತಿಯ ಫೋಟೋವಿದ್ದು, ಅದಕ್ಕೆ ವಯರಿನಿಂದ ಹೆಣೆದ ಹಾರಗಳನ್ನು ಹಾಕಿದ್ದರು. ಆ ಹಾರದ ಬಣ್ಣಗಳು ಏನೆಂಬುದೂ ತಿಳಿಯದಷ್ಟು ಅವು ಹೊಗೆಗೆ ಕಪ್ಪಾಗಿದ್ದವು. ಅಲ್ಲೆಲ್ಲೋ ಫೋಟೋದ

ಹಿಂದುಗಡೆ ಒಂದು ದೊಡ್ಡ ಹಲ್ಲಿ ಹೊರಕ್ಕೆ ಬರುವ ಮತ್ತು ಒಳಕ್ಕೆ ಹೋಗುವ ಆಟವನ್ನು ಆಡಿಕೊಂಡಿತ್ತು.

ಮೂಲೆಯಲ್ಲಿ ಪೇರಿಸಿಟ್ಟ ಹಾಸಿಗೆಗೆ ಆತು ಕುಳಿತ ಗಂಗೂಬಾಯಿ "ಎಲ್ಲಾ ನಮ್ಮ ಪ್ರಾರಬ್ಧ ಕರ್ಮ ಭಾವ" ಎಂದು ಹಣೆ ಹಣೆ ಗಟ್ಟಿಸಿಕೊಂಡಳು. ಆಕೆ ಹಣೆ ಬಡಿದುಕೊಂಡ ರಭಸಕ್ಕೆ ಫಣಿರಾಜ ಬೆಚ್ಚಿದ . ಅಲ್ಲಿ ಎದುರು ಗೋಡೆಗೆ ಲುಂಗಿಯನ್ನು ಉಟ್ಟುಕೊಂಡು ಬಂದ ಪ್ರಕಾಶ ಕುಕ್ಕುರುಗಾಲಿನಲ್ಲಿ ಕುಳಿತುಕೊಂಡ. "ಚಂದಾಗಿಯೇ ಇದ್ದನಲ್ಲಮ್ಮ ನಾರಾಯಣ. ಏನಾಯ್ತು?" ಎಂದು ವಿಷಯ ತಿಳಿದುಕೊಳ್ಳಲು ಸೀನಣ್ಣ ಕೇಳಿದ. "ನಿದ್ದಿ ಬರಲ್ಲ, ನಿದ್ದಿ ಬರಲ್ಲ ಅಂತ ಶುರುವಾಯ್ತು ನೋಡ್ರಿ" ಎಂದು ಗಂಗೂಬಾಯಿ ಪ್ರಾರಂಭಿಸಿದಳು. ತಕ್ಷಣ ಫಣಿರಾಜನಿಗೆ ಆ ರಾತ್ರಿ ನಾಣಿ ಕಕ್ಕ ನಡುರಾತ್ರಿಯಲ್ಲಿ ಕಿಟಕಿಯಲ್ಲಿ ಕುಳಿತು ಚಂದ್ರನನ್ನು ನೋಡುತ್ತಾ ಕುಳಿತ ದೃಶ್ಯ ನೆನಪಾಯ್ತು.

"ಒಂದು ದಿನ ಬರಲಿಲ್ಲ ಅಂದ್ರೆ ಇನ್ನೊಂದು ದಿನ ಬರ್ತದೆ ಅಂತ ನಾನೇ ಬೈದು ಕೂಡುಸ್ತಿದ್ದೆ. ಸಂಸಾರದ ತಾಪತ್ರಯ ನೆನೆಸಿಕೊಂಡ್ರೆ ನಂಗೂ ಎಷ್ಟೋ ದಿನ ನಿದ್ದಿ ಬರಲ್ಲ. ಆದರೆ ಅದನ್ನೇ ದೊಡ್ಡದು ಮಾಡಿಕೊಂಡು ಕೂತ್ರೆ ಸಂಸಾರದ ಗತಿ ಹೆಂಗೆ ಹೇಳ್ರಿ? ವಾರಗಟ್ಟಲೆ ನಿದ್ದೆ ಮಾಡದೆ ಇರೋರು. ಸರಿಯಾಗಿ ನಿದ್ದಿ ಮಾಡಿಲ್ಲ ಅಂದ್ರೆ ಮೈಗೂ ಸುಸ್ತು, ಮನಸ್ಸಿಗೂ ಸುಸ್ತು. ಇವರು ಬ್ಯಾಂಕಿನಾಗೆ ಮಾಡೋದು ಕ್ಯಾಷಿಯರ್ ಕೆಲಸ ಬೇರೆ. ದಿನನಿತ್ಯ ದುಡ್ಡು ಹೆಚ್ಚು ಕಡಿಮೆ ಆಗೋದು. ಕೈಯಿಂದ ಕಟ್ಟಿ ಕೊಡಬೇಕಾಗ್ತಿತ್ತು. ಯಾರೋ ಪುಣ್ಯಾತ್ಮರು ಹೆಚ್ಚು ದುಡ್ಡು ಬಂದದೆ ಅಂತ ವಾಪಸು ಕೊಟ್ಟು ಎಚ್ಚರಿಕೆ ಮಾತು ಹೇಳಿ ಹೋಗ್ತಿದ್ರು. ಆದರೆ ಎಲ್ಲರೂ ಒಳ್ಳೆ ಜನ ಎಲ್ಲಿ ಇರ್ತಾರೆ ಹೇಳ್ರಿ? ನಿಮ್ಮ ಮುಂದೆ ಸುಳ್ಳು ಹೇಳಲ್ಲ ಭಾವ. ಒಂದು ಸಲ ಎಂಟು ಸಾವಿರ ರೂಪಾಯಿ ತಲೆ ಮೇಲೆ ಬಂದು ಬಿಡ್ತು. ಕೆಲಸ ಉಳಿಸ್ಕೋಬೇಕು ಅಂದ್ರೆ ಕಟ್ಟಲೇಬೇಕು ಅಂತ ಮ್ಯಾನೇಜರ್ ಹಟ ಹಿಡಿದ್ರು, ಹುಡುಗಿ ಮದುವೀಗೆ ಅಂತ ಮಾಡಿಸಿಟ್ಟಿದ್ದು ಎರಡೆಳೆ ಸರ, ಕೈಯಾಗಿನ ಬಳೆ ಮಾರಿ ಕೆಲಸ ಉಳಿಸಿಕೊಂಡೆ. ಸುಡುಗಾಡು ಬಂಗಾರದ ಮೇಲೆ ಆಸೆ ಬೇಡ. ಈವತ್ತಲ್ಲ ನಾಳೆ ದೇವರು ಕಣ್ಣು ಬಿಟ್ರೆ ಮತ್ತೊಮ್ಮೆ ಮಾಡಿಸ್ಕೋಬೋದು ಅಂತ ಮನಸ್ಸಿಗೆ ಸಮಾಧಾನ ಮಾಡಿಕೊಂಡೆ. ಇವರಿಗೆ ಕ್ಯಾಷಿಯರ್ ಕೆಲಸ ಬಿಟ್ಟು ಬೇರೆ ಏನಾದ್ರೂ ಸುಲಭದ್ದು ಕೊಡ್ರಪ್ಪ ಅಂತ ನಾನೇ ಬ್ಯಾಂಕಿಗೆ ಹೋಗಿ ಬೇಡಿಕೊಂಡೆ. ಹಂಗೆ ಒಂದು ಅನುಭವ ಇರೋರಿಗೆ ಇನ್ನೊಂದನ್ನ ಕೊಡೋದಕ್ಕೆ ಆಗಲ್ಲಮ್ಮ ಎಂದು ಬಿಟ್ಟರು. ಓದು-ಬರಹ ಬಲ್ಲಾಕಿ ನಾನಲ್ಲ. ಹಂಗೆಲ್ಲಾ ಆಫೀಸುಗಳಿಗೆ ಹೋಗಿ ದೊಡ್ಡವರ ಜೊತೆ ಮಾತನಾಡೋದು ಅಂದ್ರೆ ಅಂಜಿಕಿ ಬರ್ತದೆ. ಆದರೂ ಸಂಸಾರ ಅನ್ನೋದು ಉಳಿದ್ರೆ ಸಾಕಪ್ಪ ತಂದೆ

ಅಂತ ಭಂಡ ಧೈರ್ಯ ಮಾಡಿಕೊಂಡು ಎಲ್ಲಾ ಕಡೀಗೆ ಓಡಾಡಿದೆ" ಎಂದು ಹೇಳಿ ಕಣ್ಣುಗಳನ್ನು ಒರೆಸಿಕೊಂಡರು. "ಸಮಾಧಾನ ಮಾಡಿಕೊಳ್ಳಿ ಗಂಗೂಬಾಯಿ" ಎಂದು ಸೀನಣ್ಣನೂ ಹನಿಗಣ್ಣಾಗಿ ಹೇಳಿದ. ಗೋಡೆಗೆ ಕುಕ್ಕುರುಗಾಲಿನಲ್ಲಿ ಒರಗಿ ಕುಳಿತ ಪ್ರಕಾಶ ಹಿತ್ತಲಿಗೆ ಎದ್ದು ಹೋದ. ಫಣಿರಾಜ ಪಟದ ಹಿಂದಿನ ಹಲ್ಲಿಯನ್ನು ಗಮನಿಸುತ್ತಿದ್ದ. ಜೀವವೇ ಇಲ್ಲವೆನ್ನುವಂತೆ ತಟಸ್ಥವಾಗಿ ಕುಳಿತ ಆ ಹಲ್ಲಿಯು, ಇದ್ದಕ್ಕಿದ್ದಂತೆಯೇ ಸರ್ರನೆ ಚಲಿಸಿ, ಯಾವುದೋ ಪುಟ್ಟ ಹುಳುವನ್ನು ಗಪ್ಪನೆ ಹಿಡಿದು ಬಿಟ್ಟಿತು.

"ಈಗ ಬ್ಯಾಂಕಿಗೆ ಹೋಗೋದು ನಿಲ್ಲಿಸಿ ಆಗಲೇ ಹತ್ತಿರ ಹತ್ತಿರ ಆರು ತಿಂಗಳಾಯ್ತು. ಮೂರು ತಿಂಗಳು ಹೆಂಗೋ ಮಾಡಿ ಸಂಬಳ ಅಂತ ಹೊಂದಿಸಿ ಕೊಟ್ರು. ಆದರೆ ಅವರಾದ್ರೂ ಎಷ್ಟು ದಿನ ಅಂತ ಪುಕ್ಕಟ್ಟೆ ದುಡ್ಡು ಕೊಟ್ಟಾರು ಹೇಳ್ರಿ? ಮನೆ ತುಂಬಾ ಸಾಲ ಆಗಿ ಕೂತದೆ. ಅದೆಲ್ಲಿಂದ ಇಂಥಾ ಹೆದರಿಕೆ ಇವರೊಳಗೆ ಹೊಕ್ಕಂತೋ ಗೊತ್ತಿಲ್ಲ ನೋಡ್ರಿ ಭಾವ. ಏನು ಕಂಡ್ರೂ ಹೆದರಿಕೆ. ಯಾವ ಕೆಲಸ ಮಾಡಬೇಕು ಅಂದ್ರೂ ಹೆದರಿಕೆ. ಕಡೀಗೆ ಸ್ನಾನ ಮಾಡಪ್ಪ, ಊಟ ಮಾಡಪ್ಪ ಅಂದ್ರೂ ಹೆದರಿಕೆ. ಇಂಥಾ ಪರಿ ಹೆದರಿಕೆ ಇದ್ರೆ ಇನ್ನು ರಾತ್ರಿ ಹೆಂಗೆ ನಿದ್ದಿ ಬಂದೀತು ಹೇಳ್ರಿ? ಹುಚ್ಚುಚ್ಚಾರೆ ಮಾತಾಡೋರು. ಹುಡುಗುರನ್ನ ಬೇರೆಯವರ ಮನೀಗೆ ನಿದ್ದಿ ಮಾಡಲಿಕ್ಕೆ ಅಂತ ಕಳುಹಿಸಲಿಕ್ಕೆ ಶುರು ಮಾಡಿಬಿಟ್ಟೆ. ನಾನಂತೂ ಕಟ್ಟಿಗೊಂಡಾಕಿ? ಎಲ್ಲಿಗೆ ಹೋಗ್ಲಿ ಹೇಳ್ರಿ? ಪೂರ್ವಾರ್ಜಿತ ಕರ್ಮ ಅಂತ ಅನುಭವಿಸ್ತಾ ಇದ್ದೀನಿ. ನಾನೂ ಅವರಂಗೆ ಎಲ್ಲಿ ಆಗಿ ಬಿಡ್ತೀನೋ ಅಂತ ಅಂಜಿಕಿ ಬರ್ತದೆ ಸೀನಣ್ಣ ಭಾವ" ಎಂದು ಹೇಳಿ ಮತ್ತಷ್ಟು ಕಣ್ಣೀರು ಸುರಿಸಿ, ಸೆರಗಿನಿಂದ ಒರೆಸಿಕೊಂಡಳು. "ಭಲೋ ಡಾಕ್ಟರಿಗನ್ನಾ ತೋರಿಸಬೇಕಿತ್ತಲ್ಲೇನಮ್ಮಾ?" ಎಂದು ಸೀನಣ್ಣ ಕೇಳಿದರು.

"ಅದೂ ಆಯ್ತು. ನಿದ್ದಿ ಮಾತ್ರಿ ಬರೆದು ಕೊಡ್ತಾರೆ. ನಾಲ್ಕು ದಿನ ಕೊಟ್ಟರೆ ಛಂದಾಗಿ ನಿದ್ದಿ ಮಾಡ್ತಾರೆ. ಆದರೆ ಬೆಳಿಗ್ಗೆ ಎದ್ದ ತಕ್ಷಣ ಮಂಕು ಹಿಡಿದವರಂಗೆ ಕೂತುಬಿಡ್ತಾರೆ. ಯಾವ ಕೆಲಸ ಮಾಡೋದಕ್ಕೂ ಉತ್ಸಾಹ ಇಲ್ಲದಂಗೆ ಆಗ್ತಾರೆ. ಐದನೇ ದಿನದಿಂದ ಆ ಮಾತ್ರಿನೂ ಕೆಲಸ ಮಾಡಂಗಿಲ್ಲ. ಇನ್ನೂ ಒಂದು ಮಾತ್ರಿ ಜಾಸ್ತಿ ಕೊಡು ಅಂತಾರೆ. ಎಲ್ಲೀ ತನಕ ಹಿಂಗೇ ಮುಂದುವರೆಸ್ಲಿ? ಹೊಟ್ಟಿಗೆ ತಿನ್ನಲಿಕ್ಕೇ ದುಡ್ಡು ಇಲ್ಲ. ತವರು ಮನಿಯವರು ಮಾಡೋ ಅಷ್ಟು ಸಹಾಯ ಮಾಡಿದ್ರು. ಆಮೇಲಕ್ಕೆ ಅವರೂ ತಣ್ಣಗಾದ್ರು. ದೇವರು, ದಿಂಡ್ರು, ಮಂತ್ರ, ತಂತ್ರ ಅಂತ ನಂಗೆ ಗೊತ್ತಿದ್ದೆಲ್ಲಾ ಮಾಡಿಸ್ದೆ. ಯಾವುದೂ ಫಲ ಕೊಡಲಿಲ್ಲ. ನಾನು ಎಲ್ಲಿಗಂತ ಓಡಿ ಹೋಗ್ಲಿ ಹೇಳ್ರಿ?" ಎಂದು ಪ್ರಶ್ನಿಸಿದಳು.

ಸೀನಣ್ಣನಿಗೆ ಮತ್ತೇನು ಮಾತನಾಡಬೇಕೆಂದು ತೋಚಲಿಲ್ಲ. ಗಂಗೂಬಾಯಿಯ ಒದ್ದಾಟವೂ ಹೃದಯಕ್ಕೆ ತಟ್ಟುತ್ತಿತ್ತು. ನಾರಾಯಣ ಹತ್ತಿರದಲ್ಲಾದರೂ ಇದ್ದಿದ್ದರೆ

ಏನಾದರೂ ಒದ್ದಾಡಬಹುದಿತ್ತು. ಇಷ್ಟು ದೂರ ಯಾವುದೋ ಊರಿಗೆ ಬಂದು ಸೇರಿಕೊಂಡು ಬಿಟ್ಟ. ಬಳ್ಳಾರಿ ಜಿಲ್ಲೆಯವರಾದ್ದರಿಂದ ನಮಗೆ ಕನ್ನಡ ಮಾಧ್ಯಮದಲ್ಲೂ, ತೆಲುಗು ಮಾಧ್ಯಮದಲ್ಲೂ ಓದುವ ಸಾಧ್ಯತೆಗಳಿದ್ದವು. ಮನೆಯಲ್ಲಿ ಮಾತಾಡುತ್ತಿದ್ದುದು ಕನ್ನಡ. ಅದಕ್ಕೇ ನಾನು ಕನ್ನಡ ಮಾಧ್ಯಮದಲ್ಲಿ ಓದಿ ಕರ್ನಾಟಕದಲ್ಲಿ ಉಳಿದುಕೊಂಡು ಬಿಟ್ಟೆ. ಆದರೆ ನಾರಾಯಣಗೆ ಸಿನಿಮಾ ನೋಡೋ ವಿಪರೀತ ಹುಚ್ಚು. ಅಮ್ಮನ್ನ ಗೋಳಾಡಿಸಿ ಹಣ ಕಸಿದುಕೊಂಡು ಸಿನಿಮಾಕ್ಕೆ ಹೋಗ್ತಿದ್ದ. ಆಗ ಬರೀ ತೆಲುಗು ಸಿನಿಮಾಗಳದೇ ಭರಾಟೆ. ಎನ್ಟಿಆರ್, ನಾಗೇಶ್ವರ ರಾವ್ ಅಂದ್ರೆ ಸಾಕ್ಷಾತ್ ದೇವರು ಇದ್ದಂಗೇ ಆಗಿತ್ತು. ಅವುಗಳ ಮುಂದೆ ಕನ್ನಡ ಸಿನಿಮಾಗಳು ಸಪ್ಪೆಯಾಗಿ ಬಿಡುತ್ತಿದ್ದವು. ಆ ಕಾರಣಕ್ಕೋ ಏನೋ, ತೆಲುಗು ಮಾಧ್ಯಮದಲ್ಲಿಯೇ ಓದ್ತೀನಿ ಅಂತ ಹಟ ಹಿಡಿದು ಓದಿದ. ವಿದ್ಯಾಭ್ಯಾಸ ಮುಗಿದ ಮೇಲೆ ಅವನು ತೆಲುಗು ರಾಜ್ಯದಲ್ಲಿಯೇ ಕೆಲಸ ಮಾಡುತ್ತಾ ಸುತ್ತಾಡಲಾರಂಭಿಸಿದ. ನಾನು ಕರ್ನಾಟಕದಲ್ಲಿ ಉಳಿದೆ. ಬಾಲ್ಯದಲ್ಲಿ ಓದಿದ ಭಾಷೆಯ ಮಾಧ್ಯಮ ನಮ್ಮಿಬ್ಬರನ್ನೂ ಎಷ್ಟೊಂದು ದೂರ ಮಾಡಿ ಬಿಡ್ತಲ್ಲಾ ಎಂದು ಸಂಕಟವಾಯ್ತು.

ಫಣಿರಾಜನಿಗೆ ಇವರಿಬ್ಬರ ಮಾತು ಏನೂ ಅರ್ಥವಾಗದೆ ಬೋರು ಹೊಡೆಯುತ್ತಿತ್ತು. ಪ್ರಕಾಶಣ್ಣನ ಜೊತೆ ಹೊರಗೆ ಹೋಗಿ ಯಾವುದಾದರೂ ಸಿನಿಮಾಕ್ಕೆ ಹೋದರೆ ಹೇಗೆ ಎಂಬ ಆಲೋಚನೆ ಬರುತ್ತಿತ್ತು. ಬೆಳಿಗ್ಗೆಯಿಂದ ಹೊಟ್ಟೆಗೆ ಏನೂ ಬಿದ್ದಿರಲಿಲ್ಲವಾದ ಕಾರಣ ಹಸಿವೆಯೂ ಆಗುತ್ತಿತ್ತು. ಆದರೆ ಅಂತಹ ಗಂಭೀರ ಮಾತಿನ ನಡುವೆ ತನ್ನ ಸಮಸ್ಯೆಯನ್ನು ಹೇಳಲು ಹೋದರೆ ಅಪ್ಪ ಬೈದಾರೆಂದು ಗಾಬರಿಯಾಗಿ ಸುಮ್ಮನೆ ಕುಳಿತಲ್ಲಿಯೇ ಒದ್ದಾಡುತ್ತಿದ್ದ. ಅವರು ಕೂತ ಚಾಪೆ ಅಲ್ಲಲ್ಲಿ ಹರಿದಿತ್ತು. ಅದರಿಂದ ಒಂದೊಂದೇ ಕಡ್ಡಿಯನ್ನು ಕಿತ್ತು, ಅದನ್ನು ಸಣ್ಣ ಸಣ್ಣ ತುಂಡುಗಳಾಗಿ ಮಾಡುತ್ತಿದ್ದ. ಅದನ್ನು ಸೂಕ್ಷ್ಮವಾಗಿ ಗಮನಿಸಿದ ಸೀನಣ್ಣ ಅವನ ಕೈಮೇಲೆ ಫಟ್ ಎಂದು ಹೊಡೆದು, ಕಣ್ಣಿನಿಂದಲೇ ಸುಮ್ಮನೆ ಕೂಡು ಎಂದು ಗದರಿದ.

"ನಾರಾಯಣ ಎಷ್ಟು ಹೊತ್ತಿಗೆ ಬರ್ತಾನೆ ಗಂಗೂಬಾಯಿ. ಅವನನ್ನ ನೋಡೋಣ, ಮಾತಾಡಿಸೋಣ ಅನ್ನಿಸ್ತಾ ಅದೆ" ಎಂದು ಸೀನಣ್ಣ ಕೇಳಿದ. ಅದಕ್ಕೆ ಉತ್ತರಿಸದ ಗಂಗೂಬಾಯಿ "ಪ್ರಕಾಶೂ... ಲೇ ಪ್ರಕಾಶೂ..." ಎಂದು ಕೂಗಿದಳು. ಹಿತ್ತಲಿನಿಂದ ಪ್ರಕಾಶು ಓಡಿ ಬಂದ. "ನಿಮ್ಮಪ್ಪನಂತೆ ಚೂರು ತೋರಿಸಪ್ಪಾ..." ಎಂದು ಹೇಳಿದಳು. ಪ್ರಕಾಶ ಕೋಣೆಯ ಕಡೆಗೆ ಹೋಗಿ, ಚಿಲಕವನ್ನು ತೆರೆದು "ಬರ್ರಿ..." ಅಂದ. ಸೀನಣ್ಣಗೆ ಈ ಮಾತಿನಿಂದ ಆಘಾತವಾಯ್ತು. ಅಂದರೆ ನಾರಾಯಣ ಇಲ್ಲಿಯ ತನಕ ಮನೆಯಲ್ಲಿಯೇ ಇದ್ದನೆ? ತಾನು ಬಂದು ಇಷ್ಟು

ಹೊತ್ತು ಮಾತನಾಡಿದರೂ ತನ್ನನ್ನು ಬಂದು ಕಾಣಬೇಕು ಎಂದು ಅನ್ನಿಸಲಿಲ್ಲವೆ? ಏನಾಗಿದೆ ಅವನಿಗೆ?

ಕೋಣೆಯೊಳಕ್ಕೆ ಹಗೂರಕ್ಕೆ ಹೆಜ್ಜೆಯಿಟ್ಟರು. ಫಣಿರಾಜ ಅಪ್ಪನನ್ನು ಹಿಂಬಾಲಿಸಿದ. ಕೋಣೆಯಲ್ಲಿ ಕತ್ತಲಿತ್ತು. ಪ್ರಕಾಶ ಮೂಲೆಯಲ್ಲಿದ್ದ ಒಂದು ಕಿಟಕಿಯ ಮೇಲಿನ ಬಾಗಿಲನ್ನು ತೆರೆದ. ಸ್ವಲ್ಪ ಮಟ್ಟಿಗೆ ಮಂದ ಬೆಳಕು ಒಳನುಗ್ಗಿತು. ಸೀನಣ್ಣನ ಕಣ್ಣುಗಳು ಕತ್ತಲಿಗೆ ಹೊಂದಿಕೊಂಡವು. ಇಡೀ ರೂಮಿನಲ್ಲಿ ಬರೀ ಒಂದು ಕಬ್ಬಿಣದ ಮಂಚವಿತ್ತು. ಅದರ ಮೇಲೆ ಒಂದು ಹರಿದ ಹಾಸಿಗೆ. ಮೇಲುಚೀಲವಿಲ್ಲದ ಒಂದು ಕೊಳೆಯಾದ ದಿಂಬು. ನಾರಾಯಣ ಮಂಚಕ್ಕೆ ಒರಗಿ ಕುಳಿತುಕೊಂಡು ನಿದ್ದೆ ಮಾಡುತ್ತಿದ್ದ. ಅವನ ಎರಡೂ ಕೈಗಳನ್ನು ಗಂಗೂಬಾಯಿಯ ಹಳೆಯ ಸೀರೆಯೊಂದರಿಂದ ಮಂಚಕ್ಕೆ ಕಟ್ಟಿ ಹಾಕಲಾಗಿತ್ತು. ಒಂದು ಹರಿದ ಬನಿಯನ್ನು ಮತ್ತು ಪಟ್ಟೆಪಟ್ಟೆಯ ಚಡ್ಡಿಯ ಹೊರತಾಗಿ ಬೇರೇನೂ ಬಟ್ಟೆಯನ್ನು ಹಾಕಿಕೊಂಡಿರಲಿಲ್ಲ. ಗಡ್ಡ-ಮೀಸೆಗಳು ಬೋಳಿಸದೆ ತಿಂಗಳುಗಳೇ ಕಳೆದಿದ್ದವು. ಕೂದಲು ನೆರೆತಿತ್ತು. ಇಡೀ ರೂಮಿನಲ್ಲಿ ಒಂದು ತರಹದ ಮಾಸಲು ವಾಸನೆ ಮೂಗಿಗೆ ಬಡಿಯುತ್ತಿತ್ತು. ಆ ದೃಶ್ಯವನ್ನು ನೋಡಿ ಸೀನಣ್ಣಗೆ ದುಃಖ ಉಕ್ಕಿ ಬಂದು ಕಣ್ಣೀರು ಬಂತು. ಪರಿಸ್ಥಿತಿ ಈ ಮಟ್ಟಕ್ಕೆ ಹೋಗಿದೆ ಎಂದು ಆತ ಖಂಡಿತಾ ಊಹಿಸಿರಲಿಲ್ಲ. ಫಣಿರಾಜನಿಗೆ ಭಯವಾಗಿ ಅಪ್ಪನ ಕಾಲ ದೆಸೆಯಲ್ಲಿ ಹೋಗಿ ಬಚ್ಚಿಟ್ಟುಕೊಂಡ.

"ಎಷ್ಟು ಮಾತ್ರೆ ಕೊಟ್ಟರೂ ರಾತ್ರಿ ನಿದ್ದೆ ಮಾಡಲಿಲ್ಲ. ಈಗ ಸ್ವಲ್ಪ ಜೊಂಪು ಹತ್ತಿದಂಗೆ ಅದೆ" ಎಂದು ಹೇಳಿ, ಅವರಪ್ಪನ ಬಳಿ ಹೋಗಿ "ಅಪ್ಪ, ಅಪ್ಪ... ಯಾರು ಬಂದಾರೆ ನೋಡು" ಎಂದು ಅಲ್ಲಾಡಿಸಿ ಎಚ್ಚರಿಸಿದ. "ಆತನ್ನ ಯಾಕೆ ಎಚ್ಚರ ಮಾಡ್ತಿ ಬಿಡು" ಎಂದು ಹೇಳಬೇಕೆಂದುಕೊಂಡ ಸೀನಣ್ಣನ ಮಾತುಗಳು ತುಟಿಯಿಂದ ಹೊರಬರಲಿಲ್ಲ. ನಾರಾಯಣ ನಿಧಾನಕ್ಕೆ ಕಣ್ಣುಬಿಟ್ಟ. ಸೋತು ಹೋಗಿದ್ದ. ಕಣ್ಣುಗಳಲ್ಲಿ ಜೀವವೇ ಇರಲಿಲ್ಲ. ಅಣ್ಣನನ್ನು ಒಂದೆರಡು ಕ್ಷಣ ಪಿಳಿಪಿಳಿ ಕಣ್ಣುಗಳಿಂದ ನೋಡಿದ. "ನಾನೋ ನಾರಾಯಣ. ನಿಮ್ಮಣ್ಣ..." ಎಂದು ಸೀನಣ್ಣ ಹತ್ತಿರ ಹೋದ. ಗುರುತು ಸಿಕ್ಕಿತು. "ಸೀನಣ್ಣ..." ಅಂತ ಆರ್ದ್ರವಾಗಿ ಕರೆದ. ಮುಖದಲ್ಲಿ ದುಃಖವೋ, ಖುಷಿಯೋ ಎಂತಹುದೋ ಭಾವವೊಂದು ಸುಳಿದು ಹೋಯ್ತು. ಸೀನಣ್ಣ ಆತನ ಕೈಗೆ ಕಟ್ಟಿದ್ದ ಸೀರೆಯ ಗಂಟನ್ನು ಬಿಡಿಸಲಾರಂಭಿಸಿದ. "ಬೇಡ ದೊಡ್ಡಪ್ಪ..." ಅಂತ ಪ್ರಕಾಶ ಏನೋ ಹೇಳಲು ಹೋದ. ನೀನು ಸುಮ್ಮನಿರು ಎನ್ನುವಂತೆ ಸೀನಣ್ಣ ಕೈ ಮಾಡಿದ.

ನಾರಾಯಣ ಎರಡೂ ಕೈಗಳನ್ನು ಗಾಳಿಯಲ್ಲಿ ಅಲ್ಲಾಡಿಸುತ್ತಾ "ಮುಗೀತು... ಎಲ್ಲಾ ಮುಗೀತು..." ಎಂದು ಕ್ಷೀಣವಾಗಿ, ಜೀವಸತ್ತ ಧ್ವನಿಯಲ್ಲಿ ಹೇಳಿದ.

ತನಗಿಂತಲೂ ಎರಡು ವರ್ಷ ಚಿಕ್ಕವನಾದ ನಾರಾಯಣ ಅಂತಹ ಮಾತನಾಡಿದ್ದು ಕೇಳಿ ಸೀನಣ್ಣಗೆ ಹೊಟ್ಟೆಯಲ್ಲಿ ಸಂಕಟವಾಯ್ತು. "ಅಂಥಾ ಮಾತು ಯಾಕೆ ಆಡ್ತೀಯೋ... ಬಿಡ್ತೂ ಅನ್ನು... ನೂರು ವರ್ಷ ಬದುಕುವಿಯಂತೆ..." ಎಂದು ಸೀನಣ್ಣ ಬೈಯುವಂತೆ ಮಾತಾಡಿದರೂ, ಅದರಲ್ಲಿ ಹೆದರಿಕೆ ಮತ್ತು ಅಳುಬುರುಕು ಧ್ವನಿಯಿತ್ತು. ಈಗ ನಾರಾಯಣನ ದೃಷ್ಟಿ ದೂರದಲ್ಲಿ ಮುದುಡಿ ನಿಂತಿದ್ದ ಫಣಿರಾಜನ ಕಡೆಗೆ ಹೋಯ್ತು. "ಬಾ... ಕಕ್ಕಗೆ ನಮಸ್ಕಾರ ಮಾಡು" ಎಂದು ಸೀನಣ್ಣ ಮಗನನ್ನು ಕರೆದ. ಭಯದಿಂದಲೇ ಫಣಿರಾಜ ನಿಧಾನಕ್ಕೆ ನಡೆದು ಬಂದು ಕಕ್ಕನಿಗೆ ನಮಸ್ಕರಿಸಿದ. ನಾರಾಯಣ ಕೃಶವಾದ ಕೈಗಳಿಂದ ಅವನ ತಲೆ ಗಲ್ಲವನ್ನು ಸವರಿದ. ತನ್ನ ಊರಿಗೆ ಬಂದು ಸೈಕಲ್ ಕಲಿಸಿದ ನಾಣಿ ಕಕ್ಕ ಈತ ಅಲ್ಲವೇ ಅಲ್ಲ ಎನ್ನುವ ಭಾವ ಫಣಿರಾಜಗೆ ಬಂತು.

"ಈಗ ಕೈ ಬಿಟ್ಟು ಸೈಕಲ್ ಹೊಡೀತಾನೆ... ಆ ಬಳ್ಳಾರಿ ಬಿಸಿಲೆಲ್ಲಾ ಅವನ ಪಾಲೇ..." ಎಂದು ಸೀನಣ್ಣ ನಗುಮುಖ ಮಾಡಿಕೊಂಡು ಹೇಳಿದ. ನಾರಾಯಣನ ಮುಖದಲ್ಲಿ ನಗೆಯು ಮಿಂಚಿತು. "ನಿಂಗೆ ಕೊಡಬೇಕು ಅಂತ ಏನೋ ತಂದಾನೆ... ಕೊಡೋ ಫಣಿ" ಎಂದು ಮಗನಿಗೆ ಹೇಳಿದ. ಫಣಿ ಫಕ್ಕನೆ ಹೊರಗೆ ಓಡಿ ಹೋಗಿ, ಚೀಲದಲ್ಲಿ ಇಟ್ಟಿದ್ದ ನೋಟ್ ಪುಸ್ತಕವೊಂದನ್ನು ತಂದ. ಅದನ್ನು ನಾಣಿ ಕಕ್ಕನಿಗೆ ಕೊಟ್ಟ. ನಾಣಿ ಕಕ್ಕ ಒಂದೊಂದೇ ಪುಟಗಳನ್ನು ತಿರುವಲಾರಂಭಿಸಿದ. ಈಗಾಗಲೇ ಯಾವುದೋ ವಿಷಯದ ಪ್ರಶ್ನೋತ್ತರಗಳನ್ನು ಬರೆದ ಪುಸ್ತಕವದಾಗಿತ್ತು. ಆದರೆ ಬರೆದ ಪುಟಗಳ ಮೇಲೇ ವಿಶೇಷವಾದ ಬೆಂಕಿಪೊಟ್ಟಣದ ಮೇಲಿರುವ ಚಿತ್ರಗಳನ್ನು ಅಂಟಿಸಲಾಗಿತ್ತು. ಸೂರ್ಯ ಉದಯಿಸುತ್ತಿರುವ ಚಿತ್ರ, ಬಾಹುಬಲಿಯ ಚಿತ್ರ, ಕೈಯಲ್ಲಿ ಬೆಂಕಿಯ ಜ್ವಾಲೆಯನ್ನು ಹಿಡಿದು ಓಡುತ್ತಿರುವ ಸ್ಪರ್ಧಾಳುವಿನ ಚಿತ್ರ, ಸುಂದರವಾದ ಹುಂಜದ ಚಿತ್ರ, ಸೇವಂತಿಗೆ ಹೂವಿನ ಚಿತ್ರ, ರೈತ ದಂಪತಿಯೊಂದು ತಲೆಯ ಮೇಲೆ ಹುಲ್ಲಿನ ಹೊರೆಯನ್ನು ಹೇರಿಕೊಂಡು ಕುರಿಯ ಜೊತೆ ಮನೆಯ ಕಡೆಗೆ ಹೊರಟಿರುವ ಚಿತ್ರ, ಜಿಗಿಯುವ ಜಿಂಕೆಯ ಚಿತ್ರ, ಧೈರ್ಯದಿಂದ ಕುಳಿತ ಸಿಂಹದ ಚಿತ್ರ... ಒಂದೆ, ಎರಡೆ! ನಾಲ್ಕಾರು ವರ್ಷ ಫಣಿರಾಜ ಬೀದಿ ಬೀದಿ ಅಡ್ಡಾಡಿ ಆಯ್ಕೆ ಮಾಡಿದ ಬೆಂಕಿಪೊಟ್ಟಣದ ಸುಂದರ ಚಿತ್ರಗಳ ಆಲ್ಬಂ ಅದಾಗಿತ್ತು. ಎಷ್ಟೋ ಬಾರಿ ಗೋಲಿ ಆಟಕ್ಕೆ ಈ ಬೆಂಕಿ ಪೊಟ್ಟಣ ಚಿತ್ರಗಳನ್ನೇ ಪಣವಾಗಿ ಒಡ್ಡಿ, ಸಾಕಷ್ಟು ಸುಂದರವಾದ ಹೊಸ ಚಿತ್ರಗಳನ್ನು ಅವನು ಆಟದಲ್ಲಿ ಗೆದ್ದಿದ್ದ. ಬೆಂಕಿಪೊಟ್ಟಣದ ಮೇಲಿನ ಭಾಗವನ್ನು ರಾತ್ರಿ ನೀರಿನಲ್ಲಿ ನೆನೆ ಇಟ್ಟರೆ, ಬೆಳಿಗ್ಗೆ ಹಗೂರಕ್ಕೆ ಅದರ ಚಿತ್ರದ ಕಾಗದ ಬಿಟ್ಟುಕೊಳ್ಳುತ್ತಿತ್ತು. ಅದನ್ನು ತೆಗೆದುಕೊಂಡು ಬಿಸಿಲಿನಲ್ಲಿ ಒಣಗಿಸಿ, ನಂತರ ನೋಟ್ ಪುಸ್ತಕಕ್ಕೆ ಅಂಟಿಸುತ್ತಿದ್ದ. ದಿನಕ್ಕೆ ಒಂದೆರಡು ಬಾರಿಯಾದರೂ

ಈ ಪುಸ್ತಕದ ಎಲ್ಲಾ ಪುಟಗಳ ಮೇಲೆ ಕಣ್ಣು ಹಾಯಿಸದಿದ್ದರೆ ಅವನ ಜೀವ ತಡೆಯುತ್ತಿರಲಿಲ್ಲ. ಅಂತಹ ಅತ್ಯಮೂಲ್ಯವಾದ ಉಡುಗೊರೆಯನ್ನು ಸೈಕಲ್ ಕಲಿಸಿದ ಕಕ್ಕನಿಗಾಗಿ ತಂದಿದ್ದ. ಮೊದಲ ಪುಟದಲ್ಲಿ ಕೆಂಪು ಬಣ್ಣದ ಅಕ್ಷರದಲ್ಲಿ "ನಾಣಿ ಕಕ್ಕನಿಗೆ..." ಎಂದು ಬರೆದು, ಮೇಲೆ ಒಂದು ಸೈಕಲ್ ಚಿತ್ರವನ್ನು ಬಿಡಿಸಿದ್ದ. ನಾರಾಯಣ ಕಕ್ಕ ಒಂದೊಂದು ಪುಟವನ್ನೂ ನೋಡುತ್ತಾ ಹೋದ. ಆಗೊಮ್ಮೆ ಈಗೊಮ್ಮೆ ಹೆಮ್ಮೆಯಿಂದ ಫಣಿರಾಜನ ಕಡೆಗೆ ನೋಡುತ್ತಿದ್ದ. ಹತ್ತಾರು ಪುಟಗಳನ್ನು ನೋಡುವುದರಲ್ಲಿ ಆಕಳಿಸಲಾರಂಭಿಸಿದ. ಪ್ರಕಾಶನಿಗೆ ಸೂಕ್ಷ್ಮ ಅರ್ಥವಾಯ್ತು. ತಕ್ಷಣ ಅಪ್ಪನ ಹತ್ತಿರ ಹೋದ. ಅತ್ಯಂತ ಸಹಜವಾಗಿ ನಾಣಿ ಕಕ್ಕ ತನ್ನೆರಡೂ ಕೈಗಳನ್ನು ಮಗನಿಗೆ ಕಟ್ಟಲು ಕೊಟ್ಟ. ಪ್ರಕಾಶ ತನ್ನಮ್ಮನ ಸೀರೆಯಿಂದ ಅಪ್ಪನ ಕೈಗಳನ್ನು ಬಿಗಿಯಾಗಿ ಕಟ್ಟಿದ. ನಾಣಿ ಕಕ್ಕ ಕೂತಲ್ಲಿಯೇ ನಿದ್ದೆಗೆ ಜಾರಿದ.

^^^

ಫಣಿರಾಜನಿಗೆ ರಾತ್ರಿ ಇದ್ದಕ್ಕಿದ್ದಂತೆಯೇ ಎಚ್ಚರವಾಯ್ತು. ಏನೋ ಹೊರಗೆ ಗಲಾಟೆಯಾಗುತ್ತಿದೆ ಎಂದು ಅನ್ನಿಸಿತು. ತಾನು ಎಲ್ಲಿದ್ದೀನೆಂಬುದು ಅರ್ಥವಾಗುವುದಕ್ಕೇ ಅವನಿಗೆ ಸಾಕಷ್ಟು ಸಮಯ ಹಿಡಿಯಿತು. ಅಪ್ಪನಿಗಾಗಿ ಪಕ್ಕಕ್ಕೆ ಕೈ ಚಾಚಿದ. ಆತ ಮಲಗಿದ್ದ ಜಾಗ ಖಾಲಿಯಾಗಿತ್ತು. ಅವರಿಬ್ಬರನ್ನೂ ಅಡುಗೆ ಮನೆಯಲ್ಲಿ ಮಲಗಿಸಿದ್ದರು. ಅದು ಸ್ವಲ್ಪ ದೊಡ್ಡದಿತ್ತು. ಮನೆಗಿದ್ದ ಒಂದೇ ಕೋಣೆಯಲ್ಲಿ ನಾಣಿ ಕಕ್ಕ ಇದ್ದ. ಪಡಸಾಲೆಯಲ್ಲಿ ತಾಯಿ ಮಕ್ಕಳಿಬ್ಬರೂ ಮಲಗಿಕೊಂಡಿದ್ದರು. ಅಡುಗೆ ಮನೆಯಲ್ಲಿಯೇ ಒಂದು ಮೂಲೆಯಲ್ಲಿ ದೇವರ ಕೋಣೆ ಇದ್ದರೂ, ಎಣ್ಣೆ ಹೆಚ್ಚಿಗೆ ಹಾಕದ್ದರಿಂದ ಅದು ಯಾವಾಗಲೋ ನಂದಿ ಹೋಗಿತ್ತು. ಇಡೀ ಅಡುಗೆ ಮನೆ ಕತ್ತಲಿನಿಂದ ತುಂಬಿ ಹೋಗಿತ್ತು. ಆದರೆ ಮುಚ್ಚಿದ ಬಾಗಿಲ ಸಂದಿನಿಂದ ಪಡಸಾಲೆಯಲ್ಲಿನ ಬೆಳಕು ಕಾಣಿಸುತ್ತಿತ್ತು. ಫಣಿರಾಜನಿಗೆ ಗಾಬರಿಯಾಯ್ತು. ಮೂತ್ರಕ್ಕೆ ಅವಸರವಾಯ್ತು. ಬಚ್ಚಲು ಮನೆ ಎಲ್ಲಿದೆಯೆಂಬುದೂ ಮರೆತು ಹೋಗಿತ್ತು. ನಿಧಾನಕ್ಕೆ ಎದ್ದು ಬಾಗಿಲನ್ನು ಸ್ವಲ್ಪ ಸರಿಸಿ, ಪಡಸಾಲೆಯ ದೃಶ್ಯವನ್ನು ನೋಡಿದ. ಅವನ ಎದೆ ಬಡಿದುಕೊಳ್ಳಲಾರಂಭಿಸಿತು.

ನಾಣಿ ಕಕ್ಕ ಈಗ ಬರೀ ಪಟ್ಟೆ ಪಟ್ಟೆ ಚಡ್ಡಿಯ ಮೇಲಿದ್ದ. ಬನಿಯನ್ನನ್ನು ಬಿಸುಟು ಬಿಟ್ಟಿದ್ದ. ಪಡಸಾಲೆಯ ಆ ಮೂಲೆಯಿಂದ ಈ ಮೂಲೆಗೆ, ಈ ಮೂಲೆಯಿಂದ ಆ ಮೂಲೆಗೆ ಒಂದೇ ಸಮನೆ ದಾಪುಗಾಲನ್ನು ಹಾಕುತ್ತಾ ನಡೆಯುತ್ತಿದ್ದ. ಆತನ ಮುಖದಲ್ಲಿ ಭೂತದರ್ಶನವಾದಂತಹ ಭಯದ ಕಳೆಯಿತ್ತು. ಭೀಕರವಾಗಿ ಉಸಿರನ್ನು

ಹೊರಹಾಕುತ್ತಿದ್ದ. ಮೂಲೆಯಲ್ಲಿ ಪ್ರಕಾಶ ಮತ್ತು ಅವನ ತಂಗಿ ನಿಂತುಕೊಂಡಿದ್ದರು. ಅಪ್ಪ ಮತ್ತೊಂದು ತುದಿಯಲ್ಲಿ ನಿಂತಿದ್ದ. ಗಂಗೂಬಾಯಿ ಇನ್ನಿಲ್ಲದಂತೆ ಅವನ ಓಡಾಟವನ್ನು ನಿಲ್ಲಿಸಲು ನೋಡುತ್ತಿದ್ದಳು. ಆದರೆ ಆಕೆ ಹತ್ತಿರ ಹೋದರೆ ಸಾಕು, ಕೈಯಿಂದ ದೂರ ತಳ್ಳುತ್ತಿದ್ದ. "ಸುಮ್ಮನೆ ಒಂದು ಕಡೆ ಕೂಡ್ರಿ. ನಿಮ್ಮಣ್ಣ ಬಂದಾರೆ. ನೋಡಿ ಏನು ಅಂದ್ಕೊಳ್ತಾರೆ ಹೇಳ್ರಿ" ಎಂದು ಒಮ್ಮೆ ಗಟ್ಟಿಯಾಗಿ ಹೇಳಿ ನಾಣಿ ಕಕ್ಕನನ್ನು ಕೂಡಿಸಲು ನೋಡಿದಳು. ಆಗ ಸಿಟ್ಟಿಗೆದ್ದ ಆತ ಆಕೆಯನ್ನು ಎಷ್ಟು ಜೋರಾಗಿ ನೂಕಿದನೆಂದರೆ, ಸ್ಥೂಲಕಾಯದ ಆಕೆ ಸೀದಾ ಕಂಬವೊಂದರ ಕಡೆ ತಳ್ಳಲ್ಪಟ್ಟು, ಹಣೆಗೆ ಅದರ ಚೂಪಾದ ತುದಿಯು ಬಡಿದು, ರಕ್ತ ಬಳಬಳನೆ ಸುರಿಯಲಾರಂಭಿಸಿತು. ಪ್ರಕಾಶನ ತಂಗಿ ಗೀತಾ ತಕ್ಷಣ "ಅಮ್ಮಾ..." ಎಂದು ಓಡಿ ಹೋಗಿ, ಅವರ ಅಮ್ಮನ ಹಣೆಯನ್ನು ತನ್ನ ಲಂಗದ ತುದಿಯಿಂದ ಹಿಡಿದಳು. ಪ್ರಕಾಶ ಅಡುಗೆ ಮನೆಗೆ ಓಡಿ ಬಂದ. ಅಲ್ಲಿ ಬಾಗಿಲ ಸಂದಿಯ ಮೂಲಕ ನೋಡುತ್ತಿದ್ದ ಫಣಿರಾಜನ ಕಡೆ ಒಮ್ಮೆ ಗಮನಿಸಿ, ಯಾವುದೇ ಪ್ರತಿಕ್ರಿಯೆಯನ್ನು ತೋರಿಸದೆ, ದೇವರ ಗೂಡಿನಲ್ಲಿದ್ದ ಅರಿಸಿನದ ಪ್ಯಾಲೆಯನ್ನು ತೆಗೆದುಕೊಂಡು ಹೊರಗೆ ಓಡಿದ. ಪ್ರಕಾಶ ಅರಿಸಿನವನ್ನು ಹಚ್ಚಿದರೆ, ಗೀತಾ ಯಾವುದೋ ಹಳೆಯ ಬಟ್ಟೆ ತುಂಡನ್ನು ತಂದು ಅಮ್ಮನ ಹಣೆಗೆ ಕಟ್ಟಿದಳು. ಆದರೆ ಇವುಗಳ ಕಡೆಗೆ ಗಮನವೇ ಇಲ್ಲದಂತೆ ನಾಣಿ ಕಕ್ಕ ಅಲ್ಲಿಂದಿಲ್ಲಿ, ಇಲ್ಲಿಂದಲ್ಲಿ ಓಡಾಡುತ್ತಲೇ ಇದ್ದ. ಸೀನಣ್ಣ ಆತನ ಹತ್ತಿರ ಹೋಗಿ "ಏನೋ ಇದು ನಾರಾಯಣ, ಹಿಂಗ್ಯಾಕೆ ಮಾಡ್ತೀಯೋ... ಮನಿ ನರಕ ಮಾಡಿ ಬಿಟ್ಟಿದೀಯಲ್ಲೋ..." ಎಂದು ಅವನ ಜೊತೆಯಲ್ಲಿಯೇ ನಡೆಯುತ್ತಾ ಹೇಳಿದರು. ಅದಕ್ಕೆ ನಾಣಿ ಕಕ್ಕ ತಲೆಯ ಮೇಲೆ ಎರಡೂ ಕೈಗಳನ್ನು ಆಡಿಸುತ್ತಾ "ನಿಂಗೊತ್ತಿಲ್ಲ... ನಿಂಗೊತ್ತಿಲ್ಲ... ಈಕಿನೇ ಮಾಡಿದ್ದು... ಎಲ್ಲಾ ಈಕಿನೇ ಮಾಡಿದ್ದು... ನನ್ನ ಬದುಕು ಹಾಳು ಮಾಡಿಬಿಟ್ಟಳು... ನಿದ್ದಿ ಬರಲಾರದಂಗೆ ಮಾಡಿಬಿಟ್ಟಳು... ರಾಕ್ಷಸಿ, ರಾಕ್ಷಸಿ" ಎಂದು ಹೆಂಡತಿ ಕಡೆಗೆ ಹೋಗಿದ್ದೆ, ಆಕೆಯ ಮೈಗೆ ಪಟಪಟನೆ ಬಡಿಯಲಾರಂಭಿಸಿದ. ಆತನ ಹೊಡೆತಕ್ಕೆ ಆಘಾತಗೊಂಡ ಗಂಗೂಬಾಯಿ ತಪ್ಪಿಸಿಕೊಳ್ಳಲು ಪ್ರಯತ್ನಿಸಲಾರಂಭಿಸಿದಳು. ಸಿಟ್ಟಿಗೆದ್ದ ಪ್ರಕಾಶ ತನ್ನೆಲ್ಲಾ ಶಕ್ತಿಯನ್ನು ಹಾಕಿ ಅಪ್ಪನನ್ನು ನೂಕಿದ. ಆತ ದೂರ ಬಿದ್ದ. ಆದರೆ ಏನೂ ಆಗಿಲ್ಲ ಎನ್ನುವಂತೆ ಎದ್ದಿದ್ದೇ ಮತ್ತೆ ಅಲ್ಲಿಂದ ಇಲ್ಲಿಗೆ, ಇಲ್ಲಿಂದ ಅಲ್ಲಿಗೆ ಓಡಾಡಲಾರಂಭಿಸಿದ.

ಓಡಾಡಿ ಓಡಾಡಿ ನಾಣಿ ಕಕ್ಕ ಬೆವರಲಾರಂಭಿಸಿದ. ಒಮ್ಮೆ ಸೀದಾ ದೇವರ ಕೋಣೆಗೆ ನುಗ್ಗಿದ್ದೇ, ದೇವರ ಮುಂದೆ ಮಂಡಿಯೂರಿ ಕುಳಿತು "ತಪ್ಪಾಯ್ತೋ ತಂದೆ... ಸಂಕಟದಿಂದ ಕಾಪಾಡೋ ನಮ್ಮಪ್ಪ... ತಿರುಪತಿ ತಿಮ್ಮಪ್ಪಾ, ಮಂಚಾಲಿ ರಾಘಪ್ಪ... ಯಾರಾದ್ರೂ ಕಾಪಾಡ್ರೋ... ಚೂರು ನಿದ್ದಿ ಕೊಡ್ರೋ..." ಎಂದು

ಗಲ್ಲ ಗಲ್ಲ ಬಡಿದುಕೊಂಡು ಬೇಡಿಕೊಳ್ಳಲಾರಂಭಿಸಿದ. ತಾನೊಬ್ಬನೇ ಅಡುಗೆ ಮನೆಯ ಕೋಣೆಯಲ್ಲಿ ನಿಂತು ಆ ದೃಶ್ಯವನ್ನು ನೋಡುತ್ತಿದ್ದ ಫಣಿರಾಜನಿಗೆ ಎದೆ ಬಡಿದುಕೊಳ್ಳಲಾರಂಭಿಸಿತು. ಆದರೆ ನಾಣಿ ಕಕ್ಕಗೆ ಅಲ್ಲಿಯೂ ಒಂದಿಷ್ಟು ಹೊತ್ತು ಕುಳಿತುಕೊಳ್ಳುವ ವ್ಯವಧಾನವಿರಲಿಲ್ಲ. ತಕ್ಷಣ ಹೊರಗೆ ಎದ್ದು ಹೋದ. "ಸಖಿ ಆಗ್ತಾ ಅದೆ... ಸಖಿ ಸಖಿ..." ಎಂದು ಕೂಗಲಾರಂಭಿಸಿ, ಸೀದಾ ತಲಬಾಗಿಲಿಗೆ ಹೋಗಿ ಅದನ್ನು ಎಳೆಯಲಾರಂಭಿಸಿದ. ಅದಕ್ಕೆ ದೊಡ್ಡ ಬೀಗವನ್ನು ಹಾಕಲಾಗಿತ್ತು. ಸೀದಾ ಹೆಂಡತಿಯ ಬಳಿಗೆ ಬಂದಿದ್ದೆ "ಕೀ ಕೊಡು, ಕೀ ಕೊಡು... ನಾನು ಹೊರಗೆ ಹೋಗಬೇಕು" ಎಂದು ಕೇಳಿಕೊಂಡ. ಗಂಗೂಬಾಯಿ ಮಿಸುಕಾಡಲಿಲ್ಲ. "ಕೀ ಕೊಟ್ಟುಬಿಡೇ ಗಂಗೂ... ಕೈ ಮುಗಿತೀನೆ...ಸಖಿ ತಡೀಲಿಕ್ಕೆ ಆಗವಲ್ತೆ... ಗಂಗೂ, ಕೊಡೆ..." ಎಂದು ಕೈ ಮುಗಿದು ಬೇಡಿಕೊಳ್ಳಲಾರಂಭಿಸಿದ. ಗಂಗೂಬಾಯಿ ಆತಗೆ ಪ್ರತಿಯಾಗಿ ಕೈ ಮುಗಿದು "ಮನೆಯಲ್ಲಿ ಮಾಡೋ ಗಲಾಟೆನೇ ದೊಡ್ಡದಾಯ್ತು... ಈ ಸರಿ ರಾತ್ರಿನಾಗೆ ಬೀದಿಗೆ ಹೋಗಿ ನಮ್ಮ ಮಾನ ಕಳೀಬೇಡ್ರಿ... ನಂಗೂ ಸಾಕಾಗಿ ಹೋಗ್ಯದೆ..." ಎಂದು ಬೇಡಿಕೊಂಡಳು. "ನೀನು ಕೊಡ್ತೀಯೋ ಇಲ್ವೋ..." ಎಂದು ನಾಣಿ ಕಕ್ಕ ಈ ಬಾರಿ ರಾಕ್ಷಸನಂತೆ ಕೂಗಿದ. "ಕೊಡಲ್ಲ ಅಂದ್ರೆ ಕೊಡಲ್ಲ..." ಎಂದು ಗಂಗೂಬಾಯಿ ಎದುರುತ್ತರಿಸಿದಳು.

ನಾಣಿ ಕಕ್ಕ ಸೀದಾ ತನ್ನ ಕೋಣೆಗೆ ದಾಪುಗಾಲು ಇಟ್ಟುಕೊಂಡು ಹೋದ. ಬರುವಾಗ ಫಣಿರಾಜ ಪ್ರೀತಿಯಿಂದ ಕೊಟ್ಟಿದ್ದ ನೋಟ್ ಪುಸ್ತಕವನ್ನು ತೆಗೆದುಕೊಂಡು ಬಂದ. ಅದರ ಒಂದೊಂದೇ ಪುಟಗಳನ್ನು ಹರಿದು, ಅದನ್ನು ಚಿಂದಿ ಚಿಂದಿ ಮಾಡಿ ತನ್ನ ತಲೆಯ ಮೇಲೆ ತೂರಿಕೊಳ್ಳಲಾರಂಭಿಸಿದ. ವರ್ಷಗಳಿಂದ ಬಿಸಿಲಿನಲ್ಲಿ ಬೀದಿ ಬೀದಿ ಅಲೆದು, ಕಸದ ರಾಶಿಗಳನ್ನೂ ಬಿಡದಂತೆ ಹುಡುಕಿ, ಗೋಲಿ ಆಟದಲ್ಲಿ ನೈಪುಣ್ಯತೆಯನ್ನು ಬಳಸಿ ಗೆದ್ದ ಎಲ್ಲಾ ಬೆಂಕಿಪೊಟ್ಟಣದ ಚಿತ್ರಗಳು ಕೆಲವೇ ಕ್ಷಣಗಳಲ್ಲಿ ಚೂರು ಚೂರಾಗಿ ಹೋಗಿದ್ದವು. ಪಡಸಾಲೆಯೆಲ್ಲಾ ಕಾಗದದ ಚೂರುಗಳಿಂದ ತುಂಬಿ ಹೋಯ್ತು. ಒಂದು ಪುಟ್ಟ ಚೂರೊಂದು ಫಣಿರಾಜನ ಕಾಲಿನ ಬಳಿ ಬಂದು ಬಿತ್ತು. ಕೈಗೆ ಎತ್ತಿಕೊಂಡು ನೋಡಿದ. ಬಾಹುಬಲಿಯ ರುಂಡ ಮಾತ್ರ ಇದ್ದ ಚಿತ್ರವದಾಗಿತ್ತು. ಬಾಹುಬಲಿಯ ಬೆಂಕಿಪೊಟ್ಟಣದ ಚಿತ್ರ ಅತ್ಯಂತ ಅಪರೂಪದ್ದಾಗಿತ್ತು. ಅವನ ಇಡೀ ಸ್ನೇಹಿತರಲ್ಲಿಯೇ ಯಾರಲ್ಲಿಯೂ ಅಂತಹ ವಿಶೇಷವಾದ ಬೆಂಕಿಪೊಟ್ಟಣದ ಚಿತ್ರವಿರಲಿಲ್ಲ. ಆ ಚಿತ್ರ ಫಣಿರಾಜನ ಹೆಮ್ಮೆಯ ಪ್ರತೀಕವಾಗಿತ್ತು. ಈಗ ಅದರ ತುಂಡನ್ನು ನೋಡುವಾಗ ಫಣಿರಾಜನಿಗೆ ಅಳು ಬಂತು.

ಗೀತಾ ತಕ್ಷಣ ಅಡುಗೆ ಮನೆಗೆ ಹೋಗಿ, ಒಂದು ಲೋಟ ನೀರಿಗೆ ಮೂರು ನಾಲ್ಕು ಮಾತ್ರೆಗಳನ್ನು ಹಾಕಿ, ಚಮಚದಿಂದ ಜೋರಾಗಿ ಕಲೆಸಿದಳು. ಅವಳು

ಲೋಟವನ್ನು ಹಿಡಿದುಕೊಂಡು ಹೊರಗೆ ಬಂದ ತಕ್ಷಣ ಪ್ರಕಾಶ ಹೋಗಿ ಹಿಂದಿನಿಂದ ಅವರಪ್ಪನ ಎರಡೂ ಕೈಗಳನ್ನು ಗಟ್ಟಿಯಾಗಿ ಹಿಡಿದುಕೊಂಡ. ಗೀತಾ ಅವರಪ್ಪನ ಬಳಿಗೆ ಹೋಗಿದ್ದೆ ಮೂಗನ್ನು ಗಟ್ಟಿಯಾಗಿ ಹಿಡಿದಳು. ನಾಣಿ ಕಕ್ಕ ಉಸಿರಾಟಕ್ಕಾಗಿ ಬಾಯಿ ತೆರೆದ. ತಕ್ಷಣ ಅರ್ಧ ಲೋಟ ನೀರನ್ನು ಬಾಯಲ್ಲಿ ಹೊಯ್ದಳು. ಸ್ವಲ್ಪ ಹೊರಕ್ಕೆ ಚೆಲ್ಲಿದರೂ ಸಾಕಷ್ಟು ನೀರು ಒಳಗೆ ಹೋಯ್ತು. ಮೂಗಿನ ಹಿಡಿತ ಬಿಟ್ಟಳು. ನೀರು ನೆತ್ತಿಗೆ ಹತ್ತಿದಂತಾಗಿ ನಾಣಿ ಕಕ್ಕ ಕೆಮ್ಮಲಾರಂಭಿಸಿದ. ಕೆಮ್ಮಿ ಕೆಮ್ಮಿ ಸುಸ್ತಾದ. ಮತ್ತೊಮ್ಮೆ ಮೂಗನ್ನು ಹಿಂಡಿ ಹಿಡಿದಳು. ಈ ಸಾರಿ ಅಷ್ಟೇನೂ ವಿರೋಧವನ್ನು ತೋರಿಸದೆ ನಾಣಿ ಕಕ್ಕ ಬಾಯಿ ತೆರೆದ. ಉಳಿದ ಅಷ್ಟೂ ನೀರನ್ನು ಒಂದು ಸಲ ಲೋಟದಲ್ಲಿ ಗಲಗಲಿಸಿ ಬಾಯಿಗೆ ಸುರಿದಳು. ಅದಿಷ್ಟನ್ನೂ ಕುಡಿದ. ತನ್ನ ಕೆಲಸ ಮುಗಿಯಿತೆನ್ನುವಂತೆ ಗೀತಾ ಅಡುಗೆ ಮನೆಗೆ ಹೋದಳು. ಪ್ರಕಾಶ ಸುಮಾರು ಹತ್ತು ನಿಮಿಷ ಕೈಗಳನ್ನು ಹಾಗೇ ಹಿಡಿದು ನಿಂತಿದ್ದ. ನಿಧಾನಕ್ಕೆ ನಾಣಿ ಕಕ್ಕ ಕುಸಿದು ಕುಳಿತ. ಎಚ್ಚರ ತಪ್ಪಿತ್ತು. ಆತನ ಕೈಗಳನ್ನು ಹಿಡಿದುಕೊಂಡು ಕೋಣೆಯೊಳಕ್ಕೆ ಪ್ರಕಾಶ ದರದರನೆ ಎಳೆದುಕೊಂಡು ಹೋದ. ಮಂಚದ ಪಕ್ಕ ಮಲಗಿಸಿ, ಕೈಗಳನ್ನು ಅಮ್ಮನ ಹಳೆಯ ಸೀರೆಯಿಂದ ಕಟ್ಟಿದ. ಹೊರ ಬಂದು ಕೋಣೆಯ ಬಾಗಿಲನ್ನು ಹಾಕಿದ.

ಗಂಗೂಬಾಯಿ ಸೀನಣ್ಣನನ್ನು ಕುರಿತು "ನಡೀರಿ ಭಾವ... ಮಲ್ಕೊಳ್ಳಿ... ಇನ್ನ ಬೆಳಿಗ್ಗಿನ ತನಕ ಅವರಿಗೆ ಎಚ್ಚರ ಆಗಂಗಿಲ್ಲ... ನಿಮ್ಮ ನಿದ್ದಿ ಎಲ್ಲಾ ಹಾಳು ಮಾಡಿದಂಗೆ ಆಯ್ತು..." ಎಂದು ಹೇಳಿದಳು. ನಡೆದ ದೃಶ್ಯವನ್ನು ಕಂಡು ದಿಗ್ಮೂಢನಾಗಿದ್ದ ಸೀನಣ್ಣ "ಛೆ, ಛೆ... ನನ್ನ ನಿದ್ದಿಗೆ ಬೆಂಕಿ ಹಾಕಲಿ... ಇದೇನಮ್ಮಾ ನಿಮ್ಮದು ಇಂತಹಾ ಅವಸ್ಥೆ... ಪರಿಸ್ಥಿತಿ ಈ ಮಟ್ಟಕ್ಕೆ ಮುಟ್ಟಿದೆ ಅಂತ ನಂಗೆ ಗೊತ್ತಿರಲಿಲ್ಲ ಬಿಡು..." ಎಂದ. "ಈವತ್ತು ಒಂದು ದಿನ ನೋಡಿ ನೀವು ಇಷ್ಟು ಕಂಗಾಲಾಗೀರಿ... ಹೆಚ್ಚು ಕಡಿಮಿ ಒಂದು ವರ್ಷದಿಂದ ನಾನು ಅನುಭವಿಸ್ತಾ ಇದೀನಿ ಭಾವ... ಕಟ್ಟಿಗೊಂಡ ಹೆಂಡ್ತಿ, ಹೆಂಗೋ ಅನುಭವಿಸ್ತೀನಿ... ಆದರೆ ಬೆಳೆಯೋ ಹುಡುಗರ ಮೇಲೆ ಇದು ಎಂಥಾ ಪರಿಣಾಮ ಬೀರಬಹುದು ಅಂತ ನೆನೆಸಿಕೊಂಡ್ರೆ ಎದೆ ಝಲ್ ಅಂತದೆ..." ಎಂದಳು. ಅದಕ್ಕೆ ಹೇಗೆ ಪ್ರತಿಕ್ರಿಯಿಸಬೇಕೋ ಸೀನಣ್ಣನಿಗೆ ಗೊತ್ತಾಗಲಿಲ್ಲ. ಸೀದಾ ಅಡುಗೆ ಮನೆಗೆ ತನ್ನ ಹಾಸಿಗೆಯಿದ್ದಲ್ಲಿಗೆ ಹೋದ. ಬಾಗಿಲಲ್ಲಿ ಅಡಗಿ ಎಲ್ಲವನ್ನೂ ನೋಡುತ್ತಿದ್ದ ಫಣಿರಾಜನನ್ನು ಹತ್ತಿರಕ್ಕೆ ಕರೆದುಕೊಂಡ. ಗಾಬರಿಗೊಂಡಿದ್ದ ಫಣಿರಾಜ ಅತ್ಯಂತ ಬಿಗಿಯಾಗಿ ಅಪ್ಪನನ್ನು ತಬ್ಬಿಕೊಂಡು ಅಳಲಾರಂಭಿಸಿದ. "ಇಲ್ಲ ರಾಜ, ಅಳಬಾರದು... ಏನೂ ಆಗಲ್ಲ... ಬಾ... ಮಲ್ಕೋ ಬಾ..." ಎಂದು ಕರೆದುಕೊಂಡು ಹೋಗಿ ಅವನನ್ನು ಪಕ್ಕಕ್ಕೆ ಮಲಗಿಸಿಕೊಂಡರು. ಅಪ್ಪನನ್ನು ಗಟ್ಟಿಯಾಗಿ ತಬ್ಬಿಕೊಂಡ ಫಣಿರಾಜ ಬೆಚ್ಚಿ ಬೀಳುತ್ತಲೇ ಇದ್ದ. ನಿದ್ರೆಯು ಹತ್ತಿರವೂ ಸುಳಿಯದ ಸೀನಣ್ಣ

ಬಿಟ್ಟ ಕಣ್ಣು ಬಿಟ್ಟಂತೆಯೇ ತಾರಸಿಯನ್ನು ನೋಡುತ್ತಿದ್ದರು. ಪಡಸಾಲೆಯಲ್ಲಿ ಗೀತಾ ಕಸಪೊರಕೆಯಿಂದ ಅಪ್ಪ ತೂರಿದ ಕಾಗದದ ಚೂರುಗಳನ್ನೆಲ್ಲಾ ಬಳಿದು, ಅದನ್ನು ಹಿತ್ತಲಿಗೆ ಚೆಲ್ಲಿ ಬಂದಳು. ಕೆಲವು ನಿಮಿಷದಲ್ಲಿ ಪಡಸಾಲೆಯ ದೀಪ ಆರಿತು. ಇಡೀ ಮನೆ ಕತ್ತಲೆಯಲ್ಲಿ ಮುಳುಗಿತು. ತಾಯಿ ಮತ್ತು ಮಕ್ಕಳು ಏನೋ ಗುಸುಗುಸು ಮಾತನಾಡುವುದು ಸೀನಣ್ಣನಿಗೆ ಕೇಳುತ್ತಿತ್ತು. ಅನಂತರ ಕೇವಲ ಹಾಸಿಗೆಯಲ್ಲಿ ಅವರು ಹೊರಳಾಡುವ ಸದ್ದು ಮಾತ್ರ ಕೇಳಿಸುತ್ತಿತ್ತು. ಇಡೀ ರಾತ್ರಿ ಸೀನಣ್ಣನಿಗೆ ನಿದ್ರೆ ಹತ್ತಲಿಲ್ಲ. ಸ್ವಲ್ಪ ಹೊತ್ತಿಗೆ ಫಣಿರಾಜ ನಿದ್ರೆ ಮಾಡಿದನಾದರೂ, ಕನಸಿನ ತುಂಬಾ ಬರೀ ರಾಕ್ಷಸರೇ ಬಂದು ಅವನನ್ನು ಪೀಡಿಸುತ್ತಿದ್ದರು.

^^^

ಇನ್ನೂ ಒಂದೆರಡು ದಿನ ಅಲ್ಲಿಯೇ ಉಳಿದು, ಗಂಗೂಬಾಯಿಗೆ ಸಾಧ್ಯವಾದಷ್ಟು ಧೈರ್ಯ ಹೇಳಿ ಹೋಗಬೇಕೆಂದು ಸೀನಣ್ಣನಿಗೆ ಮನಸ್ಸಿತ್ತು. ಅದಕ್ಕಿಂತಲೂ ಹೆಚ್ಚಿನ ಸಹಾಯವನ್ನು ಮಾಡುವುದು ಆತನ ಯೋಗ್ಯತೆಗೆ ಮೀರಿದ್ದಾಗಿತ್ತು. ತಿಂಗಳ ಕೊನೆಯಲ್ಲಿ ಸಾಲ ಮಾಡದೆ ಯಾವತ್ತೂ ಊಟ ದಕ್ಕದ ಸೀನಣ್ಣನಿಗೆ, ಈ ಅಪರಿಚಿತ ದೊಡ್ಡ ಊರಿನಲ್ಲಿ ಡಾಕ್ಟರರ ಬಳಿಗೆ ತಮ್ಮನನ್ನು ಕರೆದುಕೊಂಡು ಹೋಗುವಂತಹ ಧೈರ್ಯ ಖಂಡಿತಾ ಇರಲಿಲ್ಲ. ಆದರೆ ಎರಡು ದಿನವೂ ಉಳಿಯಲಾಗದ ಸಂದರ್ಭವನ್ನು ಫಣಿರಾಜ ಸೃಷ್ಟಿಸಿಬಿಟ್ಟ. ಬೆಳಿಗ್ಗೆ ಎದ್ದವನೇ "ಊರಿಗೆ ಹೋಗೋಣ..." ಎಂದು ಶುರು ಹಚ್ಚಿಕೊಂಡ. "ಹೋಗೋಣ ತಡಿ ರಾಜ, ಒಂದೆರಡು ದಿನ ಇದ್ದು ಹೋಗೋಣ..." ಎಂದು ಸೀನಣ್ಣ ಸಮಾಧಾನ ಮಾಡಿದರೂ ಕೇಳುವ ಸ್ಥಿತಿಯಲ್ಲಿ ಅವನಿರಲಿಲ್ಲ. ಬೆಳಿಗ್ಗೆ ಹಾಲನ್ನೂ ಕುಡಿಯದಂತೆ "ಊರಿಗೆ ಹೋಗಾಣ..." ಅಂತ ಅಳುತ್ತಾ ಕುಳಿತುಬಿಟ್ಟ. ಅವನ ಈ ಹಟಮಾರಿತನ ಸೀನಣ್ಣನನ್ನು ಸಂದಿಗ್ಧತೆಗೆ ಸಿಕ್ಕಿಸಿದ್ದರಿಂದ, ಒಂದು ಏಟು ಬೆನ್ನಿಗೆ ಬಿಟ್ಟ. ಅಷ್ಟೇ ಸಾಕಾಗಿತ್ತು. ನೆಲಕ್ಕೆ ಬಿದ್ದು, ಕೈಕಾಲು ಬಡಿದು ಅಳಲಾರಂಭಿಸಿದ. ಅದನ್ನು ನೋಡಿ ಸಹಿಸಲಾರದ ಗಂಗೂಬಾಯಿ "ಯಾಕೆ ಹೊಡೀತೀರಿ ಬಿಡ್ರಿ ಭಾವ... ಹುಡುಗ ಹೆದರಿಕೊಂಡದೆ... ನೀವಿನ್ನ ಹೊರಡ್ರಿ... ಮತ್ತೆ ಚಿಕ್ಕವನ ಮೇಲೆ ಕೆಟ್ಟ ಪರಿಣಾಮ ಆಗೋದು ಬೇಡ" ಎಂದು ಹೇಳಿದಳು. "ನಿಮ್ಮನ್ನ ಇಂಥಾ ಸ್ಥಿತಿಯಲ್ಲಿ ಬಿಟ್ಟು ನಾನು ಹೊರಡೋದಕ್ಕೆ ಹೆಂಗೆ ಮನಸ್ಸು ಬರ್ತದೆ ಗಂಗೂಬಾಯಿ" ಎಂದು ಸೀನಣ್ಣ ಪೇಚಾಡಿದರು. "ಅವರವರು ಪಡಕೊಂಡು ಬಂದಿದ್ದು ಅನುಭವಿಸಬೇಕು. ಯಾರು ಯಾರಿಗೂ ಈ ಜಗತ್ತಿನಾಗೆ ಏನೂ ಮಾಡೋ ಹಂಗಿಲ್ಲ" ಎಂದು ಗಂಗೂಬಾಯಿ

ವಿಷಾದದಿಂದ ಹೇಳಿಬಿಟ್ಟಳು. ಆ ದಿನವೇ ಸೀನಣ್ಣ ಹೊರಡುವುದೆಂದು ನಿಶ್ಚಯವಾಯ್ತು. ಫಣಿರಾಜ ಸುಮ್ಮನಾದ.

ದೂರದ ಊರಿಂದ ಬಂಧುಗಳು ಬಂದಿರುವರೆಂದು ಗಂಗೂಬಾಯಿ ಪಾಯಸ ಮಾಡಿ ಎಲೆ ಕೊನೆಗೆ ಬಡಿಸಿದಳು. ಅದನ್ನು ತಿನ್ನುವಾಗ ಅತ್ಯಂತ ಕಹಿಯೆನ್ನಿಸಿ ಸೀನಣ್ಣನಿಗೆ ಕಣ್ಣಿಂದ ಹನಿಗಳು ಜಾರಿದವು. ಯಾರಿಗೂ ಕಾಣದಂತೆ ಶಲ್ಯದಿಂದ ಒರೆಸಿಕೊಂಡ. ಪಲ್ಯ ಬಡಿಸಲು ಗಂಗೂಬಾಯಿ ಬಂದಾಗ "ಚಿಕ್ಕೋನಿದ್ದಾಗ ನಾರಾಯಣ ಹಟ ಹಿಡಿದು ತೆಲುಗು ಮೀಡಿಯಂನಲ್ಲಿ ಓದಿದ. ಕನ್ನಡ ಮೀಡಿಯಂ ಓದಿದ್ರೆ ಎಲ್ಲೋ ನಮ್ಮೂರಿನ ಸುತ್ತಮುತ್ತ ಇರ್ತಿದ್ದ. ಕಷ್ಟ-ಸುಖಕ್ಕೆ ಒಬ್ಬರಿಗೊಬ್ಬರು ಆಗಬಹುದಿತ್ತು" ಎಂದು ಸೀನಣ್ಣ ಹಳೆಯದನ್ನು ನೆನಪಿಸಿಕೊಂಡ. "ನಮ್ಮ ಗ್ರಹಚಾರಕ್ಕೆ ಭಾಷೆ ಏನು ಮಾಡ್ತದೆ ಭಾವ? ಅದೇ ಬಳ್ಳಾರಿನಾಗೆ ತೆಲುಗು ಮೀಡಿಯಂನಾಗೆ ಓದಿದ ಎಷ್ಟೋ ಮಂದಿ ಈ ಊರಾಗೆ ದೊಡ್ಡ ದೊಡ್ಡ ಕೆಲಸ ಮಾಡಿಕೊಂಡು ಇದ್ದಾರೆ. ಸುಮ್ಮನೆ ನಮ್ಮ ಸಮಾಧಾನಕ್ಕೆ ಹಂಗೆ ಅಂದ್ಕೋಬೇಕು ಅಷ್ಟೇ" ಎಂದಳು.

ಮೊದಲ ಸಲ ಗಂಡು ಹುಡುಗ ಮನೆಗೆ ಬಂದಿದ್ದಾನೆಂದು ಅವನನ್ನು ಮಣೆಯ ಮೇಲೆ ಕೂಡಿಸಿ, ಹಣೆಗೆ ಕುಂಕುಮ ಹಚ್ಚಿ ಹತ್ತು ರೂಪಾಯಿಯನ್ನು ಕೊಟ್ಟಳು. "ಅದೆಲ್ಲಾ ಈ ಹೊತ್ತಿನಾಗೆ ಯಾಕೆ ಮಾಡ್ತಿ ಗಂಗೂಬಾಯಿ..." ಎಂದು ಸೀನಣ್ಣ ಬೇಡವೆಂದ. "ಯಾವ ಹೊತ್ತು ಆದ್ರೆ ಏನು ಭಾವ, ಮಾಡೋ ಕೆಲಸಗಳು ಮಾಡ್ಲೇ ಬೇಕು. ಇಲ್ಲಾ ಅನ್ನೋ ಹಂಗಿಲ್ಲ. ಕೂಸಿಗೆ ಒಂದು ಅಂಗಿ ಬಟ್ಟೆ ಕೊಡೋ ಯೋಗ್ಯತೆ ಸದ್ಯಕ್ಕೆ ನಮಗಿಲ್ಲ. ಮುಂದೆ ಯಾವಾಗನ್ನ ತೀರಿಸ್ತೀನಿ" ಎಂದು ಹೇಳಿದಳು.

ಹೊರಡುವ ಮುಂಚೆ ಸೀನಣ್ಣ ತನ್ನ ತಮ್ಮನ ಕೋಣೆಗೆ ಒಮ್ಮೆ ಹೋದ. ನಾಣಿ ಕಕ್ಕ ಪಿಳಿ ಪಿಳಿ ಕಣ್ಣು ಬಿಡುತ್ತಾ ಕೂತಿದ್ದ. ಅವನ ಹತ್ತಿರ ಕುಳಿತು, ತಲೆ-ಗಲ್ಲವನ್ನು ಸವರಿ "ಬರ್ತೀನೋ ನಾರಾಯಣ... ಹೆದರ್ಕೋ ಬೇಡ... ದೇವರ ಧ್ಯಾನ ಮಾಡು... ಎಲ್ಲಾ ಒಳ್ಳೇದು ಆಗ್ತದೆ..." ಎಂದು ಹೇಳಿದ. ತನ್ನ ಮಾತಿನಲ್ಲಿ ಅವನಿಗೇ ನಂಬಿಕೆ ಇರಲಿಲ್ಲ. ಅವನ ಮಾತಿಗೆ ಒಂದಿಷ್ಟೂ ಪ್ರತಿಕ್ರಿಯಿಸದೆ ನಾಣಿ ಕಕ್ಕ ಸುಮ್ಮನೆ ಪಿಳಿಪಿಳಿ ಕಣ್ಣುಬಿಟ್ಟ. ಬಾಗಿಲ ಬಳಿ ನಿಂತಿದ್ದ ಮಗ ಫಣಿರಾಜನಿಗೆ ನಮಸ್ಕಾರ ಮಾಡಲು ತಿಳಿಸಿದ. ಫಣಿರಾಜ ಮಾತ್ರ ಜಪ್ಪಯ್ಯ ಅಂದರೂ ಹತ್ತಿರ ಬರಲಿಲ್ಲ. "ಬಾರೋ... ಈಗ ಏನೂ ಮಾಡಲ್ಲ ಬಾ..." ಎಂದು ಸೀನಣ್ಣ ಇನ್ನೊಮ್ಮೆ ಕರೆದ. ಫಣಿರಾಜ ತಕ್ಷಣ ಓಡಿ ಹೋಗಿ, ಪಡಸಾಲೆಯ ಕಂಬದ ಹತ್ತಿರ ನಿಂತುಕೊಂಡು ಬಿಟ್ಟ.

ಈ ಬಾರಿ ಪ್ರಕಾಶ ರೈಲ್ವೇ ನಿಲ್ದಾಣಕ್ಕೆ ಬರಲಿಲ್ಲ. ಮಧ್ಯಾಹ್ನದ ರೈಲಾದ್ದರಿಂದ ಕಾಲೇಜಿಗೆ ಹೊರಟು ಹೋಗಿದ್ದ. ಇವರಿಬ್ಬರೇ ಒಂದು ರಿಕ್ಷಾವನ್ನು ಹಿಡಿದರು. ಗಂಗೂಬಾಯಿ ರಿಕ್ಷಾವಾಲಾನ ಜೊತೆಗೆ ವ್ಯಾಪಾರ ಕುದುರಿಸಿ, ಸೀದಾ ಸ್ಟೇಷನ್‌ಗೆ

ಒಯ್ದು ಬಿಡಬೇಕೆಂದು ಹೇಳಿದಳು. ಸೀನಣ್ಣ ತಮ್ಮ ಜೋಬನ್ನು ತಡಕಾಡಿದರು. ಒಂದಿಷ್ಟು ಹೆಚ್ಚಿಗೆ ಹಣವಿತ್ತು. ಅದನ್ನು ತೆಗೆದು ಗಂಗೂಬಾಯಿ ಮುಂದೆ ಹಿಡಿದರು. "ಬೇಡ ಭಾವ..." ಎಂದು ಗಂಗೂಬಾಯಿ ಹನಿಗಣ್ಣಾದಳು. "ಇರ್ಲಿ ತೊಗೊಳಮ್ಮ. ಔಷಧಿ ತೊಗೊಳ್ಳಿಕ್ಕಾದ್ರೂ ಬರ್ತದೆ" ಎಂದು ಒತ್ತಾಯ ಮಾಡಿ ಆಕೆಯ ಕೈಯಲ್ಲಿ ತುರುಕಿದರು. ರಿಕ್ಷಾ ಓಣಿಯನ್ನು ದಾಟುವಾಗ ಸೀನಣ್ಣ ಹಿಂತಿರುಗಿ ನೋಡಿದರು. ಗಂಗೂಬಾಯಿ ಸುಮ್ಮನೆ ತಲೆಬಾಗಿಲಿಗೆ ಒರಗಿಕೊಂಡು ರಿಕ್ಷಾವನ್ನೇ ನೋಡುತ್ತಾ ನಿಂತಿದ್ದಳು. ಆಕೆಯ ಹಣೆಗೆ ಕಟ್ಟಿದ ಪಟ್ಟಿ ಹಳದಿ ಮತ್ತು ಕೆಂಪು ಬಣ್ಣಕ್ಕೆ ತಿರುಗಿದ್ದು ಆ ಬಿಸಿಲಿನಲ್ಲಿ ಕಂಡಿತು. ಹೇಡಿತನದ ಭಾವವೊಂದು ಸೀನಣ್ಣನ ಮೈತುಂಬಾ ಹರಿದಾಡಿತು. ಅಪ್ಪನ ಪಕ್ಕ ಕುಳಿತಿದ್ದ ಫಣಿರಾಜ, ಇನ್ನೆಂದೂ ಈ ಊರಿಗೆ ಬರಬಾರದು ಎಂದು ನಿಶ್ಚಯಿಸಿಕೊಳ್ಳುತ್ತಿದ್ದ.

^^^

ಸುಮಾರು ಆರು ತಿಂಗಳ ನಂತರ ಕಪ್ಪು ಮಸಿಯನ್ನು ತುದಿಗೆ ಹಚ್ಚಿದ ದುಃಖದ ವಾರ್ತೆಯ ಹದಿನೈದು ಪೈಸೆ ಕಾಗದ ಬಂತು. ನಾರಾಯಣ ಗೋದಾವರಿ ನದಿಯಲ್ಲಿ ಬಿದ್ದು ಆತ್ಮಹತ್ಯೆ ಮಾಡಿಕೊಂಡಿದ್ದ. ಎಷ್ಟೇ ಉಳಿಸಿಕೊಳ್ಳಲು ಪ್ರಯತ್ನಿಸಿದರೂ ಸಾಧ್ಯವಾಗಿರಲಿಲ್ಲ. ಆತನ ಕರ್ಮಕಾರ್ಯಗಳನ್ನು ಅಲ್ಲಿಯೇ ಗೋದಾವರಿ ತೀರದಲ್ಲಿರುವ ಉತ್ತರಾದಿ ಮಠದಲ್ಲಿ ಮಾಡುವುದಾಗಿಯೂ, ಹಿರಿಯರಾದ ತಾವುಗಳು ಬರಬೇಕೆಂದೂ ಗಂಗೂಬಾಯಿ ಪತ್ರ ಬರೆಸಿದ್ದಳು. ವಿಷಯ ತಿಳಿದು ಸೀನಣ್ಣ ಸಾಕಷ್ಟು ಹೊತ್ತು ವಿಷಾದದಿಂದ ಕುಳಿತುಬಿಟ್ಟ. ಪತ್ರವನ್ನು ಓದಿದ ಆತನ ಹೆಂಡತಿ "ನಂಗೊತ್ತಿತ್ತು... ಮಹಾ ಹಟಮಾರಿ ಹೆಣ್ಣುಮಗಳು ಆ ಗಂಗೂ... ಅಂತೂ ಕಡೀಗೆ ಗಂಡನ್ನ ನುಂಗಿ ನೀರು ಕುಡಿದ್ಲು... ಇನ್ನ ನೋಡ್ರಿ, ಸ್ವಲ್ಪೇ ದಿನಕ್ಕೆ ಮಗನಿಗೆ ಗಂಡನ ಕೆಲಸ ಕೊಡಿಸ್ತಾಳೆ..." ಎಂದಳು. ಹೆಂಡತಿಯ ಮಾತುಗಳು ಸೀನಣ್ಣಗೆ ಅತ್ಯಂತ ಕಹಿಯಾಗಿ ಕೇಳಿಸಿದವು. "ಸ್ವಲ್ಪ ಸುಮ್ಮನಿರೆ, ಇಲ್ಲದ್ದು ಸಲ್ಲದ್ದು ಎಲ್ಲಾ ಮಾತಾಡಿ ನರಕಕ್ಕೆ ಹೋಗಬೇಡ" ಎಂದು ಸೀನಣ್ಣ ಬೈಯ್ದ. ಅಷ್ಟು ಸುಲಭವಾಗಿ ಆಕೆ ಸೋಲೊಪ್ಪಿಕೊಳ್ಳಲು ತಯಾರಿರಲಿಲ್ಲ. "ಹೆಂಗಸರ ವಿಷಯ ನಿಮಗೆ ಗೊತ್ತಾಗಲ್ಲ. ಸುಮ್ಮನೆ ನನ್ನ ಅನ್ನಬೇಡ್ರಿ. ಆ ಗಂಗೂಬಾಯಿ ಎಂಥಾ ಘಟವಾಣಿ ಹೆಂಗಸು ಅಂತ ನಂಗೆ ಚೆನ್ನಾಗಿ ಗೊತ್ತು. ಮನೆ ಭಾಗ ಆಗಬೇಕಾಲಕ್ಕೆ ನೋಡೀವಲ್ಲೇನು? ಕಾಸಿನ ಸರ ತನಗೇ ಬೇಕು ಅಂತ ಹೆಂಗೆ ಬಾಯಿ ಮಾಡಿ ಹೊಡಕೊಂಡು ಬಿಟ್ಟಳು! ನನಗೆ ಬರಬೇಕಿತ್ತು ಅದು" ಎಂದಳು. "ಇಲ್ನೋಡೇ, ಕಾಸಿನ ಸರದ ಮಾತಿರಲಿ, ಈಗ

ನಾರಾಯಣನ ಕರ್ಮ ಮಾಡೋದಕ್ಕೆ ಅವರ ಹತ್ತಿರ ಕಾಸು ಅರ್ದೋ ಇಲ್ಲೋ ಅನ್ನೋದೇ ನನಗೆ ಅನುಮಾನ" ಎಂದು ಸೀನಣ್ಣ ಬಾಯಿ ಮುಚ್ಚಿಸಿದ.

ಎಷ್ಟೇ ಒತ್ತಾಯ ಮಾಡಿದರೂ ಫಣಿರಾಜ ಈ ಬಾರಿ ರಾಜಮಂಡ್ರಿಗೆ ಬರಲು ಒಪ್ಪಲಿಲ್ಲ. ಪಕ್ಕದ ಮನೆಯವರ ಜೊತೆಗೆ ಇರುತ್ತೇನೆಂದು ಹೇಳಿದ. ಅವನ ಅಪ್ಪ-ಅಮ್ಮ ಇಬ್ಬರೇ ಹೊರಟರು. ಯಾವುದಕ್ಕೂ ಇರಲಿ ಎಂದು ಸೀನಣ್ಣ ಗೆಳೆಯರೊಬ್ಬರಿಂದ ಒಂದಿಷ್ಟು ಸಾಲ ತೆಗೆದುಕೊಂಡು ಹೊರಟ. ನಾಣಿ ಕಕ್ಕನ ಸಾವು ಒಂದೆರಡು ದಿನ ಫಣಿರಾಜನನ್ನು ಖಿನ್ನನನ್ನಾಗಿಸಿತ್ತು. ಆದರೆ ಗೆಳೆಯರ ಜೊತೆ ಆಟ, ಶಾಲೆಯ ಒಡನಾಟದಲ್ಲಿ ಎಲ್ಲವನ್ನೂ ಮರೆತು ಬಿಟ್ಟ. ಈಗ ಬೆಂಕಿಪೊಟ್ಟಣದ ಚಿತ್ರಗಳನ್ನು ಸಂಗ್ರಹಿಸುವುದರಲ್ಲಿ ಆಸಕ್ತಿ ಹೋಗಿ, ಅದು ಮಕ್ಕಳಾಟ ಅನ್ನಿಸಲಾರಂಭಿಸಿತ್ತು.

ಈ ಘಟನೆಯ ನಂತರ ಗಂಗೂಬಾಯಿ ಮತ್ತವಳ ಸಂಸಾರ, ಸೀನಣ್ಣನ ಬಳಗದ ಕಡೆಗೆ ಸಂಬಂಧವನ್ನೇ ಕಡಿದುಕೊಂಡು ಬಿಟ್ಟಿತು. ಅವರು ಈಗೆಲ್ಲಿದ್ದಾರೆ, ಏನು ಮಾಡುತ್ತಿದ್ದಾರೆ ಎನ್ನುವುದು ಕೂಡಾ ಯಾರಿಗೂ ಗೊತ್ತಿಲ್ಲದಂತಾಯ್ತು. ಪ್ರಕಾಶನಿಗೆ ಅವರಪ್ಪನ ಕೆಲಸ ಸಿಕ್ಕಿದೆ ಎಂದು ಯಾರೋ ಮೂರನೆಯವರಿಂದ ತಿಳಿಯಿತು. ಗೀತಾನ ಮದುವೆಗೆ ಇವರಿಗೆ ಲಗ್ನ ಪತ್ರಿಕೆಯೂ ಬರಲಿಲ್ಲ. ಸೀನಣ್ಣನ ಹೆಂಡತಿ "ರಕ್ತ ಸಂಬಂಧ ಅವರಿಗೇ ಬೇಡ ಅಂದ್ರೆ ಏನು ಮಾಡ್ಲಿಕ್ಕೆ ಬರ್ತದೆ ಬಿಡ್ರಿ? ನಮಗೂ ಅವರ ಜೋಡಿ ರಕ್ತ ಸಂಬಂಧ ಇಲ್ಲ ಅಂತ ಅಂದ್ಕೊಂಡ್ರೆ ಆತು" ಎಂದು ನಿರ್ಧಾರ ತಿಳಿಸಿಬಿಟ್ಟಳು.

^^^

ಫಣಿರಾಜ ಮೂರು ಸಿಗರೇಟನ್ನು ಸುಟ್ಟು, ಈಗ ನಾಲ್ಕನೆಯದನ್ನು ಹಚ್ಚಿಕೊಂಡಿದ್ದ. ಆದರೂ ತನ್ಮಯಿಯ ಪತ್ತೆ ಇಲ್ಲ. ಮೂರು ನಾಲ್ಕು ಸಲ ಫೋನ್ ಮಾಡಿದ್ದ. ಅವಳು ಎತ್ತಿಕೊಂಡಿರಲಿಲ್ಲ. ಹೋಗಲಿ ಒಂದು ಮೆಸೇಜ್ ಕೂಡಾ ಕಳುಹಿಸಿರಲಿಲ್ಲ. ವಾರಾಂತ್ಯದಲ್ಲಿ ಕೋರಮಂಗಲದಲ್ಲಿ ಪಾರ್ಕಿಂಗ್ ಸಿಗುವುದು ಅಷ್ಟು ಸುಲಭವಲ್ಲ. ಫೋರಂ ಮಾಲ್‌ನಲ್ಲಿ ಪಾರ್ಕಿಂಗ್ ಪೂರ್ತಿಯಾಗಿ, ಮುಲಾಜಿಲ್ಲದೆ ಬೇರೆ ಕಡೆ ನಿಲ್ಲಿಸಿ ಎಂದು ಹೇಳಿದ್ದರು. ನಾಲ್ಕು ದಿನಕ್ಕೆ ಮುಂಚೆಯೇ ಸಿನಿಮಾಕ್ಕೆ ಟಿಕೇಟ್ ಖರೀದಿಸಿದ್ದ. ಸಿನಿಮಾ ಟಿಕೇಟ್‌ಗೆ ಆನ್‌ಲೈನ್ ಬುಕ್ಕಿಂಗ್ ಇದೆಯೇ ಹೊರತು, ಕಾರ್ ಪಾರ್ಕಿಂಗಿಗಿಲ್ಲ. ಕೋರಮಂಗಲದ ಒಳಗೆಲ್ಲೆಲ್ಲೋ ಸುತ್ತಾಡಿ, ಕಷ್ಟ ಪಟ್ಟು ಕಾರನ್ನು ನಿಲ್ಲಿಸಿದ್ದ. ಅದಕ್ಕೆ ಒರಗಿಕೊಂಡೇ ಸಿಗರೇಟನ್ನು ಒಂದರ ನಂತರ ಒಂದನ್ನು ಸೇದುತ್ತಿದ್ದ.

'ಅವಳು ಬರಲ್ಲ, ಸುಮ್ಮನೆ ನನ್ನ ಆಟ ಆಡಿಸ್ತಾಳೆ' ಅಂತ ಒಳಗೆಲ್ಲೋ ಅನ್ನಿಸಿ ಕಣ್ಣುಗಳು ತೇವಗೊಂಡವು. ಮನೆಯಲ್ಲಾಗಿದ್ದರೆ ಅತ್ತು ಬಿಡುತ್ತಿದ್ದನೇನೋ! ಬೀದಿಯಾದ್ದರಿಂದ ಹೇಗೋ ಸಂಭಾಳಿಸಿದ. "ಶನಿವಾರ ಸಿನಿಮಾಕ್ಕೆ ಹೋಗೋಣಲ್ವಾ?" ಎಂದು ಎರಡೆರಡು ಸಾರಿ ಕೇಳಿ, ಅವಳು "ಆಯ್ತು, ನೋಡೋಣ" ಅಂತ ಅಡ್ಡಗೋಡೆಯ ಮೇಲೆ ದೀಪವಿಟ್ಟಂತೆ ಮಾತನಾಡಿದ ಮೇಲೆ ತಕ್ಷಣ ಟಿಕೆಟ್ ಬುಕ್ ಮಾಡಿಸಿದ್ದ. ಈಗ ಪತ್ತೆಯಿಲ್ಲ. ಆಗಲೇ ಸಿನಿಮಾದ ಟೈಮ್ ಮೀರುತ್ತಾ ಬರುತ್ತಿತ್ತು. ಎದುರಿಗೆ ಸಿಕ್ಕರೆ ಪಟಪಟನೆ ನಾಲ್ಕು ಬಾರಿಸಬೇಕು ಅಂತ ಸಿಟ್ಟು ಬರುತ್ತದೆ. ಆದರೆ ಸಾಕ್ಷಾತ್ ಅವಳು ಎದುರಿಗೆ ಬಂದರೆ, ತನ್ನಿಂದ ಅಂತಹ ತೀಕ್ಷ್ಣವಾದದ್ದನ್ನು ಏನೂ ಮಾಡಲು ಸಾಧ್ಯವಿಲ್ಲ ಎಂದು ಫಣಿರಾಜನಿಗೆ ಗೊತ್ತು. ಈವರೆಗೆ ಅವಳ ಮೇಲೆ ಅವನೆಂದೂ ರೇಗಿಲ್ಲ. ಆಗಲೇ ಪರಿಚಯವಾಗಿ ಆರು ವರ್ಷ ಆಯ್ತು. ತನ್ನ ಸ್ವಭಾವ, ಅದರ ಇತಿಮಿತಿಗಳೂ ಫಣಿರಾಜನಿಗೆ ಗೊತ್ತು. ನಿರ್ಧಾರಗಳು ಏನಿದ್ದರೂ ಯಾವತ್ತೂ ಅವಳದೇ! ಸುಮ್ಮನೆ ಅದನ್ನು ಶಿರಸಾವಹಿಸಿ ಪಾಲಿಸುವುದು ತನ್ನ ಕರ್ತವ್ಯ ಅಷ್ಟೇ!

ಆರು ವರ್ಷದ ಕೆಳಗೆ ಪ್ರೀತಿ ಶುರುವಾದಾಗ ಹೀಗಿರಲಿಲ್ಲ ಅಂತ ಫಣಿರಾಜನಿಗೆ ಗೊತ್ತು. ಪ್ರತಿ ವಾರಾಂತ್ಯಕ್ಕೂ ಒಂದೊಂದು ಪ್ರವಾಸಿ ಕ್ಷೇತ್ರಕ್ಕೋ, ರೆಸಾರ್ಟಿಗೋ, ಇಲ್ಲಾ ಚಾರಣಕ್ಕೋ ಹೋಗುವುದು ನೆನೆಸಿಕೊಂಡರೆ ಯಾವುದೋ ಕನಸಿನ ಲೋಕವೆಂಬಂತೆ ಈಗನ್ನಿಸುತ್ತದೆ. ಹಣವನ್ನು ನೀರಿನಂತೆ ಖರ್ಚು ಮಾಡುವುದಕ್ಕೆ ಫಣಿರಾಜ ಯಾವತ್ತೂ ಹಿಂಜರಿಯುತ್ತಿರಲಿಲ್ಲ. ತನ್ಮಯಿಯಿಂದ ಯಾವತ್ತೂ ಒಂದು ಬಿಡಿಗಾಸನ್ನೂ ಖರ್ಚು ಮಾಡಿಸಿದವನಲ್ಲ. ಆಗಿನ್ನೂ ಅವರ ಬಳಿ ಕಾರು ಇರಲಿಲ್ಲ. ಬೈಕಿನಲ್ಲಿಯೇ ಸುತ್ತುತ್ತಿದ್ದುದು. ಇವನು ಅಷ್ಟೇನೂ ಜೋರಾಗಿ ಬೈಕ್ ಓಡಿಸುವ ಸ್ವಭಾವದವನಲ್ಲ. ಆದರೆ ತನ್ಮಯಿಯ ಸ್ವಭಾವವೇ ಬೇರೆ, ಎಲ್ಲವೂ ವೇಗವಾಗಿರಬೇಕು. 'ಇನ್ನೂ ಜೋರು, ಇನ್ನೂ...' ಎಂದು ಕೂಗಿ, ಇವನಿಗೂ ಹುರುಪು ಹೆಚ್ಚಿ, ಅವನ ಎದೆಯೇ ಢವಗುಟ್ಟುವಂತೆ ಆ್ಯಕ್ಸಿಲರೇಟರ್ ತಿರುಗಿಸುತ್ತಿದ್ದ. ತನ್ಮಯಿಯದು ಕೇಕೆಯೋ ಕೇಕೆ!

ಒಮ್ಮೆ ಕೆಲಸದ ಮೇಲೆ ದೆಹಲಿಗೆ ಹೋಗಿದ್ದ. ರೈಲ್ವೇ ನಿಲ್ದಾಣದಲ್ಲಿ ಇದ್ದಕ್ಕಿದ್ದಂತೆಯೇ ಅವನ ಎಲ್ಲಾ ಲಗೇಜುಗಳು ಕಳ್ಳತನವಾದವು. ತುಂಬಾ ಅವಸರವಾಗಿದ್ದರಿಂದ ಶೌಚಾಲಯವನ್ನು ಬಳಸಲು ಲಗೇಜನ್ನು ಅಲ್ಲಿಯೇ ಇಟ್ಟು ಹೋಗಿದ್ದ. ಶೌಚಾಲಯದಲ್ಲಿ ಎಲ್ಲಿ ಮೊಬೈಲ್, ಕ್ರೆಡಿಟ್, ಡೆಬಿಟ್ ಕಾರ್ಡ್‌ಗಳು ಬಿದ್ದು ಬಿಡುತ್ತವೋ ಎಂದು ಫಣಿರಾಜನಿಗೆ ಯಾವತ್ತೂ ಭಯ. ಆದ್ದರಿಂದ ಅವನ್ನು ಸೂಟ್‌ಕೇಸಿನಲ್ಲಿ ಹಾಕಿ, ಅದರ ಕೀ ಮಾತ್ರ ಜೋಪಾನವಾಗಿ ಜನಿವಾರಕ್ಕೆ

ಸಿಕ್ಕಿಸಿಕೊಂಡು ಹೋಗಿದ್ದ. ಬರುವಷ್ಟರಲ್ಲಿ ಎಲ್ಲಾ ಮಾಯ! ಹಾಕಿಕೊಂಡ ಪ್ಯಾಂಟು, ಶರ್ಟು ಮತ್ತು ಸೂಟ್‌ಕೇಸಿನ ಕೀ ಹೊರತಾಗಿ ಬೇರೇನೂ ಇಲ್ಲ. ಶೌಚಾಲಯವನ್ನು ನೋಡಿಕೊಳ್ಳುವವನು "ಯಾರು ಒಯ್ದಾರೆ ಅಂತ ಹೆಂಗೆ ಹೇಳೋಣ ಸಾಬ್... ಸಾವಿರಾರು ಜನ ಬಂದು ಹೋಗ್ತಿರ್ತಾರೆ..." ಎಂದು ಕೈಯಾಡಿಸಿ, "ಈಗ ಶೌಚಾಲಯ ಬಳಸಿದ್ದಕ್ಕೆ ಐದು ರೂಪಾಯಿ ಕೊಡಿ" ಅಂತ ಕೇಳಿದ. ಇವನ ಬಳಿ ಒಂದು ಪೈಸೆಯೂ ಇರಲಿಲ್ಲ. "ಹರ್ ರೋಜ್ ಇದೇ ಕತೆ ಆಯ್ತು... ಜಾವೋ ಜಾವೋ..." ಎಂದು ಬೈದು ಕಳುಹಿಸಿದ್ದ. ಇವನು ಹತ್ತುವ ಟ್ರೇನ್ ಆಗಲೇ ಹೊರಟು ನಿಂತಿತ್ತು. ಟಿಕೇಟ್ ಕೂಡಾ ಕಳೆದುಕೊಂಡಿದ್ದರಿಂದ ಹತ್ತಲು ಭಯವಾಯ್ತು. ಕೊನೆಗೆ ಯಾರೋ ಇವನ ಕತೆಯನ್ನು ಕೇಳಿ ರೈಲ್ವೇ ಪೊಲೀಸ್ ಠಾಣೆಗೆ ಹೋಗಿ ದೂರು ಕೊಡಲು ತಿಳಿಸಿದರು.

ಪೊಲೀಸ್ ಠಾಣೆಯಲ್ಲಿ ಇವನ ಕತೆಯನ್ನು ಸೌಜನ್ಯದಿಂದ ಕೇಳಿಸಿಕೊಂಡರು. ಈ ತರಹದ ಘಟನೆಗಳು ಇತ್ತೀಚೆಗೆ ಹೆಚ್ಚಾಗಿವೆ ಎಂದು ಹೇಳಿದರು. ಅನಂತರ ಇವನು ತನ್ನ ದೇಹವನ್ನು ಹಿಡಿ ಮಾಡಿಕೊಂಡು ತನ್ನ ಬಳಿ ಈಗ ಒಂದು ಪೈಸೆಯೂ ಇಲ್ಲ ಎನ್ನುವ ಸಂಗತಿಯನ್ನು ತಿಳಿಸಿದ. ಅವರು ಸಮಾಧಾನ ಪಡಿಸಿ, ಬೆಂಗಳೂರಿಗೆ ಹೋಗುವ ವ್ಯವಸ್ಥೆಯನ್ನು ಮಾಡಿಕೊಡುವುದಾಗಿ ಹೇಳಿದ್ದರು. ಆದರೆ ಎಲ್ಲಕ್ಕೂ ಮುಖ್ಯವಾಗಿ ಊರಲ್ಲಿ ಯಾರ ಜೊತೆಯಾದರೂ ಮಾತನಾಡ ಬಯಸುತ್ತೀರಾ ಎಂದು ಕೇಳಿದರು. ಅವನಿಗೆ ಆಗ ನಿಜವಾದ ಸಮಸ್ಯೆ ಗೊತ್ತಾಗಿದ್ದು. ಅಪ್ಪ-ಅಮ್ಮರ ಮೊಬೈಲ್ ಸಂಖ್ಯೆ ನೆನಪಿರಲಿಲ್ಲ. ಅಕ್ಕನದೂ ಗೊತ್ತಿರಲಿಲ್ಲ. ಆಫೀಸಿನ ಲ್ಯಾಂಡ್‌ಲೈನ್ ಸಂಖ್ಯೆ ಗಲಿಬಿಲಿಯಾಯ್ತು. ಗೊತ್ತಿದ್ದದ್ದು ಒಂದೇ ಸಂಖ್ಯೆ! ಅದು ತನ್ಮಯಿಯ ಮೊಬೈಲ್ ನಂಬರ್. ಪೊಲೀಸರು ಫೋನ್ ಬಳಸಲು ಕೊಟ್ಟರು. ಅವಳೊಡನೆ ಮಾತನಾಡಿದ್ದ. "ಗಾಬರಿಯಾಗಬೇಡ. ಪೊಲೀಸರ ಸಹಾಯ ಪಡೆದು ಸೀದಾ ಬಾ. ಆಮೇಲೆ ನೋಡಿಕೊಳ್ಳೋಣ" ಎಂದು ಧೈರ್ಯ ತುಂಬಿದ್ದಳು.

ಬೆಂಗಳೂರಿಗೆ ಪ್ರಯಾಣ ಮಾಡುವ ತನಕ ಅವನ ತಲೆಯ ತುಂಬಾ ಒಂದೇ ವಿಚಾರ ತುಂಬಿತ್ತು. ಇಡೀ ಜಗತ್ತಿನಲ್ಲಿ ತನಗೆ ನೆನಪಿದ್ದಿದ್ದು ಬರೀ ತನ್ಮಯಿಯ ಫೋನ್ ನಂಬರ್ ಮಾತ್ರ. ತನಗೆ ಅವಳ ಮೇಲಿರುವ ಪ್ರೀತಿಗೆ ಇದಕ್ಕಿಂತಲೂ ದೊಡ್ಡ ಉದಾಹರಣೆ ಬೇಕೆ? ಈ ಸತ್ಯದಿಂದ ಅವನು ಎಷ್ಟೊಂದು ಭಾವೋತ್ಕರ್ಷನಾದನೆಂದರೆ, ಶೌಚಾಲಯಕ್ಕೆ ಹೋಗಿ ತುಂಬಾ ಹೊತ್ತು ಅತ್ತಿದ್ದ. ಊರಿಗೆ ಹೋದ ತಕ್ಷಣ ಆ ವಿಷಯವನ್ನು ತನ್ಮಯಿಗೆ ಆರ್ದ್ರವಾಗಿ ಹೇಳಿದ್ದ. ಅವಳು ನಕ್ಕು ಬಿಟ್ಟಿದ್ದಳು. "ಆಫೀಸಿಂದ ನಂಗೆ ಫೋನ್ ಮಾಡಬೇಕಾದ್ರೆ ನಿನ್ನ ಮೊಬೈಲ್ ಬಳಸ್ದೇ, ಬರೀ ಕಳ್ಳತನದಲ್ಲಿ ಆಫೀಸಿನ ಲ್ಯಾಂಡ್‌ಲೈನ್ ಬಳಸ್ತೀಯ. ಅದಕ್ಕೇ ನನ್ನ

ನಂಬರ್ ನಿಂಗೆ ನೆನಪಿರೋದು" ಎಂದಿದ್ದಳು. ತನ್ನ ಭಾವಾವೇಶದ ಪುಗ್ಗೆಯನ್ನು ಅವಳು ಅಷ್ಟು ಸುಲಭವಾಗಿ ಸತ್ಯದ ಸೂಜಿಮೊನೆಯಿಂದ ಚುಚ್ಚಿಬಿಟ್ಟಿದ್ದಳು. ಫಣಿರಾಜ ಅವಳ ಆ ಮಾತಿಗೆ ಹುಸಿಸಿಟ್ಟು ಮಾಡಿಕೊಂಡಿದ್ದನಾದರೂ, ಮನಸ್ಸಿನೊಳಗೇ ನೊಂದಿದ್ದ.

ಈ ಆರು ತಿಂಗಳಿಂದ ಯಾವುದೂ ಸರಿ ಹೋಗುತ್ತಿಲ್ಲ ಎನ್ನುವುದು ಫಣಿರಾಜನಿಗೆ ಗೊತ್ತಾಗಿದೆ. ವಾರಕ್ಕೆ ಎರಡೆರಡು ಬಾರಿ ಸಿಗೋಳು, ಈಗ ತಿಂಗಳಿಗೊಮ್ಮೆಯೂ ಸಿಗುತ್ತಿಲ್ಲ. ಸಿಕ್ಕಾಗ ಕಾರಣ ಕೇಳಲು ಹೋದರೆ ಸಿಟ್ಟಾಗಿ ಬಿಡುತ್ತಾಳೆ. ಇವನಿಗೆ ಇತ್ತೀಚೆಗಂತೂ ಕಾರಣ ಕೇಳಲು ಭಯವೇ ಆಗುತ್ತೆ, ಸುಮ್ಮನಾಗಿ ಬಿಡುತ್ತಾನೆ. ಯಾವಾಗೋ ಒಮ್ಮೆ ಸಿಗುವುದು, ಆವಾಗಲೂ ಜಗಳ ಮಾಡಿಕೊಂಡಿರುವುದು ಇವನಿಗೆ ಇಷ್ಟವಾಗುವುದಿಲ್ಲ. ಜಗಳ ಬೇಡವೆಂದು ಎಷ್ಟೇ ಪ್ರಯತ್ನ ಪಟ್ಟರೂ, ಯಾವುದೋ ಸಣ್ಣ ಸಣ್ಣ ವಿಷಯಕ್ಕೆ ಜಗಳ ಆಗಿಯೇ ಬಿಡುತ್ತದೆ. ಯಾವುದೋ ಸಿನಿಮಾಕ್ಕೆ ಹೋದಾಗ ಇವನಿಗೆ ಅದು ತುಂಬಾ ಇಷ್ಟವಾಗಿ ಚೆನ್ನಾಗಿದೆ ಎಂದಿದ್ದೇ ದೊಡ್ಡ ಜಗಳವಾಗಿ ಬಿಟ್ಟಿತ್ತು. "ನಿನಗೆ ಟೇಸ್ಟ್ ಅನ್ನೋದು ಇಲ್ವಾ? ಇಂಥಾ ಕಳಪೆ ಸಿನಿಮಾನ್ನ ಹೆಂಗೆ ಇಷ್ಟಪಡ್ತೀಯಾ? ಅಷ್ಟು ಗಾಢಿಯಾಗಿದೆ ಆ ಸಿನಿಮಾ... ಸೂಕ್ಷ್ಮ ಅನ್ನೋದು ಇಲ್ಲವೇ ಇಲ್ಲ..." ಅಂತೆಲ್ಲಾ ಕೂಗಾಡಿ ಬಿಟ್ಟಿದ್ದಳು. ಇವನು ಕೊನೆಗೆ "ಸಾರಿ ಕಣೆ, ಬೇಕಂತ್ಲೇ ನಿನ್ನ ರೇಗಿಸ್ಲಿಕ್ಕೆ ಹಂಗೆ ಸುಳ್ಳು ಹೇಳ್ದೆ. ನಂಗೂ ಸಿನಿಮಾ ಇಷ್ಟ ಆಗ್ಲಿಲ್ಲ..." ಅಂತ ರಮಿಸಲು ನೋಡಿದ. ಆಗ ಮತ್ತೊಂದು ಜಗಳವನ್ನೇ ತೆಗೆದುಬಿಟ್ಟಳು. "ನಿನ್ನದು ಅನ್ನೋ ವ್ಯಕ್ತಿತ್ವ ನಿಂಗಿಲ್ವಾ? ನಿಂಗೆ ಇಷ್ಟ ಆಗಿದ್ರೆ ಅದನ್ನ ಪಟ್ಟು ಹಿಡಿ. ಅದು ನಿನ್ನ ಬಗ್ಗೆ ನಂಗೆ ಗೌರವ ಹೆಚ್ಚಿಸುತ್ತೆ. ನಂಗೆ ಇಷ್ಟ ಆಗಿಲ್ಲ ಅಂತ ನೀನ್ಯಾಕೋ ಮನಸ್ಸು ಬದಲಿಸ್ತೀ? ಐ ಹೇಟ್ ದಿಸ್..." ಎಂದು ಇನ್ನಷ್ಟು ರೇಗಿದ್ದಳು. ಇವನು ತಪ್ಪು ಮಾಡಿದ ಬಾಲಕನಂತೆ "ಸಾರಿ" ಎಂದು ತಪ್ಪೊಪ್ಪಿಕೊಂಡಿದ್ದ. ಅದು ಅವಳನ್ನು ಮತ್ತಿಷ್ಟು ರೇಗಿಸಲು ತುಪ್ಪ ಹಾಕಿತು. "ಏನು ತಪ್ಪು ಮಾಡಿ ಅಂತ ಸಾರಿ ಕೇಳ್ತಿ?" ಎಂದು ಶುರುವಿಟ್ಟಳು. ಬೇರೆ ಅಸ್ತ್ರವೇ ಇಲ್ಲದಂತೆ ಸುಮ್ಮನಾಗಿ ಬಿಟ್ಟಿದ್ದ. ಇತ್ತೀಚೆಗಂತೂ ಅವಳ ಜೊತೆಯಲ್ಲಿ ಏನು ಮಾತನಾಡಿದರೆ ತಪ್ಪಾಗುತ್ತದೆ, ಏನು ಮಾತಾಡಿದರೆ ಸರಿಯಾಗುತ್ತದೆ, ಮಾತಾಡಬೇಕೋ ಬೇಡವೋ ಎಂದೆಲ್ಲಾ ಒದ್ದಾಡುತ್ತಾನೆ. ಅಪರೂಪಕ್ಕೊಮ್ಮೆ ಅವಳನ್ನು ಭೇಟಿಯಾದರೂ ಹೆದರಿಕೆ, ಭಯದಲ್ಲಿಯೇ ಕ್ಷಣಗಳು ಕಳೆದುಹೋಗಿ ಬಿಡುತ್ತಿದ್ದವು.

ಅವಳ ಸನಿಹದಲ್ಲಿ ಈ ಗೋಳಾದರೆ, ಅವಳಿಲ್ಲದಾಗ ಮತ್ತೊಂದು ರೀತಿಯಲ್ಲಿ ಒದ್ದಾಡುತ್ತಿದ್ದ. ಬರೀ ಅವಳದೇ ಧ್ಯಾನ. ಅವಳನ್ನು ಹೇಗೆ ಖುಷಿ ಪಡಿಸಲಿ, ತಾನು ಮಾಡುತ್ತಿರುವ ತಪ್ಪೇನು, ಅವಳು ಮೊದಲಿನಂತೆ ವರ್ತಿಸಲು ನಾನೇನು ಮಾಡಬೇಕು

– ಅವಳ ಜೊತೆಯಲ್ಲಿ ನಡೆದ ಒಂದೊಂದು ಘಟನೆಗಳೂ ಸಾವಿರ ಬಾರಿ ಅವನ ಮನಸ್ಸಿನಲ್ಲಿ ಹೊಯ್ದಾಡಿ, ಹಲವಾರು ತರ್ಕಗಳು ನಡೆದು ಸುಸ್ತಾಗುತ್ತಿದ್ದ. ಊಟ–ತಿಂಡಿಗಳು ರುಚಿ ಕಳೆದುಕೊಳ್ಳತೊಡಗಿದವು. ಆಫೀಸಿನ ಕೆಲಸದಲ್ಲಿ ಆಸಕ್ತಿಯೇ ಹೊರಟು ಹೋಯ್ತು. "ಬೆಸ್ಟ್ ಎಂಪ್ಲಾಯಿ" ಅವಾರ್ಡ್ ಅನ್ನು ಹಲವು ಬಾರಿ ತೆಗೆದುಕೊಂಡಿದ್ದ ಫಣಿರಾಜ, ಈಗ ಎಲ್ಲಾ ಪ್ರಾಜೆಕ್ಟ್ ಮ್ಯಾನೇಜರರ ದೂರಿಗೆ ಗುರಿಯಾಗಲಾರಂಭಿಸಿದ. ದಿನದ ಇಪ್ಪತ್ನಾಲ್ಕು ತಾಸೂ ಬರೀ ತನ್ಮಯಿ. ಅವಳ ಮಾತುಗಳು. ಅವಳೊಡನೆ ಫೋನ್ ಮಾಡಲು ಒದ್ದಾಟ. ಅವಳ ನಿರಾಸಕ್ತಿ. ಒಬ್ಬನೇ ಕುಳಿತು ಅಳುವ ಸಂದರ್ಭಗಳು ಹೆಚ್ಚಾಗತೊಡಗಿದವು.

ಒಮ್ಮೆ ಎರಡು ದಿನ ಕನ್ನಡಿಯ ಮುಂದೆ ಅಭ್ಯಾಸ ಮಾಡಿ, ಅವಳು ಸಿಕ್ಕಾಗ "ಹೀಗ್ಯಾಕೆ ಮಾಡ್ತೀಯ? ಏನಾಗಿದೆ ನಿಂಗೆ? ನನ್ನ ಮೇಲೆ ಇಷ್ಟ ಇಲ್ವಾ?" ಎಂದು ಧೈರ್ಯವಹಿಸಿ ಕೇಳಿಯೇ ಬಿಟ್ಟ. ಅವಳು ನಕ್ಕುಬಿಟ್ಟಳು. "ಮನುಷ್ಯ ಬದಲು ಆಗ್ತಾನೋ... ಭಾವನೆಗಳು ಬೇರೆ ಆಗ್ತಾ ಇರಲ್ವಾ? ಬೆಳೆಯೋದು ಅಂದ್ರೆ ಬದಲಾಗೋದು ಅಂತ್ಲೇ ಅಲ್ವಾ?" ಎಂದು ಎಂಥದೋ ಫಿಲಾಸಫಿ ಶುರುವಿಟ್ಟಳು. "ಹಂಗಿದ್ರೆ ಇನ್ನು ನಾವು ಭೇಟಿಯಾಗೋದು ಬೇಡ್ವಾ? ದೂರ ಆಗೋಣ್ವಾ?" ಎಂದು ನಡುಗುವ ಧ್ವನಿಯಲ್ಲಿ ಕೇಳಿದ. "ಅರೆ, ಅರೆ... ಹಂಗೆಲ್ಲಿ ನಾನು ಹೇಳಿದೆ? ಈವತ್ತು ಈ ಬದಲಾವಣೆ. ನಾಳೆ ಮತ್ತೊಂದು ಬದಲಾವಣೆ ಆಗಿ ನೀನೇ ನಂಗೆ ಇನ್ನಷ್ಟು ಇಷ್ಟ ಆಗ್ಲಿಕ್ಕೆ ಶುರುವಾಗಬಹುದಲ್ವಾ?" ಎಂದು ಪ್ರತಿ ಪ್ರಶ್ನೆ ಮಾಡಿದ್ದಳು. ಅವನಿಗೂ ಆ ಮಾತು ಸತ್ಯ ಅನ್ನಿಸಿತ್ತು. ಹಾಗೆ ಆಗಬಹುದಲ್ವಾ? ಅವಳು ಹೇಳೋದ್ರಲ್ಲಿ ತಪ್ಪೇನಿದೆ? ಅಂತೆಲ್ಲಾ ಸಮಾಧಾನ ಮಾಡಿಕೊಂಡಿದ್ದ. ಆದರೆ ಮತ್ತೆ ಯಥಾಪ್ರಕಾರ ಅವಳು ತನ್ನ ಸ್ವಭಾವವನ್ನು ಮುಂದುವರೆಸುತ್ತಿದ್ದಳು. ಫೋನ್ ಹತ್ತು ಸಲ ಮಾಡಿದರೂ ಎತ್ತಿಕೊಳ್ಳುವುದಿಲ್ಲ. ಆಮೇಲೆ ಏನೋ ಕಾರಣವನ್ನು ಕೊಡೋದು. ಅದು ಸುಳ್ಳು ಅಂತ ಫಣಿರಾಜನಿಗೆ ಅನ್ನಿಸೋದು. ಆದರೆ ಹಾಗಂತ ಹೇಳೋಕೆ ಭಯ. ತನ್ಮಯಿ ಮೇಲೆ ತನಗಿರೋದು ಜಾಸ್ತಿ ಪ್ರೀತಿಯೋ, ಜಾಸ್ತಿ ಭಯವೋ ಎಂದು ಒಮ್ಮೊಮ್ಮೆ ಅನುಮಾನವಾಗಿ ಬಿಟ್ಟು ಹತಾಶನಾಗುತ್ತಿದ್ದ.

ಮನೆಯಿಂದ ಒಂದೇ ಸಮನೆ ಮದುವೆಗೆ ಒತ್ತಾಯ ಬರಲು ಶುರುವಾಗಿತ್ತು. ಅಪ್ಪ, ಅಮ್ಮ, ಅಕ್ಕ, ಭಾವ – ಯಾರ ಜೊತೆ ಮಾತಾಡಿದರೂ ಒಂದೇ ರಾಗ – ಯಾವಾಗ ಮದುವೆ? ಆಫೀಸಿನಲ್ಲಂತೂ ಯಾರೋ ಒಬ್ಬ ಹುಡುಗಿ "ಆರ್ ಯು ಗೇ?" ಎಂದು ಕೇಳಿ ಮೈಯೆಲ್ಲಾ ಪರಚಿಕೊಳ್ಳುವಂತೆ ಮಾಡಿಬಿಟ್ಟಿದ್ದಳು. "ವಯಸ್ಸು ಮೂವತ್ತು ದಾಟಿದರೂ ಮದುವೆ ಆಗಿಲ್ಲ ಅಂದ್ರೆ ಇನ್ನೇನು ಅರ್ಥ?" ಅಂತ ಬೇರೆ ಕೊಂಕು ನುಡಿದಿದ್ದಳು. ಅವನಕ್ಕ "ಯಾರನ್ನಾದ್ರೂ ಪ್ರೀತಿ ಮಾಡ್ತಾ ಇದೀಯ?

ಅದಾದ್ರೂ ಹೇಳು. ಮದುವೆ ಮಾಡಿಬಿಡೋಣ. ಯಾವ ಜಾತಿ ಆದ್ರೂ ಅಡ್ಡಿ ಇಲ್ಲ" ಎಂತಲೂ ಪುಸಲಾಯಿಸಿದ್ದಳು. ಇವನು ಏನಂತ ಹೇಳಿಯಾನು? ಪ್ರೀತಿ ಮಾಡ್ತಾ ಇರೋದು ಸತ್ಯ. ಹಾಗಂತ ತನ್ಮಯಿಯನ್ನು ಒಪ್ಪಿಸಿ ಅವರಿಗೆ ಪರಿಚಯಿಸಲು ಸಾಧ್ಯವೆ? ಒಂದು ಸಲ ತನ್ನ ಕುಟುಂಬದೊಡನೆ ಭೇಟಿ ಮಾಡುವ ವಿಷಯವನ್ನು ಅವಳ ಮುಂದಿಟ್ಟಿದ್ದ. "ಈಗ್ಲೇ ಅಂತಹ ಹುಚ್ಚುಚ್ಚೆಲ್ಲಾ ಬೇಡ" ಎಂದು ಒಂದೇ ಮಾತಿಗೆ ಅವಳು ಆ ವಿಷಯವನ್ನು ಚಿವುಟಿ ಹಾಕಿದ್ದಳು.

ಒಟ್ಟಾರೆ ಫಣಿರಾಜನ ಬದುಕು ವಿಲವಿಲ ಒದ್ದಾಟವಾಗಿ ಹೋಗಿತ್ತು. ಬೋನಿನಲ್ಲಿ ಸಿಕ್ಕಿ ಬಿದ್ದ ಇಲಿಯಂತೆ ಒದ್ದಾಡುತ್ತಿದ್ದ. ತನ್ಮಯಿ ಎನ್ನುವ ಬೆಕ್ಕು ಹೊರಗೆ ಅಡ್ಡಾಡುತ್ತಲೇ ಇತ್ತು.

^^^

ಆರನೆಯ ಸಿಗರೇಟನ್ನು ಸುಟ್ಟ ಮೇಲೆ, ಇನ್ನು ಯಾವುದೇ ಆಸೆಯೂ ಫಣಿರಾಜನಿಗೆ ಉಳಿದಿರಲಿಲ್ಲ. ಮನೆಗೆ ಹೋಗುವುದೆಂದು ನಿರ್ಧರಿಸಿದ. ತನ್ಮಯಿಗೆ "ಐ ಆಮ್ ರಿಯಲಿ ಹರ್ಟ್" ಎಂದು ಒಂದು ಮೆಸೇಜ್ ಕಳುಹಿಸಿದ. ಅವಳಿಂದ ತಕ್ಷಣ ಏನಾದರೂ ಉತ್ತರ ಬರುತ್ತದೇನೋ ಎಂದು ಕಾಯ್ದು. ಅದಕ್ಕೆ ಬದಲಾಗಿ ಫೋನ್ ಕಾಲ್ ಬಂತು. "ಮಿಸ್ಟರ್ ಫಣಿರಾಜ್... ನಿಮಗೆ ಪರ್ಸನಲ್ ಲೋನ್ ಕೊಡೋದಕ್ಕೆ ನಮ್ಮ ಬ್ಯಾಂಕ್ ಅಪ್ರೂವ್ ಮಾಡಿದೆ. ತಾವು ಒಮ್ಮೆ ನಮ್ಮ ಬ್ಯಾಂಕಿಗೆ ಬಂದ್ರೆ ಒಂದೇ ದಿನದಲ್ಲಿ..." ಆಕೆ ಇನ್ನೂ ಏನು ಹೇಳುತ್ತಿದ್ದಳೋ ಗೊತ್ತಿಲ್ಲ. "ಕತ್ತೆ ರಂಡೆ. ಯಾವ್ಳೋಳೇ ನೀನು ನಂಗೆ ಲೋನ್ ಕೊಡೋಕೆ... ನಿಂಗೆ ಪರ್ಸನಲ್ ಲೋನ್ ಬೇಕೇನೆ... ಕೊಡ್ತೀನಿ ಬಾರೆ ಬೋಸ್ಲೋಡಿ..." ಎಂದು ಕಿರುಚಾಡಲಾರಂಭಿಸಿದ. ಆ ಕಡೆಯವಳು ಹೆದರಿಕೊಂಡೇ ಬಿಟ್ಟಳು. "ಐ ಆಂ ಸೋ ಸಾರಿ ಸಾರ್... ನಮ್ಮ ಕಂಪನಿಯಿಂದ ಇನ್ನೊಮ್ಮೆ ಕರೆ ಮಾಡ್ತೀವಿ ಸಾರ್..." ಎಂದು ಕರೆಯನ್ನು ಕಟ್ ಮಾಡಿಬಿಟ್ಟಳು. ಫಣಿರಾಜ ಭುಸುಗುಡುತ್ತಿದ್ದ.

ಆ ಹೊತ್ತಿಗೆ ಅಚಾನಕ್ಕಾಗಿ "ಹೇ ಫಣಿ... ಇದೇನೋ ಇಲ್ಲಿ..." ಎನ್ನುವ ಧ್ವನಿ ಕೇಳಿ ಬಂತು. ಆ ವ್ಯಕ್ತಿ ಬಂದವನೇ ಇವನ ಹೆಗಲ ಮೇಲೆ ಕೈ ಹಾಕಿ "ಹೇಗಿದೀಯೋ?" ಎಂದಾಗಲೇ ಫಣಿರಾಜ ವಾಸ್ತವಕ್ಕೆ ಬಂದಿದ್ದು. ಆತ ರಾಜೇಂದ್ರ, ಇವನ ಜೊತೆ ಐದು ವರ್ಷ ಕೆಲಸ ಮಾಡಿದವನು. ಆಮೇಲೆ ಯಾವುದೋ ಸ್ವಂತ ಕಂಪನಿ ಮಾಡಲು ಹೊರಟುಹೋದ. ಅನಂತರ ಅವನ ಸಂಪರ್ಕ ತಪ್ಪಿ ಹೋಗಿತ್ತು. ತನ್ಮಯಿಯ ಸುಳಿಯಲ್ಲಿ ಸಿಕ್ಕ ಫಣಿರಾಜ ಬೇರೆ ಗೆಳೆಯರ ಕಡೆಗೆ ಗಮನ ಕೊಟ್ಟಿದ್ದೇ

ಕಡಿಮೆ. ಆಗೊಮ್ಮೆ ಈಗೊಮ್ಮೆ ಲಿಂಕ್ಡ್‌ಇನ್‌ನಲ್ಲಿಯೋ, ಫೇಸ್‌ಬುಕ್‌ನಲ್ಲಿಯೋ ಅವನ ಫೋಟೋ ನೋಡಿದ್ದು ಮಾತ್ರ ನೆನಪು.

"ಎಷ್ಟು ದಿನ ಆಯ್ತಲ್ಲೋ ರಾಜೇಂದ್ರ? ಹೇಗಿದೀಯ?" ಎಂದು ನಗುತ್ತಾ ಕೇಳಿದ. ಅಲ್ಲಿಯವರೆಗೆ ಹೃದಯದಲ್ಲಿ ಎದ್ದಿದ್ದ ಕುದಿ ಈ ಗೆಳೆಯನನ್ನು ಕಂಡು ತಂಪಾಗಿತ್ತು. ಒಂದು ಕಾಲದಲ್ಲಿ ಇಬ್ಬರೂ ತುಂಬಾ ಹೊಂದಿಕೊಂಡು ಕೆಲಸ ಮಾಡಿದ್ದರು. ಜೊತೆ ಜೊತೆಯಲ್ಲಿ ಸಿನಿಮಾ ಕೂಡಾ ನೋಡಿದ್ದರು. ಗೋವಾಕ್ಕೊಮ್ಮೆ ಹೋಗಿ ಸಿಕ್ಕಾಪಟ್ಟೆ ಮಜಾ ಉಡಾಯಿಸಿ ಬಂದದ್ದೂ ಫಣಿರಾಜನಿಗೆ ನೆನಪಿದೆ.

"ಸಮಯ ಇದೆಯಾ? ಹಂಗಾರೆ ಇಲ್ಲೇ ಯಾವುದಾದ್ರೂ ಕಾಫಿ ಬಾರ್‌ಗೆ ಹೋಗೋಣ ಬಾ. ಪ್ರಶಾಂತವಾಗಿ ಮಾತಾಡಬೋದು" ಎಂದು ಆಹ್ವಾನಿಸಿದ. ಫಣಿರಾಜನಿಗೂ ಅದೇ ಬೇಕಿತ್ತು. ತಲೆ ಚಿಟ್ಟು ಹಿಡಿದಿತ್ತು. ಕಾಫಿ ಕುಡಿಯುತ್ತಾ ಒಂದಿಷ್ಟು ಮಾತನಾಡಿದರೆ ಏನಾದರೂ ಸಮಾಧಾನ ಆಗಬಹುದು. ಮನಸ್ಸು ಬೇರೆ ಕಡೆಗೆ ವಾಲಿದರೆ ಒಳ್ಳೆಯದು. ಆದ್ದರಿಂದ ತಕ್ಷಣ ಒಪ್ಪಿಕೊಂಡ.

ಹತ್ತಿರದಲ್ಲಿಯೇ ಇದ್ದ ಕಾಫಿ ಬಾರ್ ಒಂದನ್ನು ಹೊಕ್ಕರು. ಮ್ಯೂಜಿಕ್ ಗಲಾಟೆಯಿಲ್ಲದ ಕಡೆಗೆ ಹೋಗಿ ಇಬ್ಬರೂ ಕುಳಿತುಕೊಂಡರು. ರಾಜೇಂದ್ರ ಗ್ರೀನ್ ಟೀ ಆರ್ಡರ್ ಮಾಡಿದ. ಫಣಿರಾಜನದು ಯಾವತ್ತಿನಂತೆ ಕೆಪಚಿನೋ. ಸರ್ವರ್ ಹುಡುಗಿ ಆ ಕಡೆ ಹೋಗಿದ್ದೆ "ಸಖತ್ ಆಗಿದ್ದಾಳಲ್ಲಾ?" ಎಂದು ರಾಜೇಂದ್ರ ಕೇಳಿದ. ಫಣಿರಾಜ ತನ್ನದೇ ಗುಂಗಿನಲ್ಲಿದ್ದವನು ಸರಿಯಾಗಿ ಗಮನಿಸಿಯೇ ಇರಲಿಲ್ಲ. ಆದರೆ ಅದನ್ನು ಹೇಳಲು ಒಪ್ಪಿಕೊಳ್ಳದೆ "ಸೂಪರ್..." ಎಂದ. ಅನಂತರ ಜೇಬಿನಿಂದ ಸಿಗರೇಟಿನ ಪಾಕೇಟನ್ನು ತೆಗೆದು ಗೆಳೆಯನ ಮುಂದೆ ಹಿಡಿದ. "ಅಯ್ಯಪ್ಪೋ... ಸಿಗರೇಟು ಬಿಟ್ಟಾಯ್ತು..." ಎಂದು ರಾಜೇಂದ್ರ ಹೇಳಿದಾಗ ಫಣಿರಾಜ ನಂಬದಾದ. ಯಾಕಂದ್ರೆ ಗೋವಾದಲ್ಲಿ ಇವನಿಗೆ ಸಿಗರೇಟಿನ ಅಭ್ಯಾಸವನ್ನು ಕಲಿಸಿದವನು ಅವನೇ ಆಗಿದ್ದ. "ಇದೇನೋ ವೈರಾಗ್ಯ?" ಎಂದು ವಿಚಾರಿಸಿದ.

"ಯು ನೋ ಫಣಿ, ಬದುಕಲ್ಲಿ ತುಂಬಾ ಕಷ್ಟಪಟ್ಟು ಬಿಟ್ಟೆ. ಆರೋಗ್ಯ ಕೈ ಕೊಟ್ಟು ಬಿಡ್ತು ಕಣೋ..." ಎಂದು ಹೇಳುವಾಗ ಅವನ ಧ್ವನಿ ಭಾರವಾಗಿತ್ತು. ನೋಡಲು ಮೈಕೈ ತುಂಬಿಕೊಂಡು ಚೆನ್ನಾಗಿಯೇ ಕಾಣುತ್ತಿದ್ದ. "ನಿಂಗೇನು ಆಗಿತ್ತೋ ಮಾರಾಯ? ಟಿಸಿಎಸ್ 10 ಕೆ ನಲ್ಲಿ ಓಡಿದವನು ನೀನು" ಎಂದು ಜ್ಞಾಪಿಸಿದ. "ದೈಹಿಕವಾಗಿ ಚೆನ್ನಾಗಿಯೇ ಇದ್ದೇನೆ. ಆದರೆ ಮನಸ್ಸು ಕೆಟ್ಟು ಹೋಗಿತ್ತು ಫಣಿ" ಎಂದು ಸುಮ್ಮನಾದ. ಸರ್ವರ್ ಹುಡುಗಿ ಗ್ರೀನ್ ಟೀ ಮತ್ತು ಕೆಪಚಿನೋ ತಂದು ಕೊಟ್ಟು "ಹ್ಯಾವ್ ಅ ನೈಸ್ ಟೈಮ್" ಎಂದು ವಯ್ಯಾರದಿಂದ ಉಲಿದು ಹೋದಳು. ರಾಜೇಂದ್ರ ಮುಂದುವರೆಸಿದ.

“ನಿಂಗೆ ಗೊತ್ತಿದೆಯೋ ಇಲ್ವೋ, ನಾನೇ ಸ್ವಂತ ಒಂದು ಕಂಪನಿ ಶುರು ಮಾಡಿಕೊಂಡೆ. ಬರೀ ಬೇರೆ ಕಂಪನಿಗಳಿಗೆ ಕೆಲಸ ಮಾಡಿ ಎಷ್ಟು ಅಂತ ಗಳಿಸೋಕೆ ಸಾಧ್ಯ? ಆದ ಕಾರಣ ಗಳಿಸಿದ್ದೆಲ್ಲಾ ಹಾಕಿ ಕಂಪನಿ ಶುರು ಮಾಡಿದೆ. ಕೈ ಸುಟ್ಟುಗೊಂಡೆ ಕಣೋ... ಎಲ್ಲಾ ಹೋಯ್ತು. ಸಾಲದು ಅಂತ ತಲೆ ಮೇಲೆ ಸಾಲ. ಹೆಂಡತಿ, ಅಪ್ಪ-ಅಮ್ಮ... ಎಲ್ಲರೂ ನನ್ನದೇ ತಪ್ಪು ಅಂತ ಶುರು ಹಚ್ಚಿಕೊಂಡ್ರು. ರಿಸೆಷನ್ ಬೇರೆ ಶುರುವಾಗಿತ್ತು. ಬೇರೆ ಕಡೆ ಕೆಲಸ ಸೇರೋದಕ್ಕೂ ಸಾಧ್ಯ ಇರಲಿಲ್ಲ. ಏನು ಮಾಡ್ಲೋ? ಇಡೀ ದಿನ ಅದೇ ಮನಸ್ಸನ್ನ ಕಾಡ್ತಾ ಇತ್ತು. ರಾತ್ರಿಯೆಲ್ಲಾ ನಿದ್ದೆ ಮಾಡ್ತಾ ಇರಲಿಲ್ಲ. ನಂಗೆ ಮಾನಸಿಕ ಆರೋಗ್ಯ ಸಮಸ್ಯೆಯಲ್ಲಿ ಬಳಲ್ತಾ ಇದೀನಿ ಅನ್ನೋದೇ ಗೊತ್ತಾಗಿರಲಿಲ್ಲ ಕಣೋ. ಒಂದು ಸಲ ಐದು ದಿನ ನಿದ್ದೆ ಮಾಡಲಿಲ್ಲ. ಹೆಂಡ್ತಿ ಬಿಡಲಿಲ್ಲ, ಮನೋವೈದ್ಯರ ಬಳಿ ಕರಕೊಂಡು ಹೋದಳು. ಕ್ಲಿನಿಕಲ್ ಡಿಪ್ರೆಷನ್ ಅಂದ್ರು. ಆಗಲಿಂದ ಕಷ್ಟ ಶುರುವಾಯ್ತು ನೋಡು. ರಾತ್ರಿ ಆದರೆ ನಿದ್ದೆ ಬಂದರೆ ಸಾಕಪ್ಪಾ ಅನ್ನಿಸಿ ಹೆದರಿಕೆ ಶುರುವಾಗೋದು. ಆ ಹೆದರಿಕೆಯಿಂದ ನಿದ್ದೆ ಬರ್ತಾ ಇಲ್ಲ. ಇಡೀ ರಾತ್ರಿ ನಿದ್ದೆಯಿಲ್ಲದೆ ಹೊರಳಾಡೋದು. ಮರುದಿನ ಮತ್ತಿಷ್ಟು ಹೆದರಿಕೆ. ನನ್ನ ಕೈಯಿಂದ ಏನೂ ಮಾಡೋಕೆ ಸಾಧ್ಯ ಇಲ್ಲ ಅನ್ನಿಸೋಕೆ ಶುರುವಾಯ್ತು. ಅಂಗಡಿಗೆ ಹೋಗಿ ಸಾಮಾನು ತರೋದಕ್ಕೂ ಹೆದರಿಕೆ. ಇ-ಮೇಲ್ ಬಂದ್ರೆ ಅದಕ್ಕೆ ಉತ್ತರಿಸೋಕೆ ಹೆದರಿಕೆ. ಸುಳಿಯಲ್ಲಿ ಸಿಕ್ಕಿ ಹಾಕಿಕೊಂಡು ಬಿಟ್ಟೆ ಕಣೋ... ಹೊರ ಬರೋದಕ್ಕೆ ಆರು ತಿಂಗಳು ಬೇಕಾಯ್ತು ನೋಡು”

“ರಾತ್ರಿ ನಿದ್ದೆ ಬರದೇ ಇದ್ರೆ ಅಷ್ಟೆಲ್ಲಾ ತೊಂದ್ರೆ ಆಗುತ್ತಾ? ನಾನು ಎಷ್ಟೋ ದಿನ ನಿದ್ದೆ ಮಾಡಿರಲ್ಲ” ಫಣಿರಾಜ ಹೆದರಿಕೆಯಲ್ಲಿ ಕೇಳಿದ. ರಾಜೇಂದ್ರ ಈಗ ಎಚ್ಚೆತ್ತುಕೊಂಡ. “ಎಷ್ಟೋ ದಿನ ಅಂದ್ರೆ?” ಎಂದು ಕೇಳಿದ. “ಕೆಲವೊಂದು ಸಲ ಐದಾರು ದಿನ ನಾನು ನಿದ್ದೆನೇ ಮಾಡಿರಲ್ಲ” ಎಂದು ಫಣಿರಾಜ ನಿಜ ಒಪ್ಪಿಕೊಂಡ. “ಯಾವುದಾದರೂ ಸಮಸ್ಯೆಯಲ್ಲಿ ಸಿಕ್ಕಿ ಹಾಕಿಕೊಂಡಿದೀಯ?” ಎಂದು ಕೇಳಿದ. ಫಣಿರಾಜ ಈವರೆಗೂ ತನ್ನ ಸಮಸ್ಯೆಯನ್ನು ಯಾರ ಮುಂದೆಯೂ ಹೇಳಿಕೊಂಡಿರಲಿಲ್ಲ. ಈಗ ರಾಜೇಂದ್ರನ ಮುಂದೆ ಎಲ್ಲವನ್ನೂ ಹೇಳಿಕೊಳ್ಳುವ ಬಯಕೆಯಾಯ್ತು. ತನ್ಮಯಿಯ ಪರಿಚಯವಾದಾಗಿನಿಂದ ಈಗಿನವರೆಗಿನ ಎಲ್ಲಾ ಸಂಗತಿಗಳನ್ನು ತೆರೆದಿಟ್ಟ. “ತುಂಬಾ ಅಳ್ತೀನಿ ಕಣೋ...” ಎನ್ನುವಾಗ ಅವನಾಗಲೇ ಹನಿಗಣ್ಣಾಗಿದ್ದ.

“ಫಣಿ, ಟೇಕ್ ಕೇರ್... ಒಂದು ಸಲ ಮನೋವೈದ್ಯರನ್ನ ಕಂಡು ಬಿಡು. ಹೀಗೆ ನಿದ್ದೆ ಮಾಡದೆ ರಾತ್ರಿಗಳನ್ನು ಕಳೆಯೋದು ಆರೋಗ್ಯದ ಲಕ್ಷಣ ಅಲ್ಲ” ಎಂದು ಸಲಹೆ ಕೊಟ್ಟ. “ನೋ ನೋ... ನಂಗೆ ಅಂತಹ ಸಮಸ್ಯೆಗಳೆಲ್ಲಾ ಇಲ್ಲ” ಎಂದು ಫಣಿ

ಬಡಬಡಿಸಿದ. "ಹಾಗೇ ಅಂದುಕೊಳ್ಳೋಣ. ಆದರೆ ಒಮ್ಮೆ ಕಾಣೋದ್ರಲ್ಲಿ ತಪ್ಪೇನಿದೆ ಹೇಳು? ಮನುಷ್ಯ ನೆಮ್ಮದಿಯಿಂದ ಬಾಳೋದು ಮುಖ್ಯ ಅಲ್ವಾ? ನನ್ನ ತರಹ ರೋಗ ವಿಕೋಪಕ್ಕೆ ಹೋಗೋದಕ್ಕೆ ಬಿಡಬೇಡ. ಜಗತ್ತೇ ಶೂನ್ಯ ಅನ್ನಿಸಿಬಿಟ್ಟು ಒದ್ದಾಡಿದೀನಿ" ಎಂದ. ಫಣಿರಾಜ ಮಾತನಾಡದೆ ಸುಮ್ಮನೆ ಕೆಪಚಿನೋಕ್ಕೆ ಹಾಕಿಕೊಂಡ ಸಕ್ಕರೆಯ ಪಾಕೇಟಿನ ಕಾಗದವನ್ನು ಚೂರು ಚೂರು ಮಾಡಲಾರಂಭಿಸಿದ.

"ಫಣಿ, ಒಂದು ವಿಷಯ ಹೇಳು. ಸಾಮಾನ್ಯವಾಗಿ ಈ ಸಮಸ್ಯೆ ವಂಶಪಾರಂಪರ್ಯವಾಗಿ ಬರೋದು ಜಾಸ್ತಿ ಅಂತಾರೆ. ನಿಮ್ಮ ಮನೆಯಲ್ಲಿ ಯಾರಿಗಾದ್ರೂ ಈ ಸಮಸ್ಯೆ ಇತ್ತಾ?" ಎಂದು ರಾಜೇಂದ್ರ ಕೇಳಿದ.

"ಇಲ್ಲಪ್ಪ. ಅಂತಹದ್ದು ಒಂದೂ ಇಲ್ಲ. ನಮ್ಮಪ್ಪ, ಅಮ್ಮ ಇಬ್ಬರೂ ಈಗಲೂ ಆರೋಗ್ಯವಾಗಿದಾರೆ" ಎಂದು ಫಣಿರಾಜ ಹೇಳಿದ.

"ಅಪ್ಪ-ಅಮ್ಮ ಅಂತ ಮಾತ್ರ ಅಲ್ಲ. ಅಮ್ಮನ ಕಡೆ ಸಂಬಂಧ ಅಥವಾ ಅಪ್ಪನ ಕಡೆ ಸಂಬಂಧ - ಯಾರಾದ್ರೂ ಹಾಗೆ ಒದ್ದಾಡಿದ್ರಾ?"

ತಕ್ಷಣವೇ ನಾಣಿ ಕಕ್ಕ ನೆನಪಾದ. ಫಣಿರಾಜ ಮೈಯೆಲ್ಲಾ ಬೆವರಲಾರಂಭಿಸಿದ. ಆ ಹವಾನಿಯಂತ್ರಿತ ಕೊಠಡಿ ಅಗ್ನಿಕುಂಡವಾಗಿ ಮೈಯಿಂದ ನೀರು ಒಡೆಯಲಾರಂಭಿಸಿತು.

"ನಮ್ಮ ಚಿಕ್ಕಪ್ಪ ಒಬ್ಬರಿದ್ರು. ನಿದ್ದೆ ಬರಲ್ಲ ಅಂತ ಹೇಳ್ತಿದ್ರು.... ಒಂದಿನ ನದಿಯಲ್ಲಿ ಬಿದ್ದು... ಆತ್ಮಹತ್ಯೆ ಮಾಡಿಕೊಂಡು ಬಿಟ್ರು" ಎಂದು ವಾಕ್ಯ ಮುಗಿಸುವುದರಲ್ಲಿ ಫಣಿರಾಜ ಹೆದರಿಕೆಯಿಂದ ಗಡಗಡನೆ ನಡುಗುತ್ತಿದ್ದ. ಅವನ ಸ್ಥಿತಿಯನ್ನು ಕಂಡು ರಾಜೇಂದ್ರ ಗಾಬರಿಯಾದ. ಅವನ ಕೈಯನ್ನು ತನ್ನ ಕೈಗಳಲ್ಲಿ ತೆಗೆದುಕೊಂಡು "ಓಹ್, ಅಷ್ಟೆಲ್ಲಾ ಹೆದರ್ಕೋ ಬೇಡ... ಅಂಥಾ ಕಾಯಿಲೆ ನಿಂಗೆ ಬಂದಿರಲಿಕ್ಕೇ ಇಲ್ಲ... ವಂಶದಲ್ಲಿ ಯಾರಿಗೋ ಇತ್ತು ಅಂದ್ರೆ, ಎಲ್ಲಾರಿಗೂ ಬರಬೇಕು ಅಂತಲೂ ಇಲ್ಲ..." ಎಂದು ಸಮಾಧಾನ ಪಡಿಸಿದ. ಒಂದಿಷ್ಟು ಹೊತ್ತು ಅಲ್ಲಿ ಯಾವ ಮಾತುಗಳೂ ನಡೆಯಲಿಲ್ಲ. ರಾಜೇಂದ್ರ ಫಣಿಯ ಪಕ್ಕಕ್ಕೇ ಬಂದು ಕುಳಿತು ಅವನ ಹೆಗಲ ಸುತ್ತಲೂ ಕೈ ಹಾಕಿ ಸಮಾಧಾನ ಪಡಿಸಿದ. ಫಣಿರಾಜನ ಕಣ್ಣ ಮುಂದೆ ಆವತ್ತು ನಾಣಿ ಕಕ್ಕ ಪಡಸಾಲೆಯಲ್ಲಿ ಅಲ್ಲಿಂದಿಲ್ಲಿಗೆ ಓಡಾಡಿದ ದೃಶ್ಯ ಬರಲಾರಂಭಿಸಿತು.

"ನಾನೂ ನಮ್ಮ ಕಕ್ಕನ ತರಹ ಆಗ್ತೀನೇನೋ?" ಎಂದು ರಾಜೇಂದ್ರನನ್ನು ಕೇಳಿದ.

"ಛೆ, ಛೆ! ಈ ಕಾಲಾನೇ ಬೇರೆ. ಸಾಕಷ್ಟು ವೈದ್ಯಕೀಯರಂಗ ಮುಂದುವರೆದಿದೆ. ಎಂತಹ ಡಿಪ್ರೆಷನ್ ಇದ್ರೂ ಕಡಿಮೆ ಮಾಡೋ ಔಷಧಿಗಳಿವೆ. ನೀನು ಏನೇನೋ ಕಲ್ಪನೆ ಮಾಡಬೇಡ. ಸುಮ್ಮನೆ ಒಂದು ಸಲ ಡಾಕ್ಟರರ ಹತ್ತಿರ ಹೋಗಿ ಬಾ. ಏನು ಅನ್ನೋದು ಅರ್ಥ ಮಾಡಿಕೊಳ್ಳೋಣ" ಎಂದು ರಾಜೇಂದ್ರ ಸಮಾಧಾನ ಪಡಿಸಿದ. ವಯ್ಯಾರ ಮಾಡುವ ಸರ್ವರ್ ಹುಡುಗಿ ಬಿಲ್ಲನ್ನು ತಂದಿಟ್ಟಳು. ಫಣಿರಾಜನಿಗೆ ಅದನ್ನು ಕೈಗೆತ್ತಿಕೊಳ್ಳುವ ಮನಸ್ಸೂ ಇರಲಿಲ್ಲ. ರಾಜೇಂದ್ರನೇ ತೆಗೆದುಕೊಂಡ.

ಫಣಿರಾಜನ ಅಮ್ಮ "ಅವರಿಗೆ ಬೇಡ ಅಂದ್ರೆ ನಾವೂ ರಕ್ತ ಸಂಬಂಧ ಕಡಕೊಂಡು ಬಾಳೋಣ" ಅಂದಿದ್ಲು. ಆದರೆ ರಕ್ತಸಂಬಂಧವೆನ್ನುವುದು ಅಷ್ಟು ಸುಲಭವಾಗಿ ಕಡಿದುಕೊಳ್ಳುವಂತಹದಲ್ಲ ಎಂದು ಫಣಿರಾಜನಿಗೆ ಅನ್ನಿಸಲಾರಂಭಿಸಿತು.

19ನೇ ಜುಲೈ 2015

ಡೆವಿಲ್ ಡಾಗ್

'ನಿಮ್ಮಿ' ಎನ್ನುವ ಆ ಮುದ್ದಾದ ನಾಯಿಮರಿಯನ್ನು ಮೊದಲಿಗೆ ಶ್ರೀನಿವಾಸ ರಾಯರು ಇಷ್ಟಪಟ್ಟಿರಲಿಲ್ಲ. ಯಾವತ್ತೂ ನಾಯಿ ಸಾಕುವ ಸಾಹಸವನ್ನು ಬದುಕಿನಲ್ಲಿ ಮಾಡಿರದಿದ್ದರಿಂದ, ಈ ಎಪ್ಪತ್ತು ದಾಟಿದ ಹೊತ್ತಿನಲ್ಲಿ ಅದೆಲ್ಲಾ ಹೊಸ ತಲೆನೋವು ಯಾಕೆ ಎಂಬುದು ಅವರ ನಿಲುವಾಗಿತ್ತು. ಆದರೆ ಅಮೆರಿಕಾದಿಂದ ಬಂದ ಮಗ-ಸೊಸೆ ಇನ್ನಿಲ್ಲದಂತೆ ಬಲವಂತ ಮಾಡಿ ನಾಯಿಯನ್ನು ಜೊತೆಗೆ ಇರಿಸಿಕೊಳ್ಳುವುದಕ್ಕೆ ಒಪ್ಪಿಸಿಹೋಗಿದ್ದರು. "ಇಷ್ಟು ದಿನ ನಿಮ್ಮೊಡನೆ ಅಮ್ಮ ಇದ್ದಳು. ಇನ್ನು ಮುಂದೆ ನೀವು ಒಬ್ಬರೇ ಇರಬೇಕು. ಜೊತೆಗೆ ಒಂದು ಜೀವ ಅಂತ ಇರಲಿ. ಅದರ ಉಸಾಬರಿ ನೋಡೋದಕ್ಕೆ ಬೇಕಂದ್ರೆ ಒಬ್ಬ ಹುಡುಗನಿಗೆ ಹೇಳಿ ಹೋಗ್ತೀವಿ" ಎಂದು ಕಣ್ಣು ತುಂಬಿಸಿಕೊಂಡು ಬೇಡಿಕೊಂಡಿದ್ದರು. ಆ ಭಾವನಾತ್ಮಕ ಬೆದರಿಕೆಗೆ ರಾಯರು ಬಲಿಯಾಗಿದ್ದರು.

ವಿದುರತನವನ್ನು ಎದುರಿಸಲು ಅವರು ಸಾಕಷ್ಟು ಸಿದ್ಧತೆಯನ್ನು ಮಾಡಿಕೊಂಡಿದ್ದರು. ಹೆಂಡತಿಯ ಆರೋಗ್ಯ ತಮ್ಮಷ್ಟು ಗಟ್ಟಿಮುಟ್ಟ ಅಲ್ಲ ಎಂದು ಅರ್ಥ ಮಾಡಿಕೊಂಡ ದಿನದಿಂದಲೂ ಅವರು ಮನದಲ್ಲಿಯೇ ಏಕಾಂಗಿ ಬದುಕಿನ ಭವಿಷ್ಯವನ್ನು

ಎದುರು ನೋಡುತ್ತಲೇ ಇದ್ದರು. ಮೊದಮೊದಲು ಮಗರಾಯ ತಮ್ಮನ್ನು ಇಲ್ಲಿ ಬಿಟ್ಟು ಅಮೆರಿಕಾಗೆ ಹೋದದ್ದು ಬೇಸರ ತರಿಸುತ್ತಿತ್ತು. ಈಗ ಅವನ ಮೇಲೆ ಅಂತಹ ಕಹಿಯೇನೂ ಇಲ್ಲ. 'ನಾನು ಹೇಗೆ ಹಳ್ಳಿ ಬಿಟ್ಟುಬಂದು ಬೆಂಗಳೂರು ಸೇರಿಕೊಂಡೆನೋ, ಹಾಗೆಯೇ ಅವನು ಬೆಂಗಳೂರು ಬಿಟ್ಟು ಅಮೆರಿಕಾ ಸೇರಿಕೊಂಡ. ಮುಪ್ಪಿನಲ್ಲಿ ಯಾರಾದರೊಬ್ಬರು ನೆರವಾಗಲಿ ಎಂದು ಬಯಸುವುದೇ ಸ್ವಾರ್ಥ. ನಮ್ಮ ಮುಪ್ಪನ್ನು ನಾವೇ ಎದುರಿಸಲು ಸಿದ್ಧ ಮಾಡಿಕೊಳ್ಳಬೇಕು. ನಮ್ಮ ಬದುಕಿನ ಮೈಗಳ್ಳತನದಿಂದ ಮುಪ್ಪಿಗೆ ಅನಾರೋಗ್ಯ ಮಾಡಿಕೊಂಡು, ಆ ಶಿಕ್ಷೆಯನ್ನು ಮಕ್ಕಳಿಗೆ ವರ್ಗಾಯಿಸಬಾರದು' ಎಂದು ಆಲೋಚಿಸುತ್ತಾರೆ.

ಆ ಪುಟಾಣಿ ಪೊಮೊರೇನಿಯನ್ ನಾಯಿಯ ಮೇಲೆ ಆರಂಭದಲ್ಲಿ ಸಿಟ್ಟು ಇದ್ದ ಕಾರಣ ಅದಕ್ಕೆ 'ನಿಮ್ಮಿ' ಎನ್ನುವ ಹೆಸರಿಟ್ಟಿದ್ದರು. ರಾಯರ ಹೈಸ್ಕೂಲ್ ದಿನಗಳ ಪ್ರೇಮಭಿಕ್ಷೆಯನ್ನು ಅತ್ಯಂತ ಕ್ರೂರವಾಗಿ ನಿರಾಕರಿಸಿದ ಹುಡುಗಿಯ ಹೆಸರು 'ನಿಮ್ಮಿ' ಎಂಬುದಾಗಿತ್ತು. ಆಕೆ ಕನ್ನಡ ಮಾಸ್ತರರ ಮಗಳು. ಅವಳನ್ನು ಒಳಗೊಳಗೇ ಪ್ರೀತಿಸಿದ್ದ ರಾಯರು ಒಂದು ದಿನ ಧೈರ್ಯ ಮಾಡಿ ಪುಟದುದ್ದದ ಪ್ರೇಮಪತ್ರವನ್ನು ಬರೆದು, ನೋಟ್ ಪುಸ್ತಕದೊಳಗೆ ಇಟ್ಟು ಕೊಟ್ಟಿದ್ದರು. ಆ ರಾತ್ರಿಯೆಲ್ಲಾ ನಿದ್ದೆ ಇಲ್ಲದೆ ಒದ್ದಾಡಿ, ಮರುದಿನ ಶಾಲೆಗೆ ಹೋದಾಗ ಅವಳ ಮುಖವನ್ನು ನೋಡುವುದಕ್ಕೆ ಧೈರ್ಯವಾಗಿರಲಿಲ್ಲ. ಆದರೆ ಆ 'ನಿಮ್ಮಿ' ಎನ್ನುವ ಹುಡುಗಿ ಯಾವುದೇ ಗೊಂದಲಗಳಿಲ್ಲದಂತೆ ಮತ್ತೊಂದು ನೋಟ್ ಪುಸ್ತಕದಲ್ಲಿ ಆ ಪತ್ರವನ್ನಿಟ್ಟು ರಾಯರಿಗೆ ಕೊಟ್ಟಿದ್ದಳು. ಅವರ ಪತ್ರದಲ್ಲಿದ್ದ ಎಲ್ಲಾ ಕರಡನ್ನು ಕೆಂಪು ಶಾಯಿಯಲ್ಲಿ ತಿದ್ದಿ, ಕೊನೆಯಲ್ಲಿ "ಒಂದು ಪುಟದಲ್ಲಿ 28 ತಪ್ಪುಗಳನ್ನು ಗುರುತಿಸಿದ್ದೇನೆ. ಮೊದಲು ಕನ್ನಡವನ್ನು ಸರಿಯಾಗಿ ಬರೆಯುವುದನ್ನು ಕಲಿತುಕೋ... ಅನಂತರ ಪ್ರೀತಿ ಮಾಡುವುದನ್ನು ಕಲಿಯುವಿಯಂತೆ" ಎಂದು ಬರೆದಿದ್ದಳು. ಅಂದಿನಿಂದ ಅವರಿಗೆ ಯಾವುದೇ ವ್ಯಕ್ತಿ, ಸಂಗತಿಯ ಮೇಲೆ ಸಿಟ್ಟು ಬಂದರೂ "ನಿಮ್ಮಿ... ನಿಮ್ಮಿ..." ಎಂದು ಮನಸ್ಸಿನಲ್ಲಿಯೇ ಬೈಯುವ ಅಭ್ಯಾಸವಾಗಿದೆ.

ಬೆಳ್ಳಿಯಂತಹ ರೇಶಿಮೆ ಕೂದಲುಗಳನ್ನು ಮೈತುಂಬಾ ಹೊದ್ದು, ಅಲ್ಲಲ್ಲಿ ಚಂದನ ಲೇಪಿಸಿದಂತೆ ಬಂಗಾರದ ಕೂದಲುಗಳನ್ನು ಹೊಂದಿರುವ, ಹುಣಸೆಪಿಚ್ಚೆಯಂತಹ ಪುಟ್ಟ ಪುಟ್ಟ ಕಂಗಳು, ಜೋತು ಬಿದ್ದ ಕಿವಿಗಳು, "ಕುಂಯ್... ಕುಂಯ್..." ಎನ್ನುತ್ತಾ ಹಿಂಬಾಲಿಸುವ ಆ ಮುದ್ದು ಜೀವವನ್ನು ಯಾರು ತಾನೆ ದ್ವೇಷಿಸಲು ಸಾಧ್ಯ? ಸ್ವಲ್ಪೇ ದಿನದಲ್ಲಿ ಅದು ರಾಯರ ಉಸಿರಿನಂತೆ ಜೊತೆಯಾಯ್ತು. ತೊಡರುಗಾಲು ಹಾಕುವಂತೆ ಅವರು ನಡೆದಲ್ಲೆಲ್ಲಾ ಜೊತೆಗೆ ಬರುವ ಈ ಹಿಡಿಜೀವ ಅವರಿಗೆ ಇನ್ನಿಲ್ಲದ ಸುಖ-ನೆಮ್ಮದಿಯನ್ನು ಕೊಡುತ್ತಿತ್ತು. "ನಾಯಿ ಸಾಕುವುದರಲ್ಲಿ

ಇಷ್ಟೊಂದು ಸುಖವಿದೆ ಎಂದು ಈ ಹಿಂದೆ ಯಾರೂ ನನಗೆ ಯಾಕೆ ಹೇಳಲಿಲ್ಲ" ಎಂದು ಬೇಸರಪಟ್ಟುಕೊಳ್ಳುವ ಮಟ್ಟಿಗೆ ಅವರು ಅದಕ್ಕೆ ಹೊಂದಿಕೊಂಡರು.

ಈ ನಿಮ್ಮಿ ಸಾಧಾರಣವಾದ ನಾಯಿಯಲ್ಲ, ಸಾಕಷ್ಟು ಜಾಣತನವನ್ನು ಹೊಂದಿರುವಂತಹದ್ದು ಎಂದು ರಾಯರಿಗೆ ಬಹಳ ಬೇಗನೆ ಗೊತ್ತಾಗಿ ಹೋಯ್ತು. ಈ ಹಿಂದೆ ಹಾಲನ್ನು ಕಾಸಲು ಒಲೆಯ ಮೇಲಿಟ್ಟು, ಪಡಸಾಲೆಯಲ್ಲಿ ಪೇಪರ್ ಓದುತ್ತಾ ಕುಳಿತಾಗ, ಆ ಓದಿನ ತನ್ಮಯತೆಯಲ್ಲಿ ಹಾಲು ಉಕ್ಕಿದ್ದು ಗೊತ್ತೇ ಆಗದೆ, ಪಾತ್ರೆ ಕಪ್ಪಾಗುವಂತೆ ಸುಟ್ಟು ಹೋಗುತ್ತಿತ್ತು. ಆದರೆ ಈಗ ಪಡಸಾಲೆಯಲ್ಲಿ ಇವರ ಕಾಲ ಬುಡದಲ್ಲಿಯೇ ಕುಳಿತುಕೊಳ್ಳುತ್ತಿದ್ದ ಈ ನಿಮ್ಮಿಗೆ ಮಾತ್ರ ಅದು ಹೇಗೋ ಹಾಲು ಉಕ್ಕುವ ಗಳಿಗೆ ಗೊತ್ತಾಗಿ ಬಿಡುತ್ತಿತ್ತು. ಅರ್ಧ ನಿಮಿಷ ಮುಂಚೆಯೇ "ಬೌ ಬೌ" ಎಂದು ರಾಯರನ್ನು ಗದರಿಸುತ್ತಾ ಅಡುಗೆ ಮನೆಗೆ ಕಳುಹಿಸುತ್ತಿತ್ತು. ಬಹುಶಃ ಉಕ್ಕುವ ಹಾಲಿನ ವಾಸನೆ ನಿಮ್ಮಿಗೆ ಗೊತ್ತಾಗುತ್ತದೆ ಎಂದು ರಾಯರು ಅಂದಾಜಿಸಿದರು. ಅದೇ ರೀತಿ ಮೊಬೈಲ್ ಫೋನು ರಿಂಗಣಿಸುವುದಕ್ಕೆ ಮುಂಚೆಯೇ ನಿಮ್ಮಿಗೆ ಕರೆ ಬರುತ್ತಿದೆ ಎಂಬುದು ತಿಳಿಯುತ್ತಿತ್ತು. ಮೊಬೈಲ್ ಬಳಿಗೆ ಹೋಗಿ ಬೊಗಳುತ್ತಿತ್ತು.

ವಾರದ ಆರು ದಿನಗಳ ಕಾಲ ಬೆಳಿಗ್ಗೆ ಐದೂವರೆಗೆ ಏಳುವ ಅಭ್ಯಾಸ ರಾಯರಿಗಿದೆ. ಮುಖಮಾರ್ಜನ ಮಾಡಿಕೊಂಡು ನಿಮ್ಮಿಯನ್ನು ಜೊತೆ ಮಾಡಿಕೊಂಡು ವಾಕಿಂಗಿಗೆ ಹೋಗುತ್ತಾರೆ. ಆದರೆ ಭಾನುವಾರ ಮಾತ್ರ ಸ್ವಲ್ಪ ಆಲಸ್ಯದಿಂದ ದಿನಗಳೆಯುವ ರೂಢಿ ಅವರಿಗಿದೆ. ಆದ್ದರಿಂದ ಏಳು ಗಂಟೆಯ ತನಕ ಹಾಸಿಗೆಯಲ್ಲಿಯೇ ಹೊರಳಾಡುತ್ತಿದ್ದರು. ಈ ದಿನಚರಿಯನ್ನು ನಿಮ್ಮಿ ಚೆನ್ನಾಗಿ ಅರ್ಥ ಮಾಡಿಕೊಂಡಿತ್ತು. ಆದ್ದರಿಂದ ವಾರದ ಆರು ದಿನಗಳ ಕಾಲ ಅವರನ್ನು ಸರಿಯಾಗಿ ಐದೂವರೆಗೆ ಎಬ್ಬಿಸಿದರೂ, ಭಾನುವಾರ ಮಾತ್ರ ಏಳು ಗಂಟೆಯ ತನಕ ಅವರ ಹಾಸಿಗೆಯ ಬಳಿ ಸುಳಿಯುತ್ತಿರಲಿಲ್ಲ. ವಾರಗಳನ್ನು ಕರಾರುವಾಕ್ಕಾಗಿ ಗುರುತಿಸುವ ಅದರ ಬುದ್ಧಿಮತ್ತೆ ಇವರಿಗೆ ವಿಪರೀತ ಸೋಜಿಗವನ್ನು ನೀಡುತ್ತಿತ್ತು.

ಅವರಿದ್ದ ಮನೆಯ ಬಡಾವಣೆಯ ಸುತ್ತಮುತ್ತ ಹಲವು ಕೊಳೆತ ಕೆರೆಗಳು ಇದ್ದುವಾದ್ದರಿಂದ, ಸೊಳ್ಳೆಗಳ ದಾಂಧಲೆ ವಿಪರೀತವಿತ್ತು. ರಾತ್ರಿಯ ನಿದ್ದೆಗೆ ತೀವ್ರ ತೊಂದರೆಯನ್ನು ಒಡ್ಡುತ್ತಿದ್ದ ಈ ಸೊಳ್ಳೆಗಳು ಸಾಯಂಕಾಲದ ಹೊತ್ತಿನಲ್ಲಿ ಮನೆಗೆ ಪ್ರವೇಶಿಸುತ್ತಿದ್ದವು. ಆ ಹೊತ್ತಿನಲ್ಲಿ ಬಾಗಿಲು ಹಾಕಿಬಿಟ್ಟರೆ ಸ್ವಲ್ಪಮಟ್ಟಿಗೆ ಅವುಗಳ ದಾಂಧಲೆಯನ್ನು ಸಹಿಸಬಹುದಾಗಿತ್ತು. ಆದರೆ ರಾಯರಿಗೆ ಎಲ್ಲಾ ದಿನವೂ ಬಾಗಿಲನ್ನು ಹಾಕುವುದು ಮರೆತು ಹೋಗುತ್ತಿತ್ತು. ಈ ಕೆಲಸವನ್ನು ಅತ್ಯಂತ ಖುಷಿಯಿಂದ ನಿಮ್ಮಿ ತನ್ನ ಜವಾಬ್ದಾರಿಗೆ ತೆಗೆದುಕೊಂಡಿತು. ಸರಿಯಾಗಿ ಸಂಜೆ ಐದು

ಗಂಟೆಗೆ ಬಾಗಿಲನ್ನು ಹಾಕುವುದು, ಬೆಳಿಗ್ಗೆ ಆರು ಗಂಟೆಗೆ ಅದನ್ನು ತೆಗೆಯುವುದು – ಎರಡನ್ನೂ ಮರೆಯುತ್ತಿರಲಿಲ್ಲ.

ಇವೆಲ್ಲಕ್ಕಿಂತಲೂ ದೊಡ್ಡ ಜಾಣತನವನ್ನು ನಿಮ್ಮಿಯಲ್ಲಿ ಕಾಣುವ ಸೌಭಾಗ್ಯ ರಾಯರಿಗೆ ಕೆಲವೇ ದಿನಗಳಲ್ಲಿ ಕೂಡಿಬಂತು.

ಇವರು ನೆಲಮಹಡಿಯಲ್ಲಿ ವಾಸಿಸಿದರೆ, ಮೂರನೆಯ ಮಹಡಿಯಲ್ಲಿ ತಮಿಳು ಕುಟುಂಬವೊಂದು ವಾಸಿಸುತ್ತಿತ್ತು. ಅವರಿಗೆ ಇಂಜಿನಿಯರಿಂಗ್ ಓದುವ ಮಗನೊಬ್ಬನಿದ್ದ. ರಾಯರು ಅವನನ್ನು ಆಗೊಮ್ಮೆ ಈಗೊಮ್ಮೆ ಗಮನಿಸಿದ್ದರಾದರೂ, ಎಂದೂ ಮಾತನಾಡಿಸಿರಲಿಲ್ಲ. ಆ ಹುಡುಗನಿಗೆ ಕೊಳಲು ನುಡಿಸುವ ಅಭ್ಯಾಸವಿತ್ತು. ರಾಯರು ಬಾಲ್ಕನಿಯಲ್ಲಿ ಕುಳಿತು ಪುಸ್ತಕಗಳನ್ನು ಓದುವಾಗ, ಆ ಹುಡುಗ ತನ್ನ ಪಾಡಿಗೆ ತಾನು ಕೊಳಲನ್ನು ನುಡಿಸುತ್ತಿದ್ದ. ಅದರ ಮಂಜುಳ ಧ್ವನಿ ಇವರ ಓದಿಗೆ ಹಿನ್ನೆಲೆಯಾಗಿ ಮುದ ನೀಡುತ್ತಿತ್ತು. ಮನಸ್ಸಿಗೆ "ಆಹಾ" ಎನ್ನುವಂತಹ ರಾಗಾಲಾಪನೆ ಮೂಡಿಬಂದಾಗ, ಅವರು ಪುಸ್ತಕವನ್ನು ಮಡಿಸಿಟ್ಟು, ಕಣ್ಮುಚ್ಚಿಕೊಂಡು ನಾದದ ಮಾಧುರ್ಯವನ್ನು ಆಸ್ವಾದಿಸುತ್ತಿದ್ದರು. ಒಂದು ದಿನ ಅವನು ಮನೆಗೆ ಬಂದು ಬೆಲ್ ಮಾಡಿದ.

"ಅಂಕಲ್, ನನ್ನ ಹೆಸರು ಸ್ವಾಮಿನಾದನ್ ಅಂತ. ಮೂರನೇ ಮಹಡಿಯಲ್ಲಿ ಇರ್ತೀನಿ. ನಿಮ್ಮ ಜೊತೆ ಸ್ವಲ್ಪ ಮಾತಾಡಬೇಕಿತ್ತು" ಎಂದು ಮುಖದ ತುಂಬಾ ನಗೆಯನ್ನು ಅರಳಿಸಿಕೊಂಡು ಆ ಹುಡುಗ ಕೇಳಿಕೊಂಡ. ಲಕ್ಷಣವಾಗಿ ಬಿಳಿಯ ಧೋತ್ರ–ಜುಬ್ಬಾವನ್ನು ಉಟ್ಟುಕೊಂಡು, ಹಣೆಗೆ ವಿಭೂತಿಯನ್ನು ಢಾಳಾಗಿ ಹಚ್ಚಿಕೊಂಡ, ತೆಳು ದೇಹದ, ಕಿರುಮೀಸೆಯ, ಕಪ್ಪು ಬಣ್ಣದ ಹುಡುಗ ರಾಯರಿಗೆ ಇಷ್ಟವಾದ. ಆದರೆ ಎಂದೂ ಇಲ್ಲದ್ದು ಈವತ್ತು ಮಾತನಾಡುವ ವಿಷಯವು ಏನಿದ್ದೀತು ಎಂಬ ಅನುಮಾನದೊಡನೆ ಅವನನ್ನು ಸ್ವಾಗತಿಸಿದರು. ಆ ಹುಡುಗ ಒಳಗೆ ಬಂದು ಸೋಫಾದ ಮೇಲೆ ಕುಳಿತುಕೊಂಡ. ಅವನ ಪಕ್ಕದಲ್ಲಿದ್ದ ಮತ್ತೊಂದು ಕುರ್ಚಿಯನ್ನೇರಿದ ನಿಮ್ಮಿ ಅವನನ್ನೇ ನೋಡುತ್ತಾ, ಬಾಲವಲ್ಲಾಡಿಸುತ್ತಾ ಕುಳಿತುಕೊಂಡಿತು.

"ನಿಮ್ಮ ನಾಯಿ ಹೆಸರೇನು ಅಂಕಲ್?" ಎಂದು ನಿಮ್ಮಿಯ ತಲೆ ಸವರುತ್ತಾ ಕೇಳಿದ.

"ನಿಮ್ಮಿ ಅಂತ ಕರೀತೀನಿ" ಎಂದು ರಾಯರು ತಿಳಿಸಿದರು.

"ನಿಮ್ಮಿ ತುಂಬಾ ಇಂಟಲಿಜೆಂಟ್ ಅನ್ನಿಸುತ್ತೆ ಅಂಕಲ್" ಎಂದು ಮುಖದಲ್ಲಿ ಸಂಭ್ರಮವನ್ನು ತುಂಬಿಕೊಂಡು ಹೇಳಿದ. ನಿಮ್ಮಿಯ ಜಾಣತನ ಇವನಿಗೆ ಗೊತ್ತಾಗಿದ್ದಾದರೂ ಹೇಗೆ? ಎಂಬ ಅಚ್ಚರಿ ರಾಯರಿಗಾಯ್ತು.

"ಅದಕ್ಕೆ ಒಳ್ಳೆಯ ಸಂಗೀತ ಜ್ಞಾನ ಇದೆ ಅಂಕಲ್. ನಾನಿನ್ನೂ ಕೊಳಲು ನುಡಿಸುವುದನ್ನು ಕಲಿಯುತ್ತಿರುವ ವಿದ್ಯಾರ್ಥಿ. ಆದ್ದರಿಂದ ನುಡಿಸುವಾಗ ಆಗಾಗ ಅಪಸ್ವರ ನನ್ನ ಕೈಮೀರಿ ಬಂದು ಬಿಡುತ್ತದೆ. ಆಗ ತಕ್ಷಣ ಬಾಲ್ಕನಿಗೆ ಬಂದು ನಿಮ್ಮಿ ಬೊಗಳಿ ನನಗೆ ಗದರಿಸುತ್ತದೆ. ಮತ್ತೆ ಸರಿಯಾಗಿ ಸ್ವರ ಎತ್ತಿಕೊಂಡರೆ ಸುಮ್ಮನಾಗುತ್ತದೆ" ಎಂದು ವಿವರಣೆ ಕೊಟ್ಟ. ವಿಷಯವನ್ನು ಕೇಳಿ ರಾಯರಿಗೆ ಕಕ್ಕಾಬಿಕ್ಕಿ ಆಯ್ತು.

"ಅಂತಹದ್ದೆಲ್ಲಾ ಏನೂ ಇಲ್ಲಪ್ಪ. ಮನೆಯಲ್ಲಿಯೇ ಇದ್ದು ಅದಕ್ಕೆ ಬೇಸರ ಆಗಿರ್ತದೆ. ಅದಕ್ಕೇ ಆಗೊಮ್ಮೆ ಈಗೊಮ್ಮೆ ಬಾಲ್ಕನಿಗೆ ಬಂದು ಬೊಗಳುವ ಅಭ್ಯಾಸ ಮಾಡಿಕೊಂಡಿದೆ. ಆಲಸ್ಯವಾದರೆ ನಾವು ಮೈಮುರೀತೀವಲ್ಲಾ, ಹಂಗೆ. ನೀನು ಏನೇನೋ ಕಲ್ಪನೆ ಮಾಡ್ಕೊಂಡಿದೀಯಾ ಅಷ್ಟೆ!" ಎಂದು ಸಮಾಧಾನ ಪಡಿಸಲು ನೋಡಿದರು. ಆದರೆ ಸ್ವಾಮಿನಾದನ್ ಒಪ್ಪಲಿಲ್ಲ.

"ನಾನು ಸುಳ್ಳು ಹೇಳಲ್ಲ ಅಂಕಲ್. ಮೊದಲಿಗೆ ನನಗೂ ಅನುಮಾನ ಆಯ್ತು. ಆದರೆ ತುಂಬಾ ಸಲ ಪರೀಕ್ಷಿಸಿಯೇ ಈ ಮಾತು ಹೇಳ್ತಾ ಇದೀನಿ. ಯಾವುದೇ ರಾಗ ನುಡಿಸುವಾಗಲೂ ಅಪಸ್ವರ ಬಂದರೆ ಸಾಕು, ಬಾಲ್ಕನಿಗೆ ಓಡಿ ಬಂದು ಗದರಿಸುತ್ತದೆ" ಎಂದು ಹೇಳಿದ. ಇಂತಹ ಮಾತಿಗೆ ಯಾವ ಪ್ರತಿಕ್ರಿಯೆ ಕೊಡಬೇಕೋ ಅರಿಯದೆ ರಾಯರು ಸುಮ್ಮನಾದರು. ಅವರು ತನ್ನ ಮಾತನ್ನು ನಂಬುತ್ತಿಲ್ಲ ಎನ್ನುವ ಅನುಮಾನ ಬಂದು ಸ್ವಾಮಿನಾದನ್ ಕಸಿವಿಸಿಗೊಂಡ.

"ನಿಮ್ಮ ಅನುಮಾನ ಒಪ್ಪಿಕೊಳ್ತೀನಿ ಅಂಕಲ್. ಒಂದು ಕೆಲಸ ಮಾಡೋಣ. ಕೊಳಲನ್ನು ನಿಮ್ಮ ಮನೆಗೇ ತಂದು ನುಡಿಸ್ತೀನಿ. ಅಪಸ್ವರ ಬಂದಾಗ ನಿಮ್ಮಿ ಹೇಗೆ ಗಲಾಟೆ ಮಾಡುತ್ತೆ ಅಂತ ನೀವೇ ನೋಡುವಿರಂತೆ" ಎಂದು ಉತ್ಸಾಹ ತೋರಿದ.

"ಅದೇನೋ ಸರಿ ಸ್ವಾಮಿನಾದನ್. ಆದರೆ ನೀನು ಯಾವಾಗ ಅಪಸ್ವರ ನುಡಿಸಿದಿ ಅಂತ ಹೇಗೆ ಗೊತ್ತಾಗೋದು? ನನಗೆ ಸಂಗೀತ ಜ್ಞಾನ ಇಲ್ಲ" ಎಂದು ನಿಜವಾದ ಸಮಸ್ಯೆಯನ್ನು ಮುಂದಿಟ್ಟರು.

"ಅಂಕಲ್ ಅದಕ್ಕೇನೂ ಕಷ್ಟವಿಲ್ಲ. ಸಂಗೀತದ ನಡುವಿನ ಅಪಸ್ವರ ಗೊತ್ತಾಗೋದಕ್ಕೆ ದೊಡ್ಡ ಸಂಗೀತಜ್ಞಾನ ಬೇಕು ಅಂತೇನೂ ಇಲ್ಲ. ಸಹಜ ಮತ್ತು ಅಸಹಜತೆಯನ್ನು ಪ್ರಾಮಾಣಿಕವಾಗಿ ಬದುಕಿನಲ್ಲಿ ಗುರುತಿಸುವವರಿಗೆಲ್ಲಾ ಅಪಸ್ವರ ಗೊತ್ತಾಗುತ್ತೆ ಅಂತ ನಮ್ಮ ಗುರುಗಳು ಹೇಳ್ತಾರೆ. ಎದುರಿಗಿರುವವರು ಮಾತಾಡುವಾಗ ಸುಳ್ಳು ಬೆರೆಸಿದರೆ ನಮಗೆ ಹೇಗೋ ಕಿರಿಕಿರಿಯಾಗಿ ಅದು ತಿಳಿಯುತ್ತದಲ್ಲ, ಹಾಗೆ. ನಿತ್ಯದಂತೆ ಬೆಳಿಗ್ಗೆ ಏಳುವಾಗ ಯಾವತ್ತೋ ಒಂದು ದಿನ ಏನೋ ಸರಿ ಇಲ್ಲ ಅನ್ನಿಸುತ್ತಲ್ಲ, ಹಾಗೆ. ಅಷ್ಟಕ್ಕೂ ಅಪಸ್ವರ ನುಡಿಸುವುದಕ್ಕೆ ಮುಂಚೆ ನಾನು ನಿಮಗೆ

ಕಣ್ಣಲ್ಲಿಯೇ ಸಂಜ್ಞೆ ಕೊಡುತ್ತೇನೆ ಬಿಡಿ" ಎಂದು ಹೇಳಿ, ಉತ್ಸಾಹದಿಂದ ಕೊಳಲು ಮತ್ತು ಶ್ರುತಿಪೆಟ್ಟಿಗೆಯನ್ನು ತರಲು ಮನೆಗೆ ಓಡಿದ.

^^^

ಪ್ರತಿವರ್ಷದಂತೆ ರಾಮನವಮಿ ಹಬ್ಬ ಬಂತು. ತಿಂಗಳುಗಟ್ಟಲೆ ನಡೆಯುವ ಸಂಗೀತೋತ್ಸವಕ್ಕಾಗಿ ಕೋಟೆ ಹೈಸ್ಕೂಲಿನ ಮೈದಾನದಲ್ಲಿ ದೊಡ್ಡ ಪೆಂಡಾಲನ್ನು ಎಬ್ಬಿಸಿದ್ದರು. ಆ ದಿನ ಭಾನುವಾರ. ಸಂಜೆಯ ವಿಶೇಷ ಕಛೇರಿಯನ್ನು ಮಂಜುಳಾ ನಂಬೂದಿರಿ ಅವರು ನಡೆಸಿಕೊಡಲಿದ್ದರು. ಇಡೀ ದೇಶದಲ್ಲಿಯೇ ತಮ್ಮ ಕಂಠಸಿರಿ, ರಾಗಪ್ರಸ್ತುತಿ ಮತ್ತು ಮನೋಧರ್ಮಕ್ಕಾಗಿ ಸಾಕಷ್ಟು ಪ್ರಸಿದ್ಧಿಯನ್ನು ಪಡೆದಿದ್ದ ಆಕೆಯ ಗಾಯನ ಕೇಳಲು ಇಡೀ ಮೈದಾನವು ಕಿಕ್ಕಿರಿದು ತುಂಬಿದ್ದರಲ್ಲಿ ಯಾವ ಆಶ್ಚರ್ಯವೂ ಇರಲಿಲ್ಲ. ಆದರೆ ಪ್ರಥಮ ಬಾರಿಗೆ ಸಂಗೀತ ಕಛೇರಿಯೊಂದಕ್ಕೆ ರಾಯರು ತಮ್ಮ ನಿಮ್ಮಿಯನ್ನು ಕರೆದುಕೊಂಡು ಬಂದಿದ್ದು ಮಾತ್ರ ಅತ್ಯಂತ ವಿಶೇಷವಾಗಿತ್ತು.

ಇತ್ತೀಚೆಗೆ ಸ್ವಾಮಿನಾದನ್ ನಿಮ್ಮಿಯನ್ನು ತುಂಬಾ ಹಚ್ಚಿಕೊಂಡಿದ್ದ. ರಾಯರ ಮನೆಗೆ ಬಂದು, ನಿಮ್ಮಿಯ ಎದುರು ಕುಳಿತೇ ಕೊಳಲನ್ನು ಅಭ್ಯಾಸ ಮಾಡುತ್ತಿದ್ದ. "ತಪ್ಪನ್ನು ತಿದ್ದಿ ಹೇಳೋರು ವಿದ್ಯಾರ್ಥಿಯೊಬ್ಬನಿಗೆ ಗುರುಸಮಾನ ಆಗ್ತಾರೆ ಅಂಕಲ್. ನಂಗೆ ನಿಮ್ಮಿ ಗುರು ಇದ್ದ ಹಂಗೇ" ಎಂದು ಅತ್ಯಂತ ಅಭಿಮಾನದಿಂದ ನಿಮ್ಮಿಯ ಬಗ್ಗೆ ಹೇಳುತ್ತಿದ್ದ. ಜನಪ್ರಿಯ ರಾಗಗಳಾದ ಕಲ್ಯಾಣಿ, ಶಂಕರಾಭರಣಂ, ತೋಡಿ, ಕಾಂಭೋಜಿ ಇತ್ಯಾದಿಗಳು ಮಾತ್ರವಲ್ಲ, ಅತ್ಯಂತ ಅಪರೂಪದ ರಾಗಗಳಾದ ಸುರುಟಿ, ಬಿಂದುಮಾಲಿನಿ, ಕೋಕಿಲಪ್ರಿಯ, ಗಾನಮೂರ್ತಿ ನುಡಿಸುವಾಗಲೂ ತಪ್ಪನ್ನು ಕಂಡುಹಿಡಿಯುವ ಶಕ್ತಿಯನ್ನು ನಿಮ್ಮಿ ಪ್ರದರ್ಶಿಸಿತ್ತು.

ಸ್ವಾಮಿನಾದನ್ ಒಡನಾಟ ರಾಯರಿಗೆ ಇಷ್ಟವಾಗುತ್ತಿತ್ತು. ತನ್ನ ಪಾಡಿಗೆ ತಾನು ಮನೆಗೆ ಬಂದು ಸೊಗಸಾಗಿ ಕೊಳಲು ನುಡಿಸುವ ಹುಡುಗನನ್ನು ಯಾರು ಬೇಡವೆನ್ನುತ್ತಾರೆ? ಅವನ ಕೊಳಲ ನಾದವನ್ನು ಕೇಳಿಕೇಳಿ ಇತ್ತೀಚೆಗೆ ಅವರಿಗೂ ಸಂಗೀತದ ರುಚಿ ಹತ್ತಿತ್ತು. ರಾಗಗಳನ್ನು ಗುರುತಿಸಲು ಇನ್ನೂ ಬರುತ್ತಿರಲಿಲ್ಲವಾದರೂ, ಅಪಸ್ವರ ಯಾವುದೆಂದು ಗೊತ್ತಾಗಿ ಬಿಡುತ್ತಿತ್ತು. ಸಹಜವಾಗಿ ನಡೆದು ಹೋಗುತ್ತಿರುವಾಗ, ಕಲ್ಲೊಂದನ್ನು ಎಡವಿ ಬೀಳುವ ಭಾವವೇ ಅಪಸ್ವರವೆಂದು ಅವರ ಅನುಭವಕ್ಕೆ ಬಂದಿತ್ತು. ಅದು ಬಹಿರಂಗದ ವ್ಯಾಖ್ಯಾನಕ್ಕಿಂತಲೂ ಅಂತರಂಗದ ವ್ಯಾಖ್ಯಾನಕ್ಕೆ ಗೊತ್ತಾಗುವ ಸಂಗತಿಯೆಂದು ಅವರು ಕಂಡುಕೊಂಡಿದ್ದರು. ನಿಮ್ಮಿ

ಮಾತ್ರ ಅದು ಹೇಗೆ ಚಕ್ಕನೆ ಅಪಸ್ವರ ಹಿಡಿದುಕೊಂಡು ಬಿಡುತ್ತದೆ ಎಂದು ಅವರಿಗೆ ಬಹಳ ಅಚ್ಚರಿಯಾಗುತ್ತಿತ್ತು. ಇನ್ನು ಮುಂದೆ ಯಾರಿಗೂ 'ನಾಯಿಬುದ್ಧಿಯವನು' ಅಂತ ಅನ್ನಬಾರದು ಎಂದು ನಿರ್ಧರಿಸಿಕೊಂಡಿದ್ದರು.

ನಿಮ್ಮಿಯ ಸಾಕಷ್ಟು ಜವಾಬ್ದಾರಿಗಳನ್ನು ಸ್ವಾಮಿನಾದನ್ ನೋಡಿಕೊಳ್ಳುತ್ತಿದ್ದ. ಅದನ್ನು ಆಗಾಗ ವಿಹಾರಕ್ಕೆ ಕರೆದುಕೊಂಡು ಹೋಗುವುದು, ರಾಯರು ಯಾವತ್ತೂ ಕೊಡದ ಆದರೆ ಅದಕ್ಕೆ ರುಚಿಯೆನ್ನಿಸುವ ಮಾಂಸಾಹಾರವನ್ನು ತಂದು ಕೊಡುವುದು, ಗೆಳೆಯರ ಮನೆಗೆ ಅದನ್ನು ಕರೆದುಕೊಂಡು ಹೋಗಿ ಅವನ ಗಂಡು ನಾಯಿಯ ಜೊತೆಗೆ ಆಟವಾಡಲು ಬಿಡುವುದು - ಇತ್ಯಾದಿಗಳನ್ನು ಸ್ವಯಂ ಪ್ರೀತಿಯಿಂದ ಮಾಡುತ್ತಿದ್ದ. ಯಾರಾದರೂ ಸಂಗೀತಪ್ರಿಯ ಸ್ನೇಹಿತರು ಮನೆಗೆ ಬಂದರೆ ಸಾಕು, ಅವರನ್ನು ರಾಯರ ಮನೆಗೆ ಕರೆದುಕೊಂಡು ಬಂದು ನಿಮ್ಮಿಯ ಬುದ್ಧಿವಂತಿಕೆಯನ್ನು ತೋರಿಸಿ, ಅವರೆಲ್ಲಾ ಬೆರಗಾಗುವಂತೆ ಮಾಡುತ್ತಿದ್ದ. ಅವನೆಲ್ಲಾ ಸ್ನೇಹಿತರು ನಿಮ್ಮಿಯ ಜೊತೆ ತಪ್ಪದೆ ಸೆಲ್ಫಿ ತೆಗೆದುಕೊಂಡು ಹೋಗುತ್ತಿದ್ದರು.

ಮಂಜುಳಾ ನಂಬೂದಿರಿಯ ಕಛೇರಿಗೆ ನಿಮ್ಮಿಯನ್ನು ಕರೆದುಕೊಂಡು ಬರಲೇಬೇಕೆಂಬುದು ಸ್ವಾಮಿನಾದನ್ ಒತ್ತಾಯವಾಗಿತ್ತು. "ಯಾವತ್ತೂ ನಿಮ್ಮಿ ಲೈವ್ ಕಛೇರಿಯನ್ನು ಕೇಳಿಸಿಕೊಂಡಿಲ್ಲ ಅಂಕಲ್. ಒಮ್ಮೆ ಮಂಜುಳಾ ನಂಬೂದಿರಿಯ ಗಾನ ಕೇಳಿಸಿಕೊಂಡರೆ ಸಾಕು, ತುಂಬಾ ಸಂತೋಷ ಪಡುತ್ತದೆ. ಬೇರೆ ಸಭಾಂಗಣಗಳಲ್ಲಿ ನಾಯಿಯನ್ನು ಒಳಗೆ ಬಿಡುವುದಿಲ್ಲ. ರಾಮನವಮಿ ಉತ್ಸವ ಬಯಲಿನಲ್ಲಿ ನಡೆಯುತ್ತದೆ. ಪೆಂಡಾಲಿನ ಕೊನೆಯ ಸಾಲಿನ ಹಿಂದೆ ಕಾರುಗಳನ್ನು ನಿಲ್ಲಿಸಬಹುದು. ಆದ್ದರಿಂದ ನಿಮ್ಮಿಯನ್ನು ಕಾರಿನಲ್ಲಿ ಕರೆದುಕೊಂಡು ಹೋದರೆ ಯಾರಿಗೂ ಸಮಸ್ಯೆಯಾಗುವುದಿಲ್ಲ" ಎಂದು ರಾಯರನ್ನು ಒಪ್ಪಿಸಿದ್ದ. ರಾಯರೂ ಹೊಸ ಅನುಭವಗಳಿಗೆ ತೆರೆದುಕೊಂಡಿರುತ್ತಾರಾದ್ದರಿಂದ ಈ ಸಲಹೆಗೆ ಒಪ್ಪಿದ್ದರು. ಈ ರೀತಿಯಲ್ಲಿ ಕಛೇರಿಗೆ ಬಂದಿದ್ದ ರಾಯರು ಮತ್ತು ನಿಮ್ಮಿಯನ್ನು ಸ್ವಾಮಿನಾದನ್ ಮಾತನಾಡಿಸಿ, ತನ್ನ ಸಂಗೀತದ ಗೆಳೆಯರ ಜೊತೆ ಕಛೇರಿಯ ಮುಂದುಗಡೆ ಕುಳಿತುಕೊಂಡು, ತಾಳ ಹಾಕುವ ಕೆಲಸಕ್ಕಾಗಿ ಹೊರಟುಹೋಗಿದ್ದ.

ಸೂರ್ಯಾಸ್ತದ ಕೆಂಪು ಬಣ್ಣದ ಒಡಲು ಹಾಗೂ ಬೆಳದಿಂಗಳ ಹಳದಿ ಬಣ್ಣದ ಜರಿಯ ಕಾಂಜೀವರಂ ಪಟ್ಟು ಸೀರೆಯನ್ನು ಉಟ್ಟು, ತಲೆಯ ತುಂಬಾ ಮಲ್ಲಿಗೆಯನ್ನು ಮುಡಿದು, ಸಾಕಷ್ಟು ದೊಡ್ಡದಾದ ಕುಂಕುಮವನ್ನು ಹಣೆಗಿಟ್ಟು, ಮೈತುಂಬಾ ಆಭರಣಗಳನಿಟ್ಟು ಸಿಂಗರಿಸಿಕೊಂಡು ಮಂಜುಳಾ ನಂಬೂದಿರಿ ವೇದಿಕೆಯನ್ನು ಪ್ರವೇಶಿಸಿದಳು. ಇಡೀ ಸಭಾಂಗಣವೇ ಎದ್ದು ನಿಂತು ಚಪ್ಪಾಳೆ ತಟ್ಟುವ ಮೂಲಕ ತಮ್ಮ ಸಂತೋಷವನ್ನು ವ್ಯಕ್ತಪಡಿಸಿತು. ಅವರೆಲ್ಲರ ಮೆಚ್ಚುಗೆಯನ್ನು

ತುಸು ತಲೆಬಾಗಿ ಕೈಮುಗಿದು ಸ್ವೀಕರಿಸಿ, ತನ್ನ ಸ್ಥಾನವನ್ನು ಆಕ್ರಮಿಸಿಕೊಂಡಳು. ತನ್ನ ಮೈಕನ್ನು ಪರೀಕ್ಷಿಸಿಕೊಂಡು, ಹಿಂದೆ ಕುಳಿತ ಹುಡುಗರಿಗೆ ಅವರ ತಂಬೂರಿಯನ್ನು ಶ್ರುತಿ ಮಾಡಿಕೊಟ್ಟು, ಪಕ್ಕವಾದ್ಯದವರ ಜೊತೆಗೆ ಒಂದಿಷ್ಟು ನಗೆಯ ಮಾತಾಡಿ, ಸಲಹೆ-ಸೂಕ್ಷ್ಮಗಳನ್ನು ಹೇಳಿ ಕಛೇರಿಯನ್ನು ಪ್ರಾರಂಭಿಸಿದಳು. ರಾಯರು ಎರಡು ಕುರ್ಚಿಗಳನ್ನು ಹಾಕಿ, ಒಂದರಲ್ಲಿ ತಾವು ಕೂತು ಮತ್ತೊಂದರಲ್ಲಿ ನಿಮ್ಮಿಯನ್ನು ಕೂಡಿಸಿ, ಸಂಗೀತ ರಸಾಸ್ವಾದನೆಗೆ ಸಿದ್ಧರಾದರು.

ಆಭೋಗಿ ರಾಗದಲ್ಲಿ ವರ್ಣವನ್ನು ಹಾಡಿ, ಅನಂತರ ಮಾಯಾಮಾಳವಗೌಳ ರಾಗದಲ್ಲಿ ತ್ಯಾಗರಾಜರ ಕೀರ್ತನೆ "ಮೇರು ಸಮಾನ..." ಹಾಡಿದಳು. ಎರಡೂ ಅದ್ಭುತವಾಗಿ ಮೂಡಿಬಂದವು. ಇಡೀ ಸಭಾಂಗಣ ನಿರಂತರವಾಗಿ ಚಪ್ಪಾಳೆ ತಟ್ಟಿತು. ರಾಯರಿಗೂ ಖುಷಿಯಾಗಿತ್ತು. ಒಮ್ಮೆ ನಿಮ್ಮಿಯ ಕಡೆ ನೋಡಿದರು. ಅದೂ ಸದ್ದಿಲ್ಲದೆ ಸಂಗೀತವನ್ನು ಆಲಿಸುತ್ತಿತ್ತು. ಅದರ ಕಣ್ಣುಗಳನ್ನು ಗಮನಿಸಿದರೆ, ತುಂಬಾ ಖುಷಿಯಾಗಿದೆ ಎಂಬುದು ರಾಯರಿಗೆ ತಿಳಿಯುತ್ತಿತ್ತು. ಮೂರನೆಯ ಕೃತಿಯಾಗಿ ಇಪ್ಪತ್ತನೆಯ ಮೇಳಕರ್ತ ರಾಗವಾದ ನಠಭೈರವಿಯ ಪ್ರಖ್ಯಾತ ಕೃತಿ, ಪಾಪನಾಸಂ ಶಿವನ್ ಅವರ "ಶ್ರೀವಲ್ಲಿ ದೇವಸೇನಾಪತಿ..." ಶುರು ಮಾಡಿದಳು. ಅದು ರಾಯರ ಇಷ್ಟದ ಕೃತಿ ಹಾಗೂ ನಿಮ್ಮಿಯ ಅತ್ಯಂತ ಪ್ರೀತಿಯ ರಾಗ. ಮುಂಬರುವ ನಾದದ ಸುಗ್ಗಿಯನ್ನು ಧ್ಯಾನಿಸಿದ ರಾಯರು, ಒಮ್ಮೆ ನಿಮ್ಮಿಯ ತಲೆಯನ್ನು ಸವರಿ ರಸಸ್ವಾದನೆಗೆ ಸಿದ್ಧವಾದರು.

ಹಿಮಾಲಯದ ಪರ್ವತಗಳಲ್ಲಿ ಮನಸ್ಸಿಗೆ ಬಂದ ದಾರಿಗಳನ್ನು ಹಿಡಿದು ಸ್ವಚ್ಛಂದ ಚಾರಣ ಮಾಡುತ್ತಾ ಆ ಬೆಳ್ಳಿಬೆಟ್ಟಗಳ ಅಗಾಧತೆಯನ್ನು ಅರಿತುಕೊಳ್ಳುವ ಅದ್ಭುತ ಅನುಭೂತಿಯನ್ನು ಆ ನಠಭೈರವಿ ಆಲಾಪನೆ ನೀಡುತ್ತಿತ್ತು. ಮುಂಗಾರಿನ ಮೇಘಗಳು ವಿವಿಧ ಆಕಾರಗಳನ್ನು ತಾಳುತ್ತಾ ಗಗನವನ್ನೆಲ್ಲಾ ಆಕ್ರಮಿಸಿ ಜಗದ ಜೀವರಾಶಿಯನ್ನು ಸುತ್ತುವರೆದಂತೆ ಆ ರಾಗವಿಸ್ತಾರ ಮುಂದುವರೆಯಿತು. ಸಾಸಿವೆ ಗಾತ್ರದ ಬೀಜವೊಂದು ಭುವಿಯಲ್ಲಿ ಬಿದ್ದು ಅಂಕುರಿಸಿ ಬೆಳೆದು ಹೆಮ್ಮರವಾಗಿ ಮೈತುಂಬಾ ಹಸಿರು ತುಂಬಿಕೊಂಡು ಕಂಗೊಳಿಸುವ ಚೆಲುವಿನಂತೆ ನಾದವೊಂದು ಬೆಳೆಯುತ್ತಿತ್ತು. ರಾಯರು ಕಣ್ಣು ಮುಚ್ಚಿಕೊಂಡು ರಾಗಸುಧೆಯನ್ನು ಹೀರತೊಡಗಿದರು.

ಎರಡು ಒಳ್ಳೆಯ ಕಾದಂಬರಿಗಳನ್ನು ಬರೆದ ಲೇಖಕನೊಬ್ಬ ಇದ್ದಕ್ಕಿದ್ದಂತೆಯೇ ಕೆಟ್ಟ ಕೃತಿಯನ್ನು ಬರೆದಂತೆ ಮಂಜುಳಾ ನಂಬೂದಿರಿಯ ರಾಗಾಲಾಪನೆಯಲ್ಲಿ ಅಪಸ್ವರ ಬಂದುಬಿಟ್ಟಿತು. ಸರಾಗವಾಗಿ ನಡೆಯುತ್ತಿದ್ದವರು ಎಡವಿ ಬಿದ್ದಂತಾಗಿ ರಾಯರು "ಅಯ್ಯೋ ಅಪಸ್ವರ..." ಎಂದು ಅಂದುಕೊಳ್ಳುವುದರಲ್ಲಿಯೇ ನಿಮ್ಮಿ

ಇಡೀ ಸಭಾಂಗಣಕ್ಕೇ ಕೇಳಿಸುವಂತೆ ಗಟ್ಟಿಯಾಗಿ ಬೊಗಳಲಾರಂಭಿಸಿತು. ನಿಮ್ಮಿಯ ಧ್ವನಿ ಅಷ್ಟು ದೊಡ್ಡದು ಹೇಗಾಯ್ತು ಎಂಬ ಅಚ್ಚರಿಯಲ್ಲಿ ರಾಯರು ಪಕ್ಕಕ್ಕೆ ತಿರುಗಿ ನೋಡಿದರು. ನಿಮ್ಮಿ ಅಲ್ಲೆಲ್ಲಿದೆ? ಕುರ್ಚಿ ಖಾಲಿಯಾಗಿತ್ತು. "ಅರೆ, ನಿಮ್ಮಿ ಎಲ್ಲಿ?" ಎಂದು ಯೋಚಿಸುವುದರಲ್ಲಿಯೇ ನಡೆದ ಅನಾಹುತ ಅವರಿಗೆ ಗೊತ್ತಾಗಿ ಹೋಯ್ತು. ನಿಮ್ಮಿಯ ಬೊಗಳುವಿಕೆ ಅವರಿಗೆ ಮೈಕಿನಲ್ಲಿ ಕೇಳುತ್ತಿರುವುದೆಂದು ತಿಳಿದುಹೋಯ್ತು. ಆಗಲೇ ಸಭಾಂಗಣದಲ್ಲಿ ಕೋಲಾಹಲ ಶುರುವಾಗಿತ್ತು. ಮಂಜುಳಾ ನಂಬೂದಿರಿ ಹಾಡುವುದನ್ನು ನಿಲ್ಲಿಸಿಬಿಟ್ಟಿದ್ದಳು. ನಾಯಿಯೊಂದರ ಬೊಗಳುವಿಕೆ ಅಷ್ಟು ಜೋರಾಗಿ ಕೇಳಿಸಿದ್ದೇ ತಡ, ಊರಿನ ಆ ಭಾಗದಲ್ಲಿದ್ದ ಹಲವು ನಾಯಿಗಳು ಇದ್ದಕ್ಕಿದ್ದಂತೆಯೇ ಕೋಟೆ ಹೈಸ್ಕೂಲಿನ ಮೈದಾನದೊಳಕ್ಕೆ ನುಗ್ಗಿ ಬಂದು, ಒಂದೇ ಸಮನೆ ಬೊಗಳಲಾರಂಭಿಸಿದವು. ತಮ್ಮ ಧ್ವನಿಗಿಂತಲೂ ದೊಡ್ಡ ಧ್ವನಿ ಇರುವ ಆ ಇನ್ನೊಂದು ನಾಯಿ ಯಾವುದಿರಬಹುದೆಂದು ಅವುಗಳಿಗೆಲ್ಲಾ ವಿಪರೀತ ಅಚ್ಚರಿಯಾಗಿಬಿಟ್ಟಿತ್ತು.

ರಾಯರು ವೇದಿಕೆಯ ಹತ್ತಿರ ಓಡಿಹೋದರು. ಯಾವ ಮಾಯದಲ್ಲಿ ನಿಮ್ಮಿ ವೇದಿಕೆಯನ್ನು ಏರಿದಳು ಎಂಬುದು ಅವರಿಗೆ ಅರ್ಥವಾಗದಂತಾಗಿತ್ತು. ಹಲವಾರು ಜನರು ವೇದಿಕೆಯ ಕಡೆಗೆ ನುಗ್ಗುವುದು, ಅಷ್ಟೇ ಭಯದಲ್ಲಿ ನಿಮ್ಮಿ ಮೈಕಿನಲ್ಲಿ ಕೂಗುವುದು ಅವರಿಗೆ ಕೇಳಿಸಿ ಕೈಕಾಲು ನಡುಗಲಾರಂಭಿಸಿತ್ತು. ಎಲ್ಲಿ ತಮ್ಮ ನಿಮ್ಮಿಯನ್ನು ಹೊಡೆದು ಸಾಯಿಸಿ ಬಿಡುತ್ತಾರೋ ಎಂಬ ಕಳವಳ ಅವರಿಗೆ ಶುರುವಾಗಿಬಿಟ್ಟಿತ್ತು. ವೇದಿಕೆಯ ಮುಂಭಾಗದ ಕಾವಲು ಕಾಯುವವನು ತಡೆಯಲು ಬಂದರೂ ಅವನನ್ನು ತಳ್ಳಿ ಮುಂದಕ್ಕೆ ಓಡಿದರು. ಮಂಜುಳಾ ನಂಬೂದಿರಿ ಮತ್ತು ಪಕ್ಕವಾದ್ಯದವರು ಏನು ಮಾಡಬೇಕೆಂದು ತೋಚದೆ ಬೆಕ್ಕಸ ಬೆರಗಾಗಿ ನಿಂತು ಬಿಟ್ಟಿದ್ದರು. ಒಂದಿಷ್ಟು ಜನ ನುಗ್ಗಿ ನಾಯಿಯನ್ನು ಹೊಡೆಯಲು ನೋಡಿದರು. ಅಷ್ಟರಲ್ಲಿ ಎಚ್ಚೆತ್ತುಕೊಂಡ ನಿಮ್ಮಿ ತಕ್ಷಣವೇ ಚಿಮ್ಮಿ ಓಡಿ, ವೇದಿಕೆಯ ಕೆಳಕ್ಕಿದ್ದ ಅಂಗೈಯಷ್ಟು ಜಾಗದಲ್ಲಿ ತೂರಿಕೊಂಡು, ಅಲ್ಲಿಂದ ಆ ಕಡೆಗಿದ್ದ ಮಕ್ಕಳಕೂಟದತ್ತ ನುಗ್ಗಿ ಹೋಯಿತು.

"ನನ್ನ ನಾಯಿ ಎಲ್ಲಿ ಹೋಯ್ತು? ಎಲ್ಲಿಗೆ ಓಡಿಸಿಬಿಟ್ಟಿರಿ?" ಎಂದು ವೇದಿಕೆಯ ಮುಂದೆ ಬಂದ ರಾಯರು ಅಲ್ಲಿದ್ದವರನ್ನು ದೈನ್ಯದಿಂದ ಕೇಳಿದರು. "ನಿಮ್ಮದೇನ್ರಿ ನಾಯಿ? ಇಲ್ಲಿಗ್ಯಾಕೆ ಕರಕೊಂಡು ಬಂದ್ರಿ? ಕಾರ್ಯಕ್ರಮಕ್ಕೆ ಯಾಕೆ ತೊಂದರೆ ಮಾಡಿದಿರಿ?" ಎಂದು ಒಬ್ಬರು ದಬಾಯಿಸಿದರು.

"ನನ್ನ ನಿಮ್ಮಿಗೆ ಸಂಗೀತ ಅಂದ್ರೆ ತುಂಬಾ ಇಷ್ಟ. ಅದಕ್ಕೇ ಕರಕೊಂಡು ಬಂದೆ. ಅಲ್ಲಿ ಹಿಂದೆ ಕೂಡಿಸಿಕೊಂಡು ಕೂತಿದ್ದೆ. ಅದು ಯಾವುದೋ ಮಾಯದಲ್ಲಿ ವೇದಿಕೆ

ಹತ್ತಿರ ಬಂದು ಬಿಟ್ಟಿದೆ. ಅದಕ್ಕೆ ಅಪಸ್ವರ ಹಾಡಿದ್ರೆ ಗೊತ್ತಾಗುತ್ತೆ. ಅದಕ್ಕೇ ಸಿಟ್ಟಿನಿಂದ ಬೊಗಳಿದೆ" ಎಂದು ಸಮಜಾಯಿಷಿ ಕೊಡಲು ನೋಡಿದರು.

"ಹಿರಿಯ ಸಂಗೀತಗಾರ್ತಿಯ ಸಂಗೀತದಲ್ಲಿ ಅಪಸ್ವರ ಅಂತೀರೇನ್ರಿ? ನಿಮಗೆಷ್ಟು ಅಹಂಕಾರ? ಯಾರ್ರೀ ಈ ಅಜ್ಜ..." ಜನ ತಮಗೆ ತಿಳಿದಂತೆ ಆವಾಜು ಹಾಕತೊಡಗಿದರು. ಅಷ್ಟರಲ್ಲಿ ಅಲ್ಲಿಗೆ ಸ್ವಾಮಿನಾದನ್ ಓಡಿ ಬಂದ. ಅವನು ರಾಯರ ಪರವಾಗಿ ನಿಂತು ಎಲ್ಲರ ಕ್ಷಮೆ ಕೇಳಿದ. ಅಲ್ಲಿದ್ದ ಬಹುತೇಕ ಸಂಗೀತ ಪ್ರೇಮಿಗಳಿಗೆ ಅವನದು ಪರಿಚಿತ ಮುಖವಾದ್ದರಿಂದ ಅವರು ಸುಮ್ಮನಾದರು. ರಾಯರನ್ನು ಮನೆಗೆ ಹೋಗುವಂತೆ ಮನವೊಲಿಸಿ ಕಳುಹಿಸಿ ಕೊಟ್ಟ.

ರಾಯರಿಗೆ ನಿಮ್ಮಿ ತಮ್ಮಿಂದ ತಪ್ಪಿಸಿಕೊಂಡಿದ್ದು ಅತ್ಯಂತ ದುಃಖವನ್ನುಂಟು ಮಾಡಿತ್ತು. ಎಲ್ಲರೂ ಸೇರಿ ಪಾಪದ ಪ್ರಾಣಿಯನ್ನು ಓಡಿಸಿಬಿಟ್ಟಿದ್ದರು. ಈಗ ಎಲ್ಲಿಯೆಂದು ಹುಡುಕುವುದು? ಅದೆಷ್ಟು ಹೆದರಿಕೊಂಡು ಕಂಗಾಲಾಗಿದೆಯೋ ಏನೋ? ಊರು-ಕೇರಿ ಅಷ್ಟಾಗಿ ಕಾಣದ ಆ ಮುದ್ದುಮರಿಯನ್ನು ಬೀದಿನಾಯಿಗಳು ಏನು ಮಾಡಿ ಬಿಡುತ್ತವೋ ಎಂಬ ಆತಂಕ ಶುರುವಾಗಿ ಬಿಟ್ಟಿತು. ಅದನ್ನು ಅನವಶ್ಯಕವಾಗಿ ಇಲ್ಲಿಗೇಕೆ ಕರೆದುಕೊಂಡು ಬಂದೆ? ಮನೆಯಲ್ಲಿಯೇ ಒಂದಿಷ್ಟು ಒಳ್ಳೆಯ ಸಿಡಿಗಳನ್ನು ಹಾಕಿ ಸಂಗೀತ ಕೇಳಿಸಿದ್ದರೆ ಸಾಕಿತ್ತು. ನೂರಾರು ಜನರು ಅದಕ್ಕೆ ಬಯ್ಯುವಂತೆ ಮಾಡಿಬಿಟ್ಟೆ. ಇಷ್ಟು ದೊಡ್ಡ ವಿದುಷಿ ತಮ್ಮ ಆಲಾಪನೆಯಲ್ಲಿ ಅಪಸ್ವರ ಹಾಡುತ್ತಾಳೆಂದು ನನಗೆ ಹೇಗೆ ಗೊತ್ತಾಗಬೇಕು? ಎಂದು ಮತ್ತೆಮತ್ತೆ ತಮ್ಮನ್ನು ಹಳಿದುಕೊಂಡರು.

ಕಾರಿನಲ್ಲಿಯೇ ಕುಳಿತು ಒಂದೆರಡು ನಿಮಿಷ ದುಃಖಿಸಿದರು. "ನಿಮ್ಮಿ ಎಲ್ಲಿದ್ದರೂ ಸರಿ, ಹುಡುಕಿಯೇ ಹುಡುಕುತ್ತೇನೆ" ಎಂದು ನಿರ್ಧರಿಸಿ ಕಾರನ್ನು ನಡೆಸಿಕೊಂಡು ಹೊರ ಬಂದರು. ಮಕ್ಕಳ ಕೂಟದ ಸಿಗ್ನಲ್ ಬಳಿ ಬರುವ ಹೊತ್ತಿಗೆ, ಹಿಂದಿನ ಸೀಟಿನಲ್ಲಿ ಕುಳಿತಿದ್ದ ನಿಮ್ಮಿ ಸದ್ದಿಲ್ಲದೆ ಮುಂದಿನ ಸೀಟಿಗೆ ಬಂದು ಕುಳಿತುಕೊಂಡಿತು. ತಮ್ಮ ನಿಮ್ಮಿಯನ್ನು ಪಕ್ಕದಲ್ಲಿಯೇ ಕಂಡು ಅವರಿಗೆ ಅಚ್ಚರಿ, ಆನಂದ, ಪುಳಕಗಳು ಉಂಟಾಗಿ ಕಾರನ್ನು ಸೈಡಿಗೆ ಹಾಕಿ ನಿಲ್ಲಿಸಿದರು. ಕಣ್ಣಲ್ಲಿ ಆನಂದಬಾಷ್ಪಗಳು ಉದುರಲಾರಂಭಿಸಿದವು. "ನೀನ್ಯಾವಾಗ ಒಳಗೆ ಬಂದು ಕೂತುಕೊಂಡಿ?" ಎಂದು ಅಚ್ಚರಿಯಿಂದ ನಿಮ್ಮಿಯನ್ನು ಕೇಳಿದರು. ಅದು ಏನೆಂದು ಉತ್ತರಿಸಬಹುದು? ಪ್ರೀತಿಯಿಂದೊಮ್ಮೆ ಅವರ ಅಂಗೈಯನ್ನು ನೆಕ್ಕಿತು.

ಕಾರಿನ ಗಾಜನ್ನು ಕೆಳಕ್ಕಿಳಿಸಿ ಪಾರ್ಕ್ ಮಾಡಿದ್ದು ಒಳ್ಳೆಯದಾಯ್ತು. ಆ ಗದ್ದಲದಿಂದ ಸುಲಭವಾಗಿ ತಪ್ಪಿಸಿಕೊಂಡು ಬಂದು ಸದ್ದಿಲ್ಲದೆ ಕಾರಿನೊಳಕ್ಕೆ ಕೂತುಬಿಟ್ಟಿದೆ. ಇಲ್ಲದಿದ್ದರೆ ಈ ರಾತ್ರಿಯ ಹೊತ್ತು ನಾನು ಬೇರೆಲ್ಲೆಲ್ಲಿ ಇದಕ್ಕಾಗಿ

ಹುಡುಕಬೇಕಾಗಿತ್ತು ಎಂದೆಲ್ಲಾ ಹರ್ಷಪಟ್ಟರು. ಮನಸ್ಸಿನ ತುಮುಲಗಳು ತಹಬಂದಿಗೆ ಬಂದ ನಂತರ "ಅಷ್ಟು ದೊಡ್ಡ ಸಂಗೀತಗಾರ್ತಿ ಅಪಸ್ವರ ಹಾಡಿ ಬಿಟ್ಟಳಲ್ಲಾ?" ಎಂದು ಪ್ರೀತಿಯಿಂದ ನಿಮ್ಮಿಯನ್ನು ಕೇಳಿದರು. ನಿಮ್ಮಿ ನಾಲಿಗೆಯನ್ನು ಇಷ್ಟುದ್ದ ಚಾಚಿಕೊಂಡು "ಹ್ಞ... ಹ್ಞ..." ಎಂದಿತು.

^^^

ಮರುದಿನ ನಗರದ ಬಹುತೇಕ ಪತ್ರಿಕೆಗಳು ನಿಮ್ಮಿಯ ಫೋಟೋವನ್ನು ಚಾಪಿಸಿದ್ದವು. ಹೆದರಿ ನಿಂತ ಮಂಜುಳಾ ನಂಬೂದಿರಿ ಮತ್ತು ಪಕ್ಕ ವಾದ್ಯದವರು, ಮೈಕಿನ ಹತ್ತಿರ ಕುಳಿತು ಗದ್ದಲ ಮಾಡುತ್ತಿರುವ ನಿಮ್ಮಿ – ಝುಗಮಗಿಸುವ ಬೆಳಕಿನಲ್ಲಿ ಆ ಫೋಟೋವನ್ನು ಬಹುತೇಕ ವರದಿಗಾರರು ವಿವಿಧ ಕೋನಗಳಲ್ಲಿ ತೆಗೆದುಕೊಂಡಿದ್ದರು. ನಡೆದ ಘಟನೆಯ ವಿವರಗಳನ್ನು ಬರೆದಿದ್ದರು. ವಿಶೇಷವೆಂದರೆ ನಿಮ್ಮಿಯ ಬಗ್ಗೆ ಮಂಜುಳಾ ನಂಬೂದಿರಿ ವಿಶೇಷವಾಗಿ ಹೊಗಳಿದ್ದಳು.

ಮಂಜುಳಾ ನಂಬೂದಿರಿಗೆ ನಾಯಿಗಳ ಕುರಿತಾಗಿ ಯಾವ ಭಯವೂ ಇರಲಿಲ್ಲ. ಸ್ವತಃ ತನ್ನ ಮನೆಯಲ್ಲಿಯೇ ಒಂದೆರಡು ನಾಯಿಗಳನ್ನು ಸಾಕಿಕೊಂಡಿದ್ದಳು. ಅದ್ದರಿಂದಲೇ ನಠಭೈರವಿಯ ರಾಗವನ್ನು ಹಾಡಲು ಎತ್ತಿಕೊಂಡ ಸ್ವಲ್ಪೇ ಸಮಯಕ್ಕೆ ನಿಮ್ಮಿಯು ಎಲ್ಲಿಂದಲೋ ಓಡಿಬಂದು ವೇದಿಕೆಯನ್ನು ಹತ್ತಿದಾಗ ಯಾವುದೇ ಅಂಜಿಕೆಯಿಲ್ಲದೆ ಹಾಡುಗಾರಿಕೆಯನ್ನು ಮುಂದುವರೆಸಿದ್ದಳು. ತನ್ನ ಹಾಡಿಗೆ ಆ ವಿಶೇಷ ನಾಯಿ ಸಂತೋಷ ಪಡುತ್ತಿದೆ ಎಂದು ಆಕೆಯ ಅಂತರಾತ್ಮಕ್ಕೆ ತಿಳಿಯುತ್ತಿತ್ತು. ಮುದ್ದಾಗಿ ಎರಡು ಕಾಲುಗಳ ಮೇಲೆ ಕುಳಿತ ಆ ಬೆಣ್ಣೆ ಮುದ್ದೆಯಂತಹ ನಾಯಿಯನ್ನು ಪ್ರೀತಿಯಿಂದ ನೋಡುತ್ತಲೇ ಆಲಾಪನೆಯನ್ನು ಮುಂದುವರೆಸಿದ್ದಳು.

ಎರಡು ದಿನದಿಂದ ಮಂಜುಳಾ ನಂಬೂದಿರಿಗೆ ಸರಿಯಾಗಿ ನಿದ್ದೆಯಾಗಿರಲಿಲ್ಲ. ಎರಡೂ ದಿನ ತಡರಾತ್ರಿಯಲ್ಲಿ ವಿಮಾನದಲ್ಲಿ ಪ್ರಯಾಣ ಮಾಡಿದ್ದಳು. ವಿಮಾನಗಳು ತುಂಬಾ ತಡವಾಗಿ ಬಂದು, ಹೊತ್ತಲ್ಲದ ಹೊತ್ತಲ್ಲಿ ಅಪರಿಚಿತ ಊರನ್ನು ತಲುಪಿ, ಅಲ್ಲಿಯ ಹೋಟೆಲಿನಲ್ಲಿ ನಿದ್ದೆ ಬಾರದೆ ಹೊರಳಾಡಿ, ಸಂಜೆ ಮತ್ತೊಮ್ಮೆ ಕಛೇರಿಯನ್ನು ನೀಡಿ – ಒಟ್ಟಾರೆ ಸುಸ್ತಾಗಿದ್ದಳು. ಆ ಕಾರಣದಿಂದಲೇ ವಿಪರೀತ ತಲೆನೋವು, ಮೈಭಾರ, ನಿತ್ರಾಣ – ಎಲ್ಲವೂ ಇದ್ದವು. ಅದಕ್ಕಾಗಿಯೇ ಆಕೆಯ ಆಲಾಪನೆಯಲ್ಲಿ ಅಪರೂಪಕ್ಕೆ ಅಪಸ್ವರ ನುಸುಳಿಬಿಟ್ಟಿತ್ತು. ವಿಶ್ರಾಂತಿ ಬಯಸಿದ ದೇಹ ಆಕೆಯ ಮೇಲೆ ಸಿಟ್ಟಿಗೆದ್ದು ಅಪಸ್ವರದ ಮೂಲಕ ತನ್ನ ಮುನಿಸನ್ನು ತೋಡಿಕೊಂಡಿತ್ತು. ಆದರೆ ಆ ತಕ್ಷಣವೇ ಗಲಾಟೆ ಮಾಡಿದ ನಾಯಿ

ಆಕೆಗೆ ತನ್ನ ದಿವಂಗತ ಗುರುವನ್ನು ಜ್ಞಾಪಿಸಿತ್ತು. ಅಭ್ಯಾಸದ ಸಮಯದಲ್ಲಿ ಯಾವಾಗಲೂ ಒಂದು ಪುಟ್ಟ ಕೋಲನ್ನು ಹಿಡಿದುಕೊಂಡಿರುತ್ತಿದ್ದ ಗುರುಗಳು, ಅಪಸ್ವರ ಬಂದ ತಕ್ಷಣ ಅದನ್ನು ನೆಲಕ್ಕೆ ಬಡಿದು ಎಚ್ಚರಿಸುತ್ತಿದ್ದರು. ಈ ದಿನ ನಿಮ್ಮಿ ಅಂತಹದೇ ಮಿಂಚಿನ ವೇಗದಲ್ಲಿ ಅಪಸ್ವರಕ್ಕೆ ಬೊಗಳಿ ಪ್ರತಿಕ್ರಿಯಿಸಿದ್ದು ಆಕೆಗೆ ಗುರುಗಳ ಕೋಲಿನ ನೆಲಬಡಿತದ ಸದ್ದಿನದೇ ಚಿತ್ರಣವನ್ನು ಕಣ್ಣ ಮುಂದೆ ತಂದು ಮೈ ನಡುಗಿಸಿತ್ತು. ಹಣದ ಆಸೆಗೆ ತಾನು ವಿಪರೀತ ಕಛೇರಿಗಳಿಗೆ ಒಪ್ಪಿಕೊಂಡು ಆ ನಾದದೇವತೆಗೆ ಅಪಮಾನ ಮಾಡುತ್ತಿದ್ದೇನೆ ಎನ್ನುವ ಅಳುಕು ಅವಳಲ್ಲಿತ್ತು. ಆದ್ದರಿಂದ ನಿಮ್ಮಿಯ ರೂಪದಲ್ಲಿ ಗುರುಗಳೇ ತನಗೆ ಬುದ್ಧಿ ಹೇಳಿಬಿಟ್ಟರು ಎಂದು ಮನಸ್ಸಿಗೆ ಅನ್ನಿಸಿ, ಪಶ್ಚಾತ್ತಾಪದಲ್ಲಿ ಆಕೆಯ ಕಣ್ಣುಗಳು ಹನಿಗೂಡಿದ್ದವು. ಅಷ್ಟರಲ್ಲಿ ಅಲ್ಲಿಗೆ ಬಂದು ಹಿರಿಯರೊಬ್ಬರು ಅದು ತಮ್ಮ ನಾಯಿಯೆಂದೂ, ಅದಕ್ಕೆ ಅಪಸ್ವರ ಗುರುತಿಸುವುದು ಗೊತ್ತಾಗುತ್ತದೆಯೆಂದೂ ಹೇಳಿದ್ದು ಆಕೆಗೆ ವಿಶೇಷ ಅಚ್ಚರಿಯನ್ನು ಮೂಡಿಸಿ, ಮೈಮೇಲೆ ರೋಮಗಳು ನಿಮಿರುವಂತೆ ಮಾಡಿತ್ತು.

ಹತ್ತು ನಿಮಿಷದಲ್ಲಿ ಗಲಾಟೆ ಹತೋಟಿಗೆ ಬಂದು ಕಛೇರಿ ಮತ್ತೆ ಪ್ರಾರಂಭವಾಗಿತ್ತು. ಹಾಡನ್ನು ಶುರು ಮಾಡುವುದಕ್ಕೆ ಮೊದಲು ಮಂಜುಳಾ ನಂಬೂದಿರಿ ಸಭಿಕರೊಂದಿಗೆ ಮಾತನಾಡಿದ್ದಳು. "ಕಛೇರಿಯ ಮಧ್ಯದಲ್ಲಿ ನಡೆದ ಅಡಚಣೆಗೆ ಕ್ಷಮೆ ಕೇಳುತ್ತೇನೆ. ಆದರೆ ಆ ವಿಶೇಷ ನಾಯಿಯ ಪ್ರತಿಭೆಯನ್ನು ಕಂಡು ಬೆರಗಾಗಿದ್ದೇನೆ. ಆ ಹೊತ್ತಿನಲ್ಲಿ ನನ್ನಿಂದ ಅಪಸ್ವರ ಹೊರಟಿದ್ದು ಸತ್ಯವೆಂದು ನೆರೆದ ಸಭಿಕರ ಮುಂದೆ ಪ್ರಾಮಾಣಿಕವಾಗಿ ಒಪ್ಪಿಕೊಳ್ಳುತ್ತೇನೆ. ಹದಿನೈದಕ್ಕೂ ಹೆಚ್ಚು ನಿಮಿಷಗಳ ಕಾಲ ಸಂಗೀತವನ್ನು ತನ್ಮಯತೆಯಿಂದ ಕೇಳಿದ ಆ ಪುಟ್ಟ ನಾಯಿಮರಿ, ಅಪಸ್ವರವನ್ನು ಅಷ್ಟು ಬೇಗನೆ ಹೇಗೆ ಗುರುತಿಸಿತು? ಇದು ನನಗೆ ಅತ್ಯಂತ ಅಚ್ಚರಿಯ ವಿಷಯವಾಗಿದೆ. ಜಗತ್ತಿನಲ್ಲಿ ಏನೆಲ್ಲಾ ವಿಸ್ಮಯಗಳಿವೆ! ಈ ನಾಯಿಮರಿ ನಿಸ್ಸಂಶಯವಾಗಿ ವಿಶೇಷ ಜೀವವೆಂದು ನಾನು ಒಪ್ಪಿಕೊಳ್ಳುತ್ತೇನೆ" ಎಂದು ಹೇಳಿ ಮುಂದಿನ ರಾಗವನ್ನು ಎತ್ತಿಕೊಂಡಿದ್ದಳು.

ಅದೆಲ್ಲವೂ ಪತ್ರಿಕೆಗಳಲ್ಲಿ ವರದಿಯಾಗಿತ್ತು. ಯಾರೋ ಒಬ್ಬರು ಆ ಘಟನೆಯ ವೀಡಿಯೋವನ್ನು ಸಾಮಾಜಿಕ ಜಾಲತಾಣದಲ್ಲಿ ಹರಿಯಬಿಟ್ಟಿದ್ದರು. ಆ ವೀಡಿಯೋವನ್ನು ಲಕ್ಷಾಂತರ ಜನರು ನೋಡಿದ್ದರು ಮತ್ತು ಸಾವಿರಾರು ಜನರು ತಮ್ಮ ಫೇಸ್‌ಬುಕ್ ಗೋಡೆಯ ಮೇಲೆ ಅದನ್ನು ಹಂಚಿಕೊಂಡಿದ್ದರು.

^^^

ಗ್ರೆಗ್ ಜೋನ್ಸ್ ಅಮೆರಿಕಾದ ಐವತ್ತು ಅತ್ಯುನ್ನತ ಶ್ರೀಮಂತರಲ್ಲಿ ಒಬ್ಬ. ಐವತ್ತು ದಾಟಿದರೂ ಮದುವೆಯಾಗದೆ ಒಂಟಿ ಜೀವನ ನಡೆಸುತ್ತಿದ್ದಾನೆ. ಅವನ ಸಾಫ್ಟ್‌ವೇರ್ ಕಂಪನಿ ಜಗತ್ತಿನ ಎಲ್ಲಾ ದೇಶಗಳಲ್ಲೂ ಹಬ್ಬಿದೆ. ವಿಚಿತ್ರವೆಂದರೆ ಹೈಸ್ಕೂಲಿನಲ್ಲಿ ಅವನಿಗೆ ಓದು ಹತ್ತುವುದಿಲ್ಲ ಎಂದು ಶಾಲೆಯಿಂದ ವಾಪಸು ಮನೆಗೆ ಕಳುಹಿಸಿದ್ದರು. ಈಗವನು ಬಿಲಿಯನ್‌ಗಟ್ಟಲೆ ಡಾಲರುಗಳ ಒಡೆಯ. ಹಣವೆನ್ನುವುದು ಅದೆಷ್ಟು ಕಾಲಕಸವಾಗಿದೆಯೆಂದರೆ, ಈಗವನನ್ನು ಹಣದ ಮೂಲಕ ಯಾರೂ ಆಕರ್ಷಿಸಲು ಸಾಧ್ಯವಿಲ್ಲ. ಆ ಕಾರಣದಿಂದಲೇ ಅವನು ತನ್ನ ಬಹುತೇಕ ಹಣವನ್ನು ಸಮಾಜಸೇವೆಗಾಗಿ ವಿನಿಯೋಗಿಸುತ್ತಾನೆ. ಆಫ್ರಿಕಾದ ದೇಶಗಳು, ಏಷ್ಯಾದ ಬಡರಾಷ್ಟ್ರಗಳು, ರಷ್ಯಾ – ಇತ್ಯಾದಿ ಕಡೆಗಳಲ್ಲಿ ತನ್ನ ಹಣವನ್ನು ಬಡವರಿಗಾಗಿ ಖರ್ಚು ಮಾಡುತ್ತಾನೆ.

ಹಣಕ್ಕೆ ಬದಲಾಗಿ ಮತ್ತೊಂದು ವಿಭಿನ್ನ ಹವ್ಯಾಸ ಅವನ ಅಹಂಕಾರವನ್ನು ಹೆಚ್ಚಿಸಿ ಮುದ ನೀಡುತ್ತದೆ. ಜಗತ್ತಿನ ವಿಶೇಷ ನಾಯಿಗಳನ್ನು ಅವನು ಸಂಗ್ರಹ ಮಾಡಿಕೊಂಡಿದ್ದಾನೆ. ತನ್ನ ಒಡೆಯನನ್ನು ಕೊಲೆ ಮಾಡಿದ ಕೊಲೆಗಾರನನ್ನು ಐದು ವರ್ಷಗಳ ನಂತರ ಪೊಲೀಸರಿಗೆ ಹಿಡಿದುಕೊಟ್ಟ ಚೈನಾದ ನಾಯಿ, ಭೂಕಂಪವಾಗುವ ಮುನ್ಸೂಚನೆಯನ್ನು ಗುರುತಿಸಿ ಮನೆ ಮಂದಿಯನ್ನೆಲ್ಲಾ ಹೊರಗಟ್ಟಿ ಅವರನ್ನು ರಕ್ಷಿಸಿದ ರಷ್ಯಾದ ನಾಯಿ, ವೈದ್ಯರೆಲ್ಲರೂ ಕೈಚೆಲ್ಲಿ ಕುಳಿತಾಗ ತನ್ನನ್ನು ಹಚ್ಚಿಕೊಂಡ ಪುಟ್ಟ ಹುಡುಗನಿಗೆ ವಿಶೇಷ ಸೊಪ್ಪಿನ ಔಷಧವನ್ನು ನೀಡುವುದರ ಮೂಲಕ ರಕ್ಷಿಸಿಕೊಂಡ ಕೆನ್ಯಾದ ನಾಯಿ, ಕಮೋಡನ್ನು ಸೊಗಸಾಗಿ ಬಳಸಿಕೊಂಡು ಶೌಚ ಮಾಡುವ ಇಂಗ್ಲೆಂಡಿನ ನಾಯಿ... ಹೀಗೆ ಜಗತ್ತಿನ ಬಹುಮುಖ್ಯ ನಾಯಿಗಳೆಲ್ಲಾ ಅವನ ಸಂಗ್ರಹದಲ್ಲಿವೆ. ಪ್ರತಿಯೊಂದನ್ನೂ ತನ್ನ ಮಗುವಿನಂತೆ ನೋಡಿಕೊಳ್ಳುತ್ತಾನೆ. ಜಗತ್ತಿನ ಸರ್ವಶ್ರೇಷ್ಠ ಪತ್ರಿಕೆಗಳಲ್ಲಿ ಸಂದರ್ಶನ ಕೊಡುವಾಗ, ತನ್ನ ನಾಯಿಗಳ ಬಗ್ಗೆ ಮರೆಯದಂತೆ ಮಾತನಾಡುತ್ತಾನೆ. ತನ್ನ ಫೋಟೋದ ಜೊತೆಯಲ್ಲಿ ಮುದ್ದಿನ ನಾಯಿಗಳೂ ಇರುವಂತೆ ನೋಡಿಕೊಳ್ಳುತ್ತಾನೆ.

ಸ್ಯಾನ್ ಹೊಸೆಯಲ್ಲಿರುವ ಅವನ ಕಂಪನಿಯ ಕಚೇರಿಯಲ್ಲಿ ಕೆಲಸ ಮಾಡುವ ಒಬ್ಬ ಭಾರತೀಯನು ಒಂದು ವಿಶೇಷ ವೀಡಿಯೋವನ್ನು ಹಂಚಿಕೊಂಡ. ಆ ವೀಡಿಯೋದಲ್ಲಿ ಒಂದು ಪೊಮೊರೇನಿಯನ್ ನಾಯಿಯು ಅದು ಹೇಗೆ ಸಂಗೀತದಲ್ಲಿನ ಅಪಸ್ವರವನ್ನು ಗುರುತಿಸುತ್ತದೆ ಎಂಬ ವಿವರವಿತ್ತು. ಆ ನಾಯಿ ತನ್ನ ತಂದೆಯ ಬಳಿಯಲ್ಲಿದೆಯೆಂದೂ, ಅದನ್ನು ತಾನೇ ತನ್ನ ಏಕಾಂಗಿ ಅಪ್ಪನಿಗೆ ಕೊಡಿಸಿದ್ದಾಗಿಯೂ ಹೇಳಿದ್ದ. ತನ್ನ ಅಪ್ಪ ಸಾಕಷ್ಟು ಬಾರಿ ಈ ವಿಷಯವಾಗಿ ಫೋನಿನಲ್ಲಿ ಹೇಳಿದ್ದರೂ ಅದರ ಬಗ್ಗೆ ತನ್ನ ಲಕ್ಷ್ಯ ಅಷ್ಟಾಗಿ ಹೋಗಿರಲಿಲ್ಲವೆಂದೂ,

ಈಗ ಈ ವೀಡಿಯೋ ನೋಡಿದ ಮೇಲೆ ತಾನು ದಂಗಾಗಿ ಹೋಗಿರುವುದಾಗಿಯೂ ಬರೆದುಕೊಂಡಿದ್ದ. ಜಗತ್ತಿನ ಬೇರೆ ಬೇರೆ ಕಡೆಯ ಶಾಖೆಗಳಲ್ಲಿ ಕೆಲಸ ಮಾಡುವ ಸಹೋದ್ಯೋಗಿಗಳೆಲ್ಲರೂ ಅವನಿಗೆ ಅಭಿನಂದನೆಗಳನ್ನು ತಿಳಿಸಿದ್ದರು.

ಆ ವೀಡಿಯೋವನ್ನು ಗ್ರೆಗ್ ಒಂದು ಐವತ್ತು ಬಾರಿ ನೋಡಿ ಬೆರಗಾಗಿ ಹೋದ. ನಾಯಿಗಳಿಗೆ ಸಂಗೀತ ತಿಳಿಯುತ್ತದೆ ಎಂದವನಿಗೆ ಗೊತ್ತಿತ್ತು. ಆದರೆ ಸಂಗೀತದಲ್ಲಿನ ಅಪಸ್ವರವನ್ನು ಗುರುತಿಸಿ ಗದರುವ ನಾಯಿಯ ಬಗ್ಗೆ ಅವನಿಗೆ ವಿಪರೀತ ಹೆಮ್ಮೆ, ಸಂತೋಷ ಮತ್ತು ಕುತೂಹಲವಾಗತೊಡಗಿತು. ಇಂತಹ ವಿಶೇಷ ನಾಯಿಯೊಂದು ತನ್ನ ಸಂಗ್ರಹದಲ್ಲಿ ಇರಬೇಕು ಎಂದು ಖಚಿತವಾಗಿ ಅನ್ನಿಸತೊಡಗಿತು. ಯಾರೋ ನಿವೃತ್ತ ಭಾರತೀಯ ವೃದ್ಧನ ಬಳಿ ಆ ನಾಯಿ ಇದೆ ಎಂಬ ಸಂಗತಿಯು ಅಪೂರ್ವವಾದ ವಜ್ರವೊಂದು ಎಲ್ಲೋ ಮಣ್ಣಿನಲ್ಲಿ ಸೇರಿಕೊಂಡು ಹೋದಂತೆಯೇ ಅನ್ನಿಸಿ ಅವನಿಗೆ ಖೇದವಾಯ್ತು. ಹೇಗಾದರೂ ಮಾಡಿ ಆ ನಾಯಿಯನ್ನು ನನ್ನ ಸಂಗ್ರಹಕ್ಕೆ ಸೇರಿಸುವೆ ಎಂದು ನಿಶ್ಚಯಿಸಿದ. ಅವನೊಮ್ಮೆ ನಿಶ್ಚಯಿಸಿದರೆ ತೀರಿತು, ಅದು ಅವನ ಸಂಗ್ರಹವನ್ನು ಖಂಡಿತಾ ಸೇರುತ್ತದೆಂದು ಅವನ ಹಿಂದಿನ ಅನುಭವಗಳು ತೋರಿಸಿಕೊಟ್ಟಿವೆ.

ಅದರ ಮೊದಲ ಹಂತವಾಗಿ ತಮ್ಮ ಕಚೇರಿಯಲ್ಲಿ ಕೆಲಸ ಮಾಡುವ, ಈ ವೀಡಿಯೋವನ್ನು ಹಂಚಿಕೊಂಡ ರಮಾಕಾಂತ ಕುಲಕರ್ಣಿಗೆ ತನ್ನನ್ನು ಭೇಟಿಯಾಗಲು ಹೇಳಿ ಕಳುಹಿಸಿದ.

^^^

“ಅಷ್ಟು ದೊಡ್ಡ ಶ್ರೀಮಂತಗೆ ನನ್ನಂತಹ ಬಡವನ ಮನಿ ನಾಯಿ ಮ್ಯಾಲ್ಯಾಕೋ ಕಣ್ಣು” ಎಂದು ಹೇಳುವಾಗ ರಾಯರು ಆಗಲೇ ಸಿಡಿಮಿಡಿಗೊಂಡಿದ್ದರು. ರಮಾಕಾಂತಗೆ ವಿಷಯವನ್ನು ಹೇಗೆ ಅಪ್ಪನಿಗೆ ಅರ್ಥ ಮಾಡಿಸಬೇಕೋ ತಿಳಿಯದಾಯ್ತು.

“ಹಂಗಲ್ಲಪ್ಪ. ಆತ ದೊಡ್ಡ ಮನುಷ್ಯ. ನಮ್ಮ ಬಳಿಯಿರುವ ವಸ್ತುವೊಂದು ತನಗೆ ಬೇಕು ಅಂತ ಕೇಳಿರೋದೇ ದೊಡ್ಡ ಸಂಗತಿ. ನೀನು ಈಗ ಇಲ್ಲ ಅಂದ್ರೆ ನಂಗೆ ಕಷ್ಟ ಆಗ್ತದೆ. ಅಷ್ಟಕ್ಕೂ ನಾನೇ ನಿಂಗೆ ನಾಯಿ ಕೊಡಿಸಿದ್ದು. ಆಗ ಬೇಡ ಅಂದಿದ್ದಿ. ನೆನಪದೋ ಇಲ್ಲೋ?” ರಮಾಕಾಂತ ತರ್ಕ ಒಡ್ಡಲು ನೋಡಿದ.

“ಆಗ ಬ್ಯಾಡ ಅಂದಿದ್ದೆ. ನೀವು ನನ್ನ ಮಾತು ಕೇಳಿದ್ರೆ ಈ ಸಮಸ್ಯೆನೇ ಬರ್ತಿರಲಿಲ್ಲ. ಆಗಲೂ ನನ್ನ ಮಾತು ಕೇಳಲಿಲ್ಲ. ಈಗಲೂ ಕೇಳಲ್ಲ ಅಂದ್ರೆ ಹೆಂಗೆ? ನಂಗೆ ನಿಮ್ಮಿಯನ್ನ ಬಿಟ್ಟಿರೋಕೆ ಆಗಲ್ಲ.”

"ನಿಂಗೆ ಬೇಕಂದ್ರೆ ಅಂಥಾದ್ದೇ ಇನ್ನೊಂದು ನಾಯಿನ್ನ ತಂದು ಕೊಡ್ತೀನಪ್ಪಾ."

"ನನ್ನಂಥದ್ದೇ ಇನ್ನೊಬ್ಬ ಅಪ್ಪನ್ನ ಹುಡುಕಿಕೊಂಡು ಅವನ ಹತ್ತಿರ ಈ ಮಾತು ಹೇಳು ಹೋಗು."

"ನೀನು ಏನೇನೋ ಮಾತಾಡ್ತಿ ನೋಡಪ್ಪ. ಅಲ್ಲ, ಆ ನಾಯಿಗೂ ದೊಡ್ಡ ಶ್ರೀಮಂತನ ಮನಿ ಸಿಕ್ಕರೆ ಹೆಚ್ಚು ಸುಖವಾಗಿ ಬಾಳ್ತದೆ. ಅದೂ ನಿಂಗೆ ಬ್ಯಾಡೇನು?"

"ಶ್ರೀಮಂತರ ಮನಿಯಾಗೆ ನಾಯಿ ಸುಖವಾಗಿ ಇರ್ತದೆ ಅಂತ ಯಾರೋ ನಿಂಗೆ ಹೇಳಿದ್ದು? ನಾಯಿ ಸುಖಕ್ಕೆ ಬೇಕಿರೋದು ಒಂದು ತುತ್ತು ಊಟ, ಒಂದು ಹಿಡಿ ಪ್ರೀತಿ. ಅದೇನು ಬಂಗಾರದ ಆಭರಣ ಬೇಕು ಅನ್ನುತ್ತಾ? ದುಡ್ಡಿನ ಗುಡ್ಡೆ ಹತ್ತಿರ ಬಿಟ್ಟರೆ, ಅದರ ಮೇಲೆ ಕಾಲೆತ್ತಿ ಉಚ್ಚೆ ಹೊಯ್ತದೆ."

"ನಾಯಿ ಕೊಡಿಸೋ ಕಾಲಕ್ಕೆ ಬ್ಯಾಡ ಅಂದಿ. ಈಗ ನೋಡಿದ್ರೆ ಹಿಂಗೆ ಹಟ ಮಾಡ್ತಿ. ನಾನೇ ನಿಂಗೆ ನಾಯಿ ಕೊಟ್ಟಿದ್ದು ಅನ್ನೋದು ಯಾವತ್ತಿಗೂ ಮರೀಬೇಡ."

"ಅದನ್ನ ಹೆಂಗೆ ಮರೀಲಿಕ್ಕೆ ಆಗ್ತದಪ್ಪಾ? ನೀನೇ ನಂಗೆ ನಾಯಿ ಕೊಟ್ಟಿದ್ದು. ಅದರಾಗೆ ಅನುಮಾನ ಇಲ್ಲ. ಹಂಗೇನೇ ನಾನು ಮತ್ತು ನಿನ್ನಮ್ಮ ಸೇರಿ ನಿನ್ನನ್ನ ಈ ಭೂಮಿಗೆ ಕೊಟ್ಟಿದ್ದು ಅನ್ನೋದು ಯಾವತ್ತಿಗೂ ಮರೀಬೇಡ."

ರಮಾಕಾಂತ ಫೋನು ಕತ್ತರಿಸಿಬಿಟ್ಟ. ಇದಕ್ಕೂ ಹೆಚ್ಚಿಗೆ ವಿವರಿಸಿ ಹೇಳುವುದು ಅವನಿಗೆ ಸಾಧ್ಯವಿರಲಿಲ್ಲ. ಇತ್ತ ರಾಯರಿಗೆ ಮಗನ ಫೋನಿಂದ ಕಿರಿಕಿರಿಯಾಗಿತ್ತು. ಅದನ್ನು ನಿಮ್ಮಿಯ ಮುಂದೆ ಇಡೀ ದಿನ ಆಡಿಕೊಂಡರು.

"ನಿನ್ನ ಕೊಟ್ಟು ಬಿಡಬೇಕಂತೆ ನೋಡು ನಿಮ್ಮಿ – ಅದು ಹೆಂಗೆ ಕೊಡಲಿಕ್ಕಾಗ್ತದೆ? ಇಷ್ಟು ದಿನ ನಿನ್ನ ಕಕ್ಕ ಮಾಡೋದಕ್ಕೆ ಕರಕೊಂಡು ಹೋಗೀನಿ, ಸ್ನಾನ ಮಾಡಿಸೀನಿ, ಕೂದಲು ಬಾಚಿ ಹೇನು ಹೆಕ್ಕಿದೀನಿ, ಊಟ ಹಾಕೀನಿ, ಪ್ರೀತಿ ಮಾಡೀನಿ... ಈಗ ಇದ್ದಕ್ಕಿದ್ದಂತೆ ಕೊಟ್ಟು ಬಿಡು ಅಂದರೆ ಏನು ಅರ್ಥ ಹೇಳು? ನೀನು ಏನೇ ಹೇಳು, ಈಗಿನ ಕಾಲದ ಹುಡುಗುರಿಗೆ ಬುದ್ಧಿ ಕಮ್ಮಿ. ಅಲ್ಲೇನು?" ಎಂದು ನಿಮ್ಮಿಯನ್ನು ಕೇಳಿದರು. ಅದಕ್ಕೆ ನಿಮ್ಮಿ ಏನು ತಾನೆ ಹೇಳೀತು? ಸುಮ್ಮನೆ ನಾಲಿಗೆಯನ್ನು ಇಷ್ಟುದ್ದ ಚಾಚಿ ತನ್ನ ಪ್ರೀತಿಯನ್ನು ತೋರಿಸಿತು. ಒಡೆಯನ ಹಿಂದೆ ಮುಂದೆ ಅಡ್ಡಾಡಿತು.

ಆದರೆ ಗ್ರೆಗ್ ಜೋನ್ಸ್ ಅಷ್ಟು ಸುಲಭವಾಗಿ ಯಾವುದೇ ಸೋಲನ್ನು ಒಪ್ಪಿಕೊಳ್ಳುವುದಿಲ್ಲ. ಆ ರಾತ್ರಿ ಸುಮಾರು ಹತ್ತು ಗಂಟೆಯ ಹೊತ್ತಿಗೆ, ಇನ್ನೇನು ರಾಯರು ನಿದ್ರೆಗೆ ಜಾರಬೇಕು ಎನ್ನುವ ಸಮಯಕ್ಕೆ ಸರಿಯಾಗಿ ರಮಾಕಾಂತನಿಂದ ಮತ್ತೊಮ್ಮೆ ಫೋನು ಬಂತು.

"ಅಪ್ಪಾ..." ಎಂದು ಅವನು ಕರೆದ ರೀತಿಯಲ್ಲಿಯೇ ಮಗ ತುಂಬಾ ಸೋತು ಹೋಗಿದ್ದಾನೆ ಎಂದು ರಾಯರಿಗೆ ಅರ್ಥವಾಯ್ತು.

"..." ಏನೆಂದು ಉತ್ತರಿಸಬೇಕೋ ಅವರಿಗೆ ತಿಳಿಯಲಿಲ್ಲ.

"ಆತಗೆ ನಾಯಿ ಬೇಕೇ ಬೇಕಂತಪ್ಪಾ. ಒಂದು ಲಕ್ಷ ಡಾಲರ್ ಕೊಡ್ತೀನಿ ಅಂತಿದಾನೆ. ಅಂದರೆ ಗೊತ್ತಲ್ಲ, ನಮ್ಮ ದುಡ್ಡಿನಾಗೆ ಏಳು ಕೋಟಿ ರೂಪಾಯಿ ಆಗ್ತದೆ."

"ಈ ವಯಸ್ಸಿನಾಗೆ ದುಡ್ಡು ತೊಗೊಂಡು ನಾನು ಏನಪ್ಪಾ ಮಾಡಲಿ ರಮಾಕಾಂತ?" ರಾಯರು ಕೂಡಾ ಸೋತಿದ್ದರು.

"ನಿಂಗೆ ದುಡ್ಡು ಬೇಡ ಅಂತ ನಂಗೆ ಗೊತ್ತದಪ್ಪಾ" ಎಂದು ರಮಾಕಾಂತ ಒತ್ತಿ ಹೇಳಿದ.

"..."

"ಜೊತೆಗೆ ನಂಗೆ ಎರಡು ಪ್ರಮೋಷನ್ ಕೊಡ್ತೀನಿ ಅಂತ ಪ್ರಾಮಿಸ್ ಮಾಡಿದಾನೆ. ಬೇಡ ಅನ್ನೋಷ್ಟು ದೊಡ್ಡತನ ನಂಗೆ ಇನ್ನೂ ಬಂದಿಲ್ಲಪ್ಪ. ಟ್ರಂಪ್ ಬಂದ ಮೇಲೆ ಭಾರತೀಯರಿಗೆ ಕೆಲಸ ಉಳಿಸ್ಕೊಳ್ಳೋದೇ ಎಷ್ಟು ಕಷ್ಟ ಆಗಿದೆ ಅಂತ ನಿಂಗೆ ಗೊತ್ತದೆ. ಪ್ಲೀಜ್ ಅಪ್ಪ, ಮಗನಿಗಿಂತ ನಿಂಗೆ ನಾಯಿ ಮುಖ್ಯ ಅನ್ನೋ ತರಹ ಆಡಬೇಡ" ರಮಾಕಾಂತ ಸರಿಯಾಗಿ ಆಲೋಚಿಸಿ ಮಾತಿನ ಬಾಣ ಬಿಟ್ಟ. ಆ ಬಾಣದ ಹೊಡೆತಕ್ಕೆ ರಾಯರು ಜರ್ಜರಿತರಾದರು.

"ಆಯ್ತಪ್ಪಾ, ಬಂದು ತೊಗೊಂಡು ಹೋಗು ಅಂತ ಹೇಳು. ಹೆಂಡತಿಯನ್ನೇ ಹತ್ತಿರ ಉಳಿಸಿಕೊಳ್ಳಲಿಕ್ಕೆ ಆಗಲಿಲ್ಲ. ಈಗ ಈ ನಾಯಿಗ್ಯಾಕೆ ಅಂಥಾ ಪರಿ ಹಟ ಮಾಡಲಿ" ಎಂದುಬಿಟ್ಟರು.

"ಥ್ಯಾಂಕ್ಸ್ ಅಪ್ಪಾ... ಥ್ಯಾಂಕ್ಯೂ ವೆರಿ ಮಚ್..." ಎಂದ ರಮಾಕಾಂತನ ಮಾತಿನಲ್ಲಿ ಹರ್ಷ, ಉತ್ಸಾಹ, ನೆಮ್ಮದಿಯ ಮಹಾಪೂರವಿತ್ತು. ರಾಯರು ಫೋನನ್ನು ಕತ್ತರಿಸಿದರು.

ರಾಯರ ಮಾತೆಲ್ಲವನ್ನು ಕೇಳಿಸಿಕೊಳ್ಳುತ್ತಿದ್ದ ನಿಮ್ಮಿ, ಅವರ ತೊಡೆಯ ಮೇಲೆ ಹೋಗಿ ಮಲಗಿಕೊಂಡಿತು. ಅದರ ಹುಲುಸಾದ ಬೆಳ್ಳಿಕೂದಲನ್ನು ಸವರುತ್ತಾ "ಇನ್ನ ಜಾಸ್ತಿ ದಿನ ಇಲ್ಲ ನಿಮ್ಮಿ. ನಿನ್ನ ಕರಕೊಂಡು ಹೋಗ್ತಾರೆ" ಎನ್ನುವಾಗ ಅವರ ಕಣ್ಣುಗಳು ತೇವಗೊಂಡಿದ್ದವು.

^^^

ಗ್ರೆಗ್ ಜೋನ್ಸ್‌ನ ಕಂಪನಿಯ ಬಹು ದೊಡ್ಡ ಡೆವಲಪ್‌ಮೆಂಟ್ ಸೆಂಟರ್ ಭಾರತದಲ್ಲಿಯೇ ಇದೆಯಾದರೂ ಅವನೆಂದೂ ಭಾರತಕ್ಕೆ ಭೇಟಿ ಕೊಟ್ಟಿರಲಿಲ್ಲ. ತನ್ನ

ಕೈಕೆಳಗಿನ ಅಧಿಕಾರಿಗಳಿಗೆ ವೀಡಿಯೋ ಕಾನ್‌ಫರೆನ್ಸ್‌ಗಳ ಮೂಲಕ ನಿರ್ದೇಶನಗಳನ್ನು ಕೊಟ್ಟು ಕೆಲಸ ಮಾಡಿಸುತ್ತಿದ್ದ. ಯಾವುದೇ ಕಾರಣಕ್ಕೂ ಭಾರತಕ್ಕೆ ಪ್ರಯಾಣ ಮಾಡುವ ವಿಷಯ ಬಂದರೆ ಅವನು ಹೆದರಿ ನಡುಗುತ್ತಿದ್ದ. ಅಲ್ಲಿ ವಿಪರೀತ ಸೊಳ್ಳೆಗಳು ಇವೆಯೆಂದೂ, ಒಂದು ಪುಟ್ಟ ಸೊಳ್ಳೆ ಕಚ್ಚಿದರೂ ಸಾಕು, ಮಲೇರಿಯಾ ರೋಗದಿಂದ ಸಾಯುವೆನೆಂದೂ ಅವನಿಗೆ ಭಯವಿತ್ತು. ಈ ಭಯ ಒಂದು ರೀತಿಯಲ್ಲಿ ಫೋಬಿಯಾ ಆಗಿ ಅವನನ್ನು ಕಂಗೆಡಿಸುತ್ತಿತ್ತು. ಭಾರತವನ್ನೆಂದೂ ಕಾಣದ ಅವನ ಅಜ್ಜಿ, ಬಾಲ್ಯದಲ್ಲಿ ಅವನಿಗೆ ಭಾರತದ ಬಗ್ಗೆ ಬಹಳ ಹೆದರಿಕೆಯ ಕತೆಗಳನ್ನು ಹೇಳಿ ಬೆಳೆಸಿದ್ದಳು. ಅಲ್ಲಿ ಮನುಷ್ಯರನ್ನೇ ಹಿಡಿದು ತಿನ್ನುವ ಜನರಿದ್ದಾರೆಂದೂ, ಮಂತ್ರದ ಮೂಲಕ ಮನುಷ್ಯರನ್ನು ಗಿಣಿ ಮಾಡಿ ಪಂಜರದಲ್ಲಿ ಕೂಡಿಡುತ್ತಾರೆಂದೂ, ಜೋಳದ ಗಾತ್ರದ ಸೊಳ್ಳೆಯೊಂದು ಕಚ್ಚಿದರೆ ಸಾವೇ ಬಂದು ಬಿಡುತ್ತದೆಂದೂ ಆಕೆ ಕತೆ ಕಟ್ಟಿ ಹೇಳಿ, ಅವನಲ್ಲಿ ಭಾರತದ ಬಗ್ಗೆ ಇಲ್ಲಸಲ್ಲದ ಭಯ ಮೂಡುವಂತೆ ಮಾಡಿಬಿಟ್ಟಿದ್ದಳು. ದೊಡ್ಡವನಾಗಿ ಬೆಳೆದು, ಅವೆಲ್ಲವೂ ಸುಳ್ಳೆಂಬುದು ಅವನಿಗೂ ಅರ್ಥವಾದರೂ ಭಾರತದ ಬಗೆಗಿನ ಅವನ ಫೋಬಿಯಾ ಮಾಯವಾಗಿರಲಿಲ್ಲ. ಬಹುತೇಕ ಕಟ್ಟುಕತೆಗಳು ಸುಳ್ಳೆಂದು ಅವನ ಸಹೋದ್ಯೋಗಿಗಳು ತಿಳಿಸಿದರೂ, ಭಾರತದಲ್ಲಿ ಸೊಳ್ಳೆಗಳು ಹೇರಳವಾಗಿರುವ ಸಂಗತಿ ಅವನಿಗೆ ಗೂಗಲ್ ತಿಳಿಸುತ್ತಿತ್ತು. "ಮಸ್ಕಿಟೋಸ್ ಇನ್ ಬೆಂಗಳೂರು" ಎಂದು ಸರ್ಚ್ ಕೊಟ್ಟರೆ ಸಾಕು, ಸಾವಿರಾರು ಪುಟಗಳು ತೆರೆದುಕೊಳ್ಳುತ್ತಿದ್ದವು. ನೂರಾರು ಚಿತ್ರಗಳು ಕಂಪ್ಯೂಟರ್ ಪರದೆಯ ಮೇಲೆ ಮೂಡುತ್ತಿದ್ದವು. ಸೊಳ್ಳೆಗಳು ಇವೆಯೆಂದ ಮೇಲೆ ಅವು ಖಂಡಿತಾ ಕಚ್ಚುತ್ತವೆ ಹಾಗೂ ಅದರಿಂದಾಗಿ ಮಲೇರಿಯಾ, ಚಿಕನ್ ಗುನ್ಯಾ, ಡೆಂಗ್ಯೂ ಇತ್ಯಾದಿ ಸಾವಿಗೆ ತಳ್ಳುವ ರೋಗಗಳು ಬರುತ್ತವೆ ಎಂಬುದನ್ನೂ ಗೂಗಲ್ ತಿಳಿಸಿತ್ತು. ಆದ್ದರಿಂದ ಯಾವ ಕಾರಣಕ್ಕೂ ಭಾರತಕ್ಕೆ ಹೋಗಬಾರದೆಂದು ನಿರ್ಧರಿಸಿದ್ದ. ಆದರೆ ಸಂಗೀತದಲ್ಲಿನ ಅಪಸ್ವರವನ್ನು ಕಂಡು ಹಿಡಿಯುವ ನಿಮ್ಮಿ, ಅವನ ನಿರ್ಧಾರವನ್ನು ಸಡಿಲಿಸಿತ್ತು. ಒಲ್ಲದ ಮನಸ್ಸಿನಿಂದ ಭಾರತಕ್ಕೆ ಹೊರಡಲು ಒಪ್ಪಿಕೊಂಡಿದ್ದ.

ಶ್ರೀನಿವಾಸ ರಾಯರು ಹಾಕಿದ ಎರಡು ಶರತ್ತುಗಳು ಗ್ರೆಗ್ ಜೋನ್ಸ್‌ಗೆ ಫಜೀತಿಯನ್ನು ತಂದಿಟ್ಟಿದ್ದವು. ಮೊದಲನೆಯದಾಗಿ ಗ್ರೆಗ್ ಜೋನ್ಸ್ ಸ್ವತಃ ತನ್ನ ಮನೆಗೆ ಬಂದು ಹಣವನ್ನು ಕೊಟ್ಟು ನಾಯಿಯನ್ನು ಕೊಂಡುಹೋಗಬೇಕು ಎಂಬುದಾಗಿತ್ತು. ನಾನೇನೂ ನನ್ನ ನಿಮ್ಮಿಯನ್ನು ಮಾರಾಟಕ್ಕೆ ಇಟ್ಟಿಲ್ಲ, ಅವನಾಗಿಯೇ ತನ್ನ ಶ್ರೀಮಂತಿಕೆಯ ದರ್ಪವನ್ನು ಪ್ರಯೋಗಿಸಿ ನನ್ನಿಂದ ಅದನ್ನು ಖರೀದಿಸುತ್ತಿದ್ದಾನೆ. ಆದ್ದರಿಂದ ಅವನೇ ನಾನಿದ್ದಲ್ಲಿಗೆ ಬರಬೇಕು ಎಂದು ರಾಯರು ಮಗನಿಗೆ ಕಟ್ಟುನಿಟ್ಟಾಗಿ ಹೇಳಿದ್ದರು.

ಮೊದಲನೆಯ ಶರತ್ತನ್ನು ಪಾಲಿಸುವುದು ಅಂತಹ ಕಷ್ಟದ್ದೇನೂ ಆಗಿರಲಿಲ್ಲ. ಬೆಳಗಿನ ಹೊತ್ತು ಮನೆಗೆ ಬಂದು ನಿಮ್ಮಿಯನ್ನು ತೆಗೆದುಕೊಂಡು ಹೋದರೆ, ಸೊಳ್ಳೆಗಳ ಕಾಟದಿಂದ ತಪ್ಪಿಸಿಕೊಳ್ಳಬಹುದಾಗಿತ್ತು. ಆದರೆ ರಾಯರು ಹಾಕಿದ ಎರಡನೆಯ ಶರತ್ತು ಮಾತ್ರ ಅದಕ್ಕೆ ಆಸ್ಪದ ಕೊಟ್ಟಿರಲಿಲ್ಲ. ಈ ಕೊಡುಕೊಳ್ಳುವ ವ್ಯವಹಾರ ಅದೇನಿದ್ದರೂ ಸೂರ್ಯ ಮುಳುಗಿದ ನಂತರವೇ ನಡೆಯಬೇಕೆಂದು ಹೇಳಿದ್ದರು.

"ನಾಯಿಕುನ್ನಿಯನ್ನ ಕೊಡೋದು ಅಂತ ನಿರ್ಧರಿಸಿದ ಮೇಲೆ ಹಗಲಾದ್ರೆ ಏನು, ರಾತ್ರಿ ಆದ್ರೆ ಏನು? ಯಾಕೆ ಇಂತಹ ಕಷ್ಟದ ಕಂಡಿಷನ್ ಹಾಕ್ತೀಯಪ್ಪಾ?" ಎಂದು ರಮಾಕಾಂತ ಅಪ್ಪನ ಮೇಲೆ ಸಿಟ್ಟು ಮಾಡಿಕೊಂಡಿದ್ದ. ಆದರೆ ರಾಯರು ಅವನ ಸಿಟ್ಟಿಗೆ ಸೊಪ್ಪು ಹಾಕಲಿಲ್ಲ.

"ಮನೆಯಲ್ಲಿ ಬೆಳೆಸಿದ ಪ್ರೀತಿಯ ಜೀವವನ್ನು ಹಣಕ್ಕೆ ಮಾರೋದು ಅಂದ್ರೆ ಅದು ಹೊಲಸು ವ್ಯಾಪಾರ. ಅಂತಹ ವ್ಯಾಪಾರವನ್ನು ಯಾವ ಮರ್ಯಾದಸ್ಥನೂ ಸೂರ್ಯನ ಬೆಳಕಿನಲ್ಲಿ ಮಾಡಲ್ಲ. ಅಂತಹ ಪಾಪವನ್ನು ಮಾಡಿದ ಮರುದಿನ ಮತ್ತೆ ಸೂರ್ಯನ ಬೆಳಕನ್ನು ಅನುಭವಿಸೋಕೆ ಸತ್ಯವಂತರಿಗೆ ಹೆಂಗೆ ಧೈರ್ಯ ಬರ್ತದೆ ಹೇಳು? ಇಂಥಾ ಹೀನ ವ್ಯಾಪಾರಗಳೆಲ್ಲಾ ಜಗತ್ತಿನಾಗೆ ಕತ್ತಲಿನಲ್ಲೇ ಆಗೋದು. ಅದಕ್ಕೆ ನಿಮ್ಮ ಧಣಿಗೆ ಕತ್ತಲಾದ ಮೇಲೆ ಮನೆಗೆ ಬಾ ಅಂತ ಹೇಳು" ಎಂದು ಕಡ್ಡಿ ತುಂಡು ಮಾಡಿದಂತೆ ಹೇಳಿದ್ದರು. ಅವರ ನಿರ್ಧಾರವನ್ನು ಬದಲಿಸುವ ಧೈರ್ಯವಿಲ್ಲದ ರಮಾಕಾಂತ ಯಥಾವತ್ತಾಗಿ ಅದನ್ನು ಗ್ರೆಗ್ ಜೋನ್ಸ್‌ಗೆ ತಿಳಿಸಿ, "ನಿಮಗೆ ಇಷ್ಟೆಲ್ಲಾ ತೊಂದರೆ ಕೊಡ್ತಿರೋದಕ್ಕೆ ಕ್ಷಮೆ ಕೇಳ್ತೀನಿ" ಎಂದು ಅಂಗಲಾಚಿದ್ದ. ಗ್ರೆಗ್ ಸಿಟ್ಟಾಗದೆ ಶಾಂತವಾಗಿಯೇ ಆ ಶರತ್ತನ್ನು ಸ್ವೀಕರಿಸಿದ್ದ. ಸಿಟ್ಟು ಮಾಡಿಕೊಂಡರೆ ಎಂದಿಗೂ ವ್ಯವಹಾರ ಕುದುರುವುದಿಲ್ಲವೆಂದು ಆ ಚಾಣಾಕ್ಷ ವ್ಯಾಪಾರಿಗೆ ಗೊತ್ತಿತ್ತು. ಹೇಗಾದರೂ ಮಾಡಿ ನಿಮ್ಮಿಯನ್ನು ತನ್ನ ಸಂಗ್ರಹಕ್ಕೆ ಸೇರಿಸುವುದು ಮಾತ್ರ ಅವನ ಸದ್ಯದ ಗುರಿಯಾಗಿತ್ತು. ಅನಂತರ ಉಳಿದ ಭೌತಿಕ ಸಂಗತಿಗಳನ್ನು ಎದುರಿಸಬಹುದಾಗಿತ್ತು.

ಶ್ರೀನಿವಾಸ ರಾಯರ ಮನೆ ಬನ್ನೇರುಘಟ್ಟ ರಸ್ತೆಯ ಹತ್ತಿರವಿತ್ತು. ಅಲ್ಲಿ ಹಲವಾರು ಕೊಳೆತ ಕೆರೆಗಳು ಜೀವ ಹಿಡಿದುಕೊಂಡು ಹೊಲಸು ನೀರಿನಿಂದ ನಾರುತ್ತಿದ್ದವು. ಹತ್ತಿರದ ಕಾರ್ಖಾನೆಗಳು ನಿರಂತರವಾಗಿ ಅದರಲ್ಲಿ ಹೊಲಸನ್ನು ಸೇರಿಸುತ್ತಿದ್ದವು. ರಿಯಲ್ ಎಸ್ಟೇಟಿನವರು ಆ ಕೆರೆಗಳು ನಾಶವಾದರೆ ಸಾಕು ಎಂದು ಹೊಂಚುಹಾಕಿ ಕುಳಿತುಕೊಂಡಿದ್ದರು. ಎಲ್ಲರಿಂದಲೂ ಕೈಬಿಸಿ ಮಾಡಿಸಿಕೊಂಡಿದ್ದ ನಗರಪಾಲಿಕೆಯವರು ಕೈಕಟ್ಟಿ ಕುಳಿತಿದ್ದರು. ಆದ್ದರಿಂದ ಸಂಜೆಯಾದರೆ ಸಾಕು ಸೊಳ್ಳೆಗಳು ಆ ಭಾಗದಲ್ಲಿ ದಾಳಿಯಿಡುತ್ತಿದ್ದವು. ಅವುಗಳೊಂದೂ ಗ್ರೆಗ್‌ನನ್ನು ಕಚ್ಚದಂತೆ

ಜಾಗ್ರತೆ ವಹಿಸುವುದು ಹೇಗೆ? ಎಂಬ ವಿಷಯವನ್ನು ಇಟ್ಟುಕೊಂಡು ಕಂಪನಿಯ ಮುಖ್ಯಸ್ಥರು ಹಲವಾರು ಮ್ಯಾನೇಜ್‌ಮೆಂಟ್ ಮೀಟಿಂಗ್‌ಗಳನ್ನು ಮಾಡಿದರು. ಮೈಗೆ ಯಾವುದೇ ಸೊಳ್ಳೆ ನಿರೋಧಕ ಲೋಷನ್ ಅನ್ನು ಬಳಿದುಕೊಳ್ಳಲು ಗ್ರೆಗ್ ತಯಾರಿರಲಿಲ್ಲ. ಚರ್ಮಕ್ಕೆ ಏನಾದರೂ ಸೋಂಕು ತಾಕಬಹುದು ಎಂಬುದು ಅವನ ಭಯವಾಗಿತ್ತು. ಭಾರತ ದೇಶದಲ್ಲಿ ಮಾರಾಟವಾಗುವ, ವಿದ್ಯುತ್ ಬಿಸಿಗೆ ಆವಿಯಾಗಿ ಸೊಳ್ಳೆಗಳನ್ನು ಓಡಿಸುವ ದ್ರಾವಣವನ್ನು ನಂಬುವುದು ಸಾಧ್ಯವಿರಲಿಲ್ಲ. ಯಾಕೆಂದರೆ ರಾಯರ ಅಪಾರ್ಟ್‌ಮೆಂಟಿನಲ್ಲಿ ಯಾವಾಗಲೂ ವಿದ್ಯುತ್ ಕೈ ಕೊಡುತ್ತಿತ್ತು. ಅದಕ್ಕೆ ಪರ್ಯಾಯವಾಗಿ ರಾಯರ ಅಪಾರ್ಟ್‌ಮೆಂಟ್‌ನಲ್ಲಿ ಜೆನರೇಟರ್ ಇರಲಿಲ್ಲ. ಹಲವು ಸಭೆಗಳಲ್ಲಿ ವಿಶೇಷ ಚರ್ಚೆಗಳು ನಡೆದ ನಂತರ ಸೊಳ್ಳೆ ಬತ್ತಿಯನ್ನು ಬಳಸುವುದೆಂದೂ, ಅದನ್ನು ಎಲ್ಲಾ ಹೊತ್ತಿನಲ್ಲಿಯೂ ಗ್ರೆಗ್‌ನ ಪಕ್ಕದಲ್ಲಿಯೇ ಹೊತ್ತಿಸಿ ಇಡುವುದೆಂದೂ ನಿರ್ಧರಿಸಲಾಯ್ತು. ಹತ್ತಾರು ಸೊಳ್ಳೆ ಬತ್ತಿಯ ಪ್ಯಾಕೆಟ್‌ಗಳು ಗ್ರೆಗ್‌ನ ಸೆಕ್ಯೂರಿಟಿ ಗಾರ್ಡುಗಳ ಗನ್ನುಗಳ ಜೊತೆಗೆ ಪ್ಯಾಕ್ ಆದವು.

ಅಂತೂ ತನ್ನ ಖಾಸಗಿ ವಿಮಾನವನ್ನು ಏರಿದ ಗ್ರೆಗ್ ಭಾರತಕ್ಕೆ ಹೊರಟ.

^^^

ಗ್ರೆಗ್ ಜೋನ್ಸ್ ರಾಯರ ಮನೆಗೆ ಬಂದಾಗ ಸಂಜೆ ಏಳಾಗಿತ್ತು. ಖಾಸಗಿ ವಿಮಾನದಲ್ಲಿ ದೇವನಹಳ್ಳಿಯ ವಿಮಾನ ನಿಲ್ದಾಣದಲ್ಲಿ ಇಳಿದು, ಅಲ್ಲಿಂದ ಮತ್ತೊಂದು ಖಾಸಗಿ ಹೆಲಿಕ್ಯಾಪ್ಟರ್ ತೆಗೆದುಕೊಂಡು ಅಪೊಲೋ ಆಸ್ಪತ್ರೆಯ ಹೆಲಿಪ್ಯಾಡ್‌ನಲ್ಲಿ ಇಳಿದು, ಅಲ್ಲಿಂದ ಒಂದು ಬಿಎಂಡಬ್ಲ್ಯೂ ಕಾರಿನಲ್ಲಿ ಅಪಾರ್ಟ್‌ಮೆಂಟಿಗೆ ಬಂದಿದ್ದ. ಅನವಶ್ಯಕವಾಗಿ ಜನರು ಸೇರಬಾರದು ಎನ್ನುವ ಕಾರಣಕ್ಕೆ ಪತ್ರಿಕೆಗಳಿಗೆ ತನ್ನ ಆಗಮನದ ವಿಷಯವನ್ನು ಗೌಪ್ಯವಾಗಿಡಲು ತಿಳಿಸಿದ್ದ. ಕೇವಲ ರಕ್ಷಣಾ ಇಲಾಖೆಗೆ ತನ್ನ ಆಗಮನದ ವಿಷಯವನ್ನು ತಿಳಿಸಲು ಆಜ್ಞಾಪಿಸಿದ್ದ.

ಸಂಜೆ ಐದಕ್ಕೆಲ್ಲಾ ಎಲ್ಲಾ ಬಾಗಿಲುಗಳನ್ನು ಮುಚ್ಚಿ ಸೊಳ್ಳೆಗಳು ಬರದಂತೆ ರಾಯರು ಎಚ್ಚರ ವಹಿಸಿದ್ದರು. ಮಗನಾಗಲೇ ತನ್ನ ಧಣಿಯ ಸೊಳ್ಳೆಯ ಹೆದರಿಕೆಯ ಕುರಿತಾಗಿ ಸೂಕ್ಷ್ಮವಾಗಿ ತಿಳಿಸಿದ್ದ. ಅತಿಥಿಗೆ ಯಾವುದೇ ತೊಂದರೆ ಆಗಕೂಡದೆಂದು ರಾಯರು ಸಾಕಷ್ಟು ಎಚ್ಚರಿಕೆಯನ್ನು ತೆಗೆದುಕೊಂಡಿದ್ದರು. ಸಂಜೆಯಿಂದಲೇ ಸೊಳ್ಳೆ ನಿರೋಧಕ ದ್ರಾವಣವನ್ನು ಉರಿಸುತ್ತಿದ್ದರು. ಅದೃಷ್ಟದಿಂದ ಈವರೆಗೂ ವಿದ್ಯುತ್ ಕೈಕೊಟ್ಟಿರಲಿಲ್ಲ. ಅಂತಹ ದೊಡ್ಡ ಶ್ರೀಮಂತನಿಗೆ ಮನೆಯಲ್ಲಿ ಏನು ಕೊಡಬೇಕೆಂದು ತಲೆ ಕೆಡಿಸಿಕೊಂಡಿದ್ದರು. "ಆತ ನಿನ್ನ ಮನಿಯಾಗೆ ನೀರು ಕೂಡಾ ಮುಟ್ಟಲ್ಲ.

ಸುಮ್ಮನೆ ತಲಿ ಕೆಡಿಸ್ಕೋಬ್ಯಾಡ" ಎಂದು ಮಗ ತಿಳಿಯ ಹೇಳಿದ್ದ. ನಿಮ್ಮಿಯನ್ನು ಕೊಂಡೊಯ್ಯಲು ಮನೆಗೆ ಬಂದಾಗ, ಗ್ರೆಗ್ ಒಂದು ಬಾರಿ ಅದರ ಚಾಣಾಕ್ಷತೆಯನ್ನು ಪರೀಕ್ಷಿಸುವುದಾಗಿ ನಿರ್ಧರಿಸಿದ್ದನ್ನು ಅಪ್ಪನಿಗೆ ತಿಳಿಸಿದ್ದ. ರಾಯರು ಅದಕ್ಕಾಗಿ ತಕ್ಕ ಏರ್ಪಾಟುಗಳನ್ನು ಮಾಡಿದ್ದರು.

ಸಂಜೆಯ ಎಲ್ಲಾ ಕೆಲಸಗಳನ್ನೂ ಬದಿಗೊತ್ತಿ ಸ್ವಾಮಿನಾದನ್ ಸೊಗಸಾದ ಜುಬ್ಬಾ-ಪೈಜಾಮ ಧರಿಸಿ, ತನ್ನ ಕೊಳಲು-ಶ್ರುತಿಪೆಟ್ಟಿಗೆಗಳನ್ನು ತಂದುಕೊಂಡು ಪಡಸಾಲೆಯಲ್ಲಿ ಆಸೀನನಾಗಿದ್ದ. ಈ ದಿನ ಹಂಸಧ್ವನಿ ರಾಗವನ್ನು ನುಡಿಸುವುದಾಗಿ ನಿರ್ಧರಿಸಿದ್ದ. ಬರುತ್ತಿರುವ ವ್ಯಕ್ತಿ ಅತ್ಯಂತ ದೊಡ್ಡ ಶ್ರೀಮಂತನೆಂಬುದನ್ನು ರಾಯರು ಸೂಕ್ಷ್ಮವಾಗಿ ಹೇಳಿದ್ದರು. ಆದ್ದರಿಂದ ಸ್ವಲ್ಪ ಆತಂಕಗೊಂಡಿದ್ದ. ಆದರೂ ಒಂದು ಧೈರ್ಯ ಅವನಲ್ಲಿತ್ತು. ನುಡಿಸುವಾಗ ಅಪಸ್ವರ ಬಂದರೂ ತೊಂದರೆಯಿಲ್ಲವಷ್ಟೇ! ಅಪಸ್ವರ ಮೂಡಲೆಂದೇ ತಾನೀಗ ಕೊಳಲು ನುಡಿಸುವುದು ಎಂದು ನಿರ್ಧಾರವಾಗಿರುವಾಗ ಅದಕ್ಕೆ ಆತಂಕ ಪಡುವುದೇನಿದೆ? ಎಂದು ತನ್ನಷ್ಟಕ್ಕೆ ತಾನೇ ಸಮಾಧಾನ ಮಾಡಿಕೊಳ್ಳುತ್ತಿದ್ದ. ಆದರೆ ಹಂಸಧ್ವನಿ ರಾಗ ನುಡಿಸುವಾಗ ಒಂದೂ ಅಪಸ್ವರ ಬರದಿದ್ದರೆ ಗತಿಯೇನು? ಎಂಬ ಆತಂಕ ಅವನಲ್ಲಿ ಸಣ್ಣಗೆ ಇತ್ತು.

ಜಯ-ವಿಜಯರಂತೆ ಇಬ್ಬರು ಸೆಕ್ಯೂರಿಟಿ ಗಾರ್ಡ್‌ಗಳನ್ನು ಪಕ್ಕದಲ್ಲಿ ಇರಿಸಿಕೊಂಡು ಗ್ರೆಗ್ ಜೋನ್ಸ್ ಬಂದ. ಉತ್ಸವ ಮೂರ್ತಿಯ ಮುಂದೆ ಧೂಪದ ಹೊಗೆಯನ್ನು ಹಾಕುವ ಮಾಣಿಯಂತೆ ಮತ್ತೊಬ್ಬ ಸಣ್ಣ ಹುಡುಗ ಕೈಯಲ್ಲಿ ಸೊಳ್ಳೆ ಬತ್ತಿಯನ್ನು ಹಚ್ಚಿಕೊಂಡು ಗ್ರೆಗ್ ಜೋನ್ಸ್ ಮುಂದೆ ನಡೆಯುತ್ತಿದ್ದ. ವಿಷ್ಣುವಿನ ಸುದರ್ಶನ ಚಕ್ರವನ್ನು ಅವನ ಕೈಯಿಂದ ಈ ಮಾಣಿ ಕಸಿದುಕೊಂಡಂತೆ ಕಾಣುತ್ತಿತ್ತು. ಸೊಳ್ಳೆಗಳ ಮೇಲೆ ತಮ್ಮ ಪವರ್‌ಫುಲ್ ಗನ್ನುಗಳನ್ನು ಪ್ರಯೋಗ ಮಾಡಲು ಸಾಧ್ಯವಿಲ್ಲವೆಂದು ಅರಿತಿದ್ದ ಇಬ್ಬರೂ ಸೆಕ್ಯೂರಿಟಿ ಗಾರ್ಡ್‌ಗಳು, ಧಣಿಯ ಹತ್ತಿರ ಒಂದೂ ಸೊಳ್ಳೆ ಬರದಂತೆ ಕಣ್ಣಲ್ಲಿ ಕಣ್ಣಿಟ್ಟು ನೋಡುತ್ತಿದ್ದರು. ಸೊಳ್ಳೆಯೊಂದು ಹತ್ತಿರ ಬಂದರೆ "ಪಟ್" "ಪಟ್" ಎಂದು ಚಪ್ಪಾಳೆ ಬಡಿದು ಅದನ್ನು ಸಾಯಿಸಿಬಿಡುತ್ತಿದ್ದರು. ಎಕೆ47 ಗನ್‌ಗಿಂತಲೂ ಚಪ್ಪಾಳೆಯೊಂದು ಹೆಚ್ಚು ಶಕ್ತಿಯುತ ಅಸ್ತ್ರವಾಗುವ ಈ ವಿಸ್ಮಯವು ಅವರನ್ನು ಬೆರಗುಗೊಳಿಸಿತ್ತು.

ಎರಡು ಗಂಟೆಗಳ ಕಾಲ ಭಾರತದ ಸಂಪ್ರದಾಯಗಳ ಬಗ್ಗೆ ತರಬೇತಿ ತೆಗೆದುಕೊಂಡಿದ್ದ ಗ್ರೆಗ್, ಎರಡೂ ಕೈಗಳನ್ನು ಜೋಡಿಸಿ ರಾಯರಿಗೆ "ನಮಸ್ತೆ" ಎಂದ. ರಾಯರೂ ಪ್ರತಿಯಾಗಿ ಕೈಜೋಡಿಸಿ "ನಮಸ್ಕಾರ" ಎಂದು ಹೇಳಿದರು. ಆದರೆ ಅಲ್ಲಿಯೇ ಹತ್ತಿರದಲ್ಲಿ ಮುಂಗಾಲುಗಳ ಮೇಲೆ ಕುಳಿತಿದ್ದ ನಿಮ್ಮಿಯನ್ನು ನೋಡಿದ್ದೇ ಗ್ರೆಗ್ ಸಂತೋಷದಿಂದ ಉಬ್ಬಿ ಹೋದ. "ಓ ಮೈ ಸ್ವೀಟ್ ಹಾರ್ಟ್"

ಎಂದು ಅದರ ಬಳಿ ಓಡಿ, ಅದರ ಕೂದಲಿನಲ್ಲಿ ಕೈಯಾಡಿಸಿದ. ಸುದರ್ಶನ ಚಕ್ರ ಹಿಡಿದ ಮಾಣಿಯೂ ಅವನ ಹಿಂದೆ ಓಡಿ, ಹೊಗೆಯನ್ನು ಅವನೆಡೆಗೆ ತಳ್ಳಿದ. ಗ್ರೆಗ್ ತನ್ನ ಕೋಟಿನ ಜೇಬಿಗೆ ಕೈ ಹಾಕಿ ಒಂದು ವಜ್ರದ ಸರವನ್ನು ತೆಗೆದು ನಿಮ್ಮಿಯ ಕೊರಳಿಗೆ ಹಾಕಿ "ಐ ಲವ್ ಯು ಹನಿ" ಎಂದು ಕಣ್ಣು ತುಂಬಿಸಿಕೊಂಡು ಹೇಳಿದ. ಕೊರಳ ಸುತ್ತ ಏನೋ ಚುಚ್ಚುವ ವಸ್ತುವೊಂದು ಸೇರಿಕೊಂಡಿದ್ದರಿಂದ ಕಿರಿಕಿರಿಗೊಂಡ ನಿಮ್ಮಿ ಒಮ್ಮೆ ಕೊರಳನ್ನು ಅತ್ತಿತ್ತ ಅಲ್ಲಾಡಿಸಿತು. ಅನಂತರ ರಾಯರು ಗ್ರೆಗ್‌ನನ್ನು ಕುರಿತು, ಆತ ಕೂಡಬೇಕಾದ ಆಸನವನ್ನು ತೋರಿಸಿದರು. ಗ್ರೆಗ್ ಅಲ್ಲಿ ಆಸೀನನಾದ. ಅವನ ಪಕ್ಕದಲ್ಲಿದ್ದ ಟೀಪಾಯಿಯ ಮೇಲೆ ಮೂತಿ ಕೆಂಪಗಾಗಿಸಿಕೊಂಡು ಹೊಗೆ ಚೆಲ್ಲುತ್ತಿದ್ದ ಸುದರ್ಶನ ಚಕ್ರವನ್ನು ಇಡಲಾಯಿತು. ಆಗ ನೆನಪಾದವನಂತೆ ಗ್ರೆಗ್ ತನ್ನ ಕೋಟಿನ ಜೋಬಿನಿಂದ ಚೆಕ್ ಹಾಳೆಯೊಂದನ್ನು ಹೊರತೆಗೆದ. ಬಂಗಾರದ ಮೈಯ ಫೌಂಟೆನ್‌ಇಂಕ್ ಪೆನ್ನನ್ನು ಬಳಸಿ, ರಾಯರ ಹೆಸರನ್ನು ಮತ್ತು ಒಂದು ಲಕ್ಷ ಡಾಲರ್ ಹಣವನ್ನೂ ಬರೆದು, ಸಹಿ ಮಾಡಿ, ಅದನ್ನು ರಾಯರ ಕೈಗೆ ಕೊಟ್ಟ. ರಾಯರು ಅದನ್ನು ಓದಲೂ ಉತ್ಸಾಹವನ್ನು ತೋರಿಸದೆ, ಉರಿಯುತ್ತಿರುವ ಸೊಳ್ಳೆಯ ಬತ್ತಿಯ ಸ್ಟಾಂಡಿನ ಕೆಳಕ್ಕೆ ಅದನ್ನು ಇಟ್ಟರು. ಬತ್ತಿಯಿಂದ ಒಂದಿಷ್ಟು ಬೂದಿಯು ಉದುರಿ ಚೆಕ್ಕಿನ ಮೇಲೆ ಬಿತ್ತು.

"ಶುರು ಮಾಡೋಣ" ಎಂದು ಗ್ರೆಗ್ ಅಪ್ಪಣೆ ಕೊಟ್ಟ. ಅದಕ್ಕಾಗಿಯೇ ಕಾದಿದ್ದ ಸ್ವಾಮಿನಾದನ್ ಒಮ್ಮೆ ಕೈಜೋಡಿಸಿ ಗ್ರೆಗ್‌ಗೆ ವಂದನೆ ಮಾಡಿ, ಶ್ರುತಿಪೆಟ್ಟಿಗೆಯನ್ನು ಸರಿ ಮಾಡಿಕೊಂಡು, ಕೊಳಲನ್ನು ತುಟಿಗಿಟ್ಟ. ಗ್ರೆಗ್‌ಗೆ ಕರ್ನಾಟಕ ಶಾಸ್ತ್ರೀಯ ಸಂಗೀತ ಗೊತ್ತಿಲ್ಲ. ಆದರೆ ಪಾಶ್ಚಾತ್ಯ ಶಾಸ್ತ್ರೀಯ ಸಂಗೀತ ಗೊತ್ತು. ಸೊಗಸಾಗಿ ಪಿಯಾನೋ ನುಡಿಸುತ್ತಾನೆ. ಆದ್ದರಿಂದ ಯಾವುದೇ ಸಂಗೀತದಲ್ಲಿ ಅಪಸ್ವರವನ್ನು ಕಂಡುಹಿಡಿಯುವುದು ಅಂತಹ ಕಷ್ಟವಲ್ಲವೆಂದು ಅವನು ರಮಾಕಾಂತನಿಗೆ ಹೇಳಿದ್ದ. ವರ್ಷದಿಂದ ವರ್ಷಕ್ಕೆ ಲಾಭವನ್ನು ಮಾಡುತ್ತಿದ್ದ ಕಂಪನಿಯೊಂದು ನಷ್ಟದ ಕಡೆಗೆ ಹೊರಳಲು ಶುರುವಿಟ್ಟ ತಕ್ಷಣ ಅಪಸ್ವರದ ಧ್ವನಿಯನ್ನು ಗ್ರೆಗ್ ಗುರುತಿಸಿ ಬಿಡುತ್ತಾನೆ. ಅದು ಹೇಗೆಂದು ಯಾರಾದರೂ ಕೇಳಿದರೆ ಮಾತ್ರ ಹೇಳುವುದು ಕಷ್ಟವೆಂದು ಅವನು ಬಲ್ಲ.

ದೀಕ್ಷಿತರ ಬಹುಜನಪ್ರಿಯ ಕೀರ್ತನೆಯಾದ "ವಾತಾಪಿ ಗಣಪತಿಂ ಭಜೇ ಹಂ" ಯನ್ನು ಹಂಸಧ್ವನಿ ರಾಗದಲ್ಲಿ ನುಡಿಸಲು ಸ್ವಾಮಿನಾದನ್ ಶುರುಮಾಡಿದ. ಆಗ ತಕ್ಷಣ ಪವರ್ ಕಟ್ ಆಯ್ತು. ಕತ್ತಲೆ ಆವರಿಸಿತು. ನಿಮ್ಮಿಯ ಎರಡು ಕಣ್ಣುಗಳು ಫಳಫಳನೆ ಹೊಳೆದು ಅತ್ತಿತ್ತ ಅಲ್ಲಾಡಿದವು. ಸೊಳ್ಳೆ ಬತ್ತಿಯ ಬೆಂಕಿಯ ಕಿಡಿ ಹೆಚ್ಚು ಪ್ರಕಾಶಮಾನವಾಗಿ ಕಂಡಿತು. ಅದರಿಂದ ಸಣ್ಣಗೆ ಧೂಪ ಹೊರಡುತ್ತಿತ್ತು. ಸೆಕ್ಯೂರಿಟಿ

ಗಾರ್ಡ್‌ಗಳಿಬ್ಬರೂ ಟಾರ್ಚ್‌ನಿಂದ ರೂಮನ್ನು ಬೆಳಗಿದರು. ರಾಯರು ಎದ್ದು ಹೋಗಿ ಮೊಂಬತ್ತಿಯನ್ನು ಹಚ್ಚಿಕೊಂಡು ಬಂದರು. ಕೀರ್ತನೆಯ ಆರಂಭದಲ್ಲಿ ಬೆಳಕು ನಂದುವುದು ಅಪಶಕುನ ಎಂದು ಸ್ವಾಮಿನಾದನ್‌ಗೆ ಅನ್ನಿಸಿತು. ಆದರೆ ಅಲ್ಲಿ ನೆರೆದಿದ್ದ ಅಷ್ಟು ಜನರಲ್ಲಿ ಯಾರಿಗೆ ಆ ಅಪಶಕುನ ಅನ್ವಯಿಸುತ್ತದೆ ಎನ್ನುವುದು ಬಗೆಹರಿಯಲಿಲ್ಲ. ಹಂಸಧ್ವನಿ ರಾಗವನ್ನು ಮುಂದುವರೆಸಿದ.

ಒಂದೆರಡು ಕ್ಷಣ ಸುಮ್ಮನಿದ್ದ ನಿಮ್ಮಿ, ಅನಂತರ ವಿಚಿತ್ರ ವರ್ತನೆಯನ್ನು ತೋರಿಸಲಾರಂಭಿಸಿತು. ಗ್ರೆಗ್‌ನನ್ನು ನೋಡಿ ಒಂದೇ ಸಮನೆ ಬೊಗಳಿತು. ಆಗ ಸ್ವಾಮಿನಾದನ್ ಅಪಸ್ವರವನ್ನೇನೂ ಹೊರಡಿಸಿರಲಿಲ್ಲ. ಗ್ರೆಗ್‌ಗೆ ನಿಮ್ಮಿಯ ತಪ್ಪು ಗೊತ್ತಾಯಿತು. ಆದರೂ ಸುಮ್ಮನಿದ್ದ. ಅನಂತರ ನಿಮ್ಮಿ ರಾಯರನ್ನು ನೋಡಿ ಒಂದೇ ಸಮನೆ ಸಿಟ್ಟಿನಿಂದ ಬೊಗಳತೊಡಗಿತು. ಆಗಲೂ ಕೊಳಲ ನಾದದಲ್ಲಿ ಅಪಸ್ವರವೇನೂ ಹೊಮ್ಮಿರಲಿಲ್ಲ. ರಾಯರಿಗೂ ಅದರ ವರ್ತನೆ ಅಚ್ಚರಿಯೆನ್ನಿಸಿತು. ಸ್ವಾಮಿನಾದನ್‌ಗೆ ಮಾತ್ರ ನಿಮ್ಮಿ ತನ್ನ ಕೊಳಲ ನಾದವನ್ನು ಆಲಿಸುತ್ತಲೇ ಇಲ್ಲ ಎನ್ನುವುದು ಅರ್ಥವಾಯ್ತು.

ನಿಮ್ಮಿಯ ಈ ಬೊಗಳುವಿಕೆ ನಿರಂತರವಾಗಿ ಮುಂದುವರೆಯಿತು. ಒಮ್ಮೆ ಗ್ರೆಗ್‌ನನ್ನು ನೋಡಿ ಬೊಗಳುವುದು, ಮತ್ತೊಮ್ಮೆ ರಾಯರನ್ನು ನೋಡಿ ಬೊಗಳುವುದು! "ನಿಮ್ಮಿ, ಗಲಾಟೆ ಮಾಡಬೇಡ, ಸುಮ್ಮನಿರು" ಎಂದು ರಾಯರು ಒಂದೆರಡು ಬಾರಿ ಹೇಳಿದರೂ ಅದು ಕೇಳಿಸಿಕೊಳ್ಳಲಿಲ್ಲ. ಅದರ ಸಿಟ್ಟು ಏರುತ್ತಲೇ ಇತ್ತು. ಆದ್ದರಿಂದ ಬೊಗಳುವಿಕೆಯ ಧ್ವನಿ ಜಾಸ್ತಿಯಾಗುತ್ತಿತ್ತು.

ಕೊನೆಗೆ ತನ್ನ ಸಿಟ್ಟಿನ ಪರಾಕಾಷ್ಠೆಯನ್ನು ತೋರಿಸಿಯೇ ಬಿಟ್ಟಿತು. ಬೊಗಳುವುದನ್ನು ನಿಲ್ಲಿಸಿ ಒಂದೆರಡು ಗಳಿಗೆ ಇಡೀ ಸನ್ನಿವೇಶವನ್ನು ಗ್ರಹಿಸಿತು. ತಕ್ಷಣ ಜಿಗಿದು ಗ್ರೆಗ್ ಪಕ್ಕಕ್ಕಿಟ್ಟಿದ್ದ ಟೀಪಾಯಿಯ ಮೇಲೆ ಹತ್ತಿತು. ಒಂದು ಲಕ್ಷ ಡಾಲರಿನ ಚೆಕ್ಕಿನ ಮೇಲೆ ಸೊಳ್ಳೆ ಬತ್ತಿ ಉರಿಯುತ್ತಿತ್ತಲ್ಲವೆ? ಅಲ್ಲಿ ಕಾಲೆತ್ತಿ ಉಚ್ಚೆ ಹೊಯ್ದು ಬಿಟ್ಟಿತು. ಸೊಳ್ಳೆ ಬತ್ತಿ ಆರಿ ಹೋಯ್ತು. ಇಂಕು ಪೆನ್ನಿನಿಂದ ಬರೆದ ಚೆಕ್ಕಿನ ಹಾಳೆ ಒದ್ದೆಯಾಗಿ, ಅದರ ಅಕ್ಷರಗಳೆಲ್ಲಾ ಅಳಿಸಿ ಹೋದವು. ನಿಮ್ಮಿ ಅಷ್ಟಕ್ಕೇ ಸುಮ್ಮನಾಗಲಿಲ್ಲ. ಬಾಗಿಲ ಬಳಿ ಓಡಿ ಹೋಗಿ, ಮೇಲಕ್ಕೆ ಜಿಗಿದು ಚಿಲುಕವನ್ನು ತೆಗೆದು, ತನ್ನ ಶಕ್ತಿಯನ್ನೆಲ್ಲಾ ಹಾಕಿ ಬಾಗಿಲನ್ನು ದೂಡಿ ಬಿಟ್ಟಿತು. ಕೋಟೆಯ ಬಾಗಿಲು ತೆರೆದ ತಕ್ಷಣ ನುಗ್ಗಿ ಬರುವ ಶತ್ರು ಸೈನಿಕರಂತೆ ಸಾವಿರಾರು ಸೊಳ್ಳೆಗಳು "ಗುಯ್" ಎನ್ನುತ್ತಾ ಒಳಗೆ ನುಗ್ಗಿದವು.

ನಡೆದ ಸಂಗತಿಯನ್ನು ಅರ್ಥ ಮಾಡಿಕೊಳ್ಳಲು ಗ್ರೆಗ್‌ಗೆ ಒಂದೆರಡು ಕ್ಷಣಗಳೇ ಬೇಕಾದವು. ಯಾವಾಗ ಸೊಳ್ಳೆಗಳು ಒಳಗೆ ನುಗ್ಗಿ ಅವನ ಮೇಲೆ ಆಕ್ರಮಣ ಮಾಡಲು ಶುರುವಿಟ್ಟವೋ, ಆಗ ಭೀತಿಯಿಂದ ನಡುಗಲಾರಂಭಿಸಿದ. "ಡೆವಿಲ್ ಡಾಗ್, ಡೆವಿಲ್ ಡಾಗ್... ನನ್ನ ಕೊಲ್ಲೋದಕ್ಕೆ ಸಂಚು ಮಾಡಿದೆ" ಎಂದು ಕಿರುಚುತ್ತಾ ಮನೆಯಿಂದ

ಹೊರಕ್ಕೆ ಓಡಿ ಹೋದ. ಅವನ ಹಿಂದೆಯೇ ಎಕೆ47 ಹೊಂದಿದ್ದ ಇಬ್ಬರು ಸೆಕ್ಯೂರಿಟಿ ಗಾರ್ಡ್‌ಗಳೂ ಮತ್ತು ಸುದರ್ಶನ ಚಕ್ರದ ಉಸ್ತುವಾರಿಯ ಮಾಣಿ ಓಡಿದರು.

ಹಂಸಧ್ವನಿ ರಾಗ ಅರ್ಧಕ್ಕೇ ನಿಂತು ಹೋಯ್ತು. ಆದರೆ ಕಾಕತಾಳೀಯವೆನ್ನುವಂತೆ ಚಕ್ಕನೆ ವಿದ್ಯುತ್ ಬಂತು!

^^^

ಮರುದಿನ ಬೆಳಿಗ್ಗೆ ಬೆಳಿಗ್ಗೆಯೇ ರಮಾಕಾಂತ ಅಪ್ಪನ ಮೊಬೈಲಿಗೆ ಫೋನ್ ಮಾಡಿದ.

"ಏನಪ್ಪಾ ಇದು... ನಿಮ್ಮಿ ಹಿಂಗೆ ಮೋಸ ಮಾಡಬಹುದಾ?"

"ಯಾರು ಹೇಳಿದ್ರು ನಿಂಗೆ ಅದು ಮೋಸ ಮಾಡ್ತು ಅಂತ?"

"ನಮ್ಮ ಬಾಸು ಫೋನ್ ಮಾಡಿ ಎಲ್ಲಾ ತಿಳಿಸಿದ್ರು. ಅಪಸ್ವರಕ್ಕೆ ಬೊಗಳುತ್ತೆ ಅಂತ ಹೇಳಿ ಸುಮ್ಮನೆ ಯಾಮಾರಿಸಿದ್ರಿ ಅಂತ ಸಿಟ್ಟಾದ್ರು."

"ಲೋ ದಡ್ಡ ಮುಂಡೆಗಂಡ... ಅಪಸ್ವರ ಅನ್ನೋದು ಬರೀ ಸಂಗೀತದಲ್ಲಿಯಷ್ಟೇ ಇರಲ್ಲ, ಬದುಕಲ್ಲೂ ಇರುತ್ತೆ. ದುಡ್ಡು ಕೊಟ್ಟು ವಿದ್ವತ್ತನ್ನ ಕೊಳ್ಳೋ ನಿನ್ನ ಧಣಿ, ದುಡ್ಡಿಗೆ ವಿದ್ವತ್ತನ್ನು ಮಾರೋ ನಿಮ್ಮಪ್ಪ – ಇಬ್ಬರ ವ್ಯಕ್ತಿತ್ವದಾಗೂ ಅಪಸ್ವರ ಅದೆ ಅಂತ ನಿಮ್ಮಿ ಗುರುತಿಸಿ ಬಿಡ್ತು. ಸಂಗೀತಕ್ಕಿಂತಲೂ ಬದುಕು ಮುಖ್ಯ ಅನ್ನೋದು ಅದಕ್ಕೆ ಗೊತ್ತಿಲ್ಲ ಅನ್ಕೋಬೇಡ. ಅದಕ್ಕೇ ಕೊಳಲ ಧ್ವನಿ ಕೇಳೋದು ಬಿಟ್ಟು, ನಿಮ್ಮ ಧಣಿಯನ್ನ ಮತ್ತೆ ನನ್ನ ನೋಡಿ ಒಂದೇ ಸಮನೆ ಬೊಗಳ್ತು. ಅಷ್ಟೂ ಅರ್ಥ ಆಗಲಿಲ್ವೇನೋ?"

ರಮಾಕಾಂತ ಫೋನನ್ನು ಕತ್ತರಿಸಿದ.

(ಕತೆಗಾರ ಸತ್ಯಜಿತ್ ರೇ ಗೆ ಈ ಕತೆಯನ್ನು ಪ್ರೀತಿಯಿಂದ ಅರ್ಪಿಸಿದ್ದೇನೆ)

13ನೇ ಸೆಪ್ಟೆಂಬರ್ 2017

ವಿಷಮ ಭಿನ್ನರಾಶಿ

"ಸತ್ಯವನ್ನು ಬಚ್ಚಿಟ್ಟು ಸಂಬಂಧ ಶುರು ಮಾಡೋದು ಬೇಡ" ಎಂದು ಪರಿಮಳ ಈಗಾಗಲೇ ಮನಸ್ಸಿನಲ್ಲಿ ಹತ್ತಾರು ಬಾರಿ ಉರು ಹೊಡೆದಿದ್ದಳು. ಹಾಗೆ ಹೇಳಿಕೊಂಡಂತೆಲ್ಲಾ ಸ್ವಲ್ಪ ಧೈರ್ಯ ಕೂಡಿದಂತಾಗುತ್ತಿತ್ತು. ಆದರೆ ಹಿಂದೆಯೇ ಅಪ್ರಿಯ ಸತ್ಯಕ್ಕೆ ಅಂಜಿ ಅವನು ನಿರಾಕರಿಸಿಬಿಟ್ಟರೆ? ಎಂದು ಭಯವಾಗಿ, ಸುಮಿತ್‌ನನ್ನು ಕಳೆದುಕೊಳ್ಳುವ ಕಳವಳದಿಂದ ತಾನು ಕುಳಿತ ಸೀಟಿನ ಮುಂದಿರುವ ಕಂಬಿಯನ್ನು ಗಟ್ಟಿಯಾಗಿ ಅಮುಕುತ್ತಿದ್ದಳು. ಅವಳ ಅಂಗೈನ ನೀಲಿ ನರಗಳು ಉಬ್ಬಿ ನಿಲ್ಲುತ್ತಿದ್ದವು. ಆಗಲೇ ಅವನು ಎಂ.ಜಿ. ರಸ್ತೆಯ ಮೆಟ್ರೋ ನಿಲ್ದಾಣದ 'ರಂಗೋಲಿ' ಕಲಾಮಂದಿರದ ಬಳಿ ಕಾಯುತ್ತಿದ್ದಾನೆ. ಅಲ್ಲಿಯೇ ಮೇಲಿರುವ ದಾಸಪ್ರಕಾಶದ ಹೋಟೆಲಿನಲ್ಲಿ ಸೇರುವುದೆಂದು ಇಬ್ಬರೂ ನಿರ್ಧರಿಸಿಯಾಗಿತ್ತು. ಎರಡು ಬಾರಿ ಅವನು ಕರೆ ಮಾಡಲು ಪ್ರಯತ್ನಿಸಿದ್ದ. ಪರಿಮಳಗೆ ಮಾತು ಬೇಡವಾಗಿತ್ತು. ಎರಡೂ ಕರೆಗಳನ್ನು ನಿರಾಕರಿಸಿ, ಸುಮ್ಮನೆ "ಬರುವ ದಾರಿಯಲ್ಲಿ ಇದ್ದೇನೆ..." ಎಂದು ಮೆಸೇಜ್ ಕಳುಹಿಸಿ

ಚಿಂತೆಯಲ್ಲಿ ಮುಳುಗಿಹೋಗಿದ್ದಳು. ಅವಳ ಮೌನ ಅವನಿಗೂ ಅರ್ಥವಾಗಿರಬೇಕು; ಆದ್ದರಿಂದ ಮತ್ತೆ ಕರೆ ಮಾಡಿರಲಿಲ್ಲ. "ಏನೇ ಆಗಲಿ, ಈವತ್ತು ಹೇಳಿ ಬಿಡ್ತೇನೆ" ಎಂದು ಮತ್ತೊಮ್ಮೆ ನಿಶ್ಚಯಿಸಿಕೊಂಡಳು.

^^^

ಸಾಮಾನ್ಯವಾಗಿ ಪ್ರೇಮವಿವಾಹದಲ್ಲಿ ಅಡ್ಡಿಯಾಗುವವರು ಹುಡುಗನ ತಂದೆ-ತಾಯಿಯರೋ ಅಥವಾ ಹುಡುಗಿಯ ತಂದೆ-ತಾಯಿಯರೋ ಆಗಿರುತ್ತಾರೆ. ಅದೂ ಅಂತರ್‌ಜಾತೀಯ ವಿವಾಹವೆಂದರೆ ನಾಲ್ವರಲ್ಲಿ ಒಬ್ಬರಿಂದಲಾದರೂ ಅಸಮ್ಮತಿಯ ತಿಕ್ಕಾಟ ನಡೆದೇ ನಡೆಯುತ್ತದೆ. ಆದರೆ ಇಲ್ಲಿ ನಾಲ್ವರೂ ಒಪ್ಪಿಕೊಂಡಿದ್ದರು. ಉತ್ತರ ಪ್ರದೇಶದವರಾದ ಸುಮಿತ್ ತಂದೆ-ತಾಯಿಗಳಿಗೆ ಪರಿಮಳ ಎಲ್ಲಾ ರೀತಿಯಿಂದಲೂ ಇಷ್ಟವಾಗಿದ್ದಳು. ಜೊತೆಗೆ ಮೂರು ಹೆಣ್ಣಿನ ನಂತರ ಹುಟ್ಟಿದ ಏಕೈಕ ಪುತ್ರನ ಆಯ್ಕೆಯನ್ನು ವಿರೋಧಿಸುವ ಸ್ವಭಾವ ಅವರದಂತೂ ಆಗಿರಲಿಲ್ಲ. ಸುಮಿತ್‌ನ ತಂದೆಯಾದ ನಂದಕಿಶೋರ್ ಶುಕ್ಲಾ ಬಹುಕಾಲ ಸೈನ್ಯದಲ್ಲಿ ಕೆಲಸ ಮಾಡಿದ್ದರು. ಹಲವಾರು ಉತ್ತರ ಭಾರತದ ನಗರಗಳಲ್ಲಿ ಸೇವೆ ಸಲ್ಲಿಸಿದ್ದರು. ಆದ್ದರಿಂದ ಸುಮಿತ್‌ನ ವಿದ್ಯಾಭ್ಯಾಸವೆಲ್ಲವೂ ಸೈನಿಕ್ ಶಾಲೆಗಳಲ್ಲಿಯೇ ಆಗಿತ್ತು. ಆದರೆ ಬೆಂಗಳೂರಿನಲ್ಲಿ ಇಂಜಿನಿಯರಿಂಗ್ ಮಾಡಿದ ಸುಮಿತ್, ಅಲ್ಲಿಯೇ ಸಾಫ್ಟ್‌ವೇರ್ ಕಂಪನಿಯೊಂದರಲ್ಲಿ ಕೆಲಸಕ್ಕೆ ಸೇರಿಕೊಂಡಿದ್ದ. ಅವನ ತಂದೆ ಈಗಾಗಲೇ ಮೂರೂ ಹೆಣ್ಣುಮಕ್ಕಳ ಮದುವೆಯನ್ನು ಮಾಡಿದ್ದರು. ಅವರೆಲ್ಲಾ ಪ್ರಪಂಚದ ಬೇರೆ ಬೇರೆ ಭಾಗಗಳಲ್ಲಿ ತಮ್ಮ ಸಂಸಾರದೊಂದಿಗೆ ನೆಲೆಸಿದ್ದರು. ಈಗ ನಿವೃತ್ತಿ ಹೊಂದಿದ ಮೇಲೆ ಮಗನ ಜೊತೆ ನೆಲೆಸಲು ಬೆಂಗಳೂರಿಗೆ ಬಂದಿದ್ದರು. ಇಂದಿರಾನಗರದಲ್ಲಿ ಒಂದು ಪ್ರತಿಷ್ಠಿತ ಅಪಾರ್ಟ್‌ಮೆಂಟಿನಲ್ಲಿ ಸುಮಿತ್ ಫ್ಲಾಟ್ ಖರೀದಿಸಿದ್ದ.

ಈ ಹಿಂದೊಮ್ಮೆ ಪರಿಮಳಳನ್ನು ಸುಮಿತ್ ಮನೆಗೆ ಕರೆದುಕೊಂಡು ಹೋಗಿದ್ದ. ಆಗಲೇ ಅಪ್ಪ-ಅಮ್ಮಂದಿರಿಗೆ ತಮ್ಮ ಪ್ರೀತಿಯ ಕುರಿತಾಗಿ ಸೂಕ್ಷ್ಮವಾಗಿ ಹೇಳಿರಬೇಕು ಎಂದು ಅವಳಿಗನ್ನಿಸಿತ್ತು. ಕಾರನ್ನು ಪಾರ್ಕಿಂಗ್‌ನಲ್ಲಿ ನಿಲ್ಲಿಸುವಾಗ "ಒಳಗೆ ಹೋದ ತಕ್ಷಣ ಮಮ್ಮಿ-ಡ್ಯಾಡಿ ಕಾಲಿಗೆ ನಮಸ್ಕಾರ ಮಾಡ್ತೀಯ?" ಎಂದು ಸುಮಿತ್ ಬೇಡಿಕೊಂಡಾಗ ಪರಿಮಳಗೆ ನಗು ಬಂದಿತ್ತು. "ಹೇಗೆ ಮಾಡೋದು ಗೊತ್ತಲ್ವಾ?" ಎಂದು ಕೇಳಿದ್ದಕ್ಕೆ, "ಬೇಕಾದಷ್ಟು ಬಾಲಿವುಡ್ ಸಿನಿಮಾ ನೋಡೀನಿ" ಎಂದು ಪರಿಮಳ ಕೀಟಲೆ ಮಾಡಿದ್ದಳು. ತಮ್ಮ ಬಳ್ಳಾರಿಯ ಕಡೆಯಲ್ಲಿ ಹಿರಿಯರಿಗೆ ನಮಸ್ಕಾರ ಮಾಡುವುದೆಂದರೆ, ಇಡೀ ದೇಹವನ್ನು ಮೊಣಕಾಲು ಮತ್ತು ಹಿಂಪಾದಗಳ

ಮೇಲೆ ಮಲಗಿಸಿ, ಎರಡೂ ಕೈ ಮತ್ತು ಹಣೆಯಿಂದ ಅವರ ಪಾದಗಳನ್ನು ಮುಟ್ಟಿ ಆಶೀರ್ವಾದ ಪಡೆಯುವ ಪದ್ಧತಿ. ತಾವು ನಿಂತ ದಿಕ್ಕನ್ನು ಹಿರಿಯರು ಮೊದಲು ಸರಿಪಡಿಸಿಕೊಂಡ ಮೇಲೆಯೇ ನಮಸ್ಕಾರ ಮಾಡಿಸಿಕೊಳ್ಳುತ್ತಿದ್ದರು. ಆದರೆ ಇವರದು ಸುಮ್ಮನೆ ನಡುಬಗ್ಗಿಸಿ, ಬಲಗೈಯಿಂದ ಎರಡೂ ಪಾದಗಳನ್ನು ಮುಟ್ಟಿದಂತೆ ಮಾಡುವ ಸುಲಭದ ವಿಧಾನ. ವಿಶೇಷವೆಂದರೆ ಸ್ಥಳ ಯಾವುದು ಎನ್ನುವ ಚರ್ಚೆಯೇ ಅವರಲ್ಲಿ ಇಲ್ಲ. ರೈಲ್ವೇ ನಿಲ್ದಾಣದಲ್ಲಿ, ರಸ್ತೆಯಲ್ಲಿ, ಮಾಲ್‌ನಲ್ಲಿ... ಎಲ್ಲಿ ಸಿಕ್ಕರೂ ಸರಿಯೇ, ಕಿರಿಯರು ಅವರ ಪಾದಗಳನ್ನು ಮುಟ್ಟಿ ಆಶೀರ್ವಾದ ಪಡೆಯುವ ವಿಧಾನ ಈಕೆಗೆ ಇಷ್ಟವೇ ಆಗಿತ್ತು. ಅಂತಹ ಒಂದು ಸರಳ ನಮಸ್ಕಾರದಿಂದ ಹಿರಿಯರ ಮುಖವನ್ನು ಅರಳಿಸುವ ಸಂಗತಿ ಒಳ್ಳೆಯದೆಂದೇ ಅವಳಿಗನ್ನಿಸಿತ್ತು.

ಆವತ್ತಿನ ಭೇಟಿ ತುಂಬಾ ಸಂತೋಷದಲ್ಲಿಯೇ ನಡೆದಿತ್ತು. ಸುಮಿತ್‌ನ ತಾಯಿಯಾದ ವೈಶಾಲಿ ಶುಕ್ಲಾ ಅತ್ಯಂತ ಉತ್ಸಾಹದಿಂದಲೇ ಪರಿಮಳಳ ಜೊತೆಯಲ್ಲಿ ಒಡನಾಡಿದ್ದಳು. ಪರಿಮಳ ಎನ್ನುವ ಹೆಸರಿನ ಉಚ್ಚಾರ ಆಕೆಗೆ ಕಷ್ಟವಾಗಿತ್ತು. ಉತ್ತರ ಭಾರತದವರಿಗೆ 'ಳ'ಕಾರದ ಅಭ್ಯಾಸವಿಲ್ಲ. ಆದ್ದರಿಂದ ನಾಲ್ಕಕ್ಷರದ ಹೆಸರನ್ನು ಎರಡಕ್ಕೆ ಕತ್ತರಿಸಿ 'ಪರಿ' ಎಂದು ಮಾಡಿಬಿಟ್ಟಳು. ಅದೊಂದು ರೀತಿಯಲ್ಲಿ ಆಧುನಿಕ ಹೆಸರಾಗಿ ಪರಿಮಳಗೆ ಇಷ್ಟವಾಗಿತ್ತು. "ಪರಿ ಭೇಟಾ, ಅದು ತಿನ್ನು...", "ಪರಿ ಭೇಟಾ, ಇದು ತಿನ್ನು..." ಎಂದು ಮಾಡಿದ ಅಡುಗೆಯನ್ನೆಲ್ಲಾ ಒಂದೊಂದಾಗಿ ಒತ್ತಾಯಪೂರ್ವಕವಾಗಿ ಬಡಿಸಿದ್ದಳು. ಬೆಂಗಳೂರಿನ ಉಡುಪಿ ಹೋಟೆಲ್‌ಗಳಲ್ಲಿ ಕೊಡುವ ಉತ್ತರ ಭಾರತದ ಊಟಕ್ಕೂ, ಉತ್ತರ ಭಾರತದವರ ಮನೆಯಲ್ಲಿ ಮಾಡಿ ಬಡಿಸುವ ಊಟಕ್ಕೂ ತುಂಬಾ ವ್ಯತ್ಯಾಸವಿರುತ್ತದೆ. ಹೆಚ್ಚಿನ ಎಣ್ಣೆಯಿಲ್ಲದೆ, ವಿಪರೀತ ಮಸಾಲೆಗಳಿಲ್ಲದೆ, ತಂದೂರಿಯ ಗೊಡವೆಯಿಲ್ಲದೆ ಮಾಡಿದ ಪುಲ್ಕ ಮತ್ತು ಕರ್ರಿಗಳು ತುಂಬಾ ರುಚಿಯಾಗಿದ್ದವು. ಆದರೆ ಪರಿಮಳಳ ಕಾಲೆಳೆಯುವ ಉದ್ದೇಶದಿಂದ "ಅದರಲ್ಲಿ ಮಮ್ಮಿ ಮೀನು ಹಾಕಿದ್ದಾಳೆ, ಇದು ಮಟನ್ ಚೂರು..." ಎಂದೆಲ್ಲಾ ಸುಮಿತ್ ಅವಳನ್ನು ರೇಗಿಸಿದ್ದ. ಅವನ ಮಾತಿಗೆ ಸಿಟ್ಟು ಮಾಡಿಕೊಂಡಂತೆ ಮಾಡಿದ ವೈಶಾಲಿ ಶುಕ್ಲಾ, ಮಗನ ಬೆನ್ನಿಗೊಂದು ನಾಜೂಕಿನ ಏಟು ಕೊಟ್ಟು "ಚುಪ್..." ಎಂದು ಗದರಿಸಿದ್ದಳು. "ಪರಿ ಭೇಟಿ... ನಮ್ಮನೆಯಲ್ಲಿ ನಾನ್‌ವೆಜ್ ತಿಂತೀವಿ. ಸುಮಿತ್‌ಗೆ ಚಿಕನ್ ಅಂದ್ರೆ ತುಂಬಾ ಇಷ್ಟ. ಆದರೆ ಈವತ್ತು ನಿನ್ನ ಸಲುವಾಗಿ ಎಲ್ಲಾ ವೆಜಿಟೇರಿಯನ್ ಮಾಡಿದೀನಿ. ಅವನೇ ನಂಗೆ ಹೇಳಿದ್ದು" ಎಂದಿದ್ದಳು. ನಂದಕಿಶೋರ್ ಶುಕ್ಲಾ ಹೆಚ್ಚಿಗೆ ಮಾತನಾಡದೆ ಪರಿಮಳ ಮತ್ತು ತನ್ನ ಪತ್ನಿಯ ಒಡನಾಟವನ್ನು ನಗುಮುಖದಿಂದಲೇ ನೋಡುತ್ತಿದ್ದರು. ವಾಪಸು ಹೋಗುವಾಗ "ಮತ್ತೆ ಮತ್ತೆ ಮನೆಗೆ ಬರ್ತಾ ಇರು ಭೇಟಿ" ಎಂದು ಗಂಡ-ಹೆಂಡತಿ ಇಬ್ಬರೂ ಹೇಳಿದ್ದರು. ಸುಮಿತ್ ಖುಷಿಯಾಗಿದ್ದ.

ಅವಳನ್ನು ಬಸ್ ಹತ್ತಿಸಲೆಂದು ಸುಮಿತ್ ಹೊರಟ. ಇಬ್ಬರೂ ನಡೆದುಕೊಂಡೇ ಬಂದರು. ಆವತ್ತು ಹುಣ್ಣಿಮೆಯಿತ್ತು. ಪುಣ್ಯಕ್ಕೆ ಸರಕಾರದವರು ಪವರ್ ಕಟ್ ಮಾಡಿದ್ದರು. ಆಕಾಶದ ಪೂರ್ಣಚಂದ್ರಮನ ಬೆಳಕು ಅಪರೂಪಕ್ಕೆ ಬೆಂಗಳೂರು ನಗರದ ಮೇಲೆ ಬಿದ್ದಿತ್ತು. ಸೆಪ್ಟಂಬರ್ ಕೊನೆಯ ತಣ್ಣನೆಯ ವಾತಾವರಣದಲ್ಲಿ ನಿಧಾನಕ್ಕೆ ಕೈಕೈ ಹಿಡಿದುಕೊಂಡು ನಡೆಯುವಾಗ ಇಬ್ಬರೂ ಪುಳಕಗೊಂಡಿದ್ದರು. ಮಾತಿಗೆ ಮೀರಿದ ಎಂತಹುದೋ ಖುಷಿ ಇಬ್ಬರಲ್ಲೂ ಸಂಚರಿಸುತ್ತಿತ್ತು. ಆದರೂ ಮೌನ ಒಡೆದ ಸುಮಿತ್ "ಮಮ್ಮಿ–ಡ್ಯಾಡಿ ಹೇಗನ್ನಿಸಿದ್ರು?" ಎಂದು ಕೇಳಿದ್ದ. ಪರಿಮಳ ತನ್ನ ತುಂಟತನವನ್ನು ಬಿಟ್ಟು ಕೊಡದೆ "ಅವರಿಬ್ಬರೂ ಅಷ್ಟು ಎತ್ತರವಾಗಿ, ಮೈಕೈ ತುಂಬಿಕೊಂಡು ಎಷ್ಟು ಚೆನ್ನಾಗಿ ಇದ್ದಾರೆ. ನೀನ್ಯಾಕೆ ಹೀಗೆ ಕುಳ್ಳಕ್ಕೆ, ಸಣಕಲು ಆಗಿ ಇದ್ದೀಯ?" ಎಂದು ಕೇಳಿದ್ದಳು. ಅದಕ್ಕೆ ಅವನೊಂದು ವಿಶೇಷ ರೂಪಕವನ್ನು ಕೊಟ್ಟು ಉತ್ತರಿಸಿದ. "ನಮ್ಮಮ್ಮ ಹೇಳ್ತಾಳೆ, ನಾನು ಕೊನೇ ಘುಲ್ಕ ಅಂತೆ. ಅಂದ್ರೆ ಘುಲ್ಕೆಗಂತ ಒಂದಿಷ್ಟು ಹಿಟ್ಟು ಕಲೆಸಿರ್ತೀವಲ್ಲಾ, ಎಲ್ಲಾ ಘುಲ್ಕಗಳನ್ನು ಸಮಾನ ಗಾತ್ರದಲ್ಲಿ ಮಾಡಿದರೂ ಕೊನೆಯಲ್ಲಿ ಹಿಟ್ಟು ಸ್ವಲ್ಪ ಜಾಸ್ತಿಯೋ ಇಲ್ಲಾ ಕಡಿಮೆಯೋ ಉಳಿದು ಬಿಡುತ್ತದಂತೆ. ಅದಕ್ಕೇ ಕೊನೆಯ ಸಂತಾನ ತುಸು ಎತ್ತರವೋ, ಇಲ್ಲಾ ತುಸು ಕುಳ್ಳಗೋ ಇರುತ್ತದಂತೆ" ಎಂದಿದ್ದ. ಪರಿಮಳಗೆ ಆ ಹೋಲಿಕೆ ಕಚಗುಳಿ ಕೊಟ್ಟಿತ್ತು. ಅವನ ಎರಡೂ ತುಂಬುಗಲ್ಲವನ್ನು ತನ್ನ ಕೈಯ ಐದೂ ಬೆರಳುಗಳಿಂದ ಹಿಂಡಿ, "ಘುಲ್ಕೆ, ಘುಲ್ಕೆ..." ಎಂದು ಮುಖವನ್ನು ಕಿವುಚಿ ಹೇಳಿ, ಲಗುಬಗೆಯಿಂದ ಓಡಿ ಹೋಗಿ ಬಸ್ ನಿಲ್ದಾಣದಲ್ಲಿ ನಿಂತಿದ್ದ ವೋಲ್ವೋ ಬಸ್ಸನ್ನೇರಿ, ಅವನಿಗೆ ಕೈಯಾಡಿಸಿದ್ದಳು. ಬಸ್ ಕಣ್ಮರೆಯಾದರೂ ಅದೇ ದಿಕ್ಕಿನತ್ತ ಸುಮಿತ್ ಕೈ ಬೀಸುತ್ತಲೇ ನಿಂತಿದ್ದ.

^^^

ಆದರೆ ಮನೆಗೆ ಹಿಂತಿರುಗುವಾಗ ಪರಿಮಳ ಇನ್ನಿಲ್ಲದ ಕಳವಳಕ್ಕೆ ಒಳಗಾಗಿದ್ದಳು. ಝಗಮಗನೆ ಹೊಳೆಯುವ ಸುಮಿತ್ ಸಂಸಾರ, ತನ್ನ ಕಡು ಮಾಧ್ವ ಕುಟುಂಬವನ್ನು ಸ್ವೀಕರಿಸಿಯಾರೆ ಎಂಬುದು ಒಂದು ಅನುಮಾನವಾದರೆ, ತನ್ನ ಅಪ್ಪ–ಅಮ್ಮ ಈ ಉತ್ತರ ಭಾರತದ ಥಳುಕಿನ ಸಂಸಾರವನ್ನು ಒಪ್ಪಿಕೊಳ್ಳುತ್ತಾರೆಯೆ ಎಂಬುದು ಇನ್ನೊಂದು ಅನುಮಾನ. ಬೆಳಿಗ್ಗೆ ಎದ್ದ ತಕ್ಷಣ ಸ್ನಾನ ಮಾಡಿದ ಅಪ್ಪ, ಬರೀ ತುಂಡು ಸಣ್ಣಂಗೋಸ್ತ್ರದಲ್ಲಿ ಮಂತ್ರಗಳನ್ನು ಹೇಳುತ್ತಾ, ದೇವರಪೂಜೆ ಮಾಡುತ್ತಾ ಮಧ್ಯಾಹ್ನ ಊಟದ ಸಮಯದ ತನಕ ಧೋತ್ರ–ಬನಿಯನ್ನು ಹಾಕಿದ್ದು ಪರಿಮಳಗೆ ನೆನಪಿಲ್ಲ. ಇನ್ನು ಅಮ್ಮನದೂ ಅದೇ ಪಾಡು. ಅಡುಗೆ–ಪೂಜೆಯಲ್ಲಿ ಮುಳುಗಿದಾಕೆ ಸೂರ್ಯ

ನಡುನೆತ್ತಿಗೆ ಬಂದರೂ ಬೆಳಗಿನ ಉಪಹಾರವನ್ನು ಮಾಡುವುದಿಲ್ಲ. ತಮ್ಮದೇ ಆದ ದಿನಚರಿ, ಮಡಿ–ಹುಡಿಯಲ್ಲಿ ಬದುಕು ಸಾಗಿಸುತ್ತಾರೆ. ಬಳ್ಳಾರಿ ಬಿಟ್ಟು ಬೆಂಗಳೂರಿಗೆ ಬಂದು ಆಗಲೇ ಎಂಟು ವರ್ಷಗಳಾಗಿವೆ. ಗಿರಿನಗರದಲ್ಲಿ ಮನೆಯನ್ನು ಬಾಡಿಗೆಗೆ ತೆಗೆದುಕೊಂಡಿದ್ದಾರೆ. ಆದರೆ ಈ ಊರಿಗೆ ಬಂದ ಮೇಲೆ ಆಧುನಿಕವಾಗಿದ್ದಕ್ಕಿಂತಲೂ, ಇನ್ನಷ್ಟು ಮಾಧ್ವರಾಗಿದ್ದಾರೇನೋ ಎಂದು ಪರಿಮಳಗೆ ಅನ್ನಿಸುತ್ತೆ. ಬಳ್ಳಾರಿಯಲ್ಲಿ ಆಗೊಮ್ಮೆ ಈಗೊಮ್ಮೆ ಮನೆಗೆ ಉಳ್ಳಾಗಡ್ಡಿಯ ಪ್ರವೇಶವಾದರೂ ಇತ್ತು, ಇಲ್ಲಂತೂ ಪೂರ್ತಿ ನಿಂತು ಹೋಗಿದೆ. ಇಂತಹವರಿಗೆ ಚಿಕನ್ ಇಷ್ಟ ಪಡುವ ಸುಮಿತ್‌ನನ್ನು "ನಿಮ್ಮ ಅಳಿಯ" ಎಂದು ಪರಿಚಯಿಸುವುದಾದರೂ ಹೇಗೆ?

ಮನೆಯಲ್ಲಿ ಇನ್ನೆರಡು ಜೀವಗಳಿವೆ. ಅಮ್ಮನ ತಾಯಿಯೂ ಆದ ಮತ್ತು ಅಪ್ಪನ ಹಿರಿಯಕ್ಕನೂ ಆದ ಸುಂದ್ರಜ್ಜಿ. ಅಪ್ಪನಿಗಿಂತಲೂ ವಯಸ್ಸಿನಲ್ಲಿ ಹತ್ತು ವರ್ಷ ದೊಡ್ಡವಳು. ತಮ್ಮನಿಗೇ ಮಗಳನ್ನು ಕೊಟ್ಟು ತವರ ಸಂಬಂಧವನ್ನು ಗಟ್ಟಿಗೊಳಿಸಿಕೊಂಡಿದ್ದಳು. ಮುಪ್ಪು ಹತ್ತಿರ ಬಂದಿದ್ದರಿಂದ ಆಕೆಯ ಚಟುವಟಿಕೆಗಳು ಕಡಿಮೆ. ಆದರೆ ಮಾತನಾಡಲು ನಿಂತರೆ ಸಾಕು, ಅಪ್ಪ–ಅಮ್ಮ ಹೆದರಿಕೊಳ್ಳುತ್ತಾರೆನ್ನುವುದು ಪರಿಮಳಗೆ ಗೊತ್ತು. ಎಂತಹ ಅಪ್ರಿಯಸತ್ಯವನ್ನೂ ಹೇಳಲು ಹಿಂಜರಿಯದ ಗಟ್ಟಿಗಿತ್ತಿ. ಜೊತೆಗೆ ತನ್ನ ಕಾಲದ ಕತೆಗಳನ್ನು ಆಕೆ ಹೇಳುತ್ತಾ ಕುಳಿತರೆ ಸಾಕು, ಇಡೀ ಮನೆಯವರೆ ಕಿವಿಯಾಗುವಷ್ಟು ಸೊಗಸಾಗಿ ನಿರೂಪಿಸುತ್ತಾಳೆ. ದೇಹದಲ್ಲಿ ಶಕ್ತಿ ಕಡಿಮೆಯಾಗಿದ್ದರೂ, ಆಕೆಯ ದೃಷ್ಟಿ ಸೊಗಸಾಗಿದೆ. ದೂರದಲ್ಲಿ ಗೋಡೆಗೆ ಆತು ಕುಳಿತಿದ್ದರೂ, ಅಲ್ಲಿ ಬಾಗಿಲ ಬಳಿ ಬಿದ್ದ ಸಣ್ಣ ಅನ್ನದ ಅಗಳು ಕಣ್ಣಿಗೆ ಬಿದ್ದು "ವಯಸ್ಸಾದ್ರೂ ನಿಮಗೆ ಸರಿಯಾಗಿ ಎಂಜಲುಗೋಮ ಮಾಡೋದು ಬರಲಿಲ್ಲ ನೋಡ್ರೆ..." ಎಂದು ಮಗಳು, ಮೊಮ್ಮಗಳನ್ನು ದಬಾಯಿಸುತ್ತಾಳೆ. ಆಕೆಯನ್ನು ಮಾತಿನಲ್ಲಿ ಎದುರು ಹಾಕಿಕೊಳ್ಳುವ ಧೈರ್ಯ ಆ ಮನೆಯಲ್ಲಿ ಯಾರಿಗೂ ಇಲ್ಲ. ಸ್ವತಃ ಆಕೆಯ ಮಗಳಾದ ಸುಮಿತ್ರಾಬಾಯಿ ತನ್ನ ಮಗಳ ಮುಂದೆ ಒಮ್ಮೆ ಹೇಳಿಕೊಂಡಿದ್ದಳು. "ಅಪ್ಪ ಸಾಯೋ ತನಕ ನಿಮ್ಮಜ್ಜಿ ನಂಗೆ ಅಮ್ಮ ಆಗಿ ಪ್ರೀತಿ ಮಾಡಿದ್ಲು ನೋಡೆ. ಒಮ್ಮೆ ಆತ ಸತ್ತನೋ ಇಲ್ಲವೋ, ಮನೆಯಲ್ಲಿ ಈಕಿ ಅಧಿಕಾರ ಜಾಸ್ತಿ ಆಗಿಬಿಡ್ತು. ಈಗ ಸಾಕ್ಷಾತ್ ಅತ್ತೆ ಆಗಿ ಬಿಟ್ಟಾಳೆ" ಎಂದು ಬೇಸರದಿಂದ ಹೇಳಿದ್ದಳು.

ಬರೀ ಇಷ್ಟೇ ಆಗಿದ್ದರೆ ಆ ಮನೆ ಸುಖದಿಂದಲೇ ಇರಬಹುದಾಗಿತ್ತು. ಆದರೆ ಮನೆಯ ಮತ್ತೊಂದು ಜೀವವಾದ ಪರಿಮಳಳ ತಮ್ಮ ರಘುವಿನಿಂದಾಗಿ ಮನೆಯಲ್ಲಿ ನಗುವೆಂಬುದು ಮಾಸಿಹೋಗಿತ್ತು. ಮೊದಲನೆಯ ಮಗು ಪರಿಮಳ ಹುಟ್ಟಿದಾಗ "ಹೆಣ್ಣು ಕೂಸು" ಎಂದು ಎಲ್ಲರೂ ಬೇಸರ ಪಟ್ಟುಕೊಂಡಿದ್ದರಂತೆ.

ಅನಂತರ ಹಲವಾರು ದೈವಗಳನ್ನು ಕಾಡಿಬೇಡಿ ವಂಶೋದ್ಧಾರಕನನ್ನು ಪಡೆದಿದ್ದರು. ಸೂರ್ಯವಂಶವನ್ನು ಬೆಳಗಿದ ಆ ಶ್ರೀರಾಮಚಂದ್ರನಂತೆ ಇವನೂ ತಮ್ಮ ವಂಶದ ಜ್ಯೋತಿಯಾಗಿರಲಿ ಎಂದು "ರಘು" ಎಂದು ಹೆಸರಿಟ್ಟಿದ್ದರು. ಇಡೀ ಊರಿಗೆ ಸಕ್ಕರೆ ಹಂಚಿ ಸುಖಿಸಿದ್ದರು. ಆದರೆ ಸಕ್ಕರೆಯ ಸಿಹಿ ಬಹಳ ದಿನಗಳ ಕಾಲ ಅವರ ಬಾಯಲ್ಲಿ ಉಳಿಯಲಿಲ್ಲ. ಎರಡು ವರ್ಷವಾದರೂ ಅವನಿಗೆ ಮಾತು ಬರಲಿಲ್ಲ. "ಮೂಕನಾದನೇನೋ..." ಎಂದು ಆತಂಕ ಪಟ್ಟರು. ಆದರೆ ವಿಧಿ ಅದಕ್ಕಿಂತಲೂ ಕ್ರೂರವಾಗಿತ್ತು. ರಘು ಕೂತಲ್ಲಿಯೇ ಕೂಡುತ್ತಿದ್ದ. ಅಂಬೆಗಾಲಿಡುವುದಾಗಲಿ, ಪರಿಚಯದವರನ್ನು ಗುರುತಿಸುವುದಾಗಲಿ ಬರುತ್ತಿರಲಿಲ್ಲ. ಅಮ್ಮನನ್ನು ನೋಡಿದರೂ ನಗುತ್ತಿರಲಿಲ್ಲ. ಆದರೆ ಇದ್ದಕ್ಕಿದ್ದಂತೆಯೇ ಭಯದಿಂದ ಕಿರುಚಿ ಅಳುತ್ತಿದ್ದ. ಸಮಾಧಾನ ಪಡಿಸುವುದು ಬಹಳ ಕಷ್ಟವಾಗುತ್ತಿತ್ತು. ಹಸಿವೆ, ನೀರಡಿಕೆ, ಶೌಚ – ಒಂದೂ ಗೊತ್ತಾಗುತ್ತಿರಲಿಲ್ಲ. ಒಂದೊಂದು ರಾತ್ರಿಯಂತೂ ಪೂರ್ತಿ ನಿದ್ದೆಯೇ ಮಾಡದೆ ಇಡೀ ಮನೆಯ ಪ್ರಶಾಂತತೆಯನ್ನು ಹಾಳುಗೆಡವಿ ಬಿಡುತ್ತಿದ್ದ. ಕೆಲವೊಮ್ಮೆ ವಾರಗಟ್ಟಲೆ ಯಾರಿಗೂ ಏನೂ ತೊಂದರೆ ಕೊಡದೆ ತನ್ನ ಪಾಡಿಗೆ ತಾನು ಯಾವುದೋ ಕಟ್ಟಿಗೆಯ ಗೊಂಬೆಯನ್ನು ಕುಟ್ಟುತ್ತಾ ಕುಳಿತುಕೊಂಡು ಬಿಡುತ್ತಿದ್ದ.

ಈ ಕಹಿಸಂಗತಿಯನ್ನು ಒಪ್ಪಿಕೊಳ್ಳುವುದು ಮನೆಯ ಹಿರಿಯರಿಗೆ ಬಹು ಕಷ್ಟವಾಯ್ತು. ವಯಸ್ಸು ಐದಾದರೂ ಕೂತಲ್ಲಿಯೇ ಶೌಚ ಮಾಡಿಕೊಂಡು, ಅದರಲ್ಲಿಯೇ ಕೈಯಾಡಿಸುತ್ತಾ ಕೂಡುವ ಮಗನನ್ನು ಹೇಗೆ ಸಹಿಸುವುದು? 'ಅಮ್ಮ', 'ಅಪ್ಪ' ಎನ್ನುವ ಯಾವ ಮಾತೂ ಇಲ್ಲದೆ, ಆಗೊಮ್ಮೆ ಈಗೊಮ್ಮೆ 'ಗಾ... ಗಾ...' ಎಂದಷ್ಟೇ ಹೇಳುವ ಹುಡುಗ ವಂಶದ ಉದ್ಧಾರಕನಾಗುವುದಾದರೂ ಹೇಗೆ? ಅವನ ಪಾಡಿಗೆ ಅವನನ್ನು ಬಿಡದೆ, ಇಡೀ ಕೇರಿಯ ಹುಡುಗರು ಅವನನ್ನು ಹೊಡೆದು ಗೋಳಾಡಿಸಿದರೂ ನಗುತ್ತಾ ಕೂಡುವ ಹುಡುಗನನ್ನು ಸ್ವೀಕರಿಸುವುದು ಹೇಗೆ? ಹತ್ತು ವರ್ಷ ತುಂಬುವಾಗ ನಿಧಾನಕ್ಕೆ ಗೋಡೆ ಹಿಡಿದು ಒಂದೊಂದೇ ಹೆಜ್ಜೆ ಇಡುವ ಪುಟ್ಟನನ್ನು ಕಂಡು ಸಂತೋಷಿಸಲು ಸಾಧ್ಯವೆ? ಊಟದ ತಟ್ಟೆಯ ಮುಂದೆ ಕೂಡಿಸಿ, ಏನೋ ಕೆಲಸವೆಂದು ಅಡುಗೆ ಮನೆಗೆ ಹೋಗಿ ಬರುವುದರೊಳಗೆ,ಆ ತಟ್ಟೆಯನ್ನು ಬಕ್ಕಬಾರಲು ಬಡಿದು ಚಪ್ಪಾಳೆ ತಟ್ಟುವ ಪೋರ ನಮ್ಮವನಾದಾನೆ? ಎಷ್ಟೇ ಕಷ್ಟಪಟ್ಟು ಬಟ್ಟೆ ತೊಡಿಸಿದರೂ, ಅವನ್ನೆಲ್ಲಾ ಕಿತ್ತು ಹಾಕಿ ಬೆತ್ತಲೆಯಲ್ಲಿಯೇ ಇರುತ್ತೇನೆಂದು ಹಟ ಮಾಡುವ ಬಾಲಕನನ್ನು ನೋಡಿಕೊಳ್ಳುವುದು ಸಾಧ್ಯವೆ? ಇವೆಲ್ಲಾ ಸಂಗತಿಗಳು ಅನುಭವಿಸಿದವರಿಗೆ ಗೊತ್ತೇ ಹೊರತು, ಹೊರಗಿನವರಿಗಲ್ಲ.

ಭಗವಂತನಿಗೆ ವೈರುಧ್ಯಗಳನ್ನು ಜೊತೆಗಿಟ್ಟು ನೋಡುವ ಶೋಕಿಯಿರಬೇಕು ಎಂದು ಸುಮಿತ್ರಾಬಾಯಿಗೆ ಬಹಳ ಸಾರಿ ಅನ್ನಿಸುತ್ತದೆ. ಇಡೀ ಸಂಸಾರದ ಶ್ರಮವೆಲ್ಲಾ

ಮಗನನ್ನು ನೋಡಿಕೊಳ್ಳುವುದರಲ್ಲಿಯೇ ಹೋಗುವಾಗ, ಮಗಳು ಯಾರ ಆರೈಕೆಯೂ ಇಲ್ಲದಂತೆ ತನ್ನ ಪಾಡಿಗೆ ತಾನು ಬೆಳೆಯುತ್ತಿದ್ದಳು. ಬಚ್ಚಲುಮೋರಿಯ ನೀರಿನಲ್ಲಿ ನೆಟ್ಟರೂ ದೊಡ್ಡ ತೆಂಗಿನ ಮರವಾಗಿ ಮನೆಗೆ ಫಲ ಕೊಡುವಂತೆ ಅವಳ ಬೆಳವಣಿಗೆಯಿತ್ತು. ಕಣ್ಣು-ಮೂಗಿನಿಂದ ಪರಿಮಳ ಅತ್ಯಂತ ಚೆಲುವೆ. ಶಾಲೆಯಲ್ಲಿ ಅವಳನ್ನು ಮೀರಿಸುವ ಬುದ್ಧಿವಂತರು ಮತ್ತೊಬ್ಬರಿರಲಿಲ್ಲ. ಹೆಚ್ಚಿನ ಮಾತನಾಡದ ಹುಡುಗಿಗೆ ವಯಸ್ಸಿಗೆ ಮೀರಿದ ಪ್ರಬುದ್ಧತೆಯಿತ್ತು. ಯಾವುದೇ ನೆಪವನ್ನು ಕೊಡದೆ, ಮನೆಯ ಕೆಲಸಗಳಲ್ಲೆಲ್ಲಾ ನಿರಂತರವಾಗಿ ತೊಡಗಿಸಿಕೊಳ್ಳುತ್ತಿದ್ದಳು. ಇವೆಲ್ಲಕ್ಕೂ ಮುಕುಟವಿಟ್ಟಂತೆ ಹತ್ತನೇ ತರಗತಿಯಲ್ಲಿ ಅವಳಿಗೆ ರಾಜ್ಯಕ್ಕೆ ನಾಲ್ಕನೆಯ ರಾಂಕ್ ಬಂತು. ಇಡೀ ಜಿಲ್ಲೆಗೆ ಜಿಲ್ಲೆಯೇ ಅವಳನ್ನು ಕಂಡು ಸಂಭ್ರಮಿಸಿತು. ಬಳ್ಳಾರಿ ಜಿಲ್ಲೆಯ ಪುಟ್ಟ ಗ್ರಾಮದ ಹುಡುಗಿಯೊಬ್ಬಳು ರಾಜ್ಯಕ್ಕೆ ರಾಂಕ್ ಬರುವುದು ಪುಟ್ಟ ಸಂಗತಿಯಾಗಿರಲಿಲ್ಲ. ಶಿಕ್ಷಣಾಧಿಕಾರಿಗಳು ಒಂದು ದೊಡ್ಡ ಸಮಾರಂಭವನ್ನು ಬಳ್ಳಾರಿಯಲ್ಲಿ ಏರ್ಪಡಿಸಿ, ಹುಡುಗಿಯನ್ನು ಕಾರಿನಲ್ಲಿ ಕರೆಸಿಕೊಂಡು, ಹಾರ ಹಾಕಿ, ಶಾಲು ಹೊದೆಸಿ, ಐದು ಸಾವಿರ ರೂಪಾಯಿಗಳ ಬಹುಮಾನವನ್ನು ಕೊಟ್ಟಿದ್ದರು. ಮರುದಿನ ಪತ್ರಿಕೆಯಲ್ಲಿ ಅದರ ಫೋಟೋ ದೊಡ್ಡದಾಗಿ ಬಂದಿತ್ತು. ಆ ಪತ್ರಿಕೆಯನ್ನು ಹನಿಗಣ್ಣಾಗಿ ನೋಡಿದ ಸುಮಿತ್ರಾಬಾಯಿ, ಅವಳ ಗಲ್ಲವನ್ನು ಸವರಿ "ನಿನ್ನಂಥಾ ಹತ್ತು ಮಕ್ಕಳನ್ನು ಸುಲಭವಾಗಿ ಸಾಕಬಹುದು ನೋಡೆ..." ಅಂದು, ಆ ವಾಕ್ಯವನ್ನು ಪೂರ್ತಿಗೊಳಿಸುವ ಧೈರ್ಯ ಸಾಲದೆ ಬಾಯಿಗೆ ಸೆರಗನ್ನು ಇಟ್ಟುಕೊಂಡಿದ್ದರು. ಮಧ್ಯಾಹ್ನದ ವೇಳೆಗೆ ಅದು ಹೇಗೋ ಆ ಪತ್ರಿಕೆ ರಘುವಿನ ಕೈಗೆ ಸಿಕ್ಕು, ತನ್ನ ಉಚ್ಚೆಯಲ್ಲಿ ಅದನ್ನು ಮುಳುಗಿಸಿಬಿಟ್ಟಿದ್ದ.

ರಘುವಿನ ಆಗಮನದಿಂದಾಗಿ ಇಡೀ ಮನೆಯ ವಾತಾವರಣ ಹೇಗೆ ಬದಲಾಗಿ ಹೋಯಿತೆನ್ನುವುದನ್ನು ಪರಿಮಳ ಸೂಕ್ಷ್ಮವಾಗಿ ಗಮನಿಸುತ್ತಾ ಬೆಳೆದಿದ್ದಾಳೆ. ಅಪ್ಪ ವೆಂಕಣ್ಣನಿಗೆ ವಿಶೇಷ ಹಾಸ್ಯಪ್ರಜ್ಞೆಯಿತ್ತು. ಅಮ್ಮನ ಕಾಲೆಳೆಯುವ ತಮಾಷೆಯ ಮಾತುಗಳನ್ನಾಡುವುದೋ, ಮಗಳಿಗೆ ತನ್ನ ಅನುಭವದಲ್ಲಿ ನಡೆದ ಹಾಸ್ಯಪ್ರಸಂಗಗಳನ್ನು ರಾತ್ರಿ ಮಲಗುವ ಮುಂಚೆ ಹೇಳುವುದೋ ಮಾಡುತ್ತಿದ್ದ. ಅದು ಸದ್ದಿಲ್ಲದೆ ನಿಂತು ಹೋಯಿತು. ಇನ್ನು ಅಮ್ಮ ಸುಮಿತ್ರಾಬಾಯಿಗೆ ಸೊಗಸಾಗಿ ದಾಸಕೀರ್ತನೆ ಹೇಳುವ ಹವ್ಯಾಸವಿತ್ತು. ಬೆಳಿಗ್ಗೆ ಎದ್ದು ಅಂಗಳದಲ್ಲಿ ರಂಗೋಲಿ ಹಾಕುವ ಹೊತ್ತಿನಿಂದ ಹಿಡಿದು, ರಾತ್ರಿ ಸಂಜೆಯ ದೀಪವನ್ನು ಹಾಕುವ ತನಕ ಏನಿಲ್ಲವೆಂದರೂ ಹತ್ತಾರು ಕೀರ್ತನೆಗಳನ್ನು ಹಾಡುತ್ತಿದ್ದಳು. ಆಕೆಯದು ಸೊಗಸಾದ ಕಂಠ. ಹಾಡಿದರೆ ಇಡೀ ಓಣಿಗೆ ಕೇಳಿಸುವಷ್ಟು ಜೋರಾಗಿ ಹಾಡುತ್ತಿದ್ದಳು. ಆ ಹವ್ಯಾಸವೂ ಯಾವುದೇ ಪ್ರಶ್ನೆಗಳಿಲ್ಲದೆ ನಿಂತು ಹೋಯಿತು. ಯಾವಾಗಲಾದರೊಮ್ಮೆ ಪರಿಮಳ ಅಮ್ಮನಿಗೆ

ಹಾಡಲು ಬೇಡಿಕೊಂಡರೆ "ನನ್ನ ಬದುಕೇ ಜನ ಆಡಿಕೊಳ್ಳೋ ಹಾಡಾಗಿದೆ ಬಿಡಮ್ಮ... ಇನ್ನೆಂಥಾ ಹಾಡು..." ಎಂದುಬಿಡುತ್ತಿದ್ದಳು. ಪುಟ್ಟ ಪರಿಮಳಳಲ್ಲೂ ಒಂದು ಮುಖ್ಯ ಬದಲಾವಣೆಯಾಗಿತ್ತು. ಈ ಹಿಂದೆ ಅಪ್ಪ-ಅಮ್ಮರನ್ನು ಏನಾದರೂ ಕೊಡಿಸೆಂದು ಆಗೊಮ್ಮೆ ಈಗೊಮ್ಮೆ ಕೇಳುತ್ತಿದ್ದಳು. ಅವಳೂ ಅದನ್ನು ನಿಲ್ಲಿಸಿಬಿಟ್ಟಳು. ಜ್ವರ ಬಂದರೂ ಒಂದು ದಿನ ಬಿಟ್ಟು ತಿಳಿಸುವ ವಯಸ್ಸಿಗೆ ಮೀರಿದ ಪ್ರಬುದ್ಧತೆ ಅವಳದಾಯ್ತು. ಸ್ವಲ್ಪಮಟ್ಟಿಗೆ ಪರಿಸ್ಥಿತಿಯನ್ನು ಧೈರ್ಯವಾಗಿ ತೆಗೆದುಕೊಂಡದ್ದು ಸುಂದ್ರಜ್ಜಿಯೇ ಎಂದು ಪರಿಮಳಗೆ ಅನ್ನಿಸುತ್ತೆ. "ಪೂರ್ವಾರ್ಜಿತ ಕರ್ಮ ಸವೆಯೋದಕ್ಕೆ ದೇವರು ಇಂಥಾವೇನನ್ನಾ ಕೊಡ್ತಿರ್ತಾನೆ. ಹಾಗಂತ ಬದುಕಿನ ಸುಖ ಕಳಕೊಂಡು ಕೂಡ್ತೀರೇನೆ? ಎಷ್ಟು ದಿನ ಅಂತ ದುಃಖ ಪಡೋದು? ರಥದ ಗಾಲಿ ಒಂದು ಮುರುದು ಹೋಯ್ತು ಅಂದ್ರೆ, ಹೊಸ ಗಾಲಿ ಮಾಡಿಸಿಕೊಂಡು ರಥ ಎಳೀಬೇಕು" ಎಂದು ತಮ್ಮ ಮತ್ತು ಮಗಳನ್ನು ದಬಾಯಿಸುತ್ತಿದ್ದಳು. ಆ ಮಾತಿನಲ್ಲಿ ಮತ್ತೊಂದು ಸೂಕ್ಷ್ಮವೂ ಇತ್ತು. ಮತ್ತೊಂದು ಗಂಡು ಮಗುವನ್ನು ಮಾಡಿಕೊಂಡು, ಈ ಹುಡುಗನನ್ನು ಮರೆತು ಬಿಡಿ ಎನ್ನುವ ಸಂದೇಶವನ್ನು ಕೊಡುತ್ತಿದ್ದಳು. ಆದರೆ ಸುಮಿತ್ರಾಬಾಯಿ ಇದೊಂದು ವಿಷಯದಲ್ಲಿ ಎಷ್ಟು ಕಠಿಣಳಾದಳೆಂದರೆ, ಮತ್ತೆಂದೂ ಬಸಿರಾಗಲಿಲ್ಲ. ಅಂತಹ ಹಳ್ಳಿಯ ವಾತಾವರಣದಲ್ಲಿ ಅಪ್ಪನನ್ನೇ ದೂರವಿಟ್ಟಳೋ, ತನಗೆ ತೋಚಿದ ವಿಧಾನಗಳನ್ನು ಅನುಸರಿಸಿದಳೋ ಎಂದು ಪರಿಮಳ ಸಾಕಷ್ಟು ಬಾರಿ ಯೋಚಿಸಿ ಬೆರಗಾಗಿದ್ದಾಳೆ.

ರಘುವಿನ ಆಗಮನ ಮನೆಯ ಎಲ್ಲರ ಮೇಲೆ ಸಾಕಷ್ಟು ಒತ್ತಡವನ್ನು ತಂದರೂ, ಅಮ್ಮನೇ ಹೆಚ್ಚು ಕಷ್ಟಪಟ್ಟಿದ್ದು ಎಂದು ಪರಿಮಳಗೆ ಅನ್ನಿಸುತ್ತೆ. ಅಪ್ಪನದು ಪೋಸ್ಟ್ ಮಾಸ್ಟರ್ ಉದ್ಯೋಗ. ಬೆಳಿಗ್ಗೆ ಎಂಟು ಗಂಟೆಗೆ ಹೋದರೆ ಸಂಜೆ ನಾಲ್ಕಕ್ಕೆ ಕಚೇರಿ ಮುಗಿದು ಹೋಗುತ್ತಿತ್ತು. ಆದರೆ ಆತ ಕಚೇರಿ ಮುಗಿಸಿಕೊಂಡ ತಕ್ಷಣ ಕಾಲುನಡಿಗೆಯಲ್ಲಿ ಊರಿಂದ ನಾಲ್ಕು ಕಿಲೋಮೀಟರ್ ದೂರದಲ್ಲಿರುವ ಗಂಡಿನರಸಿಂಹಸ್ವಾಮಿ ದೇವಸ್ಥಾನಕ್ಕೆ ಹೋಗಿ, ಸಂಜೆ ಏಳೂವರೆಗೆ ಬರುವ ಸಂಪ್ರದಾಯವನ್ನು ರೂಢಿಸಿಕೊಂಡ. "ನರಸಿಂಹಸ್ವಾಮಿ ನಮ್ಮನಿ ದೇವರು. ಎಂದೋ ಒಂದು ದಿನ ನನ್ನ ಮಗನನ್ನು ಸರಿ ಮಾಡ್ತಾನೆ" ಎಂದು ಆಗೊಮ್ಮೆ ಈಗೊಮ್ಮೆ ಹೇಳುತ್ತಿದ್ದ. ಆದರೆ ಅಪ್ಪನ ಈ ಸ್ವಭಾವವನ್ನು ಗಮನಿಸಿದ ಪರಿಮಳಗೆ, ರಘುವಿನಿಂದ ಆದಷ್ಟು ದೂರವಿರುವುದಕ್ಕೆ ಆತ ತನಗೇ ಅರಿವಿಲ್ಲದಂತೆ ಉಪಯೋಗಿಸಿದ ತಂತ್ರವಿದೆಂದು ಅನ್ನಿಸುತ್ತದೆ. ಇಡೀ ದಿನ ಅವನ ಸ್ನಾನ, ಶೌಚ, ಹಟ, ಮೊಂಡುತನ, ದುಷ್ಟತನ, ಅವಮಾನ ಎಲ್ಲವನ್ನೂ ಮನೆಯ ಹೆಂಗಸರಾದ ಸುಮಿತ್ರಾಬಾಯಿ ಮತ್ತು ಸುಂದ್ರಜ್ಜಿಯರೇ ನಿಭಾಯಿಸುತ್ತಿದ್ದರು. ವಯಸ್ಸಾಗುತ್ತಾ ಪರಿಮಳಳಿಗೂ ಅದರಲ್ಲಿ ಪಾಲು ಸಿಗುತ್ತಿತ್ತು.

ಹಲವಾರು ವೈದ್ಯರು, ದೇವರು, ಸ್ವಾಮಿಗಳು – ಎಲ್ಲರೂ ಆಶ್ವಾಸನೆಯನ್ನು ಕೊಟ್ಟು ರಘುವನ್ನು ಸರಿಪಡಿಸಲು ಕೈಹಾಕಿ ಸೋತಿರುವುದು ಎಲ್ಲರಿಗೂ ಗೊತ್ತು. ಆದರೂ ಸುಮಿತ್ರಾಬಾಯಿಗೆ ಎಂದೋ ಒಂದು ದಿನ ತನ್ನ ಮಗ ಸರಿ ಹೋಗುತ್ತಾನೆ ಎನ್ನುವ ನಂಬಿಕೆ ಇತ್ತು. ಆಗೊಮ್ಮೆ ಈಗೊಮ್ಮೆ ಅದನ್ನು ಮಗಳ ಮುಂದೆ ಆಡಿಯೂ ತೋರಿಸಿಕೊಂಡಿದ್ದಳು. ಪರಿಮಳ ಇಂಜಿನಿಯರಿಂಗ್ ಸೇರಿ, ಇಂಟರ್‌ನೆಟ್ ಪರಿಚಯ ಮಾಡಿಕೊಂಡ ನಂತರ, ತಮ್ಮನ ಸ್ವಭಾವದ ಕುರಿತಾಗಿ ಹಲವಾರು ವಿವರಗಳನ್ನು ಓದಿಕೊಂಡಳು. ಮೆದುಳು ಬಲಿಯದ ಹುಡುಗ ತನ್ನ ತಮ್ಮನೆಂಬುದು ಅರ್ಥವಾಗಿತ್ತು. ಜೊತೆಗೆ ಅದು ಸರಿಪಡಿಸುವಂತಹದ್ದಲ್ಲವೆಂದೂ ತಿಳಿದಿತ್ತು. ಆದ್ದರಿಂದ ಅಪ್ಪ-ಅಮ್ಮ ಇನ್ನೂ ಆಸೆಯಿಟ್ಟುಕೊಂಡು, ಆಗೊಮ್ಮೆ ಈಗೊಮ್ಮೆ ಅದನ್ನು ವ್ಯಕ್ತಪಡಿಸುವುದನ್ನು ಕಂಡಾಗ ಕಿರಿಕಿರಿಯಾಗುತ್ತಿತ್ತು. ಒಮ್ಮೆ ಎಲ್ಲರೂ ಊಟಕ್ಕೆ ಕುಳಿತಾಗ ಯಾವುದೋ ಮಾತಿನಲ್ಲಿ "ಒಳ್ಳೆಯ ದಿನಗಳು ಎಲ್ಲರಿಗೂ ಬಂದೇ ಬರ್ತಾವೆ" ಅಂತ ಸುಮಿತ್ರಾಬಾಯಿ ಹೇಳಿದ್ದಳು. ತಕ್ಷಣ ಕೆರಳಿದ ಪರಿಮಳ "ನೀನು ಸುಮ್ಮನೆ ಆಸೆ ಇಟ್ಕೋ ಬೇಡಮ್ಮ. ರಘು ಕೊನೆತನಕ ಹಿಂಗೇ ಇರ್ತಾನೆ. ನಾನೆಲ್ಲಾ ಇಂಟರ್‌ನೆಟ್‌ನಲ್ಲಿ ಓದಿಕೊಂಡಿದೀನಿ" ಎಂದುಬಿಟ್ಟಳು. ಮತ್ತೆ ಮಾತಿಲ್ಲದೆ ಊಟ ಮುಗಿದಿತ್ತು. ಆ ರಾತ್ರಿ ಎಂಜಲುಗೋಮೆ ಮಾಡಿ, ಹಿತ್ತಲಿನಲ್ಲಿ ಎಲೆಗಳನ್ನು ಬಿಸಾಡಲು ಹೋದಾಗ ಅಪ್ಪ ವೆಂಕಣ್ಣ ಅಲ್ಲಿಯೇ ಭಾವಿಕಟ್ಟೆಯ ಮೇಲೆ ಮಗಳಿಗಾಗಿ ಕಾಯುತ್ತಾ ಕುಳಿತಿದ್ದ. "ಏನಪ್ಪಾ ಇಲ್ಲಿ ಕತ್ತಲಾಗೆ ಕೂತಿ?" ಎಂದು ಪರಿಮಳ ಕೇಳಿದ್ದಕ್ಕೆ, "ಒಂದು ಮಾತು ಹೇಳ್ತೀನಿ ಪರಿಮಳ. ನಿಮ್ಮಮ್ಮ ಬದುಕಿರೋದೇ ರಘು ಒಂದು ದಿನ ಸರಿಹೋಗ್ತಾನೆ ಅನ್ನೋ ಆಸೆಯಿಂದ. ಆ ಪುಟ್ಟ ಆಸೆಯ ಮೊಗ್ಗನ್ನೂ ನೀನು ಚಿವುಟಿ ಬಿಡಬೇಡ ತಾಯಿ. ಕೂಸಿಗೆ ವಿಷ ಕೊಟ್ಟು ತಾನೂ ಕುಡಿದುಬಿಟ್ಟಾಳು" ಎಂದು ಕಳಕಳಿಯಿಂದ ಬೇಡಿಕೊಂಡು ಆಕೆಗೆ ಕೈಮುಗಿದಿದ್ದ. ಮತ್ತೆ ಪರಿಮಳ ಆ ವಿಷಯವಾಗಿ ಮಾತನಾಡಿರಲಿಲ್ಲ.

ಆದರೆ ಸುಂದ್ರಜ್ಜಿ ಮತ್ತೆ ಮತ್ತೆ "ಪೂರ್ವಾರ್ಜಿತ ಕರ್ಮ, ತಪ್ಪೋದಿಲ್ಲ. ಸವೆಸಬೇಕು" ಎನ್ನುತ್ತಿದ್ದಳಾದ್ದರಿಂದ ಗಂಡ-ಹೆಂಡತಿಯರಿಬ್ಬರಿಗೂ ವಿಚಿತ್ರ ಪಾಪಪ್ರಜ್ಞೆ ಕಾಡುತ್ತಿತ್ತು. ಎಲ್ಲೋ ತಮ್ಮದೇ ಏನೋ ತಪ್ಪಾಗಿದೆ, ಯಾರಿಗೋ ತಮ್ಮಿಂದ ದೊಡ್ಡ ಅನ್ಯಾಯವಾಗಿದೆ – ಆ ಕಾರಣದಿಂದಲೇ ಇಂತಹ ಮಗನನ್ನು ದೇವರು ತಮಗೆ ಕೊಟ್ಟಿದ್ದಾನೆ ಎಂಬ ನೋವನ್ನು ಅವರಿಬ್ಬರೂ ಅನುಭವಿಸುತ್ತಿದ್ದರು. ಮತ್ತಿಲ್ಲದಿದ್ದರೆ ಬೇರೆ ಯಾವ ದಂಪತಿಗೂ ಇಲ್ಲದ ಇಂತಹ ಸಂತಾನ ತಮಗೇಕೆ ಬಂತು? ಇಂತಹ ದುಃಖವನ್ನು ಆ ಭಗವಂತ ತಮ್ಮ ಪಾಲಿಗೆ ಅನುಭವಿಸಲು ಕೊಡಲು ಕಾರಣವೇನು? ಎಂದು ಯೋಚಿಸುತ್ತಿದ್ದರು. ಬಾಲ್ಯದಲ್ಲಿ ಸ್ನೇಹಿತರ

ಜೊತೆಯಲ್ಲಿ ಕಾಡಿಗೆ ಹೋದಾಗ ಒಂದು ನಾಗರಹಾವನ್ನು ಕಲ್ಲಿನಿಂದ ಹೊಡೆದು ಸಾಯಿಸಿದ ಘಟನೆ ವೆಂಕಣ್ಣನನ್ನು ಬಹುವಾಗಿ ಕಾಡಿತ್ತು. ಹಲವಾರು ಜನರ ಬಳಿ ಅದನ್ನು ಹೇಳಿಕೊಂಡಿದ್ದ. "ಹಾಗಿದ್ದರೆ ಇದು ನಾಗದೋಷವೇ ಇರಬೇಕು" ಎಂದು ಕೇಳಿದವರು ಹೆಚ್ಚಿನ ಆಲೋಚನೆಯನ್ನೇ ಮಾಡದೆ ಹೇಳಿಬಿಡುತ್ತಿದ್ದರು. ನಾಗರಾಜನನ್ನು ಎದುರು ಹಾಕಿಕೊಂಡು ಸುಖಪಟ್ಟವರು ಉಂಟೆ? ಎಂಬ ತರ್ಕವನ್ನು ಮುಂದಿಡುತ್ತಿದ್ದರು. ವೆಂಕಣ್ಣ ತಮ್ಮ ಯೋಗ್ಯತೆಯನ್ನು ಮೀರಿ ಹಲವಾರು ಸರ್ಪಶಾಂತಿಗಳನ್ನು ಮಾಡಿಸಿದರೂ, ರಘು ಮಾತ್ರ ಬದಲಾಗಿರಲಿಲ್ಲ.

ಅದೇ ರೀತಿ ಸುಮಿತ್ರಾಬಾಯಿಗೂ ವಿಚಿತ್ರ ಅನುಮಾನಗಳು ಕಾಡುತ್ತಿದ್ದವು. ಬಾಲ್ಯದಲ್ಲಿ ಒಮ್ಮೆ ಟೀಕಾರಾಯರ ಆರಾಧನೆಯ ದಿನ ಆಕೆ ಮುಟ್ಟಾಗಿದ್ದಳು. ತನ್ನ ನೆರಳೂ ಮಡಿ ಅಡುಗೆಯ ಮೇಲೆ ಬೀಳಬಾರದೆಂಬ ಕಟ್ಟಪ್ಪಣೆಯನ್ನು ಸುಂದ್ರಮ್ಮ ಮಾಡಿದ್ದರಿಂದ, ಸುಮ್ಮನೆ ಕೋಣೆಯೊಂದರಲ್ಲಿ ಕುಳಿತು ತನ್ನ ಪಾಡಿಗೆ ತಾನು ಪುಸ್ತಕವನ್ನು ಓದುವುದರಲ್ಲಿ ಮಗ್ನಳಾಗಿದ್ದಳು. ಸುಂದ್ರಮ್ಮನೇ ಏಕಾಂಗಿಯಾಗಿ ಎಲ್ಲಾ ಅಡುಗೆ ಕೆಲಸಗಳನ್ನು ಮಾಡಿಕೊಂಡಿದ್ದಳು. ಆಗಿನ್ನೂ ಆಕೆಯ ಅಪ್ಪ ಬದುಕಿದ್ದ. ಆತನೇ ದೇವರ ಪೂಜೆಯನ್ನು ಮಾಡುತ್ತಿದ್ದ. ಅಂತಹ ಹೊತ್ತಿನಲ್ಲಿ ಅದು ಹೇಗೋ ಕೋತಿಯೊಂದು ಮನೆಯನ್ನು ಹೊಕ್ಕು ಬಿಟ್ಟು ಗದ್ದಲವನ್ನು ಎಬ್ಬಿಸಿಬಿಟ್ಟಿತ್ತು. ಆ ದೊಡ್ಡ ಕೋತಿಯನ್ನು ಕಂಡು ಹೆದರಿಕೊಂಡ ಸುಂದ್ರಮ್ಮ "ಸುಮಿತ್ರಾ, ಕೋತಿ ಓಡಿಸೆ!!" ಎಂದು ಕೂಗಿಕೊಂಡಿದ್ದಳು. ಆ ಆತಂಕದಲ್ಲಿ ಸುಮಿತ್ರಾ ಕೋಣೆಯಿಂದ ಹೊರಬಂದು, ಮಡಿಕೋಲು ತೆಗೆದುಕೊಂಡು ಕೋತಿಯನ್ನು ಓಡಿಸಿದ್ದಳು. ಆದರೆ ಕೋತಿಯೋಡಿಸುವ ಗಡಿಬಿಡಿಯಲ್ಲಿ ತನ್ನ ಪರಕ್ಯಾರವು ಅಲ್ಲಿಯೇ ನೈವೇದ್ಯಕ್ಕೆಂದು ಇಟ್ಟಿದ್ದ ಅಡುಗೆಗೆ ತಾಕಿತೆನ್ನುವುದು ಸುಮಿತ್ರಾಗೆ ಗೊತ್ತಾಗಿತ್ತು. ಕೋತಿಯ ಗದ್ದಲದಲ್ಲಿ ಉಳಿದವರು ಅದನ್ನು ಗಮನಿಸಿರಲಿಲ್ಲ. ಆದರೆ ಆ ಕಹಿಸತ್ಯವನ್ನು ಹೇಳಲು ಸುಮಿತ್ರಾಗೆ ಅಂಜಿಕೆಯಾಗಿತ್ತು. ಹಾಗೇನಾದರೂ ಹೇಳಿದರೆ, ಮತ್ತೊಮ್ಮೆ ಇಡೀ ಅಡುಗೆಯನ್ನು ತನ್ನಮ್ಮ ಇನ್ನೊಮ್ಮೆ ಮಾಡಬೇಕಾಗಿತ್ತು. ಆಕೆ ಕಷ್ಟಪಡುವುದನ್ನು ಸಹಿಸದೆ, ಸುಮ್ಮನೆ ತನ್ನ ಮನಸ್ಸಿನಲ್ಲಿಯೇ ಆ ಗುಟ್ಟನ್ನು ಇಟ್ಟುಕೊಂಡು ಬಿಟ್ಟಿದ್ದಳು. ಮೈಲಿಗೆಯ ಅಡುಗೆಯ ನೈವೇದ್ಯ ಟೀಕಾರಾಯರಿಗೆ ಆಯ್ತೆಂಬ ಹೆದರಿಕೆ ಆಕೆಯನ್ನು ಕೆಲವು ದಿನಗಳ ಕಾಲ ಕಾಡಿತ್ತು. ಆದರೆ ಆ ಘಟನೆ ಕೆಲವೇ ದಿನಗಳಲ್ಲಿ ಆಕೆಗೆ ಮರೆತು ಹೋಗಿತ್ತು. ಆ ಟೀಕಾರಾಯರ ಶಾಪವೇ, ಈಗ ತನಗೆ ರಘುವಿನಂತಹ ಮಗ ಹುಟ್ಟಲು ಕಾರಣವಿರಬೇಕು ಎಂದು ಬಹಳವಾಗಿ ಅನ್ನಿಸತೊಡಗಿತ್ತು. ತನ್ನ ತಪ್ಪಿನಿಂದಾಗಿಯೇ ಮಗನು ಇಂತಹ ಅವಸ್ಥೆಯನ್ನು ಅನುಭವಿಸುತ್ತಿದ್ದಾನೆ ಎನ್ನುವುದು ಆಕೆಗೆ ಬಹಳ ನೋವಿನ ಸಂಗತಿಯಾಗಿತ್ತು. ಆದರೆ ಅದನ್ನು ಯಾರ ಮುಂದೆಯು ಹೇಳಿಕೊಳ್ಳುವ

ಧೈರ್ಯವಿರಲಿಲ್ಲ. ತನಗೆ ತೋಚಿದಂತೆ ಟೀಕಾರಾಯರಿಗೆ ಹಲವಾರು ರೀತಿಯಲ್ಲಿ ನಡೆದುಕೊಂಡಳು. ಉಪವಾಸ ಮಾಡಿದಳು, ಹೆಜ್ಜೆ ನಮಸ್ಕಾರ ಹಾಕಿದಳು, ಲಕ್ಷ ದೀಪ ಮಾಡಿದಳು – ಊಹೂಂ ಯಾವುದಕ್ಕೂ ಟೀಕಾರಾಯರು ಅನುಗ್ರಹವನ್ನು ತೋರಲಿಲ್ಲ.

ಆದರೆ ಪರಿಮಳ ಬೇರೆಯದೇ ಒಂದು ಸತ್ಯವನ್ನು ನಂಬಲಾರಂಭಿಸಿದ್ದಳು. ಸುಂದ್ರಜ್ಜಿ ತನ್ನ ಸೋದರಮಾವನನ್ನೇ ಮದುವೆಯಾಗಿದ್ದಳು. ಅನಂತರ ತನ್ನ ಮಗಳಿಗೆ ತಮ್ಮನನ್ನೇ ಕೊಟ್ಟು ಮದುವೆ ಮಾಡಿದ್ದಳು. ಹೀಗೇ ರಕ್ತಸಂಬಂಧದಲ್ಲಿಯೇ ಮತ್ತೆ ಮತ್ತೆ ಮದುವೆಯಾದರೆ, ಇಂತಹ ಮಕ್ಕಳು ಹುಟ್ಟುವ ಸಾಧ್ಯತೆಗಳು ಜಾಸ್ತಿ ಎಂಬುದನ್ನು ಹಲವಾರು ಡಾಕ್ಟರರು ಹೇಳುವುದನ್ನು ಪತ್ರಿಕೆಗಳಲ್ಲಿ, ಇಂಟರ್‌ನೆಟ್‌ನಲ್ಲಿ ಓದಿಕೊಂಡಳು. ಒಮ್ಮೆ ರಜೆಗೆಂದು ಮನೆಗೆ ಬಂದಾಗ ಈ ವಿಷಯವನ್ನು ತೆಗೆದು, ರಘುವಿನ ಹುಟ್ಟಿಗೆ ಅದೇ ಕಾರಣವಿರಬೇಕು ಎಂದು ಹೇಳಿದ್ದಳು. ಸುಮಿತ್ರಾಬಾಯಿ ಆ ಮಾತನ್ನು ಗಂಭೀರವಾಗಿ ತೆಗೆದುಕೊಳ್ಳದೆ "ಈಗೇನು ಮಾಡ್ಲಿಕ್ಕೆ ಬರ್ತದೆ? ಮದುವಿ ವಾಪಸು ಮಾಡ್ತಿಯೇನು?" ಎಂದು ನಕ್ಕು ಸುಮ್ಮನಾಗಿದ್ದಳು. ಆದರೆ ಸುಂದ್ರಜ್ಜಿಗೆ ಮಾತ್ರ ಮೊಮ್ಮಗಳ ಮೇಲೆ ಕೋಪ ಉಕ್ಕಿ ಬಂದಿತ್ತು. ತನ್ನ ಮಗಳಿಗೆ ತಮ್ಮನನ್ನು ತಂದುಕೊಂಡ ತನ್ನ ವರ್ತನೆಯೇ ಎಲ್ಲಕ್ಕೂ ಕಾರಣವೆಂದು ಹೇಳಿ, ಮೊಮ್ಮಗಳು ತಪ್ಪನ್ನು ತನ್ನ ತಲೆಯ ಮೇಲೆ ಹೊರಿಸುತ್ತಿದ್ದಾಳೆ ಎಂಬ ಅನುಮಾನ ಆಕೆಗೆ ಬಂದಿತ್ತು. "ನೀನು ಇಂಥಾ ಹುಚ್ಚುಚ್ಚು ಮಾತು ಆಡಬೇಡ ನೋಡು ಪರಿಮಳಾ... ಸಾವಿರಾರು ವರ್ಷದಿಂದ ತಮ್ಮನಿಗೆ ಮಗಳನ್ನು ಕೊಟ್ಟು ತವರುಮನಿ ಹತ್ತಿರ ಮಾಡಿಕೊಂಡ ದೇಶ ನಮ್ಮದು. ಯಾವತ್ತೂ ಇಲ್ಲದ್ದು ಈಗ ಅದರಾಗೆ ಜನಕ್ಕೆ ದೋಷ ಕಾಣಲಿಕ್ಕೆ ಶುರುವಾಯ್ತೇನು? ಈ ಡಾಕ್ಟರಿಕಿ ಮಾಡಿದ ಮುಂಡೇಮಕ್ಕಳಿಗೆ ತಲಿ ಸರಿ ಇರಲ್ಲ" ಎಂದು ಎಗರಾಡಿದ್ದಳು. ಪರಿಮಳ ಹೆಚ್ಚಿಗೆ ವಾದಿಸಲಿಕ್ಕೆ ಹೋಗದೆ ಸುಮ್ಮನಾಗಿದ್ದಳು. ಆದರೆ ಮನಸ್ಸಿನಲ್ಲಿ ಮಾತ್ರ ರಕ್ತಸಂಬಂಧದಲ್ಲಿಯೇ ಆದ ಮದುವೆಯೇ ಇಂತಹ ಸಂತಾನಕ್ಕೆ ಕಾರಣ ಎನ್ನುವ ಸಂಗತಿಯನ್ನು ಬಲವಾಗಿ ನಂಬಲಾರಂಭಿಸಿದ್ದಳು.

ಇಂಜಿನಿಯರಿಂಗ್‌ನಲ್ಲೂ ಪರಿಮಳ ಯೂನಿವರ್ಸಿಟಿಗೆ ಮೂರನೆಯ ಸ್ಥಾನವನ್ನು ತೆಗೆದುಕೊಂಡು ಪಾಸಾದಳು. ಕೊನೆಯ ವರ್ಷದಲ್ಲಿಯೇ ಬೆಂಗಳೂರಿನ ಸಾಫ್ಟ್‌ವೇರ್ ಕಂಪನಿಯೊಂದರಲ್ಲಿ ಕೆಲಸ ಸಿಕ್ಕಿತ್ತು. ಯಾವತ್ತೂ ಬಡತನದಲ್ಲಿ ಒದ್ದಾಡಿದ ತನ್ನ ಮನೆಗೆ ಹಣದ ಅವಶ್ಯಕತೆ ಇದೆ ಎಂದು ಮನಗಂಡ ಆಕೆ, ಮತ್ತೆ ಮುಂದಿನ ಓದಿಗೆ ತಲೆಕೆಡಿಸಿಕೊಳ್ಳದೆ ಸೀದಾ ಬೆಂಗಳೂರಿಗೆ ಬಂದು ದುಡಿಯಲು ಪ್ರಾರಂಭಿಸಿದಳು. ಅವಳ ಕಂಪನಿಯಲ್ಲಿ ಸಮಾಜಸೇವೆಗೆಂದೇ ಗುರುತಿಸಿಕೊಂಡ

ಒಂದು ಪುಟ್ಟ ಗುಂಪಿತ್ತು. ಬೆಂಗಳೂರಿನ ಇತರ ಸಾಫ್ಟ್‌ವೇರ್ ಕಂಪನಿಯಲ್ಲಿಯೂ ಇಂತಹ ಪುಟ್ಟ ಗುಂಪುಗಳು ಇದ್ದವು. ಇವರೆಲ್ಲಾ ಕೈ ಜೋಡಿಸಿಕೊಂಡು "ಅವಿಸ್ಮಾರ" ಎನ್ನುವ ಸಂಘವನ್ನು ಮಾಡಿಕೊಂಡಿದ್ದರು. ಪ್ರತಿ ತಿಂಗಳಿಗೊಮ್ಮೆ ಯಾವುದೋ ಅನಾಥಾಶ್ರಮಕ್ಕೆ ಭೇಟಿ ಕೊಡುವುದೋ, ಕುರುಡು ಮಕ್ಕಳ ಶಾಲೆಗೆ ಹೋಗಿ ಅವರಿಗೆ ಬೇಕಾದ ಸಹಾಯವನ್ನು ಮಾಡುವುದೋ, ಕ್ಯಾನ್ಸರ್ ಪೀಡಿತ ಜನರಿರುವ ಆಶ್ರಮಕ್ಕೆ ಭೇಟಿಕೊಟ್ಟು ಅವರ ಮಾತುಗಳನ್ನು ಆಲಿಸುವುದೋ, ಸರಕಾರಿ ಶಾಲೆಗೆ ಹೋಗಿ ಮಕ್ಕಳಿಗೆ ಬ್ಯಾಗ್ ಕೊಡಿಸುವುದೋ – ಇಂತಹ ಕಾರ್ಯಗಳನ್ನು ಮಾಡುತ್ತಿದ್ದರು. ಪರಿಮಳ ಸಹಜವಾಗಿಯೇ ಅದರ ಸಮಾಜಮುಖಿ ಚಟುವಟಿಕೆಗಳನ್ನು ಕಂಡು ಆಕರ್ಷಿತಳಾಗಿ ಆ ಗುಂಪಿನ ಸದಸ್ಯೆಯಾಗಿದ್ದಳು. ಅಲ್ಲಿಯೇ ಅವಳಿಗೆ ಸುಮಿತ್ ಶುಕ್ಲಾ ಪರಿಚಯವಾಗಿದ್ದು.

ಈ ಗುಂಪು ಒಮ್ಮೆ "ಭರವಸೆ" ಎನ್ನುವ ಚಾಮರಾಜಪೇಟೆಯಲ್ಲಿರುವ ಶಾಲೆಗೆ ಭೇಟಿ ಕೊಟ್ಟಿತು. ಈ ಶಾಲೆಯಲ್ಲಿ ಮೆದುಳು ಬೆಳವಣಿಗೆಗೊಂಡಿರದ ವಿಶೇಷ ಮಕ್ಕಳಿಗೆ ಸಾಧ್ಯವಾದಷ್ಟು ಸ್ವಾವಲಂಬನೆಯಿಂದ ಬದುಕುವ ತರಬೇತಿಯನ್ನು ಕೊಡಲಾಗುತ್ತಿತ್ತು. ಅವರ ಪಾಡಿಗೆ ಅವರು ಶೌಚಕ್ಕೆ ಹೋಗುವುದು, ಸ್ನಾನ ಮಾಡುವುದು, ಊಟ ಮಾಡುವುದು, ಸಾಧ್ಯವಾದರೆ ಏನಾದರೂ ಕೈಕೆಲಸ ಮಾಡುವುದು ಇತ್ಯಾದಿಗಳನ್ನು ಆ ಶಾಲೆಯಲ್ಲಿ ಕಲಿಸಿಕೊಡಲಾಗುತ್ತಿತ್ತು. ಆ ಶಾಲೆಯ ಎಲ್ಲಾ ಮಕ್ಕಳಲ್ಲೂ ತನ್ನ ತಮ್ಮ ರಘುವನ್ನು ಅಂದು ಪರಿಮಳ ಕಂಡುಬಿಟ್ಟಿದ್ದಳು. ತನ್ನ ತಮ್ಮನಿಗೂ ತರಬೇತಿಯನ್ನು ಕೊಟ್ಟು ಅವನ ಬದುಕನ್ನು ಸ್ವಲ್ಪಮಟ್ಟಿಗೆ ಹಸನಗೊಳಿಸಬಹುದು ಎನ್ನುವ ಕಲ್ಪನೆಯೇ ಅವಳಿಗೆ ಬಂದಿರಲಿಲ್ಲ. ಬಳ್ಳಾರಿ ಜಿಲ್ಲೆಯ ಆ ಪುಟ್ಟ ಊರಿನಲ್ಲಿ ಅಂತಹ ವಿಷಯಗಳನ್ನು ಹೇಳುವವರಾದರೂ ಯಾರು? ಕಂಡವರಾದರೂ ಯಾರು? ಒಮ್ಮೆಯೇನೋ ಸುಮಿತ್ರಾಬಾಯಿ ತನ್ನ ಹತ್ತು ವರ್ಷದ ಮಗನನ್ನು, ಸೊಂಟದಲ್ಲಿ ಕೂಡಿಸಿಕೊಂಡು ಹೋಗಿ, ಬಾಲವಾಡಿಯಲ್ಲಿ ಬಿಟ್ಟು ಬಂದಿದ್ದಳು. ಆ ಬಾಲವಾಡಿಯನ್ನು ನೋಡಿಕೊಳ್ಳುವ ಅಕ್ಕೋರು, ಸುಮಿತ್ರಾಬಾಯಿಯ ದೂರದ ಸಂಬಂಧದ ಹುಡುಗಿಯೇ ಆಗಿದ್ದಳು. ಆದರೆ ಮಧ್ಯಾಹ್ನಕ್ಕೆಲ್ಲಾ ರಘುವನ್ನು ಅವರು ಮನೆಗೆ ಅಟ್ಟಿದ್ದರು. ಯಾವುದೋ ಹುಡುಗನೊಬ್ಬ ತನ್ನ ಕೈಯಲ್ಲಿದ್ದ ಗೊಂಬೆಯನ್ನು ಕಸಿದುಕೊಂಡಿದ್ದರಿಂದ, ಅವನ ತೋಳನ್ನು ರಕ್ತ ಮೂಡುವಂತೆ ಕಚ್ಚಿಬಿಟ್ಟಿದ್ದ. "ಇಲ್ಲ ಸುಮಿತ್ರಮ್ಮ, ಮಾಮೂಲೀ ಹುಡುಗರಿಗೆ ಮಾತ್ರ ನಾವು ಸೇರಿಸ್ಕೊಳ್ತೀವಿ" ಎಂದು ಆ ಅಕ್ಕೋರು ಹೇಳಿ, ನಿಮ್ಮ ಮಗ 'ಮಾಮೂಲೀ' ಅಲ್ಲ ಎನ್ನುವುದನ್ನು ತಿಳಿಸಿಕೊಟ್ಟು ಹೋಗಿದ್ದರು. ಮಧ್ಯಾಹ್ನದ ಹೊತ್ತಿಗೆ ತೋಳು ಕಚ್ಚಿಸಿಕೊಂಡ ಹುಡುಗನ ಅಪ್ಪ–ಅಮ್ಮ ಇವರ ಮನೆಯ ಮುಂದೆ ಬಂದು ದೊಡ್ಡ ಗಲಾಟೆಯನ್ನೇ ಎಬ್ಬಿಸಿಬಿಟ್ಟಿದ್ದರು.

"ಹುಚ್ಚು ಹುಡುಗನ್ನ ಮನೇಲಿಟ್ಟುಕೊಳ್ರಿ... ಇಲ್ಲಾಂದ್ರೆ ಹುಚ್ಚಾಸ್ಪತ್ರೆ ಸೇರಿಸಿ... ನಮ್ಮ ಹುಡುಗಂಗೆ ಹೆಂಗೆ ಕಚ್ಚಾನೆ ನೋಡ್ರಿ? ನಂಜಾದ್ರೆ ಯಾರು ಜವಾಬ್ದಾರಿ ತೊಗೊಳ್ಳೋದು?" ಎಂದು ಇಡೀ ಓಣಿಗೇ ಕೇಳುವಂತೆ ಕಿರುಚಾಡಿದ್ದರು. ಮಣ್ಣನ್ನು ತೂರಿ ಇವರ ವಂಶಕ್ಕೆ ಶಾಪ ಹಾಕಿದ್ದರು. ಸುಮಿತ್ರಾಬಾಯಿ ಹೊರಗೆ ಬಂದು "ತಪ್ಪಾಯ್ತಮ್ಮ... ಇನ್ನು ಮುಂದೆ ಅವನನ್ನ ಬಾಲವಾಡಿಗೆ ಕಳುಹಿಸಲ್ಲ" ಎಂದು ಕೈಮುಗಿಯುವವರೆಗೆ ಅವರು ಜಾಗಬಿಟ್ಟು ಕದಲಿರಲಿಲ್ಲ. ಮತ್ತೆ ಸುಮಿತ್ರಾಬಾಯಿ ಮಗನ ಶಾಲೆಯ ಕನಸನ್ನು ಕಂಡಿರಲಿಲ್ಲ.

"ಭರವಸೆ" ಶಾಲೆಯ ಮುಖ್ಯೋಪಾಧ್ಯಾಯರ ಮೊಬೈಲ್ ಸಂಖ್ಯೆಯನ್ನು ಕೇಳಿ ಪಡೆದುಕೊಂಡ ಪರಿಮಳ, ಅನಂತರದ ದಿನಗಳಲ್ಲಿ ಅವರೊಡನೆ ನಿರಂತರ ಒಡನಾಟವನ್ನು ಇಟ್ಟುಕೊಂಡಳು. ಒಂದೆರಡು ಬಾರಿ ಅಲ್ಲಿಗೆ ತಾನೊಬ್ಬಳೇ ಹೋಗಿ, ತನ್ನ ತಮ್ಮನ ಪರಿಸ್ಥಿತಿಯನ್ನು ವಿವರಿಸಿದ್ದಳು. ಅವರು ಎಲ್ಲವನ್ನೂ ವಿವರವಾಗಿ ಕೇಳಿ, ಖಂಡಿತವಾಗಿಯೂ ಈಗಲೂ ಅವನನ್ನು ತಮ್ಮ ಶಾಲೆಗೆ ಸೇರಿಸಬಹುದೆಂಬ ಭರವಸೆಯನ್ನು ಕೊಟ್ಟಿದ್ದರು. ನಿತ್ಯಬದುಕಿಗೆ ಬೇಕಾದ ಸಣ್ಣಪುಟ್ಟ ಕೌಶಲಗಳನ್ನು ಅವನು ಕಲಿಯುವ ಸಾಧ್ಯತೆ ಇದೆಯೆಂದು ಹೇಳಿದ್ದರು. ಆ ಶಾಲೆಯಲ್ಲಿಯೇ ಇದ್ದ ಕೆಲವು ಮಕ್ಕಳನ್ನು ಪರಿಚಯಿಸಿ, ಅವರು ಅಲ್ಲಿಗೆ ಬಂದಾಗಿನ ಸ್ಥಿತಿ ಮತ್ತು ಅನಂತರದ ಸ್ಥಿತಿಯ ವ್ಯತ್ಯಾಸವನ್ನು ತಿಳಿಸಿಕೊಟ್ಟಿದ್ದರು. ಪರಿಮಳಗೆ ತಾವು ರಘುವಿನ ವಿಷಯದಲ್ಲಿ ತುಂಬಾ ತಡಮಾಡಿಬಿಟ್ಟೆವೆಂದು ಪೇಚಾಟವಾಗಿತ್ತು. ಒಂದು ವಾರಾಂತ್ಯದಲ್ಲಿ ತಮ್ಮೂರಿಗೆ ಹೋದಾಗ ಈ ಎಲ್ಲಾ ವಿಷಯಗಳನ್ನು ತಿಳಿಸಿ, ಇಡೀ ಸಂಸಾರವನ್ನು ಬೆಂಗಳೂರಿಗೆ ಸ್ಥಳಾಂತರಿಸುವ ಮಾತನ್ನಾಡಿದ್ದಳು. ಅವಳಿಗೇ ಅಚ್ಚರಿಯಾಗುವಂತೆ ಅಪ್ಪ-ಅಮ್ಮ ಇಬ್ಬರೂ ತಕ್ಷಣ ಒಪ್ಪಿಕೊಂಡು ಬಿಟ್ಟರು. ಸುಂದ್ರಜ್ಜಿ ಮಾತ್ರ "ಈ ಸಾಯೋ ವಯಸ್ಸಲ್ಲಿ ನನ್ನ ಪಟ್ಟಣ ಸೇರಿಸೋ ಕೆಟ್ಟಬುದ್ಧಿ ನಿಂಗ್ಯಾಕೋ..." ಎಂದು ತಮ್ಮನ ಮೇಲೆ ಗಲಾಟೆ ಮಾಡಿದ್ದಳು.

ಬೆಂಗಳೂರಿಗೆ ಸ್ಥಳಾಂತರಗೊಳ್ಳುವ ಸಲಹೆಗೆ ಸುಮಿತ್ರಾಬಾಯಿ ಮತ್ತು ವೆಂಕಣ್ಣ ತಕ್ಷಣ ಒಪ್ಪಿಕೊಂಡಿದ್ದಕ್ಕೆ ಹಲವು ಕಾರಣಗಳಿದ್ದವು. ಮೊದಲನೆಯದಾಗಿ ಈಗ ವೆಂಕಣ್ಣ ಕೆಲಸದಿಂದ ನಿವೃತ್ತನಾಗಿದ್ದ. ಇಡೀ ದಿನ ಏನು ಮಾಡಬೇಕೆಂಬುದೇ ತಿಳಿಯದೆ ಒದ್ದಾಡುತ್ತಿದ್ದ. ಈಗ ಇಡೀ ದಿನ ಮನೆಯಲ್ಲಿಯೇ ಇರುವುದರಿಂದ, ತನ್ನ ಹೆಂಡತಿ ಮಗನಿಗಾಗಿ ಪಟ್ಟಿರುವ ಪರಿಶ್ರಮದ ಸಂಪೂರ್ಣ ಅರಿವು ಆತನಿಗಾಗತೊಡಗಿತ್ತು. ತಾನು ಅದೆಲ್ಲದರಿಂದಲೂ ತಪ್ಪಿಸಿಕೊಂಡು ಕಚೇರಿ ಕೆಲಸ ಮತ್ತು ಗಂಡಿನರಸಿಂಹಸ್ವಾಮಿ ಸೇವೆಯಲ್ಲಿ ಮುಳುಗಿಹೋದೆ ಎಂಬ ಅಪರಾಧಿಭಾವ ಅವನನ್ನು ಕಾಡುತ್ತಿತ್ತು. ಈಗ ಶಾಲೆಯ ಯೋಚನೆ ಅವನನ್ನು

ವಿಶೇಷವಾಗಿ ಆಕರ್ಷಿಸಿತ್ತು. ಅವನನ್ನು ಅಲ್ಲಿಗೆ ಕರೆದುಕೊಂಡು ಹೋಗುವ, ವಾಪಸು ಕರೆದುಕೊಂಡು ಬರುವ ಜವಾಬ್ದಾರಿಯನ್ನು ತಾನೇ ವಹಿಸಿಕೊಳ್ಳಬಹುದು ಎಂದು ಆತ ಆಲೋಚಿಸತೊಡಗಿದ. ಆ ರೀತಿಯಿಂದಲಾದರೂ ಹತ್ತಾರು ವರ್ಷಗಳಿಂದ ಸುಮಿತ್ರಾಬಾಯಿ ಮಾಡಿದ ತ್ಯಾಗಕ್ಕೆ ಸ್ವಲ್ಪಮಟ್ಟಿಗೆ ಋಣಸಂದಾಯ ಮಾಡಿದಂತಾಗುತ್ತದೆ ಎಂದು ಆತನಿಗೆ ಅನ್ನಿಸತೊಡಗಿತ್ತು.

ಸುಮಿತ್ರಾಬಾಯಿಯ ಉದ್ದೇಶವೇ ಬೇರೆಯಾಗಿತ್ತು. ಮಗಳ ಮದುವೆಯ ಜವಾಬ್ದಾರಿ ಇನ್ನಿಲ್ಲದಂತೆ ಅವರನ್ನು ಕಾಡುತ್ತಿತ್ತು. ಆಗಲೇ ಆಕೆ ಕೆಲಸಕ್ಕೆ ಸೇರಿ ಎರಡು ವರ್ಷವಾಗಿತ್ತು. ಮದುವೆಯ ವಯಸ್ಸಿನ ಮಗಳು ಮನೆಯಲ್ಲಿದ್ದರೂ ಯಾರೂ ಕೇಳಿಕೊಂಡು ಬರುತ್ತಿಲ್ಲವೆನ್ನುವುದನ್ನು ಅವರು ಸೂಕ್ಷ್ಮವಾಗಿ ಗಮನಿಸಿದ್ದರು. ಅದಕ್ಕೆ ನಿಸ್ಸಂಶಯವಾಗಿ ತಮ್ಮ ಮಗ ರಘುವೇ ಕಾರಣವೆನ್ನುವುದು ಅವರಿಗೆ ಅರಿವಾಗುವುದು ಕಷ್ಟದ ವಿಷಯವಾಗಿರಲಿಲ್ಲ. ಜೊತೆಗೆ ಅವರ ಕುಟುಂಬಕ್ಕೆ ಮತ್ತೊಂದು ಕಪ್ಪುಚುಕ್ಕೆಯೂ ಇತ್ತು. ಬಹಳ ವರ್ಷಗಳ ಕೆಳಗೆ, ಅಂದರೆ ಆಗಿನ್ನೂ ಸುಮಿತ್ರಾಬಾಯಿಯ ಮದುವೆಯೂ ಆಗಿರಲಿಲ್ಲ, ಆಗ ಒಂದು ಕೆಟ್ಟ ಘಟನೆ ಅವರ ಮನೆಯಲ್ಲಿ ನಡೆದಿತ್ತು. ವೆಂಕಣ್ಣಗೆ ಲಕ್ಷ್ಮಿ ಎನ್ನುವ ಅಕ್ಕ ಇದ್ದಳು. ಸುಂದ್ರಮ್ಮನಿಗಿಂತಲೂ ಚಿಕ್ಕವಳು, ಆದರೆ ವೆಂಕಣ್ಣಗಿಂತಲೂ ಒಂದೆರಡು ವರ್ಷ ದೊಡ್ಡವಳು. ಬಟ್ಟಲುಗಣ್ಣಿನ ಆಕೆಯ ಮೈಬಣ್ಣ ತುಸು ಕಪ್ಪಾಗಿದ್ದರೂ ನೋಡಲು ಅತ್ಯಂತ ಸುಂದರಿಯಾಗಿದ್ದಳು. ಸುಮಿತ್ರಾಳನ್ನು ಅತ್ಯಂತ ಪ್ರೀತಿಯಿಂದ ನೋಡಿಕೊಳ್ಳುತ್ತಿದ್ದಳು. ಚಿಕ್ಕಮ್ಮನ ಜೊತೆಯಲ್ಲಿ ಬಾವಿಗೆ ನೀರು ಸೇದಲೆಂದೋ, ಹಳ್ಳಕ್ಕೆ ಬಟ್ಟೆ ಒಗೆಯಲೆಂದೋ ಸುಮಿತ್ರಾಬಾಯಿ ಹೋಗುತ್ತಿದ್ದಳು. ರಾತ್ರಿಯ ಹೊತ್ತು ಲಕ್ಷ್ಮಿ ಕಕ್ಕಿಯ ಪಕ್ಕವೇ ಸುಮಿತ್ರಾಬಾಯಿ ಮಲಗಿಕೊಳ್ಳುತ್ತಿದ್ದಳು. ಇಂತಹ ಬಟ್ಟಲುಗಣ್ಣಿನ ಚೆಲುವೆಗೆ ಅದು ಹೇಗೋ ಗೊತ್ತಿಲ್ಲ, ಚಪ್ಪರದೋಣಿಯ ಸುಭಾನಿಯ ಜೊತೆ ಪ್ರೀತಿ ಬೆಳೆದು ಬಿಟ್ಟಿತ್ತು. ಆತನನ್ನು ನೋಡಲು ಅವಳು ಹಪಹಪಿಸುವುದು, ಅವನ ಪತ್ರದ ಹಾದಿ ಕಾಯುವುದು, ಅವನಿಗೆ ಸುಮಿತ್ರಾಬಾಯಿಯ ಜೊತೆಗೆ ತನ್ನ ಪ್ರೇಮಪತ್ರವನ್ನು ಕಳುಹಿಸುವುದು ಮಾಡುತ್ತಿದ್ದಳು. ಈ ವಿಷಯವನ್ನು ಮನೆಯಲ್ಲಿ ಯಾರಿಗೂ ಹೇಳಕೂಡದೆಂದು ಪುಟ್ಟ ಸುಮಿತ್ರಾಳಿಂದ, ಲಕ್ಷ್ಮೀಕಕ್ಕಿ ಮಾತು ತೆಗೆದುಕೊಂಡಿದ್ದಳು. ಹೀಗೇ ದಿನದಿಂದ ದಿನಕ್ಕೆ ಅವರಿಬ್ಬರ ಸ್ನೇಹ ಬೆಳೆಯುತ್ತಾ ಹೋಗಿ, ಊರಿನವರಿಗೆ ಸುಳಿವು ಸಿಗುವಷ್ಟು ಅಸೂಕ್ಷ್ಮವಾಯ್ತು. ಮನೆಯವರಿಗೆ ಈ ವಿಷಯ ಗೊತ್ತಾಗಿ ಲಕ್ಷ್ಮಿಯನ್ನು ಹೊಡೆದು ಬಡಿದು ಮಾಡಿ, ಕೋಣೆಯಲ್ಲಿ ಕೂಡಿ ಹಾಕಿದರು. ಆದಷ್ಟು ಬೇಗನೆ ಯಾವುದಾದರೂ ಗಂಡಿಗೆ ಆಕೆಯನ್ನು ಕಟ್ಟಿ ಹಾಕಿ ಮದುವೆ ಮಾಡಿಬಿಡಲು ನೋಡಿದರು. ಯಾವುದಕ್ಕೂ ಆಸ್ಪದ ಕೊಡದಂತೆ ಅವರಿಬ್ಬರೂ ಊರು ಬಿಟ್ಟು

ಮುಂಬಯಿಗೆ ಓಡಿಹೋಗಿದ್ದರು. "ಈವತ್ತಿಗೆ ಅವಳ ಋಣ ತೀರಿತು" ಎಂದು ಮನೆಯವರೆಲ್ಲರೂ ಲಕ್ಷ್ಮಿಗೆ ಶಾಪ ಹಾಕಿ ಕೈತೊಳೆದುಕೊಂಡಿದ್ದರು. ಮನೆಯವರ ಶಾಪ ತಟ್ಟಿತೋ ಗೊತ್ತಿಲ್ಲ, ಎರಡು ವರ್ಷಕ್ಕೆಲ್ಲಾ ಲಕ್ಷ್ಮಿ ಮತ್ತು ಸುಭಾನಿ ಒಂದು ಅಪಘಾತದಲ್ಲಿ ಸತ್ತು ಹೋದ ಸುದ್ದಿ ಇವರಿಗೆ ಬಂತು. ಹೇಗೂ ಸಂಬಂಧ ಕಡಿದು ಹೋಗಿದೆ, ಇನ್ನು ಸಾವಿನ ಸಂಸ್ಕಾರದಲ್ಲಿ ಭಾಗವಹಿಸುವ ತೆವಲು ತಮಗ್ಯಾಕೆ ಎಂದು ಮನೆಯವರೆಲ್ಲಾ ಸುಮ್ಮನೆ ಮೂರು ದಿನ ಸೂತಕ ಆಚರಿಸಿ ಸುಮ್ಮನಾಗಿ ಬಿಟ್ಟಿದ್ದರು. ತನ್ನ ತಂಗಿಯ ಮೇಲಿನ ಪ್ರೀತಿಯಿಂದಲೋ ಏನೋ, ಸುಂದ್ರಮ್ಮ ಮಾತ್ರ ಆಕೆಯ ಒಂದು ಫೋಟೋವನ್ನು ದೊಡ್ಡದಾಗಿ ಮಾಡಿಸಿ, ನಡುಮನೆಯಲ್ಲಿ ಒಂದು ಕಡೆ ಹಾಕಿದ್ದಳು. ಅದಕ್ಕೆ ಸುಮಿತ್ರಾಬಾಯಿ ವಯರಿನ ಹಾರವೊಂದನ್ನು ಮಾಡಿ ಹಾಕಿದ್ದಳು. ಆ ಫೋಟೋದ ಲಕ್ಷ್ಮೀಕಕ್ಕಿಯ ಬೊಗಸೆ ಕಣ್ಣುಗಳನ್ನು ನೋಡಿದಾಗ ಈಗಲೂ ಸುಮಿತ್ರಾಬಾಯಿಗೆ ಸಂಕಟವಾಗುತ್ತದೆ.

ಲಕ್ಷ್ಮಿಯಿಂದಾಗಿ ಅವರ ಮನೆತನಕ್ಕೆ ಕೆಟ್ಟ ಹೆಸರು ಬಂದಿತ್ತು. ಸುಮಿತ್ರಾಬಾಯಿಗೆ ಸರಿಯಾದ ವರಗಳು ಸಿಗುವುದು ಕಷ್ಟವಾಗಿತ್ತು. ಕೊನೆಗೆ ತನ್ನ ತಮ್ಮನಿಗೇ ಅವಳನ್ನು ಕೊಟ್ಟು ಸುಂದ್ರಮ್ಮ ಮದುವೆ ನೆರವೇರಿಸಿದ್ದಳು. ಇದು ಸ್ವಲ್ಪ ಹಳೆಯ ಕತೆಯೇ ಆದರೂ ಊರಲ್ಲಿ "ಓಡಿಹೋದ ಮನೆ..." ಎನ್ನುವ ವ್ಯಂಗ್ಯದ ಹೆಸರು ತಮ್ಮ ಕುಟುಂಬಕ್ಕೆ ಇದೆ ಎನ್ನುವುದು ಸುಮಿತ್ರಾಬಾಯಿಗೆ ಗೊತ್ತು. ಊರಿನ ಹಳೆಯ ತಲೆಗಳೆಲ್ಲಾ ಆ ಕತೆಯನ್ನು ಸ್ಪಷ್ಟವಾಗಿ ಮುಂದಿನ ತಲೆಮಾರಿಗೆ ಸಾಗಿಸಿಯಾಗಿತ್ತು. ಆ ಕಾರಣದಿಂದಾಗಿಯೂ ತನ್ನ ಮಗಳು ಪರಿಮಳಗೆ ಒಳ್ಳೆಯ ಸಂಬಂಧಗಳು ಹುಡುಕಿಕೊಂಡು ಬರುತ್ತಿಲ್ಲ ಎನ್ನುವುದು ಸುಮಿತ್ರಾಬಾಯಿಯ ತರ್ಕವಾಗಿತ್ತು. ನಗರದಲ್ಲಿ ಹೋಗಿ ನೆಲೆಸಿದರೆ, ಇಂತಹ ಕ್ಷುಲ್ಲಕ ಸಂಗತಿಗಳಿಗೆ ಮಹತ್ವ ಕೊಡದ ದೊಡ್ಡ ಮನಸ್ಸಿನ ಜನರು ಖಂಡಿತಾ ಸಿಗುತ್ತಾರೆ ಎನ್ನುವ ದೂರದ ಆಸೆ ಆಕೆಯ ಮನಸ್ಸಿನಲ್ಲಿತ್ತು. ಜೊತೆಗೆ ಮಗಳು ದೊಡ್ಡ ಸಂಬಳದ ಕೆಲಸವನ್ನು ಮಾಡುತ್ತಿದ್ದಾಳೆ. ದೊಡ್ಡ ಮನೆಯನ್ನು ಬಾಡಿಗೆಗೆ ಹಿಡಿಯುತ್ತಾಳೆ. ಸ್ವಲ್ಪ ದಿನವಾದರೂ ನೆಮ್ಮದಿಯಿಂದ ಬಾಳೋಣ ಎನ್ನುವ ಆಸೆಯೂ ಆಕೆಯದಾಗಿತ್ತು.

ಸುಂದ್ರಜ್ಜಿ ಮಾತ್ರ ಈ ಆಲೋಚನೆಗೆ ತೀವ್ರ ವಿರೋಧವನ್ನು ವ್ಯಕ್ತಪಡಿಸಿದಳು. "ನಿಮ್ಮಿಬ್ಬರಿಗೂ ತಲೆ ಕೆಟ್ಟಿದೆ... ಹೆಣ್ಣು ಹುಡುಗಿನ್ನ ನಂಬಿಕೊಂಡು ಯಾರಾದ್ರೂ ಊರು ಬಿಡ್ತಾರೇನೋ? ನಾಳೆ ಬೆಳಿಗ್ಗೆ ಅವಳಿಗೆ ಮದುವೆ ಆಗಿ ಬೇರೆ ಮನೆಗೆ ಹೋದ್ರೆ ಏನು ಮಾಡ್ತೀರಿ? ಮದುವೆ ಆದ ಮೇಲೂ ದುಡ್ಡು ಕೊಡ್ತೀನಿ ಅಂದ್ರೆ ಅತ್ತೆ ಮನೆಯವರು ಒಪ್ಪಿಗೊಳ್ತಾರೇನ್ರೋ? ದೊಡ್ಡ ಊರದು... ಸಣ್ಣ ವರಮಾನದವರು ಬದುಕೋದು ಅಂತಲ್ಲಿ ಕಷ್ಟ ಇರ್ತದೆ... ಮತ್ತೆ ಎಲ್ಲಾ ಮೂಟೆ ಕಟ್ಟಿಗೊಂಡು

ನಮ್ಮೂರಿಗೆ ವಾಪಸು ಬರಬೇಕಾಗ್ತದೆ. ಈ ವಯಸ್ಸಲ್ಲಿ ಅದೆಲ್ಲಾ ಬೇಕೇನ್ರೋ?" ಎಂದು ಮಗಳು ಮತ್ತು ತಮ್ಮನಿಗೆ ಇನ್ನಿಲ್ಲದಂತೆ ಬುದ್ಧಿ ಹೇಳಿದಳು. ಆದರೆ ಇಬ್ಬರೂ ಆಕೆಯ ಮಾತನ್ನು ಕೇಳಿಸಿಕೊಳ್ಳಲಿಲ್ಲ. ಆ ಅನುಮಾನ ಅವರಿಗೆ ಇಲ್ಲವೆಂದೇನಲ್ಲ. ಆದರೆ ಯಾಕೋ ಈ ಹಳೆಯ ಊರು ಬಿಟ್ಟು ಯಾವುದಾದರೂ ಹೊಸ ಊರಿಗೆ ಹೋಗಬೇಕೆನ್ನುವ ಬಯಕೆ ಅವರಿಗೆ ವಿಪರೀತ ಆಕರ್ಷಕವಾಗಿ ಕಂಡುಬಿಟ್ಟಿತ್ತು. ಹಿಂದಿನ ಕೆಟ್ಟ ನೆನಪುಗಳನ್ನೆಲ್ಲಾ ಒಮ್ಮೆ ಒರೆಸಿಹಾಕಿ, ಹೊಸತೇ ಆದ ಬದುಕೊಂದನ್ನು ಪ್ರಾರಂಭಿಸಬೇಕೆನ್ನುವ ಬಯಕೆ ಆ ಇಳಿವಯಸ್ಸಿನಲ್ಲಿ ಬಂದಿತ್ತು.

ಚಿಕ್ಕಂದಿನಿಂದಲೂ ಅಪ್ಪ-ಅಮ್ಮನ ಜೊತೆಯಲ್ಲಿ ಯಾವುದಾದರೂ ಊರಿಗೆ ಹೋಗಿದ್ದು ಪರಿಮಳಗೆ ನೆನಪಿಲ್ಲ. ರಘು ಹುಟ್ಟುವುದಕ್ಕೆ ಮುಂಚೆ ಮಾತ್ರ ಅವರೆಲ್ಲರೂ ಮಂತ್ರಾಲಯಕ್ಕೆ ಹೋಗಿ, ರಾಯರ ಸೇವೆಮಾಡಿ, ವಂಶೋದ್ಧಾರಕನೊಬ್ಬನನ್ನು ಕೊಡು ಎಂದು ಹರಕೆ ಹೊತ್ತಿದ್ದ ಪ್ರಸಂಗ ಮಾತ್ರ ಪರಿಮಳಗೆ ನೆನಪಾಗುತ್ತದೆ. ಆಗ ಅಪ್ಪ ವೆಂಕಣ್ಣ ತುಂಗಭದ್ರಾ ನದಿಯಲ್ಲಿ ಸೊಗಸಾಗಿ ಈಜಾಡಿ, ಮಗಳಿಗೂ ಕೈಹಿಡಿದು ಈಜು ಕಲಿಸಲು ಪ್ರಯತ್ನಿಸಿದ್ದ. ಅಲ್ಲಿಯೇ ಹತ್ತಿರದಲ್ಲಿದ್ದ ಕಲ್ಲಿನ ಮೇಲೆ ಕುಳಿತಿದ್ದ ಸುಮಿತ್ರಾಬಾಯಿ, ಸ್ನಾನ ಮುಗಿಸಿ ಒದ್ದೆ ಸೀರೆಯಲ್ಲಿಯೇ ಗೌರಿ ಪೂಜೆ ಮಾಡುತ್ತಿದ್ದಳು. ಅಪ್ಪ-ಮಗಳಿಬ್ಬರ ಆಟವನ್ನು ನೋಡುತ್ತಾ ಆಗಾಗ ಮಂದಹಾಸ ತುಳುಕಿಸುತ್ತಿದ್ದಳು. ದೂರದಲ್ಲಿ ತುಂಗೆಯ ದಂಡೆಯಲ್ಲಿ ಆಗಲೇ ಸ್ನಾನ ಮುಗಿಸಿದ ಸುಂದ್ರಜ್ಜಿ ತನ್ನ ಒದ್ದೆ ಸೀರೆಯನ್ನು ಗಾಳಿಗೆ ಹಾರಿಬಿಟ್ಟು ಒಣಗಿಸುತ್ತಿದ್ದಳು. ಆ ದೃಶ್ಯ ಅದು ಹೇಗೋ ಈವತ್ತಿಗೂ ಅಚ್ಚಳಿಯದಂತೆ ಪರಿಮಳಳ ಮನಸ್ಸಿನಲ್ಲಿ ಉಳಿದುಬಿಟ್ಟಿದೆ. ಅಮ್ಮನ ಮುಖದಲ್ಲಿನ ಮಂದಹಾಸ, ಅಪ್ಪನ ಕೇಕೆ, ನೀರಿಗೆ ಹೆದರಿಕೊಂಡ ತನ್ನ ಕೂಗು, ದೂರದಲ್ಲಿ ಸೀರೆ ಉಡುವ ಸುಂದ್ರಜ್ಜಿ "ಹೊತ್ತಾಯ್ತು... ಮುಗುಸ್ರೆ... ಈ ಮಠದಾಗೆ ದೇವರಿಗೂ ಅವಸರದಾಗೆ ಊಟ ಮಾಡಿಸ್ತಾರೆ..." ಎನ್ನುವ ಕೂಗು ಈಗಲೂ ಅವಳ ಕಿವಿಯಲ್ಲಿ ಕೇಳಿಸಿದಂತಾಗುತ್ತದೆ.

ರಘು ಹುಟ್ಟಿದ ಮೇಲೆ ಬಂಧು-ಬಳಗದ ಮನೆಗಳಿಗೆ ಅವನನ್ನು ಕರೆದುಕೊಂಡು ಹೋಗುವ ಧೈರ್ಯ ಮತ್ತು ಆಸಕ್ತಿಯನ್ನು ವೆಂಕಣ್ಣ ಮತ್ತು ಸುಮಿತ್ರಾಬಾಯಿ ಕಳೆದುಕೊಂಡು ಬಿಟ್ಟಿದ್ದರು. ಆದ್ದರಿಂದ ಯಾವ ಮದುವೆ, ಮುಂಜಿ ಕಾರ್ಯಕ್ರಮಗಳಿಗೂ ಅವರು ಹೋಗುತ್ತಿರಲಿಲ್ಲ. ತೀರಾ ಅಗತ್ಯವಾದರೆ ವೆಂಕಣ್ಣನೊಬ್ಬನು ಮಾತ್ರ ಹೋಗಿ ಬರುತ್ತಿದ್ದ. ಸುಂದ್ರಜ್ಜಿ ತನ್ನ ಪಾಡಿಗೆ ತಾನು ಭಜನೆಯ ಮಂಡಲಿಯ ಜೊತೆಗೋ, ಮತ್ತೆ ಯಾವುದೋ ದೊಡ್ಡ ಕುಟುಂಬದ ಪರಿವಾರದವರ ಜೊತೆಗೋ ತಿರುಪತಿ, ಮಂತ್ರಾಲಯ, ಉಡುಪಿ ಅಂತೆಲ್ಲಾ ಮಡಿಯಾತ್ರೆ ಮಾಡಿ ಬಂದುಬಿಡುತ್ತಿದ್ದಳು. ಆದರೆ ಎಲ್ಲಿಗೂ ಹೋಗದೆ

ಉಳಿಯುತ್ತಿದುದೆಂದರೆ ಸುಮಿತ್ರಾಬಾಯಿ, ಪರಿಮಳ ಮತ್ತು ರಘು. ಇಂಜಿನಿಯರಿಂಗ್ ಕಡೆಯ ವರ್ಷದಲ್ಲಿ ಇಂಡಸ್ಟ್ರಿಯಲ್ ಟೂರ್ ಎಂದು ಎಲ್ಲಾ ವಿದ್ಯಾರ್ಥಿಗಳು ಹೊರಟಾಗಲೇ ಪರಿಮಳ ಪ್ರಥಮ ಬಾರಿಗೆ ರೈಲನ್ನು ಏರಿದ್ದಳು. ಆ ವಿಚಾರವನ್ನು ಅವಳು ಯಾರ ಮುಂದೆಯೋ ಹೇಳಿದ್ದೇ, ಅದೇ ದೊಡ್ಡ ಜೋಕ್ ಆಗಿ ಇಡೀ ಟೂರ್ ಪೂರ್ತಿ ಎಲ್ಲರೂ ಅವಳನ್ನು ರೇಗಿಸಿದ್ದರು.

ಒಮ್ಮೆ ಊರಿಗೆ ಬಂದ ಸ್ವಾಮಿಗಳು, ವೆಂಕಣ್ಣ ಮತ್ತು ಸುಮಿತ್ರಾಬಾಯಿ ಜೊತೆಯಲ್ಲಿ ಪಾದಪೂಜೆ ಮಾಡಿಸಿಕೊಂಡು, 'ಹುಡುಗನಿಗೆ ಮುಂಜಿ ಮಾಡಿದ್ರೆ ಸರಿಹೋಗ್ತಾನೆ' ಎಂದು ಹೇಳಿ ಹೋಗಿದ್ದರು. ಮತ್ತೆ ಮನೆಯಲ್ಲಿ ಆಸೆಯ ಕುಡಿ ಒಡೆದಿತ್ತು. ಆದರೆ ಜನರ ಗುಂಪನ್ನು ಕಂಡರೆ ಹೆದರುವ ರಘುವಿನ ಸ್ವಭಾವ ಅವರಿಗೆ ಗೊತ್ತಿತ್ತು. ಜೊತೆಗೆ ಹೋಮದ ಮುಂದೆ ಕೂಡುವ, ತಲೆಯ ಕೂದಲನ್ನು ತೆಗೆಸಿ ಜುಟ್ಟು ಬಿಡುವ, ಗಾಯತ್ರಿ ಮಂತ್ರವನ್ನು ಕೇಳಿಸಿಕೊಳ್ಳುವ, ದಿನಂಪ್ರತಿ ಮೂರು ಹೊತ್ತು ಸಂಧ್ಯಾವಂದನೆ ಮಾಡುವುದನ್ನು ಅವರಿಗೆ ಊಹಿಸಿಕೊಳ್ಳುವ ಧೈರ್ಯವಾಗಲಿಲ್ಲ. ಉಪನಯನ ಪತ್ರಿಕೆಯನ್ನೆಲ್ಲಾ ಹಂಚಿ, ಬೀಗರನ್ನು ಕರೆಸಿ, ಅನಂತರ ಎಲ್ಲರ ಮುಂದೆ ಅವಮಾನ ಮಾಡಿಸಿಕೊಳ್ಳುವುದು ಬೇಡವೆಂದು ನಿರ್ಧರಿಸಿದ್ದರು. ಆದರೆ ಅವನು ಪೂರ್ತಿ ಗುಣಮುಖನಾಗುತ್ತಾನಾದರೆ ಉಪನಯನ ಮಾಡುವುದರಲ್ಲಿ ತಪ್ಪೇನು ಎಂಬ ದೂರದ ಆಸೆಯಂತೂ ಹಸಿರಾಗಿಯೇ ಎದೆಯಲ್ಲಿತ್ತು. ಒಮ್ಮೆ ಬಳ್ಳಾರಿಯಲ್ಲಿ ಸಾರ್ವಜನಿಕ ಉಪನಯನ ಸಮಾರಂಭವನ್ನು ಯಾರೋ ಮಾಡುವರೆಂಬ ಸುದ್ದಿ ತಿಳಿದು, ವೆಂಕಣ್ಣ ಮತ್ತು ಸುಮಿತ್ರಾಬಾಯಿ ಇಬ್ಬರೂ ರಘುವನ್ನು ಕರೆದುಕೊಂಡು ಹೋಗಿಬಂದರು. ಅವರು ವಾಪಸು ಬಂದಾಗ ರಘು ಹೆದರಿಕೆಯಿಂದ ಕುಗ್ಗಿ ಹೋಗಿದ್ದ. ಅವನ ಮುಖವನ್ನು ನೋಡುವುದಕ್ಕೂ ಭಯವಾಗುವಷ್ಟು ಅತ್ತಿದ್ದ. ಮರುದಿನವೇ ತನ್ನ ಜನಿವಾರವನ್ನು ಕಿತ್ತು ಬಿಸುಟಿದ್ದ.

ಈ ಎಲ್ಲಾ ಕಾರಣದಿಂದಾಗಿಯೋ ಏನೋ, ಇಡೀ ಸಂಸಾರ ಬೆಂಗಳೂರಿಗೆ ಸ್ಥಳಾಂತರಗೊಳ್ಳಲು ಹೊರಟಾಗ ಒಂದು ಬಗೆಯ ಸಂಭ್ರಮವಿತ್ತು. ಎಲ್ಲಾ ಲಗೇಜನ್ನು ಪ್ಯಾಕ್ ಮಾಡಿ ಲಾರಿಗೆ ಹಾಕಿಸಿ, ತಾವೆಲ್ಲರೂ ಹೋಗಲು ಒಂದು ಇನ್ನೋವಾ ಗಾಡಿಯನ್ನು ಪರಿಮಳ ಬಾಡಿಗೆಗೆ ಗೊತ್ತು ಮಾಡಿದ್ದಳು. ಗಿರಿನಗರದಲ್ಲಿ ಒಂದು ದೊಡ್ಡ ಮನೆಯನ್ನು ಆಕೆ ಬಾಡಿಗೆಗೆ ತೆಗೆದುಕೊಂಡಿದ್ದಳು. ಇವರು ಬೆಂಗಳೂರು ಸೇರಿದ ನಂತರ ಲಾರಿಯ ಲಗೇಜು ಬರುವುದೆಂದು ನಿಶ್ಚಯಿಸಲಾಗಿತ್ತು. ಆದ್ದರಿಂದ ಹೆಚ್ಚಿನ ಲಗೇಜಿಲ್ಲದೆ, ಸೊಗಸಾದ ಕಾರಿನಲ್ಲಿ, ಒಂದು ಸುಂದರವಾದ ಮುಂಜಾವು, ಅವರೆಲ್ಲಾ ಬೆಂಗಳೂರಿಗೆ ಹೊರಟು ನಿಂತಾಗ ತಾನೇ ತಾನಾಗಿ ಒಂದು ಸಂತಸದ ಅಲೆ ಅವರೆಲ್ಲರಲ್ಲೂ ಕುಣಿಯುತ್ತಿತ್ತು. ಅದೇ ಕಾರಣಕ್ಕಾಗಿಯೋ ಏನೋ, ಸುಮಿತ್ರಾಬಾಯಿ

ಯಾವುದೋ ದಾಸಕೀರ್ತನೆಯನ್ನು ಸಣ್ಣನೆಯ ಧ್ವನಿಯಲ್ಲಿ ಗುನುಗಲಾರಂಭಿಸಿದಳು. ಅದನ್ನು ಕೇಳಿದ್ದೇ ಪರಿಮಳ ಗರಿಗೆದರಿದ ನವಿಲಿನಂತಾದಳು. ಕಾರಿನ ಎಲ್ಲಾ ಕಿಟಕಿಗಳನ್ನು ಏರಿಸಿ ಸದ್ದಿಲ್ಲದಂತೆ ಮಾಡಿ, ಅಮ್ಮನಿಗೆ ಹಾಡನ್ನು ಜೋರಾಗಿ ಹೇಳಲು ಬೇಡಿಕೊಂಡಳು. ಸುಮಿತ್ರಾಬಾಯಿ ಮಗಳ ಆಸೆಯನ್ನು ನಿರಾಕರಿಸದೆ ಹಾಡಿದಳು. "ನಾನ್ಯಾಕೆ ಬಡವನು, ನಾನ್ಯಾಕೆ ಪರದೇಶಿ, ಶ್ರೀನಿಧಿ ಹರಿ ಎನಗೆ ನೀನಿರುವ ತನಕ..." ಎನ್ನುವ ದಾಸವಾಣಿ ನಿರಂತರವಾಗಿ ಆಕೆಯಿಂದ ಹರಿದುಬಂತು. "ಒಡಹುಟ್ಟಿದವ ನೀನೆ, ಒಡಲಿಗ್ಹಾಕುವವ ನೀನೆ..." ಎನ್ನುವ ಚರಣ ಶುರುವಾದಾಗ ಪರಿಮಳಳೂ ತನ್ನ ಕೀಚಲು ಧ್ವನಿಯನ್ನು ಅಮ್ಮನ ಜೊತೆ ಸೇರಿಸಿದಳು. ವೆಂಕಣ್ಣಗೂ ಈ ಹಾಡು ಪೂರ್ತಿ ಬಾಯಿಪಾಠವಾಗಿತ್ತು. ಆದರೆ ಹೇಳುವ ಕಂಠವಿಲ್ಲದ್ದರಿಂದ, ಮನಸ್ಸಿನಲ್ಲಿಯೇ ಕೀರ್ತನೆಯನ್ನು ಹಾಡಿಕೊಳ್ಳುತ್ತಾ ಹೊರಗಿನ ದೃಶ್ಯವನ್ನು ನೋಡುತ್ತಿದ್ದ. ರಘುವಿಗೂ ಸಂತೋಷವಾಗಿರಬೇಕು. ಅದಕ್ಕಾಗಿ "ಗಾ... ಗಾ..." ಎನ್ನುತ್ತಾ ಅಕ್ಕನ ಕೈಯನ್ನು ಮುಟ್ಟಿಮುಟ್ಟಿ ಸಂಭ್ರಮಪಡುತ್ತಿದ್ದ. ಕೀರ್ತನೆಯ ಕೊನೆಯಲ್ಲಿ "ಮುದ್ದು ಸಿರಿ ಪುರಂದರ ವಿಠಲಾ ನಿನ್ನಡಿ ಮ್ಯಾಲೆ, ಬಿದ್ದುಕೊಂಡಿರುವ ನನಗ್ಯಾತರ ಭಯವು" ಎಂದು ಹೇಳುವಾಗ, ಮನಸ್ಸಿನ ಸಿಟ್ಟೆಲ್ಲವನ್ನೂ ಕಳೆದುಕೊಂಡ ಸುಂದ್ರಜ್ಜಿ, ಎರಡೂ ಕೈಗಳನ್ನು ಜೋಡಿಸಿ, ಭಕ್ತಿಯಿಂದ ಭಗವಂತನಿಗೆ ನಮಸ್ಕರಿಸಿದಳು.

^^^

ಬೆಂಗಳೂರು ಎಲ್ಲರಿಗೂ ಹೊಂದಾಣಿಕೆಯಾಗಿತ್ತು.

ಬೆಳಿಗ್ಗೆ ಸ್ನಾನ ಮಾಡಿದ್ದೇ ಮಗನನ್ನು ಕರೆದುಕೊಂಡು ವೆಂಕಣ್ಣ ಹೊರಟು ಬಿಡುತ್ತಿದ್ದ. ಚಾಮರಾಜಪೇಟೆಯಲ್ಲಿ ಅವನ ಶಾಲೆಯಿತ್ತು. ಇಪ್ಪತ್ತೊಂದು ವರ್ಷದ ಹುಡುಗನನ್ನು ಮೊದಲ ಬಾರಿಗೆ ಶಾಲೆಗೆ ಕರೆದುಕೊಂಡು ಹೋಗುವಾಗ ವೆಂಕಣ್ಣ ಸಣ್ಣಗೆ ನಡುಗಿದ್ದ. ಇದು ಸರಿಯಾದ ದಾರಿಯೋ ಅಥವಾ ಎಲ್ಲಾದರೂ ಮೂರ್ಖನಂತೆ ವರ್ತಿಸುತ್ತಿದ್ದೇನೆಯೇ ಎನ್ನುವ ಅಳುಕು ಆತನಿಗಿತ್ತು. ಆದರೆ ಅವನ ಎಣಿಕೆಯನ್ನು ಮೀರಿ ಆ ಶಾಲೆ ರಘುವಿಗೆ ಸಹಾಯ ಮಾಡಲಾರಂಭಿಸಿತು. ಬರೀ ಆರು ತಿಂಗಳಿನಲ್ಲಿಯೇ ಅದರ ಪ್ರಭಾವ ಮನೆಯವರಿಗೆಲ್ಲಾ ಗೊತ್ತಾಗಲಾರಂಭಿಸಿತು. ರಘು ತನಗೆ ಶೌಚ ಬಂದಿದೆ ಎಂದು ಸಂಜ್ಞೆ ಮಾಡಿ ಹೇಳಿಕೊಳ್ಳುವುದು, ಸ್ನಾನಕ್ಕೆ ಒಪ್ಪಿಗೆ ಸೂಚಿಸುವುದು, ಹೊಸಬರನ್ನು ಕಂಡರೆ ಹೆದರದಂತೆ ವರ್ತಿಸುವುದು ಕಂಡು ಮನೆಯ ಎಲ್ಲರಿಗೂ ಧೈರ್ಯ ಮೂಡಲಾರಂಭಿಸಿತು. ಜೊತೆಗೆ ಅವನು ಒಂದಿಷ್ಟು ಪದಪುಂಜಗಳನ್ನು ಆಡಲು ಕಲಿತುಕೊಂಡ. ಅವನ ಏಳ್ಗೆಯನ್ನು ಕಂಡು ಎಲ್ಲರಿಗೂ

ಸಂತೋಷವಾಯಿತಾದರೂ, ಎಲ್ಲೋ ಮನಸ್ಸಿನ ಮೂಲೆಯಲ್ಲಿ ಈವರೆಗೂ ಅವನಿಗೆ ಅಂತಹ ಶಿಕ್ಷಣವನ್ನು ಕೊಡಿಸದೆ ತಾವು ರಘುವಿಗೆ ಅನ್ಯಾಯ ಮಾಡಿದೆವೆಂಬ ಅಳುಕು ಮೂಡುತ್ತಿತ್ತು.

ವೆಂಕಣ್ಣ ಅಲ್ಲಿಯೇ ಹತ್ತಿರದಲ್ಲಿರುವ ರಾಮಕೃಷ್ಣಾಶ್ರಮವನ್ನು ಹೆಚ್ಚು ಹಚ್ಚಿಕೊಂಡ. ರಘುವನ್ನು ಶಾಲೆಗೆ ಬಿಟ್ಟು ಅಲ್ಲಿಗೆ ಹೋಗಿ ಸಮಯ ಕಳೆಯುತ್ತಿದ್ದ. ಮತ್ತೆ ಮಧ್ಯಾಹ್ನದ ವೇಳೆಗೆ ರಘುವನ್ನು ಮನೆಗೆ ಕರೆದುಕೊಂಡು ಹೋಗುತ್ತಿದ್ದ. ಸಾಯಂಕಾಲ ಮತ್ತೆ ನಾಲ್ಕು ಗಂಟೆಗೆ ಆಶ್ರಮಕ್ಕೆ ಬಂದು, ಭಜನೆಯನ್ನು ಮುಗಿಸಿ ರಾತ್ರಿಯ ಮಹಾಮಂಗಳಾರತಿ ಮುಗಿಸಿಕೊಂಡು ಮನೆಗೆ ಹೊರಡುತ್ತಿದ್ದ. ಬಸ್ಸಿನಲ್ಲಿ ಅಡ್ಡಾಡುವುದು ಈಗ ಆತನಿಗೆ ಅಭ್ಯಾಸವಾಗಿತ್ತು. ಆಶ್ರಮದಲ್ಲಿ ಹೇಳುವ ಉಪನ್ಯಾಸಗಳಲ್ಲಿ ತನ್ನ ಬದುಕಿಗೆ ಸಂಬಂಧಿಸಿದ ಸಂಗತಿಗಳು ಇವೆಯೇನೋ ಎಂದು ಅನ್ನಿಸುತ್ತಿತ್ತು. ಅಲ್ಲಿಯ ಪುಸ್ತಕದಂಗಡಿಯಿಂದ ಒಂದೆರಡು ಪುಸ್ತಕ ತಂದು ಓದಲು ಪ್ರಯತ್ನಿಸಿದ. ಆದರೆ ಇಷ್ಟು ವರ್ಷ ಓದಿನ ಹವ್ಯಾಸ ಬೆಳೆಸಿಕೊಳ್ಳದ್ದರಿಂದ ಈಗ ಮತ್ತೆ ಶುರು ಹಚ್ಚಿಕೊಳ್ಳುವುದು ಆತನಿಗೆ ಸಾಧ್ಯವಾಗಲಿಲ್ಲ. ಪುಸ್ತಕವನ್ನು ಓದುವುದಕ್ಕಿಂತಲೂ ಹೆಚ್ಚಾಗಿ, ಆಶ್ರಮದಲ್ಲಿ ಸಿಗುವ ಚಿಕ್ಕಪುಟ್ಟ ಕೆಲಸಗಳನ್ನು ಶ್ರದ್ಧೆಯಿಂದ ಮಾಡುವುದರಲ್ಲಿ ಆತನಿಗೆ ಹೆಚ್ಚು ಆಸಕ್ತಿ ಮೂಡುತ್ತಿತ್ತು. ಸಂಜೆ ಭಜನೆಯ ನಂತರ ಭಕ್ತರು ಕುಳಿತು ಬಿಟ್ಟ ಕುರ್ಚಿಗಳನ್ನು ಎತ್ತಿಡುವುದು, ಭಕ್ತರ ಚಪ್ಪಲಿಗಳನ್ನು ತೆಗೆದುಕೊಂಡು ಟೋಕನ್ ಕೊಡುವುದು, ಎಲ್ಲರಿಗೂ ಪ್ರಸಾದ ಮತ್ತು ಮಹಾಮಂಗಳಾರತಿಯನ್ನು ಒಯ್ದು ತಲುಪಿಸುವುದು – ಇತ್ಯಾದಿ ಕೆಲಸಗಳು ಹೆಚ್ಚು ಸಂತೃಪ್ತಿಯನ್ನು ನೀಡುತ್ತಿದ್ದವು.

ಇಪ್ಪತ್ತೈದು ವರ್ಷಗಳ ನಂತರ ಸುಮಿತ್ರಾಬಾಯಿಗೆ ಮಾಡಲು ಏನೂ ಕೆಲಸವಿಲ್ಲದಂತೆ ಅನ್ನಿಸಿಬಿಟ್ಟು ಒಮ್ಮೊಮ್ಮೆ ಕಂಗಾಲಾಗಿ ಬಿಡುತ್ತಿದ್ದಳು. ಬೆಳಿಗ್ಗೆ ಮಗ ಮತ್ತು ಗಂಡ ಹೊರಗೆ ಹೋದರೆ ಮತ್ತೆ ಊಟದ ವೇಳೆಗೆ ಬರುತ್ತಿದ್ದರು. ಅಲ್ಲಿಯ ತನಕ ಆಕೆಗೆ ಏನು ಮಾಡಬೇಕೆಂದು ತೋಚುತ್ತಿರಲಿಲ್ಲ. ಈ ಹಿಂದೆಲ್ಲಾ ಬರೀ ರಘುವನ್ನು ನೋಡಿಕೊಳ್ಳುವುದರಲ್ಲಿಯೇ ಆಕೆಗೆ ಸಾಕುಬೇಕಾಗುತ್ತಿತ್ತು. ಈಗ ಅರ್ಧ ದಿನ ಅವನಿಲ್ಲ ಎಂಬುದೇ ಒಂದು ರೀತಿಯಲ್ಲಿ ಖಾಲಿತನವನ್ನು ಆಕೆಯಲ್ಲಿ ಮೂಡಿಸುತ್ತಿತ್ತು. ನಿಧಾನಕ್ಕೆ ಅಮ್ಮನ ಜೊತೆ ಸೇರಿ ಹತ್ತಿರದ ಗುಡಿಗಳನ್ನು ನೋಡಿ ಬರುವುದನ್ನು ರೂಢಿಸಿಕೊಂಡಳು. ಒಮ್ಮೆಯಂತೂ ರಾಯರ ಮಠದಲ್ಲಿ ಯಾವುದೋ ಆವೇಶದಲ್ಲಿ ಹಾಡೊಂದನ್ನು ಹೇಳಿಬಿಟ್ಟಳು. ತಕ್ಷಣ ಇಡೀ ಭಜನಾ ಮಂಡಳಿಯವರು ಆಕೆಯ ವಿದ್ವತ್ತನ್ನು ಗುರುತಿಸಿ ತಮ್ಮ ಗುಂಪಿಗೆ ಸೇರಿಸಿಕೊಂಡು ಬಿಟ್ಟರು. ನೂರಾರು ಹಾಡುಗಳು ಮತ್ತೊಮ್ಮೆ ಸುಶ್ರಾವ್ಯ ಧ್ವನಿಯಲ್ಲಿ ಸುಮಿತ್ರಾಬಾಯಿಯ ಮೂಲಕ ಹೊರಡಲಾರಂಭಿಸಿದವು.

ಸಿಟ್ಟಿನಿಂದಲೇ ಬಳ್ಳಾರಿಯನ್ನು ಬಿಟ್ಟು ಬಂದಿದ್ದ ಸುಂದ್ರಜ್ಜಿಯೂ ಸ್ವಲ್ಪ ಜಾಸ್ತಿಯೇ ಬೆಂಗಳೂರಿಗೆ ಹೊಂದಿಕೊಂಡು ಬಿಟ್ಟಳು. "ನೀನು ಏನೇ ಅನ್ನು ಸುಮಿತ್ರಾ... ಬ್ರಾಹ್ಮಣಿಕೆ ವಿಷಯದಲ್ಲಿ ಈ ಊರು ನಮ್ಮ ಬಳ್ಳಾರಿ ಸೀಮೆಗಿಂತಾ ಒಂದು ಕೈ ಮೇಲೇ ಬಿಡು... ಅದೇನು ಪೂಜೆ, ಅದೇನು ಪುನಸ್ಕಾರ, ಸಮಾರಾಧನೆ, ಪುರಾಣ, ಪ್ರವಚನ... ಅಬ್ಬಬ್ಬಾಬ್ಬಾ... ಈ ಊರಾಗೆ ಬ್ರಾಹ್ಮಣರ ಆರ್ಭಟನೇ ಆರ್ಭಟ ನೋಡವ್ವಾ..." ಅಂದಿದ್ದಳು. "ಹೌದಜ್ಜಿ ಹೌದು, ಆರ್ಭಟ ಭಾಳ ಜಾಸ್ತಿಯಾಗ್ಯದೆ" ಎಂದು ಮೊಮ್ಮಗಳು ಪರಿಮಳ ವ್ಯಂಗ್ಯದ ನುಡಿಮುತ್ತನ್ನು ಉದುರಿಸಿದ್ದಳು.

ಆದರೆ ವೆಂಕಣ್ಣ ಮತ್ತು ಸುಮಿತ್ರಾಬಾಯಿ, ಮಗಳಿಗೆ ಗಂಡನ್ನು ಹುಡುಕುವುದು ಈ ಊರಲ್ಲಿ ಸುಲಭವಾಗಬಹುದು ಎಂದು ನಿರೀಕ್ಷೆ ಇಟ್ಟುಕೊಂಡಿದ್ದು ಮಾತ್ರ ಹುಸಿಯಾಯ್ತು. ಊರಿಗೆ ಬಂದು ಐದು ವರ್ಷ ಪ್ರಯತ್ನಿಸಿದರೂ ಸರಿಯಾದ ಸಂಬಂಧ ಕುದುರಲಿಲ್ಲ. ಹುಡುಗಿ ನೋಡಲು ಲಕ್ಷಣವಾಗಿದ್ದಾಳೆ, ಒಳ್ಳೆಯ ಪಗಾರದ ಕೆಲಸದಲ್ಲಿದ್ದಾಳೆ, ದಿವ್ಯ ನಕ್ಷತ್ರದಲ್ಲಿ ಹುಟ್ಟಿದ್ದಾಳೆ – ಎಲ್ಲವೂ ಸರಿ. ಆದರೆ ರಘುವಿನ ವಿಷಯ ಹೊರಬರುತ್ತಿದ್ದಂತೆಯೇ ವರನ ಕಡೆಯವರು ಮೌನವಹಿಸುತ್ತಿದ್ದರು. "ಹುಡುಗೀಗೆ ಮತ್ತೊಬ್ಬ ಅಣ್ಣ ಅಥವಾ ತಮ್ಮ ಇದ್ದಿದ್ರೆ ಚಲೋ ಇರ್ತಿತ್ತು" ಎಂದು ನಾಜೂಕಾಗಿ ಹೇಳುತ್ತಿದ್ದರು. ಎಲ್ಲಿ ವೆಂಕಣ್ಣ ಮತ್ತು ಸುಮಿತ್ರಾಬಾಯಿ ಸತ್ತ ನಂತರ ಆ ಮಂದಮೆದುಳಿನ ಹುಡುಗನ ಜವಾಬ್ದಾರಿಯನ್ನು ತಾವು ವಹಿಸಿಕೊಳ್ಳಬೇಕಾಗುತ್ತೋ ಎಂಬ ಭಯ ಆ ಮಾತಿನಲ್ಲಿ ಅಡಗಿರುತ್ತಿತ್ತು. ಕೆಲವೊಬ್ಬರು ಮಾತ್ರ "ರಘು ಸಂಗತಿ ನೀವೇ ನೋಡಿಕೊಳ್ಳೋದಾದರೆ ಅಡ್ಡಿ ಇಲ್ಲ" ಎಂದು ನೇರವಾಗಿಯೇ ಹೇಳಲಾರಂಭಿಸಿದರು. ಅಂತಹ ವರಗಳನ್ನು ಪರಿಮಳಳೇ ನಿರಾಕರಿಸಿಬಿಟ್ಟಳು. ರಘುವಿನ ಜವಾಬ್ದಾರಿ ಯಾವತ್ತಿದ್ದರೂ ತನ್ನದೇ ಎನ್ನುವ ನಿರ್ಧಾರ ಆಕೆ ಮನಸ್ಸಿನಲ್ಲಿ ಮಾಡಿಕೊಂಡು ಬಿಟ್ಟಿದ್ದಳು. ಈ ಎಲ್ಲಾ ಕಾರಣದಿಂದಾಗಿ ನೋಡ ನೋಡುತ್ತಿರುವಂತೆಯೇ ದಿನಗಳು ಉರುಳಿ ಹೋಗುತ್ತಿದ್ದವು. ಗಂಡ-ಹೆಂಡತಿ ಈ ವಿಷಯದಲ್ಲಿ ಪೂರ್ತಿ ಅಸಹಾಯಕರಾಗಿ ಬಿಟ್ಟಿದ್ದರು. ವಿದ್ಯಾಪೀಠದಲ್ಲಿ ಹೆಸರು ಹಚ್ಚಿಸಿದ್ದಾಯ್ತು, ಮಲ್ಲೇಶ್ವರಂಗೆ ಹೋಗಿ 'ಅನನ್ಯ'ದಲ್ಲಿ ಫೋಟೋ ಸಹಿತ ಜಾತಕವನ್ನು ಕೊಟ್ಟು ಬಂದದ್ದಾಯ್ತು. ಯಾವುದೂ ಫಲ ಕೊಡಲಿಲ್ಲ. ಇದ್ದೊಬ್ಬ ಮಗಳ ಮದುವೆಯನ್ನು ಮಾಡಲು ತಮಗೆ ಸಾಧ್ಯವಾಗುತ್ತೋ ಇಲ್ಲವೋ ಎಂದು ಗಂಡ-ಹೆಂಡತಿ ಸುಸ್ತಾಗತೊಡಗಿದ್ದರು.

ಆ ಕಾರಣದಿಂದಾಗಿಯೇ ಏನೋ, ಸುಮಿತ್ ಶುಕ್ಲಾನ ಪ್ರಸ್ತಾಪವನ್ನು ಪರಿಮಳ ಎತ್ತುತ್ತಲೇ ಅಂತಹ ರಸಿಕಸಿ ಮಾಡದೆ ಇಬ್ಬರೂ ಒಪ್ಪಿಕೊಂಡುಬಿಟ್ಟರು. ಬಹುಶಃ ನಗರ ಜೀವನದ ಹಲವು ವರ್ಷಗಳ ಒಡನಾಟ ಆ ಧೈರ್ಯವನ್ನು ಅವರಿಗೆ ಕೊಟ್ಟಿತ್ತು.

ತಮ್ಮ ನಗರದ ಸ್ನೇಹಿತರ ಮನೆಗಳಲ್ಲೇ ಅಂತಹ ಹಲವಾರು ಅಂತರ್ಜಾತೀಯ ಮದುವೆಗಳು ನಡೆದದ್ದನ್ನು ಅವರು ಕೇಳಿದ್ದರು, ನೋಡಿದ್ದರು. ಸ್ನೇಹವಲಯದಲ್ಲಿ ತುಂಬಾ ಆಪ್ತರ ಬಳಿ ಈ ವಿಷಯವನ್ನು ಸಂಕೋಚದಿಂದಲೇ ಹೇಳಿಕೊಂಡಾಗ "ಮಕ್ಕಳ ವಿಷಯದಾಗ ನಾವು ದೊಡ್ಡೋರು ಅಡ್ಡಗಾಲು ಹಾಕೋದು ಬೇಡ. ಒಳ್ಳೇದು ಯಾವುದು, ಕೆಟ್ಟದು ಯಾವುದು ಅನ್ನೋದು ನಿರ್ಧರಿಸುವಷ್ಟು ಜಾಣತನ ಈಗಿನ ಹುಡುಗರಿಗೆ ಇರ್ತದೆ. ಅದರಾಗೂ ನಿಮ್ಮಗಳು ಭಾಳ ಜಾಣಿ ಇದ್ದಾಳೆ. ತಪ್ಪು ಮಾಡಿರಂಗಿಲ್ಲ. ಮುಂದುವರೀರಿ" ಎಂದು ಹುರಿದುಂಬಿಸಿದ್ದರು. ಸುಮಿತ್ ಶುಕ್ಲಾನ ಫೋಟೋವನ್ನು ನೋಡಿದ ಸುಮಿತ್ರಾಬಾಯಿ "ದೇವರು ನನ್ನ ಕೂಸಿಗೆ ಒಳ್ಳೇದು ಮಾಡಲಿ" ಎಂದು ಹರಸಿ ಒಪ್ಪಿಗೆ ಕೊಟ್ಟಿದ್ದಳು. ವೆಂಕಣ್ಣ ಮಾತ್ರ "ನಾವು ಸತ್ತ ಮೇಲೆ ರಘುವಿನ ಜವಾಬ್ದಾರಿ ಮಾತ್ರ..." ಎಂದೇನೋ ಆರ್ದ್ರವಾಗಿ ಹೇಳಲು ನೋಡಿದ್ದ. "ನಂಗೆಲ್ಲಾ ಗೊತ್ತದಪ್ಪ. ನೀನು ಸುಮ್ಮನಿರು" ಎಂದು ಪರಿಮಳ ಅಪ್ಪನ ಮೇಲೆ ಗದರಿದ್ದಳು. "ಸಾಫ್ಟ್‌ವೇರ್ ಮಂದಿಯೆಲ್ಲಾ ಅಮೆರಿಕಾ ಹೋಗಿ ಸೆಟಲ್ ಆಗ್ತಾರಲ್ಲಮ್ಮಾ... ನೀವೂ ಹಂಗೆ ಮಾಡಿದ್ರೆ ಅವನ ಗತಿಯೇನು?" ಎಂದು ತನ್ನ ಅನುಮಾನ ಹೊರಹಾಕಿದ್ದ. "ಅಲ್ಲಿಗೇ ಅವನನ್ನು ಕರಕೊಂಡು ಹೋಗ್ತೀನಿ, ನೀ ಚಿಂತಿ ಮಾಡಬೇಡ. ಈ ದೇಶಕ್ಕಿಂತಾ ಅಲ್ಲಿ ಅಂತಹವರನ್ನ ಹೆಚ್ಚು ಜೋಪಾನವಾಗಿ ನೋಡಿಕೊಳ್ತಾರೆ" ಎಂದಿದ್ದಳು.

ಆದರೆ ಸುಂದ್ರಜ್ಜಿ ಮಾತ್ರ ಇಂತಹ ಸಂಕ್ರಮಣಕ್ಕೆ ಸುತರಾಂ ಒಪ್ಪಲಿಲ್ಲ. "ಈಗಾಗಲೇ ಆ ಹಾಳುರಂಡೆ ಲಕ್ಷ್ಮಿಯಿಂದಾಗಿ ಒಂದು ಸಲ ಮನೆತನಕ್ಕೆ ಕೆಟ್ಟ ಹೆಸರು ಬಂದು ಹೋಗ್ಯದೆ. ಅದನ್ನು ಅಳಿಸ್ಕೊಳ್ಳಲಿಕ್ಕೆ ಊರು ಬಿಟ್ಟು ಬರಬೇಕಾಯ್ತು. ಆಕಿ ಮಾಡಿದ್ದ ಪಾಪಕ್ಕೆ ನೀವಿಬ್ಬರೂ ಗಂಡ-ಹೆಂಡತಿ ಇಷ್ಟು ದಿನ ತಿಕ್ಕಡಿ ಅನುಭವಿಸಿದ್ರಿ. ಮತ್ತೊಮ್ಮೆ ವರ್ಣಸಂಕರದಂಥಾ ಪಾಪ ಮಾಡಲಿಕ್ಕೆ ಹೋಗಬ್ಯಾಡ್ರಿ. ದೇವರು ಮೆಚ್ಚಂಗಿಲ್ಲ" ಎಂದು ಕೂಗಾಡಿದಳು. ಆದರೆ ಯಾರೂ ಆಕೆಯ ಮಾತನ್ನು ಕೇಳುವ ಅಥವಾ ಅದನ್ನು ಒಪ್ಪಿಕೊಳ್ಳುವ ಸ್ಥಿತಿಯಲ್ಲಿರಲಿಲ್ಲ. ಕೊನೆಗೆ ಸೋತು ಹೋದ ಸುಂದ್ರಜ್ಜಿ "ಮುಪ್ಪು ಬಂದ ಮೇಲೆ ಬದುಕಿರಬಾರದೋ ನಮ್ಮಪ್ಪಾ..." ಎಂದು ಮೂಲೆಯಲ್ಲಿ ಕುಳಿತು ಮುಸಿಮುಸಿ ಅತ್ತಳು.

^^^

ಅದೊಂದು ವಿಶೇಷ ಭಾನುವಾರ. ಪರಿಮಳ ಮತ್ತವಳ ಕುಟುಂಬವು, ಸುಮಿತ್ ಮತ್ತು ಅವನ ತಂದೆ-ತಾಯಿಯರನ್ನು ಆಹ್ವಾನಿಸಲು ಸಿದ್ಧರಾದರು.

ಒಂಬತ್ತು ಗಜ ರೇಷ್ಮೆಸೀರೆಯನ್ನು ಕಚ್ಚೆ ಹಾಕಿಯುಟ್ಟು, ಉದ್ದ ಕುಂಕುಮ, ಗಲ್ಲಕ್ಕೆ ಅರಿಷಿಣ ಹಚ್ಚಿಕೊಂಡ ಸುಮಿತ್ರಾಬಾಯಿ ಸಡಗರದಿಂದಲೇ ಅತಿಥಿಗಳಿಗೆ ಉಪ್ಪಿಟ್ಟು, ಸಿಹಿಸಜ್ಜಿಗೆ, ಪಡವಲಕಾಯಿ ಬುರುಬುರಿ ತಯಾರಿ ಮಾಡಿದ್ದಳು. ಕಚ್ಚೆ ಹಾಕಿದ ಧೋತ್ರ, ಮೇಲೊಂದು ಜುಬ್ಬಾ ಧರಿಸಿ, ಹಣೆಗೆ ಗೋಪಿಚಂದನದ ಮುದ್ರೆ, ಅಂಗಾರ ಅಕ್ಷತೆಗಳನ್ನು ಹಚ್ಚಿಕೊಂಡ ವೆಂಕಣ್ಣನೂ ಪಡಸಾಲೆಯ ಅಂದಚಂದ ನೋಡಿಕೊಂಡಿದ್ದ. ಆದರೆ ಸುಂದ್ರಜ್ಜಿ ಮಾತ್ರ "ನನ್ನನ್ನ ಈ ಪಾಪಕಾರ್ಯದಾಗೆ ಭಾಗಿ ಮಾಡಬೇಡ್ರವ್ವಾ... ನನ್ನ ಪಾಡಿಗೆ ನನ್ನ ಬಿಟ್ಟು ಬಿಡ್ರಿ..." ಎಂದು ಹೇಳಿದ್ದೇ ಒಂದಿಷ್ಟು ಹತ್ತಿ, ಹಾಲು, ಸುಣ್ಣ ತೆಗೆದುಕೊಂಡು, ಹೂಬತ್ತಿ ಹೊಸೆಯಲು ಬಾಲ್ಕನಿಯನ್ನು ಸೇರಿಬಿಟ್ಟಳು. "ರಘುನ್ನ ಪಕ್ಕದ ಮನೆಯಲ್ಲಿ ಬಿಟ್ಟು ಬರಲೇನೆ?" ಎಂದು ಸುಮಿತ್ರಾಬಾಯಿ ಮಗಳನ್ನು ಕೇಳಿದಳು. "ಬೇಡಮ್ಮ. ಅವರಾಗಲೇ ನನ್ನ ನೋಡಿಯಾಗ್ಯದೆ" ಎಂದು ಪರಿಮಳ ಉತ್ತರಿಸಿದಳು. ರಘುವಿಗೂ ಒಂದು ಸೊಗಸಾದ ಬಟ್ಟೆಯನ್ನು ಹಾಕಿ "ಮನೆಗೆ ಯಾರೋ ಬರ್ತಾರೆ ಈವತ್ತು... ಒಳ್ಳೆ ಜನ ಅವ್ರು... ನೀನು ಗಲಾಟೆ ಮಾಡಲ್ಲ ಅಲ್ಲೇನು?" ಎಂದು ಪರಿಮಳ ತಮ್ಮನನ್ನು ಪ್ರೀತಿಯಿಂದ ಕೇಳಿದ್ದಳು. "ಗಾ... ಗಾ..." ಎಂದು ಅವನು ಮುಖವನ್ನು ಅರಳಿಸಿದ್ದ. ಹೊಸಬಟ್ಟೆ ಅವನಿಗೆ ಖುಷಿ ಕೊಟ್ಟಿತ್ತು.

ಆ ದಿನ ದಾಸಪ್ರಕಾಶ್ ಹೋಟೆಲಿನಲ್ಲಿ ರಘುವಿನ ವಿಷಯವನ್ನು ತಿಳಿಸಿದ ತಕ್ಷಣ ಸುಮಿತ್ ಉತ್ತರಿಸಿರಲಿಲ್ಲ. ಸ್ವಲ್ಪಹೊತ್ತು ಮಾತಿಲ್ಲದಂತೆ ಸುಮ್ಮನಾಗಿದ್ದ. ಅನಂತರ ಏನೋ ಕಸಿವಿಸಿಯಾದವನಂತೆ "ಇಷ್ಟು ದಿನ ಯಾಕೆ ಹೇಳ್ಲಿಲ್ಲ?" ಎಂದು ಸಿಟ್ಟಿನಿಂದ ಕೇಳಿದ್ದ. ಅದಕ್ಕೆ ಯಾವ ರೀತಿ ಉತ್ತರಿಸಬೇಕೆಂದು ಪರಿಮಳಗೂ ತಿಳಿದಿರಲಿಲ್ಲ. ಅವನಂತೂ ಮನೆಯ ವಿಷಯಗಳನ್ನು ವಿವರವಾಗಿ ಬಿಚ್ಚಿಟ್ಟಿದ್ದ. ತಾನೂ ಅಪ್ಪ-ಅಮ್ಮ, ಸುಂದ್ರಜ್ಜಿ ಬಗ್ಗೆ ರಾಶಿಯಾಗಿಯೇ ಹೇಳಿದ್ದಳು. ಆದರೆ ರಘುವಿನ ವಿಚಾರವನ್ನು ಮಾತ್ರ ಎಂದೂ ಹೇಳಿರಲಿಲ್ಲ. ಹೇಳಿದರೆ ಅವನನ್ನು ಕಳೆದುಕೊಳ್ಳುವ ಭಯ, ಅಳುಕು ತನ್ನಲ್ಲಿ ಮೊದಲಿನಿಂದಲೂ ಇತ್ತು ಎನ್ನುವ ಕಹಿಸತ್ಯ ಅವಳ ಮನಸ್ಸನ್ನು ಸೂಜಿಯಂತೆ ಚುಚ್ಚುತ್ತಿತ್ತು. ಆ ನೋವಿನಿಂದ ತಪ್ಪಿಸಿಕೊಳ್ಳಲೆಂದೋ ಏನೋ, ಆ ದಿನ ನಿರ್ಧರಿಸಿದವಳಂತೆ ದಾಸಪ್ರಕಾಶ್ ಹೋಟೆಲಿನಲ್ಲಿ ಎಲ್ಲವನ್ನೂ ಅವಳು ಹೇಳಿಬಿಟ್ಟಿದ್ದು. ರಘುವಿನ ಜವಾಬ್ದಾರಿ ಎಂದಿದ್ದರೂ ತನ್ನದೇ ಎಂದು ಒತ್ತಿ ಹೇಳಿದ್ದಳು. ಅವನು ಒಪ್ಪಲಿ ಬಿಡಲಿ, ತನ್ನೊಳಗಿನ ಒತ್ತಡವನ್ನು ಹೇಳಿಬಿಟ್ಟು ನಿರಾಳವಾಗಲು ಅವಳು ಹಂಬಲಿಸಿದ್ದಳು. ಮತ್ತೆ ಅವರಿಬ್ಬರ ಮಧ್ಯೆ ಹೆಚ್ಚಿನ ಮಾತುಕತೆಗಳು ನಡೆಯಲಿಲ್ಲ. ಸುಮ್ಮನೆ ಕಾಫಿ ಕುಡಿಯುತ್ತಾ, ಎಂ.ಜಿ. ರಸ್ತೆಯಲ್ಲಿ ಹೋಗುತ್ತಿರುವ ವಾಹನಗಳನ್ನು ಗಮನಿಸುತ್ತಾ ಕುಳಿತುಕೊಂಡು ಬಿಟ್ಟರು. ಕೊನೆಯಲ್ಲಿ

ಸುಮಿತ್ "ನಾನು ಮಮ್ಮಿ–ಡ್ಯಾಡಿ ಜೊತೆ ಮಾತಾಡ್ತೀನಿ" ಎಂದು ಹೊರಡಲು ಎದ್ದುನಿಂತ. ಅವನ ಕೈಹಿಡಿದು ನಿಲ್ಲಿಸಿದ ಪರಿಮಳ "ನಿನ್ನ ಅಭಿಪ್ರಾಯ ಏನು?" ಎಂದು ನಿರ್ಧಾರದ ಜವಾಬ್ದಾರಿಯನ್ನು ಅವನ ಮೇಲೆ ಹಾಕಿದ್ದಳು. "ನಂಗೆ ನೀನು ಮುಖ್ಯ" ಎಂದು ಸ್ಪಷ್ಟವಾಗಿ ಹೇಳಿ ಹೊರಟುಹೋಗಿದ್ದ. ಆದರೆ ಮರುದಿನ ಬೆಳಿಗ್ಗೆಗೆಲ್ಲಾ ಅವನಿಂದ ಮೆಸೇಜ್ ಬಂದಿತ್ತು. "ಮಮ್ಮಿ–ಡ್ಯಾಡಿ ಇಬ್ಬರೂ ಒಪ್ಪಿದಾರೆ. ಅಷ್ಟೂ ಮಾನವೀಯತೆ ಇಲ್ಲಾ ಅಂದ್ರೆ ಹೇಗೆ ಎಂದು ನನ್ನನ್ನೇ ಕೇಳಿದರು" ಎಂದು ಬರೆದಿದ್ದ. ಪರಿಮಳಗೆ ದೊಡ್ಡ ಮರುಭೂಮಿಯನ್ನು ಕಾಲ್ನಡಿಗೆಯಲ್ಲಿ ದಾಟಿಬಂದ ಸಂತೋಷವಾಗಿತ್ತು.

ಹೇಳಿದ ಸಮಯಕ್ಕೆ ಸರಿಯಾಗಿ ಸುಮಿತ್ ಕಾರು ಮನೆಯ ಮುಂದೆ ಬಂದು ನಿಂತಿತು. ಸುಮಿತ್ ತಂದೆ–ತಾಯಿಗೆ ಕನ್ನಡ ಅಷ್ಟಾಗಿ ಬರುವುದಿಲ್ಲ, ವೆಂಕಣ್ಣ–ಸುಮಿತ್ರಾಬಾಯಿಗೆ ಹಿಂದಿ ಸ್ವಲ್ಪಮಟ್ಟಿಗೆ ತಿಳಿದರೂ ಮಾತಾಡಲು ಬರುವುದಿಲ್ಲ. ಆದರೂ ಆತಿಥ್ಯಕ್ಕೆ ಇವು ಯಾವುದೂ ಅಡ್ಡಿಯಾಗಲಿಲ್ಲ. ಸುಮಿತ್ ಮತ್ತು ಪರಿಮಳರ ಅನುವಾದದಲ್ಲಿ ಎಲ್ಲರೂ ಒಬ್ಬರಿಗೊಬ್ಬರು ಸಂಭಾಷಣೆ ಮಾಡಿದರು. ವೆಂಕಣ್ಣ ತಾನು ಈ ಹಿಂದೆ ಮಾಡಿದ ಪೋಸ್ಟ್ ಮಾಸ್ಟರ್ ವೃತ್ತಿಯನ್ನು ಹೇಳಿಕೊಂಡ. ಅದಕ್ಕೆ ಪ್ರತಿಕ್ರಿಯಿಸಿದ ನಂದಕಿಶೋರ್ ಶುಕ್ಲಾ, ತಾವು ಸೈನ್ಯದಲ್ಲಿರುವಾಗ ಅಂಚೆಯಣ್ಣನೇ ತಮಗೆ ಸಾಕ್ಷಾತ್ ದೇವಮಾನವನಂತೆ ಕಾಣುತ್ತಿದ್ದನೆಂಬುದನ್ನು ವಿವರಿಸಿದರು. ವೆಂಕಣ್ಣಗೆ ತಮ್ಮ ವೃತ್ತಿಯ ಬಗ್ಗೆ ಆತ ಅಷ್ಟೊಂದು ಘನತೆಯಿಂದ ಮಾತನಾಡಿದ್ದು ಸಂತೋಷ ತಂದಿತು.

ಬರೀ ಸ್ಟೀಲ್ ಪಾತ್ರೆಗಳಲ್ಲಿಯೇ ತಿಂಡಿ, ಕಾಫಿ, ನೀರನ್ನು ಕೊಡುವ ಈ ದಕ್ಷಿಣ ಭಾರತದ ಸಂಪ್ರದಾಯ ವೈಶಾಲಿ ಶುಕ್ಲಾಗೆ ವಿಶೇಷವೆನ್ನಿಸಿತು. ಹೆಚ್ಚಿನ ವೈಭವದ ಪ್ರದರ್ಶನವಿಲ್ಲದೆ ಅತ್ಯಂತ ಸರಳವಾಗಿರುವ ಮನೆಯ ಅಲಂಕಾರ, ವಾತಾವರಣ, ನಡೆನುಡಿ ಅವರಿಗೆ ಮೆಚ್ಚುಗೆಯಾಯ್ತು. "ಉಪ್ಪಿಟ್ಟು ಇನ್ನು ಚೂರು ಹಾಕಿಸ್ಕೊಳ್ಳಿ... ಬುರುಬುರಿ ಬೇಕೇನು ಕೇಳೆ ಪರಿಮಳ..." ಎಂದೆಲ್ಲಾ ಸುಮಿತ್ರಾಬಾಯಿ ಕನ್ನಡದಲ್ಲಿಯೇ ಉಪಚಾರ ಮಾಡಿದಳು. "ಬುರುಬುರಿ ಬಹುತ್ ಅಚ್ಚಾ ಹೈ" ಎಂದು ಆಕೆ ಸುಮಿತ್ರಾಬಾಯಿಯನ್ನು ಹೊಗಳಿದಳು. "ಅಯ್ಯೋ ಅದೇನು ಮಹಾ..." ಎಂದು ಹೊಗಳಿಕೆಯನ್ನು ನಿರಾಕರಿಸಿದ ಸುಮಿತ್ರಾಬಾಯಿ ಸಂತೋಷಗೊಂಡಳು.

ಅಲ್ಲೇ ಗೋಡೆಗೆ ಒರಗಿ ಕುಳಿತ ರಘುವಿನ ಬಳಿ ಸುಮಿತ್ ಹೋದ. ಪರಿಮಳಳೂ ಅವನ ಜೊತೆಗೆ ಬಂದಳು. ರಘು ಸ್ವಲ್ಪ ಹೆದರಿದನಾದ ಕಾರಣ ಅಕ್ಕನ ಬಳಿ ಸರಿದ. ಸುಮಿತ್ ತನ್ನ ಜೋಬಿನಿಂದ ಒಂದು ದೊಡ್ಡ ಕ್ಯಾಡ್‌ಬರೀಸ್ ಚಾಕಲೇಟನ್ನು ತೆಗೆದು ಅವನ ಮುಂದೆ ಹಿಡಿದ. ಇಪ್ಪತ್ತೈದು ವಯಸ್ಸಿನ ರಘುವಿನ

ಮುಖ ಆ ಚಾಕಲೇಟಿಗೆ ಅರಳಿತು. ಆದರೆ ತೆಗೆದುಕೊಳ್ಳಲು ಹಿಂಜರಿದು ಅಕ್ಕನ ಕಡೆಗೆ ನೋಡಿದ. "ತೊಗೋ..." ಎಂದು ಪರಿಮಳ ಅವನಿಗೆ ಧೈರ್ಯ ತುಂಬಿದಳು. ತನ್ನ ಎಡಗೈಯನ್ನು ಚಾಚಿ ಅದನ್ನು ತೆಗೆದುಕೊಂಡ. ಅಕ್ಕನಿಗೆ ಅದನ್ನು ವಾಪಸು ಕೊಟ್ಟು, "ಗಾ... ಗಾ..." ಎಂದ. ಪರಿಮಳ ಆ ಚಾಕಲೇಟಿನ ಸಿಪ್ಪೆಯನ್ನು ಸುಲಿದು, ಎರಡು ಹೋಳುಗಳನ್ನು ಮುರಿದು ಕೊಟ್ಟಳು. ಬಾಯಿಯಲ್ಲಿ ಹಾಕಿಕೊಂಡ ರಘು ಖುಷಿಯಿಂದ ತಿನ್ನಲಾರಂಭಿಸಿದ. ಸುಮಿತ್ ಒಮ್ಮೆ ಅವನ ತಲೆಯನ್ನು ಸವರಿದ. ರಘು ವಿರೋಧಿಸಲಿಲ್ಲ. ಆದರೆ ತಿನ್ನುತ್ತಿದ್ದ ಚಾಕಲೇಟ್‌ನಿಂದಾಗಿ ಜೊಲ್ಲು ಸುರಿಸಲಾರಂಭಿಸಿದ. ಪರಿಮಳ ತನ್ನ ಕರವಸ್ತ್ರದಿಂದ ಅವನ ಜೊಲ್ಲನ್ನು ಒರೆಸಿದಳು. ದೂರದಲ್ಲಿ ನಿಂತಿದ್ದ ಸುಮಿತ್ರಾಬಾಯಿಗೆ ಈ ದೃಶ್ಯ ನೋಡಿ ಕಣ್ಣುತುಂಬಿ ಬಂದಿದ್ದರಿಂದ, ಏನೋ ನೆಪ ಮಾಡಿ ಅಡುಗೆ ಮನೆಗೆ ಹೋದಳು.

ಮುನಿಸಿಕೊಂಡು ಬಾಲ್ಕನಿಯಲ್ಲಿ ಕುಳಿತ ಅಕ್ಕನ ನೆನಪು ವೆಂಕಣ್ಣನನ್ನು ಕಾಡುತ್ತಿತ್ತು. ಆದ್ದರಿಂದ ಮಗಳಿಗೆ ಅದನ್ನು ಜ್ಞಾಪಿಸುವಂತೆ "ಬಾಲ್ಕನಿಗೆ ಇಬ್ಬರೂ ಹೋಗಿ ಸುಂದ್ರಕ್ಕಗೆ ನಮಸ್ಕಾರ ಮಾಡಿ ಬರ್ರಿ" ಎಂದು ಮಗಳಿಗೆ ತಿಳಿಸಿದ. ಅಪ್ಪನ ಉದ್ದೇಶವನ್ನು ಅರಿತ ಪರಿಮಳ ಸುಮಿತ್‌ನನ್ನು ಕರೆದುಕೊಂಡು ಬಾಲ್ಕನಿಯ ಕಡೆಗೆ ಹೊರಟಳು. ಕೋಣೆಯೊಂದನ್ನು ದಾಟಿ ಬಾಲ್ಕನಿಗೆ ಹೋಗಬೇಕಿತ್ತು. ಕೋಣೆಯಲ್ಲಿ ಪರಿಮಳ "ನಮಸ್ಕಾರ ಮಾಡೋದು ಹೆಂಗೆ ಅಂತ ಗೊತ್ತಾ?" ಎಂದು ಸುಮಿತ್‌ನನ್ನು ಕೇಳಿದಳು. "ಸಾಕಷ್ಟು ತಮಿಳು ಸಿನಿಮಾ ನೋಡೀನಿ" ಎಂದು ಪ್ರತಿಯುತ್ತರಿಸಿದ ಅವನು ಆಕೆಯ ಕಿವಿಹಿಂಡಿದ. ನೀಲಿ ರೇಷ್ಮೆಸೀರೆಯುಟ್ಟು, ಒಂದಿಷ್ಟು ಒಡವೆಗಳನ್ನು ಹಾಕಿಕೊಂಡ ಪರಿಮಳ ಆ ದಿನ ಅವನನ್ನು ಸಾಕಷ್ಟು ಸೆಳೆಯುತ್ತಿದ್ದಳು.

ಬಾಲ್ಕನಿಯಲ್ಲಿ ಒಂದು ಪ್ಲಾಸ್ಟಿಕ್ ಚೇರ್ ಹಾಕಿಕೊಂಡು ಕುಳಿತು, ಹೂಬತ್ತಿ ಹೊಸೆಯುತ್ತಲೇ ಇದ್ದ ಸುಂದ್ರಜ್ಜಿಗೆ ಇವರಿಬ್ಬರೂ ಅಲ್ಲಿಗೆ ಬಂದಿದ್ದು ಗೊತ್ತಾದರೂ ಆ ಕಡೆ ದೃಷ್ಟಿ ಹಾಕಲಿಲ್ಲ. "ಸುಂದ್ರಜ್ಜಿ, ಇಬ್ಬರೂ ನಮಸ್ಕಾರ ಮಾಡ್ತೀವಿ. ಆಶೀರ್ವಾದ ಮಾಡ್ರಿ" ಎಂದಳು. "ಅಯ್ಯೋ, ನನ್ನ ಆಶೀರ್ವಾದದಿಂದ ಅದೇನು ಬದಲಾಗ್ತದೆ ಬಿಡೆ ಪರಿಮಳ. ಇಬ್ಬರಿಗೂ ಸುಮ್ಮನೆ ಮೊಣಕಾಲು ನೋವು" ಎಂದು ಮುನಿಸು ತೋರಿದಳು. ಪರಿಮಳ ಬಿಡಲಿಲ್ಲ. ಇಬ್ಬರೂ ಆಕೆಯ ಕಾಲಿನ ಬಳಿ ಹೋದರು. ತಕ್ಷಣ ಜಾಗೃತಗೊಂಡ ಸುಂದ್ರಜ್ಜಿ, "ಸ್ವಲ್ಪ ತಡೀರಪ್ಪ... ಉತ್ತರ ದಿಕ್ಕಿಗೆ ಕೂತುಗೊಂಡೀನಿ. ಪೂರ್ವಕ್ಕೆ ತಿರುಗ್ತೀನಿ ತಡ್ರಿ..." ಎಂದಿದ್ದೇ, ತಾನು ಕುಳಿತ ಕುರ್ಚಿಯ ಸಮೇತ ತನ್ನ ದಿಕ್ಕನ್ನು ಬದಲಿಸಿಕೊಂಡಳು. ಇಬ್ಬರೂ ಜೊತೆಗೂಡಿ ನಮಸ್ಕಾರ ಮಾಡಿದರು. ಅವರಿಬ್ಬರ ನೆತ್ತಿಯನ್ನೂ ಸ್ಪರ್ಶಿಸಿದ ಸುಂದ್ರಜ್ಜಿ "ನೂರು ಕಾಲ ಸುಖವಾಗಿ ಬಾಳ್ವೆ ಮಾಡ್ರಿ" ಎಂದು ಆಶೀರ್ವಾದ ಮಾಡಿದಳು.

ಇಬ್ಬರೂ ಮುಖ ಎತ್ತಿದರು. ಸುಂದ್ರಜ್ಜಿಯು ಹುಡುಗನನ್ನು ಸೂಕ್ಷ್ಮವಾಗಿ ಗಮನಿಸಿದಳು. ಆ ಕಣ್ಣುಗಳನ್ನು ನೋಡಿದ್ದೇ ಆಕೆ ಬೆಚ್ಚಿಬಿದ್ದಳು. ಅವನ ಮುಖವನ್ನು ತನ್ನ ಬೊಗಸೆಯಲ್ಲಿ ತೆಗೆದುಕೊಂಡಿದ್ದೇ ಇನ್ನಷ್ಟು ನೆಟ್ಟನೋಟದಿಂದ ಅವನ ಕಣ್ಣುಗಳನ್ನು ನೋಡಿದಳು. "ಲಕ್ಷ್ಮಿ ಮಗ ಏನೋ ನೀನು?" ಎಂದು ಅಚ್ಚರಿಯಿಂದ ಕೇಳಿದಳು. ಅವನಿಗೆ ಮೊದಲೇ ಸರಿಯಾಗಿ ಕನ್ನಡ ಬಾರದು. ಇನ್ನು ಸುಂದ್ರಜ್ಜಿಯ ಮಾತೇನು ಅರ್ಥವಾದೀತು? ಇತ್ತ ಪರಿಮಳಗೂ ಆ ಮಾತಿನ ಅರ್ಥವಾಗಲಿಲ್ಲ. "ಏನು ಮಾತಾಡ್ತಾ ಇದೀ ಸುಂದ್ರಜ್ಜಿ?" ಎಂದು ಕೇಳಿದಳು. "ಲಕ್ಷ್ಮಿ ಕಣ್ಣು ನಂಗೆ ಚೆನ್ನಾಗಿ ಗೊತ್ತೆ ಪರಿಮಳ. ಅಂಥಾ ಅಪರೂಪದ ಕಣ್ಣು ಎಲ್ಲರಿಗೂ ಇರಲ್ಲ. ಇದು ಅವೇ ಕಣ್ಣು. ಆದರೆ ಲಕ್ಷ್ಮಿಗೆ ಮಗ ಇದ್ದ ಅನ್ನೋದು ಗೊತ್ತಿರಲಿಲ್ಲವ್ವಾ!" ಎಂದಳು.

^^^

ನಿರಾಕರಣೆಯೆನ್ನುವುದು ಈ ರೂಪದಲ್ಲಿ ಬರಬಹುದೆನ್ನುವುದನ್ನು ಯಾರೂ ಊಹಿಸಿರಲಿಲ್ಲ. ಅಷ್ಟು ವರ್ಷದಿಂದ ಪ್ರೀತಿಸಿದ ಪರಿಮಳ ಈಗ ಈ ಸಂಬಂಧ ಸಾಧ್ಯವೇ ಇಲ್ಲ ಎಂದು ಹೇಳಿಬಿಟ್ಟಳು. "ಅತ್ತೆ ಮಗ ಆಗ್ತಾನೆ, ಯಾಕೆ ಬೇಡ ಅಂತೀ?" ಎಂದು ಸುಮಿತ್ರಾಬಾಯಿ ಪರಿಪರಿಯಿಂದ ಬುದ್ಧಿ ಹೇಳಿದಳು. "ಈ ಮನೆಯಲ್ಲಿ ಒಬ್ಬ ರಘು ಸಾಕಮ್ಮ. ನಿನ್ನ ಕಷ್ಟವನ್ನ ನಾನು ಬದುಕಿನಲ್ಲಿ ಅನುಭವಿಸಲಾರೆ. ಆಗಲೇ ಇಬ್ಬರು ಸೋದರಮಾವನ್ನ ಮದುವೆ ಆದ ಕುಟುಂಬ ನಮ್ಮದು. ಇನ್ನ ನಾನೂ ರಕ್ತಸಂಬಂಧದಲ್ಲಿ ಮದುವೆಯಾಗಲಾರೆ" ಎಂದು ಹೇಳಿಬಿಟ್ಟಳು. ಸುಂದ್ರಜ್ಜಿ ಈಗ ಬೇರೆಯದೇ ಪಕ್ಷ ವಹಿಸಿಬಿಟ್ಟಿದ್ದಳು. "ಈ ಸುಡುಗಾಡು ವಿಚಾರ ಯಾರು ನಿನ್ನ ತಲೆಯಲ್ಲಿ ತುಂಬಿದ್ರೆ? ಏನೋ ನಿಮ್ಮಪ್ಪ ಅಮ್ಮನ ಪೂರ್ವಾರ್ಜಿತ ಕರ್ಮ, ಅನುಭವಿಸಿದ್ರು. ಲೋಕದಾಗೆ ಅತ್ತೆ ಮಗನ್ನ ಮದುವೆ ಆದವರು ಯಾರೂ ಸುಖವಾಗಿ ಇಲ್ಲವೇನೆ? ಅಥವಾ ಪರಾಯ ಗಂಡಸನ್ನ ಮದುವಿ ಆದ ಹೆಂಗಸು ಹುಚ್ಚು ಮಗನ್ನ ಹಡದೇ ಇಲ್ವಾ?" ಎಂದು ಮೊಮ್ಮಗಳನ್ನು ತರಾಟೆಗೆ ತೆಗೆದುಕೊಂಡಳು. ಪರಿಮಳ ಉತ್ತರಿಸಲಿಲ್ಲ. ಸುಮಿತ್ರಾಬಾಯಿ ಏಕಾಂತದಲ್ಲೊಮ್ಮೆ "ಆಗಲೇ ಇಪ್ಪತ್ತೆಂಟು ಬಂತು ನಿಂಗೆ. ಒಬ್ಬಾಕಿನೇ ಉಳಿದು ಬಿಡ್ತಿಯೇನೆ?" ಎಂದು ಪ್ರಶ್ನಿಸಿದಳು. ಪರಿಮಳ ಅದಕ್ಕೆ "ಹೋಗಮ್ಮ. ಇನ್ನೊಬ್ಬ ಹುಡುಗ ಸಿಕ್ಕೇ ಸಿಗ್ತಾನೆ. ರಕ್ತಸಂಬಂಧ ಬೇಡ ಅನ್ನೋದಷ್ಟೇ ನನ್ನ ಅಗತ್ಯ" ಎಂದು ಉತ್ತರಿಸಿದ್ದಳು.

ಈ ಎಲ್ಲಾ ನಾಟಕೀಯತೆಯಿಂದ ಬೆಂಕಿಗೆ ಬಿದ್ದ ಹೂವಿನಂತೆ ನಲುಗಿದವನು ಸುಮಿತ್ ಶುಕ್ಲಾ. ಈವರೆಗೆ ತೆರೆಮರೆಯಲ್ಲಿದ್ದ ಸಂಗತಿಯೊಂದು ಇದ್ದಕ್ಕಿದ್ದಂತೆಯೆ

ತನ್ನ ಮೂವತ್ತರ ವಯಸ್ಸಿನಲ್ಲಿ ಪ್ರತ್ಯಕ್ಷವಾಗಿದ್ದು ಅವನಿಗೆ ಆಘಾತಕಾರಿಯಾಗಿತ್ತು. ಅವನ ಅಪ್ಪ-ಅಮ್ಮನಿಗೂ ಈ ಸಂಗತಿ ಹೀಗೆ ಪ್ರಕಟಗೊಂಡಿದ್ದು ಬೇಸರ ಕೊಟ್ಟಿತ್ತು. ಅಮ್ಮ ಹೇಳಿದಂತೆ ತಾನು ಕೊನೆಯ ಘುಲ್ಕ ಅಲ್ಲವೇ ಅಲ್ಲವೆಂದೂ, ಹೊರಗಿನಿಂದ ಕೊಂಡು ತಂದ ಘುಲ್ಕವೆಂದೂ ಅರ್ಥಮಾಡಿಕೊಂಡ ಮನಸ್ಸು ಬಹುವಾಗಿ ರೋದಿಸಿತು. ಪರಿಮಳ ಎನ್ನುವ ಈ ಹುಡುಗಿ ತನ್ನ ಬದುಕಿನಲ್ಲಿ ಬರದಿದ್ದರೆ ತಾನು ಹೆಚ್ಚು ನೆಮ್ಮದಿಯಿಂದ ಬದುಕುತ್ತಿದ್ದೆ ಎಂದು ಅನ್ನಿಸಿ ದುಃಖವಾಗುತ್ತಿತ್ತು. ಯಾರ ಬಳಿ ತನ್ನ ಅಸಹನೆ, ಕೋಪ, ಸಂಕಟ, ಹತಾಶೆಗಳನ್ನು ತೋಡಿಕೊಳ್ಳಬೇಕೆಂಬುದು ತಿಳಿಯದಾಯ್ತು. ಶುಕ್ಲಾ ದಂಪತಿಗಳು ತಮ್ಮ ಮಗುವನ್ನು ಈ ಸಂಕಟದ ಹೊತ್ತಿನಲ್ಲಿ ರಕ್ಷಿಸಿಕೊಳ್ಳಲು ಸಾಕಷ್ಟು ಶ್ರಮ ಪಡಬೇಕಾಯಿತು.

ಮೂರನೆಯ ಮಗುವೂ ಹೆಣ್ಣಾದ ಮೇಲೆ, ಡಾಕ್ಟರರು ವೈಶಾಲಿ ಶುಕ್ಲಾ ಮತ್ತೆ ಗರ್ಭ ಧರಿಸುವುದು ಖಂಡಿತವಾಗಿಯೂ ಅಪಾಯಕಾರಿ ಎಂದು ಹೇಳಿದಾಗ ಅವರು ದತ್ತು ಸ್ವೀಕರಿಸಿದ್ದರು. ಮಗುವಿನ ಹೆಚ್ಚು ವಿವರಗಳು ಅವರಿಗೆ ಗೊತ್ತಿರಲಿಲ್ಲ. ಕರ್ನಾಟಕದ ಕಡೆಯ ತಂದೆ-ತಾಯಿಗಳು, ಆದರೆ ಅಪಘಾತದಲ್ಲಿ ಇಬ್ಬರೂ ಮಡಿದಿದ್ದರಿಂದ ಈ ಮಗು ತಬ್ಬಲಿಯಾಗಿ ತಮ್ಮ ಅನಾಥಾಶ್ರಮವನ್ನು ಸೇರಿತ್ತು ಎಂದು ಮಾತ್ರ ಅವರು ಹೇಳಿದ್ದರು. ಆದರೆ ಯಾವುದೇ ಭೇದಭಾವವಿಲ್ಲದಂತೆ ಆ ಮಗುವನ್ನು ತಮ್ಮದೇ ಎಂಬಂತೆ ಬೆಳೆಸಿದ್ದರು. ಅವನು ಕನ್ನಡದ ಹುಡುಗಿಯೊಬ್ಬಳನ್ನೇ ಇಷ್ಟಪಟ್ಟು ಮದುವೆಯಾಗುತ್ತೇನೆಂದಾಗ ಒಂದು ರೀತಿಯಲ್ಲಿ ಅದು ದೇವರೇ ಮಾಡಿದ ಸರಿಯಾದ ಜೋಡಿಯಿರಬೇಕು ಎಂದು ಭಾವಿಸಿದ್ದರು. ಆದರೆ ಪರಿಮಳಳ ಕಹಿಯಾದ ನಿರಾಕರಣೆಗೆ ಅವರ ಬಳಿ ಪರಿಹಾರವಿರಲಿಲ್ಲ.

ಮತ್ತೆ ಮತ್ತೆ ಪರಿಮಳಳನ್ನು ಕಂಡು ತನ್ನ ಸಂಕಟವನ್ನು ಹೇಳಿಕೊಳ್ಳಲು ಸುಮಿತ್ ಪ್ರಯತ್ನಿಸಿದ. ಅವಳು ತನ್ನ ನಿರ್ಧಾರದಲ್ಲಿ ಕಲ್ಲಾಗಿಬಿಟ್ಟಿದ್ದಳು. "ನಿಂಗೆ ಅದರ ಕಷ್ಟ ಗೊತ್ತಿಲ್ಲ ಸುಮಿತ್... ನಿನಗೆ ರಘುವಿನಂತಹ ತಮ್ಮ ಎಂದೂ ಇರಲಿಲ್ಲ... ಪ್ಲೀಜ್, ಬಲವಂತ ಮಾಡಬೇಡ" ಎಂದು ಹೇಳಿಬಿಟ್ಟಳು. ಇಂಟರ್‌ನೆಟ್‌ನಲ್ಲಿ ಈ ವಿಷಯವಾಗಿ ಸಾಕಷ್ಟು ಓದಿ ತಿಳಿದುಕೊಂಡ ಸುಮಿತ್ "ಈಗ ವೈದ್ಯಕೀಯ ಕ್ಷೇತ್ರ ಮುಂದುವರೆದಿದೆ. ಅಂತಹ ಮಗು ಆಗದಂತೆ ಮುನ್ನೆಚ್ಚರಿಕೆ ವಹಿಸ್ಕೋಬೋದು. ಶೇಕಡ ಹನ್ನೆರಡರಷ್ಟು ಮಾತ್ರ ಅಂತಹ ಮಕ್ಕಳು ಹುಟ್ಟುವ ಸಾಧ್ಯತೆ ಇದೆ ಅಂತ ಹೇಳ್ತಾರೆ" ಎಂದು ಅವಳ ಮನಪರಿವರ್ತಿಸಲು ನೋಡಿದ. ಅವಳು ಒಪ್ಪಲಿಲ್ಲ. ಬಹುಶಃ ವಿಪರೀತ ಹೆದರಿಕೆ ಅವಳಲ್ಲಿ ತುಂಬಿದೆ ಎಂದು ಅವನಿಗನ್ನಿಸಿತು. "ನಮ್ಮದೇ ಸ್ವಂತ ಮಗು ಮಾಡಿಕೊಳ್ಳದೆ, ದತ್ತುಮಗು ತೆಗೆದುಕೊಂಡು ಬದುಕೋಣವಾ?" ಎಂಬ ಅವಳ ಸಲಹೆಗೆ ಅವನು ಒಪ್ಪಲಿಲ್ಲ. ತನ್ನದೇ ಒಂದು ಮಗು ಬೇಕು ಎಂದು

ಯಾವ ತಂದೆ ಬಯಸುವುದಿಲ್ಲ? ಸುಮ್ಮನೆ ಈಗ ಒಪ್ಪಿದಂತೆ ಮಾಡಿ ಮದುವೆಯಾಗಿ, ಅನಂತರ ಬೇರೆ ರೀತಿಯಲ್ಲಿ ವರ್ತಿಸುವ ಅಪ್ರಾಮಾಣಿಕ ಅವನಾಗಿರಲಿಲ್ಲ. ಕೊನೆಗೆ ಸೋತು ಹೋದ ಸುಮಿತ್ "ನೀನೊಂದು ಅಮಾನವೀಯ ರಾಕ್ಷಸಿ" ಎಂದು ಸಿಟ್ಟಿನಿಂದ ಕೂಗಿ ಹೋಗಿದ್ದ.

ಮುಂದೆ ಪರಿಮಳ ಅವನೊಡನೆ ಎಲ್ಲಾ ರೀತಿಯ ಮಾತು, ಭೇಟಿ, ಇ-ಮೇಲ್, ಮೆಸೇಜ್ ನಿಲ್ಲಿಸಿಬಿಟ್ಟಳು. ಹಲವು ವರ್ಷದ ಸ್ನೇಹವನ್ನು ಕತ್ತರಿಸಿಕೊಳ್ಳುವುದು ಸುಲಭವಾಗಿರಲಿಲ್ಲ. ಆ ನಿರಾಕರಣೆ ಅವಳನ್ನು ದಹಿಸುತ್ತಿತ್ತು, ಅವನನ್ನೂ ದಹಿಸುತ್ತಿತ್ತು. ಆದರೂ ಅವಳು ತನ್ನ ಕಾಠಿಣ್ಯತೆಯನ್ನು ಸಡಿಲಗೊಳಿಸಲಿಲ್ಲ. ದಿನಗಳು ಉರುಳಿದಂತೆ ಅವರಿಬ್ಬರ ಸ್ನೇಹದ ಕೊಂಡಿ ಕಡಿದು ಹೋಯ್ತು. ಒಂದು ವರ್ಷದ ನಂತರ ಒಂದು ದಿನ ಸುಮಿತ್ ಶುಕ್ಲಾನ ಮದುವೆಯ ಕರೆಯೋಲೆಯೊಂದು ಪರಿಮಳಾಳ ಇನ್‌ಬಾಕ್ಸಿಗೆ ಬಂದು ಬಿದ್ದಿತ್ತು. ಪರಿಮಳ ಅದನ್ನು ಓದದೆ ಡಿಲೀಟ್ ಮಾಡಿಬಿಟ್ಟಳು.

ಆದರೆ ಎಲ್ಲೋ ಒಂದು ಮನಸ್ಸಿನ ಮೂಲೆಯಲ್ಲಿ ವಿಚಿತ್ರ ಅನುಮಾನವೊಂದು ಅವಳನ್ನು ಕಾಡತೊಡಗಿತು. ಇಂತಹ ಕಾಠಿಣ್ಯತೆ ತನಗೆ ಎಲ್ಲಿಂದ ಬಂತು? ತನ್ನ ತಮ್ಮ ರಘುವಿನ ಜೊತೆಯಲ್ಲಿ ತಾನು ಬೆಳೆದದ್ದೇ ಅದಕ್ಕೆ ಕಾರಣವೆ? ರಘು ಹುಟ್ಟಿದ ನಂತರ ಸೊಗಸಾಗಿ ಹಾಡುವುದನ್ನು ತಟ್ಟೆಂದು ಒಂದು ದಿನ ನಿಲ್ಲಿಸಿಬಿಟ್ಟ ಅಮ್ಮನ ಹಟಮಾರಿತನದ ಪ್ರತಿರೂಪವೆ?

ಯೋಚಿಸಿದಷ್ಟೂ ಮನಸ್ಸು ಮತ್ತಷ್ಟು ಕಹಿಯಾಗುತ್ತಿತ್ತು.

26ನೇ ಸೆಪ್ಟೆಂಬರ್ 2015

ನಿಯಮಬಾಹಿರ

ಹಾಗೆ ನೋಡಿದರೆ ವೆಂಕಯ್ಯನನ್ನು ನಮ್ಮ ಕಂಪನಿಯ ಉದ್ಯೋಗಿಯಾಗಿ ಸೇರಿಸಿಕೊಳ್ಳುವುದು ನಿಯಮಗಳ ಉಲ್ಲಂಘನೆಯಾಗುತ್ತದೆ. ಯಾಕೆಂದರೆ ಅವನಿಗೆ ಇಂಜಿನಿಯರಿಂಗ್‌ನಲ್ಲಿ ಬಂದ ಅಂಕಗಳು ಶೇಕಡ ಎಪ್ಪತ್ತಕ್ಕಿಂತಲೂ ಕಡಿಮೆಯಿತ್ತು. ಹತ್ತನೆಯ ತರಗತಿಯಲ್ಲಿ, ಪಿಯುಸಿಯಲ್ಲಿ ಒಳ್ಳೆಯ ಅಂಕಗಳನ್ನೇ ಗಳಿಸಿದ್ದರೂ, ಯಾಕೋ ಇಂಜಿನಿಯರಿಂಗ್ ಕೊನೆಯ ಎರಡು ವರ್ಷಗಳಲ್ಲಿ ಮುಗ್ಗರಿಸಿದ್ದ. ಆದರೆ ನಿಯಮಗಳನ್ನು ಕೆಲವು ವಿಶಿಷ್ಟ ಸಂದರ್ಭದಲ್ಲಿ, ಕಂಪನಿಯ ಒಳಿತಿಗಾಗಿ ಸಡಿಲಿಸಬಹುದು ಎಂಬ ಮತ್ತೊಂದು ನಿಯಮವೂ ನಮ್ಮಲ್ಲಿತ್ತು. ಕಂಪನಿಯ ಅತ್ಯಂತ ಉನ್ನತ ಹುದ್ದೆಯಲ್ಲಿದ್ದ ಕೆಲವರು ಮಾತ್ರ ಅಂತಹ ನಿರ್ಧಾರಗಳನ್ನು ತೆಗೆದುಕೊಳ್ಳಬಹುದಾಗಿತ್ತು. ಆದರೆ ಅದರ ಫಲಿತಾಂಶದ ಜವಾಬ್ದಾರಿಯನ್ನು ಅವರೇ ವಹಿಸಿಕೊಳ್ಳಬೇಕಾಗಿತ್ತು. ಆಯ್ಕೆಯಾದ ಅಭ್ಯರ್ಥಿಯು ಕೆಲಸವನ್ನು ಮಾಡುವುದರಲ್ಲಿ ವಿಫಲನಾದರೆ, ಅದಕ್ಕೆ ಮ್ಯಾನೇಜ್‌ಮೆಂಟ್ ಮುಂದೆ ನಾವು ಕ್ಷಮೆ ಕೇಳಬೇಕಾಗುತ್ತದೆ. ಆ ಕಾರಣಕ್ಕಾಗಿಯೇ ನಾನು ಅವನನ್ನು ಸಂದರ್ಶನದಲ್ಲಿ ಆಯ್ಕೆ ಮಾಡಿ ಸೇರಿಸಿಕೊಂಡಿದ್ದರೂ, ಒಳಗೇ ಅಳುಕಿತ್ತು. ಆದರೆ ಈ ಹಿಂದಿನ

ನನ್ನ ಆಯ್ಕೆಗಳ ಬಗ್ಗೆ ನನಗೆ ಯಾವತ್ತೂ ಹೆಮ್ಮೆ. ತಪ್ಪಾದ ಸಂದರ್ಭಗಳು ಇಲ್ಲವೇ ಇಲ್ಲ ಎನ್ನುವಷ್ಟು ವಿರಳವಾಗಿದ್ದವು. ಆದ್ದರಿಂದಲೇ ವೆಂಕಯ್ಯನ ವಿಷಯದಲ್ಲಿಯೂ ಅಷ್ಟೇ ಧೈರ್ಯದಿಂದಿದ್ದೆ.

ವೆಂಕಯ್ಯ ಪೂರ್ವ ಗೋದಾವರಿ ಜಿಲ್ಲೆಯವನು, ರಾಜಮಂಡ್ರಿಯ ಬಳಿಯ ಹಳ್ಳಿಯೊಂದರಿಂದ ಬಂದಿದ್ದ. ಅತ್ಯಂತ ಕಡುಬಡತನದ ಹಿನ್ನೆಲೆ ಅವನದಾಗಿತ್ತು. ಅವನ ತಂದೆ ಕುರಿಗಳನ್ನು ಸಾಕುವ ವೃತ್ತಿಯವರಾಗಿದ್ದರು. ಮನೆಯಲ್ಲಿ ಸಾಕಷ್ಟು ಮಕ್ಕಳಿದ್ದರೂ, ಬೇರೆ ಯಾರೂ ಓದಿನಲ್ಲಿ ಮುಂದುವರೆದಿರಲಿಲ್ಲ. ಎಲ್ಲಾ ಗಂಡು ಹುಡುಗರು ಏಳನೆಯ ತರಗತಿಯ ಮೆಟ್ಟಿಲು ಹತ್ತುವುದರಲ್ಲಿಯೇ ಸುಸ್ತಾಗಿ, ಶಾಲೆಗೆ ಕೈಮುಗಿದು, ಅಪ್ಪನ ವೃತ್ತಿಯನ್ನೇ ಮುಂದುವರೆಸಿಕೊಂಡು ಹೋಗುತ್ತಿದ್ದರು. ಹೆಣ್ಣು ಮಕ್ಕಳಿಗೆ ಹನ್ನೆರಡು ತುಂಬುವುದರಲ್ಲಿಯೇ ಮದುವೆ ಮಾಡಿಕೊಡಲಾಗಿತ್ತು. ಆದರೆ ಕೊನೆಯ ಮಗನಾದ ವೆಂಕಯ್ಯನಿಗೆ ಮಾತ್ರ ಅದು ಹೇಗೋ ವಿದ್ಯೆ ಹತ್ತಿತ್ತು. ಇಂಜಿನಿಯರಿಂಗ್ ಮಾಡಿ ಬೆಂಗಳೂರಿನಲ್ಲಿ ಉದ್ಯೋಗ ಸಂಪಾದಿಸಿಕೊಂಡಿದ್ದ.

ನಮ್ಮ ಕಂಪನಿಗೆ ಬರುವ ವೇಳೆಗಾಗಲೇ ಅವನು ನಾಲ್ಕು ವರ್ಷಗಳ ಕಾಲ ಒಂದು ಚಿಕ್ಕ ಕಂಪನಿಯಲ್ಲಿ ಕೆಲಸ ಮಾಡಿದ್ದ. ಅಲ್ಲಿ ವಿಪರೀತ ಜವಾಬ್ದಾರಿಯನ್ನು ಅವನ ಹೆಗಲ ಮೇಲೆ ಹೊರಿಸಲಾಗಿತ್ತು. ಆದರೆ ಸಂಬಳ ಮಾತ್ರ ಅದಕ್ಕೆ ತಕ್ಕಷ್ಟು ಅವರು ಕೊಡುತ್ತಿರಲಿಲ್ಲ. ಆದರೆ ವಿದೇಶಕ್ಕೆ ಕಳುಹಿಸಿ ಕೊಡುತ್ತೀವೆಂದು ಮೂಗಿಗೆ ತುಪ್ಪ ಸವರಿದ್ದರು. ಎಲ್ಲಾ ತೆಲುಗು ಹುಡುಗರಂತೆ ವೆಂಕಯ್ಯನಿಗೂ ವಿದೇಶಕ್ಕೆ ಹೋಗುವ ವಿಪರೀತ ಹುಚ್ಚಿತ್ತು. ಆ ಕಾರಣಕ್ಕಾಗಿಯೇ ಎಲ್ಲವನ್ನೂ ಸಹಿಸಿಕೊಂಡು ದಿನ ದೂಡಿದ್ದ. ಆದರೆ ವರ್ಷಗಳು ಕಳೆದರೂ ಕಂಪನಿಯ ಹಿರಿಯರು ಅವನ ವಿದೇಶದ ಕನಸನ್ನು ನನಸಾಗಿಸುವುದರಲ್ಲಿ ಸಹಕರಿಸಿರಲಿಲ್ಲ. ಹಲವು ಬಾರಿ ಕಂಪನಿಯ ಮುಖ್ಯಸ್ಥರಿಗೆ ಅವನು ನಿವೇದನೆ ಮಾಡಿಕೊಂಡಿದ್ದರೂ, ಅವರು ಏನೋ ನೆಪಹೇಳಿ ತಳ್ಳುತ್ತಲೇ ಹೋಗಿದ್ದರು. ರೋಸಿಹೋದ ಅವನು ಹೊಸ ಉದ್ಯೋಗವನ್ನು ಹುಡುಕಿಕೊಂಡು ನಮ್ಮ ಕಂಪನಿಯ ಸಂದರ್ಶನಕ್ಕೆ ಬಂದಿದ್ದ. ಅವನ ಇಂಜಿನಿಯರಿಂಗ್ ಪದವಿಯ ವಿಪರೀತ ಕಡಿಮೆ ಅಂಕಗಳು ಸಾಕಷ್ಟು ದೊಡ್ಡ ಕಂಪನಿಯ ಹೊಸ್ತಿಲನ್ನು ದಾಟುವುದಕ್ಕೆ ಅವನನ್ನು ಬಿಟ್ಟಿರಲಿಲ್ಲ. ಆರಂಭದ ತಾಂತ್ರಿಕ ಸಂದರ್ಶನವನ್ನು ನನ್ನ ಕಿರಿಯ ಸಹೋದ್ಯೋಗಿಗಳೇ ನಡೆಸಿ, ಕೊನೆಯ ಸುತ್ತಿನ 'ಅಂತಿಮ ಆಯ್ಕೆ'ಯ ಸಂದರ್ಶನಕ್ಕೆ ನನ್ನ ಬಳಿಗೆ ಅವನನ್ನು ಕಳುಹಿಸಿದ್ದರು.

ವೆಂಕಯ್ಯನ ಮಾತಿನ ಖಚಿತತೆ ನನಗೆ ಸಂದರ್ಶನದಲ್ಲಿ ಬಹಳ ಇಷ್ಟವಾಗಿತ್ತು. ಗೊತ್ತಿದ್ದನ್ನು ಹೆಮ್ಮೆಯಿಂದ ಹೇಳುವಷ್ಟೇ ಗೊತ್ತಿಲ್ಲದ್ದನ್ನು "ಗೊತ್ತಿಲ್ಲ" ಎಂದು ಅಳುಕಿಲ್ಲದೆ ಹೇಳುವ ಅವನ ಸ್ವಭಾವ ನನಗೆ ವಿಶೇಷವೆನ್ನಿಸಿತ್ತು. ಅಂತಹ ವರ್ತನೆ

ಪ್ರಬುದ್ಧತೆಯಿಂದ ಮಾತ್ರ ದಕ್ಕುತ್ತದೆ. "ನನಗೆ ಗೊತ್ತಿಲ್ಲ" ಎಂದು ಹೇಳುವುದು ಅತ್ಯಂತ ಸಂಕಷ್ಟದ ಕೆಲಸ. ವಿಪರೀತ ಮುಜುಗರದಿಂದ ಆ ಮಾತನ್ನು ನಾವು ಹೇಳುತ್ತೇವೆ. ಆದರೆ ಎಲ್ಲಾ ಸಂಗತಿಗಳು ಎಲ್ಲರಿಗೂ ಗೊತ್ತಿರಲೇ ಬೇಕಿಲ್ಲ ಎನ್ನುವುದು ನಮಗೆ ಮನದಟ್ಟಾದರೆ, ಅಂತಹ ಮುಜುಗರದಿಂದ ಹೊರಬರುತ್ತೇವೆ. ನನ್ನ ಅನುಭವಕ್ಕೆ ತಕ್ಕಂತೆ ಸಾಕಷ್ಟು ಸಂಗತಿಗಳು ಸ್ಪಷ್ಟವಾಗಿ ನನಗೆ ಗೊತ್ತಿವೆ ಎನ್ನುವ ಧೈರ್ಯವೂ ನಮ್ಮೊಡನೆ ಇದ್ದಾಗ ಮಾತ್ರ, ತಿಳಿಯದ ವಿಷಯಗಳಿಗೆ "ಗೊತ್ತಿಲ್ಲ" ಎಂದು ಅಳುಕಿಲ್ಲದೆ ಹೇಳುವುದು ಸಾಧ್ಯವಾಗುತ್ತದೆ. ಅದೇ ಕಾರಣಕ್ಕಾಗಿಯೇ ಅಂತಹವರು ಗೊತ್ತಿರುವ ವಿಷಯಗಳನ್ನು ಬಹಳ ಸ್ಪಷ್ಟವಾಗಿ ಮತ್ತು ಕರಾರುವಾಕ್ಕಾಗಿ ವಿವರಿಸುತ್ತಾರೆ. ಅವರ ಭಾಷೆ ಮತ್ತು ನಿರೂಪಣಾ ಶಕ್ತಿಗಿಂತಲೂ ಹೆಚ್ಚಾಗಿ, ಅವರು ಮಾತನಾಡುವಾಗ ತೋರುವ ದೈಹಿಕ ಚಲನೆಗಳು ಮತ್ತು ಧ್ವನಿಯಲ್ಲಿನ ಏರಿಳಿತಗಳು ವಿಷಯದ ಮಂಡನೆಯಲ್ಲಿ ಹೆಚ್ಚಿನ ಪಾತ್ರವನ್ನು ವಹಿಸುತ್ತವೆ. ಆ ಕಾರಣಕ್ಕಾಗಿಯೇ ವೆಂಕಯ್ಯನಿಗೆ ಇಂಗ್ಲಿಷ್ ಭಾಷೆ ಅಷ್ಟು ಸೊಗಸಾಗಿ ಗೊತ್ತಿರದಿದ್ದರೂ, ಅವನು ಪ್ರಶ್ನೆಗಳಿಗೆ ಕೊಡುವ ಉತ್ತರಗಳು ನನ್ನನ್ನು ಹೆಚ್ಚು ಸಂತೃಪ್ತಿಗೊಳಿಸುತ್ತಿದ್ದವು. ಆದರೂ ಪದವಿಯ ಅಂಕಗಳು ಕಡಿಮೆ ಇವೆ ಎನ್ನುವುದನ್ನು ನಾವು ಗಮನಿಸಿದ್ದೇವೆ ಎಂದು ಅವನಿಗೆ ಗೊತ್ತಾಗಲಿ, ಆ ಕಾರಣದಿಂದಾಗಿ ಒಂದಿಷ್ಟು ಸಂಬಳದಲ್ಲಿ ಕಡಿತ ಮಾಡುವುದಕ್ಕೆ ಅವಕಾಶ ಸಿಗುತ್ತದೆ ಎಂಬ ದೂರಾಲೋಚನೆಯಿಂದ ಗೊಣಗುತ್ತಾ ನನ್ನ ಅನುಮಾನವನ್ನು ವ್ಯಕ್ತ ಪಡಿಸಿದ್ದೆ.

"ಮಿಸ್ಟರ್ ವೆಂಕಯ್ಯ, ನಮ್ಮ ಕಂಪನಿಯಲ್ಲಿ ಪ್ರವೇಶ ಪಡೆಯುವ ಅಭ್ಯರ್ಥಿಗೆ ಪದವಿಯಲ್ಲಿ ಕನಿಷ್ಟ ಶೇಕಡ ಎಪ್ಪತ್ತು ಅಂಕಗಳು ಬಂದಿರಬೇಕು. ನಿಮ್ಮ ಅಂಕಗಳು ಆ ನಿಯಮವನ್ನು ಮುಟ್ಟಲ್ಲ. ಈಗ ನನ್ನ ಏನು ಮಾಡು ಅಂತೀರಾ?" ಎಂದು ಅವನ ಮುಖವನ್ನು ಗಮನಿಸುತ್ತಾ ಕುಳಿತೆ.

"ಸಾರ್, ನಿಮಗೆ ಹೇಳುವಷ್ಟು ದೊಡ್ಡವನು ನಾನಲ್ಲ. ಶಿಕ್ಷಣ ಅನ್ನೋದು ಬರೀ ಪದವಿಯ ಅಂಕಪಟ್ಟಿ ಅಲ್ಲ ಅಲ್ವಾ ಸಾರ್? ಅನಂತರದ ನಾಲ್ಕು ವರ್ಷಗಳ ನೌಕರಿಯಲ್ಲಿ ನಾನು ಮೂರು ಪದವಿಗಾಗುವಷ್ಟು ಜ್ಞಾನವನ್ನು ಗಳಿಸಿದ್ದೀನಿ. ದಯವಿಟ್ಟು ಅದನ್ನ ಪರಿಗಣಿಸಿ" ಎಂದು ದೈನ್ಯತೆಯಲ್ಲಿ ಹೇಳಿದ.

"ನಿಮ್ಮ ಮಾತು ಒಪ್ತೀನಿ. ಆದರೂ ನಿಯಮಬಾಹಿರ ಅನ್ನೋದು ಮಾಡಬಹುದೇನ್ರಿ?"

"ಏನಾದ್ರೂ ಒಳ್ಳೇದು ಆಗುತ್ತೆ ಅಂದ್ರೆ ಒಂದಿಷ್ಟು ನಿಯಮಬಾಹಿರ ಕೆಲಸ ಮಾಡೋದ್ರಲ್ಲಿ ತಪ್ಪಿಲ್ಲ ಅಲ್ವಾ ಸಾರ್? ಅದೂ ಖಾಸಗಿ ಕಂಪನಿಗಳಲ್ಲಿ ಅಂತಹವಕ್ಕೆ ಅವಕಾಶ ಇದ್ದೇ ಇರುತ್ತೆ."

ಅವನ ಮಾತುಗಳು ಇಷ್ಟವಾಗುತ್ತಿದ್ದವು. ನಿಯಮಗಳು ಕಬ್ಬಿಣದ ಸಲಾಕೆಗಳಾಗಿ ನಮ್ಮ ನಡೆಯನ್ನೇ ಅಡ್ಡಿಪಡಿಸುವಂತಾಗಬಾರದು. ಅನೈತಿಕತೆಗೆ ಜಾರುವಷ್ಟು ನಿಯಮಗಳ ಉಲ್ಲಂಘನೆ ಮಾಡುವುದು ಸಮುದಾಯದ ಹಿತದೃಷ್ಟಿಯಿಂದ ತಪ್ಪಾಗುತ್ತದಾದರೂ, ಆಗೊಮ್ಮೆ ಈಗೊಮ್ಮೆ ಒಳಿತಿಗಾಗಿ ಗೆರೆಯನ್ನು ದಾಟುವುದು ಹೆಚ್ಚು ಸೂಕ್ತ.

ಆದರೂ ಈ ಆಯ್ಕೆಯ ಬಗ್ಗೆ ನನಗೆ ಒಂದು ಬಗೆಯ ಹಿಂಜರಿಕೆಯಿತ್ತು. ಸಂದರ್ಶನವನ್ನೆಲ್ಲಾ ಪೂರ್ತಿ ಮಾಡಿದ ನಂತರ "ನಾಳೆ ಫಲಿತಾಂಶವನ್ನು ತಿಳಿಸುತ್ತೇವೆ" ಎಂದು ಅಡ್ಡಗೋಡೆಯ ಮೇಲೆ ದೀಪವಿಟ್ಟಂತೆ ಹೇಳಿ, ಅವನನ್ನು ರಿಸೆಪ್ಷನ್ ಬಾಗಿಲ ತನಕ ಬೀಳ್ಕೊಡಲು ಕರೆದುಕೊಂಡು ಹೋದೆ. ಆದರೆ ವಿಚಿತ್ರವೆನ್ನುವಂತೆ ರಿಸೆಪ್ಷನ್ ಹಾಲಿನಲ್ಲಿ ಒಂದು ವಿಶೇಷ ಘಟನೆ ನಡೆಯಿತು. ಆ ಘಟನೆ ಅವನನ್ನು ನಾನು ಕೆಲಸಕ್ಕೆ ತೆಗೆದುಕೊಳ್ಳಲೇ ಬೇಕು ಎಂದು ನಿರ್ಧರಿಸುವಷ್ಟು ಶಕ್ತಿಯುತವಾಗಿತ್ತು.

^^^

ಆಗಲೇ ರಾತ್ರಿ ಎಂಟು ಗಂಟೆಯಾಗಿತ್ತು. ಕಚೇರಿಯ ಸಿಬ್ಬಂದಿಯೆಲ್ಲಾ ಮನೆಗೆ ಹೋಗಿದ್ದರು. ರಿಸೆಪ್ಷನಿಸ್ಟ್ ಕೂಡಾ ಹೊರಟು ಹೋಗಿದ್ದಳು. ಆದರೆ ನಮ್ಮ ಕಂಪನಿಯ ಕಂಪ್ಯೂಟರೇತರ ಕೆಲಸಗಳನ್ನು ನೋಡಿಕೊಳ್ಳುವ ರಂಗಣ್ಣನವರು ಮಾತ್ರ ರಿಸೆಪ್ಷನ್ ಹಾಲಿನ ಮಧ್ಯಭಾಗದಲ್ಲಿ ಲೋಹದ ಅಂಕುಡೊಂಕಿನ ಚೂರುಗಳನ್ನು ಹರವಿಕೊಂಡು, ಚಿಂತಾಕ್ರಾಂತರಾಗಿ ಕುಳಿತಿದ್ದರು. ಯಾವುದೋ ಗಂಭೀರ ಸಮಸ್ಯೆಯೊಂದರಲ್ಲಿ ಮುಳುಗಿ ಹೋದಂತೆ ಕಾಣುತ್ತಿದ್ದರು. ಐವತ್ತರ ಆಸುಪಾಸಿನ ರಂಗಣ್ಣನವರು ನಮ್ಮ ಕಚೇರಿಯ ಬಹಳ ಹಿರಿಯ ಕೆಲಸಗಾರರು. ಸರಕಾರದ ಅಧಿಕಾರಿಗಳೊಡನೆ ಮಾತನಾಡುವುದು, ಕಂಪನಿಗೆ ಅಗತ್ಯವಾದ ಮಂಜೂರಾತಿಗಳನ್ನು ಮಾಡಿಸುವುದು ಅವರಿಗೆ ಚೆನ್ನಾಗಿ ಗೊತ್ತಿತ್ತು. ಆದ್ದರಿಂದಲೇ ಕಂಪನಿಯ ಆರಂಭದ ದಿನಗಳಲ್ಲಿ ಅವರ ಅಗತ್ಯ ನಮಗೆ ವಿಪರೀತವಾಗಿತ್ತು. ಆದರೆ ಕಂಪನಿ ಶುರುವಾಗಿ ಎರಡು ಮೂರು ವರ್ಷಕ್ಕೆಲ್ಲಾ, ಸರಕಾರದ ಸಹವಾಸ ಕಡಿಮೆಯಾಗುತ್ತಲೇ ಹೋದ್ದರಿಂದ ಅವರ ಅಗತ್ಯ ಕಡಿಮೆಯಾಗಿ ಹೋಗಿತ್ತು. ಆದರೆ ಅಷ್ಟೊಂದು ಒಳ್ಳೆಯ ಕೆಲಸಗಾರರನ್ನು ಕಳೆದುಕೊಳ್ಳುವ ಮನಸ್ಸು ಮ್ಯಾನೇಜ್‌ಮೆಂಟ್‌ಗಿರಲಿಲ್ಲ. ಆದ್ದರಿಂದ ಕಂಪನಿಯ ದಿನನಿತ್ಯದ ಆಗುಹೋಗಿನ ಇತರೆ ಕೆಲಸಗಳನ್ನು ನೋಡಿಕೊಳ್ಳುವಂತೆ ಅವರನ್ನು ಒಪ್ಪಿಸಿದ್ದರು. ಕಂಪನಿಯ ನೌಕಕರಿಗೆ ಒಳ್ಳೆಯ ಕಾಫಿ ಬೇಕೆಂದರೂ

ಅವರೇ, ಕಂಪನಿಯ ವಾರ್ಷಿಕೋತ್ಸವಕ್ಕೆ ಫೈವ್ ಸ್ಟಾರ್ ಹೋಟೆಲಿನ ಸಭಾಂಗಣ ಬೇಕೆಂದರೂ ಅವರೇ! ಅತ್ಯಂತ ಸರಾಗವಾಗಿ ಅವರು ತಮ್ಮ ಹೊಸ ಜವಾಬ್ದಾರಿಗೆ ಹೊಂದಿಕೊಂಡು ಬಿಟ್ಟಿದ್ದರು.

"ಇದೇನು ರಂಗಣ್ಣ ಅವರೆ, ಲೋಹದ ಚೂರುಗಳನ್ನು ಇಟ್ಟುಗೊಂಡು ಕೂತಿದೀರಾ? ಏನಿವು? ಗೊಂಬೆಯಾಟ ಆಡೋ ತರಹ ಕಾಣ್ತಾ ಇದೆ" ಅಂತ ನಾನು ಕೇಳಿದೆ.

"ಅಯ್ಯೋ ಸಾರ್, ಎಂತಹ ಮಾತಾಡಿಬಿಟ್ಟಿರಿ! ಅವು ಕನ್ನಡದ ಅಕ್ಷರಗಳು ಸಾರ್, ಲೋಹದ ಚೂರುಗಳಲ್ಲ" ಎಂದು ಪಶ್ಚಾತ್ತಾಪದ ಧ್ವನಿಯಲ್ಲಿ ಹೇಳಿದರು. ಆಗಲೇ ನನಗೆ ಆ ಲೋಹದ ಚೂರುಗಳು ಏನೆಂದು ಸ್ಪಷ್ಟವಾಗತೊಡಗಿದವು.

ಹಿಂದಿನ ರಾಜ್ಯೋತ್ಸವದ ಸಂದರ್ಭದಲ್ಲಿ, ಕಂಪನಿಯ ಗೇಟಿನ ಬಳಿಯ ಗೋಡೆಯ ಮೇಲೆ ಕನ್ನಡದಲ್ಲಿ ನಾಮಫಲಕವಿಲ್ಲವೆಂದು ಕನ್ನಡ ಹೋರಾಟಗಾರರ ಗುಂಪೊಂದು ವಿಪರೀತ ಗಲಾಟೆ ಎಬ್ಬಿಸಿ ಹೋಗಿತ್ತು. ಒಂದಿಷ್ಟು ಕಲ್ಲುಗಳನ್ನು ಕಂಪನಿಯ ಗ್ಲಾಸಿನ ಗೋಡೆಗಳಿಗೆ ಎಸೆದು, ಇಂಗ್ಲಿಷ್ ಅಕ್ಷರಗಳಿಗೆ ಮಸಿ ಬಳಿದು ಹೋಗಿದ್ದರು. ಅದನ್ನು ಸರಿ ಮಾಡಿಸುವುದರಲ್ಲಿ ಸಾಕಷ್ಟು ಖರ್ಚಾಗಿತ್ತು. ಆ ಕಾರಣಕ್ಕಾಗಿಯೇ ಆದಷ್ಟು ಬೇಗನೆ ಕನ್ನಡದ ಅಕ್ಷರಗಳಲ್ಲಿಯೂ ನಾಮಫಲಕವನ್ನು ಹಾಕಬೇಕೆಂದು ಕಂಪನಿಯ ಯಜಮಾನನಿಂದ ಅಪ್ಪಣೆ ಬಂದಿತ್ತು.

ಕನ್ನಡದಲ್ಲಿ ಒಂದಿಷ್ಟು ಕತೆ-ಪ್ರಬಂಧಗಳನ್ನು ಬರೆದುಕೊಂಡಿದ್ದ ಕಾರಣ, ಯಾವುದೇ ಕನ್ನಡಕ್ಕೆ ಸಂಬಂಧಿಸಿದ ವಿಷಯಕ್ಕೂ ಆಫೀಸಿನ ಎಲ್ಲರೂ ನನ್ನ ಬಳಿಗೆ ಬರುತ್ತಿದ್ದರು. ಆಫೀಸಿನ ಯಾವುದೋ ಪ್ರಾಜೆಕ್ಟಿಗೆ ನೇಟಿವಿಟಿಯ ಕನ್ನಡದ ಹೆಸರಿಡಬೇಕೆಂದು ನಿರ್ಧರಿಸಿದಾಗಲೂ ನನ್ನ ಬಳಿ ಬರುತ್ತಿದ್ದರು, ಸರಕಾರಕ್ಕೆ ಕಳುಹಿಸಬೇಕಾದ ಯಾವುದೋ ಪತ್ರವನ್ನು ಕನ್ನಡದಲ್ಲಿ ಅನುವಾದ ಮಾಡಿ ಟೈಪ್ ಮಾಡಿಕೊಡಬೇಕೆಂದರೂ ನನ್ನ ಬಳಿ ಬರುತ್ತಿದ್ದರು. ಆ ಕಾರಣಕ್ಕಾಗಿಯೇ ನಾಮಫಲಕದ ವಿಷಯವೂ ನನ್ನ ಬಳಿಗೇ ಬಂದಿತ್ತು.

ಕಂಪನಿಯ ಇಂಗ್ಲಿಷಿನ ನಾಮಫಲಕವನ್ನು ಮುಂಬಯಿಯ ಕಂಪನಿಯೊಂದರಲ್ಲಿ ಮಾಡಿಸಲಾಗಿತ್ತು. ಫಳಫಳನೆ ಹೊಳೆಯುವ ಲೋಹದಲ್ಲಿ ಇಂಗ್ಲಿಷ್ ಅಕ್ಷರಗಳನ್ನು ಮುಂಬಯಿಯವರು ಕೊರೆದು ಕಳುಹಿಸಿದ್ದರು. ಬೆಂಗಳೂರಿನಲ್ಲಿ ಅದೇ ಕೆಲಸವನ್ನು ಮಾಡುವ ಕಂಪನಿಗಿಂತಲೂ ಬಹಳ ಕಡಿಮೆ ಬೆಲೆಯಲ್ಲಿ ಅದನ್ನು ಮಾಡಿದ ಮುಂಬಯಿಯ ಆ ಕಂಪನಿ, ಎಲ್ಲಾ ಅಕ್ಷರಗಳನ್ನು ಒಂದು ಚೀಲದಲ್ಲಿ ಹಾಕಿ ಕೊರಿಯರ್ ಮಾಡಿತ್ತು. ಅವನ್ನೆಲ್ಲಾ ಬಹಳ ಸುಲಭವಾಗಿ ಕಂಪೌಂಡಿನ ಗೋಡೆಗೆ ಅಂಟಿಸಿ ಕೆಲಸ ಮುಗಿಸಿದ್ದೆವು. ಮುಂಬಯಿಯ ಕಂಪನಿಯನ್ನು ಅಂತರ್ಜಾಲದಲ್ಲಿ

ಹುಡುಕಿದ ಕಾರಣಕ್ಕಾಗಿ ರಂಗಣ್ಣನವರನ್ನು ಎಲ್ಲರೂ ಹೊಗಳಿದ್ದರು. ಈಗ ಕನ್ನಡದ ಅಕ್ಷರಗಳನ್ನೂ ಅವರೇ ಮಾಡಿಕೊಡಲಿ ಎಂದು ಲಂಡನ್ನಿನಲ್ಲಿ ಕುಳಿತ ಕಂಪನಿಯ ಯಜಮಾನ ಅಪ್ಪಣೆ ಕೊಟ್ಟ, ನನಗೆ ಪಿಚ್ಚೆನ್ನಿಸಿತ್ತು. ಆದರೆ ಮುಂಬಯಿಯ ಕಂಪನಿಯವರು ಉತ್ಸಾಹ ತೋರಿಸಿದ್ದರು. ನೀವು ಫಾಂಟ್ ಮತ್ತು ಕನ್ನಡದ ಪಠ್ಯವನ್ನು ಕಳುಹಿಸಿಕೊಟ್ಟರೆ ಆಯ್ತು. ನಮ್ಮ ಮಷಿನ್‌ಗಳು ಯಾವುದೇ ಭಾಷೆಯ ತಾರತಮ್ಯ ಮಾಡದೆ ಕೆಲಸ ಮಾಡುತ್ತವೆ ಎಂದು ಆಶ್ವಾಸನೆ ಕೊಟ್ಟಿದ್ದರು. ಆದರೆ ಗೋಡೆಗೆ ಆ ಅಕ್ಷರಗಳನ್ನು ಅಂಟಿಸುವ ಕೆಲಸ ಮಾತ್ರ ನೀವೇ ಮಾಡಿಕೊಳ್ಳತಕ್ಕದ್ದು, ಅದಕ್ಕಾಗಿ ನಮ್ಮ ಕೆಲಸಗಾರರನ್ನು ಕಳುಹಿಸಿಕೊಡಲು ಸಾಧ್ಯವಿಲ್ಲ; ಅದು ತುಂಬಾ ದುಬಾರಿಯಾಗುತ್ತದೆ – ಎಂದು ತಿಳಿಸಿದ್ದರು. ಕನ್ನಡದ ಅಕ್ಷರಗಳನ್ನು ಜೋಡಿಸುವುದು ಯಾವ ಘನಕಾರ್ಯ ಎಂದು ನಾವೆಲ್ಲಾ ಒಪ್ಪಿಕೊಂಡಿದ್ದೆವು. ನಾನು ಕಂಪನಿಯ ಹೆಸರು, ಘೋಷ ವಾಕ್ಯ, ವಿಳಾಸ ಮತ್ತಿತರ ಎಲ್ಲಾ ಪಠ್ಯವನ್ನು ಅನುವಾದಿಸಿ, ಕನ್ನಡದ ತಂತ್ರಾಂಶಗಳನ್ನು ಬಳಸಿ ಕಂಪ್ಯೂಟರಿನಲ್ಲಿ ಪಡಿಮೂಡಿಸಿ ಕಳುಹಿಸಿಕೊಟ್ಟಿದ್ದೆ. ಮಾತಿಗೆ ತಕ್ಕಂತೆ ಅವರು ಆ ಪಠ್ಯವನ್ನು ಲೋಹದ ಹಲಗೆಗಳಲ್ಲಿ ಕೊರೆದು ಕಳುಹಿಸಿದ್ದರು.

ನಾವ್ಯಾರೂ ಊಹಿಸದ ರೀತಿಯಲ್ಲಿ ಸಮಸ್ಯೆಯೊಂದು ಎದುರಾಗಿತ್ತು. ಇಂಗ್ಲಿಷ್ ಭಾಷೆಯಂತೆ ಕನ್ನಡದ ಅಕ್ಷರಗಳು ಇಡಿಯಾದ ಚಿತ್ರರಚನೆಗಳಲ್ಲ. ಒತ್ತಕ್ಷರಗಳು, ಅಲ್ಪ ಪ್ರಾಣ, ಮಹಾಪ್ರಾಣ ಇತ್ಯಾದಿಗಳು ಸೇರಿಕೊಂಡು ಅಕ್ಷರಗಳು ತುಂಡು ತುಂಡಾಗಿ ನೈಲಾನ್ ಚೀಲದಲ್ಲಿ ಸೇರಿಕೊಂಡು ಕೊರಿಯರ್‌ನಲ್ಲಿ ಬಂದಿದ್ದವು. ಉದಾಹರಣೆಗೆ 'ಸ' ಎನ್ನುವ ಅಕ್ಷರದ ಕೆಳಭಾಗ ಒಂದು ತುಂಡಾದರೆ, ಮೇಲಿನದು ಮತ್ತೊಂದು ತುಂಡು. 'ಪ' ಅಕ್ಷರದ ಮೇಲಿನ ಭಾಗದ ತುಂಡಿಗೂ, 'ಸ' ಅಕ್ಷರದ ಮೇಲಿನ ಭಾಗದ ತುಂಡಿಗೂ ವ್ಯತ್ಯಾಸ ಗುರುತಿಸುವುದು ಹೇಗೆ? 'ಠ' ಎನ್ನುವ ಅಕ್ಷರದ ಮಧ್ಯದ ಚುಕ್ಕೆಯ ತುಂಡನ್ನು 'ರ' ಅಕ್ಷರದಿಂದ ಬೇರ್ಪಡಿಸುವುದು ಹೇಗೆ? 'ಕ್ಷ' ದ ಕೆಳಭಾಗ ಎಲ್ಲಿದೆ? 'ಪ್ವ' ಎನ್ನುವ ಒತ್ತಕ್ಷರದ ಕೆಳಗಿನ 'ವ' ವನ್ನು, 'ವ' ಅಕ್ಷರದಿಂದ ಬೇರ್ಪಡಿಸುವುದು ಹೇಗೆ? ಅಜ್ಜನ ಕೋಲಿನ ರೂಪದ ದೀರ್ಘವನ್ನು ಉಲ್ಟಾ ಕಂಡಾಗ ಪಿನ್‌ಕೋಡಿನ ಒಂಬತ್ತು ಎಂದು ಗಲಿಬಿಲಿಯಾಗದಿರದೆ? ಇಂತಹ ಯಾವ ಸಮಸ್ಯೆಯನ್ನೂ ಎದುರಿಸದ ಮುಂಬಯಿಯವರು, ಸುಮ್ಮನೆ ಕಂಪ್ಯೂಟರಿಗೆ ನಮ್ಮ ಪಠ್ಯವನ್ನು ತುರುಕಿ, ಅದು ಕೊರೆದು ಹಾಕಿದ ಅಕ್ಷರದ ತುಣುಕುಗಳನ್ನು ಒಟ್ಟಾಗಿಸಿ ಕಳುಹಿಸಿಬಿಟ್ಟಿದ್ದರು. ಒಂದು ಭಾಷೆಗೂ ಮತ್ತೊಂದು ಭಾಷೆಗೂ ಇರುವ ಸೂಕ್ಷ್ಮತೆಯನ್ನು ಮನುಷ್ಯ ಗುರುತಿಸಬಲ್ಲನೆ ಹೊರತು, ಯಂತ್ರಗಳು ಹೇಗೆ ಗುರುತಿಸಿಯಾವು?

"ನೀವೇ ಏನಾದ್ರೂ ಸಹಾಯ ಮಾಡಿ ಸಾರ್... ನಂಗಂತೂ ಇದು ಬಗೆಹರಿಯಂಗಿಲ್ಲ" ಅಂತ ರಂಗಣ್ಣನವರು ಬೇಡಿಕೊಂಡರು. ನಾನು ಸುಮ್ಮನೆ ಆ ತುಂಡುಗಳ ಕಡೆಗೊಮ್ಮೆ ನೋಡಿದೆ. ರಿಸೆಪ್ಷನ್ ಪಡಸಾಲೆಯ ಝಗಮಗಿಸುವ ಬೆಳಕಿನಲ್ಲಿ ಆ ಲೋಹದ ತುಂಡುಗಳು ಫಳಫಳನೆ ಹೊಳೆಯುತ್ತಿದ್ದವು. ನನಗೆ ಹೊಟ್ಟೆಯಲ್ಲಿ ಒಂದು ರೀತಿಯಲ್ಲಿ ತೊಳೆಸಿದಂತೆ ಆಯ್ತು. ಅಕ್ಷರಗಳನ್ನು ಯಾವತ್ತೂ ಇಡಿಯಾಗಿ ನೋಡಿದವನು ನಾನು. ಅವನ್ನು ತುಂಡುತುಂಡಾಗಿ ಉಲ್ಟಾಪಲ್ಟಾ ನೋಡಿದಾಗ, ಜೀವವೊಂದು ಅಪಘಾತದಲ್ಲಿ ಮಡಿದು ಅವಯವಗಳು ಚೆಲ್ಲಾಪಿಲ್ಲಿಯಾದಂತೆ ಭಾಸವಾಗಿ ಹೆದರಿಕೆಯಾಗಿತ್ತು. ಆ ತುಂಡುಗಳನ್ನು ಕೈಯಲ್ಲಿ ಹಿಡಿದುಕೊಂಡಾಗ ನನ್ನ ಕೈ ನಡುಗಲಾರಂಭಿಸಿತು. ಕನ್ನಡದ ಮೇಲೆ ವಿಶಿಷ್ಟ ಕಾಳಜಿ ಮತ್ತು ಕನ್ನಡದ ಅಕ್ಷರಗಳಲ್ಲಿ ಜೀವಂತಿಕೆಯನ್ನು ಕಾಣುವ ನನಗೆ ಆ ದೃಶ್ಯ ಸಂಕಟವನ್ನುಂಟು ಮಾಡಿತು. ಆ ಕಾರಣಕ್ಕಾಗಿಯೋ ಏನೋ, "ಇದೆಲ್ಲಾ ನನ್ನ ಕೈಲಿ ಆಗಲ್ಲ ಕಣ್ರೀ... ಕಂಪನಿಯವರನ್ನೇ ಬರಲಿಕ್ಕೆ ಹೇಳ್ರಿ" ಅಂತ ಬಡಬಡಿಸಿದೆ.

"ನೀವೇ ಹಿಂಗಂದ್ರೆ ಹೆಂಗೆ ಸಾರ್? ಸೋಮವಾರ ಬೆಂಗಳೂರು ಬಂದ್ ಅದೆ. ಕನ್ನಡ ಹೋರಾಟದ ಸಂಘಟನೆಗಳು ಕರೆ ಕೊಟ್ಟಿವೆ. ಕನ್ನಡ ಬೋರ್ಡ್ ಇಲ್ಲ ಅಂದ್ರೆ ಗಲಾಟೆ ಮಾಡ್ತವೆ. ಈವತ್ತು ನಾಳೆಯೊಳಗೆ ನಾವೇ ಹೇಗಾದ್ರೂ ಮಾಡಿ ಮುಗಿಸಬೇಕು" ಎಂದು ರಂಗಣ್ಣ ಅಲವತ್ತುಕೊಂಡ.

ಆ ಹೊತ್ತಿನಲ್ಲಿ ನನ್ನ ಜೊತೆ ಇದ್ದ ವೆಂಕಯ್ಯ "ಸಾರ್, ನಾನು ಪ್ರಯತ್ನ ಪಡಲಾ?" ಎಂದು ಕೇಳಿದ. ಈ ತೆಲುಗು ಹುಡುಗ ನಮ್ಮ ಕನ್ನಡದ ಪಠ್ಯಕ್ಕೆ ಯಾವ ಸಹಾಯ ಮಾಡಿಯಾನು? ಎಂದು ಮೊದಲಿಗೆ ನನಗೆ ಅನುಮಾನವಾಯ್ತು. ಆದರೆ ಯಾರ ಪ್ರಯತ್ನವನ್ನೂ ತಡೆಯುವುದು ತಪ್ಪಾಗುತ್ತದೆ ಎಂದು ಬದುಕು ನನಗೆ ಕಲಿಸಿಕೊಟ್ಟಿತ್ತು. "ಟ್ರೈ ಮಾಡು... ಲೆಟ್ ಅಜ್ ಸಿ" ಎಂದೆ. ಅವನು ತನ್ನ ಫೈಲನ್ನು ಅಲ್ಲಿಯೇ ರಿಸೆಪ್ಷನ್ ಟೇಬಲ್ ಮೇಲೆ ಇಟ್ಟು, ಸ್ಪಷ್ಟವಾಗಿ ಚಕ್ಕಳಮಕ್ಕಳ ಹಾಕಿ ನೆಲದ ಮೇಲೆ ಕುಳಿತ. ರಂಗಣ್ಣನವರಿಂದ ಮೂಲ ಪಠ್ಯದ ಪ್ರಿಂಟ್‌ಔಟ್ ತೆಗೆದುಕೊಂಡು, ಒಂದೊಂದಾಗಿ ಅಕ್ಷರ ಜೋಡಿಸಲಾರಂಭಿಸಿದ. ನಾವಿಬ್ಬರು ಬಿಟ್ಟಗಣ್ಣಿಂದ ಅವನೆಡೆಗೆ ನೋಡುತ್ತಿದ್ದೇವೆ ಎಂಬ ಯಾವ ಆತಂಕವೂ ಇಲ್ಲದಂತೆ, ಅತ್ಯಂತ ಸಮಾಧಾನ ಸ್ಥಿತಿಯಲ್ಲಿ ಎಲ್ಲವನ್ನೂ ಹದಿನೈದು ನಿಮಿಷದಲ್ಲಿ ಜೋಡಿಸಿಬಿಟ್ಟ. ಆ ಹದಿನೈದು ನಿಮಿಷದಲ್ಲಿಯೇ ನಾನು ಅವನಿಗೆ ನಮ್ಮ ಕಂಪನಿಯಲ್ಲಿ ಉದ್ಯೋಗ ಕೊಡಲು ನಿರ್ಧರಿಸಿಬಿಟ್ಟಿದ್ದೆ.

ಕಗ್ಗಂಟನ್ನು ಬಿಡಿಸುವುದು ಅಂತಹ ಸುಲಭದ ಕೆಲಸವಲ್ಲ. ಅದಕ್ಕೆ ವಿಶೇಷವಾದ ಸಹನೆ, ಉತ್ಸಾಹ ಮತ್ತು ಜಾಣತನ ಬೇಕಾಗುತ್ತದೆ. ಆ ತರಹದ ಆಸಕ್ತಿಯಿದ್ದವರು

ಒಳ್ಳೆಯ ಕಂಪ್ಯೂಟರ್ ಪ್ರೋಗ್ರಾಮರ್ ಆಗುತ್ತಾರೆ ಎಂದು ನಾನು ಅನುಭವದಿಂದ ಕಂಡುಕೊಂಡಿದ್ದೆ. ಆ ಕಾರಣಕ್ಕಾಗಿಯೇ ಸಾಮಾನ್ಯವಾಗಿ ಐಟಿ ಕಂಪನಿಗಳ ಸಂದರ್ಶನದಲ್ಲಿ ಒಗಟಿನಂತಹ ಪಜಲ್‌ಗಳನ್ನು ಕೇಳುವ ರೂಢಿಯಿದೆ. ವೆಂಕಯ್ಯನ ವಿಷಯದಲ್ಲಿ ಅದು ಪ್ರಾತ್ಯಕ್ಷಿಕೆಯ ಮೂಲಕ ನಿದರ್ಶನಗೊಂಡಿತ್ತು. ಆದ್ದರಿಂದ ಯಾವ ಅನುಮಾನವೂ ಇಲ್ಲದಂತೆ ಅವನಿಗೆ ಕಂಪನಿಯಲ್ಲಿ ನೌಕರಿ ಕೊಡುವುದಕ್ಕೆ ಆ ಹದಿನೈದು ನಿಮಿಷದಲ್ಲಿ ಮನಸ್ಸು ನಿರ್ಧರಿಸಿಬಿಟ್ಟಿತ್ತು. ನಿಯಮಗಳನ್ನು ದಾಟುವ ಅವಶ್ಯಕತೆ ಈ ಸಂದರ್ಭದಲ್ಲಂತೂ ಇತ್ತು.

ಬಾಲ್ಯದ ಒಂದು ಸನ್ನಿವೇಶ ನನಗೆ ಯಾವತ್ತೂ ನೆನಪಾಗುತ್ತದೆ. ಪ್ರತಿ ವರ್ಷ ಬರುವ ಅನಂತ ಪದ್ಮನಾಭ ವ್ರತದ ದಿನ ಒಂದು ಕೆಂಪು ದಾರವನ್ನು ಮನೆಯವರೆಲ್ಲಾ ಬಲಗೈಗೆ ಕಟ್ಟಿಕೊಳ್ಳುವುದು ಸಂಪ್ರದಾಯವಾಗಿತ್ತು. ಬಂಧುಬಳಗದವರೆಲ್ಲಾ ಸೇರಿ ಸುಮಾರು ಐವತ್ತು ಜನ ಆವತ್ತು ಊಟಕ್ಕೆ ಸೇರುತ್ತಿದ್ದೆವು. ಅಷ್ಟೂ ಜನರ ದಾರವನ್ನು ಎಲ್ಲಿಯೋ ಬೀರುವಿನ ಮೂಲೆಯಲ್ಲಿಟ್ಟ ಒಂದು ಪ್ಲಾಸ್ಟಿಕ್ ಡಬ್ಬದಲ್ಲಿ ಇಟ್ಟಿರುತ್ತಿದ್ದರು. ಅವು ಒಂದಕ್ಕೊಂದು ಸೇರಿಕೊಂಡು ಕಗ್ಗಂಟಾಗಿ ಹೋಗಿರುತ್ತಿದ್ದವು. ಅವನ್ನು ಬಿಡಿಸುವುದಕ್ಕೆ ಹಬ್ಬದ ಗಲಾಟೆಯಲ್ಲಿ ಯಾರಿಗೂ ಸಮಯವಿರುತ್ತಿರಲಿಲ್ಲ, ಸಹನೆಯೂ ಇರುತ್ತಿರಲಿಲ್ಲ. ಆದರೆ ನಮ್ಮ ಮನೆಯಲ್ಲಿ ಕಾಶವ್ವ ಎನ್ನುವ ಅನಾಥ ವಿಧವೆ ಇದ್ದಳು. ಬಾಲ್ಯದಲ್ಲಿಯೇ ಗಂಡನನ್ನು ಕಳೆದುಕೊಂಡ ಆಕೆ, ನಮ್ಮ ಮನೆಯಲ್ಲಿ ದುಡಿದುಕೊಂಡು ಬದುಕುತ್ತಿದ್ದಳು. ಆಕೆಗೆ ಈ ಕಗ್ಗಂಟನ್ನು ಬಿಡಿಸುವುದರಲ್ಲಿ ವಿಶೇಷ ಆಸಕ್ತಿ ಇತ್ತು. ಮನೆಯ ಅಂಗಳದಲ್ಲಿದ್ದ ಮಲ್ಲಿಗೆಯ ಹಂದರದ ಕೆಳಗಿನ ಕಟ್ಟೆಯ ಮೇಲೆ ಕುಳಿತು, ದಾಸರ ಪದವನ್ನು ಹಾಡುತ್ತಾ, ಆಕೆ ಈ ಕಗ್ಗಂಟನ್ನು ಬಿಡಿಸುತ್ತಿದ್ದಳು. ನನಗೂ ಕಗ್ಗಂಟನ್ನು ಬಿಡಿಸುವುದರಲ್ಲಿ ಅತ್ಯಂತ ಆಸಕ್ತಿ. ಆದ್ದರಿಂದ ಆಕೆಯ ಜೊತೆಗೆ ಕುಳಿತು ಒಂದೊಂದೇ ದಾರವನ್ನು ಕಗ್ಗಂಟಿಂದ ಬಿಡಿಸಿ, ಬೇರೆ ಇಡುತ್ತಿದ್ದೆ. ಸುಮಾರು ಒಂದು ಗಂಟೆಯ ಕಾಲದಲ್ಲಿ ನಾವಿಬ್ಬರೂ ಸೇರಿ ಐವತ್ತಕ್ಕೂ ಹೆಚ್ಚು ದಾರಗಳನ್ನು ಬಿಡಿಸಿಡುತ್ತಿದ್ದೆವು. ಮೊದಲು ಹಲವು ದಾರಗಳನ್ನು ಕಷ್ಟಪಟ್ಟು ಬಿಡಿಸಿದರೆ ಸಾಕು, ಉಳಿದವನ್ನು ಬಿಡಿಸುವುದು ಅಂತಹ ಸಮಸ್ಯೆಯಾಗಿರುತ್ತಿರಲಿಲ್ಲ. ಮನೆಯವರೆಲ್ಲಾ ಒಬ್ಬೊಬ್ಬರಾಗಿ ಬಂದು, ಬಿಡಿಸಿಟ್ಟ ಪವಿತ್ರ ದಾರವೊಂದನ್ನು ತಮ್ಮ ಬಲಗೈ ಮಣಿಕಟ್ಟಿಗೆ ಕಟ್ಟಿಕೊಂಡು ಹೋಗುತ್ತಿದ್ದರು. ಎಲ್ಲರೂ ದಾರ ಕಟ್ಟಿಕೊಂಡ ಮೇಲೆ, ಕೊನೆಯದನ್ನು ಕಾಶವ್ವ ನನ್ನ ಕೈಗೆ ಕಟ್ಟುತ್ತಿದ್ದಳು. ವಿಧವೆಯಾದ್ದರಿಂದ ಆಕೆ ಪವಿತ್ರದಾರವನ್ನು ಧರಿಸುವಂತಿರಲಿಲ್ಲ. ಆದರೆ ನನ್ನ ಕೈಗೆ ಕಟ್ಟಿದ ನಂತರ, ತಲೆಯನ್ನು ಸವರಿ "ಕಗ್ಗಂಟು ಬಿಡಿಸೋ ಜಾಣತನ ನಿಂಗದೆ. ಮುಂದೆ ದೊಡ್ಡ ಉದ್ಯೋಗ ಮಾಡ್ತಿ. ಯಾವತ್ತೂ ಕಗ್ಗಂಟು ಬಿಡಿಸೋ ಕೆಲಸದಿಂದ ತಪ್ಪಿಸ್ಕೋಬೇಡ. ನನ್ನ ಮಾತು

ನೆನಪಿಡು" ಎಂದು ಹರಸುತ್ತಿದ್ದಳು. ಈಗಲೂ ಕಾಶವ್ವನನ್ನು ನೆನೆಸಿಕೊಂಡರೆ ಸಾಕು, ನನ್ನ ಕಣ್ಣುಗಳು ಆರ್ದ್ರವಾಗುತ್ತವೆ. ಆಕೆಗೆ ಕಂಪ್ಯೂಟರ್ ಪ್ರೋಗ್ರಾಮಿಂಗ್ ಕಲಿಸಿಕೊಟ್ಟರೆ ಅದ್ಭುತವಾದದ್ದನ್ನು ಸಾಧಿಸಿಬಿಡುತ್ತಿದ್ದಳು ಎಂದು ಅನ್ನಿಸುತ್ತಿರುತ್ತದೆ. ಆದರೆ ಸಾಯುವ ತನಕವೂ ತುತ್ತು ಅನ್ನಕ್ಕಾಗಿ ಇನ್ನಿಲ್ಲದ ದೈನ್ಯತೆಯಿಂದ ಆಕೆ ಬದುಕನ್ನು ಕಳೆದಳು. ಕೆಟ್ಟ ಕಾಲವು ನಮ್ಮ ಬುದ್ಧಿವಂತಿಕೆಯನ್ನೇ ಆಪೋಶನ ತೆಗೆದುಕೊಂಡು ಬಿಡುತ್ತದೆ.

^^^

ಅಕ್ಷರಗಳನ್ನು ಕಾಂಪೌಂಡಿನ ಗೋಡೆಗೆ ಅಂಟಿಸುವ ಕೆಲಸವನ್ನು ರಂಗಣ್ಣಗೆ ಒಪ್ಪಿಸಿ, ನಾವಿಬ್ಬರೂ ಹೊರನಡೆದವು. ಸಾಮಾನ್ಯವಾಗಿ ರಿಸೆಪ್ಷನ್ ಬಾಗಿಲ ಬಳಿಯೇ ಅಭ್ಯರ್ಥಿಗಳಿಗೆ ವಿದಾಯ ಹೇಳುವ ನಾನು, ಈಗ ಖುಷಿಯಲ್ಲಿ ವೆಂಕಯ್ಯನ ಜೊತೆ ಅವನು ಬೈಕ್ ನಿಲ್ಲಿಸಿದ್ದ ಜಾಗದ ತನಕ ನಡೆದುಕೊಂಡು ಹೋದೆ. ಅವನು ಅದೆಷ್ಟು ಸುಲಭವಾಗಿ ಕನ್ನಡದ ಅಕ್ಷರಗಳನ್ನು ಜೋಡಿಸಿಬಿಟ್ಟನಲ್ಲಾ ಎಂಬ ಅಚ್ಚರಿ ನನ್ನ ಮನಸ್ಸನ್ನೆಲ್ಲಾ ಆಕ್ರಮಿಸಿಕೊಂಡು ಬಿಟ್ಟಿತ್ತು. ಅವನ ಬಗ್ಗೆ ವಿಶೇಷ ಪ್ರೀತಿಯೂ ಮೂಡಿತ್ತು.

"ಕನ್ನಡ ಅಕ್ಷರಗಳು ನಿಂಗೆ ಹೇಗೆ ಗೊತ್ತು ವೆಂಕಯ್ಯ?" ಎಂದು ಕುತೂಹಲದಿಂದ ಕೇಳಿದೆ. ವಾತಾವರಣ ತಣ್ಣಗಿತ್ತು. ಹುಣ್ಣಿಮೆಯ ದಿನವಾದ್ದರಿಂದ ಬೆಳದಿಂಗಳು ಎಲ್ಲೆಲ್ಲಿಯೂ ಚೆಲ್ಲಾಡಿತ್ತು. ನನ್ನ ಪ್ರಶ್ನೆಗೆ ವೆಂಕಯ್ಯ ನಾಚಿಕೆಯಿಂದ ನಕ್ಕ. ಕಡುಗಪ್ಪು ಬಣ್ಣದ, ತೆಳ್ಳನೆಯ ದೇಹದ, ಎತ್ತರದ ನಿಲುವಿನ ವೆಂಕಯ್ಯ ನೋಡಲು ಆಕರ್ಷಕವಾಗಿದ್ದ.

"ಸಿಕ್ಕಾಪಟ್ಟೆ ಸಿನಿಮಾ ನೋಡ್ತೀನಿ ಸಾರ್. ಚಿಕ್ಕಂದಿನಿಂದಲೂ ಎಲ್ಲಾ ವಾಲ್‌ಪೋಸ್ಟರ್ ಓದೋ ಅಭ್ಯಾಸ ನಂಗೆ. ಬೆಂಗಳೂರಿಗೆ ಬಂದ ಮೇಲೆ ಜಾಸ್ತಿ ಕನ್ನಡ ಸಿನಿಮಾ ಪೋಸ್ಟರ್ ಕಾಣಿಸೋದು, ಅದನ್ನೇ ಓದೋಕೆ ಶುರು ಮಾಡಿಕೊಂಡೆ. ತೆಲುಗು–ಕನ್ನಡ ಅಕ್ಷರಕ್ಕೆ ಅಂತಹ ವ್ಯತ್ಯಾಸವೇನಿಲ್ಲ. ಬರೀ ಒತ್ತು–ಕೊಂಬು–ದೀರ್ಘದ ಚಿಹ್ನೆಗಳು ಸ್ವಲ್ಪ ಬೇರೆ. ಎಲ್ಲಿ ಕನ್ನಡ ಅಕ್ಷರಗಳು ಕಣ್ಣಿಗೆ ಬಿದ್ದರೂ, ಮನಸ್ಸು ಅದನ್ನು ಓದಿಬಿಡುತ್ತಿತ್ತು. ಆದ್ದರಿಂದ ಅಭ್ಯಾಸ ಆಗಿತ್ತು" ಎಂದು ಹೇಳಿದ.

ಅವನು ಬೈಕ್ ಹತ್ತಿ ಕುಳಿತ ಮೇಲೆ ನಾನು ಮತ್ತೊಂದು ಪ್ರಶ್ನೆ ಕೇಳಿದೆ. "ಇಷ್ಟೆಲ್ಲಾ ಜಾಣ ಇದೀಯ. ಆದರೆ ಇಂಜಿನಿಯರಿಂಗ್‌ನಲ್ಲಿ ಅಷ್ಟು ಕಡಿಮೆ ಅಂಕ ಯಾಕೆ ಬಂದಿವೆ?" ಎಂದು ಸಹಜವಾಗಿ, ಅವನಿಗೆ ಅವಮಾನವಾಗದ ರೀತಿಯಲ್ಲಿ, ನಗುನಗುತ್ತಾ ಕೇಳಿದೆ. ಆ ಪ್ರಶ್ನೆಗೆ ಅವನು ನಾಚಿಕೊಂಡ.

"ಇಂಜಿನಿಯರಿಂಗ್ ಮೂರನೇ ವರ್ಷದಲ್ಲಿ ಒಬ್ಬ ಹುಡುಗಿಯ ಪ್ರೀತಿಯಲ್ಲಿ ಸಿಕ್ಕಿಬಿದ್ದೆ ಸಾರ್. ಓದಿನಲ್ಲಿ ಆಸಕ್ತಿನೇ ಹೋಗಿ ಬಿಡ್ತು. ಅವಳನ್ನು ಬಿಟ್ಟರೆ ಬೇರೆ ಏನೂ ಬೇಡ ಅನ್ನಿಸೋದು. ಅವರ ಅಪ್ಪ-ಅಮ್ಮಂಗೆ ವಿಷಯ ಗೊತ್ತಾಯ್ತು. ಆಕಿನ್ನ ಕೂಡಿ ಹಾಕೋದಕ್ಕೆ ಶುರು ಮಾಡಿದ್ರು, ಬೇರೆ ಮದುವೆ ಮಾಡೋದಕ್ಕೆ ತಯಾರಿ ಮಾಡಿದ್ರು. ಆಮೇಲಕ್ಕೆ ನಂಗೆ ಅವಳನ್ನ ಕಳಕೊಂಡು ಬಿಡ್ತೀನಿ ಅನ್ನೋ ಭಯವಾಯ್ತು. ಗೆಳೆಯರ ಸಹಾಯ ತೊಗೊಂಡು ಅವಳನ್ನು ಕೂಡಿಟ್ಟ ಕೊಠಡಿಯಿಂದ ಬಿಡಿಸಿಕೊಂಡು, ಇಬ್ಬರೂ ಓಡಿಹೋದ್ವಿ. ಸಿಂಹಾಚಲಂನ ನರಸಿಂಹಸ್ವಾಮಿ ಸನ್ನಿಧಾನದಲ್ಲಿ ಒಬ್ಬರಿಗೊಬ್ಬರು ಗೆಳೆಯರ ಸಾಕ್ಷಿಯಲ್ಲಿ ಮಾಲೆ ಬದಲಾಯಿಸಿಕೊಂಡು ಮದುವೆ ಮಾಡಿಕೊಳ್ಳೋದು ಅಂತ ನಿರ್ಧರಿಸಿ, ಮುಹೂರ್ತ ಫಿಕ್ಸ್ ಮಾಡಿಬಿಟ್ಟೆವು. ಗೆಳೆಯರೆಲ್ಲಾ ವಿಶಾಖಪಟ್ಟಣಕ್ಕೆ ಬಂದು ನಮ್ಮ ಜೊತೆ ಕೂಡಿಕೊಂಡರು. ಆ ಊರಿಗೆ ಸಿಂಹಾಚಲಂ ತುಂಬಾ ಹತ್ತಿರ ಸಾರ್. ಹುಡುಗಿ ಅಪ್ಪ-ಅಮ್ಮ ನಮ್ಮಿಬ್ಬರನ್ನ ಕೊಲ್ಲೋದಕ್ಕೆ ರೌಡಿಗಳನ್ನ ನಿಯಮಿಸಿದ್ದಾರೆ ಅಂತ ಗೆಳೆಯರು ಹೇಳಿ, ಮದುವೆಗೆ ಅವಸರ ಮಾಡಿದ್ರು. ದೇವಸ್ಥಾನಕ್ಕೆ ಹೋದ ಮೇಲೆ ನನ್ನ ಹುಡುಗಿ ಮನಸ್ಸು ಬದಲಾಯಿಸಿಬಿಟ್ಟಳು. ಒಂದೇ ಸಮನೆ ಅಳೋದಕ್ಕೆ ಶುರು ಮಾಡಿಬಿಟ್ಟಳು. ಅಪ್ಪ-ಅಮ್ಮನ ಒಪ್ಪಿಗೆಯಿಲ್ಲದೆ ನಾನು ಮದುವೆ ಆಗಲ್ಲ, ಹೇಡಿಯಂತೆ ನಾನು ಮದುವೆಯಾಗಲಾರೆ ಅಂತ ಹೇಳಲಾರಂಭಿಸಿದಳು. ಅಳುವ ಹುಡುಗಿಯ ಜೊತೆಗೆ ಮದುವೆಯಾಗುವುದಾದರೂ ಹೇಗೆ? ಕೊನೆಗೆ ಮದುವೆಯನ್ನು ಕ್ಯಾನ್ಸಲ್ ಮಾಡಿ, ಊರಿಗೆ ವಾಪಸ್ಸು ಬಂದಿದ್ದಾಯ್ತು. ಆದರೆ ಸ್ವಲ್ಪೇ ದಿನದಲ್ಲಿ ಆಕೆ ಅಪ್ಪ ತೋರಿಸಿದ ಹುಡುಗನನ್ನು ಮದುವೆಯಾಗಿ ನನ್ನನ್ನು ಮರೆತುಬಿಟ್ಟಳು ಸಾರ್. ನಂಗೆ ಮೋಸ ಮಾಡಿಬಿಟ್ಟಳು. ಅವು ಅತ್ಯಂತ ಕಷ್ಟದ ದಿನಗಳು" ಎಂದು ಕಣ್ಣು ತುಂಬಿಕೊಂಡ.

ಕತೆಯನ್ನೆಲ್ಲಾ ಸಹನೆಯಿಂದ ಕೇಳಿದ ನಾನು "ವೆಂಕಯ್ಯ, ತೆಲುಗು ಸಿನಿಮಾ ವಿಪರೀತ ನೋಡೋದು ಒಳ್ಳೇದಲ್ಲ ಕಣ್ರೀ..." ಎಂದು ಹೇಳಿ, ಕಣ್ಣು ಹೊಡೆದು, ಅವನ ಕೈ ಕುಲುಕಿ, ವಾಪಸು ಕಂಪನಿಯ ಕಡೆಗೆ ನಡೆದೆ. ಅವನಿಗೆ ಒಳ್ಳೆಯ ಸಂಬಳವನ್ನು ಕೊಡೋಣ ಎಂದು ಮನಸ್ಸಿನಲ್ಲಿಯೇ ನಿರ್ಧರಿಸಿದೆ. ಒಂದು ತರಹದ ಉಲ್ಲಾಸದಿಂದ ಮನಸ್ಸು ನಲಿಯುತ್ತಿತ್ತು.

^^^

ಕಾಲೇಜಿನಲ್ಲಿಯೇ ಹುಡುಗಿಯನ್ನು ಪ್ರೀತಿಸಿ, ಮದುವೆಗೆ ಒಪ್ಪಿಸಿ ಓಡಿಸಿಕೊಂಡು ಹೋದ ವೆಂಕಯ್ಯ, ಸಹಜವಾಗಿಯೇ ಕಂಪನಿಯಲ್ಲಿಯೂ ಅತ್ಯಂತ ಲವಲವಿಕೆಯಿಂದ

ಎಲ್ಲರ ಗಮನ ಸೆಳೆದ. ವೆಂಕಯ್ಯ ಎನ್ನುವ ಹೆಸರು ಎಲ್ಲರ ಬಾಯಲ್ಲೂ 'ವೆಂಕ್ಸ್' ಎಂದು ಮರುನಾಮಕರಣವಾಯ್ತು. ಕಂಪನಿ ಸೇರಿದ ಒಂದೆರಡು ದಿನಗಳಲ್ಲಿಯೇ ಎಲ್ಲರ ಪರಿಚಯ ಮಾಡಿಕೊಂಡುಬಿಟ್ಟ, ಎಷ್ಟೋ ವರ್ಷಗಳಿಂದ ಪರಿಚಿತನೋ ಎಂಬಂತೆ ಸಹೋದ್ಯೋಗಿಗಳು ಆಗೊಮ್ಮೆ ಈಗೊಮ್ಮೆ ಅವನ ಬಳಿ ಹೋಗಿ ಮಾತನಾಡಿಸುತ್ತಿದ್ದರು. ಐದನೆಯ ಮಹಡಿಯಲ್ಲಿ ಕೂಡುತ್ತಿದ್ದ ವೆಂಕಯ್ಯನಿಗೆ ಮನೆಯಲ್ಲಿ ಮಾಡಿದ ಹೊಸರುಚಿಯನ್ನು ಕೊಡುವ ನೆಪದಲ್ಲಿ ನೆಲಮಹಡಿಯಿಂದ ಹುಡುಗಿಯರು ಬರುತ್ತಿದ್ದರು. ಮಧ್ಯಾಹ್ನದ ಊಟದ ಹೊತ್ತಿನಲ್ಲಿ ಹೆಚ್ಚು ಕಡಿಮೆ ಅವನು ಕುಳಿತ ಮೇಜಿನ ಕಡೆ ಒಂದು ದೊಡ್ಡ ಗುಂಪೇ ನೆರೆದಿರುತ್ತಿತ್ತು. ನಗು, ಕೇಕೆ, ಅಬ್ಬರಗಳು – ಅಲ್ಲಿ ಕೇಳಿಸುತ್ತಿದ್ದವು.

ಕೆಲಸದಲ್ಲಿಯೂ ಅವನ ಕುಶಲತೆ ವಿಶಿಷ್ಟವಾಗಿತ್ತು. ಕೊಟ್ಟ ಕೆಲಸಗಳನ್ನು ನೆಪವಿಲ್ಲದಂತೆ ಅತ್ಯಂತ ಬೇಗ ಮಾಡಿ ಮುಗಿಸಿ ಬಿಡುತ್ತಿದ್ದ. ಯಾವ ಹೊತ್ತಿನಲ್ಲಿ ಅವನು ಕೆಲಸ ಮಾಡುತ್ತಿದ್ದನೋ ಎಂದು ನಮಗೆ ಅನುಮಾನವಾಗುವ ಹಾಗೆ ವರ್ತಿಸುತ್ತಿದ್ದ. ಉಳಿದ ಸಹೋದ್ಯೋಗಿಗಳಿಗೂ ಸಾಕಷ್ಟು ಸಹಾಯ ಮಾಡುತ್ತಿದ್ದ. ಚಿಕ್ಕಂದಿನಲ್ಲಿ ಹಳ್ಳಿಯಲ್ಲಿಯೇ ಬೆಳೆದು, ತೆಲುಗು ಮಾಧ್ಯಮದಲ್ಲಿ ಓದಿದವನಾದ್ದರಿಂದ ಅವನ ಇಂಗ್ಲಿಷ್ ಚೆನ್ನಾಗಿರಲಿಲ್ಲ. ಆದರೆ ಸಾಫ್ಟ್‌ವೇರ್ ಕಂಪನಿಯಲ್ಲಿ ಕೆಲಸ ಮಾಡಲು ಇಂಗ್ಲಿಷ್‌ನ ಅವಶ್ಯಕತೆಯೇ ಇಲ್ಲವೆಂಬಂತೆ ವರ್ತಿಸುತ್ತಿದ್ದ. ಅವನಿಗೆ ಇಂಗ್ಲಿಷ್ ಭಾಷೆ ಬರದಿದ್ದರೂ, ಕನ್ನಡ ತಮಿಳು ಮಲೆಯಾಳಂ ಮತ್ತು ಹರಕು-ಮುರುಕು ಹಿಂದಿ ಬರುತ್ತಿತ್ತು. ಎಲ್ಲರೊಡನೆಯೂ ಅವರವರ ಮಾತೃಭಾಷೆಯಲ್ಲಿ ಮಾತನಾಡಿ ಬರುತ್ತಿದ್ದ. ಶುಕ್ರವಾರದ ಸಂಜೆಯ ಹೊತ್ತು ನಡೆಯುತ್ತಿದ್ದ ಅಂತ್ಯಾಕ್ಷರಿ ಹಾಡಿನ ಬಂಡಿಯಲ್ಲಿ, ಈವರೆಗೆ ಕೇವಲ ಬಾಲಿವುಡ್ ಭಾಷೆಯ ಹಾಡುಗಳಿಗೆ ಪ್ರವೇಶವಿದ್ದದ್ದನ್ನು ಪೂರ್ತಿಯಾಗಿ ವಿರೋಧಿಸಿ, ಎಲ್ಲಾ ಭಾರತದ ಭಾಷೆಯ ಹಾಡುಗಳಿಗೂ ಅವಕಾಶ ಇರಲೇಬೇಕೆಂದು ಹಟ ಹಿಡಿದು ಸಾಧಿಸಿದ. "ಜೋಕೆ, ನಾನು ಬಳ್ಳಿಯ ಮಿಂಚು..." ಎನ್ನುವ ಅಪ್ಪಟ ಕನ್ನಡದ ಹಾಡಿನ ಜೊತೆಗೆ, ಯಾವುದೋ ಮಣಿಪುರಿ ಹಾಡು, ಮಾರ್ವಾಡಿ ಹಾಡುಗಳು ಕಂಪನಿಯಲ್ಲಿ ಕೇಳಿಸಲಾರಂಭಿಸಿದವು.

ವರ್ಷಕ್ಕೆ ಒಂದೆರಡು ದಿನ ನಮ್ಮ ಕಂಪನಿಯಲ್ಲಿ "ಎಥ್ನಿಕ್ ಡೇ" ಆಚರಿಸುವ ಪದ್ಧತಿಯಿತ್ತು. ಹುಡುಗಿಯರು ಸಾಮಾನ್ಯವಾಗಿ ರೇಷ್ಮೆ ಸೀರೆಯನ್ನು ಉಟ್ಟುಕೊಂಡು ಬಂದರೆ, ದಕ್ಷಿಣ ಭಾರತದ ಹುಡುಗರು ಪಂಚೆಯನ್ನೂ, ಉತ್ತರ ಭಾರತದ ಹುಡುಗರು ಜುಬ್ಬಾ-ಪೈಜಾಮವನ್ನು ಹಾಕಿಕೊಂಡು ಬರುವುದು ಸ್ವಾಭಾವಿಕವಾಗಿತ್ತು. ನಿಮ್ಮ ರಾಜ್ಯದ, ನಿಮ್ಮ ಮನೆಯ ಸಂಸ್ಕೃತಿಯನ್ನು ಬಿಂಬಿಸುವ ಉಡುಗೆತೊಡುಗೆಗಳು ಈ ದಿನ ಪ್ರದರ್ಶನಗೊಳ್ಳಲಿ ಎಂದು ಎಲ್ಲರಿಗೂ ಇಮೇಲ್

ಬರೆಯುತ್ತಿದ್ದೆವು. ದಿನದ ಕೊನೆಯಲ್ಲಿ ಎಲ್ಲಾ ಉದ್ಯೋಗಿಗಳೂ ಮತದಾನ ಮಾಡಿ, ಅತ್ಯಂತ ಸೊಗಸಾದ ಉಡುಗೆ ಯಾರದ್ದೆಂದು ನಿರ್ಧರಿಸಿ, ಅವರಿಗೆ ಒಂದಿಷ್ಟು ಹಣವನ್ನು ಉಡುಗೊರೆಯಾಗಿ ಕೊಡುವುದು ಬಹುವರ್ಷಗಳಿಂದ ನಡೆದುಕೊಂಡು ಬಂದ ಪದ್ಧತಿಯಾಗಿತ್ತು. ಆದರೆ ವೆಂಕಯ್ಯ ಬಂದ ನಂತರದ ಮೊದಲ ಎಥ್ನಿಕ್ ಡೇ ದಿನ ಸಂಗತಿಗಳು ಏರುಪೇರಾದವು. ಎಲ್ಲದಕ್ಕೂ ವೆಂಕಯ್ಯನ ವೇಷವೇ ಕಾರಣವೆನ್ನುವುದು ತಳ್ಳಿಹಾಕಲಾಗುವುದಿಲ್ಲ.

^^^

ಆವತ್ತು ಬೆಳಿಗ್ಗೆಯೇ ನಂಗೆ ಸೆಕ್ಯೂರಿಟಿಯವರಿಂದ ಫೋನ್ ಬಂತು. "ಅರ್ಜೆಂಟ್ ಇಲ್ಲಿಗೆ ಬರ್ರಿ ಸಾರ್" ಎಂದು ಬೇಡಿಕೊಂಡರು. "ಅಂಥಾದ್ದು ಏನಾಗಿದೆ ರ್ರೀ..." ಅಂದ್ರೆ, "ವೆಂಕಯ್ಯ ಮೂರು ಕುರಿ ಕರಕೊಂಡು ಬಂದಾನೆ ಸಾರ್... ಅವನ್ನೂ ಆಫೀಸಿನೊಳಗೆ ಬಿಡಬೇಕು ಅಂತಿದ್ದಾನೆ" ಎಂದು ಗೋಳಾಡಿದರು. ಈ ವೆಂಕಯ್ಯ ಕುರಿಗಳನ್ಯಾಕೆ ಆಫೀಸಿಗೆ ತಂದ ಎಂದು ನನಗೆ ತಲೆಕೆಟ್ಟಿತು. ಆದರೂ ಕುತೂಹಲದಿಂದ ಕಂಪನಿಯ ಗೇಟಿನ ಕಡೆ ಹೊರಟೆ. ಅಂದು ನಾನು ಕಚ್ಚೆ ಹಾಕಿ ಧೋತ್ರವನ್ನುಟ್ಟು, ಕೆಂಪು ಶಲ್ಯವನ್ನು ಹೊದೆದು, ನಾಮ-ಮುದ್ರೆಗಳನ್ನು ಢಾಳಾಗಿ ಹಾಕಿಕೊಂಡು ಬಂದಿದ್ದೆ. ಅದು ನನ್ನ ಎಥ್ನಿಕ್ ಡೇ ದಿರಿಸಾಗಿತ್ತು. ಇಡೀ ದಿನ ನಮ್ಮಪ್ಪನೇ ನನ್ನ ಮೈಯೊಳಗೆ ಸೇರಿಕೊಂಡಂತಹ ಭಾವ ನನಗೆ ಆ ದಿನ ಆಗುತ್ತಿತ್ತು. ಅಪ್ಪನ ನಿತ್ಯದ ಉಡುಗೆ ಅದಾದರೂ, ನನಗೆ ಅದನ್ನು ಹಾಕಿ ಅಷ್ಟಾಗಿ ಅಭ್ಯಾಸವಿರಲಿಲ್ಲ. ಆದ್ದರಿಂದ ನಡೆಯುವಾಗ ಎಲ್ಲಿ ಧೋತ್ರ ಅಡ್ಡ ಬಂದು ಬಿದ್ದುಬಿಡುತ್ತೀನೋ ಎಂಬ ಭಯದಿಂದ ನಿಧಾನಕ್ಕೆ ಹೆಜ್ಜೆ ಹಾಕುತ್ತಿದ್ದೆ. ಎದೆಯ ಮೇಲೆ ಹೊದೆದ ನುಣುಪಾದ ರೇಶ್ಮೆಯ ಶಲ್ಯ ಜಾರಿ ಬಿದ್ದು, ಬೆತ್ತಲೆ ಎದೆ ಎಲ್ಲಿ ಪ್ರದರ್ಶನವಾಗುತ್ತದೋ ಎಂಬ ಭಯದಿಂದ ಅದನ್ನು ಮತ್ತೆ ಮತ್ತೆ ಹೊದೆದುಕೊಳ್ಳುತ್ತಿದ್ದೆ. ಒಂದಿಬ್ಬರು ಹುಡುಗರು "ಭಟ್ರೆ, ತೀರ್ಥ ಕೊಡ್ರಿ..." ಎಂದು ಅಂಗೈಯನ್ನು ನನ್ನ ಮುಂದೊಡ್ಡಿ ತಮಾಷೆ ಮಾಡಿ ನನ್ನ ಖುಷಿಯನ್ನು ಹೆಚ್ಚಿಸಿದ್ದರು.

ಗೇಟಿನ ಬಳಿ ನಿಂತ ವೆಂಕಯ್ಯನನ್ನು ಗುರುತು ಹಿಡಿಯಲು ನನಗೆ ಸ್ವಲ್ಪ ಸಮಯವೇ ಬೇಕಾಯ್ತು. ಮೊಣಕಾಲ ಮೇಲೆ ಕಚ್ಚೆ ಹಾಕಿ ಉಟ್ಟ ಅತ್ಯಂತ ಕೊಳಕು ಪಂಚೆ, ಭರ್ಜರಿ ಮೀನಖಂಡಗಳನ್ನು ಹೊಂದಿರುವ ಕಾಲುಗಳಿಗೆ ಒಂದು ಬೆಳ್ಳಿಯ ಕಡಗ, ರೋಮಭರಿತ ಎದೆಯ ಮೇಲೆ ಹೊದ್ದ ಒಂದು ಹರಕು ಕಂಬಳಿ, ಅದರ ಮೇಲೆ ಮರದ ದೊಡ್ಡ ಹಿಡಿಕೆಯ ಕೊಡಲಿ, ಕೊರಳಲ್ಲಿ ಕಾಶಿದಾರದಲ್ಲಿ ಕಟ್ಟಿದ

ಹುಲಿಯುಗುರಿನ ಪದಕದ ಸರ, ಬಲತೋಳಿಗೆ ಕೆಂಪುದಾರದಿಂದ ಅತ್ಯಂತ ಬಿಗಿಯಾಗಿ ಕಟ್ಟಿದ ಬೆಳ್ಳಿ ತಾಯಿತ, ಪಂಚೆಗೆ ಸಿಕ್ಕಿಸಿದ ಒಂದು ಬಿದಿರಿನ ಕೊಳಲು, ಎಲ್ಲಕ್ಕೂ ಹೆಚ್ಚಾಗಿ ಕೊರಳಿಗೆ ಹಗ್ಗ ಹಾಕಿ ಕಟ್ಟಿದ ಮೂರು ಕುರಿಗಳು ಮತ್ತೊಂದು ಕೈಯಲ್ಲಿ – ಅವನ ವೇಷ ವಿಶೇಷವಾಗಿತ್ತು. ಅಪರಿಚಿತನ ವಶಕ್ಕೆ ಸಿಕ್ಕ ಆ ಕುರಿಗಳು ಒಂದೇ ಸಮನೆ "ಮ್ಯಾ..." ಎಂದು ಅರಚುತ್ತಿದ್ದವು. ಅವನ್ನು ಎಲ್ಲಿಂದ ಹಿಡಿದುಕೊಂಡು ಹೇಗೆ ಕರೆತಂದನೋ ಆ ಭಗವಂತನೇ ಬಲ್ಲ. ದಾರಿಯಲ್ಲಿ ಹೋಗುತ್ತಿದ್ದವರು, ಆಫೀಸಿನ ಇತರ ಸಹೋದ್ಯೋಗಿಗಳು ಅವನ ಸುತ್ತ ಗುಂಪುಗೂಡಿದ್ದರು.

"ಇದೇನ್ರಿ ಅವತಾರ?" ಎಂದು ನಾನು ಬೆರಗಾಗಿ ಕೇಳಿದೆ.

"ನಮ್ಮಪ್ಪ ಕುರಿ ಕಾಯೋನು ಸಾರ್... ಥೇಟ್ ಹಿಂಗೇ ಕುರಿ ಕಾಯೋಕೆ ಹೋಗ್ತಾ ಇದ್ದ" ಎಂದು ಯಾವುದೇ ಸಂಕೋಚವಿಲ್ಲದಂತೆ ಹೇಳಿದ.

"ಎಥ್ನಿಕ್ ಡೇಗೆ ಈ ವೇಷ ಯಾಕೋ ವಿಪರೀತ ಆಯ್ತಲ್ಲ ಕಣ್ರೀ..." ಎಂದು ನಾನು ಬಡಬಡಿಸಿದೆ.

"ನೀವು ನಿಮ್ಮಪ್ಪನ ತರಹ ನಾಮ ಮುದ್ರೆ ಹಾಕ್ಕೊಂಡು ಬಂದಿದೀರ, ನಾನು ನಮ್ಮಪ್ಪನ ತರಹ ಕುರಿ ಹಿಡಕೊಂಡು ಬಂದೀನಿ" ಎಂದು ಮುಲಾಜಿಲ್ಲದೆ ಹೇಳಿದ. ನನಗೆ ಬಾಯಿ ಒಣಗಿತು.

ಅಷ್ಟರಲ್ಲಿ ಸೆಕ್ಯೂರಿಟಿಯವನು "ಈತನನ್ನ ಒಳಗೆ ಬಿಡಬೇಕೇನು ಸಾರ್?" ಎಂದು ನಿಜವಾದ ಸಮಸ್ಯೆಯನ್ನು ಮುಂದಿಟ್ಟ.

"ಕುರಿಗಳನ್ನ ಹೊರಗೆ ಕಟ್ಟಿ ಹಾಕಿ, ನೀವು ಮಾತ್ರ ಆಫೀಸಿನ ಒಳಗೆ ಬನ್ನಿ" ಎಂದು ಸಲಹೆ ಕೊಟ್ಟೆ. ವೆಂಕಯ್ಯ ಅದನ್ನು ಒಪ್ಪಲಿಲ್ಲ.

"ಕುರಿ ಇಲ್ಲದೆ ಕುರುಬ ಹೆಂಗೆ ಒಳಗೆ ಬರ್ತಾನೆ ಸಾರ್? ಬೀದಿಯಲ್ಲಿ ತೋಳಗಳು ಬಂದು ಕುರಿಗಳನ್ನ ಹಿಡಿದು ಬಿಟ್ರೆ ನನ್ನ ಗತಿ ಏನು?" ಎಂದು ಕೈಯಲ್ಲಿನ ಕೊಡಲಿಯನ್ನು ಝಳಪಿಸಿ ಕೇಳಿದ.

"ವೆಂಕಯ್ಯ, ತಲೆಹರಟೆ ಮಾಡಬೇಡ... ಕುರಿಗಳನ್ನ ಹೆಂಗೆ ಆಫೀಸಿನಾಗೆ ಬಿಡೋಕೆ ಆಗುತ್ತೆ? ಅದು ಕಂಪನಿಯ ನಿಯಮಕ್ಕೆ ಒಗ್ಗಲ್ಲ."

"ನಾಮ ಮುದ್ರೆಗಳು ಆಫೀಸಿನೊಳಗೆ ಬರೋದಾದ್ರೆ, ಕುರಿಗಳೂ ಬರಬೋದು ಬಿಡಿ ಸಾರ್..." ಎಂದ. ಸುತ್ತ ನೆರೆದಿದ್ದ ಸಹೋದ್ಯೋಗಿಗಳು "ಎಸ್... ಎಸ್..." ಎಂದು ಅವನಿಗೆ ಇನ್ನಷ್ಟು ಉತ್ತೇಜನ ನೀಡಿದರು.

"ಅದು ಕಂಪನಿಯ ನಿಯಮಕ್ಕೆ ಧಕ್ಕೆ ತರುತ್ತೆ ಕಣ್ರೀ..."

"ಅವಶ್ಯಕತೆ ಇದ್ದಾಗ ನಿಯಮಗಳನ್ನ ಸಡಿಲ ಮಾಡಬೇಕು ಅಲ್ವಾ ಸಾರ್?"

ಇವನ ಜೊತೆ ಎಂತಹ ವಾದ ಎಂದು ನನಗೆ ಸಿಟ್ಟು ಬರುತ್ತಿತ್ತು. ಆದರೂ

ಬೆಣ್ಣೆಯಲ್ಲಿನ ಕೂದಲನ್ನು ನಾಜೂಕಾಗಿ ತೆಗೆಯುವಂತೆ ಸಂದರ್ಭವನ್ನು ಎದುರಿಸಬೇಕಾಗಿತ್ತು. ಆ ಕಾರಣಕ್ಕಾಗಿ ಒಂದು ಸಲಹೆಯನ್ನು ನೀಡಿದೆ. ಕುರಿಗಳು ಕಂಪನಿಯ ಕಾಂಪೌಂಡಿನೊಳಕ್ಕೆ ಅಡ್ಡಾಡಿಕೊಂಡಿರಲಿ. ಹೇಗೂ ಸಾಕಷ್ಟು ಹಸಿರು ಗಿಡಗಳನ್ನು ಬೆಳೆಸಿದ್ದೇವೆ. ಅವನ್ನು ತಿಂದುಕೊಂಡು ಹಾಯಾಗಿ ಸುತ್ತಾಡಲಿ. ವೆಂಕಯ್ಯ ಮಾತ್ರ ಕಚೇರಿಯ ಕಟ್ಟಡದ ಒಳಕ್ಕೆ ಬರಲಿ ಎಂದು ಒಪ್ಪಿಸಿದೆ. ಎಲ್ಲರೂ ಸಲಹೆಗೆ ಸಮ್ಮತಿ ಸೂಚಿಸಿದರು.

"ಸಾರ್, ಕೈಯಾಗೆ ವೆಪನ್ ಹಿಡಕೊಂಡು ಬಂದಿದಾನೆ... ಏನು ಮಾಡೋದು?" ಎಂದು ಸೆಕ್ಯೂರಿಟಿಯವನು ಕೇಳಿದ. ವೆಂಕಯ್ಯ ಮತ್ತೊಮ್ಮೆ ಕೊಡಲಿಯನ್ನು ಝಳಪಿಸಿ, "ಇದಕ್ಕೆ ವೆಪನ್ ಅನ್ನಬೇಡ. ನಮ್ಮಪ್ಪಗೆ ಅವಮಾನ ಆಗುತ್ತೆ" ಎಂದು ಸೆಕ್ಯೂರಿಟಿಯವನನ್ನು ಬೈದ್ದ. "ಅದೊಂದು ಇದ್ಕೊಳ್ಳಿ ಬಿಡ್ರಿ" ಎಂದು ನಾನು ನಿಯಮವನ್ನು ಸಡಿಲಿಸಿದೆ.

ರಿಸೆಪ್ಷನ್ ಹಾಲಿನಲ್ಲಿ ಹೆಜ್ಜೆ ಇಟ್ಟವನೇ ತನ್ನ ಹೆಗಲ ಮೇಲಿದ್ದ ಕಂಬಳಿಯನ್ನು ಜಾಡಿಸಿದ. ಒಂದು ಮಣ ಧೂಳು ಗಾಳಿಯಲ್ಲಿ ಹಾರಿತು. ಝಗಝಗನೆ ಹೊಳೆಯುವ ದೀಪಗಳ ಬೆಳಕಲ್ಲಿ ಆ ಧೂಳಿನ ಕಣಗಳು ಸಂತೋಷದಿಂದ ಹಾರಾಡಿದವು.

ಆ ಇಡೀ ದಿನ ಯಾರೂ ಸರಿಯಾಗಿ ಕೆಲಸವನ್ನು ಮಾಡಲಿಲ್ಲ. ಕಂಪೌಂಡಿನ ಲಾನಿನಲ್ಲಿ ಓಡಾಡಿಕೊಂಡಿದ್ದ ಆ ಮೂರು ಕುರಿಗಳು, ಅವುಗಳ ಹತ್ತಿರ ಕೊಡಲಿ ಇಟ್ಟುಕೊಂಡು ಕುಳಿತು, ತಂಬಾಕನ್ನು ಒಣಗಿದ ಎಲೆಯಲ್ಲಿ ಸುರುಳಿ ಸುತ್ತಿದ ಇಷ್ಟು ದಪ್ಪದ ಚುಟ್ಟಾ ಸೇದಿದ ವೆಂಕಯ್ಯ, ಅವನ ಸುತ್ತಲೂ ನೆರೆದು "ಹೌ ಕ್ಯೂಟ್ ವೆಂಕ್ಸ್", "ವೆಂಕ್ಸ್, ಯು ಆರ್ ಸೊ ಸ್ಮಾರ್ಟ್", "ಐ ಲವ್ ಇಟ್" ಎಂದು ಉದ್ಗಾರ ಹಾಕುವ ಸೀರೆ ಉಟ್ಟು ಬಂದ ಲಲನಾಮಣಿಯರು! ಅವನ ಜೊತೆಗೆ ಸಾಕಷ್ಟು ಜನರು ಫೋಟೋ ತೆಗೆಸಿಕೊಂಡು ಸಂತೋಷದಿಂದ ಬೀಗುತ್ತಿದ್ದರು. ಇಡೀ ಆಫೀಸು ನಂದಗೋಕುಲವಾಗಿ ಹೋಯ್ತು.

ಯಾವುದೇ ಅನುಮಾನವಿಲ್ಲದೆ ಶೇಕಡ ತೊಂಬತ್ತೈದು ಮತಗಳನ್ನು ಗಳಿಸಿದ ವೆಂಕಯ್ಯ, ಅತ್ಯುತ್ತಮ ದಿರಿಸಿನ ಪ್ರಶಸ್ತಿಯನ್ನು ತನ್ನದಾಗಿಸಿಕೊಂಡ. ತನ್ನ ಕೊಡಲಿ, ಕುರಿಗಳು, ಕೊಳಲಿನ ಸಮೇತ ವೇದಿಕೆಗೆ ಬಂದು ಬಹುಮಾನವನ್ನು ತೆಗೆದುಕೊಂಡ. ಜೊತೆಗೆ ಆ ಬಹುಮಾನದ ಹಣವನ್ನು ಸಹೋದ್ಯೋಗಿಗಳಿಗೆ ಸೊಗಸಾದ ಪಾರ್ಟಿ ಕೊಡಿಸುವುದಕ್ಕೆ ಬಳಸುವುದಾಗಿಯೂ, ಆ ಮೂರು ಕುರಿಗಳನ್ನು ಕಡಿಸಿ ಬಾಡೂಟ ಹಾಕಿಸುವುದಾಗಿಯೂ ಘೋಷಿಸಿದ. ಇಡೀ ಕಂಪನಿಯ ಉದ್ಯೋಗಿಗಳೆಲ್ಲಾ "ಸೂಪರ್..." ಎಂದು ಕೂಗಿ ತಮ್ಮ ಸಹಮತವನ್ನು ಕೊಟ್ಟರು. ಆ ಕೂಗಿನ ಆರ್ಭಟಕ್ಕೆ ಬೆಚ್ಚಿದ ಕುರಿಗಳು "ಮ್ಯಾ...." ಎಂದು ಕಿರುಚಿದವು.

ಈ ಎಥ್ನಿಕ್ ಡೇ ಸಹವಾಸವೇ ಬೇಡ ಎಂದು ನಾನು ನೂರು ಬಾರಿಯಾದರೂ ಪಶ್ಚಾತ್ತಾಪ ಪಟ್ಟೆ. ಕಂಪನಿಯ ನಿಯಮಗಳನ್ನು ಇನ್ನಷ್ಟು ಗಟ್ಟಿ ಮಾಡಬೇಕು ಎಂದು ನಿರ್ಧರಿಸಿದೆ.

^^^

ಎಲ್ಲಾ ತೆಲುಗು ಹುಡುಗರಂತೆ ವೆಂಕಯ್ಯನಿಗೂ ವಿದೇಶಕ್ಕೆ ಹೋಗಿ ಬರುವ ಆಸೆಯಿತ್ತು. ಈ ಬಯಕೆ ಇಡೀ ತೆಲುಗು ಜನರ ಸಂಸ್ಕೃತಿಯಲ್ಲಿ ಸಾಂಕ್ರಾಮಿಕವಾಗಿ ಹಬ್ಬಿದೆ. ವಿದೇಶಕ್ಕೆ ಹೋಗಿ ಬಂದರೆ ಹೆಣ್ಣಿನ ತಂದೆಯಿಂದ ಹೆಚ್ಚು ಪೀಕಿಸಬಹುದು ಎನ್ನುವ ತರ್ಕ ಇದರ ಹಿಂದಿದೆ. ಆದರೆ ಈ ತರ್ಕ ಹಿನ್ನೆಲೆಗೆ ಸರಿದು, ವಿದೇಶ ಪ್ರಯಾಣವು ವ್ಯಕ್ತಿಯ ಹಿರಿಮೆಯ ಪ್ರತೀಕ ಎನ್ನುವ ರೀತಿಯ ಸಮರ್ಥನೆಗಳೂ ನಡೆಯುತ್ತವೆ. ವಿದೇಶಕ್ಕೆ ತೆಲುಗು ಹುಡುಗಿ ಹೋಗಿ ಬಂದರೆ, ಅವಳ ವರದಕ್ಷಿಣೆಯನ್ನು ಸ್ವಲ್ಪಮಟ್ಟಿಗೆ ಅವಳೇ ಸಂಪಾದಿಸಬಹುದು ಎನ್ನುವ ಕಾರಣದಿಂದ ಹುಡುಗಿಯರೂ ವಿದೇಶ ಪ್ರಯಾಣಕ್ಕೆ ದುಂಬಾಲು ಬೀಳುತ್ತಾರೆ.

ನಾನು ಇಂಗ್ಲೆಂಡ್ ದೇಶದ ವ್ಯವಹಾರಗಳನ್ನು ನೋಡಿಕೊಳ್ಳುತ್ತಿದ್ದೆ. ಯಾರನ್ನೇ ಆ ದೇಶಕ್ಕೆ ಕಳುಹಿಸಬೇಕೆಂದರೂ ನಾನೇ ಅಂತಿಮ ಅಪ್ಪಣೆಯನ್ನು ಕೊಡಬೇಕಾಗಿತ್ತು. ಆ ಕಾರಣಕ್ಕಾಗಿಯೇ ಬಹುತೇಕ ಉದ್ಯೋಗಿಗಳು ನನ್ನ ಸುತ್ತಮುತ್ತ ದುಂಬಿಯಂತೆ ಸುತ್ತುತ್ತಿದ್ದರು. ನನ್ನನ್ನು ಅನವಶ್ಯಕವಾಗಿ ಹೊಗಳುವುದು, ಏನಾದರೂ ಉಡುಗೊರೆ ತಂದುಕೊಡುವುದು, ನನ್ನ ಪ್ರಾಜೆಕ್ಟ್‌ಗಳಲ್ಲಿ ವಿಶೇಷ ಆಸಕ್ತಿ ತೋರಿಸುವುದು ಇತ್ಯಾದಿಗಳನ್ನು ಮಾಡುತ್ತಿದ್ದರು. ವೆಂಕಯ್ಯನೂ ಇದಕ್ಕೆ ಹೊರತಾಗಿರಲಿಲ್ಲ. "ಹೇಗಾದ್ರೂ ವಿದೇಶಕ್ಕೆ ಕಳುಹಿಸಿಬಿಡು. ಡೌರಿಯಲ್ಲಿ ಒಂದೈದು ಪರ್ಸೆಂಟ್ ಕೊಡ್ತೀನಿ" ಎಂದು ನೇರವಾಗಿಯೇ ಹೇಳಿ ನನ್ನಿಂದ ಬೈಸಿಕೊಂಡಿದ್ದ.

ವೆಂಕಯ್ಯ ತಾಂತ್ರಿಕವಾಗಿ ಜಾಣ. ಯಾವುದೇ ಕೆಲಸ ಕೊಟ್ಟರೂ ಅಚ್ಚುಕಟ್ಟಾಗಿ ಮಾಡುತ್ತಿದ್ದ. ಆದರೆ ಅವನ ಇಂಗ್ಲಿಷ್ ಭಾಷೆ–ಬರಹ ಎಲ್ಲವೂ ಕೆಟ್ಟದ್ದಾಗಿತ್ತು. ಒಂದು ಸರಿಯಾದ ಇ–ಮೇಲ್ ಬರೆಯುವುದಕ್ಕೂ ಒದ್ದಾಡುತ್ತಿದ್ದ. ಯಾವುದಾದರೂ ಕೋಚಿಂಗ್ ಕ್ಲಾಸ್ ಸೇರಿಕೊಂಡು ಇಂಗ್ಲಿಷ್ ಕಲಿತುಕೋ ಎಂದರೆ ಅಂತಹ ಆಸಕ್ತಿ ತೋರಿಸುತ್ತಿರಲಿಲ್ಲ. "ಅಲ್ಲಿಯ ಪ್ರಾಜೆಕ್ಟ್ ಮ್ಯಾನೇಜರ್ ಹೇಗೂ ತೆಲುಗು ಅಥವಾ ಕನ್ನಡದವನು ಆಗಿರ್ತಾನೆ. ಅವನ ಜೊತೆ ಅವನದೇ ಭಾಷೆಯಲ್ಲಿ ಮಾತಾಡ್ತೀನಿ. ಕ್ಲಯಿಂಟ್ಸ್ ವ್ಯವಹಾರವನ್ನ ಅವನು ಇಂಗ್ಲಿಷ್‌ನಲ್ಲಿ ನೋಡಿಕೊಳ್ತಾನೆ. ನೀನ್ಯಾಕೆ ಚಿಂತೆ ಮಾಡ್ತೀಯ?" ಎಂದು ನನಗೇ ಉಪದೇಶ ಮಾಡಲಾರಂಭಿಸಿದ.

ಕೊನೆಗೆ ಒಂದು ಪ್ರಾಜೆಕ್ಟ್‌ಗೆ ಅವನನ್ನು ಆಯ್ಕೆಮಾಡಿ ಕಳುಹಿಸಿಕೊಟ್ಟೆ. "ಥ್ಯಾಂಕ್ಸ್ ಬಾಸ್. ನಿಮಗೆ ಪಾರ್ಟಿ ಕೊಡೋಣ ಅಂತ ಆಸೆ. ಬಾಟಲಿ ಮುಟ್ಟಲ್ಲ, ಮಾಂಸ ತಿನ್ನಲ್ಲ ಅನ್ನೋ ನಿಮ್ಮನ್ನ ಹೆಂಗೆ ಖುಷಿಪಡಿಸೋದೋ ಗೊತ್ತಾಗಲ್ಲ" ಎಂದು ನನ್ನ ಸಾತ್ವಿಕತೆಯನ್ನು ಗೇಲಿಮಾಡಿ ಹೊರಟ. "ಅಲ್ಲಿ ಏನಾದ್ರೂ ಕುರಿ, ಕೊಡಲಿ ಹಿಡಕೊಂಡು ಆಫೀಸಿಗೆ ಹೋದ್ಯೋ, ಕಂಬಿ ಎಣಿಸೋ ಹಂಗೆ ಮಾಡ್ತಾರೆ. ನನ್ನ ಹಾಗೆ ಬಾಟಲಿ ಮುಟ್ಟದ, ಮಾಂಸ ತಿನ್ನದ ಜನ ಅಲ್ಲಿರಲ್ಲ. ಹುಷಾರು..." ಎಂದು ಅವನನ್ನು ಎಚ್ಚರಿಸಿ ಕಳುಹಿಸಿದೆ. "ಡೋಂಟ್ ವರಿ ಬಾಸ್... ಎವರಿಥಿಂಗ್ ವಿಲ್ ಬಿ ಓಕೆ" ಎಂದು ಅಭಯ ನೀಡಿ ಇಂಗ್ಲೆಂಡಿಗೆ ಹಾರಿದ.

ನಿರೀಕ್ಷೆಯಂತೆ ಅಲ್ಲಿಯೂ ವೆಂಕಯ್ಯ ಯಶಸ್ಸನ್ನು ಸಾಧಿಸಿದ. ಗ್ರಾಹಕರಂತೂ ಅವನ ಕೆಲಸದ ಅಚ್ಚುಕಟ್ಟಿಗೆ ಬೆರಗಾಗಿ ಹೋದರು. ನಾನು ಇಂಗ್ಲಿಷ್ ಭಾಷೆ ತೊಡಕಾಗಬಹುದು ಎಂದು ಎಣಿಸಿದ್ದೆ. ಆದರೆ ಅವನು ಅದ್ಯಾವ ಬಗೆಯಲ್ಲಿ ಅವರೊಡನೆ ಮಾತಾಡುತ್ತಿದ್ದನೋ ದೇವರೇ ಬಲ್ಲ, ಎಲ್ಲರೂ ಅವನನ್ನು ಸರದಿಯಲ್ಲಿ ವಾರಾಂತ್ಯದಲ್ಲಿ ಪಾರ್ಟಿಗೆಂದೋ, ಪಿಕ್‌ನಿಕ್ ಎಂದೋ ಕರೆದುಕೊಂಡು ಹೋಗುತ್ತಿದ್ದಾರೆಂದು ವರದಿ ಬರಲಾರಂಭಿಸಿತು. ಅಲ್ಲಿಯ ಹುಡುಗಿಯೊಬ್ಬಳ ಜೊತೆ ಅವನ ಸ್ನೇಹ ಸ್ವಲ್ಪ ಜಾಸ್ತಿಯಾಗುತ್ತಿದೆ ಎಂದು ಮತ್ತೊಂದು ಇಮೇಲ್ ನನಗೆ ಬಂತು. "ವರದಕ್ಷಿಣೆಗೆ ಬಾಯಿ ತೆರಕೊಂಡು ಇದ್ದಾನೆ... ಈ ಹೊತ್ತಿನಲ್ಲಿ ಪ್ರೀತಿ ಮಾಡೋ ತಪ್ಪು ಅವನು ಮಾಡಲ್ಲ" ಎಂದು ನಾನು ಅದನ್ನು ಗಂಭೀರವಾಗಿ ತೆಗೆದುಕೊಳ್ಳಲು ಹೋಗಲಿಲ್ಲ. ಆರು ತಿಂಗಳಿಗೆ ಎಂದು ಹೋದವನ ವಾಸವನ್ನು ಗ್ರಾಹಕರು ಒತ್ತಾಯದಿಂದ ಎರಡು ವರ್ಷಕ್ಕೆ ಹೆಚ್ಚಿಸಿದರು.

ಆರು ತಿಂಗಳಿಗೆಲ್ಲಾ ಅವನ ಇಂಗ್ಲೆಂಡ್ ವ್ಯಾಮೋಹ ಮುಗಿದುಹೋಯ್ತು. ಮತ್ತೆ ಮತ್ತೆ ಫೋನ್ ಮಾಡಿ "ಇದು ಚಿಕ್ಕ ದೇಶ. ಬೋರ್ ಹೊಡೀತಾ ಇದೆ. ನನ್ನ ಅಮೆರಿಕಾಕ್ಕೆ ಕಳುಹಿಸು" ಎಂದು ಒತ್ತಾಯ ಮಾಡತೊಡಗಿದ. ಇಂಗ್ಲೆಂಡ್‌ಗೆ ಹೋಗಿ ಬಂದ ಹುಡುಗನಿಗಿಂತಲೂ ಅಮೆರಿಕಾಕ್ಕೆ ಹೋಗಿ ಬಂದ ಹುಡುಗನಿಗೆ ಹೆಚ್ಚಿನ ವರದಕ್ಷಿಣೆ ಸಿಗುತ್ತದೆಂದು ಹೇಳಿದ. ಆದರೆ ನಾನು ಈ ಬೇಡಿಕೆಗೆ ಸೊಪ್ಪು ಹಾಕಲಿಲ್ಲ. ನಮ್ಮ ಕಂಪನಿಯು ಇಂಗ್ಲೆಂಡ್ ಒಡೆತನಕ್ಕೆ ಸೇರಿದ್ದಾಗಿತ್ತು. ಆದ್ದರಿಂದ ಅಮೆರಿಕದ ಗ್ರಾಹಕರು ಅಪರೂಪವಾಗಿದ್ದರು. ಆಗೊಮ್ಮೆ ಈಗೊಮ್ಮೆ ಸಿಕ್ಕರೂ ಕೆಲವೇ ಕೆಲವರಿಗೆ ಮಾತ್ರ ಅಲ್ಲಿಗೆ ಹೋಗುವ ಅವಕಾಶ ಸಿಗುತ್ತಿತ್ತು. ಜೊತೆಗೆ ಈಗಿನ ಗ್ರಾಹಕರು ವೆಂಕಯ್ಯನ ಕೆಲಸದಿಂದ ಸಂತೃಪ್ತಿ ಹೊಂದಿದ್ದರು. ಅವನ ವಾಸವನ್ನು ಎರಡು ವರ್ಷಕ್ಕೆ ಹೆಚ್ಚು ಮಾಡಿದ್ದರು. ಅಲ್ಲಿ ಒಂದಿಷ್ಟು ಕಾಲ ದುಡಿಯದೆ, ಬರೀ ನಮ್ಮ ಸ್ವಾರ್ಥವನ್ನೇ ಮುಖ್ಯ ಮಾಡಿಕೊಂಡು ಮತ್ತೊಂದು ದೇಶಕ್ಕೆ ಹಾರಿದರೆ

ಹೇಗೆ? ಎಷ್ಟೇ ಹಣದ ವ್ಯವಹಾರವೆಂದರೂ ಒಂದಿಷ್ಟಾದರೂ ನೈತಿಕತೆ ಇರದಿದ್ದರೆ ಹೇಗೆ? ಆ ಕಾರಣದಿಂದ ನಾನು ಅವನ ಬಯಕೆಗೆ ಸೊಪ್ಪು ಹಾಕಲಿಲ್ಲ. "ಹೇಗೂ ನಂಗೆ ವರದಕ್ಷಿಣೆಯಲ್ಲಿ ಐದು ಪರ್ಸೆಂಟ್ ಕೊಡಬೇಕಲ್ಲಾ? ಅದನ್ನು ಬಿಟ್ಟುಬಿಡು. ಡೌರಿ ಸರಿ ಹೋಗುತ್ತೆ" ಎಂದು ನಾನು ರೇಗಿಸಿ ಸುಮ್ಮನಾಗಿಸಿದೆ.

ಈ ಹೊತ್ತಿನಲ್ಲಿ ಒಂದು ಪ್ರಮಾದ ಜರುಗಿತು. ವೆಂಕಯ್ಯನ ತಂದೆಯ ಆರೋಗ್ಯ ಕ್ಷೀಣಿಸಿತು. ಹೋಗಿಯೇ ಬಿಡುತ್ತಾರೆಂದು ಅವನಿಗೆ ಫೋನ್ ಮಾಡಿ, ತಕ್ಷಣ ಬರಬೇಕೆಂದು ಒತ್ತಾಯ ಹೇರಲಾರಂಭಿಸಿದರು. ವೆಂಕಯ್ಯ ಊರಿಗೆ ವಾಪಸು ಬರುತ್ತೇನೆಂದು ಹಟ ಮಾಡತೊಡಗಿದ. ನನಗೆ ಈ ಸಂದಿಗ್ಧ ಕುತ್ತಿಗೆಗೆ ಬಂತು. ಬೇಡ ಎಂದರೆ ಒಂದು ಸಂಕಟ, ಬಾ ಎಂದರೆ ಮತ್ತೊಂದು ಸಂಕಟ. ವಿಮಾನ ಪ್ರಯಾಣಕ್ಕೆ ಏನಿಲ್ಲವೆಂದರೂ ಒಂದು ಲಕ್ಷದ ತನಕ ಹಣ ಖರ್ಚಾಗುತ್ತಿತ್ತು. ಆ ಐಟಿ ಸುವರ್ಣ ದಿನಗಳಲ್ಲಿ ಅದನ್ನೆಲ್ಲಾ ಕಂಪನಿಯೇ ಭರಿಸುತ್ತಿತ್ತು. ಜೊತೆಗೆ ಅವನಿಗೆ ದಿನಕ್ಕೆ ಏನಿಲ್ಲವೆಂದರೂ ನಾಲ್ಕು ನೂರು ಪೌಂಡ್ ಹಣವನ್ನು ಗ್ರಾಹಕರು ಕೊಡುತ್ತಿದ್ದರು. ರಜೆ ತೆಗೆದುಕೊಂಡರೆ ಆ ಹಣವನ್ನವರು ಕೊಡುತ್ತಿರಲಿಲ್ಲ. ಅದೆಲ್ಲಾ ಖರ್ಚನ್ನು ಸರಿದೂಗಿಸುವುದು ಹೇಗೆ? ಕೊನೆಗೆ ಆಲೋಚಿಸಿ "ಮೂರು ವಾರಗಳ ಕಾಲ ಮಾತ್ರ ಬಂದು ಹೋಗು. ಅನಂತರ ನೋಡೋಣ" ಎಂದು ಅನುಮತಿ ಇತ್ತೆ.

ಅದೇ ಕೊನೆ. ಮತ್ತೆ ಅವನು ನನಗೆ ಮಾತನಾಡಲು ಸಿಗಲೇ ಇಲ್ಲ.

^^^

ವೆಂಕಯ್ಯ ನಾಪತ್ತೆಯಾಗಿ ಹೋದ. ಅವನಿಗೆ ಫೋನ್ ಮಾಡಿದರೆ ಅದು ಸ್ವಿಚ್ ಆಫ್ ಆಗಿದೆ ಎಂದು ಬಂತು. ಮನೆಯ ವಿಳಾಸವನ್ನು ಸಂದರ್ಶನದ ಸಮಯದಲ್ಲಿ ಕೊಟ್ಟಿದ್ದ. ಅಲ್ಲಿಗೆ ಕೊರಿಯರ್‌ನಲ್ಲಿ ಪತ್ರ ಕಳಿಸಿದರೆ, ಅದಕ್ಕೂ ಉತ್ತರ ಬರಲಿಲ್ಲ. ಅವನ ಗೆಳೆಯರನ್ನು ವಿಚಾರಿಸಿದರೆ, ತಮಗೇನೂ ಗೊತ್ತಿಲ್ಲವೆಂದು ಹೇಳಿದರು. ಯಾರಾದರೂ ನಮ್ಮ ಉದ್ಯೋಗಿಯನ್ನೇ ಆ ಊರಿಗೆ ಕಳುಹಿಸೋಣವೇ ಎಂಬ ಆಲೋಚನೆ ಬಂತು. ಆದರೆ ಅದು ವಿಪರೀತ ಗೂಢಚರ ಕೆಲಸವಾಗುತ್ತದೆಂದು ತಿಳಿದು ಸುಮ್ಮನಾದೆ. ಬೇರೆ ಕಂಪನಿಗಳಿಗೆ ಸೇರಿರಬಹುದು ಎಂಬ ಅನುಮಾನದಿಂದ, ಗೊತ್ತಿದ್ದ ಒಂದಿಬ್ಬರು ಹೆಚ್‌ಆರ್ ಮ್ಯಾನೇಜರ್ ಜೊತೆಗೆ ವಿಚಾರಿಸಿದೆ. ಯಾವ ಕುರುಹೂ ಸಿಗಲಿಲ್ಲ. ಅಷ್ಟಕ್ಕೂ ನಾವು ರಿಲೀವಿಂಗ್ ಲೆಟರ್ ಕೊಡದೆ, ಇನ್ನೊಂದು ದೊಡ್ಡ ಕಂಪನಿ ಅವನನ್ನು ಸೇರಿಸಿಕೊಳ್ಳುವುದು ಸ್ವಲ್ಪ ಕಷ್ಟ ಎನ್ನುವ ವಿಚಾರ ನನಗೆ ಗೊತ್ತಿತ್ತು.

ಗ್ರಾಹಕರು ಒಂದೇ ಸಮನೆ ಅವನ ಬಗ್ಗೆ ವಿಚಾರಿಸತೊಡಗಿದರು. ಮೊದಲಿಗೆ ಸೌಜನ್ಯಕ್ಕಾಗಿ ವೆಂಕಯ್ಯನ ಅಪ್ಪ ಹೇಗಿದ್ದಾರೆ ಎಂದು ಕೇಳಿ, ಅನಂತರ ನೇರವಾಗಿ ಅವನು ಯಾವಾಗ ಬರುತ್ತಾನೆ ಎಂದು ವಿಚಾರಿಸಿದರು. ಕೆಲವು ದಿನಗಳ ಕಾಲ ಏನೇನೋ ನೆಪಗಳನ್ನು ಕೊಟ್ಟರೂ ಕೊನೆಗೆ ಸತ್ಯವನ್ನು ಹೇಳಬೇಕಾಯ್ತು. ಇದ್ದಕ್ಕಿದ್ದಂತೆ ಒಬ್ಬ ವ್ಯಕ್ತಿ ಹಾಗೆ ನಾಪತ್ತೆಯಾಗುವುದೆಂದರೆ ಏನು? ಎಂದು ಅವರು ನನ್ನ ಮಾತನ್ನು ನಂಬಲೇ ಇಲ್ಲ. ಪ್ರಾಜೆಕ್ಟ್‌ನಲ್ಲಿ ಸಾಕಷ್ಟು ತೊಡಗಿಸಿಕೊಂಡಿದ್ದ ವೆಂಕಯ್ಯನ ಅನುಪಸ್ಥಿತಿ ಅವರಿಗೆ ಸಾಕಷ್ಟು ತೊಂದರೆಯನ್ನು ಕೊಡುತ್ತಿತ್ತು. ಒಂದು ತಿಂಗಳ ಕಾಲ ಕಾದು, ಅನಂತರ ಬೇರೊಬ್ಬನನ್ನು ಆ ಜಾಗಕ್ಕೆ ಕಳುಹಿಸಿಕೊಟ್ಟೆ. ನಮ್ಮ ಕಂಪನಿಯಲ್ಲಿದ್ದ ಅವನ ಉದ್ಯೋಗಸ್ಥ ಸ್ಥಾನವನ್ನು ಹೊಡೆದು ಹಾಕಿದೆವು.

^^^

ಸುಮಾರು ಮೂರು ತಿಂಗಳ ನಂತರ ಅವನದೇ ಜಿಲ್ಲೆಯ ತೆಲುಗು ಸಹೋದ್ಯೋಗಿ ಶ್ರೀನಿವಾಸುಲು ನನ್ನೊಡನೆ ವೈಯಕ್ತಿಕವಾಗಿ ಮಾತನಾಡುವ ಉತ್ಸಾಹವನ್ನು ಮುಂದಿಟ್ಟ. ವೆಂಕಯ್ಯನ ಕುರಿತಾಗಿ ಕೆಲವು ಸಂಶಯಗಳನ್ನು ನಿಮ್ಮ ಮುಂದೆ ಇಡಬೇಕು ಎಂದು ಹೇಳಿದ. ತಕ್ಷಣವೇ ಅವನಿಗೆ ಭೇಟಿಯಾಗಲು ಅವಕಾಶವನ್ನು ಕೊಟ್ಟೆ. ಮೂರು ತಿಂಗಳ ಹಳೆಯ ತೆಲುಗು ದಿನಪತ್ರಿಕೆಯೊಂದನ್ನು ಹಿಡಿದುಕೊಂಡು ಶ್ರೀನಿವಾಸುಲು ನನ್ನ ಕೋಣೆಗೆ ಬಂದ. ಆ ತೆಲುಗು ಪತ್ರಿಕೆಯನ್ನು ನನ್ನ ಮುಂದೆ ಹರವಿ, ಐದನೆಯ ಪುಟದಲ್ಲಿ ಬಹುಚಿಕ್ಕದಾಗಿ ಪ್ರಕಟವಾದ ಒಂದು ಪ್ರಕಟಣೆಯನ್ನು ಓದಲು ಕೇಳಿಕೊಂಡ. ಬಳ್ಳಾರಿಯವನಾದ ನನಗೆ ತೆಲುಗು ಸೊಗಸಾಗಿಯೇ ಓದಲು ಬರುತ್ತಿತ್ತು.

ಮದ್ರಾಸಿನ ವರದಿಗಾರನೊಬ್ಬ ಅದನ್ನು ವರದಿ ಮಾಡಿದ್ದ. ಅಮೆರಿಕಾಕ್ಕೆ ತೆರಳುವ ತೀವ್ರ ಹಂಬಲದ ಸಾಕಷ್ಟು ತೆಲುಗು ಉದ್ಯೋಗಿಗಳು ವೀಸಾಕ್ಕಾಗಿ ಅಮೆರಿಕನ್ ಎಂಬೆಸಿಗೆ ಹೋದಾಗ ನಡೆದ ಘಟನೆಯ ವರದಿ ಅದಾಗಿತ್ತು. ತೆಲುಗು ಹುಡುಗರು ನಕಲಿ ಅಂಕಪಟ್ಟಿ, ಪದವಿ ಪತ್ರ ಕೊಡುತ್ತಿದ್ದಾರೆ ಎಂಬ ಅನುಮಾನದಿಂದ ಎಂಬೆಸಿಯವರು, ನೇರವಾಗಿ ವಿಶ್ವವಿದ್ಯಾಲಯಕ್ಕೆ ಫೋನಾಯಿಸಿ, ವೀಸಾ ಕೋರಿ ಬಂದ ಅಭ್ಯರ್ಥಿಗಳ ಪದವಿಪತ್ರವನ್ನು ವಿಚಾರಿಸಿದ್ದರು. ಅವು ನಕಲಿ ಎಂದು ವಿಶ್ವವಿದ್ಯಾಲಯ ಖಾತರಿ ಪಡಿಸಿದ ತಕ್ಷಣವೇ ಪೋಲೀಸ್ ಇಲಾಖೆಗೆ ಫೋನಾಯಿಸಿದ್ದರು. ಆ ಕಾರಣದಿಂದಾಗಿ ಅಚಾನಕ್ಕಾಗಿ ದಾಳಿ ಮಾಡಿದ ಪೋಲೀಸರು, ಅಂತಹ ನಕಲಿ ಪದವಿಪತ್ರ ಹೊಂದಿದ್ದ ಹದಿನೈದು ಜನರನ್ನು ಸೆರೆ

ಹಿಡಿದು ಕೊಯಂಬತ್ತೂರಿನ ಸೆಂಟ್ರಲ್ ಜೈಲಿಗೆ ಕಳುಹಿಸಿಕೊಟ್ಟಿದ್ದರು. ವೀಸಾ ಪಡೆಯುವ ಮಹತ್ವಾಕಾಂಕ್ಷೆಯಿಂದ ಬಂದ ಹದಿನೈದು ಹುಡುಗರು, ಜೈಲಿನ ಕಂಬಿ ಎಣಿಸಲಾರಂಭಿಸಿದ್ದರು. ಅವರನ್ನು ಜೈಲಿಗೆ ತಳ್ಳುವುದಕ್ಕೆ ಮುಂಚೆ ಸಾಲಾಗಿ ನಿಲ್ಲಿಸಿ, ಒಂದು ಫೋಟೋ ತೆಗೆದಿದ್ದರು. ಎಲ್ಲರೂ ಸೂಟು ಬೂಟು ಟೈ ಕಟ್ಟಿಕೊಂಡಿದ್ದರು. ಆ ಫೋಟೋದ ಜೊತೆಯಲ್ಲಿ ಈ ವರದಿ ಪ್ರಕಟವಾಗಿತ್ತು.

ಆ ಫೋಟೋ ಅಷ್ಟೇನೂ ಸ್ಪಷ್ಟವಾಗಿರಲಿಲ್ಲ. ತುಂಬಾ ಕೆಳದರ್ಜೆಯ ಮುದ್ರಣದ ಆ ಪತ್ರಿಕೆಯಲ್ಲಿ ಯಾವ ಫೋಟೋಗಳೂ ಸ್ಪಷ್ಟವಾಗಿರಲಿಲ್ಲ. ಇದಂತೂ ತುಂಬಾ ಪುಟ್ಟ ಫೋಟೋ ಆಗಿತ್ತು. ಆದರೂ ಶ್ರೀನಿವಾಸುಲು ಆ ಹದಿನೈದು ಜನರ ಮಧ್ಯದಲ್ಲಿದ್ದ ವ್ಯಕ್ತಿಯ ಮೇಲೆ ಬೆರಳನ್ನಿಟ್ಟು "ಇದು ವೆಂಕಯ್ಯ ಸಾರ್. ಅನುಮಾನವೇ ಇಲ್ಲ" ಎಂದು ಹೇಳಿದ. ವಿಷಯವನ್ನು ಅರ್ಥ ಮಾಡಿಕೊಳ್ಳಲೇ ನನಗೆ ಭಯವಾಯ್ತು. ಆ ಫೋಟೋವನ್ನು ದಿಟ್ಟಿಸಿ ನೋಡಿದೆ. ಅದು ವೆಂಕಯ್ಯನೇ ಎಂದೆನ್ನಿಸಿತು. ಯಾಕೋ ಮನಸ್ಸಿಗೆ ತುಂಬಾ ನೋವಾಯ್ತು.

^^^

ಖಚಿತವಾಗಿ ಘಟನೆಗಳು ಹೇಗೆ ನಡೆದಿವೆ ಎನ್ನುವುದು ನನಗೆ ಗೊತ್ತಾಗಲಿಲ್ಲ. ಆದರೆ ಐಟಿ ಪ್ರಪಂಚದಲ್ಲಿ ಹಲವು ವರ್ಷಗಳ ಕಾಲ ಕೆಲಸ ಮಾಡಿರುವುದರಿಂದ ಸ್ಥೂಲವಾಗಿ ನಡೆದ ಘಟನೆಗಳನ್ನು ಕಲ್ಪಿಸಿ ಹೆಣೆಯುವುದು ನನಗೆ ಸಾಧ್ಯವಾಯ್ತು. ಕಾಲೇಜಿನ ಕೊನೆಯ ವರ್ಷದಲ್ಲಿ ಪ್ರೀತಿಯ ಬಲೆಯಲ್ಲಿ ಸಿಕ್ಕ ವೆಂಕಯ್ಯ, ಅಂತಹ ಒಳ್ಳೆಯ ಅಂಕಗಳನ್ನು ಗಳಿಸಿರಲಿಲ್ಲ. ಆದರೂ ಹೇಗೋ ನಿಭಾಯಿಸಿ ಒಂದು ಕೆಲಸವನ್ನು ಸಂಪಾದಿಸಿಕೊಂಡಿದ್ದ. ಅನಂತರದ ದಿನಗಳಲ್ಲಿ ಪ್ರೀತಿಯ ನಶೆಯಿಂದ ಹೊರ ಬಂದು ಉದ್ಯೋಗದಲ್ಲಿ ಸಂಪೂರ್ಣವಾಗಿ ತೊಡಗಿಕೊಂಡಿದ್ದಾನೆ. ವೃತ್ತಿಯಲ್ಲಿ ಪ್ರಗತಿ ಹೊಂದಿದ್ದಾನೆ. ಬದುಕಿನಲ್ಲಿ ಯಶಸ್ಸು ಬಂದಂತೆಲ್ಲಾ ಅವನ ಆತ್ಮಸ್ಥೈರ್ಯ ಹೆಚ್ಚಾಗುತ್ತಾ ಹೋಗಿ ಅದು ಅಹಂಕಾರದ ಮಟ್ಟವನ್ನು ಮುಟ್ಟಿದೆ. ನೈತಿಕತೆಯ ಎಲ್ಲೆ ಮೀರಿ, ಹಣದ ದಾಹಕ್ಕೆ ಬಾಯ್ಬಿಟ್ಟು ನಿಂತಿದೆ.

ನಮ್ಮ ಕಂಪನಿಯಿಂದ ಅಮೆರಿಕಾಕ್ಕೆ ಹೋಗಲು ಸಾಧ್ಯವೇ ಇಲ್ಲವೆಂದು ಗೊತ್ತಾದ ಮೇಲೆ, ಬೇರೆ ಮಾರ್ಗಗಳ ಶೋಧ ಮಾಡಿದ್ದಾನೆ. ಆದರೆ ತನ್ನ ಕಡಿಮೆ ಅಂಕದ ಪದವಿ ಪ್ರಮಾಣಪತ್ರ ಹೊಸ ಕೆಲಸದ ಪ್ರಯತ್ನಕ್ಕೆ ಅಡ್ಡಿ ಬರುತ್ತದೆಂದು ಅವನಿಗೆ ಅರ್ಥವಾಗಿದೆ. ಆ ಕಾರಣಕ್ಕಾಗಿಯೇ ಯಾವುದೋ ಅಡ್ಡದಾರಿ ಹಿಡಿದು, ದೂರಶಿಕ್ಷಣ ನೀಡುವ ಒಂದು ಭ್ರಷ್ಟ ವಿಶ್ವವಿದ್ಯಾನಿಲಯದಿಂದ ಹೆಚ್ಚಿನ ಅಂಕದ

ಪದವಿ ಪ್ರಮಾಣ ಪತ್ರವನ್ನು ಸಂಪಾದಿಸಿದ್ದಾನೆ. ಹೇಗೂ ಉದ್ಯೋಗದಲ್ಲಿ ತಾನು ಸಮರ್ಥ ಎನ್ನುವುದು ಅವನಿಗೆ ಗೊತ್ತಿದೆ. ಅಂದ ಮೇಲೆ ಈ ಜುಜುಬಿ ಪದವಿ ಪ್ರಮಾಣಪತ್ರವನ್ನು ನಕಲು ಮಾಡಿಸಲು ಯಾಕೆ ಅಂಜಬೇಕು? ಎನ್ನುವುದು ಅವನ ನಿಲುವಾಗಿದೆ. ಹಲವು ಪ್ರಯತ್ನಗಳ ನಂತರ ಒಂದು ಒಳ್ಳೆಯ ಕಂಪನಿಯಿಂದ ಉದ್ಯೋಗ ಸಿಕ್ಕಿದೆ. ಅವರು ಅಮೆರಿಕಾಕ್ಕೆ ಕಳುಹಿಸಿಕೊಡಲು ಒಪ್ಪಿದ್ದಾರೆ. ಅದಕ್ಕಾಗಿ ತಕ್ಷಣವೇ ಹೆಚ್1 ವೀಸಾ ಪಡೆದುಕೊಳ್ಳಬೇಕೆಂದು ಹೇಳಿದ್ದಾರೆ. ಇಂಗ್ಲೆಂಡಿನಲ್ಲಿಯೇ ಅಮೆರಿಕಾದ ವೀಸಾವನ್ನು ಭಾರತೀಯರಿಗೆ ಕೊಡುವುದಿಲ್ಲ. ಆ ಕಾರಣಕ್ಕಾಗಿ ಭಾರತಕ್ಕೆ ಅವನು ಬರಲೇಬೇಕಾಗಿತ್ತು. ಅಪ್ಪನ ಆರೋಗ್ಯ ಸರಿಯಿಲ್ಲವೆಂಬ ನಾಟಕ ಹೂಡಿ ಬಂದಿದ್ದ. ವೀಸಾ ಸಿಕ್ಕ ತಕ್ಷಣ ಅಮೆರಿಕಾಕ್ಕೆ ಹಾರಿ, ನನಗೊಂದು ಇ–ಮೇಲ್ ಮೂಲಕ ರಾಜೀನಾಮೆ ಕಳುಹಿಸುವ ಹುನ್ನಾರ ಅವನದಾಗಿತ್ತು. ಆದರೆ ಅನಿರೀಕ್ಷಿತವಾಗಿ ಅಮೆರಿಕನ್ ಎಂಬೆಸಿ ನಡೆಸಿದ ಆಕ್ರಮಣಕ್ಕೆ ಸಿಕ್ಕಿ ಬಿದ್ದು, ಜೈಲಿನಲ್ಲಿ ಕಂಬಿ ಎಣಿಸುವಂತಾಗಿತ್ತು. ಮತ್ತೆ ನನ್ನನ್ನು ಸಂಪರ್ಕಿಸಲು ಸಂಕೋಚ ಅಡ್ಡಿ ಮಾಡಿರಬೇಕು.

ಕೊಯಂಬತ್ತೂರಿನ ಸೆಂಟ್ರಲ್ ಜೈಲಿಗೆ ಹೋಗಿ ಒಮ್ಮೆ ವೆಂಕಯ್ಯನನ್ನು ಮಾತಾಡಿಸಿಕೊಂಡು ಬರೋಣ ಎಂದು ತುಂಬಾ ಸಲ ಅಂದುಕೊಂಡೆ. ಆದರೆ ಜಾಣತನವಿದ್ದೂ ಅನೈತಿಕತೆಗೆ ತೆರೆದುಕೊಳ್ಳುವ ಸ್ವಭಾವ ನನಗೆ ಒಗ್ಗಲಾರದ್ದು. ಆದ್ದರಿಂದಲೇ ಬೇಡವೆಂದು ನಿರ್ಧರಿಸಿದೆ. ಪದವಿ ಪ್ರಮಾಣಪತ್ರವನ್ನು ನಕಲು ಮಾಡುವುದು ಘೋರ ಮೋಸವೇ ಆಗಿದೆ. ಆದ್ದರಿಂದ ಅವನಿಗೆ ಬೇಲ್ ಕೂಡಾ ಸುಲಭವಾಗಿ ಸಿಕ್ಕಿರಲಿಕ್ಕಿಲ್ಲ ಎಂದು ಅನ್ನಿಸಿತು.

ನಿಯಮಗಳನ್ನು ಮುರಿಯುವ ಆಸಕ್ತಿಯನ್ನು ಅವನು ಮತ್ತೆ ಮತ್ತೆ ತೋರಿಸಿಕೊಳ್ಳುತ್ತಿದ್ದ. ಅದರಲ್ಲಿ ಸಾಕಷ್ಟು ಯಶಸ್ವಿಯೂ ಆಗುತ್ತಿದ್ದ. ಆದರೆ ಈ ಬಾರಿ ಸಿಕ್ಕಿ ಬಿದ್ದಿದ್ದ. ಹದಿನೈದು ಜನರ ಗ್ರೂಪ್ ಫೋಟೋದ ಮಧ್ಯದಲ್ಲಿದ್ದ ಸೂಟು ಬೂಟು ಟೈ ಹಾಕಿಕೊಂಡ ವೆಂಕಯ್ಯನ ಚಿತ್ರ, ಬಹುದಿನಗಳ ಕಾಲ ನನ್ನನ್ನು ಕಾಡುತ್ತಿತ್ತು. ಅವನ ವಿಶೇಷ ಜಾಣತನ, ಉತ್ಸಾಹ, ಸಾಹಸಮಯ ವ್ಯಕ್ತಿತ್ವವನ್ನು ಕಂಡಿದ್ದ ನನಗೆ, ಯಾಕೋ ಎಲ್ಲೋ ಏನೋ ಸರಿಯಿಲ್ಲ ಎಂದು ಕಸಿವಿಸಿಯಾಗುತ್ತಿತ್ತು.

03ನೇ ಮಾರ್ಚ್ 2017

ಭೇದ

ಸೈಕಲ್ ಸವಾರಿ /123

ಚತುರ್ಮುಖ /170

ಆಡಬಾರದ ಮಾತುಗಳು ಕಾಡುವಾಗ /196

ಸೈಕಲ್ ಸವಾರಿ

"ಸೈಕಲ್ ಹೊಡೆಯುವುದನ್ನು ಕಲಿತುಬಿಟ್ಟರೆ ಸಾಕು, ತಾನು 'ಸ್ಟ್ರೇಟ್' ಆಗಿಬಿಡುತ್ತೇನೆ" ಎನ್ನುವ ಪರಮಸತ್ಯವು ಇಪ್ಪತ್ತೊಂದು ವರ್ಷದ ಮೋಹನಸ್ವಾಮಿ ಎನ್ನುವ 'ಗೇ' ಹುಡುಗನಿಗೆ ಸಾಕ್ಷಾತ್ಕಾರವಾದಾಗ, ಗೋವಾ ಎನ್ನುವ ಅಪರಿಚಿತ ಊರಿನಲ್ಲಿ ರಾತ್ರಿ ಮಗ್ಗಲು ಹೊರಳಿಸುತ್ತಿತ್ತು. ದೂರಲ್ಲಿರುವ ಸಮುದ್ರದಲ್ಲಿ ನಿರಂತರವಾಗಿ ಅಲೆಗಳು ದಡಕ್ಕೆ ಬಂದು ಅಪ್ಪಳಿಸುತ್ತಿದ್ದವು. ಇಡೀ ದಿನ ಸೈಕಲ್ ತುಳಿಯುತ್ತಾ ಬಿಸಿಲಿನಲ್ಲಿ ಅಡ್ಡಾಡಿ ಬಂದ ಅವನ ಗೆಳೆಯರು ನಿದ್ದೆಗೆ ಜಾರುತ್ತಿದ್ದರು. ಊರಿನ ಮದ್ಯ-ಮಾಂಸದ ಅಂಗಡಿಗಳು ಬಾಗಿಲುಗಳನ್ನು ಒಂದೊಂದಾಗಿ ಮುಚ್ಚುತ್ತಿದ್ದವು.

'ಗೇ' ಎನ್ನುವ ಪದ ಅವನಿಗೆ ಈಗೆರಡು ವರ್ಷಗಳ ಹಿಂದಷ್ಟೇ ಗೊತ್ತಾಗಿದ್ದು. ಅದು ತನ್ನ ವ್ಯಕ್ತಿತ್ವಕ್ಕೆ ಹೊಂದುತ್ತದೋ ಇಲ್ಲವೋ ಎನ್ನುವ ಅನುಮಾನ ಅವನಿಗಿನ್ನೂ ಇದೆಯಾದರೂ, ಸದ್ಯಕ್ಕೆ ಅದೇ ಪದದಿಂದ ಅವನು ತನ್ನ ಮನಸ್ಸಿನಲ್ಲಿ ತನ್ನನ್ನು ಗುರುತಿಸಿಕೊಳ್ಳುತ್ತಾನೆ. 'ಸ್ಟ್ರೇಟ್' ಎಂದು ಇನ್ನುಳಿದ ಸಮಸ್ತ ಜೀವಗಳನ್ನು ಗುರುತಿಸಬೇಕು ಎಂದು ಅರ್ಥ ಮಾಡಿಕೊಂಡಿದ್ದಾನೆ. ತನ್ನ ಸ್ಥಿತಿಯನ್ನು ಅಥವಾ ತನ್ನಂತಹವರನ್ನು ಕನ್ನಡದಲ್ಲಿ ಏನನ್ನುತ್ತಾರೆ ಎನ್ನುವುದೂ ಅವನಿಗೆ

ಗೊತ್ತಿಲ್ಲ. ಅವನ ಬದುಕಿನ ಬೇರೆಬೇರೆ ಹಂತದಲ್ಲಿ ಹಲವು ಉಪನಾಮಗಳು ಬಂದು ಹೋಗಿವೆ. ಸಾಕಷ್ಟು ನೋವು, ಹೇಸಿಗೆ, ಅವಮಾನ, ಅಚ್ಚರಿ – ಎಲ್ಲ ಭಾವಗಳನ್ನೂ ಅವನಿಗೆ ಪರಿಚಯಿಸಿವೆ. ಆದರೆ ಸರಿಯಾದ ಪದವೇನು ಎನ್ನುವುದಕ್ಕೆ ಯಾರ ಬಳಿ ಕೇಳಬೇಕು? ಕನ್ನಡ ನಿಘಂಟಿನಲ್ಲೂ ಇಲ್ಲ, ಕನ್ನಡ ಸಾಹಿತ್ಯದಲ್ಲೂ ಇಲ್ಲ, ವೃತ್ತ ಪತ್ರಿಕೆಗಳಲ್ಲೂ ಇಲ್ಲ. ಪುಣ್ಯಕ್ಕೆ ಇಂಗ್ಲಿಷಿನವರೇ ವಾಸಿ, ಆಗೊಮ್ಮೆ ಈಗೊಮ್ಮೆ ಡೆಬೋನೇರ್ ಎನ್ನುವ ನಿಯತಕಾಲಿಕ 'ಗೇ' ಎನ್ನುವ ಪದವನ್ನು ಬಳಸುತ್ತದೆ. ಇಂಗ್ಲಿಷ್ ದಿನಪತ್ರಿಕೆಗಳಲ್ಲೂ ಒಮ್ಮೊಮ್ಮೆ ಪ್ರಸ್ತಾಪವಾಗಿದೆ. ಇದರ ಹೊರತಾಗಿ ಮಾಹಿತಿಯನ್ನು ಪಡೆಯಲು ಆ ದಿನಗಳಲ್ಲಿ ಬೇರೆ ಯಾವ ಮಾರ್ಗಗಳೂ ಇರಲಿಲ್ಲ.

ಅವನಿಗೆ ದಕ್ಕಿದ ಮೊದಲ ಉಪನಾಮ 'ಗಂಸೂ' ಎನ್ನುವುದಾಗಿತ್ತು. ಅದು 'ಗಂಡು ಸೂಳೆ' ಎನ್ನುವುದರ ಸಂಕ್ಷಿಪ್ತರೂಪವಾಗಿತ್ತು. ಅಂತಹ ಉಪನಾಮ ದಕ್ಕಿದಾಗ, ಅವನು ಏಳನೆಯ ತರಗತಿಯಲ್ಲಿ ಓದುತ್ತಿದ್ದ. ಅದರ ನಾಮಕರಣ ಮಾಡಿದ್ದು ಸಾಕ್ಷಾತ್ ಅವನ ಅಕ್ಕನೇ ಆಗಿದ್ದಳು. ಅವಳಿಗಾದರೂ ಅದರ ಅರ್ಥವೇನು ಎನ್ನುವುದು ಗೊತ್ತಿತ್ತೋ ಇಲ್ಲವೋ ಮೋಹನಸ್ವಾಮಿಗೆ ಈಗಲೂ ಅನುಮಾನ. ಆದರೂ ಒಂದು ಬಿರುಬಿಸಿಲಿನ ದಿನ, ರಾಯರ ಮಠಕ್ಕೆ ಹೋಗುವ ದಾರಿಯಲ್ಲಿದ್ದ ಕೊಳೆತು ನಾರುವ ಕಾಲುವೆಯ ಆ ದಡದಲ್ಲಿ ಅವನು, ಈ ದಡದಲ್ಲಿ ಅವಳೂ ಮತ್ತವಳ ಗೆಳತಿಯರೂ ನಿಂತಿರುವಾಗ, ಇವನನ್ನು "ನೀನೊಂದು ಗಂಡು ಸೂಳೆ" ಎಂದು ಅವಳು ಕರೆದದ್ದು, ಅದಕ್ಕೆ ಅವಳ ಗೆಳತಿಯರಲ್ಲಾ ಕಿಸಿಕಿಸಿ ನಕ್ಕಿದ್ದು ಅವನಿಗಿನ್ನೂ ಸ್ಪಷ್ಟವಾಗಿ ನೆನಪಿದೆ. ತನ್ನ ತುಟಿಮೀರಿ ಆಡಿದ ಮಾತಿಗೆ ಆಕೆ ಒಂದು ಕ್ಷಣ ಕಂಗಾಲಾಗಿದ್ದಳಾದರೂ, ಗೆಳತಿಯರೆಲ್ಲರೂ ನಕ್ಕಿದ್ದನ್ನು ಕಂಡು ಧೈರ್ಯ ಬಂದಿತ್ತು. ತಾನು ಸೊಗಸಾದ ಜೋಕೊಂದನ್ನು ಸಿಡಿಸಿದ್ದಾಗಿ ಅವಳು ಭಾವಿಸಿ ಹಗುರಾಗಿದ್ದಳು. ಆದ್ದರಿಂದ ಮತ್ತೊಮ್ಮೆ ಧೈರ್ಯದಿಂದ "ಗಂಡು ಸೂಳೆ" ಎಂದು ಗಟ್ಟಿಯಾಗಿಯೇ ಹೇಳಿದ್ದಳು. ಅವಳ ಗೆಳತಿಯರು ಈ ಬಾರಿ ಜೋರಾಗಿಯೇ ನಕ್ಕಿದ್ದರು. ಅಂದಿನಿಂದ "ಗಂಡು ಸೂಳೆ" ಎನ್ನುವ ಹೆಸರೇ ಬಹುಜನಪ್ರಿಯವಾಗಿ, ಸ್ನೇಹವಲಯದಲ್ಲೆಲ್ಲಾ ಅವನನ್ನು ಅದೇ ಹೆಸರಿನಿಂದ ಕರೆಯಲಾರಂಭಿಸಿದರು.

ಆ ಘಟನೆ ನಡೆದಿದ್ದು ಹೀಗೆ. ರಾಯರ ಮಠದಲ್ಲಿ ಯಾವುದೋ ಕಾರಣಕ್ಕೆ ಊರಿನ ಬ್ರಾಹ್ಮಣರಿಗೆಲ್ಲಾ ಮಧ್ಯಾಹ್ನ ಊಟವನ್ನು ಹಮ್ಮಿಕೊಂಡಿದ್ದರು. ಮೋಹನಸ್ವಾಮಿಯ ಅಪ್ಪ-ಅಮ್ಮ ಹತ್ತಕ್ಕೆಲ್ಲಾ ಮಠಕ್ಕೆ ಹೊರಟು ಹೋಗಿದ್ದರು. ಯಥಾಪ್ರಕಾರ ಮಕ್ಕಳಿಗೆ ಊಟದ ಸಮಯಕ್ಕೆಲ್ಲಾ ಬಂದು ಬಿಡಿ ಎಂದು ಹೇಳಿ ಹೋಗಿದ್ದರು. ಓಣಿಯಲ್ಲಿದ್ದ ಅಕ್ಕನ ಗೆಳತಿಯರೆಲ್ಲರೂ ಮನೆಗೆ ಬಂದಿದ್ದರು. ಕಾಡುವ ಅಪ್ಪ-ಅಮ್ಮ ಹೊರಗೆ ಹೋಗಿದ್ದಾರೆಂದರೆ ಮಕ್ಕಳಿಗೆ ಸ್ವರ್ಗವೇ ಅಲ್ಲವೆ!

ಮೋಹನಸ್ವಾಮಿಯೂ ಅವರೊಟ್ಟಿಗೆ ಸೇರಿದ್ದ. ತನ್ನ ವಾರಿಗೆಯ ಹುಡುಗರ ಜೊತೆಯಲ್ಲಿ ಗಿಲ್ಲಿ-ದಾಂಡು, ಗೋಲಿ, ಬುಗುರಿ ಆಡುವುದಕ್ಕಿಂತಲೂ, ತನ್ನಕ್ಕ ಮತ್ತವಳ ಗೆಳತಿಯರ ಜೊತೆಯಲ್ಲಿ ರಂಗೋಲಿ ಹಾಕುವುದು, ಗೊಂಬೆ ಮದುವೆ ಆಟ ಆಡುವುದು ಅವನಿಗೆ ಇಷ್ಟವಾಗುತ್ತಿತ್ತು. "ಗಂಡು ಹುಡುಗರ ಜೊತೆ ಆಡು ಹೋಗೋ..." ಎಂದು ಅವರೆಲ್ಲಾ ಗಲ್ಲಕ್ಕೆ ತಿವಿದು ಹೇಳಿದರೂ ಅವನು ಹೋಗುತ್ತಿರಲಿಲ್ಲ. ಆ ಗಂಡುಹುಡುಗರೆಲ್ಲಾ ತನ್ನನ್ನು ಗೋಳಾಡಿಸುತ್ತಾರೆಂಬುದು ಅವನಿಗೆ ಚೆನ್ನಾಗಿ ಗೊತ್ತಿತ್ತು. ಆದ್ದರಿಂದಲೇ ಅಕ್ಕನ ಗೆಳತಿಯರ ಗುಂಪಿನಲ್ಲೇ ಒಂದಾಗುತ್ತಿದ್ದ. ಆವತ್ತು ಬಣ್ಣದ ರಂಗೋಲಿ ಬಿಡಿಸಿ, ಬೊಂಬೆ ಮದುವೆ ಮಾಡಿಸಿ, ಭರ್ಜರಿ ಅಡುಗೆ ಮಾಡಿ ತಿಂದು, ನಂತರ ಟವೆಲನ್ನು ಬಳಸಿಕೊಂಡು ಸೀರೆ ಉಡುವ ಸಂಭ್ರಮಗಳೂ ಮುಗಿದು, ಹಾಡೊಂದಕ್ಕೆ ನೃತ್ಯ ಮಾಡುವ ವೇಳೆಗೆ ಹನ್ನೆರಡೂವರೆ ಆಗಿತ್ತು. ಅದನ್ನು ಗಮನಿಸಿದ ಮೋಹನಸ್ವಾಮಿಯೇ ಅವರಿಗೆಲ್ಲಾ ಅಪ್ಪ-ಅಮ್ಮನ ಮಾತನ್ನು ಜ್ಞಾಪಿಸಿ ರಾಯರ ಮಠಕ್ಕೆ ಹೊರಡಿಸಿದ್ದ.

ಬಳ್ಳಾರಿ ಜಿಲ್ಲೆಯ ರಣರಣ ಬಿಸಿಲಿನಲ್ಲಿ ಹತ್ತು ಹೆಜ್ಜೆ ಹಾಕಿದರೂ ಸಾಕು, ಕಾಲಿನಲ್ಲಿ ಬೊಬ್ಬೆ ಮೂಡುತ್ತವೆ. ಆದರೆ ಚಿಕ್ಕ ಹುಡುಗರು ಅಲ್ಲಿ ಇಲ್ಲಿ ಮರೆತು ಕಳೆದುಕೊಂಡು ಬಿಡುತ್ತಾರೆ ಎನ್ನುವ ಕಾರಣಕ್ಕೆ, ಅಪ್ಪ-ಅಮ್ಮ ಮಕ್ಕಳಿಗೆ ಚಪ್ಪಲಿಯನ್ನು ಯಾವತ್ತೂ ಕೊಡಿಸುತ್ತಿರಲಿಲ್ಲ. ಆದ್ದರಿಂದ ಬರಿಗಾಲಿನಲ್ಲಿಯೇ ಅವರೆಲ್ಲಾ ಏನೇನೋ ಹರಟೆ ಹೊಡೆಯುತ್ತಾ ಹೊರಟಿದ್ದರು. ಹುಣಸೆ ಮರದ ನೆರಳು ಬಂದಲ್ಲಿ ನಿಧಾನಕ್ಕೆ, ಬಿಸಿಲು ಬಂದಾಗ ಓಡೋಡಿ ಅವರೆಲ್ಲಾ ನಡೆಯುತ್ತಿದ್ದರು. ಮಾರ್ಗ ಮಧ್ಯದಲ್ಲಿ ಉದ್ದಕ್ಕೆ ಒಂದು ಕಾಲುವೆಯಿದೆ. ಇದನ್ನು ದಾಟುವುದಕ್ಕೆ ಬಹಳ ದೂರ ನಡೆದರೆ ಒಂದು ಚಪ್ಪಡಿ ಕಲ್ಲನ್ನು ಹಾಕಿದ್ದರು. ಹಿರಿಯರೆಲ್ಲಾ ಅಷ್ಟು ದೂರ ನಡೆದು, ಆ ಕಲ್ಲಿನ ಮೂಲಕ ಕಾಲುವೆ ದಾಟಿ, ಮತ್ತೆ ಹಿಂತಿರುಗಿ ಬರುತ್ತಿದ್ದರು. ಆದರೆ ರಾಯರ ಮಠವು ಕಾಲುವೆಯ ಆರಂಭದಲ್ಲಿಯೇ ಆಚೆ ದಡದಲ್ಲಿದೆ. ಮೊದಲೇ ಸುಡುವ ನೆಲ. ಅಷ್ಟು ದೂರ ನಡೆಯಲು ಬೇಸರ! ಆ ಕಾಲುವೆಯು ದಾಟುವಷ್ಟು ಚಿಕ್ಕದೂ ಅಲ್ಲ, ದಾಟಲು ಆಗದಷ್ಟು ದೊಡ್ಡದೂ ಅಲ್ಲ. ಅಕಸ್ಮಾತ್ ದಾಟಲಾಗದೆ ಬಿದ್ದುಬಿಟ್ಟರೆ ತೀರಿತು, ಊರಿನ ಜನರ ಸಕಲ ಹೊಲಸೆಲ್ಲವೂ ಬೆರೆತುಹೋದ ಆ ಕಾಲುವೆಯಲ್ಲಿ ಮುಳುಗಿ ಮೈಯೆಲ್ಲಾ ಸ್ನಾನವಾಗುತ್ತಿತ್ತು. ಅದರ ಹೊಲಸು ವಾಸನೆ ತಿಕ್ಕಿ ತೊಳೆದುಕೊಳ್ಳಲೇ ಒಂದು ವಾರ ಬೇಕಾಗುತ್ತಿತ್ತು. ಆದ್ದರಿಂದಲೇ ಯಾರೂ ಅದನ್ನು ದಾಟುವ ಅಪಾಯಕ್ಕೆ ತಮ್ಮನ್ನು ಒಡ್ಡಿಕೊಳ್ಳುತ್ತಿರಲಿಲ್ಲ.

ಮನೆಯಲ್ಲಿ ಸಾಕಷ್ಟು ಹೊತ್ತು ಆಟವಾಡಿ, ಹಾಡಿ, ಕುಣಿದು ಕುಪ್ಪಳಿಸಿದ್ದರಿಂದಲೋ ಏನೋ ಸಾಕಷ್ಟು ಉತ್ಸಾಹ ಮೋಹನಸ್ವಾಮಿಯಲ್ಲಿ ಮೂಡಿತ್ತು. ಆದ್ದರಿಂದ

ಕಾಲುವೆಯ ಹಿಂದಕ್ಕೆ ಸ್ವಲ್ಪ ದೂರ ಹೋಗಿ, ಓಡಿ ಬಂದು, ಸಾಕ್ಷಾತ್ ಹನುಮಂತನಂತೆ ಕಾಲುವೆಯನ್ನು ಎಗರಿ, ಆ ದಡವನ್ನು ಮುಟ್ಟುವುದರಲ್ಲಿ ಯಶಸ್ವಿಯಾಗಿದ್ದ. ತನ್ನ ಸಾಹಸದಿಂದ ಅವನಿಗೆ ವಿಶೇಷ ಹೆಮ್ಮೆ ಬಂದುಬಿಟ್ಟಿತ್ತು. ಮನೆಯಲ್ಲಿ ಆಟದಲ್ಲಿ ತನ್ನ ಅಕ್ಕ ಮತ್ತವರ ಗೆಳತಿಯರು ತನ್ನನ್ನು ಅಷ್ಟೇನೂ ಗಂಭೀರವಾಗಿ ಪರಿಗಣಿಸಿಲ್ಲ ಎಂಬ ಸಿಟ್ಟೂ ಅವನಲ್ಲಿ ಸ್ವಲ್ಪ ಇತ್ತು. ಆದ್ದರಿಂದ "ನೀವೂ ಹಿಂಗೆ ದಾಟ್ರವ್ವಾ, ನೋಡಾಣ?" ಎಂದು ಸವಾಲು ಹಾಕಿ, ಆ ದಡದಲ್ಲಿ ಉಲ್ಲಾಸದಲ್ಲಿ ಕುಣಿಯತೊಡಗಿದ. ಅವನಿಗಿಂತಲೂ ನಾಲ್ಕೈದು ವರ್ಷ ದೊಡ್ಡವರಾದ ಅಕ್ಕನ ಗೆಳತಿಯರೆಲ್ಲರೂ ಆ ಮಾತಿಗೆ ಹೇಗೆ ಪ್ರತಿಕ್ರಿಯಿಸಬೇಕು ಎಂದು ಯೋಚಿಸುತ್ತಾ ನಿಂತರು. ಎಲ್ಲರೂ ಬಣ್ಣ ಬಣ್ಣದ ಲಂಗ–ಚೋಲಿ ಹಾಕಿಕೊಂಡಿದ್ದರು. ಆ ದಿರಿಸಿನಲ್ಲಿ ಕಾಲುವೆ ದಾಟುವುದಾದರೂ ಹೇಗೆ? ಆದರೂ ಒಂದಿಬ್ಬರು ದೂರ ಹೋಗಿ, ಕಾಲುವೆಯ ತನಕ ಓಡಿ ಬಂದು, ಅನಂತರ ಎಗರಲು ಧೈರ್ಯ ಸಾಲದೆ ನಿಂತುಬಿಡುತ್ತಿದ್ದರು. ಆಗ ಮೋಹನಸ್ವಾಮಿ ಕೇಕೆ ಹಾಕಿ ನಗುತ್ತಾ, ಇನ್ನಷ್ಟು ಉತ್ಸಾಹದಿಂದ ನರ್ತಿಸುತ್ತಾ "ನೀವೆಲ್ಲಾ ಸೋತ್ರಿ, ಸೋತ್ರಿ... ನಾನೇ ಗೆದ್ದೆ, ಗೆದ್ದೆ..." ಎಂದು ಕೂಗುತ್ತಿದ್ದ. ಸೋಲನ್ನು ಸ್ವೀಕರಿಸುವ ಮನಸ್ಥಿತಿಯಲ್ಲಿ ಹುಡುಗಿಯರು ಇರಲಿಲ್ಲ. ಆ ಇಡೀ ಗುಂಪಿನ ನಾಯಕಿಯಾದ ಅವನಕ್ಕ ಆ ಕಾರಣದಿಂದಲೇ "ಹೆಂಗೆ ಕುಣೀತಿ ನೋಡು ಒಳ್ಳೆ ಸೂಳೆ ಹಂಗೆ. ನೀನೊಂದು ಗಂಡು ಸೂಳೆ" ಎಂದು ಕೂಗಿ ಹೇಳಿದ್ದಳು. ಮೋಹನಸ್ವಾಮಿ ಆ ಮಾತಿಗೆ ಕಂಗಾಲಾಗಿ ಕುಣಿಯುವುದನ್ನು ನಿಲ್ಲಿಸಿದ್ದ. ಅಕ್ಕನ ಗೆಳತಿಯರೆಲ್ಲಾ ಮುಸಿಮುಸಿ ನಕ್ಕಿದ್ದರು. ಅಕ್ಕ ಮತ್ತೊಮ್ಮೆ ಅದೇ ಮಾತನ್ನು ದೊಡ್ಡ ಧ್ವನಿಯಲ್ಲಿ ಪುನರುಚ್ಚರಿಸಿದ್ದಳು. ಎಲ್ಲರೂ ಜೋರಾಗಿ ನಕ್ಕಿದ್ದರು. ಅನಂತರ ಅವರೆಲ್ಲಾ ನಗುನಗುತ್ತಾ ಮುಂದೆ ಹಾಕಿರುವ ಚಪ್ಪಟೆ ಕಲ್ಲನ್ನು ಬಳಸಿ ಕಾಲುವೆ ದಾಟುವುದಕ್ಕೆ ಹೊರಟು ಹೋದರು.

ಮೋಹನಸ್ವಾಮಿ ಬಹಳ ಹೊತ್ತು ಕಾಲುವೆಯ ಆ ದಡದಲ್ಲಿಯೇ ಬೆದುರುಬೊಂಬೆಯಂತೆ ನಿಂತಿದ್ದ. ಆ ದಿನ ಅವನನ್ನು ಎಲ್ಲಿ ನೋಡಿದರೂ ಸಾಕು, ಹುಡುಗಿಯರು ಮುಸಿಮುಸಿ ನಗುತ್ತಿದ್ದರು. ಸದ್ದುಬರದಂತೆ "ಗಂಡು ಸೂಳೆ" ಎಂದು ಬಾಯಿಂದ ಉಚ್ಚರಿಸಿ ಅಣಕಿಸುತ್ತಿದ್ದರು. ಅವನಿಗೆ ಹೇಗೆ ಪ್ರತಿಕ್ರಿಯಿಸಬೇಕೋ ಗೊತ್ತಾಗುತ್ತಿರಲಿಲ್ಲ. ಅವರ ಮೇಲೆ ಸಿಟ್ಟಾಗಿ, ಹೊಡೆಯಬೇಕು ಅಂತ ಅನ್ನಿಸುತ್ತಿತ್ತು. ಆದರೆ ನಾಳೆಯಿಂದ ಅವರು ತನ್ನನ್ನು ಆಟಕ್ಕೆ ಸೇರಿಸಿಕೊಳ್ಳದಿದ್ದರೆ ಗತಿಯೇನು ಎಂಬ ಭಯ ಅವನಿಗಿತ್ತು. ಏನೇ ಆದರೂ ಗಂಡುಹುಡುಗರ ಜೊತೆಗೆ ಆಡಲು ಅವನಿಗೆ ಭಯವಿತ್ತು. ಆದ್ದರಿಂದ ಮೌನವಾಗಿಯೇ ಇದ್ದು ಅವರು ಮಾಡುವ ಅವಮಾನವನ್ನು ಸಹಿಸಿಕೊಂಡ.

ಈ ಘಟನೆಯಿಂದ ಅವನ ಬದುಕಿನಲ್ಲಿ ಎರಡು ದೊಡ್ಡ ಬದಲಾವಣೆಗಳಾದವು. ಮೊದಲನೆಯದಾಗಿ, "ಗಂಡು ಸೂಳೆ" ಎನ್ನುವ ಅವನ ಉಪನಾಮ ಬಾಯಿಂದ ಬಾಯಿಗೆ ಹರಡಿ ಹಿರಿಕಿರಿಯರೆನ್ನದೆ ಎಲ್ಲರಿಗೂ ತಿಳಿದುಹೋಯ್ತು. ನೇರವಾಗಿ ಹಾಗೆಯೇ ಕರೆದರೆ ಅವನ ಅಪ್ಪ-ಅಮ್ಮ ಎಲ್ಲಿ ಸಿಟ್ಟಾಗುತ್ತಾರೋ ಎಂಬ ಭಯದಲ್ಲಿ "ಗಂಸೂ" ಎಂದು ಕರೆಯಲಾರಂಭಿಸಿದರು. ಎರಡನೆಯದಾಗಿ, ಮತ್ತೆಂದೂ ಅವನು ಆ ಕೊಳೆತು ನಾರುವ ಕಾಲುವೆಯನ್ನು ಎಗರುವುದಕ್ಕೆ ಸಾಧ್ಯವಾಗಲಿಲ್ಲ. ಈ ಘಟನೆ ನಡೆದ ಮರುದಿನ ಅವನೊಬ್ಬನೇ ಮಠಕ್ಕೆ ಹೋಗಲು ಬಂದಿದ್ದ. ಆಗ ಕಾಲುವೆಯನ್ನು ಎಗರಲು ದೂರದಿಂದ ಓಡಿ ಬರುವಾಗ ಎದೆಯು ಡವಡವನೆ ಬಡಿದುಕೊಂಡು, ಮೈಯೆಲ್ಲಾ ಬೆವೆತು, ಧೈರ್ಯ ಸಾಲದೆ... ಆದರೂ ಜಿಗಿದ. ಆದರೆ ಆ ದಡಕ್ಕೆ ತಲುಪದೆ ನೇರವಾಗಿ ಕೊಳೆತು ನಾರುವ ಕಾಲುವೆಯಲ್ಲಿ ಬಿದ್ದುಬಿಟ್ಟ. ಇಡೀ ಊರಿನ ಜನರ ಹೊಲಸೆಲ್ಲಾ ಅವನ ಮೈಗೆ ಅಂಟಿಕೊಂಡಿತು. ಅವನಮ್ಮ ಸೋಪು ಹಚ್ಚಿ ತಿಕ್ಕಿ-ತಿಕ್ಕಿ ಎಷ್ಟೇ ತೊಳೆದರೂ, ಒಂದು ವಾರದ ತನಕ ಆ ವಾಸನೆ ಅವನ ಮೈಯಿಂದ ಬರುತ್ತಿತ್ತು. ಈ ಇಪ್ಪತ್ತೊಂದರ ವಯಸ್ಸಿನಲ್ಲೂ ಮೋಹನಸ್ವಾಮಿ ಒಮ್ಮೊಮ್ಮೆ ದೀರ್ಘವಾಗಿ ಉಸಿರೆಳೆದುಕೊಂಡರೂ ಸಾಕು, ಆ ವಾಸನೆ ಮೂಗಿಗೆ ಅಡರಿ ಮೈಯಲ್ಲಿ ಕಂಪನವನ್ನು ಮೂಡಿಸುತ್ತದೆ.

^^^

'ಗಂಸೂ' ಎನ್ನುವ ಹೆಸರು ಯಾರಾದರೂ ಕರೆದರೆ ಮೋಹನಸ್ವಾಮಿಗೆ ಮುಜುಗರವಾಗುತ್ತಿತ್ತು. ಆದರೆ ಅವರೊಡನೆ ಜಗಳವಾಡುವ ಧೈರ್ಯ ಮಾತ್ರ ಅವನಿಗಿರುತ್ತಿರಲಿಲ್ಲ. ಅದಕ್ಕೆ ಬದಲಾಗಿ ಆ ರೀತಿ ಕರೆಯುವವರಿಂದ ದೂರ ಇರುವುದೋ, ಇಲ್ಲಾ ಆ ಮಾತು ತನಗೆ ಕೇಳಿಯೇ ಇಲ್ಲವೆನ್ನುವಂತೆ ವರ್ತಿಸುವುದೋ, ಅಥವಾ ಅವರಿಗೆ ಒಳ್ಳೆಯ ಮಾತನಾಡಿ ಮುಂದೆ ಹಾಗೆಲ್ಲಾ ಕರೆಯಬೇಡವೆಂದು ಬೇಡಿಕೊಳ್ಳುವುದೋ ಮಾಡುತ್ತಿದ್ದ. ಆದರೆ ಊರಿನ ಬಾಯಿ ಮುಚ್ಚಿಸುವುದು ಹೇಗೆ? ಆದ್ದರಿಂದ ಅವನೊಂದು ಉಪಾಯ ಮಾಡಿಕೊಂಡ. 'ಗಂಸೂ' ಎನ್ನುವ ಪದಕ್ಕೂ ಮತ್ತು ತನಗೂ ಸಂಬಂಧವೇ ಇಲ್ಲ ಎಂದು ಮಾನಸಿಕವಾಗಿ ನಿರ್ಧರಿಸಿಕೊಂಡು ಬದುಕನ್ನು ನಡೆಸಲಾರಂಭಿಸಿದ. ಆದರೆ ಒಂದು ದಿನ ಮಾತ್ರ ಬಹಳ ನೋವಾಗುವ ಘಟನೆಯೊಂದು ನಡೆಯಿತು.

ಗಣಿತದಲ್ಲಿ ಮೋಹನಸ್ವಾಮಿ ಅಷ್ಟೇನೂ ಜಾಣನಲ್ಲ. ಅವನಮ್ಮ ಹತ್ತನೆಯ ತರಗತಿಯವರೆಗೆ ಓದಿಕೊಂಡಿದ್ದಳು. ಅವಳು ಅತ್ಯಂತ ಕಾಳಜಿಯಿಂದ ಸಂಜೆಯ

ಹೊತ್ತು ಅವನನ್ನು ಕೂಡಿಸಿಕೊಂಡು ಗಣಿತವನ್ನು ಬೋಧಿಸುತ್ತಿದ್ದಳು. ಆದರೆ ಎಷ್ಟೇ ಹೇಳಿಕೊಟ್ಟರೂ ಅವನು ಪರೀಕ್ಷೆಯನ್ನು ಸೊಗಸಾಗಿಯೇನೂ ಮಾಡುತ್ತಿರಲಿಲ್ಲ. ಉಳಿದ ವಿಷಯಗಳ ಪರೀಕ್ಷೆಯನ್ನು ಚೆನ್ನಾಗಿಯೇ ಬರೆಯುತ್ತಿದ್ದನಾದರೂ, ಗಣಿತ ಮಾತ್ರ ಅವನಿಗೆ ಕಬ್ಬಿಣದ ಕಡಲೆಯೇ ಆಗುತ್ತಿತ್ತು. ಅಂಕಗಣಿತದ ಭಿನ್ನರಾಶಿಗಳು, ಬೀಜಗಣಿತದ ಸೂತ್ರಗಳು, ರೇಖಾಗಣಿತದ ಪ್ರಮೇಯಗಳು – ಯಾವುದೂ ಅವನಿಗೆ ರುಚಿಸುತ್ತಿರಲಿಲ್ಲ. ಆದರೂ ಅವನ ಅಮ್ಮನ ಬಲವಂತಕ್ಕೆ ಓದಿದಂತೆ ನಟಿಸುತ್ತಿದ್ದ.

ಆವತ್ತು ಏಳನೇ ತರಗತಿಯ ಗಣಿತ ಪರೀಕ್ಷೆಯನ್ನು ಮುಗಿಸಿಕೊಂಡು ಬಂದಿದ್ದ. ಅವನಮ್ಮ ಮನೆಯ ಪಡಸಾಲೆಯಲ್ಲಿ ಮಗನಿಗಾಗಿ ಕಾಯುತ್ತಾ ಕುಳಿತಿದ್ದಳು. ಹಿತ್ತಲಿನಿಂದ ಗಲವರಿಸಿ ತಂದ ಪಾತ್ರೆಗಳನ್ನು ಒಣಗಿದ ಬಟ್ಟೆಯಿಂದ ಒರೆಸುತ್ತಿದ್ದಳು. ಈ ದಿನ ಅಮ್ಮನ ಕೈಯಲ್ಲಿ ಹೊಡೆತ ಗ್ಯಾರಂಟಿ ಎಂದು ಮಾನಸಿಕವಾಗಿ ಸಿದ್ಧನಾಗಿಯೇ ಮೋಹನಸ್ವಾಮಿ ಮನೆಯೊಳಕ್ಕೆ ಕಾಲಿಟ್ಟ. ಪರೀಕ್ಷೆ ಬರೆದ ನಂತರ ಪ್ರಶ್ನೆಪತ್ರಿಕೆಯಲ್ಲಿ ಪ್ರತಿ ಪ್ರಶ್ನೆಯ ತುದಿಯಲ್ಲೂ ಉತ್ತರವೇನು ಬಂತು ಎಂದು ಅವನು ಬರೆದುಕೊಂಡು ಬರಬೇಕಿತ್ತು. ಅದು ಅವನಮ್ಮನ ಕಟ್ಟಪ್ಪಣೆಯಾಗಿತ್ತು. ಆದ್ದರಿಂದ ಪ್ರಶ್ನೆಪತ್ರಿಕೆಯನ್ನು ತಂದು ಅವರಮ್ಮನ ಮುಂದಿಟ್ಟು, ಸುಮ್ಮನೆ ತಲೆಬಗ್ಗಿಸಿಕೊಂಡು ಕೂತ.

ಅವರಮ್ಮ ಒಂದೊಂದೇ ಪ್ರಶ್ನೆಯನ್ನು ನೋಡಿ, ಅದರ ಉತ್ತರವನ್ನು ಬಿಡಿಸಿ, ಅವನು ಬರೆದು ತಂದಿದ್ದ ಉತ್ತರಕ್ಕೆ ತಾಳೆ ಮಾಡಲು ಶುರು ಮಾಡಿದಳು. ಸರಿ ಇದ್ದರೆ ಪೂರ್ತಿ ಅಂಕವನ್ನೂ, ತಪ್ಪಿದ್ದರೆ ಸೊನ್ನೆ ಅಂಕವನ್ನೂ ಕೊಡುತ್ತಾ ಬಂದಳು. ಓರೆಗಣ್ಣಿಂದ ಅಮ್ಮನ ಕೆಲಸವನ್ನು ಗಮನಿಸುತ್ತಿದ್ದ ಮೋಹನಸ್ವಾಮಿಗೆ ಆತಂಕ ಹೆಚ್ಚಾಗುತ್ತಲೇ ಇತ್ತು. ಇದೇ ಹೊತ್ತಿಗೆ ಸರಿಯಾಗಿ ಯಾರಾದರೂ ಬಂಧುಗಳು ಮನೆಗೆ ಬಂದು ಅಮ್ಮನ ಧ್ಯಾನ ಅತ್ತ ಹೋಗಬಾರದೆ? ಎಂದು ದೇವರಲ್ಲಿ ಪ್ರಾರ್ಥಿಸತೊಡಗಿದ. ಆದರೆ ಅವನ ಅದೃಷ್ಟ ಅಷ್ಟೊಂದು ಚೆನ್ನಾಗಿಯೇನೂ ಇರಲಿಲ್ಲ. ಎಲ್ಲಾ ಪ್ರಶ್ನೆಗಳ ಮೌಲ್ಯಮಾಪನ ಮಾಡಿದ ಅವನಮ್ಮನಿಗೆ, ಬರಬಹುದಾದ ಅಂಕಗಳನ್ನು ಕೂಡಿಸಿದರೆ ಬರೀ ನಲವತ್ತೆಂಟು ಎಂದು ತಿಳಿದು ಸಿಟ್ಟು ನೆತ್ತಿಗೇರಿತು. ಅಲ್ಲಿಯೇ ಹತ್ತಿರದಲ್ಲಿದ್ದ ಊಟದ ಸ್ಟೀಲ್ ತಟ್ಟೆಯನ್ನು ತೆಗೆದುಕೊಂಡು ರಪರಪನೆ ಅವನ ಮೈ, ಮುಖವನ್ನು ನೋಡದೆ ಬಾರಿಸಿದಳು. "ಹೊಡಿಬೇಡಮ್ಮಾ, ತಪ್ಪಾಯ್ತು..." ಎಂದು ಆರ್ತನಾದಗೈಯುತ್ತಲೇ ಮೋಹನಸ್ವಾಮಿ ಪೆಟ್ಟುಗಳನ್ನು ತಿಂದ. "ದಿನಾ ಸಾಯಂಕಾಲ ಕಷ್ಟಪಟ್ಟು ಓದು ಹೇಳಿಕೊಟ್ಟೆನಲ್ಲೋ... ಇದೇನೋ ಇಷ್ಟು ಕಡಿಮೆ ಮಾರ್ಕ್ಸ್ ಬರೋ ಹಂಗೆ ಮಾಡಿ ಬಂದಿದಿ" ಎಂದು ಆಕೆಯೂ ಅಳುತ್ತ, ಕೈಯಲ್ಲಿ ಹಾಕಿಕೊಂಡ ಗಾಜಿನ ಬಳೆಗಳು ಒಡೆದುಹೋಗುವಂತೆ ಹೊಡೆದಳು. ಅನಂತರ

ಹೊಡೆಯುವುದು ಸಾಕಾಗಿ, ಆ ಸ್ಟೀಲ್ ತಟ್ಟೆಯನ್ನು ದೂರಕ್ಕೆ ಎಸೆದು ಸುಮ್ಮನೆ ಅಳುತ್ತಾ ಕುಳಿತಳು. "ಇನ್ನು ಹೊಡೆದಿದ್ದು ಆಯ್ತು. ಆಟಕ್ಕೆ ಹೋಗಬಹುದು" ಅಂತ ಮೋಹನಸ್ವಾಮಿ ಮನಸ್ಸಿನಲ್ಲಿಯೇ ಮಂಡಿಗೆ ಸವಿಯತೊಡಗಿದ. ಆದರೂ ಅಮ್ಮನಿಗೆ ಅದು ಗೊತ್ತಾಗದಿರಲಿ ಎಂಬಂತೆ ಅಳುವನ್ನು ಮುಂದುವರೆಸಿದ.

ಕಣ್ಣು ಒರೆಸಿಕೊಂಡ ಅವನಮ್ಮ "ಗಂಡು ಸೂಳೆ ಹಂಗೆ ಕುಣಿಯೋದಕ್ಕೆ ಬರ್ತದೆ, ಗಣಿತ ಪರೀಕ್ಷೆ ಸರಿಯಾಗಿ ಮಾಡೋಕೆ ಬರೋದಿಲ್ಲಲ್ಲೋ... ಎಂಥಾ ಮಗನಾಗಿ ನಂಗೆ ಹುಟ್ಟಿದೆ? ಗಂಸೂ ರಂಡೆಗಂಡ..." ಎಂದು ಬಿಟ್ಟಳು. ಅಮ್ಮನಿಂದ ಇಂತಹ ಪ್ರಹಾರವನ್ನು ಖಂಡಿತವಾಗಿಯೂ ಅವನು ನಿರೀಕ್ಷಿಸಿರಲಿಲ್ಲ. ಎದೆಗೆ ಯಾರೋ ದೊಡ್ಡ ಸೂಜಿಯಿಂದ ಚುಚ್ಚಿದಂತೆ ಆಯ್ತು. ಮೌನವಾಗಿ ಅಲ್ಲಿಂದ ಕಾಲ್ತೆಗೆದು ಮೂಲೆಗೆ ಹೋಗಿ ಕುಳಿತ. ಅಳು ಇನ್ನಿಲ್ಲದಂತೆ ನುಗ್ಗಿ ಬರತೊಡಗಿತು. ಯಾವತ್ತೂ ಅವನಮ್ಮ 'ಗಂಸೂ' ಎಂದು ಅವನನ್ನು ಕರೆದಿರಲಿಲ್ಲ. ಅವನಕ್ಕ ಆ ರೀತಿಯಾಗಿ ಕರೆಯುವುದನ್ನು ಕೇಳಿಸಿಕೊಂಡಾಗ "ನೀನು ಸುಮ್ಮನಿರೆ ರಂಡೆ... ಕೆಟ್ಟಮಾತು ಗಂಡುಹುಡುಗಂಗೆ ಆಡಬೇಡ..." ಎಂದು ಬೈಯುತ್ತಿದ್ದಳು. ಆದರೆ ಈವತ್ತು ಅವಳೇ ಆ ಉಪನಾಮದಿಂದ ಕರೆದಾಗ ಮೋಹನಸ್ವಾಮಿಗೆ ನಂಬಿದ ದೇವರೇ ಮೋಸ ಮಾಡಿದಂತೆ ಭಾಸವಾಯ್ತು. ದೇವರೇ ಕೈಕೊಟ್ಟ ಮೇಲೆ ಬದುಕುವುದು ಹೇಗೆ?

ಅವನಮ್ಮನಿಗೆ ತನ್ನ ಮಾತಿನ ತೀಕ್ಷ್ಣತೆ ಅರ್ಥವಾಯ್ತು. ಮಗನ ಅಳು ಈ ಬಾರಿ ಬೇರೆ ಸ್ವರೂಪದ್ದು ಎನ್ನುವುದೂ, ಅದಕ್ಕೆ ಇರಬಹುದಾದ ಕಾರಣವೂ ಕರುಳಿಗೆ ಗೊತ್ತಾಗತೊಡಗಿತು. ಸಿಟ್ಟಿನ ಭರದಲ್ಲಿ ತಾನ್ಯಾಕೆ ಕೆಟ್ಟ ಮಾತನ್ನಾಡಿದೆ ಎಂದು ತನ್ನನ್ನೇ ಶಪಿಸಿಕೊಂಡಳು. ಅಳುವ ತನಕ ಅಳಲಿ ಎಂದು ಐದು ನಿಮಿಷ ಸುಮ್ಮನೆ ಇದ್ದಳು. "ಸಾಕು ಮಾಡಿನ್ನು ಅಳೋದು... ರಂಪ ಮಾಡಬೇಡ..." ಎಂದು ಅಧಿಕಾರದಲ್ಲಿ ಒಮ್ಮೆ ಹೇಳಿದಳು. ಆದರೂ ಅವನ ಅಳು ನಿಲ್ಲಲಿಲ್ಲ. ಕೊನೆಗೆ ಆಕೆಗೆ ವಿಪರೀತ ಕಸಿವಿಸಿಯಾಗಿ, ಕತ್ತಲ ಮೂಲೆಯಲ್ಲಿ ಕುಳಿತ ಮಗನ ಬಳಿಗೆ ಎದ್ದು ಹೋದಳು. ಅವನ ಪಕ್ಕ ಕುಳಿತು "ಯಾಕೆ ಅಷ್ಟು ದುಃಖ ಪಡ್ತೀಯೋ ರಾಜ?" ಎಂದು ಅಪ್ಪಿಕೊಳ್ಳಲು ನೋಡಿದಳು. ಅವನು ಕೊಸರಿಕೊಂಡು ಇನ್ನಷ್ಟು ರೋದಿಸತೊಡಗಿದ. ಆಕೆಗೆ ಹೊಟ್ಟೆಯ ಸಂಕಟ ಹೆಚ್ಚಾಯ್ತು. "ತಪ್ಪಾಯ್ತಪ್ಪ ರಾಜ. ಇನ್ನೊಮ್ಮೆ ನಿಂಗೆ ಅಂಥಾ ಕೆಟ್ಟ ಮಾತಿಂದ ಕರೆಯಲ್ಲೋ..." ಎಂದು ಆರ್ದ್ರವಾಗಿ ಬೇಡಿಕೊಂಡಳು. ಆ ಮಾತಿಗೆ ಕರಗಿದ ಮೋಹನಸ್ವಾಮಿ ಅವರಮ್ಮನನ್ನು ಅಪ್ಪಿಕೊಂಡು, ಜೋರಾಗಿ ಅಳಲಾರಂಭಿಸಿದ. ಅವನ ಬೆನ್ನನ್ನು ಸವರುತ್ತಾ "ಅಳಬೇಡ ನನ್ನ ಕೂಸು... ಏನೋ ಸಿಟ್ಟಿನ ಭರದಾಗೆ ಬಾಯಿ ಜಾರಿ ಆ ಹೊಲಸು ಮಾತು ಬಂತು..." ಎಂದು ತಾನೂ ಕಣ್ಣೀರು ಹಾಕತೊಡಗಿದಳು. ತಾಯಿಯ ಶರಣಾಗತಿಯಿಂದಾಗಿ ಸ್ವಲ್ಪಹೊತ್ತಿಗೆ

ಮೋಹನಸ್ವಾಮಿ ಸಮಾಧಾನ ಹೊಂದಿದ. ಇಬ್ಬರ ದುಃಖವೂ ಹತೋಟಿಗೆ ಬಂತು. "ಹಸಕೊಂಡು ಬಂದಿರ್ತಿ, ಊಟ ಮಾಡುವಂತಿ ನಡಿ. ಭಲೋ ಉದುರುಬ್ಯಾಳಿ ಪಲ್ಯ ಮಾಡೀನಿ..." ಎಂದು ಮಗನನ್ನು ಎಬ್ಬಿಸಿದಳು. ಮೆಂತೆ ಪಲ್ಯ, ತೊಗರಿ ಬೇಳೆ ಮತ್ತು ಕೊಬ್ಬರಿ ತುರಿಯ ಜೊತೆಗೆ ಮಾಡಿದ 'ಉದುರುಬೇಳೆ ಪಲ್ಯ'ದ ರುಚಿಗೆ ಮೋಹನಸ್ವಾಮಿ ಎಂತಹ ಹೊತ್ತಿನಲ್ಲೂ ಹುರುಪುಗೊಳ್ಳುತ್ತಿದ್ದ.

ತಪ್ಪು ಮಾಡಿದ ಮನಸ್ಥಿತಿಯಲ್ಲಿದ್ದ ಅಮ್ಮ, ತಟ್ಟೆ ಹಾಕಿ ಬಡಿಸುವುದರ ಬದಲು, ಕೈತುತ್ತು ಮಾಡಿ ಹಾಕತೊಡಗಿದಳು. ಇಷ್ಟಿಷ್ಟೇ ಸಣ್ಣ ತುತ್ತನ್ನು ಮಾಡಿ, ಮಗನ ಕೈಯಲ್ಲಿ ಇಡುತ್ತಿದ್ದಳು. "ಬೇರೆ ಎಲ್ಲಾ ಪರೀಕ್ಷಾದಾಗೆ ಎಂಥಾ ಛಂದ ಮಾಡ್ತೀ... ಗಣಿತ ಪರೀಕ್ಷೆಗೆ ಯಾಕೆ ಹೆದರ್ತೀ ರಾಜ?" ಎಂದು ಪ್ರೀತಿಯಿಂದ ಕೇಳಿದಳು. ಇಡೀ ತುತ್ತನ್ನು ಪೂರ್ತಿಯಾಗಿ ಬಾಯಿಗೆ ಹಾಕಿಕೊಂಡಿದ್ದ ಮೋಹನಸ್ವಾಮಿ, ಅವರಮ್ಮನನ್ನು ನೋಡುತ್ತಾ ಅದನ್ನೆಲ್ಲಾ ಅಗಿದು ಅಗಿದು ನುಂಗಿ, ನೀರು ಕುಡಿದು ಬಾಯಿ ಒರೆಸಿಕೊಂಡ.

"ಗಂಡು ಸೂಳೆ ಅಂದ್ರೆ ಏನಮ್ಮಾ? ಯಾಕೆ ನನ್ನ ಹಂಗೆ ಕರೀತಾರೆ?" ಎಂದು ಕಣ್ಣಲ್ಲಿ ಕಣ್ಣಿಟ್ಟು ಕೇಳಿದ.

"ಏನೋ ಸುಡುಗಾಡು ಮಾತು ಬಿಡು ರಾಜ ಅದು... ನೀನ್ಯಾಕೆ ಗಂಡು ಸೂಳೆ ಆಗ್ತಿ? ನೂರು ಜನ ಸೂಳೆಯರನ್ನ ಆಳ್ವಂತಿ" ಎಂದು ಅಮ್ಮ ಅಕ್ಕಸದಿಂದ ತುತ್ತನ್ನು ಮುಂಗೈಯಲ್ಲಿ ಕಟ್ಟತೊಡಗಿದಳು.

"ಉಳಿದ ಹುಡುಗರಿಗೆ ಯಾರೂ ಆ ಹೆಸರಿಂದ ಕರಿಯಲ್ಲ. ನಂಗೆ ಮಾತ್ರ ಯಾಕೆ?" ಮಗ ಪ್ರಶ್ನೆ ಮುಂದುವರೆಸಿದ. ಆ ಮಾತಿಗೆ ಹೇಗೆ ಉತ್ತರಿಸಬೇಕು ಎಂದು ತಿಳಿಯದೆ ಆಕೆಗೆ ಕಸಿವಿಸಿಯಾಯ್ತು.

"ನೀನೂ ಗಂಡುಹುಡುಗರಂಗೆ ವರ್ತಿಸಬೇಕಪ್ಪಾ... ಆವಾಗ ಹಂಗೆ ಕರಿಯಲ್ಲ."

"ಗಂಡುಹುಡುಗರಂಗೆ ವರ್ತಿಸೋದು ಅಂದ್ರೆ ಹೆಂಗಮ್ಮಾ?"

"ಮಾತಾಡೋ ಧ್ವನಿ, ಕೈಕಾಲು ಕಣ್ಣು ಅಲುಗಾಡಿಸೋದು, ಆಡೋ ಆಟ... ಎಲ್ಲಾ ಗಂಡುಹುಡುಗರಂಗೆ ಇರ್ಬೇಕಪ್ಪಾ."

"ಅವರಿಗೆ ಅದೆಲ್ಲಾ ಯಾರು ಕಲಿಸಿಕೊಡ್ತಾರಮ್ಮಾ? ನಂಗ್ಯಾಕೆ ಯಾರೂ ಅದನ್ನ ಹೇಳಿಕೊಡ್ತಾ ಇಲ್ಲ?"

"ಯಾರಾದ್ರೂ ಯಾಕೆ ಅವನ್ನೆಲ್ಲಾ ಹೇಳಿಕೊಡ್ತಾರಪ್ಪಾ... ಆ ದೇವರೇ ಅದೆಲ್ಲಾ ಹೇಳಿಕೊಟ್ಟು ಕಳಿಸ್ತಾನೆ."

"ಹಂಗಾರೆ ನಂಗ್ಯಾಕೆ ಆ ದೇವರು ಅದನ್ನ ಹೇಳಿಕೊಟ್ಟು ಕಳಿಸಲಿಲ್ಲಮ್ಮಾ? ನಾನೇನು ತಪ್ಪು ಮಾಡಿದ್ದೆ?"

ಮಗನ ಈ ಪ್ರಶ್ನೆಗೆ ಹೇಗೆ ಉತ್ತರಿಸಬೇಕೋ ಅಮ್ಮನಿಗೆ ತಿಳಿಯಲಿಲ್ಲ. ಕೈಲಿದ್ದ ತುತ್ತನ್ನು ಪಾತ್ರೆಗೆ ಹಾಕಿ, ಸಪ್ಪಗಾಗಿ ಕುಳಿತುಬಿಟ್ಟಳು. ಕಣ್ಣಿಂದ ಒಂದೆರಡು ಹನಿ ನೀರು ಉದುರಿದವು.

"ಯಾಕಮ್ಮಾ ಅಳ್ತೀ?"

"ನೀನೇನೂ ತಪ್ಪು ಮಾಡಲಿಲ್ಲ ರಾಜ... ಎಲ್ಲಾ ತಪ್ಪು ಮಾಡಿದ್ದು ನಾನು ಮತ್ತು ನಿಮ್ಮಪ್ಪ" ಎಂದಳು.

"ಏನು ತಪ್ಪು ಮಾಡಿದ್ರಮ್ಮಾ?"

"ಮುಪ್ಪಿಗೆ ಹುಟ್ಟಿದ ಮಕ್ಕಳು ತಿಪ್ಪೆ ಪಾಲು ಅಂತ ಹಿರೇರು ಹೇಳ್ತಾರೆ... ನಮಗೆ ಗೊತ್ತಾಗಲಿಲ್ಲಪ್ಪ" ಎಂದು ಸೂರನ್ನು ನೋಡುತ್ತಾ ಹೇಳಿದಳು.

"..." ಮೋಹನಸ್ವಾಮಿಗೆ ಆ ಮಾತುಗಳು ಅರ್ಥವಾಗಲಿಲ್ಲ.

ಅಮ್ಮ ಕಣ್ಣನ್ನು ಒರೆಸಿಕೊಂಡು "ನಿಮ್ಮಪ್ಪಗೆ ಈಗ ವಯಸ್ಸು ಎಷ್ಟು ಹೇಳು?" ಎಂದು ಕೇಳಿದಳು. ಮೋಹನಸ್ವಾಮಿಗೆ ಗೊತ್ತಿರಲಿಲ್ಲ. ಅಪ್ಪ-ಅಮ್ಮ ಹುಟ್ಟಿದ ದಿನಾಂಕ ಮಕ್ಕಳಿಗೆ ಗೊತ್ತಿರುತ್ತಿರಲಿಲ್ಲ. ತಂದೆ-ತಾಯಿಗಳ ಹುಟ್ಟುಹಬ್ಬಗಳನ್ನು ಆಚರಿಸುವ ಸಂಪ್ರದಾಯ ಆಗಿರಲಿಲ್ಲ.

"ಗೊತ್ತಿಲ್ಲಮ್ಮಾ..." ಎಂದು ಮೋಹನಸ್ವಾಮಿ ಪ್ರಾಮಾಣಿಕವಾಗಿ ಒಪ್ಪಿಕೊಂಡ.

"ಈ ಯುಗಾದಿ ಕಳೆದು ಬಿದಿಗಿ ಬಂದ್ರೆ, ಎಪ್ಪತ್ತಕ್ಕೆ ಕಾಲಿಡ್ತಾರೆ. ನಿಂಗೆ ಎಷ್ಟು ವರ್ಷ ಹೇಳು?"

"ಹದಿಮೂರು" ಮೋಹನಸ್ವಾಮಿಗೆ ತನ್ನ ವಯಸ್ಸು ಗೊತ್ತಿತ್ತು. ಶಾಲೆಯಲ್ಲಿ ಗಣಿತ ಮಾಸ್ತರರು ಹುಟ್ಟಿದ ದಿನಾಂಕವನ್ನು ಬಳಸಿಕೊಂಡು ವಯಸ್ಸನ್ನು ಹೇಗೆ ಕಂಡು ಹಿಡಿಯಬೇಕು ಎಂದು ಹೇಳಿಕೊಟ್ಟಿದ್ದರು.

"ಅಂದ್ರೆ ನೀನು ಹುಟ್ಟಿದಾಗ ನಿಮ್ಮಪ್ಪಗೆ ಐವತ್ತೇಳು ವರ್ಷ! ನಂಗೆ ಹತ್ತಿರ ಹತ್ತಿರ ನಲವತ್ತು. ಎರಡನೇ ಸಂಬಂಧದ ಮದುವಿ ನಂದು. ಭಾಳ ತಡವಾಗಿ ಆಯ್ತು. ಮುದಿ ಗಂಡ ಸಿಕ್ಕ. ಆದರೂ ಆಸೆ ಅನ್ನೋದು ಗಂಡಸರಿಗೆ ಯಾವತ್ತೂ ಬತ್ತಲ್ಲ ನೋಡು. ಆ ವಯಸ್ಸಿನಾಗೆ ಮಕ್ಕಳು ಬೇಡ ಅಂತಂದೆ; ಕೇಳಲಿಲ್ಲ. ನಿನ್ನ ಹುಟ್ಸಿಸಿ ಬಿಟ್ಟ. ವಯಸ್ಸು ಮೀರಿದ ಗಂಡಸರಿಗೆ ಶಕ್ತಿವಂತ ಗಂಡುಮಕ್ಕಳು ಹೆಂಗೆ ಹುಟ್ತವೆ ಹೇಳು? ತನ್ನ ಮೈ ಆಸಿ ತೀರಿಸ್ಕೊಳ್ಳೊ ಹಪಹಪಿನಾಗೆ, ನಿಂಗೆ ಬದುಕು ಕಷ್ಟ ಮಾಡಿಟ್ಟ. ಎಲ್ಲಾ ನನ್ನ ಕರ್ಮ. ಅನುಭವಿಸಬೇಕು" ಎಂದು ಕಣ್ಣೊರೆಸಿಕೊಂಡಳು.

ಅಮ್ಮನ ಮಾತುಗಳು ಮೋಹನಸ್ವಾಮಿಗೆ ಅಷ್ಟಾಗಿ ಅರ್ಥವಾಗಲಿಲ್ಲ. ಆದರೆ ಅಪ್ಪನ ಎಂತಹುದೋ ಆಸೆಯಿಂದಾಗಿ ತನಗೆ ಇಂತಹ ಕಷ್ಟ ಬಂದಿದೆ ಎಂದು ಅರ್ಥ ಮಾಡಿಕೊಂಡ. ಆದರೆ ಮೋಹನಸ್ವಾಮಿಯನ್ನು ಅವರಪ್ಪ ಬಹಳ ಪ್ರೀತಿಯಿಂದ

ನೋಡಿಕೊಳ್ಳುತ್ತಿದ್ದ. ಎಂದೂ ಹೊಡೆಯುತ್ತಿರಲಿಲ್ಲ, ಬೈಯುತ್ತಲೂ ಇರಲಿಲ್ಲ. ದೇವರಂತಹ ಮನುಷ್ಯ ಆತ. ಅಂತಹ ಅಪ್ಪನ ಬಗ್ಗೆ ಕೆಟ್ಟದ್ದಾಗಿ ಯೋಚಿಸಲು ಮೋಹನಸ್ವಾಮಿಗೆ ಸಾಧ್ಯವಾಗಲಿಲ್ಲ.

^^^

ಅದೇ ದಿನ ರಾತ್ರಿ ಮನೆಯಲ್ಲಿ ಮತ್ತೊಂದು ಕೆಟ್ಟ ಘಟನೆ ನಡೆದುಹೋಗಿತ್ತು. ಬೆಳಿಗ್ಗೆಯಿಂದ ನಡೆದಿರುವುದನ್ನೇ ಮೋಹನಸ್ವಾಮಿಗೆ ಭರಿಸಲು ಅಸಾಧ್ಯವಾಗಿತ್ತು. ಮತ್ತೊಂದು ಅಂತಹದೇ ಆರ್ಭಟವನ್ನು ಸ್ವೀಕರಿಸುವ ಪರೀಕ್ಷೆ ಎದುರಾಯ್ತು.

ರಾತ್ರಿ ಎಲ್ಲರ ಊಟವಾದ ಮೇಲೆ ಸಾಮಾನ್ಯವಾಗಿ ಉಂಡ ತಟ್ಟೆಗಳನ್ನೆತ್ತಿ, ಅಗಳನ್ನು ಬಳಿದು, ಸ್ವಚ್ಛ ಮಾಡುವ ಕೆಲಸವನ್ನು ಮೋಹನಸ್ವಾಮಿಯ ಅಕ್ಕನಿಗೆ ಹೇಳಲಾಗುತ್ತಿತ್ತು. ಪುರುಷ ಪ್ರಧಾನ ಸಮಾಜವಾದ್ದರಿಂದ, ಈ ಕೆಲಸ ಹೆಂಗಸರೇ ಮಾಡಬೇಕು ಎನ್ನುವ ನಂಬಿಕೆ ಎಲ್ಲಾ ಹಿರಿಯರಲ್ಲೂ ಇರುತ್ತಿತ್ತು. ಆದರೆ ಅಕ್ಕನಿಗೆ ಈ ಕೆಲಸವನ್ನು ಮಾಡುವುದು ಒಂದಿಷ್ಟೂ ಇಷ್ಟವಾಗುತ್ತಿರಲಿಲ್ಲ. ಮತ್ತೊಬ್ಬರ ಎಂಜಲು ತಟ್ಟೆಯನ್ನು ಎತ್ತುವುದು, ಕೈಯಿಂದ ಅಗಳು ಬಳಿದು ನೀರು ಹಾಕಿ ಸ್ವಚ್ಛ ಮಾಡುವ ಕೆಲಸ ಯಾವ ಹುಡುಗಿ ತಾನೆ ಇಷ್ಟ ಪಟ್ಟಾಳು? ಆ ದಿನ ಆಕೆ ಮದರಂಗಿ ಹಚ್ಚಿಕೊಳ್ಳುವ ಸಂಭ್ರಮವನ್ನು ಹಮ್ಮಿಕೊಂಡಿದ್ದಳು. ಆದ್ದರಿಂದ ಬೇಕೆಂತಲೇ ಎಂಜಲುಗೋಮೆ ಮಾಡದೆ, ಗಪ್‌ಚುಪ್ ಆಗಿ ಮೂಲೆಯಲ್ಲಿ ಕುಳಿತು ಮದರಂಗಿ ಕಲಿಸುವ ಸಂಭ್ರಮದಲ್ಲಿ ಮುಳುಗಿದ್ದಳು. ಊಟ ಮಾಡಿದ ತಟ್ಟೆಗಳು ಒಣಗುತ್ತಿದ್ದವು. ಅಡುಗೆ ಮನೆಯಲ್ಲಿ ಒಲೆ ಹೂಡಿದ ಜಾಗವನ್ನು ಸ್ವಚ್ಛ ಮಾಡುತ್ತಿದ್ದ ಮೋಹನಸ್ವಾಮಿಯ ಅಮ್ಮ "ಲೇ ಇವಳೇ, ಎಂಜಲುಗೋಮ ಮಾಡೆ. ಜಾಸ್ತಿ ಹೊತ್ತು ಉಂಡ ತಟ್ಟೆ ಒಣಗಲಿಕ್ಕೆ ಬಿಟ್ಟರೆ ಶನಿ ಬಡಕೊಳ್ತದೆ" ಎಂದು ಕೂಗಿ ಹೇಳಿದಳು.

ಅಕ್ಕನಿಗೋ ಆ ಕೆಲಸವನ್ನು ಮಾಡಲು ಆವತ್ತು ಸುತರಾಂ ಇಷ್ಟವಿರಲಿಲ್ಲ. ಆದ್ದರಿಂದ ಮೋಹನಸ್ವಾಮಿಗೆ "ಲೇ ಗಂಸೂ, ಈವತ್ತೊಂದಿನ ನೀನು ಎಂಜಲುಗೋಮೆ ಮಾಡೋ..." ಎಂದು ಬೇಡಿಕೊಂಡಳು. ಮೋಹನಸ್ವಾಮಿ "ಹೋಗೆ, ಗಂಡು ಹುಡುಗರು ಆ ಕೆಲಸ ಮಾಡೋ ಹಂಗಿಲ್ಲ" ಎಂದು ನಿರಾಕರಿಸಿದ. ಅದಕ್ಕೆ ಮುನಿದ ಆಕೆ "ಆಹಾಹ, ನೀನ್ಯಾವ ಮಹಾಗಂಡಸು ಬಿಡು. ಬರೀ ಗಂಡು ಸೂಳೆ ನೀನು... ಗಂಸೂ... ಗಂಸೂ... ಗಂಸೂ..." ಎಂದು ಆಕೆ ಸ್ವಲ್ಪ ಜೋರಾಗಿಯೇ ಹೇಳಿ, ವ್ಯಂಗ್ಯದ ನಗೆಯನ್ನು ನಕ್ಕಳು. ಅಡುಗೆ ಮನೆಯಲ್ಲಿ ಕೆಲಸ ಮಾಡುತ್ತಿದ್ದ ಅವರಮ್ಮನಿಗೆ ಆ ಮಾತು ಕೇಳಿಸಿತು. ಆಕೆ ನಖಶಿಖಾಂತ ಉರಿದು

ಹೋದಳು. ಕೈಯಲ್ಲಿ ಒಂದು ಸೌಟನ್ನು ಹಿಡಿದುಕೊಂಡು ಹೊರಬಂದವಳೇ, ಮಗಳಿಗೆ ರಪರಪನೆ ಬಾರಿಸಲಾರಂಭಿಸಿದಳು.

"ಗಂಡು ಹುಡುಗಗೆ ಅಂಥಾ ಹೊಲಸು ಮಾತಾಡ್ತೀಯೇನೆ ಬೋಸೂಡಿ? ಮನೆಹುಡುಗಂಗೆ ಮಾರಿ ಆಗ್ತೀಯೇನೆ?" ಎಂದು ಮೈಮೇಲೆ ಆವೇಶ ಬಂದವರಂತೆ ಇನ್ನಷ್ಟು ಹೊಡೆದರು. ಅಂತಹ ಅನಿರೀಕ್ಷಿತ ಆಕ್ರಮಣಕ್ಕೆ ಹೌಹಾರಿದ ಅಕ್ಕ ಚೀರಿಕೊಳ್ಳಲಾರಂಭಿಸಿದಳು. ಹೊಡೆಯುವಂತಹ ತಪ್ಪನ್ನು ತಾನೇನು ಮಾಡಿದ್ದೇನೆ ಎನ್ನುವುದೇ ಅವಳಿಗೆ ಮೊದಲಿಗೆ ಅರ್ಥವಾಗಿರಲಿಲ್ಲ. ಅವಳಿಗೆ ಅದು ಅರ್ಥವಾಗುವುದಿರಲಿ, ಮೋಹನಸ್ವಾಮಿಗೂ ಅವಳಮ್ಮ ಹಾಗೆ ಏಕೆ ಹೊಡೆಯುತ್ತಿದ್ದಾಳೆ ಎಂದು ಆರಂಭದಲ್ಲಿ ಅರ್ಥವಾಗಲಿಲ್ಲ. ಅಮ್ಮನ ರೌದ್ರಾವತಾರಕ್ಕೆ ಹೆದರಿಕೊಂಡು, ದೂರದ ಮೂಲೆಯಲ್ಲಿ ಹೋಗಿ ನಿಂತುಕೊಂಡ. ಅಪ್ಪ ಬೇರೆ ಊರಲ್ಲಿರಲಿಲ್ಲ, ಬಳ್ಳಾರಿಗೆ ಹೋಗಿದ್ದರು.

"ಹೊಡಿಬೇಡಮ್ಮಾ... ತಪ್ಪಾಯ್ತಮ್ಮಾ... ಇನ್ನೊಮ್ಮೆ ಹಂಗೆ ಕರಿಯಲ್ಲಮ್ಮಾ..." ಎಂದು ಅಕ್ಕ ಒಂದೇ ಸಮನೆ ನೋವಿನಿಂದ ಅಳುತ್ತಾ ಪ್ರಾರ್ಥನೆ ಮಾಡಿದಳು. ಕೊನೆಗೆ ಸೋತ ಅಮ್ಮ ಆ ಸೌಟನ್ನು ಮೂಲೆಗೆ ಎಸೆದು, ಅಲ್ಲಿಯೇ ಇದ್ದ ಕಂಬಕ್ಕೆ ಹೋಗಿ ಆತು ಕುಳಿತು, "ಕರ್ಮ, ಕರ್ಮ..." ಎಂದು ಹಣೆಹಣೆ ಗಟ್ಟಿಸಿಕೊಂಡು, ಕಣ್ಣೀರು ಸುರಿಸಲಾರಂಭಿಸಿದಳು. ಮೈಮೇಲೆ ಬಾಸುಂಡೆ ಬಂದಿದ್ದ ಅಕ್ಕ ಅತ್ಯಂತ ವೇದನೆಯಿಂದ ತಮ್ಮನ ಕಡೆಗೊಮ್ಮೆಯೂ, ಅಮ್ಮನ ಕಡೆಗೊಮ್ಮೆಯೂ ನೋಡಿ ಅಳುತ್ತಿದ್ದಳು. ಮೋಹನಸ್ವಾಮಿಗೆ ಒಳಗೊಳಗೇ ಭಯವಾಗುತ್ತಿತ್ತು. ಈ ಎಲ್ಲಾ ಕೋಲಾಹಲಕ್ಕೆ ತನ್ನ ಹೆಣ್ಣಿಗತನವೇ ಕಾರಣವೆಂದೂ, ತನ್ನಿಂದಾಗಿ ಇಡೀ ಮನೆಯಲ್ಲಿ ನೆಮ್ಮದಿ ಕೆಡುತ್ತಲಿದೆಯೆಂದೂ, ತಾನು ಅತ್ಯಂತ ಕೆಟ್ಟವನೆಂದೂ ಅನ್ನಿಸುತ್ತಿತ್ತು. ತಾನು ಏನಾದರೂ ಮಾಡಿ ಸದ್ಯದ ಅಸಹನೀಯ ಪರಿಸ್ಥಿತಿಯನ್ನು ಹತೋಟಿಗೆ ತರಬೇಕು ಎಂದುಕೊಂಡ. ಆದ್ದರಿಂದ ಅವನು ನಿಧಾನಕ್ಕೆ ಎದ್ದು, ಉಂಡ ತಟ್ಟೆಗಳನ್ನು ತೆಗೆದು, ಅಗಳುಗಳನ್ನು ಬಳಿದು, ನೀರಿನಿಂದ ಇಡೀ ನೆಲವನ್ನು ಸ್ವಚ್ಛ ಮಾಡಿ, ಒಣ ಬಟ್ಟೆಯನ್ನು ತಂದು ಒರೆಸಿದ. ಅಮ್ಮ ಮತ್ತು ಅಕ್ಕ, ಅವನು ಮಾಡುವ ಆ ಕೆಲಸವನ್ನು ಮಿಸುಕಾಡದೆ ನೋಡುತ್ತಲೇ ಇದ್ದರು. ಅವನಿಂದ ಆ ಕೆಲಸವನ್ನು ಕಸಿದುಕೊಂಡು ತಾವು ಮಾಡುವ ಚೈತನ್ಯ ಅವರಿಬ್ಬರಲ್ಲಿಯೂ ಆ ಹೊತ್ತಲ್ಲಿ ಇರಲಿಲ್ಲ.

^^^

ಈ ಎಲ್ಲಾ ಘಟನೆಗಳಿಂದ ಹಲವು ತೀರ್ಮಾನಗಳಿಗೆ ಮೋಹನಸ್ವಾಮಿ ಬಂದ. ತಾನು ಹೆಣ್ಣಿನಂತೆ ವರ್ತಿಸುವುದೇ ಇದಕ್ಕೆಲ್ಲಾ ಕಾರಣವಲ್ಲವೆ? ಆದ್ದರಿಂದ ಮೊದಲು ಅದನ್ನು ಹತೋಟಿಗೆ ತಂದುಕೊಳ್ಳಬೇಕು ಎಂದು ನಿರ್ಧರಿಸಿದ. ಸಾಮಾನ್ಯವಾಗಿ ನಮ್ಮ ಕೈ, ಕಣ್ಣು, ಗೋಣುಗಳ ಚಲನೆಯಿಂದಲೇ ಹೆಣ್ಣಿಗತನ ಗೊತ್ತಾಗುತ್ತದಲ್ಲವೆ? ಆದ್ದರಿಂದ ಆ ಚಲನೆಯನ್ನು ಕಡಿಮೆ ಮಾಡಬೇಕು ಎಂದುಕೊಂಡ. ರೋಬೋಟ್ ಯಂತ್ರದಂತೆ ಇದ್ದರೆ ಯಾರಿಗೂ ತನ್ನ ಹೆಣ್ಣುತನ ಗೊತ್ತಾಗುವುದಿಲ್ಲ ಎನ್ನುವ ತರ್ಕ ಅವನಿಗೆ ಒಪ್ಪಿಗೆಯಾಯ್ತು. ಅದಲ್ಲದೆ ಮಾತನಾಡುವಾಗ ತನ್ನ ಧ್ವನಿಯಿಂದ ಹೆಣ್ಣಿಗತನ ಗೊತ್ತಾಗುತ್ತಲ್ಲವೆ? ಆದ್ದರಿಂದ ಮಾತನಾಡುವುದು ಆದಷ್ಟು ಕಡಿಮೆ ಮಾಡಬೇಕು. ಮೌನಿಯಾಗಿರಬೇಕು. ಶಾಲೆಯಲ್ಲಿ ಪಾಠ ಮಾಡುವಾಗ ಪ್ರಶ್ನೆ ಕೇಳಬಾರದು, ಅನವಶ್ಯಕವಾಗಿ ಹರಟೆ ಹೊಡೆಯಬಾರದು, ತೀರಾ ಮಾತನಾಡುವ ಒತ್ತಾಯ ಬಂದಾಗ ಮಾತ್ರ ಸ್ವಲ್ಪ ಸಣ್ಣ ಧ್ವನಿಯಲ್ಲಿ ಗೊರಗೊರ ಎನ್ನುವಂತೆ ಮಾತನಾಡಬೇಕು ಎಂದು ಅರ್ಥ ಮಾಡಿಕೊಂಡ. ಅವರಿಗೆ ಅದು ಸರಿಯಾಗಿ ಅರ್ಥವಾಗದೆ "ಸ್ವಲ್ಪ ಜೋರು ಮಾತಾಡೋ ಮೋಹನ..." ಎಂದರೂ ಮತ್ತೊಮ್ಮೆ ಅದೇ ರೀತಿ ಗೊರಗೊರ ಸದ್ದು ಮಾಡುತ್ತಾ ಮಾತನಾಡುವುದನ್ನು ಶುರುವಿಟ್ಟುಕೊಂಡ. ಅಕ್ಕ ಮತ್ತವಳ ಗೆಳತಿಯರ ಜೊತೆ ಸೇರಿ ಹುಡುಗಿಯರ ಆಟವನ್ನು ಆಡುವುದರಿಂದ ತನಗೆ 'ಗಂಸೂ' ಎನ್ನುವ ಕೆಟ್ಟ ಹೆಸರು ಬಂದಿದೆಯಲ್ಲವೆ? ಆದ್ದರಿಂದ ಆಟ ಆಡುವುದನ್ನು ನಿಲ್ಲಿಸಬೇಕು ಎಂದು ನಿರ್ಧರಿಸಿದ. ಅವನ ಸಮವಯಸ್ಕ ಗಂಡುಹುಡುಗರ ಹತ್ತಿರ ಆಡಲು ಹೋದರೆ ಅವರು ರೇಗಿಸುತ್ತಿದ್ದರು, ಅಕ್ಕ ಮತ್ತವಳ ಗೆಳತಿಯರ ಹತ್ತಿರ ಹೋದರೆ ಹೆಣ್ಣಿಗರಾಮ ಎನ್ನುತ್ತಿದ್ದರು – ಆದ್ದರಿಂದ ಆಟವಾಡದೆ ಸುಮ್ಮನೆ ಉಳಿಯುವುದೇ ಶ್ರೇಯಸ್ಕರ ಎಂದು ಅನ್ನಿಸಿತು. ಆದ್ದರಿಂದ ಆಟಕ್ಕೆ ಪರ್ಯಾಯವಾಗಿ ಮೂಲೆಯಲ್ಲಿ ಕುಳಿತು ಕತೆ ಪುಸ್ತಕಗಳನ್ನು ಓದಲು ಶುರುವಿಟ್ಟುಕೊಂಡ. ಅಕ್ಕ ಮತ್ತವಳ ಗೆಳತಿಯರು ಖುಷಿಯಿಂದ ಕೇಕೆ ಹಾಕುತ್ತಾ ಆಡುವುದು ಕಂಡಾಗ ಅವನಿಗೂ ಆಟವಾಡುವ ಆಸೆಯಾಗುತ್ತಿತ್ತು. ಆದರೆ ಮುಂದೆ ಎದುರಿಸಬೇಕಾದ ಅವಮಾನಕರ ಪ್ರಸಂಗಗಳನ್ನು ನೆನೆದು ಭಯವಾಗುತ್ತಿತ್ತು. ಆದ್ದರಿಂದ ಮನಸ್ಸಿನ ಆಸೆಯನ್ನು ಹತ್ತಿಕ್ಕಿ, ಅವರು ಆಡುವ ಸ್ಥಳದಿಂದ ದೂರವೆಲ್ಲೋ ಹೋಗಿ ಕುಳಿತು, ಸುಮ್ಮನೆ ಪುಸ್ತಕಗಳನ್ನು ಓದುವುದರಲ್ಲಿ ತನ್ನನ್ನು ತೊಡಗಿಸಿಕೊಳ್ಳುವುದನ್ನು ಅಭ್ಯಾಸ ಮಾಡಿಕೊಂಡ.

ಮತ್ತೊಂದು ಮಹತ್ವದ ಬದಲಾವಣೆಯೂ ಆಯ್ತು. "ಗಣಿತ ಪರೀಕ್ಷೆಯಲ್ಲಿ ತಾನು ಚೆನ್ನಾಗಿ ಮಾಡಿದ್ದರೆ ಅಮ್ಮ ತನ್ನನ್ನು 'ಗಂಸೂ' ಎಂದು ಖಂಡಿತಾ ಕರೆಯುತ್ತಿರಲಿಲ್ಲ. ಬೇರೆ ಯಾರೇ ಹಾಗೆ ತನ್ನನ್ನು ಕರೆದರೂ ಚಿಂತೆಯಿಲ್ಲ,

ಅಮ್ಮ ಮಾತ್ರ ಹಾಗೆ ಕರೆಯದಂತೆ ನೋಡಿಕೊಳ್ಳಬೇಕು. ಅದಕ್ಕೆ ಇರುವ ಒಂದೇ ದಾರಿಯೆಂದರೆ ಗಣಿತವನ್ನು ಚೆನ್ನಾಗಿ ಅಭ್ಯಾಸ ಮಾಡಬೇಕು. ಅದರಲ್ಲಿ ಯಾವತ್ತೂ ಕಡಿಮೆ ಅಂಕಗಳನ್ನು ತೆಗೆಯಬಾರದು" ಎಂದು ಮೋಹನಸ್ವಾಮಿಯ ಯೋಚನಾಲಹರಿ ಹರಿಯಿತು. ಆ ಕಾರಣದಿಂದಾಗಿ ವಿಶೇಷ ಆಸಕ್ತಿಯಿಂದ ಶಾಲೆಯ ವಿದ್ಯಾಭ್ಯಾಸದ ಕಡೆಗೆ ಗಮನ ಕೊಟ್ಟ. ಮೂಲತಃ ಅವನು ಜಾಣ ವಿದ್ಯಾರ್ಥಿಯೇ ಆಗಿದ್ದರಿಂದ, ಗಣಿತದಲ್ಲಿ ಸಾಧಿಸುವುದು ಅಂತಹ ಕಷ್ಟವೇನೂ ಆಗಿರಲಿಲ್ಲ. ಇತ್ತೀಚೆಗೆ ಅವನು ಮಾತೂ ಕಡಿಮೆ ಮಾಡಿ, ಆಟ ಆಡುವುದನ್ನು ನಿಲ್ಲಿಸಿಬಿಟ್ಟಿದ್ದರಿಂದ, ಯಥೇಚ್ಛವಾಗಿ ಸಮಯವೂ ಸಿಕ್ಕುತ್ತಿತ್ತು. ಅವೆಲ್ಲಾ ಕಾರಣದಿಂದಾಗಿ ಅವನಿಗೆ ಎಂಟನೆಯ ತರಗತಿಯ ಗಣಿತ ಪರೀಕ್ಷೆಯಲ್ಲಿ ನೂರಕ್ಕೆ ನೂರು ಅಂಕ ಬಂತು. ಇಡೀ ಜಿಲ್ಲೆಗೆ ಪ್ರಥಮ ಸ್ಥಾನ ಅವನಿಗೆ ಬಂತು. ಊರಿನ ಸಾಕಷ್ಟು ಜನರು ಅವನನ್ನು ಹೊಗಳಿದರು. ತಂದೆ-ತಾಯಿಗಳು ತಮ್ಮ ಮಕ್ಕಳಿಗೆ ಮೋಹನಸ್ವಾಮಿಯಂತೆ ಓದಿರೆಂದು ಬೈದು ಬುದ್ಧಿ ಹೇಳತೊಡಗಿದರು. ಜಿಲ್ಲೆಯ ಒಂದೆರಡು ಕಡೆ ಸನ್ಮಾನವೂ ನಡೆಯಿತು. ಇದೆಲ್ಲದರಿಂದಾಗಿ ಮೋಹನಸ್ವಾಮಿಗೆ ಹೊಸದೊಂದು ಜಗತ್ತು ತೆರೆದುಕೊಂಡಂತಾಯ್ತು. 'ಗಂಸೂ' ಎನ್ನುವ ಉಪನಾಮೆಯಿಂದ ಪಾರಾಗಬೇಕೆಂದರೆ ತಾನು ವಿಪರೀತ ಜಾಣನಾಗಬೇಕು ಎಂದು ಅರ್ಥ ಮಾಡಿಕೊಂಡ. ಶಾಲೆಯ ವಿದ್ಯಾಭ್ಯಾಸಕ್ಕೆ, ಪರೀಕ್ಷೆಗಳಲ್ಲಿ ಸಿಗುವ ಅಂಕಗಳಿಗೆ ಅವನು ಜಿಗಣೆಯಂತೆ ಅಂಟಿಕೊಂಡು ರಕ್ತ ಹೀರಲಾರಂಭಿಸಿದ.

ಮಗ ಗಣಿತದಲ್ಲಿ ಪೂರ್ಣಾಂಕಗಳನ್ನು ಗಳಿಸಿದ್ದಕ್ಕೆ ಸಂತೋಷ ಪಡಬೇಕೋ, ಎಲ್ಲರಿಂದಲೂ ದೂರ ಸರಿದು ಮರದ ಕೊರಡಿನಂತೆ ಒಂಟಿಯಾಗುತ್ತಿರುವುದನ್ನು ಕಂಡು ದುಃಖ ಪಡಬೇಕೋ ಅವರಮ್ಮನಿಗೆ ತಿಳಿಯದಾಯ್ತು. ಈ ಹಿಂದೆ ಸಂಜೆಯ ಹೊತ್ತು ಅವನಿಗೆ ಬೈಯುತ್ತಾ ಒಂದು ತಾಸು ಗಣಿತ ಹೇಳಿಕೊಡುತ್ತಿದ್ದ ಅಮ್ಮನಿಗೆ ಈಗ ಆ ಅವಕಾಶವೂ ತಪ್ಪಿಹೋಗಿತ್ತು. ಮಾಸ್ತರರು ಶಾಲೆಯಲ್ಲಿ ಹೊಸ ಅಧ್ಯಾಯವನ್ನು ಶುರು ಮಾಡುವುದಕ್ಕೂ ಮೊದಲೇ ಅವನು ಅದನ್ನು ಸ್ವತಃ ಓದಿಕೊಂಡು ಕರಗತ ಮಾಡಿಕೊಂಡು ಬಿಡುತ್ತಿದ್ದ. ಮಗನಿಗೆ ಪಾಠ ಮಾಡುವ ಅವಶ್ಯಕತೆಯೇ ಇರಲಿಲ್ಲ. ಯಾಕೋ ಮಗ ತನ್ನಿಂದ ದೂರ ಹೋಗುತ್ತಿದ್ದಾನೆ ಎಂದು ಆಕೆಗೆ ನೋವಾಗುತ್ತಿತ್ತು.

ಬಹುಹಿಂದಿನ ಸಂಗತಿಯೊಂದು ಆವಾಗೊಮ್ಮೆ ಈವಾಗೊಮ್ಮೆ ಆಕೆಗೆ ನೆನಪಾಗುತ್ತಿತ್ತು. ಮೋಹನಸ್ವಾಮಿ ಎರಡನೆಯ ಕ್ಲಾಸಿಗೆ ಬರುವವರೆಗೂ ಒಂದು ವಿಚಿತ್ರ ಅಭ್ಯಾಸವನ್ನು ರೂಢಿಸಿಕೊಂಡಿದ್ದ. ಪ್ರತಿದಿನ ರಾತ್ರಿಯ ಊಟವನ್ನು ಅಂಗಳದಲ್ಲಿ ನಿಂತು, ಚಂದ್ರನನ್ನು ತೋರಿಸುತ್ತಾ ಮಾಡಿಸಬೇಕಿತ್ತು. ಅದೇನೇ ಮಾಡಿದರೂ ಮನೆಯೊಳಗಡೆ ಉಣ್ಣುತ್ತಿರಲಿಲ್ಲ. ಅವನನ್ನು ಕಂಕುಳಲ್ಲಿ ಎತ್ತಿಕೊಂಡು,

ಅದೇ ಕೈಯಲ್ಲಿ ಊಟದ ತಟ್ಟೆಯನ್ನು ಹಿಡಿದುಕೊಂಡು, ಮತ್ತೊಂದು ಕೈಯಿಂದ ಕಲೆಸುತ್ತಾ, "ನೋಡು ನೋಡು... ಅಲ್ಲಿ ನೋಡು... ಚಂದಪ್ಪಾ ಕಾಣಿಸಿದ್ನಾ? ನಿನ್ನ ಊಟ ಕಸ್ಕೊಂಡು ಬಿಡ್ತಾನೆ..." ಎಂದು ತುತ್ತನ್ನು ಚಂದ್ರನ ಕಡೆಗೆ ತೋರಿಸಿ ಹೆದರಿಸಿದರೆ ಸದ್ದಿಲ್ಲದೆ ತುತ್ತನ್ನು ನುಂಗುತ್ತಿದ್ದ. ಆ ಚಂದ್ರನನ್ನು ನೋಡಿದರೆ ಮೋಹನಸ್ವಾಮಿಗೆ ಏನೋ ವಿಶೇಷ ಪ್ರೀತಿ. ಅವನ ಅಕ್ಕ ಮೋಹನಸ್ವಾಮಿಗಿಂತಲೂ ಐದು ವರ್ಷ ದೊಡ್ಡವಳು. ಆದರೂ ಅಮ್ಮನ ಜೊತೆಯಲ್ಲಿ ಅಂಗಳದಲ್ಲಿ ಆಕೆಯ ಸೆರಗು ಹಿಡಿದು ನಿಲ್ಲುತ್ತಿದ್ದಳು. ಒಮ್ಮೊಮ್ಮೆ "ನೀನು ಹಟ ಮಾಡಿದ್ರೆ ಅಕ್ಕಗೆ ಊಟ ಕೊಟ್ಟು ಬಿಡ್ತೀನಿ ನೋಡು..." ಎಂದು ಅಕ್ಕನ ಬಾಯಿಯ ತನಕ ತೆಗೆದುಕೊಂಡು ಹೋಗಿ, ಅವಳು "ಆ..." ಎಂದು ಇಷ್ಟಗಲ ಬಾಯಿ ತೆಗೆಯುವ ನಾಟಕವಾಡಿದ ಮೇಲೆ, ತುತ್ತನ್ನು ನುಂಗುತ್ತಿದ್ದ. ಚಂದ್ರ ಮೂಡದ ಅಮಾವಾಸ್ಯೆಯ ದಿನ, ಮೋಡ ಕವಿದು ಚಂದ್ರ ಮರೆಯಾದ ದಿನ ಅವನಿಗೆ ಊಟ ಮಾಡಿಸುವುದು ಬಹಳ ಕಷ್ಟವಾಗುತ್ತಿತ್ತು. ಆದರೂ ಅಮ್ಮನಿಗೆ ಹೀಗೆ ಅಂಗಳದಲ್ಲಿ ನಿಂತು, ತಂಗಾಳಿ ತೀಡುತ್ತಿರುವ ಹೊತ್ತಲ್ಲಿ, ಮಕ್ಕಳಿಬ್ಬರ ಜೊತೆ ಸೇರಿ ಲಲ್ಲೆಗರೆಯುತ್ತಾ ಕಳೆಯುವ ಸಮಯ ಅತ್ಯಂತ ಸಂತೋಷ ನೀಡುತ್ತಿತ್ತು. ಮೋಹನಸ್ವಾಮಿ ಎರಡನೆಯ ತರಗತಿಗೆ ಬರುವ ಹೊತ್ತಿಗೆ ಸ್ವತಃ ತಾನೇ ತಟ್ಟೆಯಲ್ಲಿ ಕಲೆಸಿಕೊಂಡು ಉಣ್ಣಲು ಶುರು ಮಾಡಿದ. ಎತ್ತಿಕೊಂಡು ಹೊರಹೋಗುವ ಆಸಕ್ತಿ ಅವನಮ್ಮ ತೋರಿಸಿದರೆ, "ಬೇಡ... ಬೇಡ..." ಎಂದು ನಾಚಿಕೊಂಡು ನಿರಾಕರಿಸುತ್ತಿದ್ದ. ಮಗ ದೊಡ್ಡವನಾದ ಎಂದು ಸಂಭ್ರಮವಾದರೂ, ಅಂಗಳದಲ್ಲಿ ಸೊಂಟದ ಮೇಲೆ ಕೂಡಿಸಿಕೊಂಡು ಉಣ್ಣಿಸುವ ಖುಷಿ ಮರೆಯಾಯಿತಲ್ಲ ಎಂದು ಅಮ್ಮಗೆ ಖೇದವಾಗುತ್ತಿತ್ತು. ಮಕ್ಕಳು ಬೆಳೆಯುತ್ತಾ ಬೆಳೆಯುತ್ತಾ ಹಲವು ಸಂತೋಷಗಳನ್ನು ಕಳೆದುಕೊಳ್ಳುತ್ತೇವೆ ಎಂದು ಆಕೆಗೆ ಅನ್ನಿಸುತ್ತಿತ್ತು. ಗಂಟೆಗಟ್ಟಲೆ ಮಗನನ್ನು ಕಂಕುಳಲ್ಲಿ ಕೂಡಿಸಿಕೊಂಡು, ಸಮಾಧಾನದ ಮಾತಾಡುತ್ತಾ ಊಟ ಮಾಡಿಸಿದ್ದೆಲ್ಲಾ ಮಕ್ಕಳಿಗೆ ಮಹತ್ವದ್ದಾಗಿ ಕಾಣುತ್ತದೆಯೋ ಇಲ್ಲವೋ? ಬೆಳೆಯುತ್ತಾ ಬಂದಂತೆ ಅವೆಲ್ಲವನ್ನೂ ಮರೆತು ಬಿಡುತ್ತಾರೋ? ಎಂದೂ ಆಕೆಗೆ ಅನುಮಾನವಾಗುತ್ತಿತ್ತು.

^^^

"ಗಂಡ-ಹೆಂಡತಿ ಸೆಕ್ಸ್ ಮಾಡುವಾಗ, ಹೆಂಡ್ತಿನೇ ಗಂಡನ ಮೇಲೆ ಮಲಗಿಕೊಳ್ಳೋದಕ್ಕೆ ಶುರು ಮಾಡಿದ್ರೆ ಅಂಥಾವ್ರು ಹುಟ್ಟಿ ಬಿಡ್ತಾರೆ. ಅದಕ್ಕೇ ಹುಡುಗಿಯರನ್ನ ಯಾವತ್ತೂ ನಮ್ಮ ಮೇಲೆ ಹತ್ತೋದಕ್ಕೆ ಬಿಡಬಾರದು" ಎಂದು

ಉತ್ತರ ಪ್ರದೇಶದ ಸುರಸುಂದರ ಹುಡುಗ ಸುಮಿತ್ ಗೋಯಲ್ ಹೇಳಿದಾಗ, ಮೋಹನಸ್ವಾಮಿ ಸಣ್ಣಗೆ ನಡುಗಿ "ಹೌದಾ?" ಎಂದು ಕೇಳಿದ್ದ. ಕಾಲೇಜಿನ ಮುಂದಿರುವ ಸಮುದ್ರದ ಕಿನಾರೆಯ ಮೇಲೆ ಅವರಿಬ್ಬರೂ ಸಂಜೆಯ ಸೂರ್ಯಾಸ್ತಕ್ಕೆ ಸಾಕ್ಷಿಯಾಗುತ್ತಾ ನಡೆಯುತ್ತಿದ್ದರು. ಆ ಹೊತ್ತಿನಲ್ಲಿಯೇ ಅವರಿಗೆ ಎದುರಾಗಿ ಒಬ್ಬ ಹೆಣ್ಣಿನ ಹಾವಭಾವ ಇರುವ ವ್ಯಕ್ತಿ ಹಾದು ಹೋಗಿದ್ದ. "ಅವನೊಬ್ಬ 'ಗೇ'. ಅವನು ಏನು ಮಾಡ್ತಾನೆ ಗೊತ್ತಾ?" ಎಂದು ಸುಮಿತ್ ಗೋಯಲ್ ಕಣ್ಣು ಮಿಟುಕಿಸಿ ಕೇಳಿದಾಗ, ಮೋಹನಸ್ವಾಮಿ ಗೊತ್ತಿಲ್ಲವೆಂದು ಗೋಣಲ್ಲಾಡಿಸಿದ್ದ. ಅವನಿಗೆ 'ಗೇ' ಎನ್ನುವ ಪದ ಇತ್ತೀಚೆಗಷ್ಟೇ ಕಿವಿಗೆ ಬಿದ್ದಿತ್ತು. ದೊಡ್ಡ ದೊಡ್ಡ ನಗರಗಳಿಂದ ಬಂದ, ಕಾನ್ವೆಂಟಿನಲ್ಲಿ ಓದಿದ ಹುಡುಗರು ಈ ಪದವನ್ನು ಆಗಾಗ ಬಳಸಿ, ಹತ್ತಿಕ್ಕಲಾರದ ನಗೆಯನ್ನು ಹಬ್ಬಿಸುತ್ತಿದ್ದರು. ಮೋಹನಸ್ವಾಮಿಯನ್ನು ಪ್ರಬುದ್ಧಗೊಳಿಸುವ ಉತ್ಸಾಹದಲ್ಲಿದ್ದ ಸುಮಿತ್ ಗೋಯಲ್ "ಅವರು ಗಂಡಸರ ಜೊತೆ ಸೆಕ್ಸ್ ಮಾಡ್ತಾರೆ" ಎಂದು ಗುಟ್ಟಾಗಿ ಹೇಳಿದ್ದ. ಮೋಹನಸ್ವಾಮಿ ತನ್ನ ಹಾವಭಾವಗಳು ಸುಮಿತ್ ಗೋಯಲ್‌ಗೆ ಗೊತ್ತಾಗಲೇ ಕೂಡದು ಎನ್ನುವಂತೆ ಇನ್ನಷ್ಟು ಮೈಯನ್ನು ಬಿಗಿಗೊಳಿಸಿದ. ಆದರೂ ಕುತೂಹಲ ತಡೆಯಲಾರದೆ "ಅವರು ಯಾಕೆ ಹಾಗೆ ಮಾಡ್ತಾರೆ?" ಎಂದು ಅಮಾಯಕನಂತೆ ಕೇಳಿದ. "ಅವರು ಮಹಾಕಾಮುಕರು. ಹೆಣ್ಣಿನ ಜೊತೆ ಸೆಕ್ಸ್ ಅವರಿಗೆ ಸಾಕಾಗಲ್ಲ. ಅದಕ್ಕೇ ಗಂಡಸರನ್ನೂ ಬಳಸಿಕೊಳ್ತಾರೆ" ಎಂದು ಕಾಮಜಗತ್ತಿನ ರಹಸ್ಯಗಳೆಲ್ಲಾ ತನಗೊಬ್ಬನಿಗೇ ಗೊತ್ತಿರುವ ಗತ್ತಿನಲ್ಲಿ ಸುಮಿತ್ ಹೇಳಿದ. "ಅವರು ಯಾಕೆ ಹಾಗೆ ಹುಟ್ತಾರೆ?" ಎಂಬುದು ಮೋಹನಸ್ವಾಮಿಯ ಮತ್ತೊಂದು ಪ್ರಶ್ನೆ. ತನ್ನ ಬಗ್ಗೆ ತಾನು ತಿಳಿದುಕೊಳ್ಳಲು ಇನ್ನಿಲ್ಲದ ಹಪಹಪಿ ಅವನಿಗೆ. ಅವನ ಪ್ರಶ್ನೆಗೆ ಖಚಿತವಾಗಿ ಉತ್ತರ ಗೊತ್ತಿರುವ ಧಿಮಾಕಿನಲ್ಲಿ ಸುಮಿತ್ ಗೋಯಲ್ ಗಂಡು-ಹೆಣ್ಣಿನ ಸಮಾಗಮದ ಭಂಗಿಯಲ್ಲಿಯೇ ರಹಸ್ಯವಿದೆಯೆಂದು ತಿಳಿಸಿ, "ಅದಕ್ಕಾಗಿಯೇ ನಾನು ಯಾವತ್ತೂ ಹುಡುಗಿಯರಿಗೆ ನನ್ನ ಮೇಲೆ ಹತ್ತೋದಕ್ಕೆ ಬಿಡಲ್ಲ. ನೀನೂ ಬಿಡಬೇಡ, ಬಿ ಕೇರ್‌ಫುಲ್" ಎಂದು ತಿಳಿಹೇಳಿದ್ದ. "ಹಾಗಾದ್ರೆ ಅಮ್ಮ ಯಾಕೆ ಅಪ್ಪನ ಮೇಲೆ ಮಲಗಿಕೊಂಡ್ಳು? ಅಂತಹ ತಪ್ಪನ್ನು ಯಾಕೆ ಮಾಡಿದ್ಲು?" ಎನ್ನುವ ವಿಚಿತ್ರ ಪ್ರಶ್ನೆ ಮೋಹನಸ್ವಾಮಿಯ ಮೆದುಳಿನಲ್ಲಿ ಮರಕುಟುಕ ಹಕ್ಕಿಯಂತೆ ಕಟಿಯಲಾರಂಭಿಸಿತು. ಆದರೆ ಅದನ್ನು ಸುಮಿತ್ ಮುಂದಾಗಲಿ ಅಥವಾ ಯಾರ ಮುಂದಾಗಲಿ ಹೇಳಿಕೊಂಡು ಹಗುರಾಗುವ ಧೈರ್ಯ ಅವನಲ್ಲಿ ಇರಲಿಲ್ಲ.

ಉತ್ತರ ಭಾರತದ ಹುಡುಗರು ಅಷ್ಟೊಂದು ಆಕರ್ಷಕವಾಗಿರುತ್ತಾರೆ ಎನ್ನುವುದು ಮೋಹನಸ್ವಾಮಿಗೆ ಗೊತ್ತೇ ಇರಲಿಲ್ಲ. ಯಾವತ್ತೂ ಬಳ್ಳಾರಿ ಜಿಲ್ಲೆಯನ್ನು ಬಿಟ್ಟು ಬೇರೆಡೆಗೆ ಅಷ್ಟಾಗಿ ಹೋದವನಲ್ಲ. ಅವನೂರಲ್ಲಿ ಉತ್ತರ ಭಾರತದ ಕಡೆಯ

ಹುಡುಗರು ಯಾರೂ ಬಂದಿರಲಿಲ್ಲ. ಆ ಕೆಂಪು ಮಿಶ್ರಿತ ಬಿಳುಪು ಬಣ್ಣ, ವಯಸ್ಸಿಗೆ ಮೀರಿದ ಎತ್ತರ, ಅಗಲವಾದ ಮೈಕಟ್ಟು, ತಲೆತುಂಬಾ ಕೂದಲು, ಮೋಹಕ ನಗೆ – ಮೋಹನಸ್ವಾಮಿಯು ಬಾಯಲ್ಲಿ ಜೊಲ್ಲು ಸುರಿಸಿಕೊಂಡು ಅವರನ್ನು ನೋಡುತ್ತಿದ್ದ. ವಿಪರೀತ ಧೈರ್ಯದ, ಎಲ್ಲದಕ್ಕೂ ಮುನ್ನುಗ್ಗುವ, ಹುಡುಗಿಯರ ಜೊತೆ ಹೆದರಿಕೆಯಿಲ್ಲದೆ ಮಾತನಾಡುವ, ಸಿಟಿಗೆ ಹೋಗಿ ಪಬ್‌ನಲ್ಲಿ ಕುಡಿದು, ಬ್ಲೂಫಿಲಂ ನೋಡಿ ಬರುವ ಆ ಹುಡುಗರ ತಲೆಮಾರೇ ಬೇರೆಯಿರಬೇಕು ಅನ್ನಿಸುತ್ತಿತ್ತು. ಅವರ ಮುಂದೆ ನಮ್ಮ ದಕ್ಷಿಣ ಭಾರತದ ಹುಡುಗರು ಪುಟಾಣಿಗಳಂತೆ ಅವನ ಕಣ್ಣಿಗೆ ಕಾಣಿಸುತ್ತಿದ್ದರು.

ಪಿಯುಸಿಯಲ್ಲಿ ಒಳ್ಳೆಯ ಅಂಕಗಳನ್ನು ಗಳಿಸಿದ್ದಕ್ಕಾಗಿ ಮೋಹನಸ್ವಾಮಿಗೆ ಸಮುದ್ರದ ಕಿನಾರೆಯ ಮೇಲಿರುವ ಆ ಪ್ರತಿಷ್ಠಿತ ಕಾಲೇಜಿನಲ್ಲಿ ಸೀಟು ಸಿಕ್ಕಿತ್ತು. ಆ ಕಾಲೇಜಿನಲ್ಲಿ ದೇಶದ ಪ್ರತಿಯೊಂದು ರಾಜ್ಯಕ್ಕೂ ಒಂದಿಷ್ಟು ಮೀಸಲಾತಿ ಇದ್ದುದರಿಂದ ದೂರದ ರಾಜ್ಯಗಳಿಂದಲೂ ಹುಡುಗ–ಹುಡುಗಿಯರು ಬಂದು ಸೇರಿಕೊಂಡಿದ್ದರು. ಆ ಕಾರಣದಿಂದಾಗಿಯೇ ಲಕ್ನೋದ ಹುಡುಗ ಸುಮಿತ್ ಗೋಯಲ್ ಅಲ್ಲಿಗೆ ಬಂದಿದ್ದ. ಮೋಹನಸ್ವಾಮಿ ಮತ್ತು ಅವನದು ಒಂದೇ ಬ್ರಾಂಚು, ಒಂದೇ ಸೆಕ್ಷನ್ನು. ಅವರಿಬ್ಬರೂ ಗೆಳೆಯರಾಗುವುದಕ್ಕೆ ಹಲವು ವಿಶೇಷ ಕಾರಣಗಳಿದ್ದವು. ಸುಮಿತ್‌ಗೆ ಓದಿನಲ್ಲಿ ಅಂತಹ ಆಸಕ್ತಿಯಿರಲಿಲ್ಲ. ಅದು ಹೇಗೋ ಪಿಯುಸಿಯಲ್ಲಿ ಕಷ್ಟಪಟ್ಟು ಈ ಪ್ರತಿಷ್ಠಿತ ಕಾಲೇಜಿನಲ್ಲಿ ಸೀಟು ಗಿಟ್ಟಿಸಿಕೊಂಡಿದ್ದ. ಈಗ ಅವನದೇನಿದ್ದರೂ ಕ್ರಿಕೆಟ್ ಮೋಹ! ಹಗಲು ರಾತ್ರಿ ಮೈದಾನದಲ್ಲಿ ಕ್ರಿಕೆಟ್ ಆಡಲು ಸಿದ್ಧ. ಪರೀಕ್ಷೆಗಳನ್ನು ಬರೆಯುವುದು ಬಿಟ್ಟು ಯಾವುದೋ ದೂರದ ಊರಿನಲ್ಲಿ ಕ್ರಿಕೆಟ್ ಆಡಲು ಹೋಗಿ ಬಿಡುತ್ತಿದ್ದ. ಹೇಗಾದರೂ ಮಾಡಿ ನಮ್ಮ ದೇಶದ ಕ್ರಿಕೆಟ್ ತಂಡದಲ್ಲಿ ತಾನು ಭಾಗವಹಿಸಬೇಕು ಎನ್ನುವುದು ಅವನ ಹಿರಿಯಾಸೆಯಾಗಿತ್ತು. ತನ್ನ ಕನಸುಗಳನ್ನು ಹೇಳಿಕೊಳ್ಳಲು ಅವನಿಗೆ ಹೆಚ್ಚು ಮಾತನಾಡದ, ಆಸಕ್ತಿಯಿಂದ ಆಲಿಸುವ ಕಿವಿಗಳು ಬೇಕಿದ್ದವು. ಮೋಹನಸ್ವಾಮಿ ಅದಕ್ಕೆ ಸರಿಹೊಂದುವ ಹುಡುಗನಾಗಿದ್ದ.

ಯಾವತ್ತಿನಂತೆ ಮೋಹನಸ್ವಾಮಿ ಓದಿನಲ್ಲಿ ಬುದ್ಧಿವಂತ. ಈಗಲೂ ಗಣಿತದಲ್ಲಿ ನೂರಕ್ಕೆ ನೂರು ತಪ್ಪುತ್ತಿರಲಿಲ್ಲ. ಪ್ರೊಫೆಸರ್ ಕ್ಲಾಸಿನಲ್ಲಿ ಪಾಠ ಮಾಡುವುದಕ್ಕೂ ಮೊದಲೇ ಅದನ್ನೆಲ್ಲಾ ಓದಿಕೊಂಡು ಬರುವ ಜಾಣ ಹುಡುಗ. ಏನೇ ಆದರೂ ವಿಶ್ವವಿದ್ಯಾಲಯಕ್ಕೆ ಪ್ರಥಮ ಬರುವ ಅವಕಾಶವನ್ನು ಯಾರಿಗೂ ಬಿಟ್ಟುಕೊಟ್ಟವನಲ್ಲ. ಆದ್ದರಿಂದ ಸುಮಿತ್ ಗೋಯಲ್‌ಗೆ ಅವನ ಸಹವಾಸ ಮತ್ತೊಂದು ಸಹಾಯವನ್ನು ಮಾಡುತ್ತಿತ್ತು. ಅಚ್ಚುಕಟ್ಟಾಗಿ ಅವನು ಬರೆದುಕೊಂಡಿರುತ್ತಿದ್ದ ನೋಟ್ಸ್‌ಗಳು ಅವನಿಗೆ ಸಿಗುತ್ತಿದ್ದವು. ಏನೇ ವಿಷಯ ಅರ್ಥವಾಗಿಲ್ಲವೆಂದರೂ ಅವನು ಅತ್ಯಂತ ಉತ್ಸಾಹದಿಂದ

ಅದನ್ನು ವಿವರಿಸಿ ಹೇಳಿಕೊಡುತ್ತಿದ್ದ. ಎಷ್ಟೋ ಬಾರಿ ಅವನ ಲ್ಯಾಬ್‌ಶೀಟ್ಸ್, ಡಿಜೈನ್, ಡ್ರಾಯಿಂಗ್‌ಗಳನ್ನೂ ಮೋಹನಸ್ವಾಮಿಯೇ ಬರೆದುಕೊಡುತ್ತಿದ್ದ. ಎಲ್ಲಕ್ಕೂ ಹೆಚ್ಚಾಗಿ ಪರೀಕ್ಷೆಗೆ ಯಾವ ಪ್ರಶ್ನೆಗಳು ಬರಬಹುದೆಂದು ಕರಾರುವಾಕ್ಕಾಗಿ ಊಹಿಸಿ, ಅದಕ್ಕೆ ಸರಿಯಾಗಿ ಇವನನ್ನು ತಯಾರು ಮಾಡಿಸಿ, ಪಾಸ್ ಮಾಡಿಸುತ್ತಿದ್ದ. ಇದಕ್ಕೆಲ್ಲಾ ಪ್ರತಿಯಾಗಿ ಏನೂ ಬಯಸದ, ಗುಂಡು ಹಾಕದ, ಬ್ಲೂಫಿಲಂ ನೋಡದ, ಹುಡುಗಿಯರಿಗೆ ಲೈನ್ ಹೊಡಿಯದ, ಅತಿ ಸಂಕೋಚದ, ಕಡಿಮೆ ಮಾತನಾಡುವ ಮೋಹನಸ್ವಾಮಿಯನ್ನು ಕಂಡರೆ ಸುಮಿತ್ ಗೋಯಲ್‌ಗೆ ವಿಶೇಷ ಅಕ್ಕರೆಯಿತ್ತು. ಆಗಾಗ ಅವನನ್ನು ಅಪ್ಪಿಕೊಂಡು, ಹಣೆಗೆ ಮುತ್ತುಕೊಟ್ಟು "ನೀನು ಹುಡುಗಿಯಾಗಿದ್ರೆ ನಿನ್ನೇ ಮದುವೆ ಆಗ್ತಿದ್ದೆ" ಎಂದೆಲ್ಲಾ ಹೇಳಿ, ಅವನ ಕೆನ್ನೆಗೆ ರಂಗೇರಿಸುತ್ತಿದ್ದ.

ಮೋಹನಸ್ವಾಮಿಯು ಸುಮಿತ್ ಗೋಯಲ್‌ನೆಡೆಗೆ ಆಕರ್ಷಿತನಾಗಿದ್ದ. ಅದು ಆಗಲೇ ಪ್ರೀತಿಯ ದಾರಿಯನ್ನು ಹಿಡಿದಿತ್ತು. ಆದರೆ ಅದರ ಅರಿವು ಅವನಿಗಿರಲಿಲ್ಲ. ತಾನೇಕೆ ಅವನೊಡನೆ ಬೆರೆಯಲು ಇಷ್ಟಪಡುತ್ತೇನೆ ಎನ್ನುವುದರ ಬಗ್ಗೆ ಮೋಹನಸ್ವಾಮಿ ಆಲೋಚಿಸಲು ಹೋಗಿರಲಿಲ್ಲ. ಅವನ ಜೊತೆಯಲ್ಲಿರುವುದು, ಅವನ ಮಾತುಗಳನ್ನು ಕೇಳುವುದು, ಅವನ ಕೆಲಸಗಳನ್ನು ಮಾಡಿಕೊಡುವುದು, ಅವನು ವಿಪರೀತ ಕ್ಲಾಸುಗಳನ್ನು ತಪ್ಪಿಸಿದಾಗ ಅಧಿಕಾರದಿಂದ ಬೈಯುವುದು, ಅವನಿಗೆ ಪೆಟ್ಟಾಗದಂತೆ ಹೊಡೆದು ಸಿಟ್ಟು ತೋರಿಸುವುದು, ಅವನ ಕ್ರಿಕೆಟ್ ಮ್ಯಾಚ್ ಇದ್ದಾಗ ಮೈದಾನಕ್ಕೆ ಹೋಗಿ ಅವನನ್ನು ಪ್ರೋತ್ಸಾಹಿಸುವುದು, ಆಟದಲ್ಲಿ ಅವನು ಸೋತಾಗ ಇನ್ನಿಲ್ಲದಂತೆ ಸಮಾಧಾನ ಮಾಡಿ ಧೈರ್ಯ ತುಂಬುವುದು – ಇತ್ಯಾದಿಗಳು ಅವನಿಗೆ ತುಂಬಾ ಪ್ರಿಯವಾದ ಸಂಗತಿಗಳಾಗಿದ್ದವು. ಸುಮಿತ್ ಗೋಯಲ್‌ಗೆ ಸಾಕಷ್ಟು ಹುಡುಗಿಯರ ಗೀಳಿತ್ತು. ಹುಡುಗಿಯರೂ ಅವನಿಗೆ ಮುಗಿ ಬೀಳುತ್ತಿದ್ದರು. ಅವನ ಮತ್ತು ಹಲವು ಹುಡುಗಿಯರ ಬಗ್ಗೆ ರಂಗುರಂಗಿನ ಕತೆಗಳು ವಿದ್ಯಾರ್ಥಿಗಳ ಮಧ್ಯದಲ್ಲಿ ಯಾವಾಗಲೂ ಚಾಲ್ತಿಯಲ್ಲಿರುತ್ತಿದ್ದವು. ಒಮ್ಮೆ ಮೋಹನಸ್ವಾಮಿ "ನೀನು ಸುಮ್ಮನೆ ಮಾತಾಡ್ತೀಯಾ, ಎಲ್ಲಾ ಬಂಡಲ್" ಎಂದು ರೇಗಿಸುವುದಕ್ಕೆ ಹೇಳಿದ್ದಕ್ಕೆ, ತತ್‌ಕ್ಷಣವೇ ಸುಮಿತ್ ತನ್ನ ಪ್ಯಾಂಟಿನ ಹಿಂದಿನ ಕಿಸೆಯಿಂದ ಎರಡು ಕಾಂಡೋಮ್ ತೆಗೆದು ತೋರಿಸಿ "ರಾತ್ರಿ ಸಲುವಾಗಿ..." ಎಂದು ಹೇಳಿ ಅವನನ್ನು ಗಾಬರಿಗೊಳಿಸಿದ್ದ.

ಯಾವತ್ತೋ ಒಮ್ಮೆ ಸಹಜವಾಗಿ ಮಾತನಾಡುವಾಗ "ಏನು, ನೀನು ಇನ್ನೂವರೆಗೆ ಯಾವ ಹುಡುಗೀಗೂ ಮಾಡಿಲ್ವಾ?" ಎಂದು ಸುಮಿತ್ ಗೋಯಲ್ ಅಚ್ಚರಿಯಿಂದ ಕೇಳಿ ಮೋಹನಸ್ವಾಮಿಯ ಎದೆಬಡಿತವನ್ನು ಹೆಚ್ಚಿಸಿದ್ದ. ಮೋಹನಸ್ವಾಮಿಗೆ ಅದು ಮರ್ಯಾದೆಯ ಪ್ರಶ್ನೆಯಾಗಿತ್ತು. ಆದ್ದರಿಂದ ತನ್ನ ಊರಿನ ಯಾವುದೋ

ಹುಡುಗಿಯ ಹೆಸರನ್ನು ಹೇಳಿ, ತಾನು ಅವಳು ಬಹುವಾಗಿ ಪ್ರೀತಿಸುತ್ತಿದ್ದುದಾಗಿಯೂ, ದೇಹ ಸಂಪರ್ಕವೂ ಒಮ್ಮೆ ಆಗಿದೆಯೆಂದು ಕತೆಕಟ್ಟಿ ಹೇಳಿಬಿಟ್ಟ. ಆ ಮಾತಿಗೆ ಗಹಗಹಿಸಿ ನಕ್ಕ ಸುಮಿತ್ ಗೋಯಲ್ "ಬೋಸೂಡಿಕೇ, ಒಳಗೊಳಗೇ ನೀನೂ ಕಿಲಾಡಿ ಇದ್ದೀಯಾ" ಎಂದು ಹೇಳಿದ್ದ. ಆ ಹುಸಿ ಹೊಗಳಿಕೆಗೆ ಸಂತೋಷ ಪಡಬೇಕೋ, ಆತಂಕ ಪಡಬೇಕೋ - ಮೋಹನಸ್ವಾಮಿಗೆ ತಿಳಿಯುತ್ತಿರಲಿಲ್ಲ. ಇತ್ತೀಚೆಗಂತೂ ಗೆಳೆಯರ ಮಧ್ಯದಲ್ಲಿ ಅನವಶ್ಯಕವಾಗಿ ಹುಡುಗಿಯರ ಬಗ್ಗೆ, ಸಿನಿಮಾ ನಟಿಯರ ಬಗ್ಗೆ ಅಶ್ಲೀಲವಾಗಿ ಮಾತನಾಡುವುದನ್ನು ಅವನು ಕಲಿತುಕೊಂಡಿದ್ದ. ಅವರೆಲ್ಲಾ ಅದಕ್ಕೆ ನಕ್ಕು ಪ್ರೋತ್ಸಾಹಿಸುತ್ತಿದ್ದರು. ದೇವರಾಣೆಗೂ ಈವತ್ತಿಗೂ ಅವನಿಗೆ ಯಾವ ಹುಡುಗಿಯ ದೇಹವೂ ಆಕರ್ಷಕವಾಗಿ ಕಂಡಿರಲಿಲ್ಲ. ಅದಕ್ಕೆ ಬದಲಾಗಿ ಹರೆಯದ ವಯಸ್ಸಿನ ತನ್ನ ಸ್ನೇಹಿತರ ದೇಹಗಳು ಅವನ ಸುಪ್ತಕಾಮವನ್ನು ಬಡಿದೆಬ್ಬಿಸುತ್ತಿದ್ದವು. ಆದರೆ ಹಾಗಂತ ಹೇಳಿಬಿಟ್ಟರೆ ತಾನು ಇಡೀ ಕಾಲೇಜಿನಲ್ಲಿ ಏಕಾಂಗಿಯಾಗಿ ಬಿಡುತ್ತೇನೆ ಎನ್ನುವ ಭಯ ಅವನಿಗಿತ್ತು. ಆದರೂ ಒಮ್ಮೊಮ್ಮೆ ನಿದ್ರೆ ಬರದ ರಾತ್ರಿಯಲ್ಲಿ, "ತಾನು ದಿನನಿತ್ಯ ನಾಟಕವಾಡುತ್ತಾ ಬದುಕುತ್ತಿದ್ದೇನಾ?" ಎಂಬ ಆಲೋಚನೆ ಹೊಕ್ಕು ಹೈರಾಣಾಗುತ್ತಿದ್ದ. ಕೇವಲ ಒಂದು ನೂರು ಸುಳ್ಳು ಹೇಳಿದ್ದಕ್ಕೆ ಆ ಶಿಶುಪಾಲನನ್ನು ಶ್ರೀಕೃಷ್ಣ ಪರಮಾತ್ಮ ತನ್ನ ಚಕ್ರದಿಂದ ತಲೆಕಡಿದು ಸಾಯಿಸಿಬಿಟ್ಟನಂತೆ. ದಿನಕ್ಕೆ ಹತ್ತು ಅನವಶ್ಯಕ ಸುಳ್ಳು ಹೇಳುವ ತನ್ನ ಗತಿಯೇನು? ಎಂದು ಹೆದರಿ ಕಂಗೆಡುತ್ತಿದ್ದ.

ತಿಂಗಳಿಗೆ ಒಂದೆರಡು ಸಾರಿ ಅವರಿಬ್ಬರೂ ಸಮುದ್ರದ ಕಿನಾರೆಯ ಮೇಲೆ ಸಂಜೆಯ ವಿಹಾರಕ್ಕೆ ಹೋಗುತ್ತಿದ್ದರು. ರಾಷ್ಟ್ರೀಯ ಹೆದ್ದಾರಿಯ ಒಂದು ಬದಿಯಲ್ಲಿ ಅವರ ಕಾಲೇಜಿದ್ದರೆ, ಮತ್ತೊಂದು ಬದಿಯಲ್ಲಿ ಆರ್ಭಟಿಸುವ ಅರಬ್ಬೀ ಸಮುದ್ರವಿತ್ತು. ರಸ್ತೆ ದಾಟಿದರೆ ಸಾಕು, ಸಮುದ್ರದ ಕಿನಾರೆ ಸಿಗುತ್ತಿತ್ತು. ಒಂದಿಷ್ಟೂ ವಾಣಿಜ್ಯೀಕರಣಗೊಂಡಿರದ ಆ ಕಡಲದಂಡೆ, ಕೇವಲ ಕಾಲೇಜ್ ವಿದ್ಯಾರ್ಥಿಗಳಿಗಾಗಿಯೇ ನಿರ್ಮಿಸಿದಂತಿತ್ತು. ಸಂಜೆಯ ವೇಳೆ ಅಲ್ಲಿ ಪ್ರಶಾಂತವಾಗಿ ಅಡ್ಡಾಡುತ್ತಾ, ಸೂರ್ಯ ಅಸ್ತಮಿಸುವುದನ್ನು ನೋಡುವುದು ಎಲ್ಲಾ ಹಾಸ್ಟೆಲ್ ಹುಡುಗರ ಕಾಯಕವಾಗಿತ್ತು. ಸುಮಿತ್‌ನೊಡನೆ ಹರಟೆ ಹೊಡೆಯುತ್ತಾ ಕಿನಾರೆಯಲ್ಲಿ ಅಡ್ಡಾಡುವ, ಅವನ ದೇಹವನ್ನು ಏನೋ ನೆಪದಲ್ಲಿ ಆಗಾಗ ಸೋಕುವ, ಆಗೊಮ್ಮೆ ಈಗೊಮ್ಮೆ ಅವನು ತನ್ನ ಹೆಗಲ ಮೇಲೆ ಕೈಹಾಕುತ್ತಾನೆ ಎಂದು ಕಾಯುತ್ತಾ, ಹೆಚ್ಚಾಗಿ ಕಾಮದ ಸುತ್ತಲೇ ಮಾತಾಡುತ್ತಾ ಅಡ್ಡಾಡುವ ಅವಕಾಶಕ್ಕಾಗಿ ಮೋಹನಸ್ವಾಮಿ ಇನ್ನಿಲ್ಲದಂತೆ ಹಪಹಪಿಸುತ್ತಿದ್ದ. ಮತ್ತೆ ಮತ್ತೆ ಸುಮಿತ್‌ನನ್ನು ಸಮುದ್ರ ದಂಡೆಗೆ ಹೋಗೋಣವೆಂದು ಗೋಗರೆಯುತ್ತಿದ್ದ.

ಯಾವುದೇ ಹುಡುಗಿಯರ ಕಂಪನಿ ಸಿಗದ ಸಂಜೆಯಂದು ಸುಮಿತ್ ಅವನ ಕೋರಿಕೆಗೆ ಮಣಿಯುತ್ತಿದ್ದ. ತನ್ನ ಸಂಜೆಯ ಕ್ರಿಕೆಟ್ ಪ್ರಾಕ್ಟೀಸ್ ಮುಗಿಸಿ, ಮೈಯೆಲ್ಲಾ ಬೆವರು ಸುರಿಸಿಕೊಂಡು, ಬಟ್ಟೆಗಳೆಲ್ಲಾ ಆ ಬೆವರಿನಿಂದ ತೊಯ್ದು ತೊಪ್ಪಡಿಯಾಗಿದ್ದ ಸುಮಿತ್ ಜೊತೆಯಲ್ಲಿ, ಅದೇ ತಾನೇ ಸ್ನಾನ ಮಾಡಿ ಮೈಸೂರ್ ಸ್ಯಾಂಡಲ್ ಸೋಪಿನ ಸುಗಂಧವನ್ನು ಬೀರುವ ಮೋಹನಸ್ವಾಮಿ ವಿಹಾರಕ್ಕೆ ಹೊರಡುತ್ತಿದ್ದ. ಸುಮಿತ್‌ನ ಮೈಯಿಂದ ಹೊರಡುವ ಬೆವರಿನ ಆ ದುರ್ನಾತ ಮೋಹನಸ್ವಾಮಿಯ ಮೈಮನಗಳಲ್ಲಿ ಕಾಮೋದ್ರೇಕವನ್ನು ಉದ್ದೀಪಿಸುತ್ತಿತ್ತು. ಸಮುದ್ರದ ಮೇಲಿಂದ ಬೀಸಿ ಬರುವ ತಂಗಾಳಿಗೆ, ಅಂಗಿಯ ಮೇಲಿನ ಎರಡು ಗುಂಡಿಗಳನ್ನು ಬಿಚ್ಚಿಕೊಂಡು, ತನ್ನ ವಿಶಾಲವಾದ ಎದೆಯನ್ನು ಅದಕ್ಕೆ ಒಡ್ಡಿ, ಎರಡೂ ಕೈಗಳನ್ನು ಅಗಲಕ್ಕೆ ಚಾಚಿ, ಸಂತೋಷದ ಮತ್ತಿನಲ್ಲಿ ಕಣ್ಣು ಮುಚ್ಚಿಕೊಂಡು ಸುಖಿಸುವ ಸುಮಿತ್ ಅವನ ಕಣ್ಣಿಗೆ ಧರೆಯ ಮೇಲಿಳಿದ ಗಂಧರ್ವನಂತೆ ಕಾಣುತ್ತಿದ್ದ. ಅವನ ಹೆಗಲ ಮೇಲೆ ಕೈ ಹಾಕಬೇಕು ಎಂದು ಮೋಹನಸ್ವಾಮಿಗೆ ಆಸೆಯಾಗುತ್ತಿತ್ತು. ಆದರೆ ಇವನಿಗಿಂತಾ ಸುಮಾರು ಹತ್ತು ಇಂಚು ಎತ್ತರವಿರುವ ಅವನ ಹೆಗಲು ಇವನ ಕೈಗೆ ನಿಲುಕುತ್ತಿರಲಿಲ್ಲ. ನಿಲುಕದ ವ್ಯಕ್ತಿಯ ಹೆಗಲಿನ ಕಡೆಗೆ ಅನವಶ್ಯಕವಾಗಿ ಕೈಚಾಚಬಾರದೆನ್ನುವ ಸತ್ಯ ಮೋಹನಸ್ವಾಮಿಗೆ ಗೊತ್ತಿತ್ತು. ಆದರೆ ಆಚರಿಸಲು ಕಷ್ಟವಾಗುತ್ತಿತ್ತು.

ಮಾಹಿತಿಯೆನ್ನುವುದು ಅತ್ಯಂತ ದುರ್ಲಭವಾದ ಕಾಲಘಟ್ಟದಲ್ಲಿ ಅವರು ಬದುಕುತ್ತಿದ್ದರು. ಗ್ರಂಥಾಲಯದಲ್ಲಿ ಇಂಜಿನಿಯರಿಂಗ್ ಸಂಬಂಧಿಸಿದ ಪುಸ್ತಕಗಳನ್ನು ಹೊರತುಪಡಿಸಿದರೆ ಮತ್ತೊಂದು ಸಿಗುತ್ತಿರಲಿಲ್ಲ. ದೈಹಿಕ ಬಯಕೆಗಳ ಬಗ್ಗೆ ತಿಳಿದುಕೊಳ್ಳುವ ಹಪಹಪಿಯನ್ನು ಹೊತ್ತ ಹರೆಯದ ಹುಡುಗರಿಗೆ ಕಾಮದ ನಿತ್ಯವಿನೂತನ ತೆರೆಯನ್ನು ಸರಿಸಿ ಸತ್ಯವನ್ನು ಕಂಡುಕೊಳ್ಳುವುದು ಬಹುಕಷ್ಟದ ಸಂಗತಿಯಾಗಿತ್ತು. ಆದರೂ ಹಸಿಹಸಿ ಭಾಷೆಯಲ್ಲಿ ಗಂಡು-ಹೆಣ್ಣಿನ ಸಮಾಗಮದ ಬಗ್ಗೆ ಬರೆದ ಪತ್ತೆದಾರಿ ಪುಸ್ತಕಗಳೋ, ಕೀಳುದರ್ಜೆಯ ನಿಯತಕಾಲಿಕಗಳಲ್ಲಿ ಬರುತ್ತಿದ್ದ ಪೋಲಿ ಜೋಕುಗಳೋ, ಅಸ್ಪಷ್ಟವಾಗಿ ಕಪ್ಪು ಬಿಳುಪಿನಲ್ಲಿ ಮುದ್ರಿತವಾದ ಹೆಣ್ಣಿನ ನಗ್ನ ದೇಹದ ಚಿತ್ರವೋ, ರೇಖಾಚಿತ್ರವೋ – ಇತ್ಯಾದಿಗಳನ್ನು ಹಾಸ್ಟೆಲಿನ ಹುಡುಗರು ಹೇಗೋ ಸಂಪಾದಿಸುತ್ತಿದ್ದರು. ಆ ಪುಸ್ತಕಗಳು ಪುಡಿಪುಡಿಯಾಗುವ ತನಕ ಎಲ್ಲಾ ಹುಡುಗರ ಕೈಬದಲಾಯಿಸಿ, ಕೊನೆಗೆ ಯಾವುದೋ ಹುಡುಗನ ಹಾಸಿಗೆಯ ಕೆಳಗೆ ಮಾಯವಾಗುತ್ತಿದ್ದವು. ಕನ್ನಡದ ಹುಡುಗರ ಸ್ಥಿತಿ ಇದಾದರೆ, ಇಂಗ್ಲಿಷ್ ಪತ್ರಿಕೆಗಳನ್ನು ಓದುತ್ತಿದ್ದವರ ಪರಿಸ್ಥಿತಿ ಇದಕ್ಕಿಂತಲೂ ಭಿನ್ನವಾಗಿಯೇನೂ ಇರಲಿಲ್ಲ. ಅವರ ಪುಸ್ತಕಗಳ ಪುಟಗಳು ಹೊಳೆಯುತ್ತಾ ಆಕರ್ಷಕವಾಗಿದ್ದು, ಬಣ್ಣದ ಚಿತ್ರಗಳನ್ನು ಹೊಂದಿರುತ್ತಿದ್ದವೆಂಬುದಷ್ಟೇ ವ್ಯತ್ಯಾಸವಾಗಿರುತ್ತಿತ್ತು.

ಮೋಹನಸ್ವಾಮಿ ಇವೇ ಪುಸ್ತಕಗಳನ್ನು ಬಿಟ್ಟ ಕಣ್ಣು ಬಿಟ್ಟು ಓದುತ್ತಿದ್ದ. ಎಲ್ಲಿಯಾದರೂ ತನ್ನ ದೈಹಿಕ ಬಯಕೆಗಳನ್ನು ನೀಗಿಸುವ ಸಂಗತಿಗಳಿವೆಯಾ ಎಂದು ಇನ್ನಿಲ್ಲದಂತೆ ಹುಡುಕುತ್ತಿದ್ದ. ಆದರೆ ಎಲ್ಲಿಯೂ ಅಂತಹ ಮಾಹಿತಿ ಅವನಿಗೆ ದಕ್ಕುತ್ತಿರಲಿಲ್ಲ. ಗಂಡುಹುಡುಗರಿಗಾಗಿಯೇ ಬರೆಯುತ್ತಿದ್ದ ಆ ಪೋಲಿ ಸಾಹಿತ್ಯದಲ್ಲಿ, ಹೆಣ್ಣಿನ ಅವಯವಗಳ ವರ್ಣನೆ, ಅವಳ ಅಂಗಾಂಗ ಪ್ರದರ್ಶನಗಳಿರುತ್ತಿದ್ದವೇ ಹೊರತು ಯಾವತ್ತೂ ಅಲ್ಲಿ ಗಂಡಿನ ಕುರಿತ ಸಂಗತಿಗಳು ಹೆಚ್ಚಾಗಿ ಕಾಣುತ್ತಿರಲಿಲ್ಲ. ಆಗೊಮ್ಮೆ ಈಗೊಮ್ಮೆ ಅಂತಹ ಮಾಹಿತಿ ಸಿಕ್ಕರೂ, ಅದು ಅವನಲ್ಲಿ ಪಾಪಭೀತಿಯನ್ನು ಹುಟ್ಟಿಸುವಷ್ಟು ಕಠೋರವಾಗಿರುತ್ತಿತ್ತು. ಒಮ್ಮೊ ಯಾರೋ ಓದುಗರೊಬ್ಬರು ತಮಗೆ ಗಂಡಿನ ಮೇಲೆ ಆಸಕ್ತಿ ಮೂಡುತ್ತಿದೆಯೆಂದೂ, ಅದಕ್ಕೇನು ಮಾಡಬೇಕೆಂದು ವಿವರಿಸಬೇಕೆಂದು ಬೇಡಿಕೊಂಡು ಪತ್ರಿಕೆಯೊಂದಕ್ಕೆ ಪತ್ರ ಬರೆದಿದ್ದರು. ಅದಕ್ಕೆ ತಜ್ಞರೊಬ್ಬರು ಈ ರೀತಿಯಾಗಿ ಉತ್ತರಿಸಿದ್ದರು. "ಸಾಮಾನ್ಯವಾಗಿ ಇಂತಹ ಬಯಕೆ ನಾಗದೋಷದಿಂದಾಗಿ ಗಂಡಸಿನಲ್ಲಿ ಮೂಡುತ್ತದೆ. ನಾಗರಾಜನು ಸಂತಾನಕ್ಕೆ ಸಹಾಯ ಮಾಡುವ ದೇವರು. ಬಹುಶಃ ಅವರ ಕುಟುಂಬದಲ್ಲಿ ಯಾರೋ ಜೀವಂತ ನಾಗರಹಾವನ್ನು ಹೊಡೆದು ಕೊಂದಿರುವ ಸಾಧ್ಯತೆ ಇವೆ. ಆ ಕಾರಣದಿಂದಾಗಿ ಅಂತಹ ಗಂಡಸರು ಪ್ರತಿನಿತ್ಯ ನಾಗಪೂಜೆ ಮಾಡುವುದರಿಂದ ಈ ಶಾಪದಿಂದ ವಿಮುಕ್ತಿ ಹೊಂದಬಹುದು" ಎಂದಿದ್ದರು!

ಮೋಹನಸ್ವಾಮಿ ಈ ವಿವರಣೆಯನ್ನು ಪ್ರಾಮಾಣಿಕವಾಗಿ ನಂಬಿದ. ತನ್ನ ಕುಟುಂಬದಲ್ಲಿ ಅದು ಯಾರು ಯಾಕಾದರೂ ಜೀವಂತ ನಾಗರಹಾವನ್ನು ಕೊಂದರು ಎಂದು ದುಃಖಿಸಿದ್ದ. ನಂತರ ಅವನ ಕನಸಿನಲ್ಲಿ ವಿಪರೀತ ನಾಗರಹಾವುಗಳು ಕಾಣಿಸಿಕೊಳ್ಳಲಾರಂಭಿಸಿದವು. ಭುಸ್ ಭುಸ್ ಎಂದು ಹೆಡೆಯೆತ್ತಿಕೊಂಡು, ತಮ್ಮೆರಡು ಕೆಂಪು ನಾಲಿಗೆಗಳನ್ನು ಹೊರಚಾಚಿ, ವೇಗದಿಂದ ತೆವಳುತ್ತಾ ಅಟ್ಟಿಸಿಕೊಂಡು ಬಂದು, ಅವನ ಕಾಲಿಗೆ ಹೆಡೆಬಡಿದು ಕಚ್ಚಿಬಿಟ್ಟು, ಹೆದರಿಕೆಯಿಂದ ಬೆಚ್ಚಿ ಅವನು ಎದ್ದಾಗ ನಡುರಾತ್ರಿಯಾಗಿರುತ್ತಿತ್ತು; ಮೈಯೆಲ್ಲಾ ಬೆವರಿ ನೀರು ತೊಟ್ಟಿಕ್ಕುತ್ತಿರುತ್ತಿತ್ತು. ಅವನ ಎದೆಬಡಿತ ಹತೋಟಿಗೆ ಬರುವುದಕ್ಕೇ ಒಂದೆರಡು ನಿಮಿಷ ಬೇಕಾಗುತ್ತಿತ್ತು. ಈ ಸಮಸ್ಯೆಗೆ ಏನಾದರೂ ಮಾಡಲೇಬೇಕು ಎಂದು ನಿಶ್ಚಯಿಸಿ, ಸಮುದ್ರದ ದಂಡೆಯ ಮೇಲೆ ಇದ್ದ ಒಂದು ಈಶ್ವರ ಗುಡಿಗೆ ಪ್ರತಿನಿತ್ಯ ಸ್ನಾನ ಮಾಡಿದ ನಂತರ ಹೋಗಲಾರಂಭಿಸಿದ್ದ. ಅಲ್ಲಿ ಒಂದೆರಡು ನಾಗದೇವತೆಯ ಕಲ್ಲುಗಳಿದ್ದವು. ಅವುಗಳಿಗೆ ಭಕ್ತಿಯಿಂದ ಕೈಮುಗಿದು "ನನ್ನ ಹಿರಿಯರು ಮಾಡಿದ ತಪ್ಪಿಗೆ ನನಗೇಕೆ ಶಿಕ್ಷೆ ಕೊಡುತ್ತಿರುವೆ ನಾಗಪ್ಪ?" ಎಂದು ಭಕ್ತಿಯಿಂದ ಬೇಡಿಕೊಳ್ಳುತ್ತಿದ್ದ. ಹಾಗೆ ಬೇಡಿಕೊಳ್ಳುವಾಗ ಅವನ ಕಣ್ಣಲ್ಲಿ ನೀರು ಜಿನುಗುತ್ತಿತ್ತು. ಆದರೆ ತಿಂಗಳುಗಟ್ಟಲೆ ನಾಗಪ್ಪನ ಪೂಜೆ ಮಾಡಿದರೂ ಅವನ

ಬಯಕೆಗಳಲ್ಲಿ ಅಂತಹ ಬದಲಾವಣೆಗಳು ಕಾಣಿಸಲಿಲ್ಲ. ಹಾಸ್ಟೆಲಿನ ಶೌಚಾಲಯದಲ್ಲಿ ಸ್ನಾನ ಮುಗಿಸಿ ಬರೀ ಟವೆಲ್ ಉಟ್ಟುಕೊಂಡು ಬರುತ್ತಿದ್ದ ಉತ್ತಮ ಮೈಕಟ್ಟಿನ ಹುಡುಗರನ್ನು ನೋಡಿದಾಕ್ಷಣ ಅವನಿಗರಿವಿಲ್ಲದಂತೆ ದೇಹ ಉದ್ರೇಕಗೊಳ್ಳುತ್ತಿತ್ತು! ಒಳಚಡ್ಡಿ ಹಾಕಿಕೊಳ್ಳದೆ, ಬರೀ ಟವೆಲ್ ಸುತ್ತಿಕೊಂಡು ಅವನೆಂದೂ ಶೌಚಾಲಯಕ್ಕೆ ಹೋಗುತ್ತಿರಲಿಲ್ಲ. ಆದರೆ ಸಮಾಧಾನದ ವಿಷಯವೆಂದರೆ ನಾಗರಹಾವುಗಳು ಕನಸಿನಲ್ಲಿ ಬರುವುದು ಕ್ರಮೇಣ ಕಡಿಮೆಯಾಯ್ತು.

ಅಪರೂಪಕ್ಕೊಮ್ಮೆ ಇಂತಹ ವಿಷಯಗಳು ಹುಡುಗರ ಹರಟೆಯಲ್ಲಿ ತೆರೆದುಕೊಳ್ಳುತ್ತಿದ್ದವು. ಮೋಹನಸ್ವಾಮಿ ತಾನಾಗಿಯೇ ಇಂತಹ ವಿಷಯವನ್ನು ಎತ್ತುತ್ತಿರಲಿಲ್ಲ. ಎಲ್ಲಿಯಾದರೂ ತನ್ನನ್ನೇ ಗೆಳೆಯರು 'ಗೇ' ಎಂದು ಅನುಮಾನ ಪಡುತ್ತಾರೋ ಎನ್ನುವ ಭಯವಿತ್ತು. ಆದ್ದರಿಂದ ಆ ವಿಷಯ ಬಂದಾಗ "ಥೂ, ಅಸಹ್ಯ..." ಎಂದೆಲ್ಲಾ ಆಡುತ್ತಿದ್ದ. ಆದರೆ ಯಾರಾದರೂ 'ಗೇ'ಗಳ ಬಗ್ಗೆ ಮಾತನಾಡತೊಡಗಿದರೆ ಕುತೂಹಲದಿಂದ ಮೈಯೆಲ್ಲಾ ಕಿವಿಯಾಗಿಸಿಕೊಂಡು ಕೇಳಿಸಿಕೊಳ್ಳುತ್ತಿದ್ದ. ಸಾಕಷ್ಟು ಇಂಗ್ಲಿಷ್ ಪುಸ್ತಕಗಳನ್ನು ಓದುವವನೆಂದು ಜಂಭ ಕೊಚ್ಚಿಕೊಳ್ಳುವ ಬೆಂಗಳೂರಿನ ಹುಡುಗನೊಬ್ಬ ಒಂದು ವಿಚಿತ್ರ ವಿವರಣೆ ಕೊಟ್ಟಿದ್ದ. "ನಮ್ಮ ದೇಹವನ್ನು ನಿಯಂತ್ರಿಸುವುದು ವಂಶವಾಹಿನಿಗಳು. ಅವುಗಳಿಗೆ ವಿಪರೀತ ಜಾಣತನವಿರುತ್ತದೆ. ಕೆಲವೊಂದು ಜೀವಗಳು ಈ ಭೂಮಿಗೆ ಅವಶ್ಯಕತೆಯಿಲ್ಲ ಎಂದು ಅವುಗಳು ಅರ್ಥ ಮಾಡಿಕೊಳ್ಳುತ್ತವೆ. ಅಂತಹವರ ಸಂತತಿ ಮುಂದುವರೆಯಬಾರದು ಎಂದು ಅವುಗಳು ನಿರ್ಧರಿಸುತ್ತವೆ. ಸಂತತಿ ಮುಂದುವರೆಯದಂತೆ ಮಾಡುವುದಕ್ಕಾಗಿ ಅಂತಹವರನ್ನು 'ಗೇ'ಗಳಾಗಿ ಮಾಡಿಬಿಡುತ್ತವೆ. ಅವರಿಗೆ ಕೇವಲ ಗಂಡಿನ ಮೇಲೆ ಆಸೆ ಮೂಡುವಂತೆ ಮಾಡಿಬಿಡುತ್ತವೆ. ಆಗ ಹೇಗೂ ಅವರಿಗೆ ಮಕ್ಕಳಾಗುವುದಿಲ್ಲ. ಆದ್ದರಿಂದ ಅಂತಹ ಕೆಲಸಕ್ಕೆ ಬಾರದ ಜೀವಿಯ ಸಂತತಿ ಅವನಿಂದಲೇ ಕೊನೆಗಾಣುತ್ತದೆ. ನಮಗೆ ಮಕ್ಕಳು ಹುಟ್ಟಿಸಲು ಸಾಧ್ಯ ಅಂದರೆ ನಮ್ಮ ಸಂತತಿ ಬಹುಮುಖ್ಯ ಎಂದು ವಂಶವಾಹಿನಿಗಳು ನಿರ್ಧರಿಸಿವೆ ಎಂದರ್ಥ" ಎಂದು ಅತ್ಯಂತ ಖಚಿತವಾಗಿ ಹೇಳಿದ್ದ. ಈ ವಿವರಣೆ ಮೋಹನಸ್ವಾಮಿಗೆ ಅತ್ಯಂತ ಕಠೋರವಾಗಿ ಕಂಡಿತ್ತು. "ಅತ್ಯಂತ ಒಳ್ಳೆಯ ಹುಡುಗ ನಾನು, ಓದಿನಲ್ಲಿ ಜಾಣನೂ ಹೌದು, ಈವರೆಗೆ ಯಾರಿಗೂ ಕೇಡನ್ನು ಮಾಡಿಲ್ಲ. ನನ್ನಂತಹ ಸಭ್ಯ ವ್ಯಕ್ತಿಯ ವಂಶವನ್ನು ನಿರ್ನಾಮ ಮಾಡಲು ವಂಶವಾಹಿನಿಗಳು ಅದು ಯಾಕೆ ಸಂಚು ಹೂಡಿವೆ? ಮೋಸಗಾರ ಜನರಿಗೂ ಮಕ್ಕಳು ಹುಟ್ಟುತ್ತವೆ. ಅವರಿಗಿಂತಲೂ ನಾನು ಕೀಳೆ?" ಎಂದು ಯೋಚಿಸುತ್ತಿದ್ದ. ಆದರೆ ಅದಕ್ಕೆ ಉತ್ತರವನ್ನು ಯಾರು ಕೊಡಬೇಕು? ನಮ್ಮೊಳಗಿನ ವಂಶವಾಹಿನಿಗಳನ್ನು ಮಾತನಾಡಿಸುವುದು ಹೇಗೆ?

ಇಂತಹ ದಿನಗಳಲ್ಲಿಯೇ ಒಮ್ಮೆ ಸುಮಿತ್ ಗೋಯಲ್‌ನ ತಂದೆ ತೀರಿಹೋದರೆಂಬ ಟೆಲಿಗ್ರಾಂ ಬಂದಿತ್ತು. ಟೆಲಿಗ್ರಾಂ ಬರುವುದಕ್ಕೆ, ಅದು ಯಾರಿಗೆ ಸಂಬಂಧಿಸಿದ್ದು ಎಂದು ಹುಡುಕುವುದಕ್ಕೆ, ಮತ್ತದು ಸುಮಿತ್ ಕೈಸೇರುವುದಕ್ಕೆ ಸುಮಾರು ಎರಡು ದಿನ ಹಿಡಿದಿತ್ತು. ಸುಮಿತ್ ತಕ್ಷಣ ಗೆಳೆಯರಿಂದ ಹಣ ಜೋಡಿಸಿಕೊಂಡು ಲಕ್ನೋಗೆ ಓಡಿದ್ದ. ರೈಲಿನಲ್ಲಿ ಅವನೂರು ಸೇರಲು ಏನಿಲ್ಲವೆಂದರೂ ಮೂರು ದಿನಗಳು ಹಿಡಿಯುತ್ತಿತ್ತು. ಅನಂತರ ಅವನು ಹಿಂತಿರುಗಿ ಬರುವುದಕ್ಕೆ ಮತ್ತೆ ಮೂರು ದಿನಗಳು. ಅಲ್ಲಿಯ ಕರ್ಮಕಾರ್ಯಗಳನ್ನು ಪೂರೈಸಲು ಐದು ದಿನ. ಒಟ್ಟಾರೆ ಎರಡು ವಾರಗಳ ನಂತರವೇ ಅವನು ಹಿಂತಿರುಗಿದ. ಅವನಿಲ್ಲದ ದಿನಗಳಲ್ಲಿ ಮೋಹನಸ್ವಾಮಿ ಅವನ ಪರಿಸ್ಥಿತಿಯ ಬಗ್ಗೆ ತುಂಬಾ ದುಃಖಿತನಾಗಿದ್ದ. "ಚಿಕ್ಕ ಹುಡುಗನವನು, ನನ್ನದೇ ವಯಸ್ಸು. ಆಗಲೇ ತಂದೆಯನ್ನು ಕಳೆದುಕೊಂಡು ಬಿಟ್ಟನಲ್ಲಾ" ಎಂದು ಕಡಲ ದಡದಲ್ಲಿ ಕುಳಿತು ಒಬ್ಬನೇ ದುಃಖಿಸಿದ್ದ. ಅವನು ಹಿಂತಿರುಗಿ ಬಂದ ನಂತರ ತಾನು ಅವನ ಕಾಳಜಿಯನ್ನು ತೆಗೆದುಕೊಳ್ಳಬೇಕು, ಅವನಿಗೆ ದುಃಖವಾದಾಗಲೆಲ್ಲಾ ಸಮಾಧಾನ ಪಡಿಸಬೇಕು, ಅವನಿಗೆ ಹಣ ಬೇಕೆಂದರೆ ಹಿಂದು-ಮುಂದು ಯೋಚಿಸದೆ ನೆರವಾಗಬೇಕು - ಎಂದೆಲ್ಲಾ ನಿರ್ಧಾರ ಮಾಡಿಕೊಂಡಿದ್ದ. ಅವನ ಬರುವಿಗಾಗಿ ವಿಪರೀತ ಆತಂಕದಲ್ಲಿ ಕಾಯುತ್ತಿದ್ದ. ಅವನೂರಿನಲ್ಲಿ ಏನು ಸಂಗತಿ ನಡೆಯುತ್ತಿದೆ, ಅವನು ಈಗ ಹೇಗಿದ್ದಾನೆ - ಇತ್ಯಾದಿ ವಿಚಾರಗಳನ್ನು ತಿಳಿಯಲು ಆ ದಿನಗಳಲ್ಲಿ ಖಂಡಿತಾ ಸಾಧ್ಯವಿರಲಿಲ್ಲ.

ಒಂದು ದಿನ ಮಧ್ಯಾಹ್ನ ಹೈಡ್ರಾಲಿಕ್ಸ್ ಲ್ಯಾಬಿನಲ್ಲಿ ಯಾವುದೋ ಪ್ರಯೋಗವನ್ನು ಮಾಡುತ್ತಾ ನಿರತನಾಗಿದ್ದಾಗ, ತಡವಾಗಿ ಬಂದ ಸ್ನೇಹಿತನೊಬ್ಬ ಸುಮಿತ್ ಬಂದಿರುವ ವಿಷಯವನ್ನು ತಿಳಿಸಿದ. ಅವನ ಆಗಮನದ ವಿಷಯ ತಿಳಿಯುತ್ತಿದ್ದಂತೆಯೇ ಮೋಹನಸ್ವಾಮಿಗೆ ಲ್ಯಾಬಿನಲ್ಲಿ ಪ್ರಯೋಗವನ್ನು ಮುಂದುವರೆಸಲಾಗಲಿಲ್ಲ. ತಲೆನೋವಿನ ನೆಪ ಹೇಳಿ ಹಾಸ್ಟೆಲಿಗೆ ದೌಡಾಯಿಸಿದ್ದ. ಏದುಸಿರು ಬಿಡುವ ನಡಿಗೆಯಲ್ಲಿ ಸೀದಾ ಅವನ ರೂಮಿಗೆ ಹೋಗಿ ಬಾಗಿಲು ದೂಡಿದ. ಸುಮಿತ್ ಅತ್ಯಂತ ಆರಾಮಾಗಿ ಲಾಡುವೊಂದನ್ನು ಸವಿಯುತ್ತಾ, ರೇಡಿಯೋ ಹಾಡೊಂದಕ್ಕೆ ಕುಣಿಯುತ್ತಾ ಸಂತೋಷದಲ್ಲಿದ್ದ. ಮೋಹನಸ್ವಾಮಿಯನ್ನು ನೋಡಿದ್ದೇ "ಹೇ, ಬಾ ಬಾ... ಲಾಡು ತುಂಬಾ ರುಚಿಯಾಗಿದೆ... ನೀನೂ ತಿನ್ನು" ಎಂದು ಅವನಿಗೂ ಒಂದು ಲಾಡು ಕೊಟ್ಟ. ಇವನಿಗೆ ತಬ್ಬಿಬ್ಬಾಗಿತ್ತು. ಬಹುಶಃ ಅವನ ತಂದೆ ಸತ್ತ ಸುದ್ದಿಯೇ ಸುಳ್ಳಿರಬಹುದೇ ಎಂಬ ಅನುಮಾನವಾಗಿತ್ತು. ಸಂಶಯ ಪರಿಹರಿಸಿಕೊಳ್ಳಲು "ಲಕ್ನೋಗೆ ಯಾಕೆ ಹೋಗಿದ್ದೆ?" ಎಂದು ಕೇಳಿದ. ಅದಕ್ಕೆ ಅಚ್ಚರಿಯನ್ನು ವ್ಯಕ್ತಪಡಿಸಿದ ಸುಮಿತ್ "ನಮ್ಮಪ್ಪ ಸತ್ತು ಹೋದನಲ್ಲಾ? ನಿಂಗೆ ಗೊತ್ತಿಲ್ವಾ?" ಎಂದು ಪ್ರಶ್ನಿಸಿ, ಮತ್ತೊಂದು

ತುಂಡು ಲಾಡುವನ್ನು ಕಡಿದ. ಮೋಹನಸ್ವಾಮಿಗೆ ತಲೆಕೆಟ್ಟಿತು. ಕೈಯಲ್ಲಿದ್ದ ಲಾಡನ್ನು ತಿನ್ನುವ ಶಕ್ತಿಯಿಲ್ಲದೆ "ನಿಂಗೆ ತುಂಬಾ ದುಃಖ ಆಗಿದೆಯಾ ಸುಮಿತ್?" ಎಂದು ಅತ್ಯಂತ ಕಾಳಜಿಯಿಂದ ಕೇಳಿದ. ಆ ಮಾತಿಗೆ ನಕ್ಕ ಸುಮಿತ್ "ಇಲ್ಲಪ್ಪಾ... ಅವನು ಸತ್ತು ಪುಣ್ಯ ಕಟ್ಟಿಕೊಂಡ... ನಮ್ಮಮ್ಮನ್ನ ಸಿಕ್ಕಾಪಟ್ಟೆ ಗೋಳಾಡಿಸ್ತಿದ್ದ... ಎರಡು ವರ್ಷದಿಂದ ಹಾಸಿಗೆ ಹಿಡಿದು ಅವನ ಸೇವೆ ಮಾಡೋದ್ರಲ್ಲಿ ಸುಸ್ತು ಹೊಡೆದು ಹೋಗಿದ್ಳು. ಇನ್ನು ಮುಂದೆ ಸುಖವಾಗಿ ಇರ್ತಾಳೆ" ಎಂದು ನಿರಾತಂಕದಲ್ಲಿ ಹೇಳಿಬಿಟ್ಟ. "ಅವನಿಗೆ ಎಷ್ಟು ವಯಸ್ಸಾಗಿತ್ತು?" ಎಂದು ಅನುಮಾನದಿಂದ ಕೇಳಿದ್ದ. "ಎಂಬತ್ತೈದು. ಅಷ್ಟು ಆದ್ರೂನೂ ಅವನ ಚಡ್ಡಿ ಹರುಕತನ ಬಿಟ್ಟಿರಲಿಲ್ಲ... ನಮ್ಮಮ್ಮ ಆತಗೆ ಮೂರನೇ ಹೆಂಡತಿ... ಮೊದಲಿಬ್ಬರನ್ನ ಗೋಳಾಡಿಸಿ ಸಾಯಿಸಿ ಬಿಟ್ಟಿದ್ದ... ಇಬ್ಬರೂ ಹಾಸಿಗೆ ಮೇಲೆ ಸತ್ತಿದ್ದಂತೆ... ನಮ್ಮಮ್ಮ ಮಾತ್ರ ಹೆಂಗೋ ಬಚಾವ್ ಆದ್ಳು... ನಾನು ಹುಟ್ಟಿದಾಗ ಅವನಿಗೆ ಅರವತ್ತೈದು ವರ್ಷ ವಯಸ್ಸಂತೆ... ಆ ವಯಸ್ಸಿಗೆ ಅವನ ಚಟ ನೋಡು... ಎರಡು ವರ್ಷದಿಂದ ಹಾಸಿಗೆ ಹಿಡಿದು ಮಲಗಿದ್ದರೂ, ಎಳೆ ಹುಡುಗಿ ಏನಾದ್ರೂ ಕಣ್ಣ ಮುಂದೆ ಸುಳಿದಾಡಿದ್ರೆ ಬಾಯಿ ತೆಕ್ಕೊಂಡು ನೋಡ್ತಾ ಇದ್ದ..." ಎಂದು ಹೇಳಿ, ರೇಡಿಯೋದಲ್ಲಿ ಯಾವುದೋ ಹೊಸ ಹಾಡು ಬಂದಿದ್ದಕ್ಕೆ ಖುಷಿಗೊಂಡು, ಮೋಹನಸ್ವಾಮಿಯ ಕೈಹಿಡಿದುಕೊಂಡು, ಅವನ ಸೊಂಟವನ್ನು ಬಳಸಿ ನರ್ತಿಸಲಾರಂಭಿಸಿದ.

ಮೋಹನಸ್ವಾಮಿಯ ಮನಸ್ಸಿನ ಒಳಗೆಲ್ಲೋ ತನ್ನ ಸ್ಥಿತಿಗೆ ಅಪ್ಪನೇ ಕಾರಣವೆಂಬ ಅನುಮಾನವಿತ್ತು. ಬಾಲ್ಯದಲ್ಲಿಯೇ ಆ ವಿಷಬೀಜವನ್ನು ಅವರಮ್ಮ ಬಿತ್ತಿದ್ದಳು. ಅದು ಮೊಳಕೆಯೊಡೆದು, ಗಿಡವಾಗಿ, ಮರವಾಗಿ ಮನಸ್ಸಿನಲ್ಲಿ ಬೆಳೆದು ನಿಂತಿತ್ತು. ಅಪ್ಪನ ಬಗ್ಗೆ ಅಂತಹ ಪ್ರೇಮದ ಭಾವವೇ ಅವನಿಗೆ ಅನಂತರ ಮೂಡಿರಲಿಲ್ಲ. ಆದರೆ ಈ ಕ್ಷಣ ಅಮ್ಮ ಬೆಳೆಸಿದ ವಿಷವೃಕ್ಷ ಬುಡಸಮೇತವಾಗಿ ಕಳಚಿಬಿತ್ತು. ಹುಡುಗಿಯರೆಂದರೆ ಬಾಯಿಬಿಡುವ ಈ ಸುಮಿತ್ ಗೋಯಲ್ ಎಂಬ ಪೋಲಿ ಹುಡುಗ ಹುಟ್ಟಿದ್ದು ಅವರಪ್ಪನ ಅರವತ್ತೈದನೆಯ ವಯಸ್ಸಿನಲ್ಲಿ ಎಂದರೆ ಅಮ್ಮ ಹೇಳಿದ ತರ್ಕಕ್ಕೆ ಏನಾದರೂ ಅರ್ಥವಿದೆಯೆ? ಇದ್ದಕ್ಕಿದ್ದಂತೆಯೇ ತನ್ನ ಅಪ್ಪ ಬಹು ಒಳ್ಳೆಯ ಮನುಷ್ಯ ಎಂದು ಮೋಹನಸ್ವಾಮಿಗೆ ಅನ್ನಿಸಿಬಿಟ್ಟಿತು. ತನ್ನ ಸಮಸ್ಯೆಗೆ ಅಪ್ಪ ಖಂಡಿತವಾಗಿಯೂ ಕಾರಣವಲ್ಲ ಎಂದು ನಿರ್ಧರಿಸಿದ. ವಿಶೇಷ ನಿರಾಳತೆಯಲ್ಲಿ ಅವನ ಮನಸ್ಸು ಅರಳಿತು. ಯಾವತ್ತೂ ಮೈಬಿಗಿ ಹಿಡಿದೇ ನಡೆಯುವ ಮೋಹನಸ್ವಾಮಿ, ಈಗ ಏನೋ ಸಂತೋಷದಲ್ಲಿ ಸುಮಿತ್ ಜೊತೆಗೆ ತನಗೆ ತಿಳಿದಂತೆ ಹೆಜ್ಜೆ ಹಾಕಿ ಕುಣಿಯತೊಡಗಿದ. ಅವನ ನಡುವನ್ನು ತಾನೂ ಬಳಸಿ, ಅವನ ಕಣ್ಣಲ್ಲಿ ಕಣ್ಣಿಟ್ಟು ನಕ್ಕ.

^^^

ಇಷ್ಟೆಲ್ಲಾ ಹಚ್ಚಿಕೊಂಡಿದ್ದ ಸುಮಿತ್ ಗೋಯಲ್ ಸ್ನೇಹವು, ಮೋಹನಸ್ವಾಮಿಯು ಏಳನೇ ಸೆಮಿಸ್ಟರ್‌ಗೆ ಬರುವ ಹೊತ್ತಿಗೆ ಮುರಿದು ಬಿತ್ತು. ಅತ್ಯಂತ ಕಹಿಯಾದ ಅನುಭವವನ್ನು ಈ ವಿಘಟನೆ ಮೋಹನಸ್ವಾಮಿಗೆ ನೀಡಿತು. ಅದರಿಂದ ಹೊರಬರಲು ಅವನಿಗೆ ಬಹಳ ಕಷ್ಟವಾಯ್ತು.

ಯಾವತ್ತೂ ತನ್ನ ಮಿತಿಯನ್ನು ಮೋಹನಸ್ವಾಮಿ ಅರಿತಿದ್ದ. ಸುಮಿತ್ ದೇಹ ಅವನನ್ನು ಅಯಸ್ಕಾಂತದಂತೆ ಆಕರ್ಷಿಸುತ್ತಿದ್ದರೂ, ತನ್ನೆಲ್ಲಾ ಬಯಕೆಗಳನ್ನು ಹತ್ತಿಕ್ಕಿಕೊಂಡು ಅವನೊಡನೆ ಗೆಳೆಯನಂತೆ ಬೆರೆಯುತ್ತಿದ್ದ. ಎಟುಕದ ವಸ್ತುವಿಗೆ ಕೈ ಚಾಚಬಾರದು ಎನ್ನುವ ಪ್ರಜ್ಞೆ ಅವನಿಗೆ ಯಾವತ್ತೂ ಇತ್ತು. ಅವನಾಗಿಯೇ ಮುಂದುವರೆದು ಬಯಕೆಯನ್ನು ವ್ಯಕ್ತಪಡಿಸದೆ ತಾನು ಮೊದಲ ಹೆಜ್ಜೆ ಇಡುವುದು ಬೇಡ ಎಂದು ನಿಶ್ಚಯಿಸಿಕೊಂಡಿದ್ದ. ಆದರೆ ಕಾಮದ ನಿಯಂತ್ರಣ, ಅದೂ ಅಂತಹ ಧುಮ್ಮಿಕ್ಕುವ ಉತ್ಸಾಹದ ಯೌವನದಲ್ಲಿ, ಹೇಗೆ ಸಾಧ್ಯ? ಒಂದು ದಿನ ಅವನ ಕೈಮೀರಿ ಘಟನೆ ನಡೆದು ಹೋಯಿತು. ಆ ಕ್ಷಣದ ಭಂಗುರಕ್ಕಾಗಿ ಮೋಹನಸ್ವಾಮಿ ಬಹಳಷ್ಟು ನೋವನ್ನು ಅನುಭವಿಸಬೇಕಾಯ್ತು.

ಅದೊಂದು ರಾತ್ರಿ ಸುಮಿತ್ ಗೋಯಲ್ ಕುಡಿದು ಬಂದಿದ್ದ. ಮರುದಿನವೇ "ಮೆಕ್ಯಾನಿಕಲ್ ವೈಬ್ರೇಷನ್ಸ್" ವಿಷಯದ ಪರೀಕ್ಷೆಯಿತ್ತು. ಅದು ಬಹುಕಷ್ಟದ ವಿಷಯ, ಎಲ್ಲಾ ವಿದ್ಯಾರ್ಥಿಗಳೂ ಆ ಪರೀಕ್ಷೆಯನ್ನು ಎದುರಿಸಲು ಹೆದರಿಕೊಳ್ಳುತ್ತಿದ್ದರು. ಮೋಹನಸ್ವಾಮಿ ಯಾವ ಕ್ಷಣಕ್ಕಾದರೂ ಪರೀಕ್ಷೆ ಬರೆಯಲು ಸಿದ್ಧವಾಗಿರುವಂತೆ ತಯಾರಿ ಮಾಡಿಕೊಂಡಿರುತ್ತಿದ್ದ. ಆದರೆ ಸುಮಿತ್ ಗೋಯಲ್ ಮಾತ್ರ ಪರೀಕ್ಷೆಯ ಹಿಂದಿನ ರಾತ್ರಿಯೇ ತಯಾರಿ ಮಾಡುತ್ತಿದ್ದ. ಅದೂ ಮೋಹನಸ್ವಾಮಿ ಕೈತುತ್ತು ಹಾಕಿದಂತೆ ಹೇಳಿಕೊಟ್ಟರೆ ಮಾತ್ರ ಅರಗಿಸಿಕೊಳ್ಳುತ್ತಿದ್ದ. ಅವನಿಗಾಗಿ ಬಹುಮುಖ್ಯ ಪ್ರಶ್ನೆಗಳನ್ನು ಮಾತ್ರ ಆಯ್ದು ಹೇಳಿಕೊಡುವ ರೂಢಿ ಮೋಹನಸ್ವಾಮಿಗೆ ಅಭ್ಯಾಸವಾಗಿತ್ತು. "ಈವತ್ತು ಕುಡಿದಿದೀಯ. ಈ ಪರೀಕ್ಷೆ ಬಿಟ್ಟುಬಿಡು. ಹೇಗೂ ಮತ್ತೊಂದು ಅವಕಾಶ ಕಾಲೇಜಿನವರು ಕೊಡುತ್ತಾರೆ. ಆಗ ಚೆನ್ನಾಗಿ ಓದಿ ಬರೆಯುವಿಯಂತೆ" ಎಂದು ಸಮಾಧಾನ ಮಾಡಿದರೂ ಕೇಳಲಿಲ್ಲ. "ನೊ ವೇ... ನಂಗೆ ಮೂರನೆಯ ಟೆಸ್ಟ್ ಹೊತ್ತಿಗೆ ಯೂನಿವರ್ಸಿಟಿ ಕ್ರಿಕೆಟ್ ಮ್ಯಾಚ್ ಇದೆ. ಬೆಂಗಳೂರಿಗೆ ಹೋಗಬೇಕು. ಇದನ್ನ ಬರೀಲೇ ಬೇಕು ದೋಸ್ತ್" ಎಂದು ಲಲ್ಲೆಗರೆದು, ಅವನನ್ನು ಅಪ್ಪಿಕೊಂಡು ಹಣೆಗೆ ಹೂಮುತ್ತನ್ನಿತ್ತಿದ್ದ. ಮೋಹನಸ್ವಾಮಿಗೆ ಇನ್ನೇನು ಬೇಕು? ಒಪ್ಪಿಕೊಂಡ.

ಆವತ್ತು ಮೋಹನಸ್ವಾಮಿಯ ಕೋಣೆಯ ಸಹವಾಸಿ ಕೂಡಾ ಸಾಕಷ್ಟು ಗಂಭೀರವಾಗಿ ಪರೀಕ್ಷೆಯ ತಯಾರಿಯಲ್ಲಿ ತೊಡಗಿದ್ದ. ಆದ್ದರಿಂದ ಸುಮಿತ್ ಗೋಯಲ್ ಅವನನ್ನು ತನ್ನ ರೂಮಿಗೇ ಕರೆದುಕೊಂಡು ಹೋದ. ಅವನ ರೂಂಮೇಟ್ ಬೇರೆಲ್ಲೋ ಹೋಗಿದ್ದರಿಂದ ಅಲ್ಲಿ ಯಾವ ಅಡ್ಡಿ ಆತಂಕವೂ ಇರಲಿಲ್ಲ. ಮೋಹನಸ್ವಾಮಿ ಅತ್ಯಂತ ಸಹನೆಯಿಂದ ಮತ್ತು ಕಳಕಳಿಯಿಂದ ರಾತ್ರಿ ಎರಡು ಗಂಟೆಯ ತನಕ ಅವನಿಗೆ ಬೇರೆ ಬೇರೆ ಪ್ರಶ್ನೆಗಳು, ಅವಕ್ಕೆ ಬರೆಯಬೇಕಾದ ಉತ್ತರಗಳನ್ನು ಹೇಳಿಕೊಟ್ಟ. ಸುಮಿತ್ ಗೋಯಲ್ ಮೂಲತಃ ಜಾಣ. ಅಂತಹ ಕುಡಿತದ ಮತ್ತಿನಲ್ಲೂ ಮೋಹನಸ್ವಾಮಿ ಹೇಳಿಕೊಟ್ಟಿದ್ದನ್ನು ಸೂಕ್ಷ್ಮವಾಗಿ ಗ್ರಹಿಸಿಕೊಂಡ. ಅವನು ಕೇಳುತ್ತಿದ್ದ ಕೆಲವು ಪ್ರಶ್ನೆಗಳು ಮೋಹನಸ್ವಾಮಿಯನ್ನೂ ಕ್ಷಣ ಹೊತ್ತು ಗಲಿಬಿಲಿ ಮಾಡುತ್ತಿದ್ದವು. ಆದರೆ ಯೋಚಿಸಿ ಸಮರ್ಪಕವಾದ ಉತ್ತರವನ್ನು ಅವನಿಗೆ ಬೋಧಿಸುತ್ತಿದ್ದ. ರಾತ್ರಿ ಎರಡು ಗಂಟೆಯ ಹೊತ್ತಿಗೆ "ಸುಮಿತ್ ಇನ್ನು ಸಾಕು. ಎಷ್ಟು ನೆನಪಿರುತ್ತೋ ಅಷ್ಟು ಬರೆದು ಬಿಡು. ಮತ್ತೆ ಪರೀಕ್ಷೆಯ ಸಮಯಕ್ಕೆ ನಿನಗೆ ನಿದ್ರೆ ಬಂದ್ರೆ ಗತಿಯೇನು?" ಎಂದು ಎಚ್ಚರಿಸಿ ತನ್ನ ರೂಮಿಗೆ ಹೋಗಲು ಎದ್ದು ನಿಂತು, ಮೈಕೈ ಮುರಿದ. ಅಷ್ಟು ಹೊತ್ತು ನಿರಂತರವಾಗಿ ಶ್ರದ್ಧೆಯಿಂದ ತನ್ನ ಒಳಿತಿಗಾಗಿ ಓದನ್ನು ಹೇಳಿಕೊಟ್ಟ ಮೋಹನಸ್ವಾಮಿಯ ಮೇಲೆ ಸುಮಿತ್‌ಗೆ ಪ್ರೀತಿ ಉಕ್ಕಿ ಬಂದಿತ್ತು. "ಈವತ್ತು ಇಲ್ಲೇ ಮಲಗಿಕೋ ಮೋಹನ. ನಿಂಗೂ ಸುಸ್ತಾಗಿದೆ. ನನ್ನ ರೂಮಿ ಹೇಗೂ ಈವತ್ತು ಬರಲ್ಲ" ಎಂದು ಗೋಗರೆದ. ಮುಂದೆ ಜರುಗಬಹುದಾದ ಅಪಾಯದ ಸೂಕ್ಷ್ಮ ಅರಿವು ಮೋಹನಸ್ವಾಮಿಗೆ ಇದ್ದೇ ಇತ್ತು. "ಬೇಡ ಸುಮಿತ್... ನನ್ನ ಹಾಸಿಗೆಯೇ ನಂಗೆ ಸುಖ" ಎಂದು ಬಾಗಿಲೆಡೆಗೆ ನಡೆದ. "ಪ್ಲೀಜ್... ಪ್ಲೀಜ್... ದೋಸ್ತ್... ನಂಗೆ ಹರ್ಟ್ ಮಾಡಬೇಡ" ಎಂದು ಸುಮಿತ್ ಅವನ ಕೈಗಳನ್ನು ಹಿಡಿದು ಎಳೆದುಕೊಂಡು ಗೋಗರೆದ. ಎಷ್ಟಾದರೂ ಮೋಹನಸ್ವಾಮಿಯದು ಉಪ್ಪು-ಖಾರ ತಿಂದ ದೇಹ. ಸುಮ್ಮನಿದ್ದೀತೆ? ಆಸೆಯಿಂದ ಕರಗಿಹೋಯ್ತು. ಒಪ್ಪಿಕೊಂಡ.

ಸಮುದ್ರತಡಿಯ ಆ ಊರಿನಲ್ಲಿ ಇಡೀ ವರ್ಷವೆಲ್ಲಾ ಸೆಕೆಯೋ ಸೆಕೆ. ಎಷ್ಟೇ ಮಳೆ ಹೊಯ್ದರೂ ಹವಾಮಾನ ಮಾತ್ರ ತಂಪಾಗುವುದಿಲ್ಲ. ಬಳ್ಳಾರಿಯಷ್ಟು ಬಿಸಿಲಿರುವುದಿಲ್ಲ ಎನ್ನುವುದು ಸತ್ಯವಾದರೂ, ಮೈಯೆಲ್ಲಾ ಉಪ್ಪುಪ್ಪು ಎನ್ನಿಸುವ ರೇಜಿಗೆಯ ಸೆಕೆ ಆ ಊರಲ್ಲಿರುತ್ತದೆ. ಆದ್ದರಿಂದ ರಾತ್ರಿ ಪ್ರತಿಯೊಬ್ಬರೂ ಫ್ಯಾನಿನ ಕೆಳಗೇ ಮಲಗಲು ಹಾತೊರೆಯುತ್ತಾರೆ. ಕೋಣೆಯ ತಾರಸಿಯ ಮಧ್ಯಭಾಗದಲ್ಲಿ ಫ್ಯಾನ್ ಇರುತ್ತದೆಯಲ್ಲವೆ? ಒಂದು ಕೋಣೆಯಲ್ಲಿ ಇಬ್ಬರು ಇರುವುದರಿಂದ, ಅವರಿಬ್ಬರ ಮಂಚಗಳನ್ನು ಕೋಣೆಯ ಮಧ್ಯಭಾಗಕ್ಕೆ ಜೋಡಿಸಿ ಹಾಕಿಕೊಳ್ಳುವುದು

ಅಲ್ಲಿ ರೂಢಿ. ಅಂತೆಯೇ ಸುಮಿತ್ ರೂಮಿನಲ್ಲಿಯೂ ಎರಡೂ ಮಂಚಗಳನ್ನು ಸರಿಯಾಗಿ ಫ್ಯಾನಿನ ಕೆಳಕ್ಕೆ ಒಟ್ಟಿಗೆ ಸೇರಿಸಿ ಹಾಕಿಕೊಂಡಿದ್ದರು. ಸುಮಿತ್ ಗೋಯಲ್ ಮೊದಲೇ ಸ್ವಲ್ಪ ಕುಡಿದಿದ್ದ, ಈಗ ಪಾಠ ಹೇಳಿಕೊಟ್ಟ ಮೋಹನಸ್ವಾಮಿಯ ಮೇಲೆ ಪ್ರೀತಿ ಉಕ್ಕಿ ಬಂದಿತ್ತು. ದೀಪವಾರಿಸಿ ಹಾಸಿಗೆಗೆ ಬಿದ್ದವನೇ, ಮೋಹನಸ್ವಾಮಿಯನ್ನು ಎದೆಗೆ ಎಳೆದುಕೊಂಡು, ಅವನ ನಡುವಿಗೆ ತನ್ನ ಎಡಗಾಲನ್ನು ಹಾಕಿ, ಅವನ ತಲೆಗೆ ಮುತ್ತಿಕ್ಕಿ "ನೀನ್ಯಾಕೆ ಇಷ್ಟು ಒಳ್ಳೆಯವನು ದೋಸ್ತ್... ನನಗ್ಯಾಕೆ ಇಷ್ಟು ಸಹಾಯ ಮಾಡ್ತೀಯಾ? ಇದಕ್ಕೆ ಪ್ರತಿಯಾಗಿ ನಿನಗೆ ನಾನೇನು ಕೊಡಬಲ್ಲೆ?" ಎಂದು ಲಲ್ಲೆಗರೆಯುತ್ತಾ ಕೆಲವೇ ಕ್ಷಣಗಳಲ್ಲಿ ನಿದ್ದೆಗೆ ಜಾರಿದ.

ಮೋಹನಸ್ವಾಮಿಯು ಸುಮಿತ್‌ನ ಈ ಎಲ್ಲಾ ಲಲ್ಲೆಗರೆಯುವಿಕೆಯನ್ನು ಬೇರೆಯದೇ ರೀತಿಯಲ್ಲಿ ಅರ್ಥ ಮಾಡಿಕೊಂಡ. ಸುಮಿತ್ ತನಗೆ ಎಲ್ಲಾ ರೀತಿಯಿಂದಲೂ ಮುಂದುವರೆಯಲು ಸಂಜ್ಞೆ ಕೊಟ್ಟಿದ್ದಾನೆ ಎಂದು ಭಾವಿಸಿದ. ಕಳೆದ ಮೂರು ವರ್ಷಗಳಿಂದ ಹಪಹಪಿಸಿದ ದೇಹವು ಈಗ ಈ ಕತ್ತಲೆಯಲ್ಲಿ, ಒಂಟಿಕೋಣೆಯಲ್ಲಿ ಇಷ್ಟೊಂದು ಹತ್ತಿರಕ್ಕೆ ಬಂದಿತ್ತು. ಅವನ ಬಿಸಿಯಾದ ಉಸಿರು, ಆ ಉಸಿರಿನಲ್ಲಿರುವ ಮದ್ಯದ ವಾಸನೆ, ಮೈಯ ತೆಳುವಾದ ಬೆವರು – ಎಲ್ಲವೂ ಅವನ ಬಯಕೆಗಳನ್ನು ಕೆರಳಿಸುತ್ತಿದ್ದವು. ಅವನು ಕಾಲಿನಿಂದ ತನ್ನ ನಡುವನ್ನು ಬಳಸಿದ್ದರಿಂದ, ಅವನ ಸೂಕ್ಷ್ಮ ಭಾಗಗಳು ಇವನನ್ನು ಸ್ಪರ್ಶಿಸುತ್ತಿದ್ದವು. ಅಮಾವಾಸ್ಯೆಯ ದಿನವಾದ್ದರಿಂದ ಕತ್ತಲು ಭರಪೂರವಾಗಿ ಎಲ್ಲೆಲ್ಲೂ ಮುತ್ತಿತ್ತು. ಕಿಟಕಿಯಿಂದ ನೋಡಿದರೆ ದೂರದಲ್ಲಿ ಹಲವಾರು ನಕ್ಷತ್ರಗಳು ಥಳಥಳನೆ ಮಿನುಗುತ್ತಿದ್ದವು. ಫ್ಯಾನಿನ ಸದ್ದನ್ನು ಮೀರಿಸುವಂತೆ ಕಡಲ ಘೋಷ ತನ್ನದೇ ಲಯದಲ್ಲಿ ಸೊಗಸಾಗಿ ಕೇಳಿಸುತ್ತಿತ್ತು.

ಮೋಹನಸ್ವಾಮಿಗೆ ಇನ್ನು ತಡೆದುಕೊಳ್ಳಲಾಗಲಿಲ್ಲ. ಮೈಯೆಲ್ಲಾ ಹತ್ತಿಕ್ಕಲಾರದ ಕಂಪನಕ್ಕೆ ಸಿಕ್ಕಿ ಬಿದ್ದಿತ್ತು. ದೂರದ ಸಮುದ್ರದಲ್ಲಿ ಸಣ್ಣ ಸಣ್ಣ ಅಲೆಗಳು ಹುಟ್ಟಿಕೊಳ್ಳುತ್ತಿದ್ದವು. ಹಗೂರಕ್ಕೆ ಅವನ ಬದಿಗೆ ತಿರುಗಿ, ಅವನ ಗಲ್ಲವನ್ನು ಚುಂಬಿಸಿದ. ಕಡಲ ಪುಟ್ಟ ಅಲೆಯೊಂದು ದಡಕ್ಕೆ ಬಂದು ಬಿದ್ದಿತು. ಅವನ ಎರಡೂ ಕಣ್ಣುಗಳನ್ನು ಹೂವನ್ನು ಸ್ಪರ್ಶಿಸಿದಂತೆ ಚುಂಬಿಸಿದ. ಮೊದಲಿನದಕ್ಕಿಂತಲೂ ದೊಡ್ಡ ಅಲೆಯೊಂದು ಈಗ ದಡಕ್ಕೆ ಬಂದು ಅಪ್ಪಳಿಸಿತು. ಕೈಯಿಂದ ಅವನ ದೇಹವನ್ನು ಸವರಲಾರಂಭಿಸಿದ. ಪುಟ್ಟ ಹಡಗೊಂದು ಸಮುದ್ರದ ಹೃದಯಭಾಗದಲ್ಲಿ ಅಲೆಯ ಏರಿಳಿತಗಳಿಗೆ ಬೀಳುತ್ತೇಳುತ್ತಾ ತೇಲುತ್ತಿತ್ತು. ಕತ್ತಲಿನಲ್ಲಿ ತಡಕಾಡಿದ ಕೈಗಳು ಅವನ ಪೈಜಾಮದ ಲಾಡಿಗಳನ್ನು ಬಿಚ್ಚಲಾರಂಭಿಸಿದವು. ಸಮುದ್ರದ ಆಳದಲ್ಲಿ ಶಾರ್ಕ್ ಮೀನೊಂದು ಚಕ್ಕನೆ ದೊಡ್ಡ ಅಳತೆಯ ಮೀನೊಂದನ್ನು ಹಿಡಿದು ನುಂಗಿಬಿಟ್ಟಿತು.

ಸುಮಿತ್‌ಗೆ ಎಚ್ಚರವಾದಾಗ ಏನಾಗುತ್ತಿದೆ ಎಂದು ಮೊದಲಿಗೆ ಅರ್ಥವಾಗಲಿಲ್ಲ. ಕಣ್ಣನ್ನು ತೆರೆದರೂ ಎಲ್ಲೆಲ್ಲೂ ಕತ್ತಲೆ. ಮೈಮೇಲೆ ಏನೋ ಚಲಿಸಿದಂತಾಗುತ್ತಿದೆ. ಕುಡಿದದ್ದು ಹೆಚ್ಚಾಯಿತೆ? ಇಲ್ಲ, ಇಲ್ಲ. ಗೆಳೆಯರ ಬಲವಂತಕ್ಕೆ ಸ್ವಲ್ಪವೇ ಕುಡಿದದ್ದು. ಮೈಯ ಬಟ್ಟೆಗಳೆಲ್ಲಾ ಬಿಚ್ಚಿದಂತಿದೆ. ಪಕ್ಕದಲ್ಲಿ ಯಾರು ಮಲಗಿರೋದು? ಯಾರು ನಲುಗುತ್ತಿರುವುದು? ನಿಧಾನಕ್ಕೆ ಅದು ಮೋಹನಸ್ವಾಮಿ ಎನ್ನುವುದು ಅರ್ಥವಾಗಲಾರಂಭಿಸಿತು. ಅವನೇಕೆ ಹೀಗೆ... ಥೂ, ಥೂ... ಚಕ್ಕಾ ಹೈ... ಮನಸ್ಸು ರೇಜಿಗೆಯಲ್ಲಿ ಮುಳುಗಿತು. ಕೊಳೆತು ನಾರುವ ಗುಂಡಿಯಲ್ಲಿ ಬಿದ್ದ ಅನುಭವ ಅವನಿಗೆ ಆಗಲಾರಂಭಿಸಿತು. ಈ ತಿರುವನ್ನು ಅವನೆಂದೂ ನಿರೀಕ್ಷಿಸಿರಲಿಲ್ಲ. ತನ್ನ ಮನೆಯಲ್ಲಿ ಸಾಕಿರುವ ನಾಯಿಯನ್ನು ಹೇಗೆ ಪ್ರೀತಿಯಿಂದ ಅಪ್ಪಿ ಮುದ್ದಾಡುತ್ತಾನೋ, ಅಷ್ಟೇ ಪ್ರಾಮಾಣಿಕ ಪ್ರೀತಿಯಿಂದ ಮೋಹನಸ್ವಾಮಿಯನ್ನು ಅಪ್ಪಿ ಮುದ್ದಾಡಿದ್ದ. ಅವನ ಸ್ನೇಹಪರತೆ, ಸಹಾಯ ಮಾಡುವ ಗುಣ, ಅಚ್ಚುಕಟ್ಟು ಸ್ವಭಾವ, ಯಾವತ್ತೂ ಸಿಟ್ಟಾಗದ, ಕೊಳಕು ಮಾತನಾಡದ, ಸ್ವಚ್ಛತೆಯಲ್ಲಿ ಬದುಕುವ ಅವನು ತಾನಲ್ಲದ ಮತ್ತೊಂದು ವಿಶಿಷ್ಟ ಚೇತನವೆಂದೇ ಅವನು ಭಾವಿಸಿದ್ದ. ಆದರೆ ಆ ಎಲ್ಲಾ ಒಳ್ಳೆಯ ಭಾವಗಳು ಈ ಹೊತ್ತಿನಲ್ಲಿ ಒಡೆದು ಚೂರುಚೂರಾಗಿ ಹೋಗುತ್ತಿದ್ದವು.

ಸುಮಿತ್ ಹಗೂರಕ್ಕೆ ಮೋಹನಸ್ವಾಮಿಯ ಕೈಯನ್ನು ದೂರ ತಳ್ಳಿದ. ಎದ್ದು ಕುಳಿತ. ಬಿಚ್ಚಿದ್ದ ಬಟ್ಟೆಗಳನ್ನು ಹಾಕಿಕೊಂಡ. ಅನಂತರ ಮಂಚದ ಮೇಲಿಂದ ಎದ್ದು, ತನ್ನ ಮಂಚವನ್ನು ಆ ಬದಿಯ ಗೋಡೆಯ ಕೊನೆಯತನಕ ಸರಿಸಿಕೊಂಡ. ಮತ್ತೆ ಹಾಸಿಗೆಯ ಮೇಲೆ ಉರುಳಿಕೊಂಡ. ಫ್ಯಾನಿನ ಗಾಳಿ ಅಲ್ಲಿಗೆ ಅಷ್ಟಾಗಿ ತಾಕುತ್ತಿರಲಿಲ್ಲ. ಆದರೂ ಅವನು ಹೊದಿಕೆಯನ್ನು ಮೈಗೆಲ್ಲಾ ಎಳೆದುಕೊಂಡು ಮಲಗಿದ. ನಿದ್ದೆ ಪೂರ್ತಿಯಾಗಿ ಹಾರಿಹೋಗಿತ್ತು. ಆದರೆ ಮೋಹನಸ್ವಾಮಿಯ ಮಲಗಿದ ಕಡೆಗೆ ನೋಡಲು ಅವನಿಗೆ ಅಸಹ್ಯವಾಗುತ್ತಿತ್ತು. ಪವಿತ್ರ ತೀರ್ಥದಲ್ಲಿ ಮೂತ್ರ ಬೆರೆತಂತೆ ಮನಸ್ಸು ಒದ್ದಾಡುತ್ತಿತ್ತು. ಮೋಹನಸ್ವಾಮಿ ಮಲಗಿದ ಕಡೆಯಲ್ಲಿ ಯಾವುದೇ ಚಲನೆಯಿಲ್ಲವೆಂಬುದು ಗೊತ್ತಾಗುತ್ತಿತ್ತು. ಆದರೆ ಸ್ವಲ್ಪೇ ಸಮಯದಲ್ಲಿ ಅವನು ಸಣ್ಣಗೆ ಅಳುತ್ತಿರುವ ಸದ್ದು ಕೇಳಿಸಿತು. ಎದ್ದು ಹೋಗಿ ಸಮಾಧಾನ ಮಾಡಲೆ ಎಂದು ಒಂದು ಕ್ಷಣ ಅನ್ನಿಸಿತು. ಆದರೆ ಹಿಂದೆಯೇ ಇಂತಹ ಗಂಡಲ್ಲದ ಹೆಣ್ಣಲ್ಲದ ಹೇಡಿಯ ಜೊತೆಗೆ ತನಗೇನು ವ್ಯವಹಾರ ಎನ್ನಿಸಿ ಕಲ್ಲುಮನಸ್ಸು ಮಾಡಿಕೊಂಡ. ಅಳು ಬಹಳ ಹೊತ್ತು ಮುಂದುವರೆಯಿತು. ದೂರದಲ್ಲಿ ಕಡಲೂ ಮೊರೆಯಿಡುತ್ತಿತ್ತು. ಸುಮಿತ್ ಮಲಗಿದ ಭಂಗಿಯನ್ನು ಬದಲಾಯಿಸದೆ, ಮೈಮೇಲಿನ ಹೊದಿಕೆಯನ್ನು ಮತ್ತಷ್ಟು ಗಟ್ಟಿಯಾಗಿ ಎಳೆದುಕೊಂಡ. ಯಾವುದೇ ಕ್ಷಣದಲ್ಲಿಯೂ ಮೋಹನಸ್ವಾಮಿ ತನ್ನ ಹತ್ತಿರ ಬಂದು ಮೈಮುಟ್ಟಿದರೆ ಏನು ಮಾಡಬೇಕು ಎಂದು ರೇಜಿಗೆಯಾಗುತ್ತಿತ್ತು.

ಸ್ವಲ್ಪ ಹೊತ್ತಿನಲ್ಲಿ ಮೋಹನಸ್ವಾಮಿ ಮಂಚದಿಂದ ಎದ್ದ ಸದ್ದು ಕೇಳಿಬಂತು. ಹತ್ತಿರ ಬಂದರೆ ತೆಗೆದು ಬೀಸಿ ಕೆನ್ನೆಗೆ ಬಿಡಬೇಕು ಎಂದು ನಿಶ್ಚಯಿಸಿಕೊಂಡ. ಮೋಹನಸ್ವಾಮಿ ಹಾಸಿಗೆಯ ಮೇಲುಹೊದಿಕೆಯನ್ನು ಸರಿಮಾಡಿದ ಸದ್ದು ಕೇಳಿಸಿತು. ಅನಂತರ ಹೊದಿಕೆಯನ್ನು ಜೋಡಿಸಿಟ್ಟಿದ್ದು ಗೊತ್ತಾಯ್ತು. ಈ ಹೊತ್ತಿನಲ್ಲಿಯೂ ಕೆಲಸ ಮಾಡುವ ಇವನ ಸ್ವಭಾವ ಅದೆಂತಹದು? ಸುಮಿತ್‌ಗೆ ಅಚ್ಚರಿಯಾಯ್ತು. ನಂತರ ಅವನು ನಿಧಾನಕ್ಕೆ ಹೆಜ್ಜೆ ಹಾಕಿ ಬಾಗಿಲ ಕಡೆಗೆ ಹೋಗಿ ಬೋಲ್ಟನ್ನು ಸಡಿಲಿಸಿದ. ಯಾಕೋ ಸುಮಿತ್‌ಗೆ ಕರುಳು ಚುರ್ ಎಂದಿತು. ಅವನು ತನ್ನ ರೂಮಿಗೆ ಹೊರಟು ನಿಂತಿದ್ದಾನೆ ಎಂಬುದು ಅರ್ಥವಾಯ್ತು. ಮೂರು ವರ್ಷಗಳಿಂದ ತನಗಾಗಿ ಅದೆಷ್ಟು ಸಹಾಯ ಮಾಡಿದ್ದಾನೆ! ಎಷ್ಟೆಲ್ಲಾ ವಿದ್ಯೆಯನ್ನು ಬೋಧಿಸಿದ್ದಾನೆ!! ಆದರೆ ಅದಕ್ಕೆಲ್ಲಾ ಇದೆಂತಹ ಪ್ರತಿಫಲಾಪೇಕ್ಷೆ. ದ್ರೋಣನು ಏಕಲವ್ಯನ ಹೆಬ್ಬೆರಳನ್ನು ಕೇಳಿದಷ್ಟು ಕಠೋರವಿದಲ್ಲವೆ? ಇದಕ್ಕೆ ನಾನು ಕರಗಬಹುದೆ? ಊಹೂಂ... ಸಲ್ಲದು, ಬೇಡ... ಬೇಡ... ಆದರೂ ಸುಮ್ಮನಿರಲು ಮನಸ್ಸಾಗಲಿಲ್ಲ. ತನ್ನ ಹೊದಿಕೆಯಿಂದ ಎಡಗೈಯೊಂದನ್ನು ಮಾತ್ರ ಹೊರಕ್ಕೆ ತೆಗೆದು ಮೇಲಕ್ಕೆತ್ತಿ, "ಮೋಹನ..." ಎಂದ. ಮೋಹನ ಬಾಗಿಲ ಬಳಿಯೇ ನಿಂತ. "ಐ ವಿಶ್ ಯೂ ಆಲ್ ದಿ ಬೆಸ್ಟ್... ದಯವಿಟ್ಟು ಮುಂದೆ ಯಾವತ್ತೂ ನನ್ನ ಮಾತಾಡಿಸಬೇಡ, ನನ್ನ ಕಡೆ ನೋಡಬೇಡ... ನಿನ್ನ ಸಹಾಯವೂ ನನಗೆ ಬೇಡ... ನಂಗೆ ಇದನ್ನೆಲ್ಲಾ ಸಹಿಸೋಕೆ ಆಗಲ್ಲ... ಪ್ಲೀಜ್... ಪ್ಲೀಜ್..." ಎಂದು ಬೇಡಿಕೊಂಡ. ಮೋಹನಸ್ವಾಮಿ ಮರು ಉತ್ತರವನ್ನು ಕೊಡದೆ ಬಾಗಿಲನ್ನು ಎಳೆದು, ತನ್ನ ರೂಮಿನ ಕಡೆಗೆ ಭಾರದ ಹೆಜ್ಜೆಯನ್ನು ಹಾಕಿದ.

ಯಾವುದೋ ದೊಡ್ಡ ಅಲೆಗೆ ಸಿಕ್ಕ ಹಡಗು ಈಗ ಕಡಲಿನಲ್ಲಿ ಮುಳುಗತೊಡಗಿತು. ಅದರಲ್ಲಿನ ಜನರು ಎಷ್ಟೇ ಕೂಗಿಕೊಂಡರೂ, ಕೋಣೆಯಲ್ಲಿ ಹೊದಿಕೆ ಹೊದ್ದು ಮಲಗಿದ್ದರೂ ಎಚ್ಚರವಾಗಿದ್ದ ಸುಮಿತ್ ಗೋಯಲ್‌ಗೆ ಕೇಳಿಸಲು ಸಾಧ್ಯವಿರಲಿಲ್ಲ. ಅರಣ್ಯರೋದನಕ್ಕಿಂತಲೂ ಕಡಲರೋದನ ಹೆಚ್ಚು ಅಸಹಾಯಕವಾದದ್ದು.

^^^

ಮರುದಿನ ಪರೀಕ್ಷೆಗೆ ಮೋಹನಸ್ವಾಮಿ ಗೈರುಹಾಜರಿಯಾಗಿದ್ದ. ಅವನ ಕಾಲೇಜಿನ ಬದುಕಿನಲ್ಲಿ ಪರೀಕ್ಷೆಯೊಂದನ್ನು ತಪ್ಪಿಸಿದ್ದು ಇದೇ ಮೊದಲಬಾರಿಯಾಗಿತ್ತು.

ಸುಮಿತ್ ಗೋಯಲ್ ಮಾಡಿದ ಗಾಯವು ಮಾಯಲು ಹಲವು ತಿಂಗಳುಗಳು ಬೇಕಾಯ್ತು. ನೋವನ್ನು ಇನ್ನೊಬ್ಬರೊಡನೆ ಹಂಚಿಕೊಂಡರೆ ಅದು ಕಡಿಮೆಯಾಗುತ್ತದೆ. ಆದರೆ ನೋವನ್ನು ಹಂಚಿಕೊಳ್ಳಲು ಯಾರೂ ಇರದಿದ್ದರೆ ಅದು

ಉಲ್ಬಣಗೊಳ್ಳುತ್ತದೆ. ಮೋಹನಸ್ವಾಮಿಯ ಸ್ಥಿತಿಯೂ ಹಾಗೇ ಆಯ್ತು. ಸುಮ್ಮನೆ ಕಿನಾರೆಗೆ ಸಂಜೆಯ ಹೊತ್ತು ಒಬ್ಬನೇ ಹೋಗಿ ಅಳುತ್ತಿದ್ದ. ಊಟ ಮಾಡಲೂ ಮನಸ್ಸಿಲ್ಲದೆ ಸುಮ್ಮನೆ ಮಲಗಿಬಿಡುತ್ತಿದ್ದ. ಮತ್ತೆ ಸುಮಿತ್ ಮನಸ್ಸು ಬದಲಾಯಿಸಿ ತನ್ನೆಡೆಗೆ ಬಂದೇ ಬರುತ್ತಾನೆ ಎನ್ನುವ ಆಶಾಭಾವನೆ ಅವನ ಮನಸ್ಸಿನ ಮೂಲೆಯಲ್ಲಿ ಎಲ್ಲೋ ಇತ್ತು. ಆದರೆ ಅಂತಹ ಪವಾಡವೇನೂ ಘಟಿಸಲಿಲ್ಲ. ಸುಮಿತ್ ಇವನ ನೆರಳನ್ನು ಕಂಡರೆ ಸಾಕು, ದೂರ ಸರಿಯುತ್ತಿದ್ದ. ಇವನ ಕಡೆ ಕಣ್ಣೆತ್ತಿ ನೋಡಲೂ ಅವನಿಗೆ ಸಾಧ್ಯವಾಗುತ್ತಿರಲಿಲ್ಲ. ಅಂದು ರಾತ್ರಿ ಅವನು ನಡೆದುಕೊಂಡದ್ದು ನೆನಪಾಗಿ ಮೈಯೆಲ್ಲಾ ಹೊಲಸು ಮೆತ್ತಿದಂತಾಗುತ್ತಿತ್ತು.

ಸಾಮಾನ್ಯವಾಗಿ ಭಾನುವಾರದಂದು ಹಾಸ್ಟೆಲಿನ ಮೆಸ್‌ನಲ್ಲಿ ತಿನ್ನಲು ಐಸ್‌ಕ್ರೀಂ ಕೊಡುತ್ತಿದ್ದರು. ಸುಮಿತ್‌ಗೆ ಐಸ್‌ಕ್ರೀಂ ತುಂಬಾ ಇಷ್ಟ. ಹೊಟ್ಟೆಬಾಕನಂತೆ ತಿನ್ನುತ್ತಿದ್ದ. ಅದರ ಅರಿವಿದ್ದ ಮೋಹನಸ್ವಾಮಿ, ತಾನು ಒಂದೆರಡು ಚಮಚ ಐಸ್‌ಕ್ರೀಂ ತಿಂದು ಉಳಿದದ್ದನ್ನು ಅವನಿಗೆ ಕೊಟ್ಟು ಬಿಡುತ್ತಿದ್ದ. ಮೋಹನಸ್ವಾಮಿಗೂ ಐಸ್‌ಕ್ರೀಂ ಎಂದರೆ ಇಷ್ಟವಿತ್ತು. ಆದರೆ ಸುಮಿತ್ ತನ್ನ ಭಾಗದ ಆಹಾರವನ್ನು ಆಸೆಪಟ್ಟು ತಿನ್ನುವುದನ್ನು ನೋಡಲು ಅವನಿಗೆ ಇನ್ನೂ ಇಷ್ಟವಾಗುತ್ತಿತ್ತು. ಸೆಕೆಗೆ ಎಲ್ಲಿ ಐಸ್‌ಕ್ರೀಂ ನೀರಾಗಿ ಬಿಡುತ್ತದೋ ಎಂಬ ಆತಂಕದಲ್ಲಿ ಸುಮಿತ್ ಅದನ್ನು ಗಬಗಬ ತಿನ್ನುವಾಗ ತುಟಿಗಳಿಗೆ ಐಸ್‌ಕ್ರೀಂ ಬಳಿದುಕೊಂಡು ಬಿಡುತ್ತಿತ್ತು. ಅದನ್ನು ನೋಡಿ ಮೋಹನಸ್ವಾಮಿ ಮನತುಂಬಿ ನಗುತ್ತಿದ್ದ. ಆದರೆ ಈಗ ಸುಮಿತ್ ಮೆಸ್‌ಗೆ ಊಟಕ್ಕೆ ಬರುವ ಸಮಯವನ್ನೇ ಬದಲಾಯಿಸಿಕೊಂಡು ಬಿಟ್ಟಿದ್ದ. ಭಾನುವಾರದ ಐಸ್‌ಕ್ರೀಂ ಮೋಹನಸ್ವಾಮಿಗೆ ಅತ್ಯಂತ ಕಹಿಯೆನ್ನಿಸಿ, ತಿನ್ನುವುದನ್ನು ಬಿಟ್ಟ.

ಸುಮಿತ್‌ಗೆ ತಲೆತುಂಬಾ ಕೂದಲಿತ್ತು. ಕುತ್ತಿಗೆಯವರೆಗೆ ಬೆಳೆದರೂ ಅವನು ಸಲೂನ್‌ಗೆ ಹೋಗುತ್ತಿರಲಿಲ್ಲ. ಅವನು ಸಂಜೆಯ ವೇಳೆ ಕ್ರಿಕೆಟ್ ಪ್ರಾಕ್ಟೀಸ್ ಮುಗಿಸಿದಾಗ ಕೂದಲಿಂದ ನೀರು ತೊಟ್ಟಿಕ್ಕುವಷ್ಟು ಬೆವೆತಿರುತ್ತಿದ್ದ. ಮೋಹನಸ್ವಾಮಿ ಎದುರಾದರೆ ಸಾಕು, ಅವನ ಮುಂದೆ ತಲೆಯನ್ನು ಗಿರಗಿರನೆ ಅಲ್ಲಾಡಿಸಿ ಬಿಡುತ್ತಿದ್ದ. ಹಾಸ್ಟೆಲ್ ಎದುರಿನ ಗಾಳಿಮರಗಳು ಮಳೆಗೆ ಮುಂಚಿನ ಗಾಳಿಯಲ್ಲಿ ಅಲ್ಲಾಡಿದಂತೆ ಅವನ ಕೂದಲುಗಳು ಸರ್ವದಿಕ್ಕಿಗೂ ಹರಡಿಕೊಂಡು ಗಾಳಿಯಲ್ಲಿ ಹಾರಾಡುತ್ತಿದ್ದವು. ಆಗ ಅವನ ಬೆವರ ಹನಿಗಳು ಮೋಹನಸ್ವಾಮಿಯ ಮೈಗೆ ಸಿಡಿಯುತ್ತಿದ್ದವು. "ಥೂ, ಥೂ, ಥೂ..." ಎಂದು ಮೋಹನಸ್ವಾಮಿ ಹುಸಿಕೋಪದಿಂದ ಗದರುತ್ತಿದ್ದನಾದರೂ, ಅದು ಅವನಿಗೆ ಅತ್ಯಂತ ಇಷ್ಟವಾಗುತ್ತಿತ್ತು. ಆ ಸಿಹಿನೆನಪಿನಲ್ಲಿ ಅವನು ಮೈದಾನದಿಂದ ಬರುವ ದಾರಿಯಲ್ಲಿ ಬೇಕೆಂದೇ ಸಂಜೆಯ ಹೊತ್ತು ನಡೆಯುತ್ತಿದ್ದ. ಬೆವರು ತೊಟ್ಟಿಕ್ಕುತ್ತಾ

ಬರುತ್ತಿದ್ದ ಸುಮಿತ್ ಇವನೆಡೆಗೆ ನೋಡದೆ ಮುಂದುವರೆದು ಬಿಡುತ್ತಿದ್ದ. ಇವನು ನಡೆಯುವುದಕ್ಕೂ ಶಕ್ತಿಯಿಲ್ಲದವನಂತೆ ತಲ್ಲಣಗೊಳ್ಳುತ್ತಿದ್ದ.

ಮೂರನೆಯ ಪರೀಕ್ಷೆಗಳ ಸರಣಿ ಬಂದಾಗ ಅವನು ತನ್ನ ಬಳಿಗೆ ಖಂಡಿತಾ ಬಂದೇ ಬರುತ್ತಾನೆ ಎಂಬ ನಿರೀಕ್ಷೆ ಮೋಹನಸ್ವಾಮಿಗೆ ಇತ್ತು. ತನ್ನ ಸಹಾಯವಿಲ್ಲದೆ ಅವನು ಖಂಡಿತವಾಗಿಯೂ ಪರೀಕ್ಷೆಗಳನ್ನು ಎದುರಿಸಲಾರ ಎಂದು ತುಂಬಾ ಆತಂಕ ಪಟ್ಟಿದ್ದ. ಆದರೆ ಅಂತಹ ತೊಂದರೆಯನ್ನೇನೂ ಸುಮಿತ್ ಅನುಭವಿಸಿದ್ದು ಇವನಿಗೆ ಕಾಣಲಿಲ್ಲ. ಅವನು ಪರೀಕ್ಷೆಯನ್ನೂ ಬರೆದು, ಒಳ್ಳೆಯ ಅಂಕಗಳನ್ನೂ ಪಡೆದುಕೊಂಡಿದ್ದ. ತಾನಿಲ್ಲದೆಯೂ ಅವನು ಸೊಗಸಾಗಿ ಪರೀಕ್ಷೆಯನ್ನು ಬರೆಯಬಲ್ಲ ಎಂಬ ಸಂಗತಿ ಮೋಹನಸ್ವಾಮಿಯನ್ನು ಚುಚ್ಚಿ ಚುಚ್ಚಿ ನೋಯಿಸಿತ್ತು. ಅವನು ಇತರ ಗೆಳೆಯರೊಡನೆ, ತನ್ನ ಗೆಳತಿಯರೊಡನೆ ನಗುತ್ತಾ ಮಾತನಾಡುವ ದೃಶ್ಯ ಕಂಡರಂತೂ ಹೊಟ್ಟೆಯಲ್ಲಿ ಖಾರಪುಡಿ ಕಲೆಸಿದಂತಾಗುತ್ತಿತ್ತು.

ಹಗಲು ರಾತ್ರಿ ಸುಮಿತ್‌ನನ್ನು ಧ್ಯಾನಿಸುವುದು, ಏಕಾಂಗಿಯಾಗಿ ಅಳುವುದು, ಮತ್ತೆ ತಾನೇ ಸಮಾಧಾನ ಮಾಡಿಕೊಳ್ಳುವುದು – ಎಲ್ಲವೂ ಒಂದೆರಡು ತಿಂಗಳು ನಡೆಯಿತು. ಒಮ್ಮೆಯಂತೂ ತನ್ನ ಜೀವನದ ಬಗ್ಗೆಯೇ ಬೇಸರ ಹುಟ್ಟಿ, ಅದನ್ನು ಕೊನೆಗಾಣಿಸಿಬಿಡಬೇಕು ಎಂದು ನಿರ್ಧರಿಸಿಕೊಂಡು, ರಾತ್ರಿಯ ಹೊತ್ತು ಸಮುದ್ರಕ್ಕೆ ಹೋಗಿದ್ದ. ಕಿನಾರೆ ಸಂಪೂರ್ಣವಾಗಿ ನಿರ್ಜನವಾಗಿತ್ತು. ಸಾಮಾನ್ಯವಾಗಿ ಏಳೂವರೆಯ ನಂತರ ಸಮುದ್ರ ದಡಕ್ಕೆ ಯಾರೂ ಬರುತ್ತಿರಲಿಲ್ಲ. ಮೋಹನಸ್ವಾಮಿಗೆ ಈಜಲು ಬರುವುದಿಲ್ಲ. ಆದ್ದರಿಂದ ನೇರವಾಗಿ ಸಮುದ್ರದಲ್ಲಿ ನಡೆಯುತ್ತಾ ಹೋಗಿ, ಅದರೊಳಗೆ ಮುಳುಗಿ ಬಿಡಬೇಕು ಎನ್ನುವುದು ಅವನ ಯೋಚನೆಯಾಗಿತ್ತು. ಆ ದಿನ ಹುಣ್ಣಿಮೆಯಾಗಿತ್ತು. ಬೆಳದಿಂಗಳು ಎಲ್ಲೆಲ್ಲೂ ಚೆಲ್ಲಿತ್ತು. ಸ್ವಚ್ಛ ಆಗಸದಲ್ಲಿ ಚಂದ್ರಮ ತಂಪಾಗಿ ಹೊಳೆಯುತ್ತಿದ್ದ. ಮೋಹನಸ್ವಾಮಿ ದಡದ ಮೇಲೆ ಕುಳಿತು ಒಂದು ಸ್ವಲ್ಪ ಹೊತ್ತು ಕಣ್ಣೀರು ಹಾಕಿದ. ಯಾರಿಗಾದರೂ ಪತ್ರ ಬರೆದಿಟ್ಟಿದ್ದರೆ ಒಳ್ಳೆಯದಿತ್ತಲ್ಲವೆ? ಎಂದು ಅನ್ನಿಸಿತು. ತನ್ನ ಈ ಸ್ಥಿತಿಗೆ ಸುಮಿತ್ ಗೋಯಲ್‌ನ ನಿರಾಕರಣವೇ ಕಾರಣ ಎಂದು ಬರೆದುಬಿಡಬೇಕು ಎಂದು ಅನ್ನಿಸಿಬಿಟ್ಟಿತು. ಆದರೆ ಹಿಂದೆಯೇ ಅದು ತಪ್ಪು ಎಂಬ ಪಾಪಪ್ರಜ್ಞೆ ಮೂಡಿತು. ಮೋಹನಸ್ವಾಮಿಗೆ ದ್ವೇಷಿಸಲು ಸಾಧ್ಯವಿರಲಿಲ್ಲ. ಅವನದೇನಿದ್ದರೂ ಪ್ರೀತಿಸುವ ಜೀವ. ಆದ್ದರಿಂದ ಮನಸ್ಸಿನಲ್ಲಿಯೇ ಸುಮಿತ್ ಗೋಯಲ್‌ಗೆ ಒಳ್ಳೆಯದಾಗಲಿ ಎಂದು ಧ್ಯಾನಿಸಿ ಸಮುದ್ರದಲ್ಲಿ ನಡೆಯಲಾರಂಭಿಸಿದ. ತಣ್ಣನೆಯ ಕಾಲು ನೀರಿಗೆ ತಾಕಿದ್ದೇ ಜೀವದ ಮೇಲಿನ ಪ್ರೀತಿ ಒತ್ತಿಕೊಂಡು ಬಂದು ಭಯವಾಗತೊಡಗಿತು. ಆದರೂ ಹಟದಿಂದ ಮುನ್ನುಗ್ಗತೊಡಗಿದ.

ಎದೆಯ ಮಟ್ಟದಲ್ಲಿ ನೀರು ತಾಕುವ ತನಕ ಹೋಗಿದ್ದ. ಮುಂದೆ ಹೆಜ್ಜೆ ಇಡಲು ಭಯ. ಏನು ಮಾಡಬೇಕೆಂದು ತೋಚದೆ ಕಂಗಾಲಾಗಿ ನಿಂತಿದ್ದ. ಆ ಹೊತ್ತಿನಲ್ಲಿ ಯಾರೋ ಹೆಣ್ಣುಮಗಳ ಧ್ವನಿಯೊಂದು ಕೇಳಿಸಿತು. "ಯಾರಪ್ಪಾ ಅದು... ಅಷ್ಟು ದೂರ ಹೋಗಬೇಡ್ರಿ... ತೆರೆ ಎಳಕೊಂಡು ಬಿಡ್ತದೆ..." ಎಂದು ಕೂಗಿಕೊಂಡಳು. ಆಕೆ ಪುಟ್ಟ ಮಗುವೊಂದನ್ನು ತನ್ನ ಕಂಕುಳಲ್ಲಿ ಎತ್ತಿಕೊಂಡಿರಬೇಕು. ಅದು ಯಾಕೋ ಜೋರಾಗಿ ಧ್ವನಿ ಎತ್ತಿ ಅಳತೊಡಗಿತು. ಬಹುಶಃ ಮೀನು ಹಿಡಿಯುವ ಗುಡಿಸಲಿನಿಂದ ಆಕೆ ಹೊರಬಂದಿರಬೇಕು ಎಂದು ಮೋಹನಸ್ವಾಮಿಗೆ ಅನ್ನಿಸಿತು. ಆದರೂ ಆ ಧ್ವನಿ ಅವನಿಗೆ ಆ ಹೊತ್ತಿನಲ್ಲಿ ಅಮೃತ ಸಿಂಚನದಂತೆ ಭಾಸವಾಯ್ತು. ತಕ್ಷಣ ಹಿಂದಕ್ಕೆ ತಿರುಗಿ ನೋಡಿದ. ದೂರದಲ್ಲಿ ಕಂಕುಳಲ್ಲಿ ಮಗುವನ್ನು ಎತ್ತಿಕೊಂಡು ನಿಂತ ತಾಯಿ, ಅವಳ ಪಕ್ಕದಲ್ಲಿ ಎರಡು ಜಡೆ ಹಾಕಿಕೊಂಡ ಒಂದು ಪುಟ್ಟ ಹುಡುಗಿ ನಿಂತಿರುವ ನೆರಳಿನಂತಹ ಚಿತ್ರ ಕಣ್ಣಿಗೆ ಬಿತ್ತು. ಅವರ ಹಿಂದೆ ಒಂದು ಪುಟ್ಟ ಗುಡಿಸಲು, ಅದರ ಸುತ್ತ ಮುತ್ತ ಹತ್ತಾರು ತೆಂಗಿನ ಮರಗಳು, ಅವುಗಳ ಮೇಲೆ ಹೊಳೆಹೊಳೆಯುವ ಪೂರ್ಣ ಚಂದಿರ ಕಂಡು ಬಂದ. ಆ ದೃಶ್ಯ ಅವನಿಗೆ ಮಸುಕು ಮಸುಕಾಗಿ ತನ್ನಮ್ಮ ಮತ್ತು ಅಕ್ಕನನ್ನು ಜ್ಞಾಪಿಸಿತು. ಆಕೆಯ ಸೊಂಟದ ಮೇಲೆ ಅಳುತ್ತಾ ಕುಳಿತಿರುವ ಮಗು ತಾನೇ ಎನ್ನಿಸಿ ಬಿಟ್ಟಿತು. ತಾಯಿ ಮತ್ತು ಆಕೆಯ ಪುಟ್ಟ ಮಗಳಿಬ್ಬರೂ ಕೈಬೀಸಿ ಇವನನ್ನು ಈ ಕಡೆಗೆ ಬಾ ಎಂದು ಕರೆಯುತ್ತಿದ್ದರು. ಎದೆಯಲ್ಲಿ ಪ್ರೀತಿಯ ಸೆಲೆಯೊಂದು ಹರಿದು ಹೋಯ್ತು. ತಕ್ಷಣ ಹಿಂದಕ್ಕೆ ತಿರುಗಿದ. ದೊಡ್ಡ ಅಲೆಯೊಂದು ಅವನನ್ನು ಎತ್ತಿಕೊಂಡು ಬಂದು ದಡಕ್ಕೆ ಬಿಸಾಕಿಬಿಟ್ಟಿತು. ಚೇತರಿಸಿಕೊಂಡು ಎದ್ದು, ಮೈಕೊಡವಿಕೊಂಡು ಹಾಸ್ಟೆಲ್ ಕಡೆಗೆ ನಡೆಯಲಾರಂಭಿಸಿದ.

ಆ ತಾಯಿ–ಮಕ್ಕಳ ಹತ್ತಿರ ಬಂದಾಗ ಆಕೆ ಬೈಯಲಾರಂಭಿಸಿದಳು. "ಈವತ್ತು ಹುಣ್ಣಿಮೆ ಬೇರೆ... ಸಮುದ್ರಕ್ಕೆ ಆರ್ಭಟ ಬಂದಿರ್ತದೆ... ನಿಮ್ಮಂಥವರು ಇಷ್ಟು ಹೊತ್ತಿಗೆ ಇಲ್ಲಿಗೆ ಬರಬಾರದು..." ಎಂದು ಕೂಗಾಡಲಾರಂಭಿಸಿದಳು. ಇವನಿಗೆ ಆಕೆಯನ್ನು ಎದುರಿಸುವುದು ಕಷ್ಟವಾಯ್ತು. ಆದ್ದರಿಂದ ತನಗೆ ಗೊತ್ತಿದ್ದ ಹರಕು ಹಿಂದಿ ಭಾಷೆಯಲ್ಲಿ "ಮುಝೆ ಕನ್ನಡ್ ನಹೀ ಆತೀ..." ಎಂದು ಸುಳ್ಳು ಹೇಳಿಬಿಟ್ಟ. ಸಾಕಷ್ಟು ಉತ್ತರ ಭಾರತದ ಹುಡುಗರು ಆ ಕಾಲೇಜಿನಲ್ಲಿ ಓದಲು ಬಂದಿರುತ್ತಾರಾದ್ದರಿಂದ, ಹಿಂದಿಯಲ್ಲಿ ಮಾತನಾಡುವ ಹುಡುಗರ ಅಭ್ಯಾಸ ಆಕೆಗಿತ್ತು. ಅವನಿಗೆ ಕನ್ನಡ ಗೊತ್ತಿಲ್ಲವೆಂದರೂ ಗಣನೆಗೆ ತೆಗೆದುಕೊಳ್ಳದೆ "ದೂರ ದೇಶದಿಂದ ಬಂದಿರ್ತೀರಿ... ಅಲ್ಲಿ ಅಪ್ಪ–ಅಮ್ಮ ನಿಮಗೆ ದುಡ್ಡು ಕೊಟ್ಟು ಓದಲಿಕ್ಕೆ ಅಂತ ಕಳಿಸಿರ್ತಾರೆ... ನಿಮಗೆ ಏನಾದರೂ ಆದರೆ ಗತಿಯೇನು..." ಎಂದು ತನ್ನ ಮಾತನ್ನು ಮುಂದುವರೆಸಿದಳು.

ಇವನು ಅದು ತನಗೆ ಕೇಳಿಸಿಯೇ ಇಲ್ಲವೆನ್ನುವಂತೆ ವೇಗವಾಗಿ ಹೆಜ್ಜೆ ಹಾಕುತ್ತಾ ಹಾಸ್ಟೆಲ್ ಕಡೆಗೆ ನಡೆಯತೊಡಗಿದ.

ಹಾಸ್ಟೆಲ್ ಕಣ್ಣಿಗೆ ಬೀಳುವ ಹೊತ್ತಿಗೆಲ್ಲಾ ಅವನ ಮನಸ್ಸು ನಿರ್ಧಾರಗೊಂಡಿತ್ತು. ಈ ಎಲ್ಲಾ ಸಮಸ್ಯೆಗಳು ನನ್ನನ್ನು ಕಾಡಲು ಏಕೈಕ ಕಾರಣವೆಂದರೆ ನಾನೊಬ್ಬ 'ಗೇ' ಎನ್ನುವುದರಿಂದಲ್ಲವೆ? ಹೇಗಾದರೂ ಮಾಡಿ ಅದನ್ನು ನಿವಾರಣೆ ಮಾಡಿಕೊಂಡು ಬಿಡಬೇಕು. ನಾನು 'ಸ್ಟ್ರೇಟ್' ಆಗಿ ಬಿಟ್ಟರೆ ಎಲ್ಲಾ ಸಮಸ್ಯೆಗಳೂ ಪರಿಹಾರವಾಗುತ್ತವೆ. ಎಲ್ಲಾ ಸಂಗತಿಗಳಿಗೂ ದಾರಿ ಇದ್ದೇ ಇರುತ್ತದೆ. ಇದಕ್ಕೂ ಇರಲೇ ಬೇಕು. ಅದನ್ನು ಹುಡುಕುವುದು ಮಾತ್ರ ನನ್ನ ಜವಾಬ್ದಾರಿ. ಹೇಗಾದರೂ ಮಾಡಿ ತಾನೂ ಹೆಣ್ಣನ್ನು ಪ್ರೀತಿಸಬಲ್ಲೆ, ಸಂತೋಷ ಪಡಿಸಬಲ್ಲೆ, ಅನುಭವಿಸಬಲ್ಲೆ ಎಂದು ಈ ಜಗತ್ತಿಗೆ ತೋರಿಸಿಕೊಡಬೇಕು. ಜಗತ್ತಿಗಿಂತಲೂ ಹೆಚ್ಚಾಗಿ ಈ ಸುಮಿತ್ ಗೋಯಲ್ ಎನ್ನುವ ಸ್ಫುರದ್ರೂಪಿಗೆ ತೋರಿಸಿಕೊಡಬೇಕು ಎಂದು ನಿರ್ಧರಿಸಿದ. ಈಶ್ವರನ ಗುಡಿಯ ಹತ್ತಿರ ಬಂದಾಗ, ಇನ್ನೆಂದೂ ಆತ್ಮಹತ್ಯೆಯ ಆಲೋಚನೆಯನ್ನು ತಾನು ಮಾಡುವುದಿಲ್ಲವೆಂದು ಮನಸ್ಸಿನಲ್ಲಿಯೇ ಧ್ಯಾನಿಸಿ, ಭಗವಂತನೆಡೆಗೆ ಒಮ್ಮೆ ಕೈಜೋಡಿಸಿದ. ಹಾಗೆಯೇ ಆ ತಾಯಿ–ಮಕ್ಕಳು ನಿಂತಿದ್ದ ದಿಕ್ಕಿನ ಕಡೆಗೂ ಕೈಮುಗಿದ.

ಕೋಟ್ಯಂತರ ಮೋಹನಸ್ವಾಮಿಗಳನ್ನು ನೋಡಿದ ಅನುಭವವಿರುವ ಚಂದಮಾಮ, ಇವನ ಆಲೋಚನೆಯನ್ನು ಕಂಡು ತನ್ನ ಪಾಡಿಗೆ ತಾನು ನಗುತ್ತಿದ್ದ. ಅವನ ನಗೆಯ ಮುಗುಳನ್ನು ಕಂಡು ಬೆಳದಿಂಗಳು ತಾನೂ ಮುದಗೊಂಡು ಇನ್ನಷ್ಟು ಹೊಳೆಯಲಾರಂಭಿಸಿತು.

^^^

ಒಂಬತ್ತನೆಯ ತರಗತಿಯಲ್ಲಿ ಓದುವ ದಾದಾಪೀರ ಎನ್ನುವ ಹೊಸಪೇಟೆಯ ಹುಡುಗ ಮತ್ತು ಈಗ ಇಂಜಿನಿಯರಿಂಗ್ ಕೊನೆಯ ವರ್ಷದಲ್ಲಿರುವ ಮೋಹನಸ್ವಾಮಿ – ಇಬ್ಬರೂ ಸೇರಿ ಹಂಪಿಗೆ ಹೊರಟಿದ್ದರು. ದಾದಾಪೀರನು ಮೋಹನಸ್ವಾಮಿಗೆ ಹಂಪಿಯ ನಿರ್ಜನ ಬಯಲಿನಲ್ಲಿ ಸೈಕಲ್ ಕಲಿಸಿಕೊಡುವುದು ಅವರ ಪ್ರಯಾಣದ ಉದ್ದೇಶವಾಗಿತ್ತು. "ಅಣ್ಣಾ, ನೀನು ಹೆದರಿಕೋಬೇಡ ನೋಡು. ಅದೇನೂ ಕಷ್ಟ ಇಲ್ಲ ಬಿಡು. ಒಂದೊಪ್ಪತ್ತಿನಾಗೆ ಕಲ್ತುಗೊಂಡು ಬಿಡುವಿಯಂತಿ" ಎಂದು ದಾದಾಪೀರ ದೊಡ್ಡಮನುಷ್ಯನಂತೆ ಮೋಹನಸ್ವಾಮಿಗೆ ಆಶ್ವಾಸನೆಯನ್ನು ಕೊಡುತ್ತಿದ್ದ. ಮೋಹನಸ್ವಾಮಿಯ ಅಕ್ಕ, ದಾದಾಪೀರನಿಗೆ ಒಂದು ರೂಪಾಯಿ ಭಕ್ಷೀಸು ಕೊಟ್ಟಿದ್ದು ಚೆನ್ನಾಗಿ ಕೆಲಸ ಮಾಡುತ್ತಿತ್ತು.

ಹಠಾತ್ತನೆ ಕಾಲೇಜಿಗೆ ಒಂದು ವಾರ ಚಕ್ಕರ್ ಹೊಡೆದು, ಸೈಕಲ್ ಕಲಿಯಲೆಂದು ಹೊಸಪೇಟೆಯ ಅಕ್ಕನ ಮನೆಗೆ ಬಂದ ಮೋಹನಸ್ವಾಮಿಯ ವರ್ತನೆಗೆ ಒಂದು ಹಿನ್ನೆಲೆಯಿದೆ. ಇಂಜಿನಿಯರಿಂಗ್ ಕೊನೆಯ ವರ್ಷವಾದ್ದರಿಂದ ವಿದ್ಯಾರ್ಥಿಗಳೆಲ್ಲರೂ 'ಇಂಡಸ್ಟ್ರಿಯಲ್ ಟೂರ್'ಗೆ ಹೋಗಿದ್ದರು. ಕೇವಲ ಪುಸ್ತಕಗಳಲ್ಲಿಯೇ ತಂತ್ರಜ್ಞಾನವನ್ನು ಓದಿರುವ ವಿದ್ಯಾರ್ಥಿಗಳಿಗೆ ಪ್ರತ್ಯಕ್ಷವಾಗಿ ಉತ್ಪಾದನಾ ಕಂಪನಿಗಳು ಹೇಗೆ ಕೆಲಸ ಮಾಡುತ್ತವೆ ಎಂಬುದನ್ನು ಕಾಣಲಿ ಎಂಬುದು ಈ ಟೂರಿನ ಘನ ಉದ್ದೇಶವಾಗಿತ್ತು. ಆದರೆ ಹೆಸರಿಗೆ ಮಾತ್ರ ಅದು ಇಂಡಸ್ಟ್ರಿಯಲ್ ಟೂರ್ ಆಗಿತ್ತು. ವಿದ್ಯಾರ್ಥಿಗಳು ಪ್ರೇಕ್ಷಣೀಯ ಸ್ಥಳಗಳನ್ನು ಸುತ್ತುವುದು, ಸಿನಿಮಾ ನೋಡುವುದು, ಶಾಪಿಂಗ್ ಮಾಡುವುದು – ಇಂತಹದೇ ಕೆಲಸಗಳಲ್ಲಿ ಸಮಯ ಕಳೆಯುತ್ತಿದ್ದರು. ಬೆಂಗಳೂರು, ಕಲ್ಕತ್ತಾ, ದೆಹಲಿ, ಜಯಪುರ, ಮುಂಬಯಿ, ಪೂನಾಗಳಲ್ಲೆಲ್ಲಾ ಸಾಕಷ್ಟು ಕಾರ್ಖಾನೆಗಳಿದ್ದರೂ ಇವರು ಹೋಗಿದ್ದು ಲಾಲ್‌ಬಾಗ್, ವಿಧಾನಸೌಧ, ಈಡನ್ ಗಾರ್ಡನ್ಸ್, ವಿಕ್ಟೋರಿಯಾ ಮೆಮೋರಿಯಲ್, ಆಗ್ರಾದ ತಾಜ್‌ಮಹಲ್, ಚೌಪಾಟಿ ಬೀಚ್ ಇತ್ಯಾದಿಗಳು. ಮುಂಬಯಿ ಮತ್ತು ಪೂನಾದಲ್ಲಂತೂ ರೈಲಿನಿಂದ ಇಳಿದ ತಕ್ಷಣ ಹಲವಾರು ವಿದ್ಯಾರ್ಥಿಗಳು ಆ ಊರಿನ ಕುಖ್ಯಾತ ಕೆಂಪುದೀಪದ ಪ್ರದೇಶಗಳನ್ನು ಹುಡುಕಿಕೊಂಡು ಹೋದದ್ದನ್ನು ಕಂಡು ಮೋಹನಸ್ವಾಮಿ ಹೆದರಿಕೊಂಡು ಬಿಟ್ಟಿದ್ದ. ಒಟ್ಟಾರೆ ಇಂಡಸ್ಟ್ರಿಯಲ್ ಟೂರಿಗೆಂದು ಕಾಲೇಜಿಗೆ ಕೊಟ್ಟಿದ್ದು ಹದಿನೈದು ನೂರು ರೂಪಾಯಿ. ಅದನ್ನು ಹೊಂದಿಸುವುದಕ್ಕೆ ಮೋಹನಸ್ವಾಮಿಯ ಅಪ್ಪನಿಗೆ ಇನ್ನಿಲ್ಲದಷ್ಟು ಕಷ್ಟವಾಗಿತ್ತು. ಟೂರಿಗೆ ಹೋಗಿ ಬಂದು, ಅಲ್ಲಿಯ ಅನುಭವಗಳನ್ನು ಪ್ರಬಂಧ ರೂಪದಲ್ಲಿ ಬರೆದರೆ, ಅದಕ್ಕೆ ಇಪ್ಪತ್ತೈದು ಅಂಕಗಳನ್ನು ನೀಡುತ್ತಿದ್ದರು. ಹೋಗದಿರಲು ಆದೀತೆ? ಅದೊಂದೇ ಕಾರಣಕ್ಕೆ ಅವನು ಈ ಟೂರಿನಲ್ಲಿ ಸೇರಿಕೊಂಡಿದ್ದ.

ಟೂರಿನ ಕೊನೆಯ ಭಾಗವಾಗಿ ಗೋವಾದ ಬೀಚ್‌ಗಳನ್ನು ನೋಡುವ ಕಾರ್ಯಕ್ರಮವನ್ನು ಇಟ್ಟುಕೊಂಡಿದ್ದರು. ಗೋವಾಕ್ಕೆ ಬಂದ ದಿನ ಪೂರ್ತಿ ಕುಡಿತದಲ್ಲೇ ಎಲ್ಲರೂ ಮುಳುಗಿಹೋದರು. ಇಡೀ ಊರಿನಲ್ಲಿ ಎಲ್ಲಿ ನೋಡಿದರಲ್ಲಿ ಬರೀ ಬಾರ್ ಮತ್ತು ಮಾಂಸ ಮಾರುವ ಅಂಗಡಿಗಳೇ ಇವೆಯಲ್ಲಾ ಎಂದು ಮೋಹನಸ್ವಾಮಿ ಅಚ್ಚರಿಪಟ್ಟಿದ್ದ. ಕುಡಿತ, ಸಿಗರೇಟ್ ಒಂದೂ ಅಭ್ಯಾಸವಿಲ್ಲದ ಮೋಹನಸ್ವಾಮಿಗೆ ಸುಮ್ಮನೆ ತನ್ನ ಗೆಳೆಯರನ್ನು ಕಂಡು ಅಚ್ಚರಿ ಪಡುವುದು, ಅವರ ಹುಚ್ಚಾಟಗಳನ್ನು ನೋಡಿ ನಗುವುದು ಮಾತ್ರ ಸಾಧ್ಯವಾಗಿತ್ತು. ವಿದ್ಯಾರ್ಥಿಗಳಿರಲಿ, ಜೊತೆಯಲ್ಲಿ ಬಂದ ಇಬ್ಬರು ಉಪನ್ಯಾಸಕರೂ ಕಂಠಪೂರ್ತಿ ಕುಡಿದು ಪಡ್ಡೆಹುಡುಗರ ಜೊತೆಯಲ್ಲಿ ಒಂದಾದರು. ನಿಶರಾತ್ರಿಯ ಹೊತ್ತಿನಲ್ಲಿ ವಿದ್ಯಾರ್ಥಿಗಳ ಸೀಮೆಯಿಲ್ಲದ ಅಶ್ಲೀಲ

ಹರಟೆ, ನಗು, ಅಳು, ವಾಂತಿ, ಹತಾಶೆ – ಎಲ್ಲವೂ ನಡೆದೇ ಇತ್ತು. ಬೆಳಿಗ್ಗೆ ಅವರೆಲ್ಲರೂ ಎದ್ದಾಗ ಆಗಲೇ ಹತ್ತು ದಾಟಿತ್ತು.

ಗೋವಾದ ಎಲ್ಲಾ ಬೀಚುಗಳನ್ನು ಸುತ್ತಲು ವಿದ್ಯಾರ್ಥಿಗಳು ಸಿದ್ಧರಾದರು. ಆದರೆ ಪ್ರತಿಯೊಂದು ಕಡಲ ಕಿನಾರೆಯೂ ಬರಿಗಾಲಲ್ಲಿ ನಡೆಯಲು ದೂರವಿದೆಯಲ್ಲವೆ? ಜೊತೆಗೆ ಸುಡುವ ಸೂರ್ಯ ತಲೆಯ ಮೇಲೆ ವಿಜೃಂಭಿಸುತ್ತಿದ್ದ. ಆದ್ದರಿಂದ ಅಲ್ಲಿಯ ಸ್ಥಳೀಯರು ಬಾಡಿಗೆ ಸೈಕಲ್ಲಿನಲ್ಲಿಯೇ ವಿದ್ಯಾರ್ಥಿಗಳು ಎಲ್ಲಾ ಬೀಚುಗಳನ್ನು ಸುತ್ತಬೇಕೆಂದು ಸಲಹೆ ನೀಡಿದರು. ಅರವತ್ತಕ್ಕೂ ಹೆಚ್ಚು ಜನರಿರುವ ಗುಂಪಿಗೆ ಒಂದು ಬಸ್ ಮಾಡಿದರೆ ಒಳ್ಳೆಯದು ಎಂಬ ಸಲಹೆಯೂ ಬಂತು. ಆದರೆ ಬಸ್ ಒಂದನ್ನು ಬಾಡಿಗೆಗೆ ತೆಗೆದುಕೊಳ್ಳುವಷ್ಟು ಉಪನ್ಯಾಸಕರಲ್ಲಿ ಬಂಡವಾಳ ಉಳಿದಿರಲಿಲ್ಲ. ಇನ್ನೆರಡು ದಿನ ಹೇಗಾದರೂ ಹೊಂದಿಸಿ ಇದ್ದ ಹಣದಲ್ಲಿಯೇ ಮಕ್ಕಳಿಗೆ ಎರಡು ಹೊತ್ತು ಊಟ ಹಾಕಿ ಕಾಲೇಜಿಗೆ ತಲುಪಿಸಿದರೆ ಸಾಕಿತ್ತು. ಆದ್ದರಿಂದ ಅಂತಹ ದುಬಾರಿ ವ್ಯವಹಾರಕ್ಕೆ ಕೈಹಾಕದೆ, ಎಲ್ಲಾ ವಿದ್ಯಾರ್ಥಿಗಳಿಗೂ ಸೈಕಲ್ ಒಂದನ್ನು ಅವರದೇ ಹಣದಲ್ಲಿ ಬಾಡಿಗೆಗೆ ಕೊಳ್ಳಲು ಹೇಳಿ ಕೈತೊಳೆದುಕೊಂಡರು. ಮೋಹನಸ್ವಾಮಿ ಈ ನಿರ್ಧಾರದಿಂದ ತಳಮಳಿಸಲಾರಂಭಿಸಿದ.

ಮೋಹನಸ್ವಾಮಿಗೆ ಸೈಕಲ್ ತುಳಿಯಲು ಬರುತ್ತಿರಲಿಲ್ಲ. ಅವನ ಊರು ಸಣ್ಣದು. ಎಲ್ಲವನ್ನೂ ಬರೀ ಕಾಲ್ನಡಿಗೆಯಲ್ಲಿಯೇ ಸಂಭಾಳಿಸಬಹುದಿತ್ತು. ಆದರೆ ಅದು ತಾನು ಸೈಕಲ್ ಕಲಿಯದ್ದಕ್ಕೆ ಅವನಾಗಿಯೇ ಕಟ್ಟಿಕೊಂಡ ನೆಪವಾಗಿತ್ತು. ಅವನ ಸ್ನೇಹಿತರೆಲ್ಲರೂ ಅತ್ಯಂತ ಸೊಗಸಾಗಿ ಎರಡೂ ಕೈಬಿಟ್ಟು ಸೈಕಲ್ ಸವಾರಿ ಮಾಡುತ್ತಿದ್ದರು. ಇವನು ಮಾತ್ರ ಸೈಕಲ್ ಕಂಡರೆ ಹೆದರಿಕೊಳ್ಳುತ್ತಿದ್ದ. ಅವನ ಮನೆಯಲ್ಲಿ ಅಪ್ಪ ಸೈಕಲ್ ಹೊಡೆಯುವುದನ್ನು ಎಂದೋ ನಿಲ್ಲಿಸಿದ್ದರು. ಅವರದು ಈಗ ಸೈಕಲ್ ತುಳಿಯುವ ವಯಸ್ಸೂ ಆಗಿರಲಿಲ್ಲ. ಅಕ್ಕನೂ ಸೈಕಲ್ ಕಲಿತಿರಲಿಲ್ಲ. ಆ ಊರಲ್ಲಿ ಹುಡುಗಿಯರು ಸೈಕಲ್ ತುಳಿಯುತ್ತಿರಲಿಲ್ಲ. ಒಂದಿಬ್ಬರು ಮೋಹನಸ್ವಾಮಿಯ ಗೆಳೆಯರು ಇವನಿಗೆ ಆ ಬ್ರಹ್ಮವಿದ್ಯೆಯನ್ನು ಕಲಿಸಿಕೊಡಲು ಪ್ರಯತ್ನಿಸಿದ್ದರು. ಇವನಿಗೋ ಮೊದಲೇ ಸೈಕಲ್ ಕಂಡರೆ ಹೆದರಿಕೆ. ಆ ಭಯ ಹೋಗದೆ ಸೈಕಲ್ ವಿದ್ಯೆ ಬರುವುದು ಹೇಗೆ? ಒಂದೆರಡು ದಿನ ಪ್ರಯತ್ನಿಸಿದ ಗೆಳೆಯರು "ಗಂಸೂಗಳಿಗೆ ಸೈಕಲ್ ಬರಂಗಿಲ್ಲ" ಎಂದು ನಗೆಚಾಟಿಕೆ ಹಾರಿಸಿ ಹೊರಟು ಹೋಗಿದ್ದರು.

ಗೋವಾ ಎನ್ನುವ ಅಪರಿಚಿತ ಊರಲ್ಲಿ ಇಡೀ ಗೆಳೆಯರ ಮಧ್ಯದಲ್ಲಿ ಇವನಿಗೆ ಸೈಕಲ್ ಬರುವುದಿಲ್ಲ ಎನ್ನುವುದು ದೊಡ್ಡ ತಮಾಷೆಯ ಸಂಗತಿಯಾಗಿ ಹೋಯ್ತು. ಅವನು ಅಷ್ಟು ವರ್ಷಗಳ ಕಾಲ ಈ ರಹಸ್ಯವನ್ನು ಯಾರ ಮುಂದೆಯೂ

ಉಸಿರದಂತೆ ಕಾಪಾಡಿಕೊಂಡು ಬಂದಿದ್ದ. ಅವನ ಇಂಜಿನಿಯರಿಂಗ್ ಕಾಲೇಜಿನ ಆವರಣದಲ್ಲಿ ಸೈಕಲ್ ಅವಶ್ಯಕತೆ ಇರದ ಕಾರಣ, ಎಂದೂ ಇದು ಪ್ರಶ್ನೆಯಾಗಿರಲಿಲ್ಲ. ಆದರೆ ಎಲ್ಲಾ ಹುಡುಗರಿಗೆ ಸೊಗಸಾಗಿ ಸೈಕಲ್ ಸವಾರಿ ಬರುತ್ತಿತ್ತು. ಹುಡುಗರ ಮಾತಂತಿರಲಿ, ಮೂವರು ಹುಡುಗಿಯರು ಅವರ ಗುಂಪಿನಲ್ಲಿದ್ದರು; ಅವರಿಗೂ ಸೈಕಲ್ ಬರುತ್ತಿತ್ತು. ಉಪನ್ಯಾಸಕರೂ ಸೈಕಲ್ ಸವಾರಿ ಮಾಡುವ ವಯಸ್ಸಿನವರೇ ಆಗಿದ್ದರು. ಆದ್ದರಿಂದ ಇಡೀ ಅರವತ್ತು ಜನರ ಗುಂಪಿನಲ್ಲಿ ಇವನು ಏಕಾಂಗಿಯಾಗಿ ಹೋದ. ಎಲ್ಲರೂ ಇವನನ್ನು ನೋಡಿ ಮುಸಿಮುಸಿ ನಗುವವರೇ ಆಗಿದ್ದರು. ಹುಡುಗಿಯರೂ ಇವನ ಮೇಲೆ ಜೋಕ್ ಹಾರಿಸಿ ನಕ್ಕರು. ಮೊದಲ ರ್‍ಯಾಂಕ್ ಎಂದೂ ಬಿಟ್ಟುಕೊಡದ ಹುಡುಗನ ದಡ್ಡತನವನ್ನು ಗೇಲಿ ಮಾಡುವ ಅಪರೂಪದ ಅವಕಾಶ ಎಲ್ಲರಿಗೂ ಒದಗಿ ಬಂದಿತ್ತು. ತಾಮುಂದು–ನಾಮುಂದು ಎಂದು ಎಲ್ಲರೂ ತಮ್ಮ ಕಲ್ಲನ್ನು ಒಗೆದರು. ಉಪನ್ಯಾಸಕರಿಗೆ ಇವನೊಬ್ಬನಿಂದಾಗಿ ಇಡೀ ತಂಡಕ್ಕೆ ಬಸ್ ಮಾಡಬೇಕಾದೀತೆ ಎಂಬ ಕಳವಳ ಶುರುವಾಗಿ ಸಿಟ್ಟು ಬಂತು. "ನೀನೆಂತಾ ಗಂಡುಹುಡುಗ ಮಾರಾಯ... ಸೈಕಲ್ ಬರಲ್ಲ ಅಂತೀಯಲ್ಲಾ... ನಾಚಿಕೆ ಆಗಲ್ವಾ?" ಎಂದು ಎಲ್ಲರೆದುರಿಗೆ ಕೂಗಾಡಿಬಿಟ್ಟರು. ಕೊನೆಗೆ ತಮ್ಮ ನಿರ್ಣಯವನ್ನು ಬದಲಿಸದೆ, "ನೀನು ಇಲ್ಲೇ ಹೋಟೆಲ್‌ನಾಗೆ ಇದ್ದು ಬಿಡು. ನಾವೆಲ್ಲಾ ಹೋಗಿ ಬರ್ತೀವಿ" ಎಂದು ಹೇಳಿ ಗೋವಾ ಬೀಚುಗಳನ್ನು ಸುತ್ತಲು ಹೋಗಿಬಿಟ್ಟರು.

ಒಬ್ಬನೇ ರೂಮಿನಲ್ಲಿ ಕುಳಿತ ಮೋಹನಸ್ವಾಮಿ ದುಃಖಿಸುವಷ್ಟು ದುಃಖಿಸಿದ. ಸಿಟಿ ಬಸ್ ಹಿಡಿದುಕೊಂಡು ಸುತ್ತಲು ಹೋಗೋಣ ಎಂದು ಆಲೋಚಿಸಿದ. ಆದರೆ ಯಾವುದಾದರೂ ಬೀಚಿನಲ್ಲಿ ಈ ಗೆಳೆಯರು ಮತ್ತೆ ಎದುರಾಗಿ "ಬಸ್‌ನಲ್ಲಿ ಬಂದ್ಯಾ?" ಎಂದು ಪ್ರತಿಯೊಬ್ಬರು ಕೇಳಿ ನಗುತ್ತಾರೆ ಎನ್ನುವ ಭಯವಿತ್ತು. ಆದ್ದರಿಂದ ಆ ಸಾಹಸಕ್ಕೆ ಕೈ ಹಾಕಲಿಲ್ಲ. ಕಡಿಮೆ ಬಡ್ಜೆಟ್‌ಗೆ ಸಿಗುತ್ತದೆಂದು ಊರಿಂದ ಬಹು ದೂರದಲ್ಲಿದ್ದ ಹೋಟೆಲನ್ನು ಹಿಡಿದಿದ್ದರು. ಅಲ್ಲಿ ಸುತ್ತ–ಮುತ್ತ ನೋಡಲು ಏನೂ ಇರಲಿಲ್ಲ. ಇವನಿಗೆ ತಕ್ಷಣ ತನ್ನ ಊರಿಗೆ ಹೋಗಿಬಿಡಬೇಕು ಎಂದು ಆಸೆಯಾಗಿತ್ತು. ಆದರೆ ಅಷ್ಟೊಂದು ಹಣ ಅವನ ಬಳಿ ಇರಲಿಲ್ಲ. ಏನು ಮಾಡಬೇಕೆಂದು ತೋಚದೆ ಸುಮ್ಮನೆ ಹೋಟೆಲಿನ ಕಾರಿಡಾರಿನಲ್ಲಿ ಅಲ್ಲಿಂದಿಲ್ಲಿಗೆ, ಇಲ್ಲಿಂದಲ್ಲಿಗೆ ಸುತ್ತಾಡಿದ. ಒಂದಿಷ್ಟು ಪುಸ್ತಕ, ನಿಯತಕಾಲಿಕಗಳನ್ನು ಓದಿದ.

ಇಂತಹ ಹೊತ್ತಿನಲ್ಲಿಯೇ ಅವನಿಗೆ ತಾನು 'ಗೇ' ಆಗಿರುವುದಕ್ಕೆ ಸೈಕಲ್ ಬರದಿರುವುದೇ ಕಾರಣ ಎಂಬ ವಿಚಿತ್ರ ತರ್ಕ ಹೊಳೆದು ಬಿಟ್ಟಿತ್ತು. ಮತ್ತಿಲ್ಲದಿದ್ದರೆ ಬೇರೆ ಯಾವ ಕಾರಣವಿದೆ? ಅವರಂತೆಯೇ ನನಗೂ ಕಣ್ಣು, ಮೂಗು, ಕಿವಿ, ಬಾಯಿ ಇದೆ... ದೇಹದಲ್ಲಿರುವ ರಕ್ತವೂ ಕೆಂಪು ಬಣ್ಣದ್ದು... ಅವರಂತೆಯೇ

ಆಲೋಚನಾ ಶಕ್ತಿ ಇದೆ... ಅವರಂತೆಯೇ ಬಟ್ಟೆ ಬರೆ ಹಾಕುತ್ತೇನೆ... ನಮ್ಮ ನಡುವೆ ವ್ಯತ್ಯಾಸವೇನಾದರೂ ಇದ್ದರೆ, ಅದು ಈ ಸೈಕಲ್ ಸವಾರಿಯೆಂಬುದು ಮಾತ್ರ. ಬಹುಶಃ ಈ ಸೈಕಲ್ ಸವಾರಿಯೆನ್ನುವುದು ಪುರುಷತ್ವದ ಪ್ರತೀಕವಾಗಿರಬೇಕು. ಅದನ್ನು ನಾನು ಬಾಲ್ಯದಲ್ಲಿ ಕಲಿಯದೆ ತುಂಬಾ ತಪ್ಪು ಮಾಡಿಬಿಟ್ಟೆ. ಚಿಕ್ಕಂದಿನಲ್ಲಿ ಸ್ವಲ್ಪ ಧೈರ್ಯ ವಹಿಸಿದ್ದರೆ ಸಾಕಿತ್ತು. ಸೈಕಲ್ ಸವಾರಿ ಬಂದು ಬಿಡುತ್ತಿತ್ತು. ಹಾಗಾಗಿದ್ದರೆ ಈ ವೇಳೆಗಾಗಲೇ ನಾನೂ ಎಲ್ಲಾ ಹುಡುಗರಂತೆ ಹುಡುಗಿಯರ ಬೆನ್ನ ಹಿಂದೆ ಬೀಳುತ್ತಿದ್ದೆ. ನನ್ನ ಈ ವಿಭಿನ್ನ ಸ್ವಭಾವಕ್ಕೆ ಕಾರಣವಾದ ಮೂಲಬೇರು ನನಗೀಗ ಸಿಕ್ಕಿಬಿಟ್ಟಿದೆ. ಇನ್ನು ತಡ ಮಾಡಬಾರದು. ಆದಷ್ಟು ಬೇಗನೆ ಸೈಕಲ್ ಕಲಿತು ಬಿಟ್ಟು, ಆ ಮೂಲಬೇರನ್ನು ಧ್ವಂಸ ಮಾಡಬೇಕು. ನಾನೂ ಎಲ್ಲರಂತೆ ಹುಡುಗಿಯರಿಗಾಗಿ ಜೊಲ್ಲು ಸುರಿಸುವುದಕ್ಕೆ ಪ್ರಾರಂಭಿಸಬೇಕು. ಎಷ್ಟೋ ದಿನದಿಂದ ನನ್ನ ಈ ದಾರುಣ ಅವಸ್ಥೆಗೆ ಕಾರಣವೇನೆಂದು ಹುಡುಕುತ್ತಿದ್ದೆ. ಈಗ ಆಕಸ್ಮಿಕವಾಗಿ ಸುಲಭ ಪರಿಹಾರವೊಂದು ನನಗೆ ಗೊತ್ತಾಗಿದೆ. ಇನ್ನು ತಡಮಾಡಬಾರದು.

ಮನಸ್ಸಿನಲ್ಲಿ ಸೈಕಲ್ ಕಲಿಯುವ ನಿಶ್ಚಯವೇನೋ ಆಯ್ತು. ಆದರೆ ಕಲಿಸಿಕೊಡುವವರು ಯಾರು? ಗೆಳೆಯರನ್ನು ಕೇಳುವ ಧೈರ್ಯ ಅವನಿಗಿರಲಿಲ್ಲ. ಖಂಡಿತವಾಗಿಯೂ ಮತ್ತೊಮ್ಮೆ ಎಲ್ಲರ ಕುಚೋದ್ಯಕ್ಕೆ ಗುರಿಯಾಗುತ್ತೇನೆ ಎನ್ನುವ ಆತಂಕವಿತ್ತು. ಸೀದಾ ಮನೆಗೆ ಹೋದರೆ ಹೇಗೆ? ಅಪ್ಪನಿಗೆ ಸೈಕಲ್ ಕಲಿಸಿಕೊಡುವ ವಯಸ್ಸು, ಉತ್ಸಾಹ ಇಲ್ಲ. ಜೊತೆಗೆ ಊರಿನವರೆಲ್ಲಾ ಪರಿಚಿತರು. ಈಗಾಗಲೇ ಜಾಣಹುಡುಗ ಎಂಬ ಗೌರವ ಅಲ್ಲಿ ಸಿಗುತ್ತಿದೆ. ಈಗ ಅವರ ಕಣ್ಣಲ್ಲಿ ನಾನು ಸೈಕಲ್ ಹೊಡೆಯಲು ಬರದ ಹುಡುಗ ಎಂಬ ತಮಾಷೆಗೆ ಒಳಗಾಗುವುದು ಬೇಡ. "ಇವನೊಬ್ಬ ಈಜು ಬಾರದ ಪಂಡಿತ" ಎಂದು ತನ್ನನ್ನು ಅಣಕಿಸಲು ಪ್ರಾರಂಭಿಸಿದರೆ ಗತಿಯೇನು? ಆದರೆ ಸೈಕಲ್ ಕಲಿಯಲೇ ಬೇಕು. ಇಷ್ಟು ದಿನ 'ಗೇ' ಆಗಿ ಅನುಭವಿಸಿದ ನೋವೇ ಸಾಕು. ಇನ್ನು ಮುಂದಾದರೂ ಬದುಕನ್ನು ಹಸನು ಮಾಡಿಕೊಳ್ಳಲೇಬೇಕು. ಕಾರ್ ಡ್ರೈವಿಂಗ್ ಕಲಿಸಿಕೊಡುವಂತೆ ಸೈಕಲ್ ಡ್ರೈವಿಂಗ್ ಕಲಿಸಿಕೊಡುವ ಶಾಲೆಗಳಿಲ್ಲವೆ? ಅವನಿಗೆ ಅಂತಹ ಶಾಲೆಗಳನ್ನು ಎಲ್ಲಿಯೂ ನೋಡಿದ ನೆನಪಾಗಲಿಲ್ಲ. ಇಂತಹ ವಿಷಯಗಳನ್ನು ಯಾರ ಮುಂದೆ ಹೇಳಿಕೊಳ್ಳಬೇಕು? ಯಾರು ಇವಕ್ಕೆ ಪರಿಹಾರ ನೀಡುತ್ತಾರೆ?

ಕೊನೆಗೆ ಅವನು ಹೊಸಪೇಟೆಯಲ್ಲಿರುವ ತನ್ನ ಅಕ್ಕನಿಗೆ ತನ್ನ ಸೈಕಲ್ ಕಲಿಯುವ ಉತ್ಸಾಹವನ್ನು ವಿವರಿಸಿ ಪತ್ರ ಬರೆದ. ಆದರೆ ಅದರ ಉದ್ದೇಶವೇನೆಂಬುದನ್ನು ಜಾಣತನದಲ್ಲಿ ಮರೆಮಾಚಿದ. "ಇತ್ತೀಚೆಗೆ ಈ ಊರಲ್ಲಿ ವಿಪರೀತ ಬಿಸಿಲು. ಕಾಲೇಜಿಗೆ ನಡೆದು ಹೋಗುವಷ್ಟರಲ್ಲಿ ಸುಸ್ತಾಗಿ ಹೋಗುತ್ತದೆ. ಆದ್ದರಿಂದ ಸೈಕಲ್

ಕಲಿಯಬೇಕು" ಎಂಬ ಸುಳ್ಳು ನೆಪವನ್ನು ಕೊಟ್ಟ. ಈ ಹೊತ್ತಿಗಾಗಲೇ ಅಕ್ಕ ಮತ್ತು ಅವನ ನಡುವೆ ಸಂಬಂಧ ತುಂಬಾ ಸುಧಾರಣೆಯಾಗಿತ್ತು. ಬಾಲ್ಯದಲ್ಲಿ ಅವನನ್ನು 'ಗಂಸೂ' ಎಂದು ನಾಮಕರಣ ಮಾಡಿದವಳು ಅವಳೇ ಆದರೂ, ಈಗ ತಮ್ಮನೆಂದರೆ ಎಂತಹ ಸಹಾಯಕ್ಕೂ ಸಿದ್ಧ ಎನ್ನುವಂತೆ ಅವಳ ವ್ಯಕ್ತಿತ್ವದಲ್ಲಿ ಬದಲಾವಣೆಯಾಗಿತ್ತು. ಆಕೆ ಬಾಲ್ಯದಲ್ಲಿ ಕೆಲವು ವರ್ಷಗಳ ಕಾಲ ತಮ್ಮನಿಂದ ದೂರವಿರುವುದು, ಅವನನ್ನು ನಿಕೃಷ್ಟವಾಗಿ ಕಾಣುವುದು ಮಾಡುತ್ತಿದ್ದಳು. ಆದರೆ ನಿಧಾನಕ್ಕೆ ಅವಳಿಗೆ ಅವನ ಮೇಲೆ ಪ್ರೀತಿ ಬೆಳೆದಿತ್ತು. ಬಹುಶಃ ವಯಸ್ಸು ಬೆಳೆದಂತೆ ಪ್ರಬುದ್ಧತೆಯೂ ವೃದ್ಧಿಸಿರಬೇಕು. ಯಾವುದೇ ತೊಂದರೆಯನ್ನು ಮಾಡದೆ, ಹೆಚ್ಚಿಗೆ ಮಾತನ್ನೂ ಆಡದೆ, ತನ್ನ ಪಾಡಿಗೆ ತಾನಿರುವ ಮೋಹನಸ್ವಾಮಿ ಅವಳಿಗೆ ಪ್ರೀತಿಯ ಜೀವವಾಗಿ ಕಾಣತೊಡಗಿದ. ಪ್ರತಿ ಪರೀಕ್ಷೆಯಲ್ಲೂ ಒಳ್ಳೆಯ ಅಂಕಗಳನ್ನು ಗಳಿಸಿ, ಎಲ್ಲರಿಂದಲೂ ಪ್ರಶಂಸೆಯನ್ನು ಪಡೆಯುವ ತನ್ನ ತಮ್ಮ ಬಹಳ ಒಳ್ಳೆಯವನೆಂದು ಅನ್ನಿಸತೊಡಗಿತು. ಅವನು ಪಿಯುಸಿಯಲ್ಲಿ ಒಳ್ಳೆಯ ರ್‍ಯಾಂಕ್ ಗಳಿಸಿ, ಇಂಜಿನಿಯರಿಂಗ್ ಸಲುವಾಗಿ ದೂರದ ಊರಿಗೆ ಹೋದ ಮೇಲಂತೂ ಅವನ ಮೇಲಿನ ಭ್ರಾತೃಪ್ರೇಮ ಇನ್ನಷ್ಟು ಹೆಚ್ಚಾಯಿತು. ಪ್ರತಿವಾರವೂ ತಪ್ಪದೆ ಅವನಿಗೆ ಕನ್ನಡದಲ್ಲಿ ಪತ್ರವನ್ನು ಬರೆದು, ಮನೆಯ ಮತ್ತು ಊರಿನ ವಿಷಯವನ್ನೆಲ್ಲಾ ತಿಳಿಸುತ್ತಿದ್ದಳು. ಅವನೂ ಪತ್ರ ಬರೆಯುತ್ತಿದ್ದ. ಮೋಹನಸ್ವಾಮಿ ಇಂಜಿನಿಯರಿಂಗ್ ಐದನೇ ಸೆಮಿಸ್ಟರ್‌ಗೆ ಬರುವ ವೇಳೆಗೆ ಅವಳ ಮದುವೆಯೂ ನಡೆದುಹೋಯಿತು. ಹೊಸಪೇಟೆಯ ಹುಡುಗ. ಅಂತಹ ದೂರದವನೇನೂ ಅಲ್ಲ. ಆದರೂ ಬೀಗರ ಜೊತೆಯಲ್ಲಿ ಆಕೆ ತವರನ್ನು ಬಿಟ್ಟು ಹೋಗುವಾಗ, ತಮ್ಮನನ್ನು ಅಪ್ಪಿಕೊಂಡು ವಿಪರೀತವಾಗಿ ಅತ್ತಿದ್ದಳು. "ನೀನು ಯಾವುದಕ್ಕೂ ಹೆದರಬೇಡ ಮೋಹನ. ನಿಂಗೆ ಏನು ಕಷ್ಟ ಬಂದರೂ ನನ್ನ ಹತ್ತಿರ ಬಾ. ನಿನ್ನ ಚೆನ್ನಾಗಿ ನೋಡ್ಕೋತೀನಿ" ಎಂದೆಲ್ಲಾ ಹೇಳಿ "ನಾನು ಏನಾದ್ರೂ ತಪ್ಪು ಮಾಡಿದ್ರೆ ಕ್ಷಮಿಸಿ ಬಿಡೋ" ಎಂದು ಬಾರಿಬಾರಿ ಹೇಳಿದ್ದಳು. "ನೀನೇನೂ ತಪ್ಪು ಮಾಡಿಲ್ಲ ಅಕ್ಕ... ಸುಮ್ಮನೆ ಹಂಗ್ಯಾಕೆ ಅಂತೀ" ಎಂದು ಹೇಳುತ್ತಾ ಮೋಹನಸ್ವಾಮಿಯೂ ಅತ್ತಿದ್ದ. ಬಹುಶಃ ಅವಳಿಗೆ ತನ್ನ ವ್ಯಕ್ತಿತ್ವದ ಸೂಕ್ಷ್ಮವೇನೋ ಗೊತ್ತಾಗಿದೆ ಎನ್ನುವುದು ಅವಳ ಮಾತುಗಳಿಂದ ತಿಳಿಯುತ್ತಿತ್ತು. ಆದರೆ ಅವಳಿಗೆ ಏನೆಂದು ಕೇಳುವುದಕ್ಕಾಗಲಿ, ಇವನಿಗೆ ಏನೆಂದು ಹೇಳುವುದಕ್ಕಾಗಲಿ ಧೈರ್ಯವಿರಲಿಲ್ಲ.

ಅಕ್ಕನಿಂದ ಒಂದೇ ವಾರದಲ್ಲಿ ಉತ್ತರ ಬಂತು. "ನೀನು ಯಾವುದೇ ಯೋಚನೆ ಮಾಡದೆ ಹೊಸಪೇಟೆಗೆ ಬಾ. ನಾನೆಲ್ಲಾ ನಿನ್ನ ಸೈಕಲ್ ಕಲಿಕೆಗೆ ತಯಾರಿ ಮಾಡಿಟ್ಟಿದ್ದೇನೆ. ನಮ್ಮ ಹೊಲದಲ್ಲಿ ಕೆಲಸ ಮಾಡುವ ಶೆಖಾವಲಿಯ ಮಗ ದಾದಾಪೀರ ನಿನಗೆ

ಗೊತ್ತಲ್ಲವೆ? ಅವನೀಗ ಒಂಬತ್ತನೇ ಕ್ಲಾಸು. ಇಲ್ಲೇ ಸರಕಾರಿ ಶಾಲೆಯಲ್ಲಿ ಓದುತ್ತಾನೆ. ಅವರ ಅಪ್ಪ-ಅಮ್ಮನಿಗೂ ಹೊಲದಲ್ಲಿ ಸಹಾಯ ಮಾಡುತ್ತಾನೆ. ಓದಿನಲ್ಲಿ ಅಂತಹ ಜಾಣನೇನೂ ಅಲ್ಲ. ಆದರೆ ಸೈಕಲ್ ಸವಾರಿಯನ್ನು ಅದ್ಭುತವಾಗಿ ಮಾಡುತ್ತಾನೆ. ಸೈಕಲ್ ಸವಾರಿಯ ಮಾತಿರಲಿ, ಅವರಪ್ಪನ ಟ್ರ್ಯಾಕ್ಟರ್ ಕೂಡಾ ಓಡಿಸುತ್ತಾನೆ. ಸೈಕಲ್ ರಿಪೇರಿಯನ್ನೂ ಸ್ವತಃ ತಾನೇ ಮಾಡುತ್ತಾನೆ. ಅವನಿಗೆ ಹೇಳಿದರೆ, ನಿನಗೆ ಖಂಡಿತವಾಗಿಯೂ ಸೈಕಲ್ ಹೊಡೆಯಲು ಕಲಿಸಿಕೊಡುತ್ತಾನೆ. ಅವನು ಚಿಕ್ಕವನೆಂದು ನೀನೇನೂ ನಾಚಿಕೆ ಪಡಬೇಡ. ಯಾರೂ ಓಡಾಡದ ಜಾಗದಲ್ಲಿ ಸೈಕಲ್ ಕಲಿಸಿಕೊಡಲು ಹೇಳುವೆ" ಎಂದೆಲ್ಲಾ ಬರೆದಿದ್ದಳು. ಮೋಹನಸ್ವಾಮಿಗೆ ಅಕ್ಕನ ಮೇಲೆ ಪ್ರೀತಿಯುಕ್ಕಿ ಬಂತು. ತನ್ನ ಕಷ್ಟದ ಕಾಲದಲ್ಲಿ ಸಹಾಯಕ್ಕೆ ಬಂದಳಲ್ಲಾ ಎಂದು ಕಣ್ಣುಗಳು ಆರ್ದ್ರವಾದವು. ಉಪನ್ಯಾಸ, ಓದು, ಪರೀಕ್ಷೆ ಎನ್ನುವ ಸಕಲ ಸಂಗತಿಗಳನ್ನೂ ಮೂಲೆಗೆ ಹಾಕಿ, ಹೊಸಪೇಟೆಯ ಬಸ್ ಹಿಡಿದ. ಇನ್ನೇನು ಕೆಲವೇ ದಿನಗಳಲ್ಲಿ ತನ್ನ ಸಮಸ್ಯೆಗಳೆಲ್ಲಾ ಪರಿಹಾರವಾಗಿ, ತಾನು 'ಸ್ಟ್ರೇಟ್' ಆಗಿಬಿಡುತ್ತೇನೆ ಎಂಬ ನಿರೀಕ್ಷೆ ಅವನ ಉತ್ಸಾಹವನ್ನು ಇಮ್ಮಡಿಗೊಳಿಸಿತ್ತು.

^^^

ಹಂಪಿ ಕ್ಷೇತ್ರವು ಸ್ಥಳೀಯರಿಗೆ ಪಂಪಾಪತಿಯ ಪುಣ್ಯಕ್ಷೇತ್ರವೆಂದೂ, ಪರಸ್ಥಳದವರಿಗೆ ವಿಜಯನಗರ ಅರಸರ ವೈಭವದ ಅವಶೇಷಗಳ ನಗರವೆಂದೂ ಪ್ರಸಿದ್ಧವಾಗಿದೆ. ಜಗತ್ತಿನ ಮೂಲೆಮೂಲೆಗಳಿಂದಲೂ ಪ್ರವಾಸಿಗರು ಈ ಅವಶೇಷಗಳನ್ನು ನೋಡಲು ಬರುತ್ತಾರೆ. ಅಂತಹ ಮಹತ್ವದ ಕ್ಷೇತ್ರದಲ್ಲಿ ಸೈಕಲ್ ಕಲಿಯಲೆಂದು ಮೋಹನಸ್ವಾಮಿಯು, ಕಲಿಸಿಕೊಡಲೆಂದು ದಾದಾಪೀರನೂ ಹೊರಟರು. ಹೊಸಪೇಟೆಯಿಂದ ಕೇವಲ ಎಂಟು ಕಿಲೋಮೀಟರ್ ದೂರದಲ್ಲಿರುವ ಈ ಊರಿಗೆ ಮೊದಲು ಬಸ್ಸಿನಲ್ಲಿ ಹೋಗಿ, ಅನಂತರ ಅಲ್ಲಿಯೇ ಒಂದು ಸೈಕಲ್ಲನ್ನು ಬಾಡಿಗೆಗೆ ಪಡೆದರು. ಹಲವಾರು ಪ್ರವಾಸಿಗರು ಸೈಕಲ್ಲಿನಲ್ಲಿಯೇ ಹಂಪಿಯನ್ನು ಸುತ್ತಿ ಸ್ಮಾರಕಗಳನ್ನು ನೋಡುತ್ತಾರಾದ್ದರಿಂದ, ಸೈಕಲ್‌ಗಳನ್ನು ಬಾಡಿಗೆಗೆ ಕೊಡುವ ಅಂಗಡಿಗಳು ಅಲ್ಲಿದ್ದವು.

ಪಂಪಾಪತಿಯ ದೇವಸ್ಥಾನದ ಎದುರಿಗೇ ಉದ್ದನೆಯ ವಿಶಾಲವಾದ ಬಯಲಿದೆ. ಆದರೆ ಅಲ್ಲಿ ಸೈಕಲ್ ಕಲಿಯುವುದಕ್ಕೆ ಮೋಹನಸ್ವಾಮಿ ನಿರಾಕರಿಸಿಬಿಟ್ಟ. ಆ ಬಯಲಿನ ಎರಡೂ ಬದಿಗೆ ಸಾಕಷ್ಟು ಅಂಗಡಿಗಳು ಇದ್ದವಲ್ಲದೆ, ವಿಶೇಷ ಜನಸಂಚಾರವೂ ಇರುತ್ತಿತ್ತು. ತನಗಿಂತಲೂ ವಯಸ್ಸಿನಲ್ಲಿ ಚಿಕ್ಕವನಾದ ಹುಡುಗನೊಬ್ಬ

ಸೈಕಲ್ ಕಲಿಸಿಕೊಡುವುದನ್ನು ನೋಡಿದರೆ ಜನರು ನಗಲಿಕ್ಕಿಲ್ಲವೆ ಎಂಬ ಸಂಕೋಚ ಮೋಹನಸ್ವಾಮಿಗಿತ್ತು. ಆದ್ದರಿಂದ ಆ ಸ್ಥಳವನ್ನು ಬಿಟ್ಟು, ಅಚ್ಯುತರಾಯ ಮಂದಿರದ ಮುಂದಿನ ಬಯಲಿನಲ್ಲಿ ಸೈಕಲ್ ಕಲಿಯುವುದೆಂದು ನಿರ್ಧರಿಸಿದರು. ಮಾತಂಗ ಪರ್ವತದ ಬುಡದಲ್ಲಿರುವ ಈ ದೇವಸ್ಥಾನ ಹೆಚ್ಚೂ ಕಡಿಮೆ ಹಾಳುಬಿದ್ದಿದೆ. ಎರಡು ಆವರಣಗಳನ್ನು ಹೊಂದಿರುವ ಅತ್ಯಂತ ವಿಶಾಲವಾದ ದೇವಸ್ಥಾನವಾದರೂ, ಮಂದಿರದಲ್ಲಿ ಮೂಲವಿಗ್ರಹ ಇಲ್ಲದ್ದರಿಂದ ಯಾವ ಪೂಜೆಪುನಸ್ಕಾರಗಳೂ ಇಲ್ಲಿ ನಡೆಯುವುದಿಲ್ಲ. ಆದ್ದರಿಂದ ಹೆಚ್ಚಾಗಿ ಯಾರೂ ಇಲ್ಲಿಗೆ ಬರುವುದಿಲ್ಲ. ಈ ದೇವಸ್ಥಾನದ ಮುಂದೆ ವಿಶಾಲವಾದ ಉದ್ದನೆಯ ಬಯಲಿದೆ. ಆ ಬಯಲಿನ ಅಕ್ಕ–ಪಕ್ಕದಲ್ಲಿ ಸಾಲಾಗಿ ಕಲ್ಲಿನ ಮಂಟಪಗಳಿವೆ. ಈ ಮಂಟಪಗಳಲ್ಲಿ ವಿಜಯನಗರ ಅರಸರ ಕಾಲದಲ್ಲಿ ವ್ಯಾಪಾರ ವಹಿವಾಟು ನಡೆಯುತ್ತಿದ್ದವಂತೆ. ವೇಶ್ಯೆಯರೂ ಇಲ್ಲಿ ತಮ್ಮನ್ನು ತಾವು ಮಾರಾಟಕ್ಕೆ ಒಡ್ಡಿಕೊಳ್ಳುತ್ತಿದ್ದರು ಎಂದು ಪುರಾತನ ವಿದೇಶಿ ಪ್ರವಾಸಿಗರು ಬರೆದ ಐತಿಹ್ಯವಿದೆ. ಈ ಸಾಲು ಮಂಟಪಗಳಿಗೆ ಅಂಟಿಕೊಂಡು ಒಂದು ದೊಡ್ಡ ಕಲ್ಯಾಣಿಯಿದೆ. ವರ್ತಕರಿಗೆ ಮತ್ತು ಗ್ರಾಹಕರಿಗೆ ಈ ಕೊಳವು ಕುಡಿಯುವ ನೀರನ್ನು ಒದಗಿಸುತ್ತಿರಬೇಕು. ಈಗಲೂ ಕಲ್ಯಾಣಿಯಲ್ಲಿ ಸಾಕಷ್ಟು ನೀರಿದೆಯಾದರೂ, ಕುಡಿಯಲು ಯೋಗ್ಯವಾಗಿಲ್ಲ. ದೇವಸ್ಥಾನದ ಹಿನ್ನೆಲೆಯಲ್ಲಿ ಮಾತಂಗ ಪರ್ವತವಿದ್ದರೆ, ದೇವಸ್ಥಾನದ ಎದುರಿನಲ್ಲಿ ಗಂಧಮಾದನ ಪರ್ವತವಿದೆ. ಸ್ವಲ್ಪ ದೂರ ನಡೆದರೆ ಸಾಕು, ತುಂಗಭದ್ರಾ ನದಿಯು ಜುಳುಜುಳು ಎಂದು ಹರಿಯುತ್ತದೆ.

ಸೈಕಲ್ ಎತ್ತಿಕೊಂಡು ಅವರು ಮಾತಂಗ ಪರ್ವತಕ್ಕೆ ಅಂಟಿಕೊಂಡ ಮೆಟ್ಟಿಲುಗಳನ್ನು ಏರಿಕೊಂಡು ಆ ದೇವಸ್ಥಾನವನ್ನು ತಲುಪಲು ನಡೆದರು. ದಾರಿಯ ಆರಂಭದಲ್ಲಿಯೇ ಒಂದು ದೊಡ್ಡ ಏಕಶಿಲಾನಂದಿಯ ವಿಗ್ರಹವಿದೆ. ಈ ನಂದಿಯು ನೇರವಾಗಿ ಪಂಪಾಪತಿಯನ್ನು ನೋಡುತ್ತಾ ಮಲಗಿರುತ್ತದೆ. ಆ ನಂದಿಗೆ ಭಕ್ತಿಯಿಂದ ಕೈಮುಗಿಯಲು ದಾದಾಪೀರ ಸಲಹೆ ಮಾಡಿದ. "ಬಸವಣ್ಣ ನಿನ್ನ ಭಕ್ತಿಗೆ ಮೆಚ್ಚಿದ್ರೆ ಸಾಕು, ಸೈಕಲ್ ಸುಲಭದಾಗ ಬಂದು ಬಿಡ್ತದೆ" ಎಂದು ಹೇಳಿದ. ಈ ಬಸವಣ್ಣನಿಗೂ, ಈ ಲಡಕಾಸಿ ಸೈಕಲ್‌ಗೂ ಯಾವ ಬಗೆಯ ಸಂಬಂಧವನ್ನು ಈ ಮುಸ್ಲಿಂ ಹುಡುಗ ಹೇಳುತ್ತಿದ್ದಾನೆ ಎಂದು ಮೋಹನಸ್ವಾಮಿಗೆ ತಿಳಿಯಲಿಲ್ಲ. "ಅದ್ಯಾಕೆ ಹಂಗೆ?" ಎಂದು ಮೋಹನಸ್ವಾಮಿ ಕೇಳಿದ. 'ನಿನಗೆ ಅಷ್ಟೂ ತಿಳಿಯಂಗಿಲ್ವಾ?' ಎನ್ನುವ ನೋಟದಲ್ಲಿ ದಾದಾಪೀರನು "ಬಸವಣ್ಣ ಅಂದ್ರೆ ಈಶ್ವರನ ಸೈಕಲ್ ಅಲ್ಲೇನು?" ಎಂದು ಉತ್ತರವನ್ನು ಕೊಟ್ಟ. ಮೋಹನಸ್ವಾಮಿ ತಿರುಗಿ ಏನನ್ನೂ ಹೇಳಲು ಹೋಗಲಿಲ್ಲ. ಭಕ್ತಿಯಿಂದ ಕೈಮುಗಿದ.

ಮಣಕಾಲು ಮುಚ್ಚುವಷ್ಟು ಉದ್ದದ ಸಡಿಲವಾದ ಕಾಕಿ ಚಡ್ಡಿಯನ್ನು ಹಾಕಿಕೊಂಡು, ಮೇಲೊಂದು ಬಿಗಿಯಾದ ಕೆಂಪು ಅಂಗಿಯನ್ನು ದಾದಾಪೀರ ಹಾಕಿಕೊಂಡಿದ್ದ. ಈ ಅಂಗಿ ಮೋಹನಸ್ವಾಮಿಯದು. "ನಿನ್ನ ಒಂದೆರಡು ಹಳೇ ಅಂಗಿಗಳನ್ನು ತೊಗೊಂಡು ಬಾ" ಎಂದು ಅಕ್ಕ ಮುಂಚೆಯೇ ಪತ್ರದಲ್ಲಿ ತಿಳಿಸಿದ್ದಳು. ದಾದಾಪೀರನು ಮೋಹನಸ್ವಾಮಿಗಿಂತಲೂ ವಯಸ್ಸಿನಲ್ಲಿ ಚಿಕ್ಕವನಾದರೂ, ದೊಡ್ಡ ಮೈಕಟ್ಟಿನವನು. ಆದ್ದರಿಂದ ಆ ಅಂಗಿ ಅವನಿಗೆ ಬಿಗಿಯುತ್ತಿತ್ತು. ಆದರೂ ಖುಷಿಯಿಂದ ಹಾಕಿಕೊಂಡಿದ್ದ. ಕಪ್ಪು ಚರ್ಮದ, ಬಿಳಿಯ ಹಲ್ಲಿನ, ಸುಂದರವಾಗಿ ನಗುವ ದಾದಾಪೀರನ ಮಾತುಗಳು, ವರ್ತನೆ ಮೋಹನಸ್ವಾಮಿಗೆ ಕಿರಿಕಿರಿ ಉಂಟು ಮಾಡುತ್ತಿದ್ದರೂ, ಅವನಿಗೆ ಈ ಸಂದರ್ಭದಲ್ಲಿ ಎದುರು ಹೇಳುವುದು ಸಾಧ್ಯವಿಲ್ಲದ ಕಾರಣ ಸುಮ್ಮನಿದ್ದ. "ಗುರುವಿನ ಗುಲಾಮನಾಗುವ ತನಕ ದೊರೆಯದಣ್ಣ ಮುಕುತಿ" ಎನ್ನುವ ಮಾತಿನಲ್ಲಿ ಮೋಹನಸ್ವಾಮಿಗೆ ನಂಬಿಕೆ ಇದ್ದರೂ, ತನಗಿಂತಲೂ ಏಳು ವರ್ಷ ಚಿಕ್ಕವನಾದ ಹುಡುಗನನ್ನು ಗುರುವೆಂದು ಸ್ವೀಕರಿಸಲು ಅಹಂಕಾರ ಅಡ್ಡಿ ಬರುತ್ತಿತ್ತು.

ಅಚ್ಯುತರಾಯ ದೇವಸ್ಥಾನದ ಮುಂದಿನ ಬಯಲು ನಿರ್ಜನವಾಗಿತ್ತು. ಬಿಸಿಲು ಇಳಿಮುಖವಾಗಿದ್ದರೂ, ಝಳ ಬಡಿಯುತ್ತಿತ್ತು. ಯಾತ್ರಾರ್ಥಿಗಳು ಇಲ್ಲಿಗೆ ಬರುವುದು ಕಡಿಮೆಯಾದ್ದರಿಂದ, ದೇವಸ್ಥಾನ ಮತ್ತು ಬಯಲು – ಎರಡೂ ಬಣಗುಡುತ್ತಿದ್ದವು. ಇಲ್ಲಿ ಸೈಕಲ್ ಕಲಿಯಲು ಅಡ್ಡಿಯಿಲ್ಲ ಎಂದು ಮೋಹನಸ್ವಾಮಿಗೆ ಅನ್ನಿಸಿಬಿಟ್ಟಿತು. ಆದರೆ ದಾದಾಪೀರ ಅಷ್ಟು ಸುಲಭವಾಗಿ ಸೈಕಲ್ ಕಲಿಸಿಕೊಡಲು ಸಿದ್ಧನಿರಲಿಲ್ಲ. ಅಂತಹ ವಿಶಾಲ ಬಯಲನ್ನು ನೋಡಿ ಮೊದಲು ಒಂದೆರಡು ಸುತ್ತು ತಾನೊಬ್ಬನೇ ಸೈಕಲ್ ಹೊಡೆಯಬೇಕು ಅಂತ ದಾದಾಪೀರನಿಗನ್ನಿಸಿತು. "ಸೈಕಲ್ ಕಂಡೀಷನ್ ಹೆಂಗೈತೆ ಅಂತ ಪರೀಕ್ಷಾ ಮಾಡ್ತೀನಿ. ನೀನು ಹತ್ತಿದ ಮೇಲೆ ಆ್ಯಕ್ಸಿಡೆಂಟ್ ಆಗಬಾರದು" ಅಂತ ಹೇಳಿ ತಾನೊಬ್ಬನೇ ಸೈಕಲ್ ಹತ್ತಿ ಎರಡು ಸುತ್ತು ಸುತ್ತಿದ. ಮೊದಲೇ ದೊಡ್ಡ ಬಯಲದು. ಎರಡು ಸುತ್ತಿಗೆ ಇಪ್ಪತ್ತು ನಿಮಿಷ ತೆಗೆದುಕೊಂಡಿತು. ಅನಂತರ "ಸೈಕಲ್ ಕಂಡಿಷನ್ ಅಡ್ಡಿ ಇಲ್ಲ" ಎಂದು ಹೇಳಿದ ದಾದಾಪೀರ, "ಮೊದಲಿಗೆ ಭೂಮಿತಾಯಿಗೆ ಕೈಮುಗಿದು ಭಕ್ತಿಯಿಂದ ಕ್ಷಮಾ ಬೇಡಬೇಕು" ಎಂದು ಆಜ್ಞೆ ಮಾಡಿದ. "ಕ್ಷಮೆ ಕೇಳೋಕೆ ನಾವೇನು ತಪ್ಪು ಮಾಡಿದೀವಿ?" ಎಂದು ಮೋಹನಸ್ವಾಮಿ ಕೇಳಿದ. "ಇಷ್ಟು ದಿನ ಬರೀ ನಮ್ಮ ಭಾರ ಒಂದೇ ಆಕಿ ಹೊತ್ತುಗೊಳ್ತಾ ಇದ್ಳು. ಇನ್ನು ಮುಂದೆ ನಮ್ಮ ವಜಾದ ಜೊತೀಗೆ ಈ ಸೈಕಲ್ ಭಾರಾನೂ ಹೊತ್ತಗೋಬೇಕು. ಎಷ್ಟು ವಜ್ಞಾ ಅಂತ ಆಕಿ ಹೊರಲಿಕ್ಕೆ ಆಗ್ತದೆ?" ಎಂದು ದಾದಾಪೀರ ವಿವರಣೆಯನ್ನು ಕೊಟ್ಟ. ಪುಣ್ಯಕ್ಕೆ ತಾನು ಕಲಿಯುತ್ತಿರುವುದು ಸೈಕಲ್ ಸವಾರಿಯೇ ಹೊರತು ಜೆಸಿಬಿ

ಯಂತ್ರದ ಚಾಲನೆಯಲ್ಲ ಎಂದು ಮೋಹನಸ್ವಾಮಿ ಸಮಾಧಾನ ಮಾಡಿಕೊಂಡ. ದಾದಾಪೀರನ ಇಂತಹ ವ್ಯಾಖ್ಯಾನಕ್ಕೆ ಯಾವುದೇ ತರ್ಕದಿಂದಲೂ ಉತ್ತರಿಸಲು ಸಾಧ್ಯವಿಲ್ಲದ ಕಾರಣ, ಅವನು ಹೇಳಿದಂತೆ ಭೂಮಿಗೆ ಕೈಯಿಂದ ಮುಟ್ಟಿ, ಒಂದಿಷ್ಟು ಮಣ್ಣನ್ನು ತೆಗೆದುಕೊಂಡು ಹಣೆಗೆ ಹಚ್ಚಿಕೊಂಡ.

"ಅಣ್ಣಾ, ಸೈಕಲ್ ಕಲಿಯೋದಕ್ಕೂ ಮುಂಚೆ ಒಂದು ವಿಚಾರ ಮನಸ್ಸಿನಾಗೆ ಇಟ್ಕೋ... ಈ ಸೈಕಲ್ ಮಹಾ ಕಿಲಾಡಿ ಮುಂಡೇದು... ನೀನು ಹೆದರಿಕೊಂಡ್ರೆ ಅದು ನಿನ್ನ ಹೆದರಿಸ್ತದೆ, ನೀನು ಧೈರ್ಯವಾಗಿದ್ದರೆ ಅದು ಹೆದರಿಕೊಂಡು ತಲೆಬಾಗಿಸ್ತದೆ. ಧೈರ್ಯ ಒಂದು ಇಲ್ಲಾ ಅಂದ್ರೆ ದೇವರಾಣೆಗೂ ಸೈಕಲ್ ಕಲಿಯೋದಕ್ಕೆ ಆಗಂಗಿಲ್ಲ. ಸೈಕಲ್ ಏನಾದ್ರೂ ನಖರಾ ಮಾಡಿದ್ರೆ, 'ಲೇ ಬಾಡ್ಕೋ, ನನ್ನ ಮುಕುಳಿ ಕೆಳಗೆ ನಿನ್ನ ಹಾಕ್ಕೊಂಡು ತುಳೀತಿನಲೆ. ಬಾಯಿಬಿಟ್ಟೆ ಅಂದ್ರೆ ಕೆಟ್ಟ ಹೂಸು ಬಿಡ್ತೀನಿ ನೋಡು' ಅಂತ ಹೆದರಿಸಬೇಕು. ಆಗ ತೆಪ್ಪಗಾಗ್ತದೆ" ಎಂದು ಹೇಳಿದ. ಈ ಮಾತುಗಳಿಗೆ ನಗಬೇಕೋ, ಗಂಭೀರವಾಗಿರಬೇಕೋ ತಿಳಿಯದೆ ಮೋಹನಸ್ವಾಮಿ ಗಲಿಬಿಲಿಯಾದ.

ಅಂತೂ ಎಲ್ಲಾ ರೂಢಿಗತ ಪ್ರಾರ್ಥನೆಗಳೂ ಮುಗಿದ ಮೇಲೆ, ಸೈಕಲ್ ಕಲಿಕೆ ಶುರುವಾಯ್ತು. ಮೋಹನಸ್ವಾಮಿ ಈ ಹಿಂದೆ ಬಾಲ್ಯದಲ್ಲಿ ಒಂದೆರಡು ದಿನಗಳ ಕಾಲ ಸೈಕಲ್ ಕಲಿಯಲು ಪ್ರಯತ್ನಿಸಿದ್ದನಲ್ಲವೆ? ಅದು ಉಪಯೋಗಕ್ಕೆ ಬಂತು. ಇಷ್ಟು ವರ್ಷಗಳಾದರೂ ಆಗ ಕಲಿತಿದ್ದು ಮರೆತಿಲ್ಲವಲ್ಲ ಎಂದು ಮೋಹನಸ್ವಾಮಿಗೆ ಅಚ್ಚರಿಯಾಯ್ತು. ಮೊದಲ ಎರಡು ಸುತ್ತುಗಳನ್ನು ಕತ್ತರಿ ಕಾಲಲ್ಲಿ ಸೈಕಲ್ಲನ್ನು ತುಳಿದ. ದಾದಾಪೀರ ಅವನ ಹಿಂದೆಯೇ ಓಡೋಡಿ ಬಂದ. ಮೂರನೆಯ ಸುತ್ತಿಗೆ ಅವನೊಬ್ಬನೇ ಕತ್ತರಿ ಕಾಲಲ್ಲಿ ಹೋಗಿ ಬಂದ. ಸ್ವಲ್ಪ ಧೈರ್ಯ ಬಂತು.

ಮೋಹನಸ್ವಾಮಿ ದೈಹಿಕವಾಗಿ ಅಷ್ಟೇನೂ ಎತ್ತರದವನಲ್ಲ. ಗಿಡ್ಡನಲ್ಲವಾದರೂ ಎತ್ತರವಂತೂ ಅಲ್ಲ. ಆದರೆ ಅವರ ಸೈಕಲ್ ವಿಪರೀತ ದೊಡ್ಡದಿತ್ತು. ಆದ್ದರಿಂದ ನೇರವಾಗಿ ಸೀಟಿನ ಮೇಲೆ ಕುಳಿತುಕೊಂಡು ಸೈಕಲ್ ತುಳಿಯುವುದು ಸಾಧ್ಯವಿರಲಿಲ್ಲ. ಆದ್ದರಿಂದ ಓಡುತ್ತಾ ಓಡುತ್ತಾ ಸೈಕಲ್ ಸೀಟನ್ನು ಹತ್ತಿ, ಹಾಗೆಯೇ ಸಮತೋಲನವನ್ನು ಕಾದುಕೊಂಡು ಪೆಡಲ್ ತುಳಿಯುತ್ತಾ ಮುಂದುವರೆಯುವ ವಿಶೇಷ ಬ್ರಹ್ಮವಿದ್ಯೆಯನ್ನು ದಾದಾಪೀರ ಈಗ ಬೋಧಿಸಲಾರಂಭಿಸಿದ. "ಅಣ್ಣಾ, ಓಡೋ ಮೋಡನ್ನ ಹಿಡಕೊಂಡು ಹತ್ತಿ ಸವಾರಿ ಮಾಡ್ತಾನಲ್ಲಾ ಚಂದಾಮಾಮ, ಹಂಗೇ ಇದೂನು" ಎಂದು ಉಪಮೆಯನ್ನು ಕೊಟ್ಟ. ದಾದಾಪೀರನ ಹೋಲಿಕೆಗಳು ಮೋಹನಸ್ವಾಮಿಯ ತುಟಿಯಂಚಿನಲ್ಲಿ ನಗು ಮೂಡಿಸಿ, ಸ್ವಲ್ಪ ಅಧೈರ್ಯವನ್ನು ಕಡಿಮೆ ಮಾಡಿದವು. ಒಂದೆರಡು ಬಾರಿ ಹತ್ತಲು ಹೋಗಿ ನೆಲಕ್ಕೆ ಬಿದ್ದ. ಮೊಣಕಾಲು ತರಿದು ಗಾಯವಾಯ್ತು. ಅದಕ್ಕೆ ಹುಡಿ ಮಣ್ಣು ಹಚ್ಚಿದ ದಾದಾಪೀರ,

"ಅಣ್ಣಾ, ನೋವಾಯ್ತು ಅಂತ ಬೇಜಾರು ಮಾಡ್ಕಾಬೇಡ. ಹಳೇ ಅಂಗಿ ಹರಿದು ಹೋಯ್ತು ಅಂದ್ರೆ ಅಳಬಾರದು. ಹೊಸ ಅಂಗಿ ಬರ್ತದೆ ಅಂತ ಖುಷಿ ಪಡಬೇಕು. ಎರಡು ದಿನಕ್ಕೆ ಹೊಸಚರ್ಮ ಬೆಳೀತದೆ" ಎಂದು ಹುರಿದುಂಬಿಸಿದ. ಅಂತೂ ಅರ್ಧಗಂಟೆಯಲ್ಲಿ ಮೋಹನಸ್ವಾಮಿಗೆ ಸೈಕಲ್‌ನ ಸೀಟನ್ನು ಓಡುತ್ತಾ ಹತ್ತಲು ಬಂತು. ಆ ಖುಷಿಯಲ್ಲಿ ಹತ್ತಾರು ಬಾರಿ ಹತ್ತುವುದು, ಅನಂತರ ಹಾಗೆಯೇ ಇಳಿಯುವುದನ್ನೂ ಅಭ್ಯಾಸ ಮಾಡಿಕೊಂಡ. ಅದರಿಂದ ಉತ್ಸಾಹಗೊಂಡು ಒಂದೆರಡು ಸುತ್ತು ಮೈದಾನದಲ್ಲಿ ಹೋಗಿ ಬಂದ. ತಿರುವು ತೆಗೆದುಕೊಳ್ಳುವಾಗ ಎಲ್ಲಿ ಬೀಳುವೆನೋ ಎಂದು ಭಯವಾಗುತ್ತಿತ್ತು. ಆದರೆ ದಾದಾಪೀರ ಹೇಳಿದ ಮಾತು ನೆನಪಿತ್ತು. "ಧೈರ್ಯ ಕಳೆದುಕೊಂಡರೆ ಸೈಕಲ್‌ಗೆ ಸೊಕ್ಕು ಬಂದುಬಿಡ್ತದೆ" ಅಂತ. ಆದ್ದರಿಂದ ತನ್ನ ಮನಸ್ಸಿಗೆ ತಾನು ಧೈರ್ಯ ಹೇಳಿಕೊಂಡು ಸೈಕಲ್ಲನ್ನು ತಿರುಗಿಸುವುದನ್ನು ಕಲಿತುಕೊಂಡ.

ಆದರೆ ಮತ್ತೊಂದು ಸುತ್ತು ಹೋದಾಗ ಅನಾಹುತವಾಯ್ತು. ಯಾರೋ ಇಬ್ಬರು ವಿದೇಶಿ ಪ್ರಯಾಣಿಗರು ಅಚ್ಯುತರಾಯ ದೇವಸ್ಥಾನದ ಕಡೆಗೆ ಎರಡು ಸೈಕಲ್‌ಗಳನ್ನು ಏರಿ ಬರುತ್ತಿದ್ದರು. ಅವರಲ್ಲಿ ಒಬ್ಬನು ಮೊಣಕಾಲು ತನಕ ಖಾಕಿ ಚಡ್ಡಿ ಹಾಕಿಕೊಂಡು, ಚಿತ್ತಾರದ ಕೆಂಪು ಅಂಗಿಯನ್ನು ಹಾಕಿದ್ದರೆ, ಮತ್ತೊಬ್ಬ ನೀಲಿ ಜೀನ್ಸ್ ಮತ್ತು ನೀಲಿ ಅಂಗಿಯನ್ನು ಹಾಕಿಕೊಂಡಿದ್ದ. ದೂರದಿಂದ ಅವರಿಬ್ಬರೂ ಕೆಂಪು ಮತ್ತು ನೀಲಿ ಚುಕ್ಕಿಗಳಂತೆ ಕಾಣುತ್ತಿದ್ದರು. ಇಬ್ಬರೂ ರಸ್ತೆಯ ಮಧ್ಯದಲ್ಲಿ ವೇಗವಾಗಿ ಸೈಕಲ್ ತುಳಿಯುತ್ತಾ ಬರುತ್ತಿದ್ದರು. ಅವರ ಹೆಗಲಿನಲ್ಲಿ ಕ್ಯಾಮೆರಾ ಇತ್ತು. ಮೋಹನಸ್ವಾಮಿಗೆ ಯಾರೋ ಮೂರನೆಯವರು ತನ್ನತ್ತ ಬರುತ್ತಿರುವುದು ತಲ್ಲಣವನ್ನು ಮೂಡಿಸತೊಡಗಿತು. ಅವನಿಗೆ ಧೈರ್ಯ ಉಡುಗಿದ್ದೇ ಸೈಕಲ್‌ಗೆ ಸೊಕ್ಕೇರಿ ಬಿಟ್ಟಿತು. ಸೈಕಲ್ ಅವನ ಮಾತನ್ನು ಕೇಳಲು ನಿರಾಕರಿಸಲಾರಂಭಿಸಿತು. ಅವರನ್ನು ಬಳಸಿ ಹೋಗೆಂದು ಮೋಹನಸ್ವಾಮಿ ಸೈಕಲ್ಲಿಗೆ ಎಷ್ಟೇ ಬೇಡಿಕೊಂಡರೂ ಅದು ಕೇಳಲಿಲ್ಲ. ಸೀದಾ ಅವರಿಬ್ಬರ ಮಧ್ಯೆ ಹೋಗಿ, ಅವರಿಬ್ಬರೂ ಸೈಕಲ್ಲಿಂದ ಕೆಳಕ್ಕೆ ಬಿದ್ದರು. ಇವನೂ ಅವರ ಮುಂದೆ ಹೋಗಿ ಬಿದ್ದ.

"ಓ ಮ್ಯಾನ್... ನಿಂಗೆ ಸೈಕಲ್ ಹೊಡಿಯೋದಕ್ಕೆ ಬರಲ್ವಾ?" ಎನ್ನುತ್ತಾ ಅವರಿಬ್ಬರೂ ಎದ್ದರು. ಇಬ್ಬರಿಗೂ ಮೈಕೈ ತರಚಿಕೊಂಡಿತ್ತು. ಬಟ್ಟೆಗಳೆಲ್ಲವೂ ಧೂಳಾಗಿ ಹೋಗಿದ್ದವು. ಇಬ್ಬರೂ ಮೇಲಕ್ಕೆ ಎದ್ದು, ಧೂಳನ್ನು ಕೊಡವಿಕೊಂಡು, ಅಲ್ಲಿಯೇ ಹತ್ತಿರದಲ್ಲಿ ಬಿದ್ದಿದ್ದ ಮೋಹನಸ್ವಾಮಿಯ ಬಳಿಗೆ ಹೋಗಿ "ಆರ್ ಯೂ ಓಕೆ..." ಎಂದು ಪ್ರಶ್ನಿಸಿ, ಅವನ ಆರೋಗ್ಯವನ್ನು ವಿಚಾರಿಸಿಕೊಂಡರು. ಅಷ್ಟರಲ್ಲಿ ನಡೆದ ಅನಾಹುತವನ್ನು ದೂರದಿಂದ ನೋಡಿದ್ದ ದಾದಾಪೀರ ಏದುಸಿರು ಬಿಡುತ್ತಾ

ಓಡಿ ಬಂದ. ಅವರಿಬ್ಬರ ಕೈಕುಲುಕಿ "ಮೈ ಬ್ರದರ್... ಸೈಕಲ್... ಮೈ ಟೀಚಿಂಗ್... ಹಿಮ್ ಲರ್ನಿಂಗ್... ಸಾರಿ, ಸಾರಿ" ಎಂದು ತನ್ನ ಒಂಬತ್ತನೆಯ ತರಗತಿಯ ಇಂಗ್ಲಿಷ್ ಪರಿಣಿತಿಯನ್ನು ಮೆರೆದ. ಅವರಿಗೂ ಇಂಗ್ಲಿಷ್ ಅಷ್ಟೇನೂ ಸೊಗಸಾಗಿ ಬರುತ್ತಿರಲಿಲ್ಲ. ಯುರೋಪ್ ಒಕ್ಕೂಟದ ಯಾವುದೋ ಪುಟ್ಟ ದೇಶದ ಪ್ರವಾಸಿಗರು ಅವರಾಗಿದ್ದರು. ಆದರೂ ಅಲ್ಲಿ ನಡೆಯುತ್ತಿರುವುದು ಸೈಕಲ್ ತರಬೇತಿ ಎನ್ನುವುದನ್ನು ಅರ್ಥ ಮಾಡಿಕೊಂಡರು. ಪುಟ್ಟ ಹುಡುಗನೊಬ್ಬ ಅಷ್ಟೊಂದು ದೊಡ್ಡ ಹುಡುಗನಿಗೆ ಸೈಕಲ್ ಕಲಿಸಿಕೊಡುವ ಪರಿ ಅವರಿಬ್ಬರಿಗೂ ಮುದ ಕೊಟ್ಟಿತು. ಆದ್ದರಿಂದ ಅವನು ಮತ್ತೊಮ್ಮೆ ಸೈಕಲ್ ಕಲಿಸಿಕೊಡುವ ನಟನೆ ಮಾಡಬೇಕೆಂದೂ, ತಾವು ಫೋಟೋ ತೆಗೆಯುವುದಾಗಿಯೂ ಹೇಳಿದರು.

ಫೋಟೋ ಎನ್ನುವುದು ಆ ದಿನಗಳಲ್ಲಿ ಅತ್ಯಂತ ಅಪರೂಪದ ಸಂಗತಿಯಾಗಿತ್ತು. ಆದ್ದರಿಂದ ದಾದಾಪೀರ ತಕ್ಷಣ ಖುಷಿಯಿಂದ ಸಿದ್ಧವಾಗಿ ಬಿಟ್ಟ. ಸ್ವಲ್ಪ ಕೂದಲನ್ನು ಸರಿ ಮಾಡಿಕೊಂಡು, ಹಣೆಯ ಮೇಲಿನ ಬೆವರನ್ನು ತೋಳಿನಿಂದ ಒರೆಸಿಕೊಂಡು, ಅಂಗ್ಯೆಯನ್ನು ಚಡ್ಡಿಯ ಒಳಕ್ಕೆ ಸೇರಿಸಿ 'ಟಕ್' ಮಾಡಿಕೊಂಡು ರೆಡಿಯಾದ. ಅವರಲ್ಲಿ ಚಡ್ಡಿ ಹಾಕಿಕೊಂಡಿದ್ದ ವಿದೇಶಿಗನಿಗೆ "ಯು ನಿಕ್ಕರ್... ಮೈ ನಿಕ್ಕರ್... ಸೇಮ್ ಸೇಮ್... ಯು ರೆಡ್ ಶರ್ಟ್... ಐ ರೆಡ್ ಶರ್ಟ್... ಸೇಮ್ ಸೇಮ್" ಎಂದು ಹೇಳಿ, ಅವನಿಗೆ ಸಣ್ಣಗೆ ಚಿವುಟಿ 'ಸೇಮ್ ಪಿಂಚ್' ಮಾಡಿದ. ಅವನ ಮಾತು ಅವರಿಗೆ ಖುಷಿ ಕೊಟ್ಟಿತು. ಆದರೆ ಮೋಹನಸ್ವಾಮಿಗೆ ಈ ಘಟನೆ ತನಗಾದ ಅವಮಾನ ಅನ್ನಿಸಿತ್ತು. ತನಗೆ ಸರಿಯಾಗಿ ಸೈಕಲ್ ಹೊಡಿಯಲು ಬರುವುದಿಲ್ಲ ಎನ್ನುವ ಸಂಗತಿ ಅಪರಿಚಿತರಿಗೆ ಗೊತ್ತಾಗಿದ್ದು ಅವನಿಗೆ ಚೂರೂ ಇಷ್ಟವಾಗಿರಲಿಲ್ಲ. ಆದರೆ ಫೋಟೋ ಎನ್ನುವುದು ಅವನಿಗೂ ಅಪರೂಪದ ಸಂಗತಿಯೇ ಆಗಿತ್ತು. ಶ್ರೀಮಂತರ ಮನೆಯ ಮದುವೆಯಲ್ಲೂ ಕೊನೆಯ ದಿನದಲ್ಲಿ ಒಂದು ಗ್ರೂಪ್ ಫೋಟೋ ತೆಗೆಯುವುದಕ್ಕೆ ಹಿಂದುಮುಂದು ನೋಡುತ್ತಿದ್ದರು. ಅದನ್ನು ದುಂದು ವೆಚ್ಚವೆಂದೇ ಹಿರಿಯರು ಪರಿಗಣಿಸುತ್ತಿದ್ದರು. ಆದ್ದರಿಂದ ಮೋಹನಸ್ವಾಮಿಯೂ ತನ್ನ ಅವಮಾನವನ್ನು ಮರೆತು ಫೋಟೋಗೆ ರೂಪದರ್ಶಿಯಾಗಲು ಸಿದ್ಧನಾದ.

ಸೂರ್ಯ ಆಗಲೇ ಗಂಧಮಾದನ ಪರ್ವತದ ಹಿಂದೆ ಕಂತಲು ಸಿದ್ಧನಾಗಿದ್ದ. ಸಂಜೆಗೆಂಪು ಇಡೀ ವಾತಾವರಣವನ್ನೆಲ್ಲಾ ತುಂಬಿಕೊಂಡಿತ್ತು. ಹದಿನಾರನೆಯ ಶತಮಾನದ ಅಚ್ಯುತರಾಯನ ಪಾಳುಬಿದ್ದ ದೇವಸ್ಥಾನ, ಅದರ ಹಿಂದಿರುವ ಮಾತಂಗ ಪರ್ವತ, ಪರ್ವತದ ತುದಿಯಲ್ಲಿ ಇರುವ ಯಾವುದೋ ಪುಟ್ಟ ದೇವಾಲಯ, ನಿರ್ಜನ ವಾತಾವರಣ – ಎಲ್ಲವೂ ಇತಿಹಾಸದ ಹಿಂದಕ್ಕೆ ಅವರನ್ನು ಕೊಂಡೊಯ್ಯುವಂತಹ ವಾತಾವರಣವನ್ನು ಮೂಡಿಸಿದ್ದವು. ಅದರ ಹಿನ್ನೆಲೆಯಲ್ಲಿ

ಮೋಹನಸ್ವಾಮಿಗೆ ದಾದಾಪೀರನು ಸೈಕಲ್ ಕಲಿಸಿಕೊಡುವ ಹಲವು ದೃಶ್ಯಗಳನ್ನು ಅವರಿಬ್ಬರೂ ತೆಗೆದುಕೊಂಡರು. ಬೇರೆ ಬೇರೆ ಜಾಗದಲ್ಲಿ ನಿಂತು, ಕೆಲವೊಮ್ಮೆ ಕಲ್ಲು ಮಂಟಪವನ್ನು ಏರಿ ಫೋಟೋಗಳನ್ನು ತೆಗೆದರು. ಮತ್ತೆ ಮತ್ತೆ ಮೋಹನಸ್ವಾಮಿ ಮತ್ತು ದಾದಾಪೀರರು ಸೈಕಲ್ ಓಡಿಸುವ ದೃಶ್ಯಗಳನ್ನು ಸೆರೆಹಿಡಿದರು. ಆಮೇಲೆ ಮೋಹನಸ್ವಾಮಿಗೆ ಸೈಕಲನ್ನು ಸುಲಭವಾಗಿ ಸವಾರಿ ಮಾಡುವ ಇನ್ನಷ್ಟು ಉತ್ತಮ ಸಲಹೆಗಳನ್ನು ನೀಡಿದರು. ಅನಂತರ ಇವರಿಗೆ ಧನ್ಯವಾದಗಳನ್ನು ಹೇಳಿ, ಸೈಕಲ್ ಏರಿಕೊಂಡು ಅಚ್ಯುತರಾಯ ದೇವಸ್ಥಾನದ ತನಕ ಹೋಗಿ, ಅಲ್ಲಿಂದ ಇಬ್ಬರೂ ಸೈಕಲ್ ಎತ್ತಿಕೊಂಡು ಒಳಕ್ಕೆ ಹೋದರು. ಅಲ್ಲಿಯೂ ಸಾಕಷ್ಟು ಫೋಟೋ ತೆಗೆಯುವ ಕೆಲಸವಿದೆಯೆಂದು ಹೇಳಿದರು.

ಮತ್ತೊಂದಿಷ್ಟು ಸುತ್ತುಗಳನ್ನು ಮೋಹನಸ್ವಾಮಿ ಸೈಕಲ್ ಸವಾರಿಯಲ್ಲಿ ಸುತ್ತಿಬಂದ. ಸೈಕಲ್ ನಡೆಸಲು ಪೂರ್ತಿ ಧೈರ್ಯ ಬಂದಂತಾಗಿತ್ತು. ಇನ್ನಷ್ಟು ಸುತ್ತುಗಳನ್ನು ಸುತ್ತಲು ಉತ್ಸಾಹವಿತ್ತು. ಆದರೆ ಆಗಲೇ ಬೆಳಕು ಮಾಯವಾಗುತ್ತಿತ್ತು. ಜೊತೆಗೆ ಈಗಾಗಲೇ ಎರಡು ತಾಸುಗಳಷ್ಟು ಕಾಲ ಸೈಕಲ್ ತುಳಿದಿದ್ದರಿಂದ ಮತ್ತು ಒಂದೆರಡು ಬಾರಿ ಬಿದ್ದು ಗಾಯ ಮಾಡಿಕೊಂಡಿದ್ದರಿಂದ ಬಹಳ ಸುಸ್ತಾಗಿದ್ದ. ನೀರು ಬೇಕೆಂದೆನ್ನಿಸಿತು. ಆದರೆ ಇಬ್ಬರ ಬಳಿಯೂ ನೀರಿರಲಿಲ್ಲ. ಹತ್ತಿರದಲ್ಲೇ ಕೊಳವಿದ್ದರೂ ಅದರ ನೀರು ಕುಡಿಯುವಷ್ಟು ಉತ್ತಮವಾಗಿರಲಿಲ್ಲ. ಸ್ವಲ್ಪ ದೂರ ನಡೆದರೆ ತುಂಗಭದ್ರಾ ನದಿ ಹರಿಯುತ್ತಿತ್ತು. ಆದರೆ ಆ ನೀರನ್ನು ನೇರವಾಗಿ ಕುಡಿಯುವುದು ಆರೋಗ್ಯಕರವಾಗಿರಲಿಲ್ಲ. ಆದ್ದರಿಂದ ದಾದಾಪೀರ ಒಂದು ಉಪಾಯವನ್ನು ಸೂಚಿಸಿದ. ತಾನು ಸೈಕಲ್ ತೆಗೆದುಕೊಂಡು ಹತ್ತಿರದಲ್ಲೇ ಇರುವ ವಿಜಯವಿಠ್ಠಲ ದೇವಸ್ಥಾನದ ಬಳಿ ಹೋಗಿ, ಅಲ್ಲಿ ನಾಲ್ಕು ಎಳನೀರು ಕುಯ್ಯಿಸಿಕೊಂಡು ಬರುವುದಾಗಿ ಹೇಳಿದ. ಆ ಸಲಹೆ ಮೋಹನಸ್ವಾಮಿಗೆ ಒಪ್ಪಿಗೆಯಾಯ್ತು. ಅವನ ಜೊತೆಯಲ್ಲಿಯೇ ಹೋಗಲು ವಿಪರೀತ ಸುಸ್ತಾಗಿದ್ದರಿಂದ, ಅಲ್ಲಿಯೇ ಇರುವುದಾಗಿ ಹೇಳಿ, ದಾದಾಪೀರನಿಗೆ ಐದು ರೂಪಾಯಿ ಕೊಟ್ಟ. ಒಂದು ರೂಪಾಯಿಗೆ ಒಂದು ಎಳನೀರು ಸಿಗುತ್ತಿತ್ತು. ದಾದಾಪೀರ ಹಣವನ್ನು ತೆಗೆದುಕೊಂಡು, ಸೈಕಲ್ ಏರಿ ಕತ್ತಲೆಯಲ್ಲಿ ಕಣ್ಮರೆಯಾಗಿ ಹೋದ.

ಅರ್ಧ ಗಂಟೆಯಾದರೂ ಅವನು ಹಿಂತಿರುಗಿ ಬರಲಿಲ್ಲ. ಮೋಹನಸ್ವಾಮಿಗೆ ಆಲೋಚನೆಗಿಟ್ಟುಕೊಂಡಿತು. ನೀರಿನ ದಾಹವೂ ಹೆಚ್ಚಾಗುತ್ತಿತ್ತು. ಕತ್ತಲೆಯೂ ಗವ್ವೆಂದು ಕವಿಯುತ್ತಿತ್ತು. ಗಂಧಮಾದನ ಪರ್ವತ ಈಗ ಕಾಣಿಸುತ್ತಲೇ ಇರಲಿಲ್ಲ. ಇತ್ತ ಮಾತಂಗ ಪರ್ವತವೂ ಅಸ್ಪಷ್ಟವಾಗಿ ತೋರುತ್ತಿತ್ತು. ಅಚ್ಯುತರಾಯ ದೇವಸ್ಥಾನದ ಪಾಳುಬಿದ್ದ ಗೋಪುರ, ಕಲ್ಲುಮಂಟಪಗಳ ಬಜಾರ – ಎಲ್ಲವೂ

ಹೆದರಿಕೆಯನ್ನು ಹುಟ್ಟಿಸುತ್ತಿದ್ದವು. ಯಾವುದೋ ಪಕ್ಷಿಯೊಂದು ಕೆಟ್ಟ ಸ್ವರದಲ್ಲಿ ಕೂಗಿಕೊಂಡಿತು. ಜೀರುಂಡೆಗಳು ಸದ್ದು ಮಾಡತೊಡಗಿದವು. ಮುಖಕ್ಕೆ ಸೊಳ್ಳೆಗಳು ಬಂದು ಬಡಿಯುತ್ತಿದ್ದವು. ಮೊದಲೇ ಪಾಳುಬಿದ್ದ ಜಾಗವದು. ಹಾವು, ಚೇಳುಗಳು ರಾಶಿಯಾಗಿ ಹರಿದಾಡುತ್ತಿರುತ್ತವೆ. ಲಕ್ಷಾಂತರ ಜನರು ಈ ಊರಿನಲ್ಲಿ ಸತ್ತು ಪ್ರೇತಗಳಾಗಿ ಇಂದಿಗೂ ಅಲೆಯುತ್ತಿರುತ್ತಾರೆ ಎನ್ನುವ ಕತೆ ಸ್ಥಳೀಯರಲ್ಲಿ ಜನಜನಿತವಾಗಿತ್ತು. ಆ ಭಯವೂ ಮೋಹನಸ್ವಾಮಿಯನ್ನು ಮುತ್ತಿಕೊಂಡಿತು. ಎಷ್ಟು ಕಾದರೂ ದಾದಾಪೀರ ಬರಲಿಲ್ಲ. ಅವನಿಗೇನಾಯಿತೋ ಎಂಬ ಆಲೋಚನೆಯೂ ಮನಸ್ಸಿಗೆ ಬರಲಾರಂಭಿಸಿತು. ಯಾರಾದರೂ ಪರಿಚಿತರು ಹತ್ತಿರವಿದ್ದರೆ ಒಳ್ಳೆಯದಿತ್ತು ಎಂದನ್ನಿಸಿತು. ಅಷ್ಟರಲ್ಲಿ ಫೋಟೋ ತೆಗೆಯಲು ಅಚ್ಯುತರಾಯ ದೇವಸ್ಥಾನದೊಳಕ್ಕೆ ಹೋದ ವಿದೇಶಿ ಪ್ರವಾಸಿಗರು ಇನ್ನೂ ಅಲ್ಲೇ ಇದ್ದಾರೆಯೆ ಎಂಬ ಅನುಮಾನ ಬಂತು. ಅಥವಾ ಅಲ್ಲಿಂದ ಮಾತಂಗ ಪರ್ವತದ ಬುಡದ ಮೆಟ್ಟಿಲುಗಳನ್ನು ಹತ್ತಿ ಪಂಪಾಪತಿ ಬಜಾರಕ್ಕೆ ಹೊರಟು ಹೋದರೆ ಎಂದೂ ಅನ್ನಿಸಿತು. ಯಾವುದಕ್ಕೂ ಇರಲಿ ಎಂದು ಅಚ್ಯುತರಾಯ ದೇವಸ್ಥಾನದೊಳಕ್ಕೆ ಅಡಿಯಿಟ್ಟ.

ದೂರದಲ್ಲಿ ಅವರಿಬ್ಬರ ಸೈಕಲ್‌ಗಳು ಮಂಟಪದ ಗೋಡೆಗೆ ಆತು ನಿಂತಿರುವುದು ಕಂಡು ಬಂತು. ಸ್ವಲ್ಪ ಧೈರ್ಯ ಬಂತು. ನಿಧಾನಕ್ಕೆ ಕತ್ತಲಿಗೆ ಕಣ್ಣು ಹೊಂದಿಸಿಕೊಳ್ಳುತ್ತಾ ಅತ್ತ ಸಾಗಿದ. ಸ್ವಲ್ಪ ಮಟ್ಟಿಗೆ ಚಂದ್ರ ಈಗ ಬೆಳಕು ಕೊಡುವಷ್ಟು ಹೊಳೆಯುತ್ತಿದ್ದ. ಸೈಕಲ್ ಹತ್ತಿರದಲ್ಲೇ ಅವರ ಕ್ಯಾಮೆರಾಗಳು ಮಂಟಪದಲ್ಲಿ ಇಟ್ಟಿರುವುದು ಕಂಡು ಬಂತು. ಆದರೆ ಅವರಿಬ್ಬರೂ ಕಾಣಲಿಲ್ಲ. ಎಲ್ಲಿ ಹೋದರು? ಏನಾದರೂ ಅನಾಹುತವಾಯ್ತೆ? ಎಂಬ ಅನುಮಾನಗಳು ಮೋಹನಸ್ವಾಮಿಯನ್ನು ಕಾಡಲಾರಂಭಿಸಿದವು. ಅಷ್ಟರಲ್ಲಿ ಯಾರೋ ನೋವಿನಿಂದ ನರಳುತ್ತಿರುವ ಸದ್ದು ಕೇಳಿಸಿತು. ಈ ಹಿಂದೆ ಕೇಳಿರದಂತಹ ಸದ್ದು ಅದಾಗಿತ್ತು. "ಅಂಕಲ್..." ಎಂದು ಕರೆಯಲೆ ಎಂದು ಮೋಹನಸ್ವಾಮಿ ಯೋಚಿಸಿದ. ಆದರೆ ಧೈರ್ಯವಾಗಲಿಲ್ಲ. ಸದ್ದು ಬರುವ ಕಡೆ ಹೆಜ್ಜೆಹಾಕಿದ.

ಒಳಪ್ರಾಕಾರದ ಮಂಟಪದಲ್ಲಿ ಎರಡು ದೇಹಗಳು ಹೊರಳಾಡುತ್ತಿದ್ದವು. ಇಬ್ಬರ ಬಟ್ಟೆಗಳನ್ನೂ ಮಂಟಪದ ಕಂಬದ ಬಳಿಯಲ್ಲಿ ಗುಪ್ಪೆ ಹಾಕಲಾಗಿತ್ತು. ಹೊರಳಾಡುತ್ತಿರುವ ದೇಹಗಳು ತಮ್ಮ ಫೋಟೋ ತೆಗೆದ ವಿದೇಶಿಗರದೇ ಎನ್ನುವುದರಲ್ಲಿ ಯಾವ ಅನುಮಾನವೂ ಇರಲಿಲ್ಲ. ಕಂಬದ ಮರೆಯಲ್ಲಿ ನಿಂತುಗೊಂಡು ಮೋಹನಸ್ವಾಮಿ ಆ ಅಪರೂಪದ ದೃಶ್ಯವನ್ನು ನೋಡಲಾರಂಭಿಸಿದ. ಅವನ ಮೈ ಸಣ್ಣಗೆ ನಡುಗಲಾರಂಭಿಸಿತು. ಇದ್ದಕ್ಕಿದ್ದಂತೆಯೇ ಚಳಿಯಾಗತೊಡಗಿತು. ಯಾವತ್ತೂ ಎರಡು ಗಂಡುಗಳು ಮುಕ್ತವಾಗಿ ಹೀಗೆ ಹೊರಳಾಡುವುದನ್ನು ಅವನು

ಕಂಡಿರಲಿಲ್ಲ. ಕೇವಲ ಮನಸ್ಸಿನಲ್ಲಿ ಊಹಿಸಿಕೊಂಡು ಸುಖಿಸುತ್ತಿದ್ದ. ಆ ಸುಖವನ್ನು ಹೊಂದುವ ಆಸೆಯಿಂದ ಯಾವ ಗಂಡನ್ನು ಮುಟ್ಟಲು ಹೋದರೂ ಇವನನ್ನು ಅಸಹ್ಯದಿಂದ ಅವರು ದೂರ ತಳ್ಳಿದ್ದರು, ಅವಮಾನ ಮಾಡಿದ್ದರು. ಆದ್ದರಿಂದ ಇಡೀ ಪ್ರಪಂಚದಲ್ಲಿ ಗಂಡನ್ನು ಬಯಸುವ ದುಷ್ಟ ಗುಣವಿರುವುದು ತನ್ನಲ್ಲಿ ಮಾತ್ರ ಎಂದು ಅವನು ತಿಳಿದುಕೊಂಡಿದ್ದ. ಈಗ ಕಣ್ಣೆದುರಿನಲ್ಲೇ ಎರಡು ಬಲಿಷ್ಠ ಗಂಡುದೇಹಗಳು ಬೆತ್ತಲೆಯಾಗಿ ಹೊರಳಾಡುತ್ತಿದ್ದವು. ಸುಖವನ್ನು ಅನುಭವಿಸುತ್ತಿದ್ದವು. ಅಲ್ಲಿ ಯಾವುದೇ ಪಾಪಪ್ರಜ್ಞೆ ಇದ್ದಿರಲಿಕ್ಕಿಲ್ಲ. ಯಾಕೆಂದರೆ ಅದರಲ್ಲಿ ಒಬ್ಬ ಮತ್ತೊಬ್ಬನ ಕಿವಿಯಲ್ಲಿ ಏನೋ ಹೇಳಿ ನಕ್ಕ, ಅದಕ್ಕೆ ಇನ್ನೊಬ್ಬನೂ ನಕ್ಕ. ಅವರಿಬ್ಬರ ನಗುವೂ ಅಚ್ಯುತರಾಯ ದೇವಸ್ಥಾನದ ಆವರಣದಲ್ಲಿ ಲೀನವಾಯ್ತು. ಈ ಹಿಂದೆ ಅವನಿಗೆ ಕೇಳಿಸಿದ ಸದ್ದು ನೋವಿನ ನರಳುವಿಕೆಯದಲ್ಲ, ಅದು ಸುಖದ ನರಳುವಿಕೆಯದು ಎಂದು ಮೋಹನಸ್ವಾಮಿಗೆ ಅರ್ಥವಾಗತೊಡಗಿತು. ಬಹಳ ಹೊತ್ತು ಅಲ್ಲಿ ನಿಂತು ಆ ದೃಶ್ಯವನ್ನು ನೋಡಿದ. ಒಂದು ರೀತಿಯಲ್ಲಿ ಭಗವಂತನ ಸಾಕ್ಷಾತ್ಕಾರವಾದಂತಹ ಸಂತಸ ಅವನಿಗಾಗತೊಡಗಿತ್ತು. ತಾನು ಈ ಜಗತ್ತಿನಲ್ಲಿ ಏಕಾಂಗಿಯಲ್ಲ ಎನ್ನುವ ಅನುಭೂತಿಯು ಅವನ ಇಡೀ ಮನಸ್ಸಿನ ಭಾರವನ್ನು ಕಡಿಮೆಯಾಗಿಸಿ, ಹೂಹಗುರನನ್ನಾಗಿಸಿತು.

^^^

ಮೋಹನಸ್ವಾಮಿ ಅಚ್ಯುತರಾಯ ದೇವಸ್ಥಾನದ ಹೊರಕ್ಕೆ ಬಂದಾಗ ಆಗಲೇ ದಾದಾಪೀರ ಎಳನೀರು ಹಿಡಿದುಕೊಂಡು ಬಂದಿದ್ದ. "ಅಣಾ, ಎಲ್ಲಿ ಹೋಗಿದ್ದಿ? ಕಮಲಾಪುರದ ತನಕ ಹೋಗಿ ಎಳನೀರು ತಂದೆ. ಆಗಲೇ ಬಂದು ಎರಡು ನಿಮಿಷ ಆಯ್ತು" ಅಂದ. ಮೋಹನಸ್ವಾಮಿ ಅದಕ್ಕೆ ಮಾತಾಡದೆ ಮೂತ್ರಕ್ಕೆ ಹೋಗಿದ್ದೆ ಎಂದು ಸಂಜ್ಞೆ ಮಾಡಿ ತೋರಿಸಿದ. "ದೇವರ ಗುಡಿಯಾಗೆ ಮೂತ್ರ ಮಾಡಬಾರದಣ್ಣಾ..." ಎಂದು ಹೇಳಿದ ದಾದಾಪೀರನು ಮೋಹನಸ್ವಾಮಿಯ ಕಣ್ಣಿಗೆ ಸುಂದರನಾಗಿ ಕಂಡ. ಇಲ್ಲಿಯ ತನಕ ಕಷ್ಟಪಟ್ಟು ತನಗೆ ಸೈಕಲ್ ಕಲಿಸಿಕೊಟ್ಟು, ಈಗ ತನಗಾಗಿ ಎಳನೀರು ಕೊಂಡು ತಂದಿದ್ದ. ಅಲ್ಲಿಯೇ ತನ್ನ ಪಾಲಿನ ಎಳನೀರನ್ನು ಕುಡಿಯದೆ, ತನ್ನ ಜೊತೆಗೆ ಕುಡಿಯುವ ಕಾರಣಕ್ಕೆ ನಾಲ್ಕು ಕಾಯಿಗಳನ್ನು ಕಟ್ಟಿಸಿಕೊಂಡು ಬಂದಿದ್ದ. ಮೋಹನಸ್ವಾಮಿಗೆ ಈ ಹುಡುಗ ಪ್ರೀತಿ ಮಾಡಲು ಯೋಗ್ಯನಾದಂತಹವನು ಅನ್ನಿಸಿಬಿಟ್ಟಿತು. ಹೃದಯದಲ್ಲಿ ಎಂತಹುದೋ ಸಂತೋಷದ ಸೆಲೆ ಮಿಡಿಯಿತು. ಅವನನ್ನು ಹತ್ತಿರ ಎಳೆದುಕೊಂಡು, ತಬ್ಬಿಕೊಂಡು, ಹಣೆಗೆ ಹೂಮುತ್ತನ್ನಿತ್ತು

“ಸೈಕಲ್ ಕಲಿಸಿಕೊಟ್ಟಿದ್ದಕ್ಕೆ ಥ್ಯಾಂಕ್ಸ್ ದಾದಾಪೀರ” ಎಂದು ಕಿವಿಯಲ್ಲಿ ಉಸುರಿದ. ಅವನ ಅಪ್ಪುಗೆ ಅನಿರೀಕ್ಷಿತವೆನ್ನಿಸಿದರೂ ದಾದಾಪೀರ ಕೊಸರಿಕೊಳ್ಳಲಿಲ್ಲ. “ಏಯ್ ಇರ್ಲಿ ಬಿಡಣ್ಣಾ... ಅದರಾಗೆ ಏನೈತೆ ಘನವಿದ್ಯಾ...” ಎಂದು ಹೊಗಳಿಕೆಯನ್ನು ತಿರಸ್ಕರಿಸಿದ.

ಚೂಪಾದ ಕಲ್ಲಿನಿಂದ ಎಳನೀರಿನ ತಲೆಯಲ್ಲಿ ರಂಧ್ರ ಮಾಡಿ, ಇಬ್ಬರೂ ಹೊಟ್ಟೆ ತುಂಬುವಷ್ಟು ನೀರು ಕುಡಿದರು. ಅನಂತರ ಹೊಸಪೇಟೆಗೆ ವಾಪಸು ಹೋಗಲು ಸಿದ್ಧರಾದರು. ಮೋಹನಸ್ವಾಮಿ ಒಂದು ಸಲಹೆಯನ್ನು ಕೊಟ್ಟ. “ದಾದಾಪೀರ, ಈಗ ಅಚ್ಯುತರಾಯ ದೇವಸ್ಥಾನದ ಒಳಗಿಂದ ಹೋಗೋದು ಬೇಡ. ವಿಜಯವಿಠ್ಠಲ ದೇವಸ್ಥಾನದ ಮುಂದಿನಿಂದ ಹೋಗಾಣ. ದೂರ ಆದ್ರೂ ಅಡ್ಡಿ ಇಲ್ಲ. ತಣ್ಣಗೆ ಗಾಳಿ ಅದೆ. ಇಬ್ಬರೂ ಮಾತಾಡಿಕೊಂತಾ ಹೋಗಬಹುದು” ಎಂದು ಹೇಳಿದ. ಅವನ ಸಲಹೆ ಸ್ವಲ್ಪ ವಿಚಿತ್ರವೆನ್ನಿಸಿದರೂ ದಾದಾಪೀರ ಹೆಚ್ಚಿಗೆ ಮಾತನಾಡದೆ ಒಪ್ಪಿಕೊಂಡ. ಇಬ್ಬರೂ ಸೈಕಲ್ಲನ್ನು ತಳ್ಳಿಕೊಂಡು ಮಾತಾಡುತ್ತಾ ಹೊರಟರು.

ಮೋಹನಸ್ವಾಮಿಯ ಮನಸ್ಸಿನಲ್ಲಿ ಒಂದು ಸಂಗತಿ ಸ್ಪಷ್ಟವಾಗಿ ಹೊಳೆದು ಹೋಗಿತ್ತು. ತಾನು ಸೈಕಲ್ ಕಲಿತರಷ್ಟೇ ಅಲ್ಲ, ವಿಮಾನ ಓಡಿಸುವುದನ್ನು ಕಲಿತರೂ ತನಗೆ ಇಷ್ಟವಾಗುವುದು ಗಂಡು ದೇಹವೇ ಹೊರತು ಹೆಣ್ಣಿನದಲ್ಲ. ಯಾವತ್ತೂ ಹೆಣ್ಣು ತನ್ನನ್ನು ಆಕರ್ಷಿಸಲು ಸಾಧ್ಯವಿಲ್ಲ ಎಂಬ ಸತ್ಯ ಅವನಿಗೆ ಮನದಟ್ಟಾಗುತ್ತಾ ಹೋಯ್ತು. ಅದನ್ನು ಬದಲಾಯಿಸುವ ಯಾವುದೇ ಮೂರ್ಖ ಕೆಲಸಕ್ಕೂ ತಾನು ಇನ್ನು ಮುಂದೆ ಕೈಹಾಕಬಾರದು. ತನ್ನಂತಹದೇ ಮತ್ತೊಬ್ಬನನ್ನು ಎಲ್ಲಿಯಾದರೂ ಹುಡುಕಿಕೊಳ್ಳಬೇಕು. ಅವನು ಖಂಡಿತವಾಗಿಯೂ ಸಿಕ್ಕೇ ಸಿಗುತ್ತಾನೆ ಎಂದು ಮನಸ್ಸಿನಲ್ಲಿ ಹೇಳಿಕೊಳ್ಳುತ್ತಾ ಸಾಗಿದ.

25ನೇ ಮೇ 2016

ಚತುರ್ಮುಖ

"ನೀನು ಬ್ರಾಹ್ಮಣನಾ?" ಎಂದು ಇದ್ದಕ್ಕಿದ್ದಂತೆಯೇ ದರ್ಶನ್ ಕೇಳಿಬಿಟ್ಟ. ಘನಶ್ಯಾಮವರ್ಣದ, ಸದೃಢ ಮೈಕಟ್ಟಿನ, ಮುಗ್ಧಮುಖದ ಆ ಯುವಕನ ಪ್ರಶ್ನೆಗೆ ಹೇಗೆ ಉತ್ತರಿಸಬೇಕೆಂದು ತಿಳಿಯದೆ ಮೋಹನಸ್ವಾಮಿ ಒಂದು ಕ್ಷಣ ಕಂಗಾಲಾದ. ಆಮೇಲೆ ಸುಧಾರಿಸಿಕೊಂಡು "ಇಲ್ಲ ದರ್ಶನ್, 'ಗೇ'ಯೊಬ್ಬನಿಗೆ ಯಾವ ಜಾತಿಯೂ ಇಲ್ಲ. ಅವನನ್ನು ಯಾವ ಜಾತಿಯವರೂ ತಮ್ಮವನೆಂದು ಸ್ವೀಕರಿಸುವುದಿಲ್ಲ" ಎಂದು ನಸುನಕ್ಕು ಹೇಳಿದ.

^^^

ಕಾರ್ತೀಕ ಎನ್ನುವವನು ಮೋಹನಸ್ವಾಮಿಯ ಮೊದಲ ಗೆಳೆಯ. ಅವನ ಜೊತೆ ಹಲವು ವರ್ಷಗಳು ಕೂಡಿ ಬಾಳಿದ ಮೇಲೆ, ಆತ ಮದುವೆಯಾಗಿ ದೂರವಾದ. ಅ ಬೇರ್ಪಡುವಿಕೆಯ ನೋವನ್ನು ಮರೆಯಲು ಹಲವು ವರ್ಷಗಳೇ ಮೋಹನಸ್ವಾಮಿಗೆ ಬೇಕಾಯ್ತು. ಅನಂತರ ಅವನು ಹುಷಾರಾದ. ಹೊಸದಾಗಿ ಯಾರು ಸಿಕ್ಕರೂ, ಅವರೊಡನೆಯ ಗೆಳೆತನ ದೀರ್ಘ ಕಾಲದ್ದಾಗಿರುವುದಿಲ್ಲ

ಎಂದು ಮುಂಚೆಯೇ ನಿಶ್ಚಯಿಸಿಕೊಂಡು ಬಿಡುತ್ತಿದ್ದ. ಕೇವಲ ನಡೆದಷ್ಟು ದಿವಸ ಅವರೊಡನೆ ಒಡನಾಡಿ, ಅನಂತರ ಹೊಸ ಗೆಣೆಕಾರನನ್ನು ಹುಡುಕಲು ತೊಡಗುತ್ತಿದ್ದ. ಸಮಾಜಕ್ಕೆ ಅವನ ಬದುಕಿನ ಕಷ್ಟ-ಸುಖದ ಬಗ್ಗೆ ಯಾವತ್ತೂ ಆಸಕ್ತಿಯಿರುತ್ತಿರಲಿಲ್ಲ. ಅವನಿಗೆ ಯೌವನದ ದಿನಗಳಲ್ಲಿ "ಒಂದು ಮದುವೆಯಾಗು; ನಾನು ನಿಂತು ಹೆಣ್ಣು ಹುಡುಕ್ತೀನಿ" ಎಂದು ನೂರಾರು ಜನರು ಪುಕ್ಕಟೆ ಸಲಹೆ ಕೊಡುತ್ತಿದ್ದರಾದರೂ, ಅವನು 'ಗೇ' ಎಂದು ಗೊತ್ತಾದ ನಂತರ "ಯಾರಾದ್ರೂ ಒಳ್ಳೆ ಹುಡುಗನ್ನ ಹುಡುಕಿಕೊಂಡು ಬದುಕು ಮಾಡು. ಜೊತೆಯಲ್ಲಿ ಇನ್ನೊಂದು ಜೀವ ಇದ್ರೆ ಒಳ್ಳೇದು" ಎಂದು ಹೇಳುವ ದೊಡ್ಡ ಮನಸ್ಸು ಬಹುತೇಕ ಯಾರಿಗೂ ಇರುತ್ತಿರಲಿಲ್ಲ. ಸಮಾಜಕ್ಕೆ ವ್ಯಕ್ತಿಯೊಬ್ಬ ಬೇಡವಾದರೆ, ಅವನಿಗೂ ಸಮಾಜದ ಬಗೆಗಿನ ಕಾಳಜಿ ಕಡಿಮೆಯಾಗುತ್ತದೆ. ಆದ್ದರಿಂದ ಮೋಹನಸ್ವಾಮಿ ತನ್ನ ಮನಸ್ಸಿಗೆ ತೋಚಿದಂತೆ ಬದುಕು ಮಾಡುತ್ತಿದ್ದ. ತನ್ನ ನೋವು ನಲಿವನ್ನು ಏಕಾಂಗಿಯಾಗಿ ಅನುಭವಿಸುವುದನ್ನು ಕಲಿತುಕೊಂಡ.

ಹಲವು ಜೀವಗಳು ಅವನ ಬದುಕಲ್ಲಿ ಪ್ರವೇಶಿಸಿ, ಅವನನ್ನು ಕೂಡಿ, ಸುಖ ನೀಡಿ, ಅನಂತರ ದೂರವಾಗಿವೆ. ಸಂಬಂಧಗಳ ಸೇರುವಿಕೆ ಮತ್ತು ಬೇರ್ಪಡುವಿಕೆಗೆ ಭಾವುಕರಾಗುವುದನ್ನು ಕಳೆದುಕೊಂಡು ಸ್ಥಿತಪ್ರಜ್ಞರಾಗುತ್ತಾ ಹೋದಂತೆ, ಮನುಷ್ಯ ಜಗತ್ತಿನ ಸೂಕ್ಷ್ಮತೆಗಳು ಅರಿವಾಗುತ್ತಾ ಹೋಗುತ್ತವೆ. ಪ್ರತಿಯೊಬ್ಬ ಗೇ ಹುಡುಗನೂ ಅದೆಷ್ಟು ವಿಭಿನ್ನ ಎಂದು ಅವನಿಗೆ ಅಚ್ಚರಿಯಾಗುತ್ತದೆ. ಇರುವ ಗೇ ಜನರೇ ಅತ್ಯಂತ ಕಡಿಮೆಯಾದ್ದರಿಂದ ಇಲ್ಲಿ ವಯಸ್ಸು, ಜಾತಿ, ವರ್ಗಗಳ ವ್ಯತ್ಯಾಸವಿಲ್ಲದೆ ಒಬ್ಬರು ಇನ್ನೊಬ್ಬರೊಡನೆ ಒಡನಾಡುವ ಮುಕ್ತತೆಯಿದೆ. ಬದುಕಿಗೆ ಎಷ್ಟೆಲ್ಲಾ ಬಣ್ಣ, ಎಷ್ಟೆಲ್ಲಾ ಆಕೃತಿ! ನವಜೀವದೊಡನೆ ಒಡನಾಡಿದಂತೆಲ್ಲಾ ಹೊಸತೇ ಆದ ವಿಶ್ವವೊಂದು ತೆರೆದುಕೊಳ್ಳುತ್ತಾ ಹೋಗುತ್ತದೆ. ಹೆಚ್ಚು ಹೆಚ್ಚು ಅದು ಅರಿವಾದಷ್ಟೂ, ಇನ್ನಷ್ಟು ನಿಗೂಢವೆನ್ನಿಸಲಾರಂಭಿಸುತ್ತದೆ. ಅದನ್ನು ಭೇದಿಸುವ ಹಪಹಪಿಯೂ ಜಾಸ್ತಿಯಾಗುತ್ತದೆ. ಆಗಲೇ ಮೋಹನಸ್ವಾಮಿ ನಲವತ್ತೈದು ದಾಟಿಯಾಗಿದೆ. ಈಗ ದೈಹಿಕ ಬಯಕೆಗಿಂತಲೂ ಮಾನಸಿಕ ಬಯಕೆಯ ಆರ್ಭಟ ಹೆಚ್ಚಾಗಿಬಿಟ್ಟಿದೆ. ಆದರೆ ದೈಹಿಕವಾಗಿ ಒಗ್ಗೂಡದೆ, ನಿಗೂಢತೆಯ ಆಯಾಮಗಳನ್ನು ಯಾರೂ ಬಿಟ್ಟುಕೊಡುವುದಿಲ್ಲ ಎನ್ನುವುದು ಅವನಿಗೆ ಗೊತ್ತು.

ಈ ಹಿಂದೆ ಆರು ವರ್ಷದ ಕೆಳಗೆ ಪರಿಚಯವಾದ ವೇಲುಸ್ವಾಮಿ ಎಂಬ ಇಪ್ಪತ್ತೈದು ವರ್ಷದ ಹುಡುಗನನ್ನು ಮೋಹನಸ್ವಾಮಿಗೆ ಮರೆಯಲಾಗುವುದಿಲ್ಲ. 'ಗ್ರೈಂಡರ್' ಎನ್ನುವ ಗೇ ಡೇಟಿಂಗ್ ಆಪ್‌ನಲ್ಲಿ ಸಿಕ್ಕಿದ್ದ. ಜಿಮ್‌ನಲ್ಲಿ ಹುರಿಗಟ್ಟಿದ ದೇಹ ಅವನದು. ವಿಸ್ತಾರವಾದ ಎದೆ, ಸಣ್ಣ ನಡು, ಹೊಟ್ಟೆಯ ಮಡಿಕೆಗಳ ಅವನ

ಫೋಟೋ ನೋಡಿ ಮೋಹನಸ್ವಾಮಿ ಬಾಯಲ್ಲಿ ನೀರೂರಿಸಿಕೊಂಡಿದ್ದ. ಬಹುಶಃ ಮಧ್ಯವಯಸ್ಸಿನ ತನಗೆ ಅವನು ದಕ್ಕಲಿಕ್ಕಿಲ್ಲ ಎನ್ನುವ ಅನುಮಾನ ಹೊಕ್ಕಿತ್ತು. ಜೊತೆಗೆ ಅವನ ಯೌವನದ ಆರ್ಭಟಕ್ಕೆ ತಕ್ಕಂತೆ ತಾನು ಸರಿಸಾಟಿಯಾಗಿ ಜೊತೆಯಾಗಬಲ್ಲನೆ ಎಂಬ ಅನುಮಾನ ಬೇರೆ! ಆದರೆ ಅವನ ಅಚ್ಚುಕಟ್ಟಾದ ಎಳೆಯ ದೇಹ ಸೂಜಿಗಲ್ಲಿನಂತೆ ಅವನನ್ನು ಆಕರ್ಷಿಸುವುದು ತಡೆದುಕೊಳ್ಳಲು ಆಗಲಿಲ್ಲ. ಕೊನೆಗೆ ಒಂದು ಕಲ್ಲು ಒಗೆಯಲು ನಿರ್ಧರಿಸಿ, "ಹಲೋ..." ಎಂದು ಮೆಸೇಜ್ ಕಳುಹಿಸಿದ್ದ. ಆಮೇಲಕ್ಕೆ ಡಿಜಿಟಲ್ ಹರಟೆ, ಕೆಫೆ ಡೇ ಕಾಫಿ, ಮಲ್ಟಿಪ್ಲೆಕ್ಸ್ ಸಿನಿಮಾ, ಪಿಜ್ಜಾಹಟ್ ಊಟ – ಎಲ್ಲವೂ ಅತ್ಯಂತ ಸಾಂಪ್ರದಾಯಿಕವಾಗಿ ಒಂದೊಂದು ದಿನ ನಡೆದು, ಕೇವಲ ಒಂದೇ ವಾರದಲ್ಲಿ ಅವನನ್ನು ಒಪ್ಪಿಸಿ ಮನೆಗೆ ಕರೆತಂದು ಬಿಟ್ಟಿದ್ದ. ಆದರೂ ಒಳಗೆಲ್ಲೋ ತೀರದ ಅನುಮಾನ. ಇಪ್ಪತ್ತೈದರ ಈ ಹುಡುಗನಿಗೆ ನಿಜಕ್ಕೂ ತನ್ನ ಮೇಲೆ ಆಸೆಯಿದೆಯೆ? ಕೇವಲ ನನ್ನ ಹಿರಿಯ ವಯಸ್ಸಿನ ಮೇಲಿನ ಗೌರವಕ್ಕೆ ಹೀಗೆ ಧೈರ್ಯದಿಂದ ಮನೆಗೆ ಬರುತ್ತಿದ್ದಾನೆಯೆ? ಅವನ ಉದ್ದೇಶ ಬರೀ ಸ್ನೇಹವಾ ಅಥವಾ ಅದಕ್ಕೂ ಹೆಚ್ಚಿನದಾ? ಇತ್ಯಾದಿ ಪ್ರಶ್ನೆಗಳು ತಲೆಗೆ ಹೊಕ್ಕು ಹೈರಾಣಾಗಿದ್ದ. ಅವನ ಸುಂದರ ದೇಹ ಆಸೆಯ ಅಲೆಗಳನ್ನು ಎಬ್ಬಿಸಿ ಪುಳಕಗೊಳಿಸುವ ಒತ್ತಡ ಒಂದು ಕಡೆಯಾದರೆ, ನಿರಾಕರಣೆಯ ಭಯದ ಅಲೆಗಳ ಹೊಡೆತ ಮತ್ತೊಂದು ಕಡೆ. ಮೋಹನಸ್ವಾಮಿ ಹೈರಾಣಾಗಿದ್ದ. ಆದರೂ ಏನನ್ನೂ ತೋರಿಸಿಕೊಳ್ಳದಂತೆ, ಊಟ ಮಾತು–ಕತೆಗಳೆಲ್ಲವನ್ನೂ ಅತ್ಯಂತ ಸಹಜವಾಗಿ ಮಾಡಿ ರಾತ್ರಿ ಮಲಗುವಾಗ ಮಾತ್ರ "ನೀನು ಕೋಣೆಯಲ್ಲಿ ಮಲಗ್ತೀಯಾ? ಅಥವಾ ನನ್ನ ಜೊತೆ ಮಲಗ್ತೀಯ?" ಎಂದು ವಿನಯಪೂರ್ವಕವಾಗಿ ಕೇಳಿದ್ದ. ಇವನ ಒದ್ದಾಟವನ್ನು ಸೂಕ್ಷ್ಮವಾಗಿ ಗಮನಿಸಿದ್ದ ಆತ ಇವನನ್ನು ಹಿತವಾಗಿ ಹತ್ತಿರಕ್ಕೆ ಎಳೆದು, ದೀರ್ಘವಾಗಿ ಚುಂಬಿಸಿದ್ದ. ಪಟಾಕಿಯ ರಾಶಿಗೆ ಕಿಡಿ ತಾಕಿದಂತೆ ಆಗಿತ್ತು. ಮೋಹನಸ್ವಾಮಿ ದೇಹ ಬಿಸಿಗೆ ಸುಡಲಾರಂಭಿಸಿತು. ಸಟಸಟನೆ ಅವನ ಬಟ್ಟೆಗಳನ್ನು ಬಿಚ್ಚಿ ಬಿಟ್ಟಿದ್ದ.

ಹಾಗಂತ ಎಲ್ಲವೂ ಸರಾಗವಾಗಿಯೇನೂ ನಡೆಯುವುದಿಲ್ಲ. ಅಲ್ಲಿಯೂ ಅನಿರೀಕ್ಷಿತವಾದ ತಿರುವೊಂದು ಕಾದು ಕುಳಿತಿತ್ತು. ಅವನ ಬೆತ್ತಲೆ ದೇಹವನ್ನು ತಬ್ಬಿಕೊಳ್ಳಲು ಹಾತೊರೆದಾಗ, ವೇಲುಸ್ವಾಮಿ ಅವನನ್ನು ತಡೆದಿದ್ದ. "ನಿಮಗೊಂದು ವಿಷಯ ಮುಂಚೆಯೇ ಹೇಳಿ ಬಿಡ್ತೀನಿ ಸಾರ್" ಎಂದ. ಜಾಲಿಡ್ರೈವ್ ಹೊರಟಾಗ ಅಡ್ಡಬರುವ ಟ್ರಾಫಿಕ್ ಪೊಲೀಸನ ಪ್ರಶ್ನೆಗಳ ಕಿರಿಕಿರಿಯಂತೆ ಮೋಹನಸ್ವಾಮಿಗೆ ಈ ಮಾತು ಮುನಿಸು ತರಿಸಿತ್ತು. ಆದರೂ ಸಂಯಮದಿಂದ ಕಣ್ಣಲ್ಲಿಯೇ ಏನೆಂದು ಪ್ರಶ್ನಿಸಿದ್ದ. "ನಾನು ಎಚ್‌ಐವಿ ಪಾಸಿಟಿವ್... ಒಂದು ವರ್ಷದ ಕೆಳಗೆ ಗೊತ್ತಾಯ್ತು... ಈಗ ಮಾತ್ರೆ ತೊಗೊಳ್ತಾ ಇದೀನಿ ಸಾರ್... ಆಮೇಲೆ ನಿಮಗೆ ಹೇಳಿಲ್ಲ ಅನ್ನೋ ಬೇಸರ

ಆಗಬಾರದು" ಎಂದು ಶಾಂತವಾಗಿ ಅವನು ಹೇಳಿದ್ದ. ಮೋಹನಸ್ವಾಮಿ ಒಂದು ಹೆಜ್ಜೆ ಹಿಂದಿಕ್ಕಿದ. ಅವನ ಹಿಂಜರಿಕೆಯನ್ನು ಗಮನಿಸಿದ ವೇಲುಸ್ವಾಮಿ "ನಾನು ಸತ್ಯ ಹೇಳದೆ ನಿಮ್ಮ ಜೊತೆ ಮುಂದುವರೀಬಹುದಿತ್ತು... ಆದರೆ ನಂಗೆ ಅಪ್ರಾಮಾಣಿಕತೆ ಇಷ್ಟ ಆಗಲ್ಲ ಸಾರ್..." ಎಂದ. ಆ ಸಣ್ಣ ಹುಡುಗನ ದೊಡ್ಡತನ ಮೋಹನಸ್ವಾಮಿಗೆ ವಿಶೇಷವಾಗಿ ಕಂಡಿತ್ತು. ಆದರೂ ಸಮಾಗಮಕ್ಕೆ ಮುಂದುವರೆಯಲು ಅಳುಕು. ವೇಲುಸ್ವಾಮಿ ಮಾತಿನ ಹರಿತವನ್ನು ಮುಂದುವರೆಸಿದ. "ನೀವು ಓದಿಕೊಂಡವರು... ಎಲ್ಲಾ ಗೊತ್ತಿರುತ್ತೆ... ನನ್ನ ಹತ್ತಿರ ಕಾಂಡೋಮ್ ಇದೆ... ವೀರ್ಯ ನಿಮ್ಮ ದೇಹವನ್ನು ಸೋಕದಂತೆ ನೋಡಿಕೊಳ್ತೀನಿ... ಖಂಡಿತಾ ನಿಮಗೇನೂ ಆಗಲ್ಲ ಸಾರ್..." ಎಂದು ಭರವಸೆಯಿತ್ತ. ಮೋಹನಸ್ವಾಮಿ ಅವನ ಮಾತಿಗೆ ನಿಧಾನಕ್ಕೆ ಕರಗಲಾರಂಭಿಸಿದ. ಅವನ ಪ್ರಾಮಾಣಿಕತೆಯೋ, ಅವನ ಎಳೆಯ ದೇಹದ ಆಕರ್ಷಣೆಯೋ, ಎಚ್‌ಐವಿ ಬಗ್ಗೆ ಸಾಕಷ್ಟು ಓದಿಕೊಂಡಿರುವುದರಿಂದಲೋ ಗೊತ್ತಿಲ್ಲ – ಧೈರ್ಯದಿಂದ ಮುಂದುವರೆದ. ಮತ್ತೆ ಸಮಾಗಮಕ್ಕೆ ಯಾವ ಆತಂಕಗಳೂ ಬರಲಿಲ್ಲ. ಗಡಿಯಾರದ ಎರಡೂ ಮುಳ್ಳುಗಳು ಹಲವು ಬಾರಿ ಕೂಡುತ್ತಾ ಬೇರ್ಪಡುತ್ತಾ ನಡೆದು ನಡೆದು ಸುಸ್ತಾದರೂ ಅವರು ಲಕ್ಷ್ಯ ಕೊಡಲಿಲ್ಲ.

ಮರುದಿನ ಬಹಳ ಬೇಗನೆ ಎದ್ದ ವೇಲುಸ್ವಾಮಿ, ಮೋಹನಸ್ವಾಮಿಯ ನಿದಿರೆಯ ಕಣ್ಗಳಿಗೆ ಹೂಮುತ್ತನಿತ್ತು, ಅವನ ಕಿವಿಯಲ್ಲಿ ಮೃದುವಾಗಿ "ಐ ಲವ್ ಯುವರ್ ಕರೇಜ್ ಸಾರ್" ಎಂದು ಉಸುರಿ, ತನ್ನ ಬಟ್ಟೆಗಳನ್ನು ಹಾಕಿಕೊಂಡು, ಬಳಸಿದ ಕಾಂಡೋಮ್ ಯಾರಿಗೂ ಗೊತ್ತಾಗದಿರಲೆಂದು ಪೇಪರಿನಲ್ಲಿ ಸುತ್ತಿ, ಕಸದಬುಟ್ಟಿಯಲ್ಲಿ ಹಾಕಿ ಹೊರಟು ಹೋಗಿದ್ದ. ಹಾಸಿಗೆಯಲ್ಲಿ ಹಾಗೆಯೇ ಬಹಳ ಹೊತ್ತು ಮಲಗಿದ್ದ ಮೋಹನಸ್ವಾಮಿ, ಮತ್ತೆ ದಿನದ ರೂಢಿಗೆಂದು ಎದ್ದಾಗ ಸಣ್ಣಗೆ ಭಯ ಆವರಿಸಿಕೊಂಡಿತ್ತು. ರಾತ್ರಿಯ ಉನ್ಮಾದಗಳು ಕರಗಿ, ಸೂರ್ಯನ ನಿಗಿನಿಗಿ ಬೆಳಕು ಮನೆಯನ್ನೆಲ್ಲಾ ಬೆಳಗಿಸಿ ವಾಸ್ತವವನ್ನು ಕಣ್ಣಿಗೆ ಹಿಡಿಯುತ್ತಿತ್ತು. ಹಲ್ಲು ತಿಕ್ಕುವಾಗ, ಸ್ನಾನ ಮಾಡುವಾಗ, ಪೂಜೆಗೆ ಕುಳಿತಾಗ "ನಂಗೂ ಎಚ್‌ಐವಿ ಬಂದು ಬಿಡುತ್ತಾ..." ಎನ್ನುವ ಆತಂಕ ಕಾಡಿತ್ತು. ಕೆಲಸಕ್ಕೂ ಹೋಗಲು ಮನಸ್ಸಾಗದೆ ರಜೆಗಾಗಿ ಇಮೇಲ್ ಮಾಡಿದ್ದ. ಅನಂತರ ತಿಂಡಿ ತಿಂದವನೆ ವಿಕ್ಟೋರಿಯಾ ಆಸ್ಪತ್ರೆಗೆ ಓಡಿದ್ದ. ಗಂಡು–ಗಂಡನ್ನು ಸೇರಿ ಸುಖಿಸುವ ಜನರ ಆರೋಗ್ಯಕ್ಕೆಂದೇ ಅಲ್ಲಿ ಸರಕಾರದವರು ನಿರ್ಮಿಸಿದ ವಿಶೇಷ ಚಿಕಿತ್ಸಾ ಘಟಕವೊಂದಿದೆ. ಈ ಹಿಂದೆ ಅಲ್ಲಿಗೆ ಸಾಕಷ್ಟು ಬಾರಿ ನಗುತ್ತಲೇ ಹೋಗಿ, ಎಚ್‌ಐವಿ ಪರೀಕ್ಷಿಸಿಕೊಂಡು ಬಂದಿದ್ದಾನೆ. ತನಗೆ ಅಂತಹ ಸೋಂಕು ತಾಕಲು ಸಾಧ್ಯವೇ ಇಲ್ಲ ಎಂಬ ಘನವಾದ ನಂಬಿಕೆ ಈ ಹಿಂದೆಲ್ಲಾ ಅವನಿಗಿರುತ್ತಿತ್ತು. ಆದರೆ ಈ ಸಲದ ಆತಂಕ ಬೇರೆಯದು. ಉನ್ಮಾದದಲ್ಲಿ ತಿಳಿದೂ

ತಿಳಿದೂ ಎಚ್‌ಐವಿ ಸೋಂಕಿತ ಗೇಯನ್ನು ಕೂಡಿ ಸುಖಿಸಿದ ತನ್ನ ಆಸೆಬುರುಕತನಕ್ಕೆ ಪಶ್ಚಾತ್ತಾಪ ಪಡುತ್ತಿದ್ದ. ಎಷ್ಟೇ ಕಾಂಡೋಮ್ ಬಳಸಿದ್ದೇನೆಂದರೂ, ಯಾವುದೋ ವೀರ್ಯದ ಕಣವೊಂದು ದೇಹದ ಸಂದುಗೊಂದಿನಲ್ಲಿ ಪ್ರವೇಶಿಸಿ ಬಿಟ್ಟಿದ್ದರೆ ಗತಿಯೇನು? ಒಂದು ಹನಿ ವೀರ್ಯದಲ್ಲಿ ಲಕ್ಷಾಂತರ ಜೀವಕಣಗಳಿರುತ್ತವಂತೆ. ಅಂದ ಮೇಲೆ ಪ್ರಾಯದ ಗಂಡಿನ ಭರ್ಜರಿ ವೀರ್ಯಸ್ಖಲನದಲ್ಲಿರುವ ಕೋಟ್ಯಂತರ ಜೀವಕಣಗಳನ್ನು ಒಂದು ಚಿಕ್ಕ ರಬ್ಬರ್ ಚೀಲ ಹಿಡಿದಿಡುತ್ತದೆಯೆ?

ಇವನ ವೃತ್ತಾಂತವನ್ನೆಲ್ಲಾ ಕೇಳಿಸಿಕೊಂಡ ಪರಿಚಿತ ವೈದ್ಯೆ, ಸಣ್ಣಗೆ ನಕ್ಕುಬಿಟ್ಟಿದ್ದಳು. "ಎಚ್‌ಐವಿ ಬಗ್ಗೆ ಅಷ್ಟೆಲ್ಲಾ ಓದಿಕೊಂಡಿದೀರ. ಕಾಂಡೋಮ್ ಬಳಸಿ ನಡೆಸಿದ ಸಂಭೋಗಕ್ಕೆ ಇಷ್ಟೇಕೆ ಹೆದರುತ್ತೀರಾ?" ಎಂದು ಕೆಣಕಿದ್ದಳು. ಇವನಿಗೂ ಪಠ್ಯದ ಸಂಗತಿಗಳು ಗೊತ್ತು. ಆದರೆ ವಾಸ್ತವಕ್ಕೂ, ಪಠ್ಯಕ್ಕೂ ಎಲ್ಲಿಯ ಸಂಬಂಧ? ತನ್ನ ಆತಂಕವನ್ನು ಮತ್ತೊಮ್ಮೆ ತೋಡಿಕೊಂಡ. ಅವನನ್ನು ಸಮಾಧಾನ ಮಾಡಲು ನಿರ್ಧರಿಸಿದ ವೈದ್ಯೆ "ಹಾಗಿದ್ರೆ ಪರೀಕ್ಷೆ ಮಾಡೋಣ... ಆದರೆ ಸದ್ಯಕ್ಕೆ ವೈರಾಣುವಿನ ಇರುವಿಕೆ ಗೊತ್ತಾಗಲ್ಲ... ಮೂರು ತಿಂಗಳು ಬಿಟ್ಟ ನಂತರವೇ ಅದು ನಿಮ್ಮನ್ನು ಸೋಂಕಿದೆಯೋ ಇಲ್ಲವೋ ಎಂದು ಪರೀಕ್ಷಿಸಿ ಹೇಳಲು ಸಾಧ್ಯ. ಈ ಸದ್ಯ ಯಾವುದೇ ತೀಕ್ಷ್ಣ ಪರೀಕ್ಷೆ ಮಾಡಿದರೂ ನಿಖರವಾದ ಫಲಿತಾಂಶ ಗೊತ್ತಾಗುವುದಿಲ್ಲ" ಎಂದು ಹೇಳಿ ಬಿಟ್ಟಿದ್ದಳು. "ಹಾಗಿದ್ರೆ ಈ ಮೂರು ತಿಂಗಳು ಏನು ಮಾಡಲಿ?" ಎಂದು ಚಿಂತಾಕ್ರಾಂತನಾಗಿ ಕೇಳಿದ್ದ. ಅದಕ್ಕೆ ಮತ್ತೊಮ್ಮೆ ಮುಗುಳ್ನಕ್ಕ ವೈದ್ಯೆ "ತಪ್ಪದೆ ಕಾಂಡೋಮ್ ಬಳಸಿ" ಎಂದು ಸಲಹೆಯನ್ನಿತ್ತಿದ್ದಳು. ಜೊತೆಗೆ "ಎಚ್‌ಐವಿ ರೋಗವು ಸಕ್ಕರೆ ಕಾಯಿಲೆಯಷ್ಟು ಕ್ರೂರ ರೋಗವೇನೂ ಅಲ್ಲ. ಸೋಂಕು ತಗುಲಿದ್ದರೂ ಆರಾಮಾಗಿ ನಲವತ್ತು ವರ್ಷ ಜೀವಿಸಬಹುದು. ಬೇಕಾದ ಸಿಹಿತಿಂಡಿಗಳನ್ನು ತಿನ್ನಬಹುದು. ಇತ್ತೀಚಿನ ದಿನಗಳಲ್ಲಿ ಎಚ್‌ಐವಿ ಸೋಂಕು ಏಡ್ಸ್ ಕಾಯಿಲೆಯಾಗಿ ರೂಪಾಂತರ ಹೊಂದಲು ಬಿಡದಂತೆ ತಡೆಯುವ ಮಾತ್ರೆಗಳು ಅನ್ವೇಷಣೆಗೊಂಡಿವೆ. ಯಾಕಿಷ್ಟು ಕಂಗಾಲಾಗುತ್ತೀರಿ? ರಿಲ್ಯಾಕ್ಸ್" ಎಂದು ಸಮಾಧಾನ ಪಡಿಸಿದ್ದಳು.

ಆ ಮೂರು ತಿಂಗಳು ಮೋಹನಸ್ವಾಮಿ ನರಕವನ್ನೇ ಅನುಭವಿಸಿದ್ದ. ದೇಹದಲ್ಲಿ ಸ್ವಲ್ಪ ಏರು ಪೇರಾದರೂ ಸಾಕು, ಭಯದ ಸೆಳಕೊಂದು ನರನಾಡಿಗಳಲ್ಲಿ ಹರಿದಾಡುತ್ತಿತ್ತು. ಮೈಕ್ರೋಸ್ಕೋಪಿನ ಕಣ್ಣಿಗೂ ಹುಡುಕಲು ಕಷ್ಟವಾಗುವ ಸೂಕ್ಷ್ಮ ವೈರಾಣುವೊಂದು, ಈ ನಲವತ್ತೈದು ವರ್ಷದ ಜಾಣ ಮೋಹನಸ್ವಾಮಿಯ ಹಗಲುರಾತ್ರಿಗಳನ್ನು ಕಸಿದುಕೊಂಡಿತ್ತು. "ತಥ್ ನನ್ನ ಮಗಂದು... ಯಾಕೆ ಬೇಕಿತ್ತು ನಂಗೆ ಈ ಅವಸ್ಥೆ? ಎಳೆಯ ದೇಹಕ್ಕೆ ಆಸೆ ಬಿದ್ದೆ..." ಎಂದು ನೂರು ಸಲ

ಅಂದುಕೊಳ್ಳುತ್ತಿದ್ದ. ಈ ಮೂರು ತಿಂಗಳ ಕಾಲ ಯಾರೊಂದಿಗೂ ಕೂಡುವ ಉತ್ಸಾಹವನ್ನೂ ತೋರಿಸಲಿಲ್ಲ. ಆದರೆ ವೇಲುಸ್ವಾಮಿ ಮಾತ್ರ ಮತ್ತೆ ಮತ್ತೆ ಅವನ ಭೇಟಿಯನ್ನು ಕೋರಿ ಮೆಸೇಜ್ ಮಾಡುತ್ತಲೇ ಹೋಗಿದ್ದ. "ನಿಮ್ಮಂತಹ ಧೈರ್ಯವಂತರು ನನಗೆ ಸುಲಭವಾಗಿ ಸಿಕ್ಕುವುದಿಲ್ಲ. ನಿಮ್ಮೊಡನೆ ಕಳೆದ ಆ ರಾತ್ರಿ ನನಗೆ ಸಾಕಷ್ಟು ಸುಖ-ಸಮಾಧಾನಗಳನ್ನು ಕೊಟ್ಟಿದೆ. ಈಗಲೂ ಅದರ ನೆನಪುಗಳು ನನಗೆ ರೋಮಾಂಚನವನ್ನು ಕೊಡುತ್ತವೆ. ಮತ್ತೊಮ್ಮೆ ಕೂಡೋಣ... ಪ್ಲೀಜ್ ಸಾರ್" ಎಂದು ಗೋಗರೆದು ವಾಟ್ಸಪ್ ಮಾಡಿದ್ದ. ಮೆಸೇಜಿನ ಜೊತೆಯಲ್ಲಿ ಹೊಸದಾಗಿ ವಾಟ್ಸಪ್‌ನವರು ಗೇ ಜನರಿಗಾಗಿಯೇ ಸೃಷ್ಟಿಸಿ ಕೊಟ್ಟ ಗಂಡು-ಗಂಡು ಕೈಹಿಡಿದುಕೊಂಡು ನಿಂತ ಎಮೋಟಿಕಾನ್ ಕಳುಹಿಸಿದ್ದ. ಆದರೆ ಮೋಹನಸ್ವಾಮಿಗೆ ಮತ್ತೆ ಕೂಡುವ ಧೈರ್ಯವಾಗಿರಲಿಲ್ಲ. ಅದಕ್ಕಾಗಿ ಏನೇನೋ ನೆಪಗಳನ್ನು ಕೊಟ್ಟು ಅವನನ್ನು ಸಾಗ ಹಾಕಿದ್ದ. "ನೀವೂ ಎಲ್ಲರಂತೆ ಆದರೆ ಹೇಗೆ ಸಾರ್? ಎಚ್ಐವಿ ಇದೆ ಎಂಬ ಕಾರಣಕ್ಕೆ ನಾವು ಸೆಕ್ಸ್ ಇಲ್ಲದೆ ಬದುಕುವುದು ಸಾಧ್ಯವೆ? ನಮ್ಮ ದೇಹಕ್ಕೂ ಆಸೆಗಳು ನಿಮ್ಮಂತೆಯೇ ಇರುತ್ತವಲ್ಲವೆ?" ಎಂದು ದುಃಖದ ಎಮೋಟಿಕಾನ್ ಹಾಕಿ ಕಳುಹಿಸಿಕೊಟ್ಟಿದ್ದ. ಅದಕ್ಕೆ ಮೋಹನಸ್ವಾಮಿ ಕರಗಿರಲಿಲ್ಲ. ಅನಂತರ ವೇಲುಸ್ವಾಮಿಯಿಂದ ಮತ್ತೆ ಯಾವ ಮೆಸೇಜ್‌ಗಳೂ ಬರಲಿಲ್ಲ. ಬಹುಶಃ ಆಸೆಯನ್ನು ಕೈ ಬಿಟ್ಟಿರಬೇಕೆಂದು ಮೋಹನಸ್ವಾಮಿ ಊಹಿಸಿದ್ದ.

ಮೂರು ತಿಂಗಳು ಕಳೆದ ಮೊದಲ ದಿನವೇ ವಿಕ್ಟೋರಿಯಾ ಆಸ್ಪತ್ರೆಗೆ ಓಡಿದ್ದ. ಪರೀಕ್ಷೆ ಮಾಡಿದ ವೈದ್ಯೆ ನಸುನಕ್ಕು "ನೆಗೆಟಿವ್, ಸುಮ್ಮಸುಮ್ಮನೆ ಹೆದರಿಕೊಂಡ್ರಿ" ಎಂದಿದ್ದರು. ಇವನಿಗೆ ಭಂಡ ಧೈರ್ಯ ಬಂದಿತ್ತು. ಇಡೀ ಬ್ರಹ್ಮಾಂಡವನ್ನೇ ಮತ್ತೊಮ್ಮೆ ಗೆದ್ದ ಸಮಾಧಾನದಲ್ಲಿ, ಹತ್ತಿರದಲ್ಲಿಯೇ ಇದ್ದ ಕೂಲ್ ಕಾರ್ನರ್ ಐಸ್‌ಕ್ರೀಂ ಶಾಪಿಗೆ ಹೋಗಿ ದೊಡ್ಡ 'ಹನಿ ಡ್ಯೂ' ಸವಿದಿದ್ದ. ಆದರೆ ಮನಸ್ಸಿನ ಭಯ ಮಾಯವಾದ ತಕ್ಷಣವೇ, ದೇಹ ಸುಖವನ್ನು ಕೇಳಲು ಪ್ರಾರಂಭಿಸಿ ಬಿಟ್ಟಿತು. ಮತ್ತೆ ವೇಲುಸ್ವಾಮಿಯ ಹಸಿಬಿಸಿ ದೇಹ ಇವನನ್ನು ಕಾಡಲಾರಂಭಿಸಿತು. ಬೇರೆಯವರು ಸಿಗುತ್ತಿರಲಿಲ್ಲವೆಂದೇನೂ ಅಲ್ಲ, ಆದರೆ ವೇಲುಸ್ವಾಮಿ ವಿಚಿತ್ರವಾಗಿ ಅವನನ್ನು ಆಕ್ರಮಿಸಿಕೊಂಡಿದ್ದ. ಅವನ ಪ್ರಾಮಾಣಿಕತೆ, ಜಿಮ್‌ನಲ್ಲಿ ಹುರಿಗಟ್ಟಿದ ದೇಹ, ಎಳೆಯ ವಯಸ್ಸು - ಎಲ್ಲವೂ ಅವನನ್ನು ಮುಖ್ಯವಾಗಿಸಿದ್ದವು. ಅವನೊಡನೆ ಮಲಗಿದ್ದ ಮರುದಿನ ಎಷ್ಟೊಂದು ಕೋಮಲತೆಯಿಂದ ಕಣ್ಣಿಗೆ ಹೂಮುತ್ತನಿತ್ತು, ಕಿವಿಯಲ್ಲಿ ಉತ್ಸಾಹದಾಯಕ ಮಾತುಗಳನ್ನು ಉಸುರಿ ಹೋಗಿದ್ದ ಎಂಬ ಸಂಗತಿ ಮತ್ತೆ ಮತ್ತೆ ನೆನಪಾಗುತ್ತಿತ್ತು. ಕೇವಲ ಒಂದು ರಬ್ಬರ್ ಚೀಲ ಎಲ್ಲ ಸಮಸ್ಯೆಗಳನ್ನೂ ನಿವಾರಿಸುತ್ತದೆಂದ ಮೇಲೆ ಅಂತಹ ಸೊಗಸಾದ ವ್ಯಕ್ತಿಯ ಒಡನಾಟವನ್ನು

ನಿಲ್ಲಿಸುವುದರಲ್ಲಿ ಯಾವ ಅರ್ಥವಿದೆ? ಸಲ್ಲದ ಭಯ ನನಗೆ ಯಾಕೆ? ಅಂತರ್‌ಜಾಲ ತಡಕಾಡಿದರೆ ಎಚ್‌ಐವಿ ಸೋಂಕಿತ ಸ್ನೇಹಿತನೊಡನೆ ಸುಖವಾಗಿ ಬಾಳುತ್ತಿರುವ ಎಷ್ಟೋ ಗೇ ಹುಡುಗರ ಕಥನಗಳಿವೆಯಲ್ಲವೆ?

ಮೋಹನಸ್ವಾಮಿ ಧೈರ್ಯದಿಂದ ವೇಲುಸ್ವಾಮಿಗೆ ಮತ್ತೆ ಮೆಸೇಜ್ ಮಾಡಿದ. "ಈ ವಾರಾಂತ್ಯದಲ್ಲಿ ಮತ್ತೆ ಸೇರೋಣವೆ?" ಎಂದು ಕೇಳಿ, ಕೆಂಪುತುಟಿಗಳ ಎಮೋಟಿಕಾನ್ ಹಾಕಿ ಕಳುಹಿಸಿದ್ದ. ಒಂದೆರಡು ದಿನ ಅವನಿಂದ ಉತ್ತರ ಬಂದಿರಲಿಲ್ಲ. ಆದರೆ ಮೂರನೆಯ ದಿನ ಮೆಸೇಜ್ ಬಂದಿತ್ತು. "ಆರೋಗ್ಯ ಯಾಕೋ ಕೈ ಕೊಡುತ್ತಿದೆ ಸಾರ್... ಒಂದಿಷ್ಟು ತಿಂಗಳು ಕೂಡುವುದು ಬೇಡ" ಎಂದು ಉತ್ತರಿಸಿದ್ದ. ಇವನಿಗೆ ಅಚ್ಚರಿಯಾಗಿತ್ತು. "ಏನಾಗಿದೆ ವೇಲು? ಮಾತ್ರೆ ತೊಗೊಳ್ಳುತ್ತಿರುವೆಯಲ್ಲವೆ?" ಎಂದು ವಿಚಾರಿಸಿದ್ದ. "ಎಚ್‌ಐವಿ ಹಿಡಿತದಲ್ಲೇ ಇದೆ. ಆದರೆ ಯಾಕೋ ತುಂಬಾ ಕೆಮ್ಮು. ವೈದ್ಯರು ಕ್ಷಯ ರೋಗ ತಗಲಿರಬಹುದು ಎನ್ನುತ್ತಿದ್ದಾರೆ. ಎಚ್‌ಐವಿ ವೈರಸ್ ನಮ್ಮ ದೇಹದ ನಿರೋಧಕ ಶಕ್ತಿ ಕುಂದಿಸಿ ಬಿಡುತ್ತದಲ್ವಾ ಸಾರ್? ಅದಕ್ಕೇ ಬೇರೆ ಎಲ್ಲಾ ಅರಿಷ್ಟಗಳೂ ಸುಲಭವಾಗಿ ಒಕ್ಕರಿಸಿ ಬಿಡುತ್ತವೆ. ಮೂರು ತಿಂಗಳಲ್ಲಿ ಹತ್ತು ಕೆಜಿ ಕುಸಿದಿದ್ದೇನೆ" ಎಂದು ಉತ್ತರಿಸಿದ್ದ. ಮೋಹನಸ್ವಾಮಿಗೆ ಖೇದವಾಗಿತ್ತು. "ಆದರೇನಾಯ್ತು ವೇಲು? ಒಮ್ಮೆ ಭೇಟಿಯಾಗೋಣವಲ್ಲವೆ?" ಎಂದು ಇವನು ಹುರಿದುಂಬಿಸಿದ್ದ. "ಎಚ್‌ಐವಿ ಸುಲಭದ ರೋಗ ಸಾರ್, ಕಾಂಡೋಮ್ ಹಾಕಿದರೆ ಸಾಕು... ಸುರಕ್ಷಿತವಾಗಿ ಸೇರಬಹುದು. ಆದರೆ ಕ್ಷಯಕ್ಕೆ ಯಾವ ಕಾಂಡೋಮ್ ಇದೆ ಹೇಳಿ? ಸದ್ಯಕ್ಕೆ ಬೇಡ" ಎಂದು ನಿರಾಕರಿಸಿದ್ದ. ಮತ್ತೆ ಮೋಹನಸ್ವಾಮಿ ಅವನನ್ನು ವಿಚಾರಿಸಲು ಹೋಗಿರಲಿಲ್ಲ. ಅವನು ಈ ಸದ್ಯ ಹೇಗಿದ್ದಾನೆ ಎನ್ನುವುದು ಅವನಿಗೆ ಗೊತ್ತಿಲ್ಲ.

^^^

ರಾಮಧರ್ ತ್ರಿವೇದಿ ವಾರಾಣಸಿಯವನು. ಪಂಡಿತ ಕುಟುಂಬದಲ್ಲಿ ಹುಟ್ಟಿದ ಹುಡುಗ. ಗಂಗೆಯಲ್ಲಿ ಈಸುತ್ತಲೇ ಬೆಳೆದ ಈ ಹುಡುಗ, ಯೋಗಾಭ್ಯಾಸವನ್ನು ಕರಗತ ಮಾಡಿಕೊಂಡಿರುವವನು. ಅವರ ತಾತ ಬಾಲ್ಯದಿಂದಲೇ ಹೇಳಿಕೊಟ್ಟಿದ್ದನ್ನು ನಿಷ್ಠೆಯಿಂದ ಈಗಲೂ ಮಾಡಿಕೊಂಡು ಬಂದಿದ್ದ. ಮೈಯನ್ನು ಯಾವ ದಿಕ್ಕಿನಲ್ಲಾದರೂ ರಬ್ಬರಿನಂತೆ ಸುಲಭವಾಗಿ ತಿರುಗಿಸಬಲ್ಲವನಾಗಿದ್ದ. ಸೊಗಸಾದ ಹೊಂಬಣ್ಣದ, ಎತ್ತರ ನಿಲುವಿನ, ಆಕರ್ಷಕ ಕಣ್ಣುಗಳ, ಜಾಣತನದ ಈ ಹುಡುಗನ ಮೈಯಲ್ಲಿ ಹೇಗೇ ಹುಡುಕಿದರೂ ಅನವಶ್ಯಕ ಮಾಂಸಖಂಡಗಳಿರಲಿಲ್ಲ. ಜಿಮ್‌ನಲ್ಲಿ ದೇಹ ದಂಡಿಸಿ,

ಮೈಯೆಲ್ಲಾ ವಿಪರೀತವಾಗಿ ಉಬ್ಬಿಸಿಕೊಂಡವರ ದೇಹದಂತಲ್ಲ ಇವನದು; ಸೊಗಸಾದ ನೀಲಗಿರಿ ಮರದ ಬೆಳವಣಿಗೆಯಂತಹದು. ಮೋಹನಸ್ವಾಮಿಗಿಂತಲೂ ವಯಸ್ಸಿನಲ್ಲಿ ಕೇವಲ ಎರಡು ವರ್ಷ ಚಿಕ್ಕವನು. ಆದರೆ ಇನ್ನೂ ಹರೆಯದ ಹುಡುಗನಂತೆ ಕಾಣುತ್ತಿದ್ದ. ನಕ್ಕರೆ ಎರಡೂ ಗಲ್ಲಗಳಲ್ಲಿ ಸುಂದರವಾಗಿ ಗುಳಿ ಬೀಳುತ್ತಿದ್ದವು. ಮಾತು ಕಡಿಮೆ. ಆದರೆ ಆಗೊಮ್ಮೆ ಈಗೊಮ್ಮೆ ಮುತ್ತು ಉದುರಿಸಿದಂತಹ ಮಾತುಗಳನ್ನು ಹೇಳುತ್ತಿದ್ದ. ಹಿಂದೂ ಬನಾರಸ್ ವಿಶ್ವವಿದ್ಯಾಲಯದಲ್ಲಿ ಸಂಸ್ಕೃತವನ್ನು ಚೆನ್ನಾಗಿ ಓದಿಕೊಂಡಿದ್ದ. ಹಣೆಗೆ ವಿಭೂತಿ ಪಟ್ಟೆಯನ್ನು ಹಾಕಿ, ಭ್ರೂಮಧ್ಯದಲ್ಲಿ ಕುಂಕುಮವನ್ನು ಇಡುತ್ತಿದ್ದ. ಬೆಂಗಳೂರಲ್ಲಿ ಸಾಫ್ಟ್‌ವೇರ್ ಕೆಲಸ ಮಾಡುವ ಉದ್ಯೋಗಸ್ಥರ ಮನೆಗಳಿಗೆ ಹೋಗಿ ಯೋಗವನ್ನು ಕಲಿಸಿಕೊಟ್ಟು ಬರುವುದು ಇವನ ವೃತ್ತಿಯಾಗಿತ್ತು. ಆಗೊಮ್ಮೆ ಈಗೊಮ್ಮೆ ಪೌರೋಹಿತ್ಯಕ್ಕೂ ಒಪ್ಪಿಕೊಳ್ಳುತ್ತಿದ್ದ. ಎರಡರಲ್ಲೂ ಸಾಕಷ್ಟು ಸಂಪಾದನೆಯಿತ್ತು. ಆದರವನಿಗೆ ಹಣದಲ್ಲಿ ಅಂತಹ ವ್ಯಾಮೋಹವೇ ಇರಲಿಲ್ಲ. "ನಸುಕಿನಲ್ಲಿ ಎಬ್ಬಿಸಿ ತಾತ ಹೇಳಿಕೊಡುತ್ತಿದ್ದ ಯೋಗಾಭ್ಯಾಸ, ಗಂಗೆಯಲ್ಲಿ ಈಸಿ ಬಂದ ನಂತರ ಅಪ್ಪ ಹೇಳಿಕೊಡುತ್ತಿದ್ದ ಮಂತ್ರಗಳು – ಮುಂದೊಮ್ಮೆ ನನಗೆ ಅನ್ನ ಸಂಪಾದಿಸಿಕೊಡುತ್ತವೆಂದು ಖಂಡಿತಾ ಗೊತ್ತಿರಲಿಲ್ಲ. ಎಲ್ಲಾ ವಿಶ್ವೇಶ್ವರನ ಕೃಪೆ" ಎಂದು ಆರ್ದ್ರವಾಗಿ ಹೇಳುತ್ತಿದ್ದ.

ದೈಹಿಕವಾಗಿ ಸಾಕಷ್ಟು ಬಲಿಷ್ಠನಾಗಿದ್ದರೂ, ರಾಮಧರ್ ತ್ರಿವೇದಿಯ ನಡವಳಿಕೆಯಲ್ಲಿ ಹೆಣ್ಣಿನ ಹಾವಭಾವಗಳಿದ್ದವು. ಮೋಹನಸ್ವಾಮಿಯ ಗೇ ಬದುಕಿನ ಆರಂಭದ ದಿನಗಳಲ್ಲಿ ಈ ತರಹದ ಹೆಣ್ಣಾಡಂಗಿಗಳನ್ನು ಕಣ್ಣೆತ್ತಿಯೂ ನೋಡುತ್ತಿರಲಿಲ್ಲ. ನೂರಕ್ಕೆ ನೂರು ಪ್ರತಿಶತ ಗಂಡನ್ನು ಮಾತ್ರ ಅವನು ಇಷ್ಟ ಪಡುತ್ತಿದ್ದ. ಆದರೆ ಈಗವನು ಪ್ರಬುದ್ಧನಾಗಿದ್ದಾನೆ. ಅಂತಹ ಸಣ್ಣತನಗಳು ಅವನಲ್ಲಿ ಈಗಿಲ್ಲ. ಅವೆಲ್ಲವೂ ಮನಸ್ಸಿನ ಅಹಂಕಾರಗಳೆಂಬುದು ಅರ್ಥವಾಗಿದೆ. ಎರಡು ದೇಹಗಳು ಕೂಡಿ ಸುಖಿಸಲು ಬೇಕಿರುವುದು ಎರಡು ಸುಂದರ ಮನಸ್ಸುಗಳೇ ಹೊರತು, ಇಂತಹ ಕಲ್ಪಿತ ಸಂಗತಿಗಳಲ್ಲ ಎನ್ನುವುದು ಗೊತ್ತಾಗಿದೆ. ಹೊರವರ್ತನೆಯಲ್ಲಿ ಸ್ವಲ್ಪ ಮಟ್ಟಿಗೆ ಹೆಣ್ಣಿನ ಗುಣಗಳು ಇದ್ದರೂ, ಹಾಸಿಗೆಯಲ್ಲಿ ಮಾತ್ರ ರಾಮಧರ್ ಅಪ್ಪಟ ಗಂಡು. ಯಾವುದೇ ಆಯಾಸವಿಲ್ಲದಂತೆ ನಡುರಾತ್ರಿ ಮೀರುವ ತನಕ ಸುಖವನ್ನು ನೀಡುವ ಶಕ್ತಿಯನ್ನು ರಾಮಧರ್ ಹೊಂದಿದ್ದ. ಎರಡು ತಾಸಿಗೆಲ್ಲಾ ಮೋಹನಸ್ವಾಮಿ ಆಯಾಸ ಹೊಂದಿ ಉಬ್ಬಸ ಪಟ್ಟರೆ, ಅವನಿಗೆ ಮೊದಲಿನಿಂದ ಕೊನೆಯತನಕವೂ ಅದೇ ಹುರುಪು, ಅದೇ ಶಕ್ತಿ. ಗಂಗೆಯಲ್ಲಿ ಈಸಿದ್ದರ ಕಾರಣವೋ, ನದೀತಟದಲ್ಲಿ ಯೋಗವನ್ನು ಅಭ್ಯಾಸ ಮಾಡಿದ್ದು ಕಾರಣವೋ – ಆ ಕಾಶಿಯ ವಿಶ್ವನಾಥನೇ ಆ ನಿರಂತರ ಶಕ್ತಿಯ ರಹಸ್ಯದ ಮರ್ಮವನ್ನು ನುಡಿಯಬೇಕು.

ರಾಮಧರ್‌ನ ವ್ಯಕ್ತಿತ್ವದಲ್ಲಿ ಅವಸರವೆನ್ನುವುದು ಇರಲಿಲ್ಲ. ನಿರಾತಂಕವಾಗಿ ಎಲ್ಲವನ್ನೂ ಸ್ವೀಕರಿಸುವ ವಿಚಿತ್ರ ಪ್ರಬುದ್ಧತೆಯನ್ನು ಅವನು ಗಳಿಸಿಕೊಂಡಿದ್ದ. ಒಂದು ಪುಟ್ಟ ಮೊಪೆಡ್‌ನಲ್ಲಿ ಇಡೀ ಬೆಂಗಳೂರಿನಲ್ಲಿರುವ ತನ್ನ ಗ್ರಾಹಕರ ಮನೆಗೆ ಹೋಗಿ ಯೋಗ ಕಲಿಸಿಕೊಟ್ಟು ಬರುತ್ತಿದ್ದರೂ, ಎಂದೂ ಬೆಂಗಳೂರಿನ ಟ್ರಾಫಿಕ್ ಬಗ್ಗೆ ಗೊಣಗಾಡುತ್ತಿರಲಿಲ್ಲ. ಯಾವತ್ತೂ ಯಾರ ಮನೆಗೂ ತಡವಾಗಿ ಹೋಗುತ್ತಿರಲಿಲ್ಲ. ತ್ರಿಕಾಲ ಸಂಧ್ಯಾವಂದನೆಯನ್ನು ತಪ್ಪಿಸುತ್ತಿರಲಿಲ್ಲ. ಹದಗೊಳಿಸಿದ ತಂಬೂರಿಯ ಶ್ರುತಿಯಂತೆ ಅವನು ಬದುಕನ್ನು ನುಡಿಸುತ್ತಿದ್ದ. ಹೆಚ್ಚಾಗಿ ಧ್ಯಾನ, ಓದು, ಅಧ್ಯಯನದಲ್ಲಿಯೇ ತೊಡಗಿಸಿಕೊಂಡಿರುತ್ತಿದ್ದ ಆತ, ಹಾಸಿಗೆಯಲ್ಲಿ ಬಿಟ್ಟರೆ ಬೇರೆ ಹೊತ್ತಿನಲ್ಲಿ ಕಾಮದ ಕುರಿತು ಮಾತನಾಡುತ್ತಿದ್ದುದೇ ಅಪರೂಪವಾಗಿತ್ತು. ಅವನ ಈ ವಿಪರೀತ ಪ್ರಬುದ್ಧತೆ ಮೋಹನಸ್ವಾಮಿಗೆ ಸ್ವಲ್ಪ ಕಿರಿಕಿರಿಯಾಗಿಯೇ ಕಾಣುತ್ತಿತ್ತು.

ಸಂಬಂಧವನ್ನು ಶುರು ಮಾಡುವುದಕ್ಕೆ ಮುಂಚೆ ರಾಮಧರ್ ಒಂದು ಶರತ್ತನ್ನು ಹಾಕಿದ್ದ. "ಎರಡು ಜೀವಗಳು ಕೂಡಿ ಬಾಳಲು ಶುರು ಮಾಡಿದರೆ ಅದು ದಾಂಪತ್ಯವೇ ಆಗಿರುತ್ತೆ. ಒಬ್ಬರಿಗೊಬ್ಬರು ನಿಷ್ಠೆಯಿಂದ ನಡೆದುಕೊಳ್ಳದೆ ದಾಂಪತ್ಯ ಯಶಸ್ವಿಯಾಗುವುದಿಲ್ಲ. ನಮ್ಮಿಬ್ಬರ ನಡುವೆಯೂ ಅಂತಹದೇ ನಿಷ್ಠೆಯನ್ನು ನೀನು ನಡೆಸುವೆಯಾದರೆ, ನಿನ್ನ ಜೊತೆ ಸಂತೋಷದಿಂದ ಇರಬಲ್ಲೆ. ನಾನಂತೂ ಎಂದೂ ಸಂಬಂಧದ ಗಡಿಯನ್ನು ದಾಟುವುದಿಲ್ಲ" ಎಂದು ಹೇಳಿದ್ದ. ಮೋಹನಸ್ವಾಮಿಗೆ ಇದು ಇಷ್ಟವೇ ಆಗಿತ್ತು. ಸುಮ್ಮನೆ ಕಂಡಕಂಡವರ ಜೊತೆಗೆ ಒಂದಿಷ್ಟು ದಿನ ಒಡನಾಡುವುದು, ಮತ್ತೆ ಬೇರೆಯಾಗುವುದು, ಇನ್ನೊಬ್ಬರ ಹುಡುಕಾಟ – ಯಾರಿಗೆ ಬೇಕು? ಸುಖವಾಗಿ ರಾಮಧರ್‌ನೊಂದಿಗೆ ಬದುಕುವುದು ಯಾರಿಗೆ ಬೇಡ? ಕೊನೆಗೆ ಬದುಕಿನಲ್ಲಿ ನಮಗೆ ಬೇಕಿರುವುದು ನೆಮ್ಮದಿಯಲ್ಲವೆ? ಎಷ್ಟು ದಿನವೆಂದು ಹೀಗೆ ಅಲೆದಾಡುತ್ತಲೇ ಬದುಕುವುದು? ಹೀಗೆಲ್ಲಾ ಆಲೋಚಿಸಿ ಸಂತೋಷದಿಂದಲೇ ಒಪ್ಪಿಕೊಂಡಿದ್ದ.

ಶರತ್ತಿಗೆ ತಕ್ಕಂತೆ ಎಲ್ಲವೂ ಒಂದು ಆರು ತಿಂಗಳು ಸೊಗಸಾಗಿಯೇ ನಡೆಯಿತು. ಮೋಹನಸ್ವಾಮಿಗೆ ಇದು ಸುಖದ ಉತ್ತುಂಗ ಎನ್ನಿಸಿದ ದಿನಗಳವು. ರಾಮಧರ್ ಇವನ ಜೊತೆಯಲ್ಲಿಯೇ ಬಂದು ಇರತೊಡಗಿದ. ಅವನಿಗೆ ಸೊಗಸಾಗಿ ಅಡುಗೆ ಮಾಡುವುದು ಬರುತ್ತಿತ್ತು. ಉತ್ತರ ಭಾರತದ ಅಡುಗೆಗಳನ್ನೆಲ್ಲಾ ನಾಜೂಕಿನಿಂದ ಮಾಡಿ ಮೋಹನಸ್ವಾಮಿಗೆ ಬಡಿಸುತ್ತಿದ್ದ. ಮೋಹನಸ್ವಾಮಿಗೆ ಕರ್ನಾಟಕದ ಅಡುಗೆ ಮಾಡುವುದು ಚೆನ್ನಾಗಿಯೇ ಬರುತ್ತದೆ. ಆದರೆ ರಾಮಧರ್‌ನಂತೆ ಪ್ರತಿನಿತ್ಯ ಗೊಣಗದೆ ಬೇಳೆ ಬೇಯಿಸುವುದು ಈಗ ಬೇಸರ ಕೊಡುತ್ತದೆ. ಆದ್ದರಿಂದ ಲಕ್ಷಣವಾಗಿ

ಅವನು ಮಾಡಿದ್ದನ್ನು ಉಂಡು ಸುಖಿಸುತ್ತಿದ್ದ. ಮನೆಯ ಕೆಲಸಗಳನ್ನೂ ರಾಮಧರ ಅಚ್ಚುಕಟ್ಟಾಗಿ ಮಾಡುತ್ತಿದ್ದ. ಇವನ ಮನೆಗೆ ಬಂದ ಒಂದು ವಾರದಲ್ಲಿಯೇ ಇಡೀ ಮನೆಯು ಥಳಥಳನೆ ಹೊಳೆಯುವಂತೆ ಬದಲಾಯಿಸಿಬಿಟ್ಟಿದ್ದ. ಈ ಎಲ್ಲಾ ಕಾರಣಗಳಿಂದಾಗಿ ಮೋಹನಸ್ವಾಮಿಗೆ ಮೈಗಳ್ಳತನ ಬೆಳೆಯಲಾರಂಭಿಸಿತು. ದೇಹದ ಸುತ್ತಳತೆ ಒಂದಿಷ್ಟು ಜಾಸ್ತಿಯಾಗಿ, 'ದೊಡ್ಡ ಮನುಷ್ಯ'ನಾದ. ಆದರೆ ದೇಹದ ಬಗ್ಗೆ ಯಾವತ್ತೂ ಜಾಗರೂಕನಾಗಿರುತ್ತಿದ್ದ ಮೋಹನಸ್ವಾಮಿ, ತಕ್ಷಣವೇ ಹಿಮಾಲಯದ ಚಾರಣವೋ, ಬ್ರಿಸ್ಕ್ ವಾಕಿಂಗೋ, ಉಪವಾಸವೋ ಮಾಡಿ ಮತ್ತೆ ದೇಹವನ್ನು ತೆಳುಗೊಳಿಸಿಕೊಳ್ಳುತ್ತಿದ್ದ.

ರಾಮಧರ್ ಬೇರೆ ಗಂಡುಗಳತ್ತ ಅಂತಹ ಆಸಕ್ತಿಯನ್ನು ತೋರಿಸುತ್ತಿರಲಿಲ್ಲ. ದಾರಿಯಲ್ಲಿ ಹೋಗುವಾಗ ಮೋಹನಸ್ವಾಮಿಯೇ ಯಾರಾದರೂ ಚಂದದ ಹುಡುಗನನ್ನು ತೋರಿಸಿ "ಹಾಟ್!" ಎಂದರೆ, ಆ ಕಡೆಗೆ ಕಣ್ಣು ಹಾಯಿಸಿ ನಗುತ್ತಿದ್ದ. ಹಾಸಿಗೆಯಲ್ಲೂ ಯಾವುದೇ ಅವಸರ, ಚಡಪಡಿಕೆ, ಆರ್ಭಟಗಳು ರಾಮಧರ್‌ನಲ್ಲಿ ಕಾಣುತ್ತಿರಲಿಲ್ಲ. "ಯೋಗದಂತೆಯೂ ಸಮಾಗಮವೂ ಒಂದು ಸಾಧನೆ. ನೆಮ್ಮದಿಯಿಂದ ಕೂಡಬೇಕು. ಇಳಿಹೊತ್ತಿನ ಗಂಗೆಯಲ್ಲಿ ಸದ್ದಿಲ್ಲದೆ ಮೀನೊಂದು ಈಸಿದಂತಹ ಸುಖ ಈ ಕೂಡುವಿಕೆಯಲ್ಲಿಯೂ ನಮಗೆ ದಕ್ಕಬೇಕು. ಸುಖವೆನ್ನುವುದು ಒಂದು ಧ್ಯಾನಸ್ಥ ಸ್ಥಿತಿ" ಎಂದು ಹೇಳುತ್ತಿದ್ದ. ಬಟ್ಟೆ ಕಳಚುವುದಾಗಲಿ, ಅಪ್ಪಿಕೊಳ್ಳುವುದಾಗಲಿ, ಮುತ್ತಿಕ್ಕುವುದಾಗಲಿ, ದೇಹವನ್ನು ಮೀಟುವುದಾಗಲಿ, ಸ್ಖಲಿಸುವುದಾಗಲಿ – ಎಲ್ಲವೂ ಹಿಂದೂಸ್ಥಾನಿ ಸಂಗೀತದ ಆಲಾಪನೆಯಂತೆ ಮಂದಗತಿಯಲ್ಲಿ ಆರಂಭಿಸಿ, ಅನಂತರ ತಾರಕಕ್ಕೇರಿಸುವ ಕಲೆ ರಾಮಧರ್‌ನಿಗಿತ್ತು. ಅದಕ್ಕಾಗಿ ಗಂಟೆಗಟ್ಟಲೆ ಸಾಧನೆಯಲ್ಲಿ ತೊಡಗಿಕೊಳ್ಳುವ ತಾಳ್ಮೆ ಅವನದಾಗಿತ್ತು. ಬರಿಗಾಲಿನಲ್ಲಿ ಬೆಟ್ಟವನ್ನೇರಿ, ಧರ್ಮದರ್ಶನದ ಸರದಿಯಲ್ಲಿ ನಿಂತು, ಆ ತಿಮ್ಮಪ್ಪನ ದರ್ಶನ ತೆಗೆದುಕೊಳ್ಳುವುದು ಸುಖವೇ ಹೊರತು, ಕಾರಿನಲ್ಲಿ ಸುಯ್ಯೆಂದು ಮೇಲೇರಿ, ವಿಐಪಿ ದರ್ಶನ ಮಾಡುವುದರಿಂದ ಆತ್ಮತೃಪ್ತಿ ದಕ್ಕುವುದಿಲ್ಲವೆಂದು ಅವನು ಖಚಿತವಾಗಿ ಹೇಳುತ್ತಿದ್ದ.

ಸಮಸ್ಯೆ ಶುರುವಾಗಿದ್ದು ಮೋಹನಸ್ವಾಮಿಗೆ! ಸಿಕ್ಕ ಸಿಕ್ಕ ಕಡೆಯಲ್ಲಿ ಮೇದು ರುಚಿಗೆ ಒಗ್ಗಿಕೊಂಡವನು ಅವನು. ಅವಕಾಶ ಸಿಕ್ಕಲ್ಲೆಲ್ಲಾ ಚಡ್ಡಿ ಕಳಚುವುದನ್ನು ನ್ಯಾಯವೆಂದು ನಂಬಿ ಬದುಕು ನಡೆಸಿದ ಹಿನ್ನೆಲೆ ಅವನದು. ಈ ಹಿಂದೆ ಆರಂಭದ ದಿನಗಳಲ್ಲಿ ಕಾರ್ತೀಕನ ಜೊತೆಯಲ್ಲಿ ಇರುವಾಗ ಮಾತ್ರ ಇಂತಹ ದಾಂಪತ್ಯ ಬೇಕೆನ್ನಿಸಿತ್ತೇ ಹೊರತು, ಅನಂತರ ಅವನನ್ನು ಕಳಚಿಕೊಂಡ ಮೇಲೆ ದೀರ್ಘ ಕಾಲದ ಸಂಬಂಧದ ಬಗ್ಗೆ ನಂಬಿಕೆಯೇ ಹೊರಟು ಹೋಗಿತ್ತು. ಸುಮ್ಮನೆ ಇಂಟರ್‌ನೆಟ್ ತೆರೆದರೆ ಸಾಕು,

ಮೈನವಿರೇಳಿಸುವ ಚಂದಚಂದದ ಹುಡುಗರು ಆಹ್ವಾನ ಕೊಡುವುದು ಅವನಿಗೆ ಗೊತ್ತು. ಮೊಬೈಲ್‌ನಲ್ಲಿ 'ಗ್ರೈಂಡರ್' ಡೇಟಿಂಗ್ ಆಪ್ ಅರಳಿಸಿದರೆ ಸಾಕು, ಇಲ್ಲೇ ಮನೆಯ ಹತ್ತಿರ ನೂರು ಮೀಟರ್ ದೂರದಲ್ಲಿರುವ ಸುಂದರ ಹುಡುಗನೊಬ್ಬ 'ಸಂಜೆ ಸಿಗ್ತೀಯ?' ಎಂದು ಬಾಯಲ್ಲಿ ಜೊಲ್ಲು ಸುರಿಸುವ ಎಮೋಟಿಕಾನ್ ಜೊತೆಯಲ್ಲಿ ಮೆಸೇಜ್ ಕಳುಹಿಸುತ್ತಾನೆ. ಬದುಕೆನ್ನುವುದು ಬಹುತ್ವದಿಂದ ಕೂಡಿರಬೇಕು, ಈ ಏಕತಾನತೆಯೆನ್ನುವುದು ನೀರಸತನದ ಸಂಕೇತ ಎಂದು ತನ್ನ ಚಡ್ಡಿ ಹರಕುತನಕ್ಕೆ ಮೋಹನಸ್ವಾಮಿ ಸಮಜಾಯಿಷಿ ಕೊಟ್ಟುಕೊಳ್ಳುತ್ತಿದ್ದ.

ಇಂತಹ ಯಾವ ಅನುಸಂಕಟಗಳಿಲ್ಲದೆ ನೆಮ್ಮದಿಯಿಂದ ಇರುವ ರಾಮಧರ್‌ನನ್ನು ಕಂಡರೆ ಇತ್ತೀಚೆಗೆ ಮೋಹನಸ್ವಾಮಿಗೆ ಕಿರಿಕಿರಿಯಾಗಲಾರಂಭಿಸಿತು. ನನ್ನನ್ನು ಬಂಧನದಲ್ಲಿ ಸಿಕ್ಕಿಸಿಬಿಟ್ಟ ಎಂದು ಸಿಟ್ಟು ಬರುತ್ತಿತ್ತು. ಹಕ್ಕಿಯಂತೆ ಹಾರಾಡಿಕೊಂಡಿದ್ದ ನನ್ನ ರೆಕ್ಕೆಗಳನ್ನು ಕತ್ತರಿಸಿಬಿಟ್ಟ ಎಂದು ಸಂಕಟವಾಗುತ್ತಿತ್ತು. ಹಾಗಂತ ನೇರವಾಗಿ ಹೇಳುವ ಧೈರ್ಯವಿರಲಿಲ್ಲ. ಆದರೆ ಮನಸ್ಸಿನಲ್ಲಿ ಹುತ್ತಗಟ್ಟಿದ ಭಾವಗಳು ಯಾವುದೋ ಬೇರೊಂದು ರೀತಿಯಲ್ಲಿ ಹೊರಬೀಳತೊಡಗಿದವು. ಅವರಿಬ್ಬರ ಮಧ್ಯೆ ಜಗಳಗಳು ಆಗಾಗ ಹುಟ್ಟಿಕೊಳ್ಳಲಾರಂಭಿಸಿದವು. ಯಾವತ್ತೂ ಧಾರ್ಮಿಕ ಜೀವನ ಸಾಗಿಸುವ ರಾಮಧರನನ್ನು ಮೋಹನಸ್ವಾಮಿ ಕೆಣಕಲಾರಂಭಿಸಿದ. "ಎಲ್ಲಾ ಮಠದ ಸ್ವಾಮಿಗಳು ಸೇರಿ ನಮ್ಮ ಜನರನ್ನ ವಿರೋಧಿಸ್ತಾರೆ. ನೀನ್ಯಾಕೆ ಅಂಥಾ ಪರಿ ಧರ್ಮದ ಪರವಾಗಿ ಮಾತಾಡ್ತೀ?" ಎಂದು ಜಗಳಕ್ಕೆ ನಾಂದಿ ಹಾಡುತ್ತಿದ್ದ. ಆ ಮಾತಿಗೆ ಬಹುಶಾಂತವಾಗಿ "ಧರ್ಮವನ್ನು ಆಳವಾಗಿ ಓದಿ ತಿಳಿದುಕೊಂಡವರು ಯಾರೂ ಇಂತಹ ಮಾತನ್ನು ಆಡುವುದಿಲ್ಲ. ಅರ್ಧ ತುಂಬಿದ ಕೊಡಗಳ ಜೊತೆಗೆ ವಾದ ಮಾಡುವುದರಲ್ಲಿ ಅರ್ಥವಿಲ್ಲ" ಎಂದು ಮುಂದೆ ಜಗಳ ಮುಂದುವರೆಸದಂತೆ ಬೇರೆ ಕೆಲಸಗಳಲ್ಲಿ ತೊಡಗಿಸಿಕೊಂಡು ಬಿಡುತ್ತಿದ್ದ. ಕೆಲವೊಮ್ಮೆ "ಈ ಉತ್ತರ ಭಾರತದ ಜನ ಸಿಕ್ಕಾಪಟ್ಟೆ ಜಗಳಗಂಟರು. ನಮ್ಮ ದಕ್ಷಿಣ ಭಾರತದವರ ತರಹ ಹೊಂದಿಕೊಂಡು ಹೋಗೋ ಸ್ವಭಾವ ಅವರಿಗಿಲ್ಲ" ಎಂದು ಕೆದಕುತ್ತಿದ್ದ. ಈ ಮಾತು ತನಗೆ ಸಂಬಂಧಿಸಿದ್ದೇ ಅಲ್ಲ ಎನ್ನುವಂತೆ ರಾಮಧರ್ ಸುಮ್ಮನಿದ್ದು ಬಿಡುತ್ತಿದ್ದ. ಆದರೆ ಮೋಹನಸ್ವಾಮಿ ಬಿಟ್ಟಾನೆಯೆ? "ನೀನೂ ಅಲ್ಲಿಯವನೆ... ಮೌನಂ ಸಮ್ಮತಿ ಸೂಚಕಂ ಅಂತ ಬಾಯಿ ಮುಚ್ಚಿಕೊಂಡು ಕೂತಿದ್ದೀಯ?" ಎಂದು ರೇಗಿಸುತ್ತಿದ್ದ. ರಾಮಧರ್ ಅಷ್ಟೇ ಸಮಾಧಾನದಿಂದ "ಜಗತ್ತಿನ ಎಲ್ಲಾ ಕಡೆಯಲ್ಲೂ ಒಳ್ಳೆಯವರು ಮತ್ತು ಕೆಟ್ಟವರು ಇದ್ದೇ ಇರ್ತಾರೆ. ಉತ್ತರ ಭಾರತ ಆದ್ರೇನು, ದಕ್ಷಿಣ ಭಾರತ ಆದ್ರೇನು? ಅಂಥಾ ವ್ಯತ್ಯಾಸ ಇರಲ್ಲ" ಎಂದು ಬಿಡುತ್ತಿದ್ದ. ಒಟ್ಟಾರೆಯಾಗಿ ಮೋಹನಸ್ವಾಮಿಯ ನೆಮ್ಮದಿ ಕೆಡಲಾರಂಭಿಸಿತು. ಪಥ್ಯದ ಊಟವನ್ನು ಬಲವಂತವಾಗಿ ಮಾಡುವ ರೋಗಿಯಂತೆ ಒದ್ದಾಡತೊಡಗಿದ.

ಇಂತಹ ಹೊತ್ತಿನಲ್ಲಿಯೇ ಶಂತನು ಬಿಸ್ವಾಸ್‌ನ ಪರಿಚಯ ಅವನಿಗಾಯ್ತು. ವೈಕುಂಠ ಏಕಾದಶಿಯಾದ ಕಾರಣ ವೆಂಕಟೇಶ್ವರನ ದರ್ಶನ ಮಾಡಲೇಬೇಕೆಂದು ರಾಮಧರ್‌ನು ಮೋಹನಸ್ವಾಮಿಯನ್ನು ದೇವಸ್ಥಾನಕ್ಕೆ ಕರೆದುಕೊಂಡು ಹೋಗಿದ್ದ. ಜನರು ವೆಂಕಟೇಶ್ವರನ ದರ್ಶನಕ್ಕೆ ಕಿಕ್ಕಿರಿದಿದ್ದರು. ಆದರೆ ಸರದಿಯಲ್ಲಿ ನಿಂತಿದ್ದಾಗ ಯಾರೋ ಗೃಹಸ್ಥರು "ಗುರೂಜಿ, ನಿಮ್ಮ ಜೊತೆ ಸ್ವಲ್ಪ ನನ್ನ ಮಗಳ ಮದುವೆ ವಿಷಯ ಮಾತಾಡಬೇಕಿತ್ತು" ಎಂದು ಕೋರಿಕೊಂಡು ರಾಮಧರ್‌ನನ್ನು ಕರೆದುಕೊಂಡು ಹೋದರು. ಆಗ ಸರದಿಯಲ್ಲಿ ಮೋಹನಸ್ವಾಮಿಯ ಮುಂದೆ, ಒಂದು ವರ್ಷದ ಮಗನನ್ನು ತನ್ನ ರೋಮಭರಿತ ಬೆತ್ತಲೆ ಎದೆಯ ಮೇಲೆ ಹಾಕಿಕೊಂಡು ಸಮಾಧಾನ ಪಡಿಸುತ್ತಾ ಶಂತನು ನಿಂತಿದ್ದ. ದೇವಸ್ಥಾನದಲ್ಲಿ ಅಂಗಿಯನ್ನು ಹಾಕಿಕೊಂಡು ಪ್ರವೇಶ ಮಾಡುವಂತಿಲ್ಲದ ಕಾರಣ, ತನ್ನ ಟೀಶರ್ಟನ್ನು ನಡುವಿಗೆ ಸುತ್ತಿಕೊಂಡಿದ್ದ. ಅದೇ ತಾನೇ ಮದುವೆಯಾಗಿ, ಒಂದು ಮಗುವನ್ನು ಪಡೆದ ಅಪ್ಪಂದಿರ ದೇಹದಲ್ಲಿ ವಿಶೇಷ ಆಕರ್ಷಣೆಯಿರುತ್ತದೆ. ಇನ್ನೂ ಬಿರಿಯದ ಅನನುಭವಿ ಮೊಗ್ಗಿನಂತೂ ಅಲ್ಲ, ಸಂಜೆಯ ಬಾಡಿದ ಹೂವೂ ಅಲ್ಲ – ಮುಂಜಾನೆಯ ಎಳೆ ಸೂರ್ಯನ ರಶ್ಮಿಗೆ ಪೂರ್ತಿಯಾಗಿ ಅರಳಿ ನಿಂತ ಹೂವಿನಂತೆ ಅವರು ನಳನಳಿಸುತ್ತಾರೆ. ಆರಂಭದ ದಿನಗಳ ಸಮಾಗಮದ ಸಂಕೋಚವನ್ನು ಕಳೆದುಕೊಂಡು, ಧೈರ್ಯದಿಂದ ಹೊಸತನ್ನು ಅನ್ವೇಷಣೆ ಮಾಡುವ ಉತ್ಸಾಹ ಅವರಲ್ಲಿರುತ್ತದೆ. ಮುಖದಲ್ಲಿ ವಿಶೇಷ ಸಂತೃಪ್ತಿ ಇರುತ್ತದೆ. ಚರ್ಮದಲ್ಲಿ ಸೊಗಸಾದ ಕಾಂತಿ ಮೂಡಿರುತ್ತದೆ. ಕಣ್ಣಲ್ಲಿ ಅಸಾಧಾರಣ ಹೊಳಪು ಇಣುಕಿ ಹಾಕುತ್ತದೆ. ಬದುಕಿನಲ್ಲಿ ಯಥೇಚ್ಛವಾಗಿ ಸುಖವನ್ನು ಕಾಣುತ್ತಿರುವ ಕುರುಹಾಗಿ ಹೌದೋ ಅಲ್ಲವೋ ಎನ್ನುವಂತೆ ಬೊಜ್ಜು ಬಂದಿರುತ್ತದೆ. ಹೆಂಡತಿಯ ಆಜ್ಞೆಗೆ ವಿಶೇಷವಾಗಿ ತಲೆಬಾಗುವ ಒಳ್ಳೆಯತನವನ್ನು ಬೆಳೆಸಿಕೊಂಡಿರುತ್ತಾರೆ.

ನೂಕುನುಗ್ಗಲಿನ ಸರದಿಯಲ್ಲಿ ಇಬ್ಬರಿಗೂ ಅವರವರ ದೈಹಿಕ ಬಯಕೆಗಳ ಪತ್ತೆಯಾಗಿ ಹೋಯ್ತು. ಇಬ್ಬರೂ ಒಬ್ಬರ ದೇಹವನ್ನು ಒಬ್ಬರು ಒಪ್ಪಿಕೊಳ್ಳುವ ಮಟ್ಟಕ್ಕೆ ಬಂದಿದ್ದರು. ಶಂತನುವಿನ ಹೆಂಡತಿ ಎಲ್ಲಿ ಹೋಗಿದ್ದಳೋ ಮೋಹನಸ್ವಾಮಿಗೆ ಗೊತ್ತಾಗಲಿಲ್ಲ, ಅದನ್ನು ತಿಳಿದುಕೊಳ್ಳುವ ಆಸಕ್ತಿಯೂ ಅವನಿಗಿರಲಿಲ್ಲ. ಶಂತನುವಿನ ಮಗುವನ್ನು "ಏನೋ ಕಳ್ಳ, ಏನಪ್ಪಾ ನಿನ್ನ ಹೆಸರು?" ಎಂದು ಗಲ್ಲ ಸವರಿ, ತಾನೇ ಎತ್ತಿಕೊಳ್ಳುವ ಉತ್ಸಾಹವನ್ನು ತೋರುವ ನೆಪದಲ್ಲಿ ಅವನ ಎದೆಯನ್ನೆಲ್ಲಾ ಸವರಿದರೂ ಬೇಸರಗೊಳ್ಳದೆ ಶಂತನು ಬಿಸ್ವಾಸ್ ಮುಗುಳುನಗೆಯಿಂದ ಸ್ವಾಗತಿಸಿದ್ದ. ಅವನೂ ಅಷ್ಟೇ, ಮಗುವನ್ನು ಒಂದು ಭುಜದಿಂದ ಮತ್ತೊಂದು ಭುಜಕ್ಕೆ ವರ್ಗಾಯಿಸಿಕೊಳ್ಳುವ ನೆಪದಲ್ಲಿ ಹಿಂದೆ ನಿಂತಿದ್ದ ಮೋಹನಸ್ವಾಮಿಯ ದೇಹಕ್ಕೆ

ತನ್ನ ದೇಹವನ್ನು ಒತ್ತಿ ಸುಖವನ್ನು ಅನುಭವಿಸಿದ್ದ. ದೇವರ ಸನ್ನಿಧಾನದಲ್ಲೂ ಕೆರಳಿದ ಕಾಮವು ಮಾನವನ ಮೇಲೆ ತನಗಿರುವ ಹತೋಟಿಯನ್ನು ತೋರಿಸುತ್ತದೆ. ಭಗವಂತನ ಮುಂದೆ ಕೈ ಮುಗಿದು ನಿಂತಾಗಲೂ, ಬೆನ್ನ ಹಿಂದೆ ನಿಂತು ಒತ್ತುತ್ತಿರುವ ಮತ್ತೊಂದು ದೇಹದ ಬಿಸಿಯು ಪಾಪಪ್ರಜ್ಞೆಯಿಲ್ಲದಂತೆ ನಮ್ಮನ್ನು ಕಾಡುತ್ತದೆ. ಜನರ ಗದ್ದಲದ ನೂಕುನುಗ್ಗಲಿನ ನೆಪವನ್ನು ಇಬ್ಬರೂ ತಮ್ಮ ವರ್ತನೆಯ ಸಮರ್ಥನೆಗೆ ಉಪಯೋಗಿಸಿಕೊಳ್ಳುವ ಅವಕಾಶವಂತೂ ಇದ್ದೇ ಇತ್ತು. ದೇವರ ದರ್ಶನ ಮುಗಿಸಿ ಬರುವುದರಲ್ಲಿ ಒಬ್ಬರಿಗೊಬ್ಬರು ಮೊಬೈಲ್ ನಂಬರ್ ಬದಲಾಯಿಸಿಕೊಂಡಿದ್ದರು. ಕಲ್ಯಾಣೋತ್ಸವದ ಮಂತ್ರಾಕ್ಷತೆ ತರಲು ಹೋಗಿದ್ದ ಅವನ ತಮಿಳು ಹೆಂಡತಿ ಅನಂತರ ಬಂದು ಮಗುವನ್ನು ತೆಗೆದುಕೊಂಡಿದ್ದಳು.

ಕದ್ದು ಕೂಡುವುದು ಈವರೆಗೂ ಮೋಹನಸ್ವಾಮಿಗೆ ಅಭ್ಯಾಸವಿರಲಿಲ್ಲ. ರಾಮಧರ್‌ನ ಪರಿಚಯಕ್ಕೂ ಮುಂಚೆ ಬಿಂದಾಸ್ ಆಗಿ ತನಗೆ ಬೇಕೆನ್ನಿಸಿದವರ ಜೊತೆ ಕೂಡುತ್ತಿದ್ದ. ಧೈರ್ಯದಿಂದ ಯಾವ ಹೊತ್ತಿನಲ್ಲಾದರೂ ಹುಡುಗನನ್ನು ಮನೆಗೆ ಕರೆದುಕೊಂಡು ಬರುತ್ತಿದ್ದ. ಆದರೆ ಈಗ ರಾಮಧರ್‌ನ ಶರತ್ತಿಗೆ ಒಪ್ಪಿಕೊಂಡು ಬದುಕು ನಡೆಸುತ್ತಿರುವುದರಿಂದಲೋ ಏನೋ, ಶಂತನುವನ್ನು ಕೂಡಿದಾಗಲೆಲ್ಲಾ ಕೀಳರಿಮೆ ಅನುಭವಿಸುತ್ತಿದ್ದ. "ಇದೆಂತಹ ಕಿರಿಕಿರಿ" ಎಂದು ಬೇಸರವಾಗುತ್ತಿತ್ತು. ತನ್ನ ಮನೆಗೆ ನೇರವಾಗಿ ಶಂತನುವನ್ನು ಕರೆಸಿಕೊಳ್ಳಲು ಮೋಹನಸ್ವಾಮಿ ಹಿಂಜರಿಯುತ್ತಿದ್ದ. ಯಾವ ಹೊತ್ತಿನಲ್ಲಿಯಾದರೂ ರಾಮಧರ್ ಬಂದುಬಿಡಬಹುದು ಎಂಬ ಭಯದಲ್ಲಿ ಸುಖವನ್ನು ಸವಿಯಲು ಸಾಧ್ಯವಾಗುತ್ತಿರಲಿಲ್ಲ. ಆದ್ದರಿಂದ ಅವನೇ ಶಂತನುವಿನ ಮನೆಗೆ ಹೋಗುತ್ತಿದ್ದ. ಮಗುವನ್ನು ನೋಡಿಕೊಳ್ಳುವ ಸಲುವಾಗಿ ವಾರದಲ್ಲಿ ಮೂರು ದಿನ ಶಂತನುವಿನ ಪತ್ನಿಯೂ, ಎರಡು ದಿನ ಶಂತನುವೂ ಮನೆಯಿಂದಲೇ ಕೆಲಸ ಮಾಡುತ್ತಿದ್ದರು. ಇಬ್ಬರೂ ಸಾಫ್ಟ್‌ವೇರ್ ಇಂಜಿನಿಯರ್ ಆಗಿದ್ದರು. ಸಾಕಷ್ಟು ದೊಡ್ಡ ಸಂಬಳ ಅವರಿಗಿತ್ತು. ಅವನ ಮನೆಯೂ ಅತ್ಯಂತ ಆಧುನಿಕ ಅಪಾರ್ಟ್‌ಮೆಂಟಿನ ಹದಿನಾಲ್ಕನೆಯ ಅಂತಸ್ತಿನಲ್ಲಿತ್ತು. ಐಷಾರಾಮಿ ಮನೆಯಲ್ಲಿ ಅಡ್ಡಾಡಲು ಮೋಹನಸ್ವಾಮಿಗೆ ಖುಷಿಯಾಗುತ್ತಿತ್ತು.

ಆದರೆ ಆ ಮನೆಯಲ್ಲಿಯೂ ವಿಚಿತ್ರ ಸಮಸ್ಯೆ ಕಾಡುತ್ತಿತ್ತು. ಇವರಿಬ್ಬರೂ ಮಲಗುವ ಕೋಣೆಯಲ್ಲಿ ಬೆತ್ತಲೆಯಾಗಿ ಹೊರಳಾಡುವಾಗ, ನಡುಮನೆಯಲ್ಲಿ ಒಂದು ವರ್ಷದ ಮಗು ಅಂಬೆಗಾಲಿಕ್ಕುತ್ತಾ, ಲೆಗೋ ಟಾಯ್ಸ್‌ಗಳನ್ನು ಒಗೆದಾಡುತ್ತಾ, ಆಗಾಗ 'ಆಂ.. ಊಂ...' ಎಂದು ಸದ್ದು ಮಾಡುತ್ತಿತ್ತು. ಒಮ್ಮೊಮ್ಮೆ ಒಂದೊಂದೇ ಹೆಜ್ಜೆಯಿಟ್ಟು ಸೀದಾ ಮಲಗುವ ಕೋಣೆಗೆ ಬಂದು ಮಂಚದ ಅಂಚನ್ನು ಹಿಡಿದುಕೊಂಡು ಹತ್ತಲು ನೋಡುತ್ತಿತ್ತು. "ಹನಿ, ಹನಿ... ಯು ಗೋ ಅವೇ..." ಎಂದು ಶಂತನು

ಮಗುವನ್ನು ಬೇಡಿಕೊಳ್ಳುತ್ತಿದ್ದ. ಕೆಲವೊಮ್ಮೆ ಈ ಮಗು ನಿದ್ದೆ ಮಾಡುತ್ತಿದ್ದು, ಈ ದಿನ ನೆಮ್ಮದಿಯಿಂದ ಇರಬಹುದು ಎಂದು ಮೋಹನಸ್ವಾಮಿ ಮನಸಿನಲ್ಲಿ ಮಂಡಿಗೆ ಸವಿದರೆ ಸಾಕು, ಆವತ್ತೇ ಅದು ಮಧ್ಯದಲ್ಲಿ ಎದ್ದು ಒಂದೇ ಸಮನೆ ಹಟ ಮಾಡಿ ರಂಪ ಮಾಡಿ ಬಿಡುತ್ತಿತ್ತು. ಹಾಲಿನ ಬಾಟಲಿಗಾಗಿ ಶಂತನು ಬೆತ್ತಲೆಯಲ್ಲಿಯೇ ಮನೆಯಲ್ಲೆಲ್ಲಾ ಓಡಾಡುವುದನ್ನು ಮೋಹನಸ್ವಾಮಿ ತೆಪ್ಪಗೆ ನೋಡುತ್ತಾ ಕುಳಿತುಕೊಳ್ಳುತ್ತಿದ್ದ. ಮತ್ತೆ ಮಗುವನ್ನು ಸಂಭಾಳಿಸಿ ಶಂತನು ವಾಪಸಾಗುವುದರಲ್ಲಿ ಇವನ ಮೈಯ ಕಾವೆಲ್ಲಾ ಇಳಿದು ಹೋಗಿರುತ್ತಿತ್ತು.

ಇನ್ನೂ ಒಂದು ಸಮಸ್ಯೆ ಅಲ್ಲಿತ್ತು. ಸಮಾಗಮದ ಮಧ್ಯದಲ್ಲಿ ಮೋಹನಸ್ವಾಮಿ ಕಣ್ಣು ತೆರೆದರೆ ಸಾಕು, ಶಂತನುವಿನ ಸುಂದರ ಸಂಸಾರದ ಕುರುಹಿನ ಫೋಟೋಗಳು ಕಣ್ಣಿಗೆ ಬೀಳುತ್ತಿದ್ದವು. ಆತನ ಹೆಂಡತಿ ಮಾಡಿಟ್ಟ ಅಡುಗೆ, ಬಚ್ಚಲು ಮನೆಯಲ್ಲಿರುವ ಆಕೆಯ ವಿಧವಿಧದ ಶಾಂಪೂ ಸೋಪು ಡಯಾಪರ್‌ಗಳು, ದಿಂಬಿನ ಮೇಲೆ ಕಸೂತಿ ಮಾಡಿದ 'ಐ ಲವ್ ಯು', ಮನೆಯ ಹೊಸ್ತಿಲ ಮುಂದೆ ಕಾಲನ್ನು ಒರೆಸಿಕೊಳ್ಳಲು ಹಾಕಿರುವ ಮ್ಯಾಟಿನಲ್ಲಿರುವ 'ವೆಲ್ ಕಂ' ಎನ್ನುವ ಅಕ್ಷರಗಳು – ಎಲ್ಲವೂ ಅವನಿಗೆ ಪಾಪಪ್ರಜ್ಞೆಯನ್ನು ಮೂಡಿಸುತ್ತಿದ್ದವು. ಇಷ್ಟು ಒಳ್ಳೆಯ ಹೆಂಡತಿ, ಮಗು ಇದ್ದರೂ ಶಂತನು ಮತ್ತೊಂದು ದೇಹಕ್ಕೆ ಯಾಕೆ ಹಪಹಪಿಸುತ್ತಾನೆ? ಎಂದು ಅನುಮಾನವಾಗುತ್ತಿತ್ತು. ಅದನ್ನು ಪರಿಹರಿಸುವ ಸಲುವಾಗಿ ಒಮ್ಮೆ ಬಟ್ಟೆ ಹಾಕಿಕೊಂಡು ಮನೆಗೆ ಹೋಗಲು ತಯಾರಾದಾಗ ಕೇಳಿಯೇ ಬಿಟ್ಟ. ಆ ಪ್ರಶ್ನೆ ಶಂತನುವಿಗೆ ಅನಿರೀಕ್ಷಿತವಾಗಿತ್ತು. ತುಂಬಾ ನೊಂದುಕೊಂಡು ಹಾಸಿಗೆಯ ಮೇಲೆ ಕುಸಿದು ಕುಳಿತ. ಮೋಹನಸ್ವಾಮಿಗೆ ತನ್ನ ಪ್ರಶ್ನೆಯ ಕಠಿಣತೆ ಅರಿವಾಗಿ "ಐ ಆಂ ಸಾರಿ" ಎಂದು ಅವನ ಭುಜವನ್ನು ತಟ್ಟಿ ಹೇಳಿದ.

"ನಿನಗೆ ಬರೀ ಗಂಡು ಮಾತ್ರ ಇಷ್ಟ. ನನ್ನ ಹೆಂಡತಿಗೂ ಅಷ್ಟೇ! ಇಬ್ಬರೂ ನಿಮ್ಮ ದೃಷ್ಟಿಯಲ್ಲಿಯೇ ಜಗತ್ತು ನೋಡ್ತೀರ. ನಿಮ್ಮ ರೀತಿಯಲ್ಲಿಯೇ ಬದುಕಿನ ಮೌಲ್ಯಗಳನ್ನು ಅಳೀತೀರ. ನನಗೆ ಗಂಡು ಮತ್ತು ಹೆಣ್ಣು ಎರಡೂ ಬೇಕು. ಅವೆರಡರ ಜೊತೆ ದೇಹವನ್ನು ಹಂಚಿಕೊಳ್ಳದೆ ನನಗೆ ಪರಿಪೂರ್ಣನಾದೆ ಅಂತ ಅನ್ನಿಸೋಲ್ಲ. ಬರೀ ಹೆಣ್ಣಿನೊಡನೆ ಮದುವೆ ಮಾಡಿ, ಅಲ್ಲಿಗೆ ತಮ್ಮ ಜವಾಬ್ದಾರಿ ಮುಗಿಯಿತು ಅಂತ ಅಪ್ಪ–ಅಮ್ಮ ಕೈತೊಳ್ಕೋತಾರೆ. ನಂಗದು ಅರ್ಧ ಹೊಟ್ಟೆಯ ಊಟ. ನಾನು ಏನು ಮಾಡಲಿ? ಅವಳಿಗೆ ನಾನೇನೂ ಅನ್ಯಾಯ ಮಾಡಿಲ್ಲ. ಎಷ್ಟು ಸಾಧ್ಯವೋ ಅಷ್ಟು ಅವಳನ್ನು ಪ್ರೀತಿಸ್ತೇನೆ. ಮಗುವಿನ ಕುಂಡಿ ತೊಳೆಯುವುದರಿಂದ ಹಿಡಿದು, ಮನೆಗೆ ಕಾರ್ ಡ್ರೈವರ್‌ನಂತೆಯೂ ಕೆಲಸ ಮಾಡ್ತೀನಿ. ಹಾಗಂತ ನನ್ನ ದೇಹದ ಅಗತ್ಯಗಳನ್ನು ಪೂರೈಸದೆ ಬದುಕು ಅಂತ ನೀನು ಹೇಗೆ ಹೇಳ್ತೀಯ?

ಅದು ನಿನ್ನೊಳಗೆ ಹುದುಗಿರುವ ಕ್ರೌರ್ಯ ಅಂತ ಅನ್ನಿಸೋಲ್ವಾ?" ಎಂದು ಶಂತನು ಹನಿಗಣ್ಣಾಗಿ ಹೇಳಿದ್ದ. ಮೋಹನಸ್ವಾಮಿಗೆ ಅವನ ಸಂಕಟ ಅರ್ಥವಾಗಿತ್ತು. ಮತ್ತೊಮ್ಮೆ "ಟೇಕ್ ಇಟ್ ಈಜಿ. ನಿನ್ನ ಮನಸ್ಸನ್ನು ನೋಯಿಸುವುದು ನನ್ನ ಉದ್ದೇಶವಾಗಿರಲಿಲ್ಲ" ಎಂದು ಹೇಳಿ ಬಂದಿದ್ದ.

ಆದರೆ ಶಂತನುವಿನ ಜೊತೆಗೆ ತುಂಬಾ ದಿನ ಸಂಬಂಧ ಮುಂದುವರೆಯಲಿಲ್ಲ. ಮದುವೆಯಾದ ಗಂಡಸರ ಜೊತೆಗೆ ಸಂಬಂಧ ಹೆಚ್ಚು ದಿನ ಮುಂದುವರೆಸುವುದು ಸಾಧ್ಯವಿಲ್ಲ ಎನ್ನುವುದು ಮೋಹನಸ್ವಾಮಿಗೆ ಅನುಭವದಿಂದ ಗೊತ್ತು. ಎಷ್ಟೇ ಆದರೂ ಅವರ ಮನಸ್ಸು ಸಂಸಾರದ ಕಡೆಗೆ ಎಳೆಯುತ್ತಿರುತ್ತದೆ. ಮಕ್ಕಳಿದ್ದರಂತೂ ಮುಗಿದು ಹೋಯ್ತು. ವಾರಾಂತ್ಯಕ್ಕೆ ಜೊತೆಯಲ್ಲಿರೋಣ ಎಂದು ಎಷ್ಟೇ ಬೇಡಿಕೊಂಡರೂ ಸಮಯ ಕೊಡುವುದಿಲ್ಲ. ಆದರೆ ಹೆಂಡತಿ ತೌರಿಗೆ ಹೋದಳೆಂದರೆ, ಇನ್ನಿಲ್ಲದಂತೆ ದುಂಬಾಲು ಬೀಳುತ್ತಾರೆ. ಸಿಗುವ ಒಂದೆರಡು ದಿನಗಳಲ್ಲಿಯೇ ಎಲ್ಲಾ ಸುಖವನ್ನೂ ಸೂರೆಗೊಂಡು ಬಿಡಬೇಕೆನ್ನುವ ಹೊಟ್ಟೆಬಾಕರಂತೆ ಆಡುತ್ತಾರೆ. ಸಮಾಗಮದ ಮಧ್ಯದಲ್ಲಿ ಹೆಂಡತಿಯಿಂದ ಫೋನ್ ಬಂದರಂತೂ "ಎಸ್ ಹನಿ... ಇಲ್ಲೇ ಮನೆಯಲ್ಲಿಯೇ ಇದ್ದೇನೆ... ಮಗುವನ್ನು ಆಟ ಆಡಿಸ್ತಾ ಇದ್ದೇನೆ... ಮಿಸ್ಸಿಂಗ್ ಯು... ಬೇಗನೆ ಬಾ... ಲವ್ ಯು... ಹಗ್ಸ್" ಎಂದೆಲ್ಲಾ ಅವಸರವಸರದಲ್ಲಿ ಸುಳ್ಳು ಹೇಳುವಾಗ ಮೋಹನಸ್ವಾಮಿಗೆ ಮೈಪರಚಿಕೊಳ್ಳುವಂತಾಗುತ್ತದೆ.

ಮದುವೆಯಾದ ಗಂಡು ಹುಡುಗರು ಬಹುಬೇಗ ಮೈಗಳ್ಳರಾಗುತ್ತಾರೆ. ಹೆಂಡತಿ, ಅತ್ತೆಯ ಮನೆಯವರು ಆತನನ್ನು ಸಿಂಹಾಸನದ ಮೇಲೆ ಕೂಡಿಸಿ, ಮೈಗಳ್ಳತನವನ್ನು ರೂಢಿಸಿ ಬಿಡುತ್ತಾರೆ. ಒಂದೆರಡು ವರ್ಷದಲ್ಲಿಯೇ ಆತ ಅಷ್ಟಾವಕ್ರವಾಗಿ ಬೆಳೆಯಲು ಶುರುವಿಡುತ್ತಾನೆ. ಮದುವೆಗೆ ಮುಂಚೆ ಕಣ್ತುಂಬಿಕೊಳ್ಳುವಂತಿದ್ದ ಹುಡುಗ, ಈಗ ಮೈಯೆಲ್ಲಾ ತುಂಬಿಕೊಂಡು ಏದುಸಿರು ಬಿಡಲು ಪ್ರಾರಂಭಿಸುತ್ತಾನೆ. ಏನೇ ಬೇಕೆಂದರೂ ಹೆಂಡತಿಯಂತೂ ಮನೆಯಲ್ಲಿ ಇದ್ದೇ ಇರುತ್ತಾಳೆಂಬ ವಿಪರೀತ ನಂಬಿಕೆ ಅವರಿಗೆ. ಒಂದು ಕಾಲಕ್ಕೆ ಮೋಹನಸ್ವಾಮಿ ಹಗಲುರಾತ್ರಿ ಕನಸು ಕಾಣುತ್ತಿದ್ದ ಕಾರ್ತೀಕ ಈಗ ಹೇಗೆ ಉಬ್ಬಿ ಗುಂಡಾಗಿದ್ದಾನೆಂದರೆ, ಕನಸಿನಲ್ಲಿಯೂ ಅವನ ಈಗಿನ ದೇಹವನ್ನು ಮೋಹನಸ್ವಾಮಿ ಕಲ್ಪಿಸಿಕೊಳ್ಳಲಾರ. ಅವನ ಹೆಂಡತಿಯಾದರೂ ಅವನನ್ನು ಇತ್ತೀಚೆಗೆ ಹತ್ತಿರ ಬಿಟ್ಟುಕೊಳ್ಳುತ್ತಾಳೋ ಇಲ್ಲವೋ ಎಂಬ ಅನುಮಾನವಾಗುತ್ತದೆ. ಶಂತನು ಬಿಸ್ವಾಸ್ ಕೂಡಾ ಈಗ ಅದೇ ದಾರಿ ಹಿಡಿದಿದ್ದ. ಹೊಟ್ಟೆಯ ಸುತ್ತ ಮಾಂಸ ಬೆಳೆಯಲು ಶುರುವಾಗಿ, ಗಲ್ಲಗಳು ಉಬ್ಬಿಕೊಳ್ಳಲಾರಂಭಿಸಿದವು. "ಸ್ವಲ್ಪ ಜಿಮ್‌ಗೆ ಹೋಗು ಶಂತನು, ವಾಕಿಂಗ್ ಆದ್ರೂ ಮಾಡು" ಎಂದು ಮೋಹನಸ್ವಾಮಿ ಹಲವಾರು ಬಾರಿ ಹೇಳಿದ್ದ. "ಆಯ್ತು, ಆಯ್ತು" ಎಂದು ಹೇಳಿದ್ದನಾದರೂ ಶುರು

ಹಚ್ಚಿಕೊಂಡಿರಲಿಲ್ಲ. ಮೈಗಳ್ಳತನವನ್ನು ಗೆಲ್ಲುವುದು ಅಷ್ಟು ಸುಲಭವಲ್ಲ ಎನ್ನುವುದು ಮೋಹನಸ್ವಾಮಿಗೆ ಗೊತ್ತು.

ಆದರೆ ಒಬ್ಬ ಗೇ ಅಷ್ಟು ಸುಲಭವಾಗಿ ತನ್ನ ದೇಹ ಸೌಂದರ್ಯವನ್ನು ಕಡೆಗಣಿಸುವಂತಿಲ್ಲ. ಋತು ಬದಲಾದರೆ ಸಾಕು, ಸಂಗಾತಿಯನ್ನೂ ಬದಲಾಯಿಸಿಕೊಳ್ಳಬೇಕಾದ ಒತ್ತಡ ಅಲ್ಲಿರುತ್ತದೆ. ಯಾರೂ ಶಾಶ್ವತವಲ್ಲ. ಮೊದಲ ನಮಸ್ಕಾರ ಮತ್ತು ಕೊನೆಯ ನಮಸ್ಕಾರದ ಮಧ್ಯದಲ್ಲಿನ ಬದುಕನ್ನು ಹಸನಾಗಿಸಿಕೊಳ್ಳುವುದೇ ನಮ್ಮ ಜಾಣತನವಾಗಬೇಕು. ಆದ್ದರಿಂದ ದೇಹವನ್ನು ಹುರಿಗೊಳಿಸಿ ಇಟ್ಟುಕೊಳ್ಳುವುದು ಅವರ ಅತ್ಯಂತ ಪ್ರಮುಖ ಕರ್ತವ್ಯವಾಗಿರುತ್ತದೆ. ಬೆಳಿಗ್ಗೆ ಎದ್ದು ಓಡುವುದೋ, ಜಿಮ್‌ಗೆ ಹೋಗಿ ಬೆವರಿಳಿಸುವುದೋ, ಯೋಗಾಭ್ಯಾಸ ಮಾಡುವುದೋ, ಏನೂ ಇಲ್ಲವೆಂದರೆ ಸಂಜೆಯ ಹೊತ್ತು ಬ್ರಿಸ್ಕ್ ವಾಕ್ ಮಾಡಿ ತಿನ್ನುವ ಆಹಾರವನ್ನು ನಿಯಂತ್ರಿಸಿಕೊಳ್ಳುವುದೋ – ಯಾರೂ ತಪ್ಪಿಸುವುದಿಲ್ಲ. ಫ್ಯಾಷನ್ ಲೋಕದಲ್ಲಿ ಬರೀ ಗೇಗಳೇ ತುಂಬಿಕೊಂಡಿರುವುದಕ್ಕೆ ಇದೇ ಕಾರಣವಾಗಿದೆ. ಇನ್ನು ಮೋಹನಸ್ವಾಮಿಯ ವಿಷಯದಲ್ಲಿ ಬೇರೆಯಾಗಿರಲು ಹೇಗೆ ಸಾಧ್ಯ? ನಲವತ್ತೈದು ದಾಟಿದರೂ ಇನ್ನೂ ಮೂವತ್ತರ ಆಸುಪಾಸಿನವನೇನೋ ಎನ್ನುವಂತಹ ದೇಹವನ್ನು ಅವನು ಕಾಯ್ದುಕೊಂಡಿದ್ದಾನೆ.

ಎಲ್ಲಕ್ಕೂ ಮುಖ್ಯವಾಗಿ ಒಂದು ದಿನ ನಡೆಯಬಾರದ ಘಟನೆಯೊಂದು ನಡೆದುಹೋಯ್ತು. ಆವತ್ತು ಸಂಜೆಯ ಹೊತ್ತು ಅಕಸ್ಮಾತ್ತಾಗಿ ಮೋಹನಸ್ವಾಮಿಯು ಶಂತನುವಿನ ಮನೆಗೆ ಹೋಗಿದ್ದ. ಇಬ್ಬರೂ ಸೊಗಸಾಗಿ ಸುಖಿಸಿದರು. ಅನಂತರ ಹಾಗೇ ನಿದ್ದೆ ಹೋಗಿದ್ದರು. ಹೆಂಡತಿ ಬರುವುದು ರಾತ್ರಿ ಒಂಬತ್ತರ ನಂತರವೇ ಎಂದು ಇಬ್ಬರಿಗೂ ಚೆನ್ನಾಗಿ ಗೊತ್ತಿತ್ತು. ಮಗುವೂ ಮಲಗಿಕೊಂಡಿತ್ತು. ಆ ಹೊತ್ತಿನಲ್ಲಿ ಕರ್ಕಶವಾಗಿ ಮನೆಯ ಕರೆಗಂಟೆ ಹೊಡೆದುಕೊಂಡಿತು. ಶಂತನುವಿಗೆ ವಿಪರೀತ ನಿದ್ದೆಯ ಮಂಪರು, ಏಳಲು ಮೈಗಳ್ಳತನ. "ಮೋಹನ್, ಪೇಪರಿನ ಹುಡುಗನಿಗೆ ಹಣ ಕೊಡಬೇಕು, ಬಂದಿರ್ತಾನೆ. ಪ್ಲೀಜ್, ನಾಳೆ ಬಾ ಅಂತ ಹೇಳಿ ಸಾಗಹಾಕು" ಎಂದು ಬೇಡಿಕೊಂಡ. ಮೋಹನಸ್ವಾಮಿ ಟವೆಲ್ ಸುತ್ತಿಕೊಂಡು ಆಕಳಿಸುತ್ತಲೇ ಹೊರಗೆ ಬಂದು ಬಾಗಿಲು ತೆರೆದವನು ಆವಾಕ್ಕಾಗಿ ನಿಂತ! ಎದುರಿಗೆ ಹಣೆಗೆ ವಿಭೂತಿ ಪಟ್ಟೆ ಹಾಕಿಕೊಂಡು, ಭ್ರೂಮಧ್ಯದಲ್ಲಿ ಕುಂಕುಮವನ್ನಿಟ್ಟು, ಶುಭ್ರ ಬಿಳಿಯ ಬಟ್ಟೆಗಳನ್ನು ಧರಿಸಿ, ಕೈಯಲ್ಲಿ ಹೆಲ್ಮೆಟ್ ಹಿಡಿದುಕೊಂಡು ರಾಮಧರ್ ನಿಂತಿದ್ದ. ಅಚಾನಕ್ಕಾಗಿ ಅವನನ್ನು ನೋಡಿದ ಮೋಹನಸ್ವಾಮಿಗೆ ಹೇಗೆ ಪ್ರತಿಕ್ರಿಯಿಸಬೇಕೋ ತಿಳಿಯಲಿಲ್ಲ. ರಾಮಧರ್ ಕಣ್ಣಲ್ಲಿ ನೀರು ತುಳುಕಲಾರಂಭಿಸಿತು. ಮೋಹನಸ್ವಾಮಿಗೆ ಆ ತರಹದ ದುಃಖವಾಗದಿದ್ದರೂ, ಬೇಸರವಾಯ್ತು. "ಐ ಆಮ್ ಸಾರಿ ರಾಮ್"

ಅಂದ. ಇಬ್ಬರೂ ಮಾತನಾಡದೆ ಸುಮ್ಮನೆ ನಿಂತರು. ಮೋಹನಸ್ವಾಮಿಯೇ ಮುಂದುವರೆದು ರಾಮಧರ್ ಕೂದಲನ್ನು ಸವರಲು ಹೋದ. "ಮುಟ್ಟಬೇಡ, ಪ್ಲೀಜ್" ಎಂದು ಅವನು ಜೋರಾಗಿಯೇ ಬೇಡಿಕೊಂಡ. ಅಷ್ಟರಲ್ಲಿ ಒಳಗಿನಿಂದ ಶಂತನು ಎದ್ದು ಬಂದ. ಅವನಿಗೆ ಅವರಿಬ್ಬರೂ ಹಾಗೇಕೆ ಒಬ್ಬರನ್ನೊಬ್ಬರು ನೋಡುತ್ತಾ ನಿಂತಿದ್ದಾರೆಂದು ಅರ್ಥವಾಗಲಿಲ್ಲ.

"ರಾಮ್ ಗುರು, ಒಳಗೆ ಬನ್ನಿ. ಇವನೇ ನನ್ನ ಖಾಸಾ ಗೆಳೆಯ, ಮೋಹನಸ್ವಾಮಿ ಅಂತ" ಎಂದು ಹೇಳಿ ಅವನ ಬೆತ್ತಲೆ ಹೆಗಲ ಮೇಲೆ ಕೈ ಹಾಕಿದ. ಮೋಹನಸ್ವಾಮಿ ಮುಜುಗರದಿಂದ ಅವನ ಕೈಯನ್ನು ಕಿತ್ತು ಒಗೆದ. "ಮೋಹನ್, ಇವರು ರಾಮಧರ್ ಅಂತ. ಒಳ್ಳೆಯ ಯೋಗ ಗುರುಗಳು. ನೀನೇ ಒತ್ತಾಯ ಮಾಡ್ತಾ ಇದ್ದೆಯಲ್ವಾ ಮೈ ಇಳಿಸಬೇಕು ಅಂತ? ಅದಕ್ಕೇ ಇವರನ್ನ ನೇಮಿಸಿಕೊಂಡಿದೀನಿ. ವಾರಕ್ಕೆ ಎರಡು ದಿನ ಮನೆಗೆ ಬಂದು ಹೇಳಿಕೊಡೋದಕ್ಕೆ ಒಪ್ಪಿದಾರೆ. ನೀನೂ ಬೇಕಂದ್ರೆ ನನ್ನ ಜೊತೆ ಹೇಳಿಸ್ಕೋ..." ಎಂದು ವಟಗುಟ್ಟಲಾರಂಭಿಸಿದ. ಅವನ ಮಾತುಗಳನ್ನು ಕೇಳಿಸಿಕೊಳ್ಳಲು ಸಿದ್ಧವಿಲ್ಲದ ರಾಮಧರ್ ಸರಸರನೆ ಮೆಟ್ಟಿಲುಗಳನ್ನು ಇಳಿದು ಹೋದ. "ಗುರೂಜಿ, ಯಾಕೆ ಹೊರಟು ಹೋಗ್ತಿದೀರ? ಬನ್ನಿ, ಬನ್ನಿ... ಶುರು ಮಾಡೋಣ" ಎಂದು ಶಂತನು ಕೂಗುತ್ತಲೇ ತಾನೂ ಮೆಟ್ಟಿಲುಗಳನ್ನು ಇಳಿಯತೊಡಗಿದ. ಅವನು ಅತ್ತ ಹೋದನೋ ಇಲ್ಲವೋ, ಇತ್ತ ಇದ್ದಕ್ಕಿದ್ದಂತೆಯೇ ತೊಟ್ಟಿಲಿನಲ್ಲಿದ್ದ ಮಗು ಎದ್ದು ಅಳತೊಡಗಿತು. ಮೋಹನಸ್ವಾಮಿ ತೊಟ್ಟಿಲ ಬಳಿ ಹೋಗಿ, ಮಗುವನ್ನು ಕೈಗೆತ್ತಿಕೊಂಡು "ಅಳಬೇಡ ಕಂದಾ, ಅಳಬೇಡ... ಸುಮ್ಮನಿರು... ಅಪ್ಪ ಬಂದು ಬಿಡ್ತಾನೆ" ಎಂದು ಸಮಾಧಾನ ಮಾಡತೊಡಗಿದ.

^^^

ದರ್ಶನ್‌ನ ಬಣ್ಣ ಕಡುಕಪ್ಪು. ಅಂತಹ ಘನಶ್ಯಾಮ ವರ್ಣವು ಗಂಡಸಿಗೆ ಭೂಷಣವೆಂದು ಮೋಹನಸ್ವಾಮಿಯ ನಂಬಿಕೆ. ಅದಕ್ಕಾಗಿಯೇ ಶ್ರೀಕೃಷ್ಣ ಪರಮಾತ್ಮನನ್ನು ವೇದವ್ಯಾಸರು ಶ್ಯಾಮನನ್ನಾಗಿಸಿದ್ದು ಎನ್ನುವುದು ಅವನ ಸಿದ್ಧಾಂತ. ಹಾಗಂತ ಕೇವಲ ಕಪ್ಪುಬಣ್ಣ ಮಾತ್ರದಿಂದಲೇ ದರ್ಶನ್ ಸುಂದರನೆನ್ನಿಸುತ್ತಿರಲಿಲ್ಲ. ಅವನ ಅವಯವಗಳು ಅಚ್ಚುಕಟ್ಟಾಗಿದ್ದವು. ರೋಮವಿಲ್ಲದ ಅವನ ನುಣುಪು ಎದೆ, ಆಳವಾದ ಹೊಕ್ಕಳು, ಕಡುಕಂದು ಎದೆತೊಟ್ಟುಗಳು, ಸಣ್ಣ ನಡು, ಬಲಿಷ್ಠ ಬಾಹುಗಳು, ಪ್ರೀತಿಯುಕ್ಕುವಂತಹ ಮುಖ, ನೀಳ ಮೂಗು, ಹೊಳೆವ ಕಪ್ಪು ಕಣ್ಣು, ತಲೆಯ ತುಂಬಾ ಸುರಿದ ಕೂದಲು - ಆಕರ್ಷಕವಾಗಿದ್ದ. ಬಲಗಿವಿಯಲ್ಲಿ ಹಾಕಿದ್ದ

ಹೊಳೆಯುವ ಒಂಟಿ ಹರಳಿನೋಲೆ, ಬಲಗೈಯಲ್ಲಿದ್ದ ತಾಮ್ರದ ಕಡಗ ಅವನಿಗೆ ಒಪ್ಪುತ್ತಿತ್ತು. ಒಳಗೆ ಹಾಕಿಕೊಂಡ ಕೆಂಪು ಜಾಕಿ ಚಡ್ಡಿ ತುಸು ಕಾಣುವಂತೆ ಸಡಿಲ ನೀಲಿ ಜೀನ್ಸ್ ಹಾಕಿಕೊಂಡು, ಬೆತ್ತಲೆ ಎದೆಯ ಸಂಪೂರ್ಣ ದರ್ಶನ ಕೊಡುವಂತೆ ಎರಡೂ ಕೈಗಳನ್ನು ತಲೆಯ ಹಿಂದಿಟ್ಟು, ಒರಟು ಗೋಡೆಗೆ ಆತುಕೊಂಡು ನಿಂತ ಫೋಟೋವನ್ನು ಡೇಟಿಂಗ್ ಆಪ್‌ನಲ್ಲಿ ಹಾಕಿದ್ದ.

ರಾಮಧರ್ ದೂರವಾದ ನಂತರದ ಒಂದೆರಡು ತಿಂಗಳು ಮೋಹನಸ್ವಾಮಿ ಬೇಸರಗೊಂಡಿದ್ದ. ಅವನಿಗೆ ಅನ್ಯಾಯ ಎಸಗಿದೆನೇನೋ ಎಂಬ ಅಳುಕು ಅವನಲ್ಲಿ ಕಾಡುತ್ತಿತ್ತು. ಆದರೆ ಅಂತಹ ದುಃಖವೇನೂ ಆಗಿರಲಿಲ್ಲ. ಒಂದು ರೀತಿಯಲ್ಲಿ ಬಂಧನದಿಂದ ಬಿಡುಗಡೆಯಾದ ಸ್ವತಂತ್ರ ಭಾವದ ಖುಷಿ ಅವನಿಗಾಗುತ್ತಿತ್ತು. ಆದರೆ ಹೊತ್ತು ಹೊತ್ತಿಗೆ ಅವನ ಯೋಗಕ್ಷೇಮವನ್ನು ನೋಡಿಕೊಳ್ಳುತ್ತಿದ್ದ ರಾಮಧರ್‌ನನ್ನು ಮರೆಯುವುದು ಸುಲಭವಾಗಿರಲಿಲ್ಲ. ಈ ಹಿಂದೆ ಕಾರ್ತೀಕ್ ತನ್ನನ್ನು ತೊರೆದು ಹೋದಾಗ ತಿಂಗಳುಗಟ್ಟಲೆ ತಾನು ನೋವನ್ನು ಅನುಭವಿಸಿದ್ದು ನೆನಪಾಗುತ್ತಿತ್ತು. ತಾನೂ ರಾಮಧರ್ ವಿಷಯದಲ್ಲಿ ಅಷ್ಟೇ ಕಟುವಾದೆನೆ? ಆಗ ಕ್ರೌರ್ಯವೆನ್ನಿಸಿದ ಸಂಗತಿ, ವಯಸ್ಸು ಮಾಗಿದಂತೆ ಸಹಜವೆನ್ನಿಸುತ್ತದೆಯೆ? ನೋವು–ನಲಿವು ಎನ್ನುವುದೆಲ್ಲಾ ವಯಸ್ಸಿಗೆ ಸಂಬಂಧಿಸಿದ್ದೆ? ಈ ಎಲ್ಲಾ ಅನುಮಾನಗಳಿಂದ ಅವನು ಸಾಕಷ್ಟು ಬಾರಿ ರಾಮಧರ್‌ಗೆ ಕ್ಷಮೆ ಕೋರಿ ಮೆಸೇಜ್ ಕಳುಹಿಸಿದ, ಫೋನ್ ಮಾಡಿದ. ಆದರೆ ಯಾವುದಕ್ಕೂ ಅವನು ಪ್ರತಿಕ್ರಿಯಿಸಲಿಲ್ಲ. ಬದುಕನ್ನು ವ್ರತದಂತೆ ನಡೆಸುವ ಜನರು ಹಟಮಾರಿಗಳಾಗಿರುತ್ತಾರೆ. ತಮ್ಮ ಹಟದಿಂದಾಗಿ ಅವರು ಸುಖ ಪಡುವುದಿಲ್ಲ ಎಂದು ನಿರ್ಧರಿಸಿ, ಅವನನ್ನು ಮರೆತುಬಿಟ್ಟ.

ಹಾಗಂತ ಶಂತನು ಬಿಸ್ವಾಸ್ ಏನೂ ಅವನಿಗೆ ಹತ್ತಿರವಾಗಲಿಲ್ಲ. ಶಂತನುವಿನದು ಏನಿದ್ದರೂ ದೈಹಿಕ ಬಯಕೆ. ಮಾನಸಿಕ ಸುಖವನ್ನು ಅವನು ತನ್ನ ಹೆಂಡತಿ ಮತ್ತು ಮಕ್ಕಳಿಂದ ಪಡೆದುಕೊಳ್ಳುತ್ತಿದ್ದ. ಬರೀ ದೈಹಿಕ ಆಸಕ್ತಿಯಿಂದ ಸೇರುವ ದೇಹಗಳು ಎಷ್ಟು ದಿನ ಹತ್ತಿರವಿದ್ದಾವು? ಆಕರ್ಷಣೆಯನ್ನು ಬಹುಬೇಗನೆ ಕಳೆದುಕೊಳ್ಳುತ್ತವೆ. ಜೊತೆಗೆ ಅವನ ಮನೆಗೆ ಹೋಗಲು ಈಗ ಮೋಹನಸ್ವಾಮಿಗೆ ಇಷ್ಟವಾಗುತ್ತಿರಲಿಲ್ಲ. ರಾಮಧರ್ ಆ ಮನೆಯ ಬಾಗಿಲಿನಲ್ಲಿ ಕಣ್ತುಂಬಿಕೊಂಡು ನಿಂತ ದೃಶ್ಯ ಕಾಡುತ್ತಿತ್ತು. ಅವನಿಗೇ ತನ್ನ ಮನೆಗೆ ಬಾ ಎಂದು ಕೇಳಿಕೊಂಡ. ಆದರೆ ಮಗುವನ್ನು ಕರೆದುಕೊಂಡೇ ಬರಬೇಕಾದ ಶಂತನು ಆ ಸಲಹೆಗೆ ಒಪ್ಪಲಿಲ್ಲ. ಜೊತೆಗೆ ಇತ್ತೀಚೆಗೆ ಆ ಮಗು ನಡೆಯುವುದನ್ನೂ, ಒಂದಿಷ್ಟು ಮಾತನಾಡುವುದನ್ನೂ ಕಲಿತುಕೊಂಡಿತ್ತಲ್ಲದೆ, ಅಪ್ಪನ ಮೊಬೈಲ್ ಬಳಸಿ ಕಂಡ ಕಂಡದ್ದನ್ನೆಲ್ಲಾ ಫೋಟೋ ತೆಗೆಯುವ ಕೆಟ್ಟ ಹವ್ಯಾಸವನ್ನು ಬೆಳೆಸಿಕೊಂಡು ಬಿಟ್ಟಿತ್ತು. ಏನಾದರೂ ಪ್ರಮಾದವಾಗಿ ಅವನ ತಮಿಳು ಹೆಂಡತಿಗೆ

ಗೊತ್ತಾದರೆ ಗತಿಯೇನು? ಎಲ್ಲಕ್ಕೂ ಹೆಚ್ಚಾಗಿ ದಿನದಿಂದ ದಿನಕ್ಕೆ ಗೃಹಸ್ಥಾಶ್ರಮದ ಸುಖವನ್ನು ಹೆಚ್ಚಾಗಿಯೇ ಅನುಭವಿಸುತ್ತಿರುವ ಶಂತನು ಬಿಸ್ವಾಸ್ ತನ್ನ ಅಂದವನ್ನು ಕೆಡಿಸಿಕೊಂಡು ಅನಾಕರ್ಷಕನಾಗುತ್ತಿದ್ದ. ಆದ್ದರಿಂದ ಕೆಲವೇ ದಿನಗಳಲ್ಲಿ ಅವನನ್ನೂ ಮೋಹನಸ್ವಾಮಿ ಮರೆತುಬಿಟ್ಟ. ಆದರೆ ದೇಹ ಮತ್ತು ಮನಸ್ಸಿನ ಬಯಕೆಗೆ ಸಂಗಾತಿ ಬೇಕೇ ಬೇಕಲ್ಲವೆ? ಅಂತಹ ಹೊತ್ತಿನಲ್ಲಿಯೇ ದರ್ಶನ್ ಪರಿಚಯ ಅವನನ್ನು ಸೆಳೆದದ್ದು.

ಡೇಟಿಂಗ್ ಆಪ್ ಬಳಸುವುದು ಮೋಹನಸ್ವಾಮಿಗೆ ಚೆನ್ನಾಗಿ ಗೊತ್ತು. ವಯಸ್ಸಿನಲ್ಲಿ ನಲವತ್ತು ದಾಟಿದವರೊಡನೆ ದೇಶದ ಸಮಕಾಲೀನ ಸಂಗತಿಯ ಬಗ್ಗೆ ಅಥವಾ ಗೇ ಹಕ್ಕುಗಳ ಬಗ್ಗೆ ಅವರ ಅಭಿಪ್ರಾಯವನ್ನು ಕೇಳುವುದರೊಂದಿಗೆ ಹರಟೆ ಶುರು ಮಾಡಬೇಕು. ಒಂದು ಹದಿನೈದು ದಿನ ಇಂತಹದೇ ಚರ್ಚೆಗಳನ್ನು ಬೆಳೆಸಿ, ಅವರಿಂದಲೇ ಹೆಚ್ಚು ಮಾತನಾಡಿಸಿ, ಸುಮ್ಮನೆ ಅವರ ಅಭಿಪ್ರಾಯಕ್ಕೆ ಹೂಂಗುಟ್ಟಿ, "ನೀನು ನಲವತ್ತು ದಾಟಿದರೂ ಮೂವತ್ತರ ಹುಡುಗನಂತೆ ಕಾಣುತ್ತೀಯ. ಐ ಆಂ ಸೀರಿಯಸ್" ಎಂದೊಮ್ಮೆ ಹೇಳಿ, ಕಡೆಗೊಂದು ದಿನ "ಕಾಫಿ ಕುಡಿಯೋಣ್ವಾ?" ಎಂದು ಅವಸರವಿಲ್ಲದಂತೆ ಕರೆದರೆ ನೆಪವಿಲ್ಲದೆ ಬರುತ್ತಾರೆ. ಬರೀ ಮೂವತ್ತರ ಆಸುಪಾಸಿನವರಾದರೆ ಸಿನಿಮಾ ಬಗ್ಗೆ ಶುರು ಮಾಡಿ, ವಿಭಿನ್ನ ಗೇ ಅನುಭವಗಳನ್ನು ಹಂಚಿಕೊಳ್ಳಲು ಹೇಳಿ, ಈ ಹಿಂದೆ ಅವರು ಖಾಸಾ ಗೆಳೆಯನಿಂದ ಬೇರ್ಪಟ್ಟಿದ್ದರೆ "ನಿನ್ನ ನೋವು ನನಗೆ ಅರ್ಥವಾಗುತ್ತದೆ" ಎಂದು ದುಃಖದ ಎಮೋಟಿಕಾನ್ ಕಳುಹಿಸಿ ಬಿಟ್ಟರೆ ಸಾಕು; ಸೀದಾ ಮನೆಗೆ ಬರಲು ಸಿದ್ಧವಾಗುತ್ತಾರೆ. ಆದರೆ ಇಪ್ಪತ್ತರ ಹರೆಯದವರಿಗೆ ತುಂಬಾ ಹೊಗಳಿಕೆ ಬೇಕು. "ನಿನ್ನ ಮೊನಚಾದ ಮೂಗು ನೋಡಿದರೆ ಒಮ್ಮೆ ಕಚ್ಚೋಣ ಎಂದು ಬಯಕೆಯಾಗುತ್ತದೆ", "ನಿನ್ನ ಕಣ್ಣುಗಳು ಅವೆಷ್ಟು ಚೆನ್ನಾಗಿವೆ! ಈ ಬದುಕಿನಲ್ಲಿ ನನಗೆ ಬೇರೇನೂ ಬೇಡ, ಸುಮ್ಮನೆ ಅವನ್ನು ನೋಡುತ್ತಾ ಕುಳಿತು ಬಿಡುತ್ತೇನೆ" – ಇತ್ಯಾದಿಗಳು ಹೊಂದಾಣಿಕೆಯಾಗುತ್ತವೆ. ಆದರೆ ಅಪ್ಪಿತಪ್ಪಿಯೂ ಕ್ರಿಕೆಟ್ ಬಗ್ಗೆಯೋ, ಮೋಟಾರ್ ಬೈಕ್‌ಗಳ ಬಗ್ಗೆಯೋ ಮಾತನಾಡುವುದು ಮಹಾಪ್ರಮಾದವಾಗುತ್ತದೆ. ಬಹುಪಾಲು ಗೇ ಜನರಿಗೆ ಸ್ಪೋರ್ಟ್ಸ್ ಎನ್ನುವುದು ವರ್ಜ್ಯ! ಅದರ ಬದಲು ಫೆಮಿನಿಸಂ ಬಗ್ಗೆ ಮಾತನಾಡಿದರೆ ಬಹಳಷ್ಟು ಜನ ಉತ್ಸಾಹ ತೋರುತ್ತಾರೆ. ಆದರೆ ಈಗಾಗಲೇ ಮದುವೆಯಾಗಿ ಮಕ್ಕಳನ್ನು ಹೊಂದಿದವರಿಗೆ ಇಷ್ಟೆಲ್ಲಾ ಜಾಣತನದ ಆಹ್ವಾನ ಬೇಡವೇ ಬೇಡ. ಸುಮ್ಮನೆ 'ಹಲೋ' ಎಂದರೆ ಸಾಕು, ಅರ್ಧ ಗಂಟೆಯಲ್ಲಿ ಅವಸರದಲ್ಲಿ ಓಡಿ ಬಂದು, ಇನ್ನರ್ಧ ಗಂಟೆಯಲ್ಲಿ ಬಯಕೆ ತೀರಿಸಿಕೊಂಡು, ಮೊಬೈಲ್‌ನಲ್ಲಿ "ಇನ್ನೈದು ನಿಮಿಷದಲ್ಲಿ ಮನೇಲಿ ಇರ್ತೀನಿ ಸ್ವೀಟ್‌ಹಾರ್ಟ್, ಟ್ರಾಫಿಕ್ ಜಾಂ ಆಗಿದೆ" ಅಂತ

ಹೆಂಡತಿಗೆ ಹೇಳುತ್ತಾ, ಪ್ಯಾಂಟಿನ ಜಿಪ್ಪನ್ನು ಅವಸರದಲ್ಲಿಯೇ ಎಳೆದುಕೊಳ್ಳುತ್ತಾ ಓಡಿ ಹೋಗುತ್ತಾರೆ.

ದರ್ಶನ್‌ಗೆ ಈಗ ಮೂವತ್ತರ ಆಸುಪಾಸು. ಆ ಕಾರಣದಿಂದ ಪ್ರಾರಂಭದಲ್ಲಿ ಹೊಗಳಿಕೆಯ ಮಾತುಗಳನ್ನು ಮೋಹನಸ್ವಾಮಿ ಶುರುಮಾಡಿದ. ಇಲ್ಲಿ ನಿಜವಾಗಿಯೂ ದರ್ಶನ್‌ನ ದೇಹ ಮೋಹನಸ್ವಾಮಿಯನ್ನು ಆಕರ್ಷಿಸಿದ್ದರಿಂದ, ಕೃತಕ ಹೊಗಳಿಕೆ ಬೇಕಿರಲಿಲ್ಲ. ಉದ್ದುದ್ದ ವಾಕ್ಯದಲ್ಲಿ ಅವನನ್ನು ಹೊಗಳಿ ಮೆಸೇಜ್ ಕಳಹಿಸಿದ. ವಿಚಿತ್ರವೆಂದರೆ ಅವನಿಂದ ಎರಡು ದಿನವಾದರೂ ಉತ್ತರ ಬರಲಿಲ್ಲ. ನಿರಾಕರಣೆಯನ್ನು ಅಷ್ಟು ಸುಲಭವಾಗಿ ಯಾರೂ ಒಪ್ಪಿಕೊಳ್ಳುವುದಿಲ್ಲ. ಮತ್ತೊಂದೆರಡು ದಿನ ಬಿಟ್ಟು, ಇನ್ನಷ್ಟು ಆಕರ್ಷಕವಾಗಿ ಹೊಗಳಿ ದೊಡ್ಡ ಮೆಸೇಜ್ ಕಳುಹಿಸಿದ. ಅದಕ್ಕೂ ಉತ್ತರ ಬರಲಿಲ್ಲ. ಇವನಿಗೆ ಅನುಮಾನವಾಯ್ತು. "ಎನಿ ಪ್ರಾಬ್ಲಂ?" ಎಂದು ಚಿಕ್ಕ ಸಂದೇಶ ಕಳುಹಿಸಿದ. "No English" ಎಂದು ಉತ್ತರ ಬಂತು. ತಕ್ಷಣ ಇವನಿಗೆ ಅನುಮಾನವಾಗಿ "ಕನ್ನಡದವನಾ?" ಎಂದು 'ಜಸ್ಟ್ ಕನ್ನಡ' ಕೀ ಬೋರ್ಡ್ ಬಳಸಿ ಕನ್ನಡ ಅಕ್ಷರದಲ್ಲಿಯೇ ಮೆಸೇಜ್ ಮಾಡಿದ. ತಕ್ಷಣ ದರ್ಶನ್ ಖುಷಿಯಾಗಿ ಬಿಟ್ಟ. "ನೀನೂ ಕನ್ನಡದವನಾ ಮಗಾ? ನಂಗೆ ಇಂಗ್ಲಿಷ್ ಅಷ್ಟಾಗಿ ಬರಲ್ಲ. ಇಲ್ಲಿ ಎಲ್ಲಾರೂ ಬರೀ ಇಂಗ್ಲಿಷ್‌ನಾಗೆ ಮಾತಾಡ್ತಾರೆ" ಎಂದು ಉತ್ತರ ಬಂತು. ಅವನ ಕಸಿವಿಸಿ ಮೋಹನಸ್ವಾಮಿಗೆ ಅರ್ಥವಾಯ್ತು. ಮೊಬೈಲ್ ಡೇಟಿಂಗ್ ಆಪ್‌ಗಳೆಲ್ಲವೂ ಇಂಗ್ಲಿಷಿನಲ್ಲೇ ಇವೆ. ಕನ್ನಡದ ಹುಡುಗರೂ ಅವನ್ನು ಬಳಸಬಹುದು ಎನ್ನುವ ಕಲ್ಪನೆಯೂ ಆಪ್ ತಯಾರಿ ಮಾಡಿದ ಜನರಿಗೆ ಇರುವುದು ಕಾಣುವುದಿಲ್ಲ. ಇಂಗ್ಲಿಷ್ ಬಲ್ಲವರೇ ಸುಖವಾಗಿ ಬಾಳುವಂತಹ ಈ ಹೊತ್ತಿನಲ್ಲಿ, ಇಂಗ್ಲಿಷ್ ಬಲ್ಲ ಗೇ ಕೂಡಾ ಉಳಿದವರಿಗಿಂತಲೂ ಹೆಚ್ಚು ಅನುಕೂಲ ಪಡೆದುಕೊಳ್ಳುತ್ತಾನೆ ಎನ್ನುವುದು ಕಹಿಸತ್ಯ.

ಆದರೆ ಇಂಗ್ಲಿಷ್ ಅಕ್ಷರ ಬಳಸಿ ಕನ್ನಡದಲ್ಲಿ ಬರೆಯುವುದು ಅವನಿಗೆ ಗೊತ್ತಿತ್ತು. ರಪರಪನೆ ಮೆಸೇಜ್‌ಗಳನ್ನು ಕಳುಹಿಸಲಾರಂಭಿಸಿದ. ಇಂಗ್ಲಿಷ್‌ನಲ್ಲಿ ಗೇಗಳಿಗೆಂದೇ ಒಂದು ಪರಿಭಾಷೆ ಇದೆ. ಆದರೆ ಅವುಗಳು ಕನ್ನಡದಲ್ಲಿ ಹೇಗೆ ಬಳಕೆಯಾಗುತ್ತವೆಂದು ಮೋಹನಸ್ವಾಮಿಗೆ ತಿಳಿದಿರಲಿಲ್ಲ. ಮಾತಿನ ಮಧ್ಯದಲ್ಲಿ ದರ್ಶನ್ "ಮಗಾ, ನೀನು ಹಾಸಿಗೆನಾಗೆ ಕೇಯಿಸ್ಕೊಳ್ತೀಯ? ಇಲ್ಲಾ ಕೇಯ್ತೀಯಾ?" ಎಂದು ಕೇಳಿಬಿಟ್ಟ. ಇಂಗ್ಲಿಷ್‌ನಲ್ಲಿ ಟಾಪ್ ಅಥವಾ ಬಾಟಮ್ ಎಂದು ಸಹಜವಾಗಿ ಕರೆಸಿಕೊಳ್ಳುವ ಈ ಪದಗಳು, ಕನ್ನಡದಲ್ಲಿ ಕೇಳಿದಾಗ ಮೋಹನಸ್ವಾಮಿ ನಾಚಿ ನೀರಾದ. ಅದಕ್ಕೆ ಉತ್ತರಿಸಲು ಕೆಲವು ಕ್ಷಣ ಬೇಕಾಯ್ತು. ಆದರೆ ಕನ್ನಡದ ಆ ಪದಗಳಲ್ಲಿ ಯಾವ ತಪ್ಪೂ ಅವನಿಗೆ ಕಾಣಿಸಲಿಲ್ಲ. ಬಳಸದ ಪದಗಳಿಗೆ ಮಡಿ-ಮೈಲಿಗೆ ಹೆಚ್ಚಿರುತ್ತದೆ

ಎನ್ನಿಸಿ ನಗು ಬಂತು. ಆದರೂ ಅವನಿಗೆ ಕನ್ನಡದಲ್ಲೇ ಉತ್ತರಿಸಿದ. "ಹಂಗಾರೆ ನಮ್ಮ ಜೋಡಿ ಹೊಂದಿಕೊಳ್ತದೆ ಮಗಾ... ಸುಖಾ ಪಡಬಹುದು" ಎಂದು ದರ್ಶನ್ ಖುಷಿ ವ್ಯಕ್ತಪಡಿಸಿದ. ಅವನ ಮಾತಿಂದ ಮೋಹನಸ್ವಾಮಿಗೆ ನಗು ಬಂತು.

ಒಂದು ರಾತ್ರಿ ಇಬ್ಬರೂ ಒಟ್ಟಿಗೆ ಭೋಜನ ಮಾಡುವುದೆಂದು ಒಪ್ಪಂದವಾಯ್ತು. ದರ್ಶನ್ ತನಗೆ ಮಾಂಸಾಹಾರ ಇಷ್ಟವೆಂದು ಹೇಳಿದ. ಮೋಹನಸ್ವಾಮಿಯಂತೂ ಕಟ್ಟಾ ಸಸ್ಯಾಹಾರಿ. ಇಬ್ಬರಿಗೂ ಸರಿಹೊಂದುವುದೆಂದು ಹತ್ತಿರದಲ್ಲೇ ಇರುವ 'ನಾಗಾರ್ಜುನ' ಎನ್ನುವ ಆಂಧ್ರ ಶೈಲಿಯ ಭೋಜನಕ್ಕೆ ಅವನನ್ನು ಕರೆದುಕೊಂಡು ಹೋದ. ದರ್ಶನ್ ಸ್ವಲ್ಪ ಗಾಢ ಎನ್ನಿಸುವಂತಹ ಬಟ್ಟೆಗಳನ್ನು ಹಾಕಿಕೊಂಡು ಬಂದಿದ್ದ. ಸಂಜೆಯಾದರೂ ಯಾಕೋ ಕೂಲಿಂಗ್‌ಗ್ಲಾಸ್ ಹಾಕಿಕೊಂಡಿದ್ದ. ಬಹುಶಃ ಅವನಿಗೆ ಈ ತರಹದ ಮೇಲ್ವರ್ಗದ ಹೋಟೆಲುಗಳ ಅಭ್ಯಾಸವಿರಲಿಕ್ಕಿಲ್ಲ ಎಂದು ಮೋಹನಸ್ವಾಮಿಗೆ ಅನ್ನಿಸಿತು. ಆದರೆ ಅದನ್ನು ಕೆದಕಿ ಅವನ ಮನಸ್ಸಿಗೆ ನೋವು ಮಾಡುವುದು ಬೇಡವೆಂದು ನಿರ್ಧರಿಸಿದ. ವೇಟರ್ ಬಂದು ಎದುರಿಗೆ ನಿಂತಾಗ "ಏನು ತೊಗೊಳ್ತೀಯ?" ಎಂದು ಕೇಳಿದ. "ಹಂದಿ ಮಾಂಸದ್ದು ಏನಾದ್ರೂ ಸಿಗುತ್ತಾ?" ಎಂದು ದರ್ಶನ್ ವಿಚಾರಿಸಿದ. ಮೋಹನಸ್ವಾಮಿಗೆ ಬಹುಶಃ ಸಿಗಲಿಕ್ಕಿಲ್ಲ ಅನ್ನಿಸಿತು. ಆದರೂ ಅತಿಥಿ ಮರ್ಯಾದೆಯಿಂದ ವೇಟರ್‌ನನ್ನು ಕೇಳಿದ. "ಪೋರ್ಕ್ ಮತ್ತು ಬೀಫ್ ಸಿಗಲ್ಲ ಸಾರ್. ಚಿಕನ್ ಮತ್ತು ಮಟನ್ ಕೊಡೋಣ" ಎಂದು ಹೇಳಿದ. ದರ್ಶನ್ ಮಟನ್ ಬಿರಿಯಾನಿಗೆ ಆರ್ಡರ್ ಮಾಡಿದ. ಮೋಹನಸ್ವಾಮಿಯಂತೂ ಮೆನು ಕಾರ್ಡನ್ನೂ ನೋಡದೆ "ಒಂದು ವೆಜಿಟೇರಿಯನ್ ಊಟ" ಎಂದು ಹೇಳಿ ವೇಟರ್‌ನನ್ನು ಕಳುಹಿಸಿದ. ಆಗಲೇ ಅಚ್ಚರಿಗೊಂಡ ದರ್ಶನ್ "ನೀನು ಬ್ರಾಹ್ಮಣನಾ?" ಎಂದು ಇದ್ದಕ್ಕಿದ್ದಂತೆಯೇ ಕೇಳಿಬಿಟ್ಟ. ಆ ಮಾತಿಗೆ ತುಸು ಕಂಗಾಲಾದ ಮೋಹನಸ್ವಾಮಿ, ಅನಂತರ ಚೇತರಿಸಿಕೊಂಡು "ಇಲ್ಲ ದರ್ಶನ್, 'ಗೇ'ಯೊಬ್ಬನಿಗೆ ಯಾವ ಜಾತಿಯೂ ಇಲ್ಲ. ಅವನನ್ನು ಯಾವ ಜಾತಿಯವರೂ ತಮ್ಮವನೆಂದು ಸ್ವೀಕರಿಸುವುದಿಲ್ಲ" ಎಂದು ನಸುನಕ್ಕು ಹೇಳಿದ.

ಯಾವ ಗೊಣಗಾಟವೂ ಇಲ್ಲದೆ ದರ್ಶನ್ ಇವನ ಮನೆಗೆ ಬರಲು ಒಪ್ಪಿಕೊಂಡ. ಆ ರಾತ್ರಿ ಅವನೊಟ್ಟಿಗೇ ಇರುವುದಾಗಿ ಹೇಳಿದ. ಸೊಗಸಾಗಿ ಊಟ ಮಾಡಿದ್ದರಿಂದ ಇಬ್ಬರಿಗೂ ಮನಸ್ಸು ಸಂತೃಪ್ತಿಗೊಂಡಿತ್ತು. ಮನೆಗೆ ಮಾತನಾಡುತ್ತಾ ನಡೆದುಕೊಂಡು ಬಂದರು. "ಮನೆಯಲ್ಲಿ ಒಬ್ಬನೇ ಇರ್ತೀಯಾ ಮಗಾ?" ಎಂದು ದರ್ಶನ್ ಕೇಳಿದ್ದಕ್ಕೆ, "ಹೂಂ ದರ್ಶನ್... ಗೇ ಮನುಷ್ಯ ಸಂಸಾರದ ಜೊತೆ ಇರೋಕಾಗುತ್ತಾ?" ಎಂದು ಉತ್ತರಿಸಿದ. ಆಮೇಲೆ ಕುತೂಹಲಕ್ಕೆ "ನೀನು?" ಎಂದು ಅವನನ್ನು ಕೇಳಿದ. "ಇನ್ನೂ ಮದುವೆ ಆಗಿಲ್ಲ. ನಮ್ಮಪ್ಪ ಒಂದೇ ಸಮನೆ

ಬಲವಂತ ಮಾಡ್ಲಿಕ್ಕೆ ಶುರು ಹಚ್ಚಿದಾಳೆ. ಏನು ಮಾಡಬೇಕೋ ಗೊತ್ತಾಗ್ತಿಲ್ಲ" ಎಂದು ಸಮಸ್ಯೆಯನ್ನು ಮುಂದಿಟ್ಟ. "ನಿಂಗೆ ಹುಡುಗಿಯರನ್ನ ಕಂಡ್ರೆ ಆಸೆ ಆಗುತ್ತಾ?" ಎಂದು ಮೂಲಭೂತ ಪ್ರಶ್ನೆಗೆ ಕೈಚಾಚಿದ. ಒಂದೆರಡು ಕ್ಷಣ ಆಲೋಚಿಸಿದ ದರ್ಶನ್ "ಕೇಯೋದೇನೋ ಕಷ್ಟ ಆಗಲಿಕ್ಕಿಲ್ಲ ಅನ್ನಿಸ್ತದೆ" ಎಂದು ಉತ್ತರಿಸಿದ. ಮೋಹನಸ್ವಾಮಿಗೆ ಅವನ ಉತ್ತರದಿಂದ ನಗು ಬಂತು. "ಮದುವೆ ಅಂದ್ರೆ ಬರೀ ಸೆಕ್ಸ್ ಅಲ್ವೋ ಮಾರಾಯಾ! ಅದು ಇಬ್ಬರು ಜೀವಿಗಳು ಸೇರಿಕೊಂಡು ಬದುಕು ಮಾಡೋದು. ನಿಂಗೆ ಆ ರೀತಿ ಹುಡುಗಿಯೊಬ್ಬಳ ಜೊತೆಗೆ ಇಡೀ ಆಯುಷ್ಯ ಕೂಡಿ ಇರಬೇಕು ಅನ್ನಿಸ್ತದಾ?" ಎಂದು ಇನ್ನಷ್ಟು ಆಳವಿಸ್ತಾರದ ಪ್ರಶ್ನೆಯನ್ನು ಕೇಳಿದ. ದರ್ಶನ್ ಸ್ವಲ್ಪ ಹೊತ್ತು ಬಿಟ್ಟು "ನಿಜ ಹೇಳಬೇಕು ಅಂದ್ರೆ ಹುಡುಗನಷ್ಟು ಹುಡುಗಿ ಇಷ್ಟ ಆಗಲ್ಲ ಮಗ. ಭಾಳ ಸಪ್ಪೆ ಅನ್ನಿಸ್ತಾಳೆ. ಇನ್ನೂ ತನಕ ಯಾವ ಹುಡುಗೀಗೂ ಮಾಡಿಲ್ಲ. ಆದರೆ ಮಾಡಬಹುದು, ಕಷ್ಟ ಆಗಲಿಕ್ಕಿಲ್ಲ ಅನ್ನಿಸ್ತದೆ. ಇಲ್ನೋಡು ತೋಳು..." ಎಂದು ಅಂಗಿಯನ್ನು ಮೇಲಕ್ಕೆತ್ತಿ, ತೋಳಿನ ಉಬ್ಬಿದ ಮಾಂಸವನ್ನು ತೋರಿಸಿದ. ಮೋಹನಸ್ವಾಮಿಗೆ ನಗು ಬಂತು. ಅವನ ತೋಳಿನ ಮಾಂಸಗಳು ಬಾಯಲ್ಲಿ ನೀರೂರಿಸುವಂತೆ ಬಲಿಷ್ಠವಾಗಿ ಇರುವುದು ಕಂಡು ಆಸೆಯಾಯ್ತು. ತೋಳಿನ ಮೇಲಿದ್ದ ಚೇಳಿನ ಹಚ್ಚೆಯ ಚಿತ್ರವನ್ನು ನಿಧಾನಕ್ಕೆ ಸವರಿ "ಸೂಪರ್" ಎಂದು ಹೇಳಿದ. ಆದರೂ ಎಚ್ಚರಿಕೆ ಇರಲಿ ಎಂದು "ಒಂದು ಹುಡುಗಿ ಜೀವನದ ಪ್ರಶ್ನೆ ದರ್ಶನ್. ಆಲೋಚನೆ ಮಾಡಿ ನಿರ್ಧಾರ ಮಾಡು" ಎಂದು ತಿಳಿ ಹೇಳಿದ. "ಮದುವೆ ಆಗದಿದ್ರೆ ನಮ್ಮವ್ವ ಬಾಳ ಬೇಜಾರು ಮಾಡ್ಕೊಳ್ತಾಳೆ ಮಗಾ..." ಅಂದ. "ಅದು ಸರಿ ದರ್ಶನ್. ಆದರೆ ಇನ್ನೊಬ್ಬರ ಅವ್ವನೂ ಬೇಜಾರು ಮಾಡ್ಕೋಬಾರದಲ್ಲೇನು?" ಎಂದು ಮೋಹನಸ್ವಾಮಿ ಉತ್ತರಿಸಿದ.

ಡಿಸೆಂಬರ್ ತಿಂಗಳ ಧನುರ್ಮಾಸದ ಚಳಿ. ಅದೃಷ್ಟಕ್ಕೆ ಮನೆಯಲ್ಲಿ ಪವರ್ ಬೇರೆ ಇರಲಿಲ್ಲ. ಎರಡು ಹಸಿದ ದೇಹಗಳಿಗೆ ಬೇರೇನು ಬೇಕು? ಹೆಚ್ಚಿನ ಮಾತು, ಒಪ್ಪಿಗೆಯ ನಾಟಕ ಒಂದೂ ಇಲ್ಲದೆ ಇಬ್ಬರೂ ಮಲಗುವ ಕೋಣೆಯನ್ನು ಸೇರಿಕೊಂಡರು. ಹಲವಾರು ದೇಹಗಳನ್ನು ಕಂಡ ಮೋಹನಸ್ವಾಮಿಗೆ ಯಾವುದೂ ಹೊಸತಲ್ಲ. ಆದರೆ ದರ್ಶನ್‌ನ ಆಕ್ರಮಣ ವಿಶೇಷವೆನ್ನಿಸಿತು. ಆ ಬಿರುಸು, ಆ ಪಟ್ಟು, ಆ ಶಕ್ತಿ, ಆ ದಾಹ, ಆ ಉನ್ಮಾದ, ಆ ಬಿಸಿಯುಸಿರು – ಎಲ್ಲವೂ ಹೊಸತಾಗಿತ್ತು. ಎಷ್ಟು ಅನುಭವಿಸಿದರೂ ಹಿಂಗದಂತೆ ಅವನು ಮತ್ತೆ ಮತ್ತೆ ಮೋಹನಸ್ವಾಮಿಯ ದೇಹವನ್ನು ಹಿಂಡಿ ಹಿಪ್ಪೆ ಮಾಡತೊಡಗಿದ. ಈ ಹಿಂದೆ ಎಂದೂ ಕಂಡಿರದ ರೀತಿಯಲ್ಲಿ ಅವನು ತನ್ನನ್ನು ತಣಿಸುವುದ ಕಂಡು ಮೋಹನಸ್ವಾಮಿ ಅಚ್ಚರಿಗೊಂಡ. ಇವನ ಶಕ್ತಿಯ ಮೂಲವಾದರೂ ಯಾವುದು? ಬರೀ ಅವನ ಯೌವನದ

ವಯಸ್ಸೇ ಕಾರಣವಾಗಿರಲಿಕ್ಕಿಲ್ಲ. ಆ ವಯಸ್ಸಿನವರದೆಷ್ಟು ಜನ ನನ್ನೊಡನೆ ಸೇರಿಲ್ಲ? ಹಾಗಂತ ಇದು ಜಿಮ್‌ನಲ್ಲಿ ದಣಿಸಿ ಹುರಿಗಟ್ಟಿಸಿದ ದೇಹವೆಂದೂ ಅನ್ನಿಸುವುದಿಲ್ಲ. ಇವನ ಆಕ್ರಮಣದಲ್ಲಿ ಕೃತಕತೆ ಇಲ್ಲ. ಬದುಕಿನ ವೃತ್ತಿಯಿಂದಲೇ ಅಂತಹ ಶಕ್ತಿಯೊಂದು ಇವನಲ್ಲಿ ಶೇಖರಣೆಗೊಂಡಿರಬೇಕು. ತಲೆಮಾರುಗಳಿಂದ ಶಕ್ತಿಯನ್ನು ರೂಢಿಸಿಕೊಂಡ ವಂಶಾವಳಿಗಳು ಇವನ ರಕ್ತದಲ್ಲಿ ಸೇರಿ ಹೋಗಿರಬೇಕು. ಇದು ವಿಶೇಷವಾದದ್ದು. ತನಗೆ ದಕ್ಕಿದ್ದು ಅದೃಷ್ಟವೇ ಇರಬೇಕು. ಸುಮ್ಮನೆ ಇವನಿಗೆ ದೇಹವನ್ನು ಒಪ್ಪಿಸಿಕೊಂಡು ಸುಖಿಸುವುದರ ಹೊರತು ಬೇರೆ ಯಾವ ಕ್ರಿಯೆಯೂ ಇಲ್ಲಿ ಮುಖ್ಯವಲ್ಲ. ಅವನಿಗಿಂತಲೂ ಹದಿನೈದು ವರ್ಷ ದೊಡ್ಡವನಾದ ನನ್ನನ್ನು ಹೇಗೆ ತನ್ನ ತಂಬೂರಿಯಾಗಿಸಿಕೊಂಡು ನಾದ ಹೊಮ್ಮಿಸುತ್ತಿದ್ದಾನೆ? ಇವನು ರಸಸೃಷ್ಟಿಯ ಮಾಂತ್ರಿಕ. ಇವನು ಮನ್ಮಥ ಲೋಕದಿಂದ ಬಂದ ಗಂಧರ್ವ. ಅಂಗಾಂಗಗಳಿಗೆ ಹೊಸ ರೂಪ ಕೊಡಬಲ್ಲ ಮಹಾನ್ ಕಲಾವಿದ.

ದರ್ಶನ್‌ನ ಹಿಡಿತ ಸಡಿಲಗೊಂಡಾಗ ಆಗಲೇ ರಾತ್ರಿ ಒಂದು ಗಂಟೆಯಾಗಿತ್ತು. ಡಿಸೆಂಬರ್ ತಿಂಗಳ ಕೊರೆಯುವ ಚಳಿಯಲ್ಲಿ ಮೋಹನಸ್ವಾಮಿಯ ಮೈಯೆಲ್ಲಾ ಬೆವರಿನಿಂದ ತೊಯ್ದು ಹೋಗಿತ್ತು. ದೇಹದ ಎಲ್ಲಾ ಅವಯವಗಳೂ ನೋವು, ನಲಿವಿನಿಂದ ಸುಸ್ತಾಗಿದ್ದವು. ಪವರ್ ಬಂದಿರುವುದು ಕಿಟಕಿಯಿಂದ ಹೊರಕ್ಕೆ ಕಾಣುತ್ತಿರುವ ಯಾವುದೋ ಮನೆಯ ಬೆಳಕಿನಿಂದ ಗೊತ್ತಾಯ್ತು. ಮಂಚದ ಪಕ್ಕದ ಸ್ವಿಚ್ ಒತ್ತಿ ಫ್ಯಾನ್ ಚಲಾಯಿಸಿದ. ತಣ್ಣನೆಯ ಗಾಳಿಗೆ ವಿಚಿತ್ರ ರೋಮಾಂಚನವಾಯ್ತು. ಸುಸ್ತಾಗಿ ಪಕ್ಕಕ್ಕೆ ಮಲಗಿದ್ದ ದರ್ಶನ್‌ನನ್ನು ಒಮ್ಮೆ ಹಗೂರಕ್ಕೆ ತಬ್ಬಿ "ಥ್ಯಾಂಕ್ಸ್" ಎಂದು ಕಿವಿಯಲ್ಲಿ ಉಸುರಿದ. ದರ್ಶನ್ ಕಣ್ಣು ಮುಚ್ಚಿದಂತೆಯೇ ನಕ್ಕ. ಅವನ ಎದೆಯ ಮೇಲೆ ಹೂಮುತ್ತೊಂದನ್ನು ಒತ್ತಿ, ಬಚ್ಚಲು ಮನೆಯ ಕಡೆ ಎದ್ದು ಹೋದ. ಹೋಗುವಾಗ ದಿಕ್ಕಿಗೊಂದರಂತೆ ಬಿಚ್ಚಿ ಒಗೆದಿದ್ದ ಒಳ ಉಡುಪುಗಳು ಕಾಲಿಗೆ ಅಡ್ಡ ಬಂದವು. ಅವನ್ನು ಕೈಗೆ ತೆಗೆದುಕೊಂಡು ಮಂಚದ ಮೇಲೆ ಮಲಗಿದ್ದ ದರ್ಶನ್ ಕಡೆಗೆ ಒಗೆದು "ರಾಕ್ಷಸ!" ಎಂದು ಪ್ರೀತಿಯಿಂದ ಹೇಳಿದ. ದರ್ಶನ್‌ನ ನಗು ಆ ಕತ್ತಲಲ್ಲಿ ತೂರಿ ಬಂತು. ಒಮ್ಮೆ ಅವನ ಸಂಪೂರ್ಣ ದೇಹವನ್ನು ಬೆಳಕಿನಲ್ಲಿ ನೋಡುವ ಬಯಕೆ ಮೋಹನಸ್ವಾಮಿಗಾಯ್ತು. ಸ್ವಿಚ್ ಹಾಕಿ ರೂಮನ್ನು ಬೆಳಗಿಸಿದ. ಇದ್ದಕ್ಕಿದ್ದಂತೆಯೇ ಮೂಡಿದ ಬೆಳಕಿನ ಆಕ್ರಮಣಕ್ಕೆ ಸೋತ ದರ್ಶನ್, ತನ್ನ ಕೈಯನ್ನು ಕಣ್ಣುಗಳಿಗೆ ಅಡ್ಡ ಇಟ್ಟುಕೊಂಡು "ಬೇಡ ಮಗಾ" ಎಂದ. ಬಲಿಷ್ಠ ತೋಳನ್ನು ಕಣ್ಣುಗಳಿಗೆ ಅಡ್ಡ ಹಿಡಿದ ಅವನ ಆ ಭಂಗಿ, ಕೊರೆದಿಟ್ಟಂತಿರುವ ಅವನ ಅವಯವಗಳು, ಈವರೆಗೆ ನಿರಂತರವಾಗಿ ಸುಖ ನೀಡಿದ ಜೀವ ಅದೆಂಬ ಪ್ರೀತಿ – ಎಲ್ಲವೂ ಸೇರಿ ಅವನ ದೇಹವೊಂದು ಆ ಭಗವಂತ ಮಾಡಿದ ಕಪ್ಪುಶಿಲೆಯ ವಿಶೇಷ

ಕಲಾಕೃತಿಯಂತೆ ಮೋಹನಸ್ವಾಮಿಗೆ ತೋರಿತು. "ಯು ಆರ್ ಬ್ಯೂಟಿಫುಲ್..." ಎಂದು ಮನಃಪೂರ್ವಕವಾಗಿ ಹೇಳಿ, ಬಚ್ಚಲು ಮನೆಗೆ ಹೋದ.

ಮೋಹನಸ್ವಾಮಿ ಹೊರಗೆ ಬಂದಾಗ ಊಹಿಸದ ದೃಶ್ಯವೊಂದು ಕಾದಿತ್ತು. ಹಾಸಿಗೆಯಲ್ಲಿ ಎದ್ದು ಕುಳಿತಿದ್ದ ದರ್ಶನ್, ಮೋಹನಸ್ವಾಮಿ ಅವನ ಮೈಗೆ ಒಗೆದಿದ್ದ ಬನಿಯನ್ನಿನಿಂದ ಹಗೂರಕ್ಕೆ ಜನಿವಾರವನ್ನು ಬೇರ್ಪಡಿಸುತ್ತಿದ್ದ. ಅವನ ಕಣ್ಣುಗಳು ತೇವಗೊಂಡಿದ್ದವು. ಯಾಕೋ ಅತ್ಯಂತ ವ್ಯಾಕುಲಗೊಂಡವನಂತೆ ಕಂಡು ಮೋಹನಸ್ವಾಮಿಗೆ ಅಚ್ಚರಿಯಾಯ್ತು.

"ಯಾಕೆ ದರ್ಶನ್, ಏನಾದ್ರೂ ತೊಂದರೆ ಆಯ್ತಾ?" ಎಂದು ಕಳಕಳಿಯಿಂದ ಕೇಳಿದ.

"ನೀನ್ಯಾಕೆ ನಂಗೆ ಸುಳ್ಳು ಹೇಳಿದಿ ಮಗಾ? ನೀನು ಬ್ರಾಹ್ಮಣನಾ ಅಂತ ಕೇಳಿದ್ರೆ ಅಲ್ಲಾ ಅಂದಿ..." ಎನ್ನುವಾಗ ಅವನ ಕಣ್ಣಿಂದ ಒಂದು ಹನಿ ಜಾರಿತು. ಅವನು ಅಳುವುದನ್ನು ಕಂಡು ಮೋಹನಸ್ವಾಮಿಗೆ ಗಲಿಬಿಲಿಯಾಯ್ತು.

"ನನ್ನ ಜಾತಿ ತೊಗೊಂಡು ಏನು ಮಾಡ್ತೀಯ ದರ್ಶನ್? ಅದು ನನಗೇ ಮುಖ್ಯ ಅಂತ ಯಾವತ್ತೂ ಅನ್ನಿಸಿಲ್ಲ."

"ಹಂಗಾರೆ ಈ ಜನಿವಾರ ಯಾಕೆ ಹಾಕ್ಕೊಂಡಿದೀಯ ಹೇಳು?"

"ನನ್ನ ಅಕ್ಕಂದಿರು ಏನೇ ಕಾರ್ಯಕ್ರಮ ಹಮ್ಮಿಕೊಂಡ್ರೂ ರಾಯರ ಮಠದಲ್ಲಿ ಮಾಡ್ತಾರೆ. ಅಲ್ಲಿ ಜನಿವಾರ ಇಲ್ಲಾ ಅಂದ್ರೆ ಊಟಕ್ಕೆ ಹಾಕಲ್ಲ. ಆ ಕಾರಣಕ್ಕೆ ನಾನು ಬರಲ್ಲ ಅಂದ್ರೆ ನೊಂದುಕೊಳ್ತಾರೆ. ಅದಕ್ಕಾಗಿ ಕೊರಳಲ್ಲಿ ನೇತು ಹಾಕ್ಕೊಂಡಿದೀನಿ. ಅದಕ್ಕಿಂತಲೂ ಹೆಚ್ಚಿನ ಮಹತ್ವ ನಂಗೆ ಆ ಜನಿವಾರದಲ್ಲಿ ಕಾಣಲ್ಲ" ಎಂದು ಪ್ರಾಮಾಣಿಕವಾಗಿ ಹೇಳಿದ.

"ಜಾತಿ ಅನ್ನೋದು ಹುಟ್ಟಿನಿಂದ ಬರ್ತದಲ್ವಾ ಮಗಾ? ನೀನು ಬ್ರಾಹ್ಮಣರ ಮನೆಯಲ್ಲಿ ಹುಟ್ಟಿರಲೇಬೇಕು"

"ಅದು ನಿಜ ದರ್ಶನ್. ಆದರೆ ಅದರಿಂದ ಏನು ತೊಂದರೆ?"

"ನಮಗೆ ಶಾಪ ತಟ್ತದೆ ಮಗ... ಬ್ರಾಹ್ಮಣರ ದೇಹ ಮುಟ್ಟಿದ್ರೆ ನಮಗೆ ಒಳ್ಳೇದಾಗಲ್ಲ. ಅವರು ಶಾಪ ಕೊಡ್ತಾರೆ"

"ಹಂಗಂತ ಯಾರು ಹೇಳಿದ್ರು ದರ್ಶನ್?"

"ನಮ್ಮವ್ವ..." ಎಂದು ಉಸುರಿದ. ಈಗವನ ಧ್ವನಿ ಪೂರ್ತಿ ಅಳುಬುರುಕವಾಗಿತ್ತು. ಈ ಅನಿರೀಕ್ಷಿತ ಸಂದರ್ಭವನ್ನು ಹೇಗೆ ನಿಭಾಯಿಸಬೇಕೋ ತಿಳಿಯದೆ ಮೋಹನಸ್ವಾಮಿ ಅವನ ಬಳಿ ಕುಳಿತು ಬೆನ್ನನ್ನು ಸವರಲಾರಂಭಿಸಿದ. "ಸಮಾಧಾನ ಮಾಡ್ಕೋ ದರ್ಶನ್" ಎಂದ.

"ನನ್ನ ಹೆಸರು ದರ್ಶನ್ ಅಲ್ಲ ಮಗಾ... ಮಾದೇಶ. ಚಾಮರಾಜ ನಗರದ ಕಡೆ ಹಳ್ಳಿ ನಮ್ದು..."

ಅವನಿಗೇನೋ ಹೇಳಿಕೊಳ್ಳುವುದಿದೆ ಎಂದು ಮೋಹನಸ್ವಾಮಿಗೆ ಅರ್ಥವಾಯ್ತು. ಆದ್ದರಿಂದ ಮಧ್ಯ ಮಾತನಾಡದೆ ಸುಮ್ಮನೆ ತಲೆಯಾಡಿಸುತ್ತಾ, ಬೆನ್ನನ್ನು ಸವರುತ್ತಾ ಅವನ ಮಾತುಗಳನ್ನು ಕೇಳಿಸಿಕೊಳ್ಳತೊಡಗಿದ.

"ನಮ್ದು ಕೆಳಜಾತಿ. ನಮ್ಮಪ್ಪ ಹಿಂಗೇ ಬ್ರಾಹ್ಮಣರ ಮನೆಯಾಗೆ ಕೆಲಸ ಮಾಡಿಕೊಂಡು ಇದ್ದ. ಒಳ್ಳೆ ಜನ. ನಮ್ಮ ಸಂಸಾರನ್ನ ಚಂದಾಗಿ ನೋಡಿಕೊಳ್ತಿದ್ದರು. ಆದರೆ ಆ ಮನೆಯಾಗೆ ಮದುವೆಯಾಗಿ ಹೋದ ಹುಡುಗಿಯೊಬ್ಬಳು ಚಿಕ್ಕ ವಯಸ್ಸಿಗೇ ರಂಡೆಯಾಗಿ ತವರು ಮನಿ ಸೇರಿಕೊಂಡಳು. ಅಪ್ಪ ನೋಡೋದಕ್ಕೆ ಚಂದಾಗಿದ್ದ. ಆಕೆ ಬಲವಂತ ಮಾಡಿ ಅಪ್ಪನ್ನ ಒಪ್ಪಿಸಿದಳು. ಅಪ್ಪ ಎಷ್ಟು ಬೇಡ ಅಂದ್ರೂ ಕೇಳಲಿಲ್ಲ. ಆಮೇಲಕ್ಕೆ ನಮ್ಮನಿಗೆ ಅರಿಷ್ಟ ಬಡಕೊಂತು. ನನ್ನ ತಂಗಿ ಇದ್ದಕ್ಕಿದ್ದಂತೆ ಎಂಥದ್ದೋ ರೋಗ ಬಂದು ಸತ್ತು ಹೋಗಿ ಬಿಟ್ಳು. ಎರಡು ತಿಂಗಳು ಬಿಟ್ಟು ಮದುವಿ ಮಾಡಬೇಕು ಅಂತಿದ್ರು. ಅವಳು ಸತ್ತಿದ್ದೇ ನೆಪ ಆಗಿ ನಮ್ಮಮ್ಮ ಹಾಸಿಗೆ ಹಿಡಿದ್ಳು. ಎಂಥದ್ದೋ ದೆವ್ವ ಬಡಕೊಂಡು ರಾತ್ರಿ ಹೊತ್ತು ಎದ್ದು ಕುಣೀತಿದ್ಳು. ಅಪ್ಪನ್ನ ಹಿಡಕೊಂಡು ಬಡೀತಿದ್ಳು. ಆಮೇಲೆ ಅಪ್ಪನಿಗೆ ಏನಾಯ್ತೋ ಗೊತ್ತಿಲ್ಲ, ಇದ್ದಕ್ಕಿದ್ದಂಗೆ ಒಂದು ದಿನ ಆತ ಊರಿನ ಭಾವಿನಾಗೆ ಸತ್ತು ಬಿದ್ದಿದ್ದ. ಬ್ರಾಹ್ಮಣರ ಶಾಪ ತಟ್ತು ಅಂತ ಊರೋರೆಲ್ಲಾ ಮಾತಾಡಿಕೊಂಡ್ರು. ನಮ್ಮಮ್ಮ ಮತ್ತು ನಾವಿಬ್ರೇ ಮಗಾ. ಸಂಪಾದನೆ ಮಾಡಬೇಕು ಅಂದ್ರೆ ಆ ಊರಲ್ಲಿ ಆಗಲ್ಲ ಅಂತ ಈ ಊರಿಗೆ ಓಡಿ ಬಂದೆ. ಬರೋ ಮುಂದೆ ನಮ್ಮಮ್ಮ ನನ್ನ ತಾವ ಮಾತು ತೊಗೊಂಡ್ಳು. ಯಾವತ್ತೂ ಬ್ರಾಹ್ಮಣ ಹೆಂಗಸರ ಸಾವಾಸ ಮಾಡಬೇಡ, ಶಾಪ ತಟ್ತದೆ ಅಂತ ಬೇಡಿಕೊಂಡ್ಳು. ಈಗ ಆಕೀನೂ ಸಾಯೋ ಸ್ಥಿತಿಗೆ ಬಂದಾಳೆ. ಒಬ್ಬಾಕಿನೇ ಊರಾಗೆ ಇರ್ತಾಳೆ. ನನಗೆ ನೋಡಿದ್ರೆ ಗಂಡಸರ ಜೊತೆ ಸಾವಾಸ ಮಾಡೋ ಖಯಾಲಿ. ಅದೂ ಕೂಡಾ ಬ್ರಾಹ್ಮಣರ ಶಾಪನೇ ಇರಬೇಕು ಅನ್ನಿಸ್ತದೆ ಮಗಾ" ಎಂದು ಕತೆ ಹೇಳಿದ. ಮೋಹನಸ್ವಾಮಿಗೆ ಆ ಮೌಢ್ಯದ ಕತೆಯನ್ನು ಹೇಗೆ ಸ್ವೀಕರಿಸಬೇಕೋ ತಿಳಿಯಲಿಲ್ಲ. ಅದನ್ನು ಅಲ್ಲಗಳೆದು ಅವನ ಮನಸ್ಸಿಗೆ ಘಾಸಿ ಮಾಡುವುದೂ ತಪ್ಪಾಗುತ್ತದೆ ಎಂದು ಗೊತ್ತಿದ್ದರಿಂದ ಸುಮ್ಮನೆ ಅವನ ಮಾತನ್ನು ಕೇಳಿಸಿಕೊಂಡ. ಆದರೆ ಒಂದು ಸೂಕ್ಷ್ಮವನ್ನು ಎಳೆದು ತಂದ.

"ದರ್ಶನ್..." ಎಂದ. "ಅಲ್ಲ ಮಗಾ, ಮಾದೇಶ" ಎಂದು ಅವನು ತಿದ್ದಿದ.

"ಮಾದೇಶ, ನಂಗೆ ಶಾಪ ಕೊಡೋಕೂ ಬರಲ್ಲ, ವರ ಕೊಡೋಕೂ ಬರಲ್ಲ. ಅಂತಹ ಶಕ್ತಿ ನನಗೆ ಯಾವತ್ತೂ ಇರಲಿಲ್ಲ. ನಿಮ್ಮಮ್ಮ ನಿನ್ನ ಹತ್ತಿರ ಮಾತು

ತೊಗೊಂಡಿರೋದು ಬ್ರಾಹ್ಮಣರ ಹೆಂಗಸರ ಜೊತೀಗೆ ಸೇರಬೇಡ ಅಂತಲ್ಲೇನು? ನಾನಂತೂ ಗಂಡು. ಅಂದ ಮೇಲೆ ಶಾಪ ತಟ್ಟಲ್ಲ ಅನ್ನಿಸುತ್ತೆ" ಎಂದು ಹೇಳಿದ.

"ಏನು ಮಗಾ ವ್ಯತ್ಯಾಸ? ದೇಹದ ಮೇಲಿನ ಆಸೆಗೆ ಕೂಡೋದ್ರಲ್ಲಿ ಹೆಣ್ಣಾದ್ರೆ ಏನು, ಗಂಡಾದ್ರೆ ಏನು – ಎರಡೂ ಒಂದೇ ಅಲ್ವೇನು? ಯಾಕೆ ನಂಗೆ ಸುಳ್ಳು ಹೇಳ್ದಿ?" ಎಂದು ಕಣ್ಣಲ್ಲಿ ಕಣ್ಣಿಟ್ಟು ನ್ಯಾಯ ಕೇಳಿದ. ಇದಕ್ಕೆ ಹೇಗೆ ಉತ್ತರಿಸಬೇಕೋ ಮೋಹನಸ್ವಾಮಿಗೆ ತಿಳಿಯಲಿಲ್ಲ.

"ನಿನಗೆ ಶಾಪದ ಬಗ್ಗೆ ಅಷ್ಟೊಂದು ಭಯ ಇದ್ದರೆ ಒಂದು ಕೆಲಸ ಮಾಡು ಮಾದೇಶ. ಎಲ್ಲರಿಗಿಂತಲೂ ದೊಡ್ಡೋನು ಆ ಭಗವಂತ. ಆತನಿಗೆ ಎಲ್ಲರನ್ನೂ ಕ್ಷಮಿಸೋ ಶಕ್ತಿ ಇರ್ತದೆ. ಹೊರಗೆ ಪಡಸಾಲೆಯಲ್ಲಿ ಗೋಡೆಯ ಮೇಲೆ ವೆಂಕಟರಮಣನ ಫೋಟೋ ಇದೆ. ಅದಕ್ಕೆ ನಮಸ್ಕಾರ ಮಾಡಿಬಿಡು" ಎಂದು ತನಗೆ ತೋಚಿದ ಸಲಹೆಯನ್ನು ಕೊಟ್ಟ.

ಮಾದೇಶನಿಗೆ ಅವನ ಸಲಹೆ ಒಪ್ಪಿಗೆಯಾಗಿರಬೇಕು. ನಿಧಾನಕ್ಕೆ ಮೇಲೆದ್ದು ತನ್ನ ಬಟ್ಟೆಗಳನ್ನು ಹಾಕಿಕೊಂಡು ಪಡಸಾಲೆಗೆ ಹೋದ. ಅವನಿಗೆ ಅನುಕೂಲವಾಗಲೆಂದು ಮೋಹನಸ್ವಾಮಿಯೂ ಹೊರಗೆ ಬಂದು, ಸ್ವಿಚ್ ಹಾಕಿ, ಪಡಸಾಲೆಯಲ್ಲಿ ಬೆಳಕು ಮಾಡಿದ. ಅಲ್ಲಿದ್ದ ವೆಂಕಟರಮಣನ ಫೋಟೋಕ್ಕೆ ನಮಸ್ಕರಿಸಿದ. "ಇನ್ನು ಯಾವತ್ತೂ ನಂಗೆ ಮೆಸೇಜ್ ಮಾಡಬೇಡ ಮಗಾ. ನಂಗೆ ಬ್ರಾಹ್ಮಣರ ಜೊತೆ ಸೇರೋದಕ್ಕೆ ಇಷ್ಟ ಇಲ್ಲ. ಶಾಪ ತಟ್ತದೆ" ಎಂದು ಹೇಳಿ ಹೊರಟುಹೋದ.

ಯಾವ ಜಾತಿಗಳಿಗೂ ಗೇ ಗಳನ್ನು ಒಪ್ಪಿಕೊಳ್ಳುವುದು ಬೇಡವಾದರೂ, ಗೇ ಜನರು ಇನ್ನೂ ಜಾತಿಯನ್ನು ಬಿಡದಂತೆ ಗಟ್ಟಿಯಾಗಿ ಅಪ್ಪಿಕೊಂಡಿರುವ ಈ ವೈಚಿತ್ರ್ಯಕ್ಕೆ ಮೋಹನಸ್ವಾಮಿಗೆ ಹೇಗೆ ಪ್ರತಿಕ್ರಿಯಿಸಬೇಕೋ ಗೊತ್ತಾಗಲಿಲ್ಲ.

04ನೇ ಫೆಬ್ರವರಿ 2016

ಆಡಬಾರದ ಮಾತುಗಳು ಕಾಡುವಾಗ

ಮೋಹನಸ್ವಾಮಿಯ ತಂದೆ ಸುಬ್ಬರಾಯರ ಆರೋಗ್ಯ ಬಹುದಿನಗಳಿಂದ ಸರಿಯಿರಲಿಲ್ಲ. ಪ್ರತಿದಿನ ಊರಿಗೆ ಫೋನ್ ಮಾಡಿದಾಗಲೂ ಅವನ ಅಮ್ಮ ಸುಭದ್ರಮ್ಮ ನಿರಾಸೆಯ ಧ್ವನಿಯಲ್ಲಿಯೇ ಉತ್ತರಿಸುತ್ತಿದ್ದಳು. ಇಂದೋ, ನಾಳೆಯೋ ಆತನನ್ನು ಕಳೆದುಕೊಳ್ಳಬೇಕಾಗಬಹುದೆಂಬುದು ಅವನಿಗೆ ಮನದಟ್ಟಾಗಿತ್ತು. ಊರಿಂದ ಅಮ್ಮನ ಫೋನ್ ಬಂದ ತಕ್ಷಣ, 'ಹೋಗಿಬಿಟ್ಟರೋ ಏನೋ...' ಎಂದು ಆತಂಕವಾಗುತ್ತಿತ್ತು. ಅಂತಹ ಆತಂಕ ತಪ್ಪಿಸಿಕೊಳ್ಳಲೋ ಎಂಬಂತೆ ಅವನೇ ದಿನಕ್ಕೆ ಒಂದೆರಡು ಬಾರಿ ಅಮ್ಮನಿಗೆ ಫೋನ್ ಮಾಡಿ, ಮಾತಿನ ಕೊನೆಯಲ್ಲಿ ಅಪ್ಪನ ಆರೋಗ್ಯ ವಿಚಾರಿಸಿಕೊಳ್ಳುತ್ತಿದ್ದ. 'ನೀನೇನೂ ಚಿಂತೆ ಮಾಡಬೇಡ, ಎಲ್ಲಾ ಸರಿ ಹೋಗುತ್ತೆ' ಎಂದು ಕರೆಯನ್ನು ಮುಕ್ತಾಯಗೊಳಿಸುತ್ತಿದ್ದನಾದರೂ, ಅವನಿಗೇ ಆ ಮಾತಿನಲ್ಲಿ ನಂಬಿಕೆ ಇರುತ್ತಿರಲಿಲ್ಲ.

ನಿನ್ನೆ ರಾತ್ರಿ ಸರಿಯಾಗಿ ಹನ್ನೆರಡು ಗಂಟೆಗೆ ಅಮ್ಮನಿಂದ ಫೋನ್ ಬಂದಾಗ ಅವನು ಅತ್ಯಂತ ಆತಂಕದ ಸ್ಥಿತಿಯಲ್ಲಿದ್ದ. 'ಯಾಕೋ ಇವರದು ಮಾತು ನಿಂತು ಹೋಗಿದೆ ಮೋಹನ. ಎದೆಯೆಲ್ಲಾ ಕಫ

ಕಟ್ಟಿದೆ. ಏನೋ ಮಾತಾಡ್ಲಿಕ್ಕೆ ಅಂತ ಒದ್ದಾಡ್ತಾರೆ. ಆದ್ರೆ ಗೊರಗೊರ ಅಂತ ಸದ್ದು ಮಾಡ್ತಾರೆ, ಧ್ವನಿ ಹೊರಡಲ್ಲ. ಕಣ್ಣಿಂದ ದಳದಳ ನೀರು ಸುರಿಸ್ತಾರೆ. ಹೊತ್ತು ಬಂತು ಅನ್ನಿಸ್ತಾ ಅದೆ. ನೀನು ಬಂದು ಬಿಡು' ಎಂದು ಗಾಬರಿಯಲ್ಲಿ, ಸ್ವಲ್ಪ ಸಮಾಧಾನ ಮಾಡಿದರೆ ಅತ್ತೇ ಬಿಡುತ್ತಾಳೇನೋ ಎಂಬ ಸ್ಥಿತಿಯಲ್ಲಿ ಸುಭದ್ರಮ್ಮ ಮಾತಾಡಿದ್ದಳು. 'ಆಯ್ತಮ್ಮ, ಹೊರಟು ಬರ್ತೀನಿ' ಎಂದು ಹೆಚ್ಚು ಮಾತನಾಡದೆ ಸುಸ್ತಾಗಿ ಫೋನ್ ಇಟ್ಟಿದ್ದ.

ಸರಿಯಾಗಿ ಅದೇ ಹೊತ್ತಿನಲ್ಲಿ ಒಂದು ವಿಚಿತ್ರ ಮೋಸದ ಜಾಲಕ್ಕೆ ಮೋಹನಸ್ವಾಮಿ ಸಿಕ್ಕಿದ್ದ. ಬಹುದಿನಗಳಿಂದ ಡೆರಿಕ್ ಎನ್ನುವ ಚಂದದ ಹುಡುಗನ ಜೊತೆಗೆ ಚಾಟ್ ಮಾಡುತ್ತಿದ್ದ. ಅದೇ ದಿನ ರಾತ್ರಿ ಇಬ್ಬರೂ ಮೋಹನಸ್ವಾಮಿಯ ಮನೆಯಲ್ಲಿಯೇ ಸೇರುವುದೆಂದು ಒಪ್ಪಂದ ಮಾಡಿಕೊಂಡಿದ್ದರು. ಹೇಳಿದ ಸಮಯಕ್ಕೆ ಸರಿಯಾಗಿ ಡೆರಿಕ್ ಬಂದಿದ್ದ. ಮೊದಲ ಸಂಗಾತಿಯೊಡನೆಯ ಸುದೀರ್ಘ ಜೊತೆಜೀವನ ಕಹಿಯಲ್ಲಿ ಮುಗಿದ ಮೇಲೆ, ಮೋಹನಸ್ವಾಮಿ ಒಂಟಿತನಕ್ಕೆ ಹೊಂದಿಕೊಂಡು ಬಿಟ್ಟಿದ್ದ. ಸಂಗಾತಿ ಸಿಕ್ಕರೆ ಒಳಿತೇನೋ ಎನ್ನುವ ಭಾವ ಆಗೊಮ್ಮೆ ಈಗೊಮ್ಮೆ ಅಚಾನಕ್ಕಾಗಿ ಅನ್ನಿಸಿದರೂ, ಅದನ್ನು ಕೊಡವಿಕೊಳ್ಳುತ್ತಿದ್ದ. ತಟ್ಟನೆ ಸಿಕ್ಕ ಹುಡುಗನ ಜೊತೆ ಒಂದೆರಡು ಬಾರಿ ಓಡಾಡಿ, ಇಬ್ಬರಿಗೂ ಒಪ್ಪಿಗೆಯಾದರೆ ಸೇರುವುದು; ಹೊಂದಾಣಿಕೆ ಎನ್ನಿಸಿದರೆ ಕೆಲವು ದಿನಗಳ ಕಾಲ ಒಡನಾಟವನ್ನು ಮುಂದುವರೆಸುವುದು. ಅನಂತರ ಮತ್ತೆ ಹೊಸ ಹುಡುಗನ ಹುಡುಕಾಟಕ್ಕೆ ಸಿದ್ಧನಾಗುವುದು. ಇದು ಮೋಹನಸ್ವಾಮಿಯ ಬದುಕಿನ ರೀತಿಯಾಗಿತ್ತು.

ಕೆಲವೊಮ್ಮೆ ಯಾವುದೋ ಹುಡುಗನ ಜೊತೆ ಸೇರಿ ಸುಖಿಸಿದ ಮೇಲೆ 'ಬದುಕಿದರೆ ಇಂತಹವನ ಜೊತೆಯೇ ಬದುಕಬೇಕು, ಇವನೇ ನನಗೆ ಸರಿಯಾದ ಜೊತೆಗಾರ' ಎಂದು ಗಾಢವಾಗಿ ಮನಸ್ಸಿಗೆ ಅನ್ನಿಸುತ್ತದೆ. ಆದರೆ ಕೆಲವೇ ದಿನಗಳಲ್ಲಿ ಭೇಟಿಯ ಕೋರಿಕೆಗೆ ಅವನು ನೆಪ ಒಡ್ಡಿ ತಪ್ಪಿಸುವುದನ್ನು ನೋಡಿದಾಗ ಅಥವಾ ಅಚಾನಕ್ಕಾಗಿ ಹೆಂಡತಿ ಮಕ್ಕಳ ಜೊತೆಗೆ ಅವನು ಓಡಾಡುವುದನ್ನು ಕಂಡಾಗ, ಇಲ್ಲವೇ ಅವನ ಫೇಸ್‌ಬುಕ್ಕಿನಲ್ಲಿ ಹೊಸ ಹುಡುಗನ ಫೋಟೋ ನೋಡಿದಾಗ – ಮತ್ತೆ ಒಂಟಿತನವೇ ಸರಿಯೆಂಬ ಹೊಂದಾಣಿಕೆಗೆ ಬಂದು ಬಿಡುತ್ತಿದ್ದ. ಆದ್ದರಿಂದ ಯಾವುದೋ ಅಜ್ಞಾತ ರಾತ್ರಿಯಲ್ಲಿ ಅಕಸ್ಮಾತ್ತಾಗಿ ಜೊತೆಯಾಗಿ ಸುಖ ನೀಡಿದ ದೇಹವು, ಮತ್ತೊಮ್ಮೆ ಅಷ್ಟೇ ಖುಷಿ ನೀಡುವಂತೆ ಸಿಗುತ್ತದೆಯೆಂದೋ, ಬೆಳಕು ಹರಿಯುವುದರಲ್ಲಿ ಅದೇ ಉತ್ತುಂಗದ ಸಾಂಗತ್ಯದ ಭಾವವನ್ನು ಉಳಿಸಿಕೊಂಡಿರುತ್ತದೆಂದೋ – ಅವನಿಗೆ ನಂಬಿಕೆಯಿಲ್ಲ. ಆ ತರಹದ ಬಯಕೆಗೆ ಮನಸ್ಸು ಹಾತೊರೆದರೂ, ಮತ್ತೆ ನಿರಾಸೆಯ ಕಹಿಯನ್ನು ಅನುಭವಿಸಬೇಕೆನ್ನುವ ಸತ್ಯ ಅವನನ್ನು ಕಡಿವಾಣ ಹಾಕಿ ನಿಲ್ಲಿಸುತ್ತದೆ.

ಬದುಕು ಇಷ್ಟೇ, ಇಷ್ಟೇ... ಹೆಚ್ಚಿಗೆ ಆಸೆ ಪಡಬಾರದು. ಆಸೆ ಪಟ್ಟಷ್ಟೂ ನೋವು ನುಸುಳಲು ಆಸ್ಪದ ಕೊಟ್ಟಂತೆ. ಆದರೆ, ಚಿಕ್ಕ ಪುಟ್ಟ ಆಸೆಗಳನ್ನೂ ಪಡಬಾರದೆಂದರೆ ಅದೆಂತಹ ಬದುಕು?

ವಯಸ್ಸು ನಿಧಾನಕ್ಕೆ ಮೂವತ್ತೈದು ದಾಟಿ, ನಡುಬದುಕಿಗೆ ಧಾವಿಸುತ್ತಿತ್ತು. ಈಗ ಹರೆಯದ ಹುಡುಗರನ್ನು ಮಿಲನಕ್ಕೆ ಆಹ್ವಾನಿಸುವುದಕ್ಕೆ ಅಂಜಿಕೆ, ಮುಜುಗರ ಶುರುವಾಗಿತ್ತು. ತಲೆಯಲ್ಲಿ ನುಸುಳಿದ ಬೆಳ್ಳಿ ಕೂದಲು, ಅಲ್ಲಲ್ಲಿ ಸುಕ್ಕುಗಟ್ಟುತ್ತಿರುವ ಚರ್ಮ, ಅರ್ಧ ಗಂಟೆ ಮಂಚದಲ್ಲಿ ತೊನೆದಾಡುವುದರಲ್ಲಿ ಆಗುವ ಸುಸ್ತು – ಎಲ್ಲವೂ ಬೇರೆಯದೇ ಅಪಸ್ವರವನ್ನು ಶುರುಮಾಡಿ ನಾಚಿಕೆ ಮೂಡಿಸುತ್ತಿತ್ತು. ಆದರೆ ಒಳಗಿನಿಂದ ಬಯಕೆ ಹತ್ತಿಕ್ಕಲಾರದಂತೆ ಪುಟಿಯತೊಡಗಿದರೆ ಸುಮ್ಮನಿರುವುದು ಹೇಗೆ? ತನ್ನ ಕಾಲೇಜಿನ ಗೆಳೆಯರೆಲ್ಲರೂ ಮದುವೆಯಾಗಿ ಆಗಲೇ ಮಕ್ಕಳ ಉಪನಯನ ಮಾಡುವ, ಗೃಹಪ್ರವೇಶದ ಆಹ್ವಾನ ಪತ್ರಿಕೆ ಹಂಚುವ ಲೋಕದಲ್ಲಿ ಮುಳುಗಿ ಹೋಗಿದ್ದನ್ನು ಕಂಡಾಗ ಒಳಗೊಳಗೇ ಖೇದವಾಗುತ್ತದೆ. ಎಲ್ಲರೂ ತಮ್ಮ ಮುಂದಿನ ಬದುಕಿನ ಸುರಕ್ಷತೆಗಾಗಿ ಏನೆಲ್ಲಾ ತಯಾರಿ ಮಾಡಿಕೊಳ್ಳುವ ಕಾಯಕದಲ್ಲಿ ಮುಳುಗಿ ಹೋಗಿದ್ದಾರೆ. ತನಗೋ ಅಂತಹ ಯಾವ ಒತ್ತಡಗಳೂ ಇಲ್ಲ, ಅವಶ್ಯಕತೆಗಳೂ ಇಲ್ಲ. ಬ್ಯಾಂಕಿನಲ್ಲಿ ಹಣವನ್ನು ಠೇವಣಿ ಇಡುವಾಗ, ನಾಮಿನೇಷನ್ ಪತ್ರಕ್ಕೆ ಯಾವ ಹೆಸರನ್ನು ಬರೆಯುವುದೆಂದು ತೋಚದೆ ಸಂಕಟ ಪಡುವ ಸ್ಥಿತಿ ತನ್ನದು. ಆಗಲೇ ಸಾವಿನ ಅಂಚಿಗೆ ಬಂದು ನಿಂತಿರುವ ಅಪ್ಪ-ಅಮ್ಮರ ಹೆಸರನ್ನು ತಾನು ನಾಮಿನೇಷನ್‌ನಲ್ಲಿ ಬರೆಯುವುದು ತಮಾಷೆಯೆನ್ನಿಸುತ್ತದೆ.

ಒಮ್ಮೆಯಂತೂ ಯಾವ ಪರಿಚಿತರ ಸಹವಾಸವೂ ಬೇಡವೆಂದು ನಿರ್ಧರಿಸಿ, 'ತಿರುಪತಿ ತಿಮ್ಮಪ್ಪ' ಎಂದು ಆ ಸಾಲಗಾರ ಭಗವಂತನಿಗೆ ನಾಮಿನೇಷನ್ ಮಾಡಿಬಿಟ್ಟಿದ್ದ. ತಾನು ಸತ್ತರೆ ಆ ಹಣವನ್ನು ಬ್ಯಾಂಕಿನವರು ಅವನ ಹುಂಡಿಯಲ್ಲಿ ಹಾಕುತ್ತಾರೇನೋ ಎಂದು ಅನ್ನಿಸಿ ನಗು ಬಂದಿತ್ತು. ಅವನ ನಾಮಿನೇಷನ್ ಅರ್ಜಿಯನ್ನು ಓದಿದ ಬ್ಯಾಂಕಿನ ಗುಮಾಸ್ತ ಇನ್ನಿಲ್ಲದಂತೆ ಹೊಟ್ಟೆ ಹಿಡಿದುಕೊಂಡು ನಕ್ಕು, ಅಲ್ಲಿದ್ದವರಿಗೆಲ್ಲಾ ಅದನ್ನು ತೋರಿಸಿದ್ದ. ಅವನ ಜೊತೆ ತಾನೂ ನಕ್ಕನಾದರೂ ಯಾಕೋ ಸಂಕಟವಾಗಿ, ಆದಷ್ಟು ಬೇಗನೆ ಅಲ್ಲಿಂದ ಹೊರಬಿದ್ದಿದ್ದ. ಮುಂದಿನ ಗತಿಯೇನು ಎಂಬ ಅಗೋಚರ ಭಯ ಒಳಗೊಳಗೇ ಅವನನ್ನು ಹಿಂಡಿ ಹಿಪ್ಪೆ ಮಾಡುತ್ತದೆ. ಹಾಸಿಗೆ ಹಿಡಿಯುವಂತಹ ಅನಾರೋಗ್ಯ ಬಂದುಬಿಟ್ಟರೆ... ಊಹೂಂ, ಅಂತಹ ಸಣ್ಣ ಅನಿಸಿಕೆಯೂ ಕೈಕಾಲಲ್ಲಿ ಸಣ್ಣಗೆ ನಡುಕ ಹುಟ್ಟಿಸುತ್ತದೆ. ಅದರ ಶಮನಕ್ಕಾಗಿ ತಕ್ಷಣವೇ ಪ್ರಖ್ಯಾತ ಆಸ್ಪತ್ರೆಯೊಂದರಲ್ಲಿ ಸಾಕಷ್ಟು ಹಣ ಕೊಟ್ಟು ಎಗ್ಜಿಕ್ಯೂಟಿವ್ ಹೆಲ್ತ್ ಚೆಕ್‌ಅಪ್ ಮಾಡಿಸಿಕೊಂಡು ಬಿಡುತ್ತಾನೆ. ರಾಶಿ ಹಣ ದೋಚಿ,

ಅದಕ್ಕೆ ಪ್ರತಿಯಾಗಿ ಆಸ್ಪತ್ರೆಯವರು ಕೊಡುವ ಒಂದಿಷ್ಟು ಮುದ್ರಿತ ಪೇಪರುಗಳನ್ನು ಕೈಯಲ್ಲಿ ಹಿಡಿದುಕೊಂಡು, 'ಇಲ್ಲ, ಇನ್ನೂ ಏನೂ ಶುರುವಾಗಿಲ್ಲ...' ಎಂದು ನಿಟ್ಟುಸಿರು ಬಿಡುವ ಹೊತ್ತಿಗೆ, ಬದುಕು ಮತ್ತೊಂದು ಮಗ್ಗುಲಿಗೆ ಹೊರಳಿಕೊಳ್ಳುತ್ತದೆ.

ಒಮ್ಮೊಮ್ಮೆ ಮೋಹನಸ್ವಾಮಿಗೆ ಅನ್ನಿಸಿ ಬಿಡುತ್ತದೆ; ಅತ್ಯಂತ ಸಿಲ್ಲಿ ಅನ್ನಿಸಿದರೂ ಒಳಗೊಳಗೇ ಹಾಗನ್ನಿಸಿ ಬಿಡುತ್ತದೆ. ತನಗೂ ಯಾರಾದರೂ ಯೌವನದ ಹೊಸ್ತಿಲಿನಲ್ಲಿ ಸುಂದರ ಹುಡುಗನನ್ನು ಹೊಂದಿಸಿ ಮದುವೆ ಮಾಡಿದ್ದರೆ, ನೂರಾರು ಜನರ ಸಮ್ಮುಖದಲ್ಲಿ ಹರ್ಷೋದ್ಗಾರಗಳಲ್ಲಿ ರಾಜಕುಮಾರನಂತಹ ಹುಡುಗನ ಕೈ ಹಿಡಿದಿದ್ದರೆ, ಎಲ್ಲರ ಒಪ್ಪಿಗೆ ಪಡೆದು ಅವನೊಡನೆ ಮೊದಲ ರಾತ್ರಿ ನಡೆದಿದ್ದರೆ – ತಾನೂ ಅವರಂತೆಯೇ ಸುಖವಾಗಿ ಇರುತ್ತಿದ್ದೆನೇನೋ ಎಂದು. ಎಲ್ಲ ಸಾಂಗತ್ಯಗಳೂ ವಂಶದ ಮುಂದುವರಿಕೆಗೇ ಇರಬೇಕೆನ್ನುವ ಕಡ್ಡಾಯ ಯಾರು ಮಾಡಿದ್ದು? ಮಗುವೆಂದರೆ ನಮ್ಮದೇ ರಕ್ತ ಮಾಂಸದ ಕುಡಿಯಾಗಿರಬೇಕೆಂಬ ಸ್ವಾರ್ಥದ ನಿಯಮವನ್ನು ಯಾರು ಹೆಣೆದಿದ್ದು? ಬದುಕಿನ ಹೊಂದಾಣಿಕೆಗೊಂದು ಒಳ್ಳೆಯ ಜೀವ ಜೊತೆಗಿರಬೇಕು, ಆ ಎರಡೂ ಜೀವಗಳು ಇನ್ನಷ್ಟು ನೆಮ್ಮದಿಯಾಗಿರಲು ಮತ್ತೊಂದೆರಡು ಮರಿ ಜೀವಗಳು ಬೇಕು – ಬದುಕು ಅಷ್ಟೇ ಅಲ್ಲವೆ? ಅಷ್ಟು ಸರಳವಾದ ಬದುಕನ್ನು ಸಮಾಜ ಅರ್ಥ ಮಾಡಿಕೊಂಡಿದ್ದರೆ ಈ ಕಾಮದ ಹಪಹಪಿ ಈ ವೇಳೆಗಾಗಲೇ ತನ್ನಲ್ಲಿ ತಣಿದು ಬಿಟ್ಟಿರುತ್ತಿತ್ತೇನೋ! ಕೈಗೆ ಸಿಕ್ಕಂತಾಗಿ ಸಿಗದೇ ಹೋಗುವ ದೈನೇಸಿತನದಿಂದಲೇ ಈ ಹಪಹಪಿ; ಬೇಕೆನಿಸಿದ್ದು ದಿನದ ಎಲ್ಲಾ ಹೊತ್ತೂ ಕೈಗೆಟುಕುವಂತಿದ್ದರೆ ದಾಹ ಎಂದೋ ತೀರಿ ಹೋಗಿರುತ್ತಿತ್ತು.

ಡೆರಿಕ್ ಜೊತೆಗೂಡುವಾಗಲೂ ಯಾವುದೇ ದೀರ್ಘ ಸಂಬಂಧದ ಉದ್ದೇಶದ ಭ್ರಮೆಯಂತೂ ಅವನಿಗೆ ಇರಲಿಲ್ಲ. ಇಪ್ಪತ್ತೈದು ದಾಟಿರದ ಆ ಎಳೆಯ ದೇಹ ಸುಖವನ್ನು ಹಿಡಿಹಿಡಿಯಾಗಿ ಧಾರೆಯೆರೆಯುವಾಗ ಅದು ನಿರಂತರವಾಗಿರಲಿ ಎಂಬ ಆಸೆ ಒಳಗೇ ಮೂಡುತ್ತಿತ್ತು. ಅವನ ಹದವಾದ ನುಣುಪು ಚರ್ಮದ ಸ್ಪರ್ಶವನ್ನು ಮುಟ್ಟಿ ಮುಟ್ಟಿ ಸುಖಿಸುವಾಗ ನಾಳೆಗೆ ಮತ್ತೆ ಈ ದೇಹ ತನಗೆ ಬೇಕೆಂದು ಆಸೆಯಾದರೆ ಸಿಕ್ಕುವುದಿಲ್ಲವೇನೋ ಎಂದು ಮನಸ್ಸು ಎಚ್ಚರಿಸುತ್ತಿತ್ತು. ಕೊಬ್ಬಿಲ್ಲದ ಆ ತೆಳು ದೇಹದ ಅಂಕುಡೊಂಕುಗಳಲ್ಲಿ ಕೈಯಾಡಿಸಿ ಸವರುವಾಗ, ಇದು ಕೇವಲ ಇನ್ನಿಷ್ಟು ಗಳಿಗೆಗಳ ಭ್ರಮೆ ಮಾತ್ರ ಎಂಬ ಅರಿವು ಜಾಗೃತಗೊಳ್ಳುತ್ತಿತ್ತು. ಅವನ ಬಿಸಿ ಉಸಿರಿನಲ್ಲಿದ್ದ ತಾರುಣ್ಯದ ಕಟು ವಾಸನೆಯ ಮೋಡಿಗೆ ಮೈ ಅರಳುವಾಗ, ಎಲ್ಲೋ ದೇಹದ ಒಂದು ಭಾಗ ಹತೋಟಿ ಮೀರಿ ನಡುಗಿತ್ತು. ಮಿಲನದ ಉತ್ಕಟತೆಗೆ ಪುಲಕಿತಗೊಂಡು ಅವನು ಸಣ್ಣಗೆ ಅಲ್ಲಲ್ಲಿ ಕಚ್ಚಿದ ನೋವೂ ಸುಖದ ಮತ್ತೊಂದು

ಮಗ್ಗುಲಾಗಿ ಕಾಡುವಾಗ, ತಾನವನಿಗೆ ಸರಿಸಮಾನ ಸುಖ ನೀಡುತ್ತಿಲ್ಲವೇನೋ ಎಂಬ ಅಳುಕಾಗುತ್ತಿತ್ತು.

ಅಪರಿಚಿತ ವ್ಯಕ್ತಿಯ ಜೊತೆ ದೇಹ ಹಂಚಿಕೊಳ್ಳುವ ಈ ಕ್ರಿಯೆ ಅವನಿಗೇ ಭಯ, ಲಜ್ಜೆ, ಪಾಪಪ್ರಜ್ಞೆ ಹುಟ್ಟಿಸುತ್ತಿತ್ತು. ಕೆಲವೊಮ್ಮೆ ಆ ಅಪರಿಚಿತತೆಯೇ ಸುಖದ ಉನ್ಮತ್ತತೆಯ ನಿರೀಕ್ಷೆಗೆ ಕಾರಣವಾಗುತ್ತಿತ್ತು. ಅಪರಿಚಿತ ದೇಹವೊಂದು ಕಾಮವನ್ನು ಕೆರಳಿಸುವಷ್ಟು, ಪರಿಚಿತ ದೇಹ ಕೆರಳಿಸುವುದಿಲ್ಲ. ಆದರೆ ಡೆರಿಕ್ ಮತ್ತು ಮೋಹನಸ್ವಾಮಿಯ ಮಧ್ಯೆ ನಡೆದಿದ್ದಾದರೂ ಏನು? ಕಂಪ್ಯೂಟರಿನ ಆ ಸುಳ್ಳು ಪರದೆಯ ಮೇಲೆ ನಲಿದಾಡಿದ ಒಂದಿಷ್ಟು ಅಕ್ಷರಗಳು, ಮೊಬೈಲಿನ ಮೂಲಕ ಹರಿದಾಡಿದ ಕೆಲವು ಮಾತುಗಳು, ಅಂತರ್ಜಾಲದ ಮೂಲಕ ರವಾನೆಯಾದ ಕೆಲವು ಫೋಟೋಗಳು – ಅಷ್ಟೇ! ಅದಿಷ್ಟೇ ಪರಿಚಯದೊಂದಿಗೆ, ಅವನನ್ನು ಮನೆಗೆ ಆಹ್ವಾನಿಸಿ, ಯಾವುದೇ ಹಿಂಜರಿಕೆಯಿಲ್ಲದಂತೆ ಒಬ್ಬರಿಗೊಬ್ಬರು ಬೆತ್ತಲಾಗುವುದು ಅದೆಂತಹ ರೀತಿ! ಕಾಮಾತುರನಾದವನಿಗೆ ಲಜ್ಜೆಯೂ ಇಲ್ಲ, ಭಯವೂ ಇಲ್ಲ ಎಂಬ ಹಳೆಯ ಸತ್ಯ ಮೋಹನಸ್ವಾಮಿಗೆ ಚೆನ್ನಾಗಿಯೇ ಗೊತ್ತು. ಆದರೆ ಲಜ್ಜೆಗೆಡದೆ, ಭಂಡ ಧೈರ್ಯ ತೆಗೆದುಕೊಳ್ಳದೆ ತನ್ನಂತಹವನಿಗೆ ಕಾಮದ ಸುಖ ದಕ್ಕುವುದಿಲ್ಲ ಎಂಬ ಅಂತಹದೇ ಕಟುಸತ್ಯ ಅವನ ಅನುಭವ ಕಲಿಸಿಕೊಟ್ಟಿದೆ. ಮರ್ಯಾದೆಗಂಜಿ, ಮೈಮನಗಳಲ್ಲಿ ಉದ್ಭವಿಸಿದ ಪ್ರಕೃತಿಜನ್ಯ ಕಾಮವನ್ನು ಹತ್ತಿಕ್ಕಿದಷ್ಟೂ ಅದು ಕ್ರೂರವಾಗುತ್ತದೆ, ಮನುಷ್ಯನನ್ನು ವಿಕೃತಗೊಳಿಸುತ್ತದೆ. ಜನರಿಗಂಜಿ ಸುಖವನ್ನು ಹತ್ತಿಕ್ಕಿ, ನಾಳೆ ಮುಪ್ಪು ಬಂದಾಗ ಸೋರಿ ಹೋದ ಬದುಕಿನ ಸಂಕಟಕ್ಕೆ ಮನಸ್ಸು ವಿಕೃತಿಗಳಿಗಾಗಿ ಆಸೆ ಪಡಲು ಶುರುವಿಟ್ಟರೆ ಗತಿಯೇನು?

ಡೆರಿಕ್ ಹೆಚ್ಚಿಗೆ ಮಾತನಾಡುತ್ತಿರಲಿಲ್ಲ. ಕ್ರಿಶ್ಚಿಯನ್ ಇರಬೇಕೆಂದು ಇವನೇ ಇಂಗ್ಲಿಷಿನಲ್ಲಿ ಮಾತನಾಡಲು ಶುರುವಿಟ್ಟ; ಅವನು ತಡವರಿಸಿದ. ಅವನ ಮೆಸೇಜ್‌ಗಳಲ್ಲೂ ಇಂಗ್ಲಿಷ್ ಅಷ್ಟೇನೂ ಉನ್ನತ ಮಟ್ಟದ್ದಿರಲಿಲ್ಲ. ಕ್ರಿಶ್ಚಿಯನ್ನರೆಲ್ಲಾ ಇಂಗ್ಲಿಷ್ ಮಾತನಾಡುತ್ತಾರೆಂಬುದು ಎಂತಹ ಹುಸಿ ನಂಬಿಕೆ ಎಂದು ತನ್ನನ್ನೇ ಹೀಯಾಳಿಸಿಕೊಂಡು, ಕನ್ನಡದಲ್ಲಿ ಮಾತನಾಡಿಸಿದ. ಅವನು ಹಗುರಾದ; ಸೊಗಸಾಗಿ ಕನ್ನಡದಲ್ಲಿ ಪ್ರತಿಯುತ್ತರಿಸಿದ. ಎಲ್ಲಿಯವನು, ಯಾವ ಜಾತಿ, ಏನು ಕೆಲಸ – ಇವು ಯಾವುವೂ ಮೊದಲ ಭೇಟಿಯಲ್ಲಿ ಕೇಳುವುದು ಸೌಜನ್ಯವಲ್ಲ. ಸುಮ್ಮನೆ ಮಾತಿಲ್ಲದಂತೆ ಒಬ್ಬರಿಗೊಬ್ಬರು ಅನುಭವಿಸಿ ಸುಖಿಸುವುದಕ್ಕೆ ಅದರ ಅವಶ್ಯಕತೆಯೂ ಇಲ್ಲ. ಇಬ್ಬರಿಗೂ ಒಪ್ಪಿಗೆಯಾದರೆ ತಾನಾಗಿಯೇ ಈ ಎಲ್ಲಾ ವಿವರಗಳು ಮುಂದಿನ ಭೇಟಿಗಳಲ್ಲಿ ಬಿಚ್ಚಿಕೊಳ್ಳುತ್ತವೆಂದು ಇವನಿಗೆ ಗೊತ್ತು. ಆದ್ದರಿಂದ ಸುಮ್ಮನೆ ಯಾವುದನ್ನೂ ಕೆಣಕದೆ ಒಪ್ಪಿಸಿಕೊಂಡು ಬಿಟ್ಟಿದ್ದ. ಇಬ್ಬರೂ

ಬೆತ್ತಲೆಯಾದಾಗೊಮ್ಮೆ ಮಾತ್ರ 'ಜನಿವಾರ ತೆಗೆದು ಬಿಡಲಾ?' ಎಂದು ಕೇಳಿದ್ದಕ್ಕೆ, 'ಬೇಡ, ಅದೇನೂ ಅಡ್ಡಿಯಾಗಲ್ಲ' ಎಂದು ಡೆರಿಕ್ ನಿರಾಕರಿಸಿ ನಕ್ಕಿದ್ದ. ಅವನ ಚಿಗುರು ಮೀಸೆಯ, ಎಳೆಯ ತುಟಿಗಳ ನಗು ಮಾದಕತೆಯನ್ನು ಹೆಚ್ಚಿಸಿ, ಅವನ ಮುಖವನ್ನು ತನ್ನೆಡೆಗೆ ಎಳೆದುಕೊಂಡಿದ್ದ.

ದೇಹಗಳ ಉನ್ಮಾದಗಳು ಕಳೆದು ನಿರಾಳವಾದಾಗ ಆಗಲೇ ಮಧ್ಯರಾತ್ರಿಯಾಗಿತ್ತು. ರಾತ್ರಿ ಎಷ್ಟೇ ತಡವಾಗಿರಲಿ, ಒದ್ದೆ ಭಾವದಲ್ಲಿ ನಿದ್ದೆ ಮಾಡುವುದು ಮೋಹನಸ್ವಾಮಿಗೆ ಇಷ್ಟವಾಗುವುದಿಲ್ಲ. ಸ್ನಾನ ಮಾಡಿ, ಸ್ವಚ್ಛ ಬಟ್ಟೆ ಧರಿಸಿಯೇ ಮಲಗುವುದು ಅವನ ಸ್ವಭಾವ. ಸಾಧ್ಯವಾದರೆ ಬಂದವನ ಜೊತೆಯಲ್ಲಿ ತುಷಾರಸ್ನಾನ ಮಾಡಲು ಆಸೆ ಪಡುತ್ತಾನೆ. ಆದರೆ ಯಾಕೋ ಡೆರಿಕ್ ಸ್ನಾನಕ್ಕೆ ಅಂತಹ ಆಸಕ್ತಿ ತೋರಿಸಲಿಲ್ಲ. ಆಗಲೇ ಅವನ ಕಣ್ಣುಗಳು ನಿದ್ದೆಯ ಮತ್ತಿನಲ್ಲಿ ಮುಚ್ಚಿಕೊಳ್ಳುತ್ತಿರುವುದು ಇವನಿಗೆ ತಿಳಿಯಿತು. ಆದ್ದರಿಂದ ಅವನನ್ನು ಬಲವಂತ ಪಡಿಸದೆ ತಾನೇ ಸ್ನಾನಕ್ಕೆ ಹೊರಟ. ಡೆರಿಕ್ ಬರುವುದಕ್ಕೂ ಮುಂಚೆಯೇ ಗೀಜರ್ ಹಾಕಿದ್ದನಾದ್ದರಿಂದ, ನೀರು ಸೊಗಸಾಗಿ ಕಾದಿತ್ತು. ಬಿಸಿನೀರಿನ ತುಷಾರಸ್ನಾನ ಮೈ ಮತ್ತು ಮನಸ್ಸನ್ನು ಹಗುರಾಗಿಸಿತು. ಡೆರಿಕ್‌ನ ಜೊತೆಯಲ್ಲಿ ನಡೆಸಿದ ಕೇಳಿ, ಸಂತೃಪ್ತಿಯ ಅಲೆಯನ್ನು ಮನಸ್ಸಿನಲ್ಲಿ ಎಬ್ಬಿಸಿತ್ತು. ಆದ್ದರಿಂದ ಯಾವುದೋ ಹಳೆಯ ಕನ್ನಡ ಚಿತ್ರಗೀತೆ ಅವನ ಎದೆಯಾಳದಿಂದ ಮೂಡಿ ಬಂತು. ಅದೇ ಉಲ್ಲಾಸದಲ್ಲಿ ಮಾಮೂಲಿಗಿಂತಲೂ ಹೆಚ್ಚು ಹೊತ್ತು ಸ್ನಾನ ಮಾಡಿ, ಮೈ ಒರೆಸಿಕೊಂಡು ಹೊರ ಬಂದ.

ಆದರೆ ಡೆರಿಕ್ ಹಾಸಿಗೆ ಮೇಲೆ ಇರಲಿಲ್ಲ! ಯಾಕೋ ಇವನಿಗೆ ಅನುಮಾನ ಬಂತು. 'ಡೆರಿಕ್', 'ಡೆರಿಕ್' ಎಂದು ಎರಡು ಮೂರು ಬಾರಿ ಕೂಗಿದ. ಇನ್ನೊಂದು ಬಚ್ಚಲು ಮನೆಗೇನಾದರೂ ಹೋಗಿದ್ದಾನೋ ಎಂದು ನೋಡಿದ; ಅದೂ ಖಾಲಿಯಿತ್ತು. ತಲಬಾಗಿಲು ತೆಗೆದು ನೋಡಿದ, ಬರೀ ಕತ್ತಲು. ದೂರದಲ್ಲಿ ನಿಲ್ಲಿಸಿದ್ದ ಡೆರಿಕ್‌ನ ಬೈಕು ಕಾಣಲಿಲ್ಲ. ಅನುಮಾನ ಮತ್ತಷ್ಟು ದೃಢವಾಯ್ತು. ಅವನು ಹಾಕಿಕೊಂಡು ಬಂದ ಶೂಗಳು ಇರಲಿಲ್ಲ. ಒಂದಿಷ್ಟು ಹೆದರಿಕೆ ಆಯ್ತು. ತಕ್ಷಣ ಗೆಳೆಯನಿಗೆ ಫೋನ್ ಮಾಡೋಣ ಅಂತ ಮೊಬೈಲಿಗಾಗಿ ಹುಡುಕಾಡಿದ. ಕೈಗೆ ಸಿಗಲಿಲ್ಲ. ಮೊಬೈಲ್ ಎಲ್ಲಿಟ್ಟೆ ಎಂದು ಆತಂಕವಾಗಿ ಲ್ಯಾಂಡ್‌ಲೈನ್‌ನಿಂದ ತನ್ನದೇ ಮೊಬೈಲಿಗೆ ಫೋನ್ ಮಾಡಿದ. 'ಸ್ವಿಚ್ ಆಫ್ ಆಗಿದೆ' ಎಂದು ಮೆಸೇಜ್ ಬಂತು. ಡೆರಿಕ್‌ನ ಫೋನ್ ನಂಬರ್ ಜ್ಞಾಪಿಸಿಕೊಳ್ಳಲು ಪ್ರಯತ್ನಿಸಿದ, ನಾಲ್ಕೈದು ಸಂಖ್ಯೆಗಳಿಗಿಂತ ಹೆಚ್ಚಿಗೆ ನೆನಪಾಗಲಿಲ್ಲ. ಮತ್ತೇನು ಮಾಡುವುದೆಂದು ತೋಚದೆ ಸುಸ್ತಾಗಿ ಸೋಫಾದಲ್ಲಿ ಹೋಗಿ ಕುಳಿತ. ಸರಿಯಾಗಿ ಅದರ ಎದುರಿನ ಟೇಬಲ್ಲಿನ

ಮೇಲೆ ಇಟ್ಟಿರುತ್ತಿದ್ದ ಲ್ಯಾಪ್‌ಟಾಪ್ ಕಾಣಲಿಲ್ಲ; ಚಾರ್ಜರ್ ಸಮೇತ ಕಾಣೆಯಾಗಿತ್ತು. ಅದರ ಪಕ್ಕದಲ್ಲಿಯೇ ಇಟ್ಟಿರುತ್ತಿದ್ದ ಐಪ್ಯಾಡ್ ಕೂಡಾ ಮಾಯ! ಯಾಕೋ ಅನುಮಾನವಾಗಿ ಒಳಕೋಣೆಗೆ ಹೋಗಿ ವಾರ್ಡ್‌ರೋಬ್ ಬಾಗಿಲು ತೆಗೆದು, ಡ್ರಾವರ್ ಎಳೆದ. ಹತ್ತಾರು ಕಾಂಡೋಮ್‌ಗಳಿದ್ದವು, ಆದರೆ ಅದರ ಜೊತೆಯಲ್ಲಿ ಇಟ್ಟಿದ್ದ ಮೂವತ್ತೂ ಚಿಲ್ಲರೆ ಸಾವಿರ ರೂಪಾಯಿ ಮತ್ತು ಕ್ರೆಡಿಟ್ ಕಾರ್ಡ್ ಇರಲಿಲ್ಲ. ರಾತ್ರಿ ಡೆರಿಕ್ ಎದುರಿನಲ್ಲಿಯೇ ಅಲ್ಲಿಂದ ಕಾಂಡೋಮ್ ತೆಗೆದುಕೊಂಡು, ಅವನಿಗೆ ಹಾಕಿ ತಾನೂ ಹಾಕಿಕೊಂಡಿದ್ದು ನೆನಪಾಯ್ತು.

ತೊಟ್ಟುಕೊಂಡಿದ್ದ ಟವೆಲನ್ನು ಬಿಚ್ಚಿ, ಸಿಟ್ಟಿನಿಂದ ಅದನ್ನು ನೆಲಕ್ಕೆ ಬಿಸುಟು, 'ಕಳ್ಳ ಸೂಳೆಮಗ, ಎಲ್ಲಾ ದೋಚಿ ಬಿಟ್ಟ...' ಎಂದು ಮನಸ್ಸಿನಲ್ಲಿಯೇ ಹೇಳಿಕೊಂಡು ಮಂಚದ ಮೇಲೆ ಬೋರಲಾಗಿ ಮಲಗಿಕೊಂಡ. ಮೆತ್ತನೆಯ ತಲೆದಿಂಬನ್ನು ಮಡಚಿ ಮುಖಕ್ಕೆ ಪೂರ್ತಿಯಾಗಿ ಮುಚ್ಚಿಕೊಂಡ. ಕೆಲವೇ ನಿಮಿಷಗಳ ಹಿಂದೆ ಅವನನ್ನು ಉನ್ಮತ್ತಗೊಳಿಸಿದ ಡೆರಿಕ್‌ನ ಉಸಿರಿನ ಘಾಟು ಅದಕ್ಕಿನ್ನೂ ಅಂಟಿರುವುದು ಗೊತ್ತಾಯ್ತು; ಅಸಹ್ಯವೆನ್ನಿಸಿತು. ಆ ತಲೆದಿಂಬನ್ನು ಮಂಚಕ್ಕೆ ದಬದಬನೆ ನಾಲ್ಕಾರು ಬಾರಿ ಬೀಸಿ ಒಗೆದು, 'ಈಡಿಯಟ್... ಈಡಿಯಟ್...' ಎಂದು ಮನೆಗೆಲ್ಲಾ ಕೇಳುವಂತೆ ಕಿರುಚಿದ. ಆಮೇಲೆ ಏನು ಮಾಡಬೇಕೆಂದು ತಿಳಿಯಲಿಲ್ಲ. ತನಗಾದ ಮೋಸವನ್ನು ಯಾರಿಗೆ ಹೇಳಿಕೊಳ್ಳಬೇಕೆಂದು ಯೋಚಿಸಲಾರಂಭಿಸಿದ. ಪೊಲೀಸರಿಗೆ ಹೇಳಬೇಕೆಂದರೆ 'ನಡೆದ ಘಟನೆಯನ್ನು ಸರಿಯಾಗಿ ವಿವರಿಸಿ ತಿಳಿಸಿ' ಅಂತ ಪೀಡಿಸುತ್ತಾರೆಂದು ಅಂಜಿಕೆಯಾಯ್ತು. ಗೆಳೆಯರ ಮುಂದೆ ಹೇಳೋಣವೆಂದರೆ, ಹೆಂಡತಿ ಮಕ್ಕಳ ಜಗತ್ತಿನಲ್ಲಿ ಮುಳುಗಿ ಹೋದ ಅವರಿಂದ ಬರೀ ತುಟಿಯ ಮೇಲಿನ ಅನುಕಂಪ ಸಿಗಬಹುದು; ಮರುದಿನವೇ ಅವರವರೇ ಆಡಿಕೊಂಡು ನಗಲೂಬಹುದು ಎಂದನ್ನಿಸಿತು. ಯಾಕೋ ಪೂರ್ತಿ ಅಸಹಾಯಕತೆ ಅವನನ್ನು ಆವರಿಸಿತು. ಯಾರಿಗೂ ಹೇಳುವುದು ಬೇಡ ಎಂದು ನಿರ್ಧರಿಸಿ ಕಣ್ಣುಮುಚ್ಚಿದ.

ಅದೇ ಸಮಯಕ್ಕೆ ಸರಿಯಾಗಿ ಲ್ಯಾಂಡ್‌ಲೈನ್ ಸದ್ದು ಮಾಡಿತು. ಅವಸರದಿಂದ ಮಂಚದಿಂದ ಜಿಗಿದು, ಫೋನನ್ನು ತೆಗೆದುಕೊಂಡು 'ಡೆರಿಕ್...' ಎಂದ. 'ನಾನೋ... ನಿನ್ನಮ್ಮ... ಆವಾಗಿಂದ ನಿನ್ನ ಮೊಬೈಲಿಗೆ ಫೋನ್ ಮಾಡ್ತಿದೀನಿ, ಸ್ವಿಚ್ ಆಫ್ ಅಂತ ಬಂತು. ಅದಕ್ಕೇ ಲ್ಯಾಂಡ್‌ಲೈನಿಗೆ ಮಾಡಿದೆ...' ಎಂಬ ಅವನಮ್ಮ ಸುಭದ್ರಮ್ಮಳ ಧ್ವನಿ ಆ ಕಡೆಯಿಂದ ಬಂತು. ಇವನಿಗೆ ನಿರಾಸೆಯಾಯ್ತು. 'ಏನು ಹೇಳಮ್ಮ... ಇಷ್ಟು ರಾತ್ರಿ ಯಾಕೆ ಫೋನ್ ಮಾಡಿದಿ?' ಎಂದು ಕಿರಿಕಿರಿಯ ಧ್ವನಿಯಲ್ಲಿ ಕೇಳಿದ. 'ಯಾಕೋ ಇವರದು ಮಾತು ನಿಂತು ಹೋಗಿದೆ ಮೋಹನ. ಎದೆಯೆಲ್ಲಾ ಕಫ ಕಟ್ಟಿದೆ...' ಅಂತ ಸುಭದ್ರಮ್ಮ ಶುರುವಿಟ್ಟಳು.

^^^

ಬಸ್ಸಿನಲ್ಲಿ ಕುಳಿತಾಗ ಮೋಹನಸ್ವಾಮಿ ವಿಚಿತ್ರ ಗೊಂದಲದಲ್ಲಿದ್ದ. ಕಳೆದು ಹೋದ ಕ್ರೆಡಿಟ್ ಕಾರ್ಡಿನ ಬಗ್ಗೆ ಕಂಪ್ಲೇಂಟ್ ಕೊಡಲು ಇಡೀ ದಿನ ಸಾಕಷ್ಟು ಒದ್ದಾಡಿದ್ದ. ಆ ಕಡೆಯವರು ಫೋನ್ ತೆಗೆದುಕೊಳ್ಳಲೇ ಸಿದ್ಧವಿರಲಿಲ್ಲ. ತೆಗೆದುಕೊಂಡ ಹುಡುಗಿಯೊಬ್ಬಳು 'ಕ್ರೆಡಿಟ್ ಕಾರ್ಡ್ ನಂಬರ್ ಹೇಳಿ' ಎಂದು ಶುರುವಿಟ್ಟಳು. ಕಾರ್ಡಿನ ವಿವರಗಳನ್ನು ಇವನು ಲ್ಯಾಪ್‌ಟಾಪಿನಲ್ಲಿ ಬರೆದಿಟ್ಟಿದ್ದ. ಲ್ಯಾಪ್‌ಟಾಪ್ ಕಳೆದು ಹೋಗಿದೆ ಎಂದು ಅವಳಿಗೆ ವಿವರಿಸಲು ಬೇಸರ. ಯಾವುದೋ ರಟ್ಟಿನ ಡಬ್ಬದಲ್ಲಿ ಹಾಕಿಟ್ಟ ಹಳೆಯ ರಸೀತಿಗಳನ್ನೆಲ್ಲಾ ಕೆದರಾಡಿ, ಅಂತೂ ಯಾವುದರಲ್ಲೋ ಅದರ ನಂಬರನ್ನು ಹುಡುಕಿ, ಅವಳಿಗೆ ಮತ್ತೊಮ್ಮೆ ಕರೆ ಮಾಡಿ ಹೇಳುವುದರಲ್ಲಿ ಜೀವ ಬೇಸತ್ತಿತ್ತು. ಪುಣ್ಯಕ್ಕೆ ಇನ್ನೂ ಯಾವುದೇ ಖರೀದಿಯನ್ನು ಡೆರಿಕ್ ಮಾಡಿರಲಿಲ್ಲ.

ಲ್ಯಾಪ್‌ಟಾಪ್ ಮಾತ್ರ ಕಂಪನಿಯವರು ಕೊಟ್ಟಿದ್ದಾಗಿತ್ತು. ಕಳೆದು ಹೋದರೆ ಪೂರ್ತಿ ಹಣ ತುಂಬಿಸಿ ಕೊಡಬೇಕು ಎಂಬ ನಿಯಮವಿತ್ತು. ಹಣವನ್ನು ಹೇಗೋ ತುಂಬಿಸಬಹುದು, ಅದು ಮೋಹನಸ್ವಾಮಿಯ ಆರ್ಥಿಕ ಸ್ಥಿತಿಗೆ ಅಂತಹ ದೊಡ್ಡ ಹೊಡೆತವಲ್ಲ. ಆದರೆ ಹಲವಾರು ಕಡತಗಳು ಬ್ಯಾಕ್‌ಅಪ್ ಆಗಿರಲಿಲ್ಲ. ಪೂರ್ತಿ ಒಂದು ತಿಂಗಳಿನಷ್ಟು ಮಾಡಿದ ಕೆಲಸವನ್ನು ಇನ್ನೊಮ್ಮೆ ಮಾಡಬೇಕಿತ್ತು. ಒಮ್ಮೆ ಮಾಡಲೇ ಬೇಸರ ಹುಟ್ಟಿಸುವ ಕೆಲಸಗಳನ್ನು ಇನ್ನೊಮ್ಮೆ ಮಾಡಬೇಕೆನ್ನುವ ವಿಚಾರವೇ ಅವನಿಗೆ ಸಿಟ್ಟು ತರಿಸುತ್ತಿತ್ತು. ಆ ದಿನ ಪೂರ್ತಿ ಆಫೀಸಿನಲ್ಲಿ ಲ್ಯಾಪ್‌ಟಾಪ್ ಹೇಗೆ ಕಳೆಯಿತೆಂದು ಹೇಳುವುದಕ್ಕೆ ಎಂತಹುದೋ ಸುಳ್ಳನ್ನು ಹೆಣೆದು, ಎಲ್ಲರಿಗೂ ಒಂದೇ ಸುಳ್ಳನ್ನು ಹೇಳಿದ್ದೇನೋ ಇಲ್ಲವೋ ಎಂಬ ಕಿರಿಕಿರಿ ಅನುಭವಿಸಿದ್ದ. ಅವರ ನೂರೆಂಟು ಪ್ರಶ್ನೆ, ಸಲಹೆಗಳಿಗೆ ಸೋತು ಹೋಗಿದ್ದ. ಈ ಎಲ್ಲಾ ಸಂಕಷ್ಟಗಳು ಕೇವಲ ಒಂದು ರಾತ್ರಿಯ ಹಲವು ಗಳಿಗೆಗಳ ಸುಖಕ್ಕಾಗಿ ತೆತ್ತ ತೆರಿಗೆಯಾಗಿತ್ತು! ಇನ್ನು ಮುಂದೆ ಅಪರಿಚಿತರನ್ನು ಮನೆಗೆ ಕರೆದುಕೊಂಡು ಬರಬಾರದು ಎಂದು ನಿರ್ಧರಿಸಿದ. ಹೋಟೆಲಿಗೆ ಕರೆದುಕೊಂಡು ಹೋಗುವುದೇ ಸರಿ, ಹಣ ಖರ್ಚಾದರೂ ಚಿಂತೆಯಿಲ್ಲ ಅಂದುಕೊಂಡ. ಆದರೆ ಹಿಂದೆಯೇ ಈ ಹೋಟೆಲಿನವರು ಇತ್ತೀಚೆಗೆ ಕ್ಯಾಮೆರಾಗಳನ್ನು ರೂಮಿನಲ್ಲಿ ಅಡಗಿಸಿಟ್ಟು ಬ್ಲಾಕ್‌ಮೇಲ್ ಮಾಡುವ ಸಂಗತಿ ನೆನಪಿಗೆ ಬಂದು, 'ತಥ್' ಎಂದು ಬೇಸತ್ತ.

ನಡೆದು ಹೋದ ಕಹಿಸತ್ಯವನ್ನು ಯಾರೊಡನೆಯೂ ಹೇಳಿಕೊಳ್ಳಲಾಗದ ಸ್ಥಿತಿಯಲ್ಲಿರುವಾಗ, ಅವನಮ್ಮ ಗಂಟೆಗೊಮ್ಮೆ ಫೋನ್ ಮಾಡಿ ಸುಬ್ಬರಾಯರ

ಸ್ಥಿತಿಯನ್ನು ವಿವರಿಸುತ್ತಿದ್ದಳು. 'ಯಾಕೋ ಅವರು ಬದುಕೋ ವಿಷಯ ನಂಗೆ ನಂಬಿಕೇನೇ ಬರ್ತಾ ಇಲ್ವೋ... ಒಂದೇ ಸಮನೆ ಅಳ್ತಾರೆ... ನಿನ್ನ ಮದುವಿ ಆಗಿಲ್ಲ ಅನ್ನೋ ಕೊರಗು ಅವರಿಗೆ...' ಎಂದು ಅಳುವಾಗ ಮತ್ತಿಷ್ಟು ಕಿರಿಕಿರಿಯೆನ್ನಿಸುತ್ತಿತ್ತು. ಅಪ್ಪನ ಸ್ಥಿತಿಗಿಂತಲೂ ತನಗೆ ಕಳೆದು ಹೋದ ವಸ್ತುಗಳೇ ಮುಖ್ಯವಾಗುತ್ತಿವೆಯೇ ಎಂದು ಒಂದು ಗಳಿಗೆ ಹೊಳೆದು ಜೀವಕ್ಕೆ ಅಳುಕಾಗಿತ್ತು. ಒಂದು ಕೆಟ್ಟ ಗಳಿಗೆಯಲ್ಲಿ 'ಅಪ್ಪ ಹೋಗಿಬಿಟ್ಟರೇ ನಿರಾಳವೇನೋ...' ಅನ್ನಿಸಿ, ಮತ್ತೆ ತನಗೆ ಅಂತಹ ಕೆಟ್ಟ ಆಲೋಚನೆ ಬಂತಲ್ಲಾ ಎಂದು ಖೇದವಾಗಿತ್ತು. ಹಗೂರಕ್ಕೆ ಕೆನ್ನೆಗಳೆರಡನ್ನೂ ಬಡಿದುಕೊಂಡು ಅಂತಹ ಆಲೋಚನೆ ಮಾಡಿದ್ದಕ್ಕೆ ಭಗವಂತನಲ್ಲಿ ಕ್ಷಮೆ ಯಾಚಿಸಿದ.

ಅಪ್ಪನ ಜೊತೆ ತನ್ನ ಒಡನಾಟ ಇತ್ತೀಚಿನ ದಿನಗಳಲ್ಲಿ ಬಹಳ ಕಡಿಮೆ ಎನ್ನುವುದನ್ನು ಮೋಹನಸ್ವಾಮಿ ಗಮನಿಸಿದ್ದಾನೆ. ಚಿಕ್ಕಂದಿನಲ್ಲಿ ಹೀಗಿರಲಿಲ್ಲ. ಅಪ್ಪ ಅಂದ್ರೆ ಜೀವ ಬಿಡುತ್ತಿದ್ದ. ಸುಬ್ಬರಾಯರು ಆಫೀಸಿನಿಂದ ಬರುವುದನ್ನೇ ಕಾದಿದ್ದು, ಅವರ ಜೊತೆ ಆಟವಾಡಲು ಹಂಬಲಿಸುತ್ತಿದ್ದ. ಭಾನುವಾರದ ಸಂತೆಗೆ ಒಮ್ಮೊಮ್ಮೆ ಸುಬ್ಬರಾಯರು ಇವನನ್ನು ಹೆಗಲ ಮೇಲೆ ಕೂಡಿಸಿಕೊಂಡು ಹೋಗಿ ಬರುತ್ತಿದ್ದರು. ಆಗ ಅಪ್ಪನ ಕುತ್ತಿಗೆಯ ಸುತ್ತ ಕಾಲನ್ನು ಹಾಕಿ, ಎದೆಯ ಮೇಲೆ ಪಾದಗಳನ್ನು ಬಡಿಯುತ್ತಾ, ತಲೆಯನ್ನು ಎರಡೂ ಕೈಗಳಿಂದ ಹಿಡಿದುಕೊಂಡು, ಇಡೀ ಸಂತೆಯಲ್ಲಿ ಎಲ್ಲರಿಗಿಂತಲೂ ಎತ್ತರವಾದ ಸ್ಥಾನದಲ್ಲಿ ತಾನಿರುವ ಬೆರಗು ಅವನನ್ನು ಖುಷಿಯ ಉತ್ತುಂಗಕ್ಕೆ ಒಯ್ಯುತ್ತಿದ್ದವು. ದೀಪಾವಳಿಯ ದಿನದಲ್ಲಿ ಅಪ್ಪನ ಜೊತೆ ಅಂಗಡಿಗೆ ಹೋಗಿ ಪಟಾಕಿ ತಂದು, ನರಕ ಚತುರ್ದಶಿಯ ಬೆಳಿಗ್ಗೆ ಅವನ್ನು ಹಚ್ಚಿ ಉರಿಸುವಾಗ ಅಪ್ಪ ಬೇಕೇ ಬೇಕಿತ್ತು. ಅಪ್ಪ ಕ್ಷೌರಕ್ಕೆ ಹೋದ ದಿನವೇ ಅವನೂ ಜೊತೆಯಲ್ಲಿ ಹೋಗುತ್ತಿದ್ದ. ಇಬ್ಬರೂ ಅಕ್ಕ-ಪಕ್ಕದ ಕುರ್ಚಿಯಲ್ಲಿ ಕುಳಿತುಕೊಂಡು, ಹಲವಾರು ಕನ್ನಡಿಗಳಲ್ಲಿ ತಮ್ಮಿಬ್ಬರ ಪ್ರತಿಬಿಂಬಗಳು ಮೂಡಿದಾಗ ಅಪ್ಪನನ್ನು ಯಾವುದೋ ಕನ್ನಡಿಯ ಪ್ರತಿಬಿಂಬದ ಒಳಗೆ ನೋಡಿ ನಕ್ಕಾಗ, ಅವನು ಇನ್ನೊಂದು ಕನ್ನಡಿಯ ಮೂಲಕ ಇವನೆಡೆಗೆ ಕಣ್ಣು ಚಿವುಟಿ ನಕ್ಕರೆ ವಿಚಿತ್ರ ಸಂಭ್ರಮ.

ಪಿಯುಸಿ ಮುಗಿಸಿ, ಎಂಟ್ರನ್ಸ್ ಪರೀಕ್ಷೆಯಲ್ಲಿ ಒಳ್ಳೆಯ ರ್‍ಯಾಂಕ್ ಗಳಿಸಿದ ಹೊತ್ತಿನಲ್ಲಿ ಅಪ್ಪ ತುಂಬಾ ಅಸಹಾಯಕನಾಗಿ ಕಂಡಿದ್ದ. ಇಡೀ ಊರಿನ ಪರಿಚಯಸ್ಥರೆಲ್ಲರೂ ಮೋಹನಸ್ವಾಮಿಯನ್ನು ಹೊಗಳುವ ದಿನಗಳವಾಗಿದ್ದವು. ಮೋಹನಸ್ವಾಮಿಯು ಹೆಮ್ಮೆ ಮತ್ತು ಖುಷಿಯಲ್ಲಿ ಊರಿನಲ್ಲಿ ಅಡ್ಡಾಡಿದ ದಿನಗಳವು. ಬೆಂಗಳೂರಿನ ಒಂದು ಒಳ್ಳೆಯ ಸರಕಾರಿ ಇಂಜಿನಿಯರಿಂಗ್ ಕಾಲೇಜಿನಲ್ಲಿ ಇವನಿಗೆ ಓದಲು ಅವಕಾಶ ಸಿಕ್ಕಿತ್ತು. ಆದರೆ ಸುಬ್ಬರಾಯರು ಮಾತ್ರ ಯಾಕೋ ಸಪ್ಪಗಿದ್ದರು. ಇವನ ಓದಿನ ಯಶಸ್ಸನ್ನು ಸಂಭ್ರಮಿಸುವಂತೆ ಕಂಡಿರಲಿಲ್ಲ. ಒಂದು ದಿನ ಇವನನ್ನು ಹಿತ್ತಲಿನಲ್ಲಿ

ಕರೆದು, ಇವನ ಕಣ್ಣುಗಳಲ್ಲಿ ಕಣ್ಣಿಟ್ಟು ನೋಡಲಾಗದೆ 'ನಂಗೆ ನಿನ್ನ ಇಂಜಿನಿಯರಿಂಗ್ ಖರ್ಚು ಭರಿಸಲಿಕ್ಕೆ ಆಗಲ್ಲ. ನಂದು ಸಣ್ಣ ಸಂಬಳ. ನಿಮ್ಮಕ್ಕನ ಮದುವಿ ಬೇರೆ ಮಾಡಬೇಕು. ನಿಂಗೆಲ್ಲಾ ಗೊತ್ತದೆ' ಎಂದು ಕೈ ಹಿಸುಕಿಕೊಳ್ಳುತ್ತಾ ಹೇಳುವಾಗ ಮೋಹನಸ್ವಾಮಿಯ ಜೀವ ಹಿಂಡಿದಂತೆ ಆಗಿತ್ತು. ಅಪ್ಪನ ಕೈ ಹಿಡಿದುಕೊಂಡು 'ನೀನು ಹೆದರಿಕೋ ಬೇಡಪ್ಪಾ... ನಾನೇ ಎಲ್ಲಾ ಖರ್ಚು ನಿಭಾಯಿಸಿ ಓದಿಕೊಳ್ತೀನಿ... ಹೆಂಗೂ ಬೆಂಗಳೂರಿನಾಗೆ ಇರ್ತೀನಿ... ಏನಾದ್ರೂ ಕೆಲಸ ಮಾಡಿಕೊಂಡು ಓದ್ತೀನಿ... ನೀನು ಚಿಂತೆ ಮಾಡಬೇಡ...' ಎಂದು ಧೈರ್ಯ ಕೊಟ್ಟಿದ್ದ. ತನ್ನ ಮಾತಿಗೆ ತಕ್ಕಂತೆ ಯಾವತ್ತೂ ಅಪ್ಪನಿಂದ ಹಣ ಕೇಳಿರಲಿಲ್ಲ. ಬೆಳಿಗ್ಗೆ ಹೊತ್ತು ದಿನಪತ್ರಿಕೆ ಹಂಚುವ ಕೆಲಸವನ್ನೂ, ಸಂಜೆಯ ವೇಳೆ ಯಾವುದೋ ಹೋಟೆಲಿನ ಮಾಣಿಯ ಕೆಲಸವನ್ನೂ ಮಾಡಿ ತನ್ನ ಖರ್ಚನ್ನು ನಿಭಾಯಿಸಿಕೊಂಡಿದ್ದ. ತನ್ನದೇ ಗೆಳೆಯರ ಮನೆಗೆ ದಿನಪತ್ರಿಕೆ ಎಸೆಯುವಾಗ, ತನ್ನದೇ ಕಾಲೇಜಿನಲ್ಲಿ ಕಲಿಯುವ ಹುಡುಗಿಯರು ಹೋಟೆಲಿಗೆ ಬಂದಾಗ ಅವರಿಗೆ ತಿಂಡಿ ಹಂಚುವಾಗ, ಜೀವ ಅಲ್ಲಾಡಿದರೂ ಎದೆಗುಂದದೆ ನಡೆದಿದ್ದ. ಕಷ್ಟದ ದಿನಗಳವು. ಈಗ ನೆನೆಸಿಕೊಂಡರೆ ಮೋಹನಸ್ವಾಮಿಗೆ ಮೈ ಜುಂ ಎನ್ನುತ್ತದೆ. ಆದರೆ ಪಿಯುಸಿ ನಂತರ ಮನೆಯಿಂದ ಹೊರ ಬಿದ್ದ ಮೇಲೆ ಎಂದೂ ಅಪ್ಪನ ಬಳಿ ಹಣಕ್ಕೆ ಕೈಚಾಚಲಿಲ್ಲ ಎನ್ನುವ ವಿಷಯ ಮೋಹನಸ್ವಾಮಿಗೆ ಈಗಲೂ ಹೆಮ್ಮೆಯದ್ದಾಗಿದೆ. ಕಾಲೇಜಿನ ಖರ್ಚು ವೆಚ್ಚಕ್ಕೆ ಬ್ಯಾಂಕಿನಿಂದ ತೆಗೆದುಕೊಂಡ ಸಾಲವನ್ನು, ಕೆಲಸಕ್ಕೆ ಸೇರಿದ ಮೂರು ವರ್ಷಗಳಲ್ಲಿ ತೀರಿಸಿದ ಸಂಗತಿ ಅವನ ಧೈರ್ಯವನ್ನು ಯಾವಾಗಲೂ ಹೆಚ್ಚಿಸಿದೆ. ಈಗಂತೂ ಹಣಕ್ಕೆ ಯಾವ ಕೊರತೆಯೂ ಇಲ್ಲ. ಹಣವೆಂಬುದು ಅವನ ಸದ್ಯದ ಬದುಕಿನ ಸಮಸ್ಯೆಯಂತೂ ಅಲ್ಲ.

ಆದರೆ ಊರಿಗೆ ರಜೆಯ ದಿನಗಳಲ್ಲಿ ಹೋದಾಗ ಅಪ್ಪ ಸ್ವಲ್ಪ ದೂರವೇ ಉಳಿದು ಬಿಡುತ್ತಿದ್ದ ಅನ್ನಿಸುತ್ತಿತ್ತು. ಮೊದಲಿನಂತೆ ಪ್ರೀತಿಯಿಂದ ಹರಟುವುದಾಗಲಿ, ಕಣ್ಣಲ್ಲಿ ಕಣ್ಣಿಟ್ಟು ನೋಡಿ ಮಾತನಾಡಿಸುವುದಾಗಲಿ, ಜೊತೆಯಲ್ಲಿ ಎಲ್ಲಿಗಾದರೂ ಕರೆದುಕೊಂಡು ಹೋಗುವುದಾಗಲಿ, ಮನೆಗೆ ಯಾರಾದರೂ ಅತಿಥಿಗಳು ಅಚಾನಕ್ಕಾಗಿ ಬಂದರೆ ಅವರಿಗೆ ಮಗನನ್ನು ಹೆಮ್ಮೆಯಿಂದ ಪರಿಚಯಿಸುವುದಾಗಲಿ – ಯಾವುದೂ ಇರಲಿಲ್ಲ. ಆದರೆ ಅಮ್ಮನ ಪ್ರೀತಿಯಲ್ಲಿ ಯಾವುದೇ ಬದಲಾವಣೆ ಇರಲಿಲ್ಲ. ಮುಂಚಿನಿಂದಲೂ ಕಿರಿಕಿರಿ ಎನ್ನಿಸುವಷ್ಟು ಪ್ರೀತಿ ಸುರಿಸುವ ಅವಳ ಸ್ವಭಾವ, ಅವನಿಗೆ ವಯಸ್ಸಾಗುತ್ತಿದೆ ಎನ್ನುವುದನ್ನೇ ಮರೆತಂತಿತ್ತು. ಬೆಂಗಳೂರಿನಲ್ಲಿ ಇದ್ದಾಗ ಬೇಕೆನ್ನಿಸುವ, ಊರಿಗೆ ಹೋದರೆ ಬೇಡವೆನ್ನಿಸುವ ಕರಡಿಮುದ್ದು ಅವಳದು. ಇಂಜಿನಿಯರಿಂಗ್ ಮುಗಿಸಿ ಒಳ್ಳೆಯ ಕೆಲಸಕ್ಕೆ ಸೇರಿದ ಮೇಲಂತೂ, 'ಮದುವೆ ಯಾಕೆ ಆಗಲ್ಲ' ಎಂದು ಮುಸಿಮುಸಿ ಅಳುತ್ತಿದ್ದಳಾದರೂ, ಆಮೇಲೆ

ತಾನೇ ಸಮಾಧಾನ ಮಾಡಿಕೊಂಡು ಬೇರೆ ಸಂಗತಿಗಳಲ್ಲಿ ತೊಡಗಿಸಿಕೊಳ್ಳುತ್ತಿದ್ದಳು. ಯಾವು ಯಾವುದೋ ಪೂಜೆ ಪುನಸ್ಕಾರ ಮಾಡಿ ಒದ್ದಾಡುತ್ತಿದ್ದಳು. ಯಾರೋ ಹೇಳಿದರೆಂದು ಹನ್ನೊಂದು ವಾರ ಶ್ರೀನಿವಾಸ ಕಲ್ಯಾಣವನ್ನು ಮಾಡಿದ್ದಳು. ಆದರೂ ಮಗ ಮದುವೆಗೆ ಒಪ್ಪದೇ ಇರುವಾಗ 'ಈ ತಿರುಪತಿ ತಿಮ್ಮಪ್ಪಗೆ ಎಷ್ಟು ಸಲ ಮದುವಿ ಮಾಡಿದ್ರೂ ನಾಚಿಕೆ ಇಲ್ಲದಂಗೆ ಮಾಡಿಸಿಕೊಳ್ತಾನೆ. ನನ್ನ ಮಗನ ಕಾಳಜಿ ಒಂಚೂರೂ ಇಲ್ಲ' ಎಂದು ಆತನಿಗೆ ಬಯ್ದು ಸುಮ್ಮನಾಗಿದ್ದಳು.

ಇಂಜಿನಿಯರಿಂಗ್ ಮುಗಿಸಿ, ಒಳ್ಳೆಯ ಕೆಲಸಕ್ಕೆ ಸೇರಿ, ದೊಡ್ಡ ಸಂಬಳವನ್ನು ಗಳಿಸುವುದನ್ನು ಶುರು ಮಾಡಿದಾಗ, ಮನೆಗೆ ಹೋದಾಗೊಮ್ಮೆ ಅಪ್ಪನಿಗೆ ಹಣ ಕೊಡಲು ಪ್ರಯತ್ನಿಸಿದ. ಅದನ್ನು ಮುಟ್ಟಲೂ ಅಂಜಿದವರಂತೆ 'ನಿಮ್ಮ ಅಮ್ಮಗೆ ಕೊಡು, ನಂಗೆ ಬೇಡ' ಎಂದು ನಿರಾಕರಿಸಿದ್ದರು. ಸುಭದ್ರಮ್ಮ ಮಾತ್ರ ಹೆಮ್ಮೆ, ಖುಷಿ, ಅಧಿಕಾರದಿಂದ ಅವನು ಕೊಡುವ ಹಣವನ್ನು ತೆಗೆದುಕೊಳ್ಳುತ್ತಿದ್ದಳು. ಊರಿನ ತನ್ನೆಲ್ಲಾ ಗೆಳತಿಯರಿಗೆ ಸಂಭ್ರಮದಿಂದ ಮಗ ಕೊಟ್ಟ ಹಣದ ಮೊತ್ತವನ್ನು ಹೇಳಿಕೊಂಡು ಬರುತ್ತಿದ್ದಳು. ಮನೆಗೆ ಬೇಕಾದ ವಸ್ತುಗಳನ್ನು ಅದರಲ್ಲಿ ಖರೀದಿಸಿ, 'ನಮ್ಮ ಮೋಹನ ಕೊಡಿಸಿದ್ದು' ಎಂದು ಹೇಳುವುದರಲ್ಲಿಯೇ ಬದುಕಿನ ಖುಷಿಯನ್ನು ಕಂಡುಕೊಳ್ಳುತ್ತಿದ್ದಳು.

^^^

ಎಷ್ಟೇ ಪ್ರೀತಿಸಿದರೂ ಮಗನನ್ನು ಅರ್ಥ ಮಾಡಿಕೊಳ್ಳುವುದು ಸುಭದ್ರಮ್ಮಗೆ ಕಷ್ಟವಿತ್ತು. ಅದು ಅವಳ ಲೋಕಪ್ರಜ್ಞೆಯನ್ನು ಮೀರಿದ ಸಂಗತಿಯಾಗಿತ್ತು. ಸ್ವಲ್ಪ ಮಟ್ಟಿಗೆ ಮೋಹನಸ್ವಾಮಿಯ ಸ್ಥಿತಿಯನ್ನು ಅರ್ಥ ಮಾಡಿಕೊಂಡಿದ್ದು ಸುಬ್ಬರಾಯರೇ ಎನ್ನಬಹುದು. ದಿನ ನಿತ್ಯ 'ದಿ ಹಿಂದೂ' ಪತ್ರಿಕೆಯನ್ನು ಪೂರ್ಣವಾಗಿ ಓದುವ ಅವರಿಗೆ 'ಗೇ', 'ಹೋಮೋ' ಮುಂತಾದ ಪದಗಳ ಪರಿಚಯ ತಕ್ಕಮಟ್ಟಿಗೆ ಆಗಿತ್ತು. ತಮ್ಮ ಸಹೋದ್ಯೋಗಿಗಳ ಜೊತೆಯಲ್ಲಿಯೂ ಒಂದೆರಡು ಬಾರಿ ಆ ವಿಷಯವಾಗಿ ಸಂಕೋಚದಿಂದಲೇ ಮಾತನಾಡಿದ್ದರು. ಮಗ ಬಾಯಿ ಬಿಟ್ಟು ಹೇಳಿರದಿದ್ದರೂ, ಅವನ ಸ್ಥಿತಿ ಅದೇ ಆಗಿರಬಹುದೇ ಎಂಬ ಅನುಮಾನ ಆಗಾಗ ಅವರಿಗೆ ಸುಳಿಯುತ್ತಿತ್ತು. ಚಿಕ್ಕಂದಿನಿಂದಲೂ ಅವನಿಗೆ ಹೆಣ್ಣಿನ ಕೆಲಸಗಳಲ್ಲಿ ಆಸಕ್ತಿ ಎಂಬುದನ್ನು ಸೂಕ್ಷ್ಮವಾಗಿ ಗಮನಿಸಿದ್ದರು. ಅವನು ಅಂಗಳದಲ್ಲಿ ಸಂಕ್ರಾಂತಿಯ ದಿನ ಮೈಮರೆತು ರಂಗೋಲಿ ಹಾಕುತ್ತಿದ್ದುದನ್ನು ಕಸಿವಿಸಿಯಿಂದ ನೋಡುತ್ತಿದ್ದರು. ಮದರಂಗಿಯನ್ನು ಎರಡೂ ಕೈ ತುಂಬಾ ಹಾಕಿಸಿಕೊಳ್ಳುವ ಆಸೆ ಅವನಿಗಿತ್ತು. ಗೌರಿ ಪೂಜೆಗೆ ಹುಡುಗಿಯರಿಗಿಂತಲೂ

ಮುಂಚೆ ಅವನೇ ಹಾಡಲು ಶುರು ಮಾಡುತ್ತಿದ್ದ. ಆದರೆ ಇವೆಲ್ಲಾ ಬಾಲ್ಯದ ಸಹಜ ಸಂಗತಿಗಳು, ದೊಡ್ಡವನಾಗುತ್ತಾ ಎಲ್ಲವೂ ಬದಲಾಗುತ್ತವೆ ಎಂದು ಭಾವಿಸಿದ್ದರು. ಆದರೆ ಮೋಹನಸ್ವಾಮಿ ಪಿಯುಸಿ ಓದುವಾಗಲೊಮ್ಮೆ ಅಕ್ಕನ ಬಳೆಗಳನ್ನು ಗುಟ್ಟಾಗಿ ಹಾಕಿಕೊಳ್ಳುತ್ತಿದ್ದುದನ್ನು ಗಮನಿಸಿದಾಗ ಎಲ್ಲೋ ಏನೋ ಸರಿಯಿಲ್ಲ ಎಂಬ ಭಾವ ಸುಬ್ಬರಾಯರನ್ನು ಗಾಢವಾಗಿ ಕಾಡಲಾರಂಭಿಸಿತು.

'ಗೇ' ಎಂದರೆ ಯಾವುದೋ ದೂರದ ಕಲ್ಕತ್ತಾದಲ್ಲೋ, ಮುಂಬಯಿಯಲ್ಲೋ ಕೆಲವು ಕೆಟ್ಟ ಜನರು ನಡೆಸುವ ವಿಕೃತ ಸಂಗತಿಗಳಾಗಿರಬೇಕು ಎಂಬ ಕಲ್ಪನೆಯಲ್ಲಿದ್ದ ಅವರಿಗೆ, ಸೀದಾ ತಮ್ಮ ಸಂಪ್ರದಾಯಸ್ಥ ಮನೆ ಬಾಗಿಲಿಗೇ ಬಂದು ಅದು ಕದ ತಟ್ಟುತ್ತಿರುವ ಕಹಿ ವಾಸ್ತವವನ್ನು ಸ್ವೀಕರಿಸುವುದು ಕಷ್ಟವಾಗುತ್ತಿತ್ತು. ಮಗನೊಡನೆ ನೇರವಾಗಿ ಆ ವಿಷಯದ ಬಗ್ಗೆ ಮಾತನಾಡುವುದಕ್ಕೆ ಧೈರ್ಯ ಸಾಲುತ್ತಿರಲಿಲ್ಲ. ಅತ್ಯಂತ ಕಡಿಮೆ ಮಾತನಾಡುವ ಅವರು, ಸೂಕ್ಷ್ಮವಾಗಿ ಮಗನ ವರ್ತನೆಗಳನ್ನು ಗಮನಿಸಿದ್ದರು. ಗೆಳೆಯರೊಡನೆ ಆ ವಿಷಯದ ಬಗ್ಗೆ ನೇರವಾಗಿ ಮಾತನಾಡಲು ಭಯ. ಆದರೆ ಆಗೊಮ್ಮೆ ಈಗೊಮ್ಮೆ ಅಚಾನಕ್ಕಾಗಿ 'ಗೇ', 'ಸಲಿಂಗ ಕಾಮ' ಇತ್ಯಾದಿ ವಿಷಯಗಳ ಬಗ್ಗೆ ಮಾತನಾಡುವಾಗ ಮೈಯೆಲ್ಲಾ ಕಿವಿಯಾಗಿಸಿಕೊಂಡು ಕೇಳುತ್ತಿದ್ದರು. ಒಮ್ಮೆಯಂತೂ ಸಹೋದ್ಯೋಗಿಯೊಬ್ಬ "ಅಪ್ಪ-ಅಮ್ಮ ಸರಿಯಾಗಿ ಬೆಳೆಸಲಿಲ್ಲ ಅಂದ್ರೆ ಇಂಥಾ ಸಮಸ್ಯೆ ಆಗ್ತದೆ. ಬೀಜ ಬಿತ್ತಿ ಸುಮ್ಮನೆ ಹುಟ್ಟಿಸಿ ಬಿಟ್ರೆ ಆಗಲ್ಲ, ಬೆಳೆಸೋ ಜವಾಬ್ದಾರಿನೂ ಗೊತ್ತಿರಬೇಕು" ಎಂದು ಹೇಳಿಬಿಟ್ಟಿದ್ದ. ಇವರಿಗೆ ವಿಚಿತ್ರ ತಳಮಳವಾಗಿ, ಮಗನನ್ನು ಬೆಳೆಸುವುದರಲ್ಲಿ ತಾನು ಎಲ್ಲಿ ತಪ್ಪಿದೆ ಎಂದು ಪಾಪಪ್ರಜ್ಞೆಯಲ್ಲಿ ಬಳಲಿದ್ದರು.

ಮೋಹನಸ್ವಾಮಿ ಹೈಸ್ಕೂಲಿನಲ್ಲಿದ್ದಾಗ ಮಾಡುತ್ತಿದ್ದ ಒಂದು ವಿಚಿತ್ರ ವರ್ತನೆ ಅವರ ಕುತೂಹಲವನ್ನು, ಆತಂಕವನ್ನು ಹೆಚ್ಚಿಸಿತ್ತು. ಅವರ ಮನೆಯಲ್ಲಿ ಒಂದು ಬಾವಿಯಿತ್ತು. ಅವರ ತಾತ ತೋಡಿಸಿದ ಆ ಬಾವಿಯ ಬಗ್ಗೆ ಅವರಿಗೆ ವಿಶೇಷ ಪ್ರೀತಿಯಿತ್ತು. ಪ್ರತಿ ನಿತ್ಯ ಅಲ್ಲಿಯೇ ಸ್ನಾನ ಮಾಡುವ ಅಭ್ಯಾಸವನ್ನು ಅವರು ಇಟ್ಟುಕೊಂಡಿದ್ದರು. ತಾಮ್ರದ ಕೊಡವನ್ನು ಬಾವಿಗೆ ಬಿಟ್ಟು, ನಾಲ್ಕು ಕೊಡ ನೀರು ಸೇದಿಕೊಂಡು ಮೈಗೆ ಸುರುವಿಕೊಂಡರೇನೆ ಅವರಿಗೆ ಸ್ನಾನ ಮಾಡಿದ ಅನುಭವವಾಗುತ್ತಿತ್ತು. ಎಂತಹ ಚಳಿಗಾಲದಲ್ಲೂ ಅವರು ಆ ಅಭ್ಯಾಸವನ್ನು ಬಿಟ್ಟಿರಲಿಲ್ಲ. ತಮ್ಮ ಪಟ್ಟೆಪಟ್ಟೆ ಒಳ ಚಡ್ಡಿಯ ಮೇಲೆ ಸ್ನಾನ ಮಾಡಿ, ಅನಂತರ ಟವೆಲ್ಲಿನಿಂದ ಸಂಪೂರ್ಣವಾಗಿ ಮೈ ಒರೆಸಿಕೊಂಡು, ಟವೆಲ್ಲನ್ನು ಹಿಂಡಿ, ಅದನ್ನೇ ಸುತ್ತಿ ಎಡಗೈಯಲ್ಲಿ ಹಿಡಿದುಕೊಂಡು, ಬಲಗೈಯಿಂದ ಒದ್ದೆಯಾದ ಚಡ್ಡಿಯನ್ನು ಹಗೂರಕ್ಕೆ ಜಾರಿಸಿ, ಅನಂತರ ಟವೆಲನ್ನು ಗಟ್ಟಿ ಬಿಗಿದುಕೊಂಡು, ಚಡ್ಡಿಯನ್ನು

ಬಾವಿಯ ಕಲ್ಲಿನ ಮೇಲೆಯೇ ಸೋಪು ಹಚ್ಚಿ ಒಗೆದು, ಹಿತ್ತಲಿನಲ್ಲಿದ್ದ ಹಗ್ಗಕ್ಕೆ ಅದನ್ನು ಹರವಿ, ದೇವರ ಮನೆಗೆ ಹೋಗುತ್ತಿದ್ದರು.

ಆ ಹೊತ್ತಿನಲ್ಲಿ ಪುಟ್ಟ ಹುಡುಗ ಮೋಹನಸ್ವಾಮಿ ಮಾಳಿಗೆಗೆ ಅವಸರದಿಂದ ಓಡಿ ಹೋಗುತ್ತಿದ್ದ ಸಂಗತಿ ಮೊದಮೊದಲಿಗೆ ಅವರ ಗಮನಕ್ಕೇ ಬಂದಿರಲಿಲ್ಲ. "ಹಂಗ್ಯಾಕೆ ಅವಸರ ಮಾಡಿಕೊಂಡು ಓಡ್ತೀಯೋ, ಬಿದ್ದು ಗಿದ್ದಿ" ಎಂದು ಅವನಿಗೆ ಬುದ್ಧಿ ಹೇಳಿದ್ದರು. ಆದರೆ ಪ್ರತಿನಿತ್ಯ ಇದೇ ವರ್ತನೆ ಪುನರಾವರ್ತನೆಯಾದಾಗ ಅವರಿಗೆ ಅನುಮಾನ ಶುರುವಾಗಿತ್ತು. "ಇಷ್ಟು ಹೊತ್ತಿನಾಗೆ ಮಾಳಿಗಿ ಯಾಕೆ ಹತ್ತುತ್ತಿದ್ದಿ?" ಎಂದು ಒಂದು ಬಾರಿ ಅವನನ್ನು ಜಬರಿಸಿ ಕೇಳಿದಾಗ ಸರಿಯಾದ ಉತ್ತರ ಸಿಕ್ಕಿರಲಿಲ್ಲ. ಒಮ್ಮೆ ತಲೆಯಲ್ಲಿ ಅನುಮಾನ ಹೊಕ್ಕ ನಂತರ ಅವರು ಸೂಕ್ಷ್ಮವಾಗಿ ಅವನನ್ನು ಗಮನಿಸಲಾರಂಭಿಸಿದರು. ಮಾಳಿಗೆಯ ಕುಂಬಿಯಿಂದ ಪುಟ್ಟ ಕಣ್ಣುಗಳು ತಮ್ಮತ್ತಲೇ ನೋಡುತ್ತಿವೆಯೆಂಬುದು ಅವರಿಗೆ ಗೊತ್ತಾಯಿತು. ತಾವು ಬಟ್ಟೆ ಬದಲಿಸುವಾಗ ತಮ್ಮ ಬೆತ್ತಲನ್ನು ನೋಡಲು ಮೋಹನಸ್ವಾಮಿ ಹಾಗೆ ಮಾಳಿಗೆಗೆ ಓಡಿ ಹೋಗುತ್ತಿದ್ದಾನೆ ಎಂಬ ಸತ್ಯ ಗೋಚರವಾಗಿ ಅತ್ಯಂತ ಅಸಹ್ಯ ಮತ್ತು ದುಃಖವಾಗಿತ್ತು. ದೇವರ ಮುಂದೆ ಪೂಜೆ ಮಾಡುವಾಗ "ಇದೇನು ಕಷ್ಟ ತಂದೆಯೋ ಭಗವಂತಾ" ಎಂದು ಸಂಕಟವನ್ನು ತೋಡಿಕೊಂಡಿದ್ದರು. ಅಂದಿನಿಂದ ತಾವು ಸ್ನಾನ ಮಾಡುವಾಗ ಅವನು ಮಾಳಿಗೆಗೆ ಓಡಿ ಹೋಗುವುದು ಕಂಡರೆ "ಏಯ್ ಮೋಹನ, ಸುಮ್ಮ ಸುಮ್ಮನೆ ಮಾಳಿಗಿ ಯಾಕೆ ಹತ್ತುತಿ? ಇಳೀ ಕೆಳಗೆ. ಮನಿಯಾಗೆ ಓದ್ತಾ ಕೂಡು ಹೋಗು" ಎಂದು ಅವನನ್ನು ಜಬರಿಸಿ ಮನೆಗೆ ಕಳುಹಿಸಿ, ಆ ಅಸಹ್ಯ ವರ್ತನೆಯನ್ನು ನಿಲ್ಲಿಸಿದರು. ಆದರೆ ಬರೀ ಜಬರಿಸುವುದರಿಂದ ವ್ಯಕ್ತಿಯೊಬ್ಬನ ಮೂಲಭೂತ ಸ್ವಭಾವವನ್ನು ಬದಲಿಸಲು ಸಾಧ್ಯವೆ?

ಅಷ್ಟು ಸುಲಭವಾಗಿ ಮಗನ ಸ್ವಭಾವ ತಾವು ಪತ್ರಿಕೆಯಲ್ಲಿ ಓದಿದಂತಹದ್ದೆಂದು ಒಪ್ಪಿಕೊಳ್ಳಲು ಸುಬ್ಬರಾಯರು ಸಿದ್ಧವಿರಲಿಲ್ಲ. "ಏನೋ ಹುಡುಗು ಬುದ್ಧಿಯಿರಬೇಕು" ಎಂದು ಮನಸ್ಸಿಗೆ ಸಮಾಧಾನ ಮಾಡಿಕೊಳ್ಳಲು ಶುರುಮಾಡಿದರು. ಆದರೆ ಅವನ ದೈಹಿಕ ಭಾಷೆ, ಧ್ವನಿಯ ಏರಿಳಿತ, ಕಣ್ಣಿನ ನೋಟಗಳು, ಆಸೆ ಪಡುವ ವಸ್ತುಗಳು ಅವರಿಗೆ ತಮ್ಮ ಅನುಮಾನವನ್ನು ಅಲ್ಲಗಳೆಯಲು ಸಹಾಯ ಮಾಡುತ್ತಿರಲಿಲ್ಲ. ಒಂದು ದಿನ ರಾತ್ರಿಯ ಹೊತ್ತಿನಲ್ಲಿ ನಡೆದ ಮತ್ತೊಂದು ಅಸಹ್ಯಕರ ಘಟನೆ ಅವರಿಗೆ ತಮ್ಮ ಮಗನ ಸ್ವಭಾವವನ್ನು ಇಂತಹದೇ ಎಂದು ಗಟ್ಟಿಯಾಗಿ ನಂಬುವಂತೆ ಮಾಡಿ ಬಿಟ್ಟಿತು.

ಅವರ ಮನೆ ಚಿಕ್ಕದು. ಎಲ್ಲರಿಗೂ ಮಲಗಿಕೊಳ್ಳಲು ಬೇರೆ ಬೇರೆ ಕೋಣೆಗಳಿರಲಿಲ್ಲ. ಇದ್ದಿದ್ದು ಬರೀ ಒಂದು ಪಡಸಾಲೆ. ಅಲ್ಲಿಯೇ ಎರಡು ಮೂರು

ಹಾಸಿಗೆಗಳನ್ನು ಹಾಸಿ, ಗೋಡೆಯ ಬದಿಗೆ ಅವರ ಪತ್ನಿ, ಅವಳ ಪಕ್ಕ ತಾವು, ತಮ್ಮ ಪಕ್ಕ ಮೋಹನಸ್ವಾಮಿ, ಅವನ ಪಕ್ಕ ಜಾನಕಿ ಮಲಗುತ್ತಿದ್ದರು. ಮಕ್ಕಳು ಪಕ್ಕವೇ ಮಲಗಿ ಇರುತ್ತಿದ್ದರಿಂದ, ಅವರಿಬ್ಬರೂ ಮಲಗಿದ ಮೇಲೆಯೇ ಪತಿ-ಪತ್ನಿಗೆ ಕೂಡಲು ಸಾಧ್ಯವಾಗುತ್ತಿತ್ತು. ಆದರೆ ಅವರು ಮಲಗುವ ತನಕ ಎಚ್ಚರದಿಂದಿರಲು ಈ ನಡು ವಯಸ್ಸಿನಲ್ಲಿ ಅವರಿಬ್ಬರಿಗೂ ಸಾಧ್ಯವಾಗುತ್ತಿರಲಿಲ್ಲ ಮತ್ತು ಅಂತಹ ಆಸಕ್ತಿಯೂ ಇತ್ತೀಚಿನ ದಿನಗಳಲ್ಲಿ ಅವರಿಗಿರಲಿಲ್ಲ. ಆದ್ದರಿಂದ ರಾತ್ರಿಯ ಹೊತ್ತು ಯಾರಿಗಾದರೂ ಒಬ್ಬರಿಗೆ ಎಚ್ಚರವಾದರೆ, ಆಗಲೇ ನಿದ್ರೆಗೆ ಜಾರಿದ್ದ ಮತ್ತೊಬ್ಬರನ್ನು ಎಬ್ಬಿಸಿ ಅವರು ಸೇರುತ್ತಿದ್ದರು. ಮಕ್ಕಳು ಸ್ವಲ್ಪ ದೊಡ್ಡವರಾದರು ಎಂದು ಗೊತ್ತಾದ ಮೇಲೆ ಈ ಪದ್ಧತಿಯನ್ನು ಅವರು ಪಾಲಿಸಿಕೊಂಡು ಬಂದಿದ್ದರು.

ಒಮ್ಮೆ ಯಾರೋ ತಮ್ಮ ಸೂಕ್ಷ್ಮ ಭಾಗವನ್ನು ಮುಟ್ಟಿ, ಸವರಾಡಿ ಎಚ್ಚರಗೊಳಿಸಿದ ಅನುಭವವಾದಾಗ, ಹೆಂಡತಿಯೇ ಎಬ್ಬಿಸಿರಬೇಕೆಂದು ತಿಳಿದು ಆಕೆಯನ್ನು ಅಪ್ಪಿಕೊಳ್ಳಲು ನೋಡಿದ್ದರು. ಗಾಢನಿದ್ರೆಯಲ್ಲಿದ್ದ ಆಕೆಗೆ ಎಚ್ಚರವಾಗಿ "ಕೆಟ್ಟ ಸೆಖಿ ಅದೆ. ಸುಮ್ಮನೆ ಮಲಕೊಳ್ರೀ, ಈವತ್ತು ಬೇಡ" ಎಂದು ಮಗ್ಗಲು ಬದಲಿಸಿದ್ದಳು. "ನೀನೇ ನನ್ನ ಎಬ್ಬಿಸಿ ಈಗ ಹಿಂಗಂತಿಯಲ್ಲೇ" ಎಂಬ ಅವರ ಗೊಣಗಾಟವನ್ನು ಕೇಳಿಸಿಕೊಳ್ಳುವಷ್ಟು ಎಚ್ಚರ ಅವರ ಪತ್ನಿಗೆ ಇರಲಿಲ್ಲ. ಈ ಘಟನೆ ಮತ್ತೊಂದೆರಡು ಬಾರಿ ಪುನರಾವರ್ತನೆಯಾದಾಗ ಅವರಿಗೆ ಅನುಮಾನ ಶುರುವಾಯ್ತು. ಪಕ್ಕದಲ್ಲಿ ಮಲಗಿದ್ದ ಮೋಹನಸ್ವಾಮಿಯನ್ನು ನೋಡಿದರು. ಸದ್ದಿಲ್ಲದೆ ಮಲಗಿದ್ದ ಅವನನ್ನು ನೋಡಿದ ತಕ್ಷಣ ಅವರಿಗೆ ಅವನೇ ಈ ಕೆಲಸ ಮಾಡಿರಬೇಕೆಂಬ ಅನುಮಾನ ಖಚಿತವಾಯ್ತು. ಮೋಹನಸ್ವಾಮಿ ನಿದ್ದೆ ಮಾಡುವಾಗ ಗೊರಕೆ ಹೊಡೆಯುತ್ತಾನೆ ಎನ್ನುವುದನ್ನು ಬಲ್ಲರು. ಈಗ ಗೊರಕೆಯ ಸದ್ದೇ ಇರಲಿಲ್ಲ. ಆದರೆ ಗಟ್ಟಿಯಾಗಿ ಕಣ್ಣು ಮುಚ್ಚಿಕೊಂಡಿದ್ದ. ಅವನನ್ನು ಸ್ವಲ್ಪ ಅಲುಗಾಡಿಸಲು ಪ್ರಯತ್ನಪಟ್ಟರು. ಏನು ಮಾಡಿದರೂ ಅವನು ಎಚ್ಚರಗೊಳ್ಳಲಿಲ್ಲ. ಕಳ್ಳ ನಿದ್ದೆ ಮಾಡುವವರನ್ನು ಎಬ್ಬಿಸುವುದು ಹೇಗೆ? ತಮ್ಮದೇ ಮಗನ ಈ ಅಸಹ್ಯ ವರ್ತನೆಯನ್ನು ಜೀರ್ಣಿಸಿಕೊಳ್ಳಲಾಗದ ಅವರು, ಹಾಸಿಗೆಯಲ್ಲಿ ಬಹಳ ಹೊತ್ತು ತಲೆಯ ಮೇಲೆ ಕೈ ಹೊತ್ತು ಕುಳಿತಿದ್ದರು. ಕಣ್ಣಿಂದ ನೀರು ಸುರಿದು ದಿಂಬಿನಲ್ಲಿ ಕರಗಿ ಹೋಗಿತ್ತು.

ಆದರೆ ಈ ವಿಷಯವನ್ನು ಮರುದಿನ ಸುಭದ್ರಮ್ಮಗೆ ಪೂರ್ಣವಾಗಿ ಹೇಳಲು ಹೋಗಲಿಲ್ಲ. ಇಂತಹ ಅಪ್ರಿಯ ಸತ್ಯವನ್ನು ಅರ್ಥ ಮಾಡಿಕೊಳ್ಳುವ ಪ್ರಪಂಚಜ್ಞಾನ ಆಕೆಗಿಲ್ಲ ಎಂಬುದು ಅವರಿಗೆ ಗೊತ್ತಿತ್ತು. ಆದರೆ ಒಂದು ಬದಲಾವಣೆಯನ್ನು ತಂದರು. "ಮಕ್ಕಳು ದೊಡ್ಡವರಾಗ್ಯಾರೆ. ಇನ್ನು ಮುಂದೆ ದೂರ ಮಲಗಿಕೊಳ್ಳಲಿ" ಎಂದು ಹೇಳಿ, ಅವರ ಹಾಸಿಗೆಯನ್ನು ಮತ್ತೊಂದು ಮೂಲೆಗೆ ತಳ್ಳಿದರು.

ಸುಭದ್ರಮ್ಮಗೆ ಅದು ಅಷ್ಟು ಇಷ್ಟವಾಗಲಿಲ್ಲ. "ಸಣ್ಣ ಹುಡುಗರು ಅವರು, ದೂರದಾಗೆ ಮಲಗಿಕೊಂಡ್ರೆ ಹೆದರಿಕೊಂಡಾರು" ಎಂದು ಅದನ್ನು ವಿರೋಧಿಸಿದರು. "ನೀನು ಸ್ವಲ್ಪ ಹೇಳಿದ ಮಾತು ಕೇಳೋದು ಕಲಿ" ಎಂದು ಸುಬ್ಬರಾಯರು ಸಿಡುಕಿದ್ದರು. ಯಾವತ್ತೂ ಧ್ವನಿಯೆತ್ತರಿಸದ ಅವರು, ಅಪರೂಪಕ್ಕೊಮ್ಮೆ ತಮ್ಮನ್ನು ವಿರೋಧಿಸಿದರೆ ಆಕೆ ಸುಮ್ಮನಾಗಿ ಬಿಡುತ್ತಿದ್ದಳು. ಅಂದಿನಿಂದ ಮಕ್ಕಳು ದೂರ ಮಲಗಲಾರಂಭಿಸಿದರು. ಮೋಹನಸ್ವಾಮಿಗೆ ಸೂಕ್ಷ್ಮವಾಗಿ ಅಪ್ಪನ ವರ್ತನೆಯು ಅರ್ಥವಾಗಿತ್ತು. ಅಪ್ಪನ ವಿಷಯದಲ್ಲಿ ಜಾಗೃತನಾದ. ಕೆಲವೇ ದಿನಗಳಲ್ಲಿ ಅವನ ಆಸಕ್ತಿ ಹರೆಯದ ಹುಡುಗರ ಕಡೆ ತಿರುಗಿಕೊಂಡಿದ್ದರಿಂದ, ವಯಸ್ಸು ದಾಟಿದ ಅಪ್ಪ ಅವನ ಆಕರ್ಷಣೆಯ ಪರಿಧಿಯಿಂದ ದೂರವಾದ.

^^^

ಮಗನ ಸ್ವಭಾವ ಇಂತಹದೇ ಎಂದು ಅರ್ಥವಾದ ಮೇಲೆ ಅವನನ್ನು ಬಯ್ಯುವುದು, ಹೊಡೆಯುವುದು ಮಾಡುವುದಕ್ಕೆ ಸುಬ್ಬರಾಯರು ಹಿಂಜರಿದರು. ಅದಕ್ಕೆ ಒಂದು ಪ್ರಬಲವಾದ ಕಾರಣವಿತ್ತು. ಅವರ ಬಾಲ್ಯದ ಗೆಳೆಯ ತಿಪ್ಪೇಸ್ವಾಮಿಯ ಹೆಣ ಬಾವಿಯಲ್ಲಿ ತೇಲಿದ ದೃಶ್ಯ ಈಗಲೂ ಅವರ ಕಣ್ಣ ಮುಂದೆ ಬರುತ್ತಿತ್ತು. ಎಲ್ಲರನ್ನೂ ನಗಿಸುತ್ತಾ, ತಾನೂ ನಲಿಯುತ್ತಾ, ಶಾಲೆಯಲ್ಲಿ ಅತ್ಯಂತ ಜಾಣನಾಗಿದ್ದ ತಿಪ್ಪೇಸ್ವಾಮಿಯ ಹೆಣವು, ಜಾತ್ರೆಯ ಮರುದಿನ ಊರಿನ ಬಾವಿಯಲ್ಲಿ ತೇಲಾಡಿದ್ದು ನೆನೆದರೆ ಈಗಲೂ ಅವರ ಕೈಕಾಲಲ್ಲಿ ನಡುಕ ಬರುತ್ತದೆ. ಇಡೀ ಊರಿಗೆ ಊರೇ ಬಾವಿಯ ಮುಂದೆ ನೆರೆದಿತ್ತು. ಹತ್ತನೆಯ ತರಗತಿಯಲ್ಲಿ ಓದುತ್ತಿದ್ದ ಹುಡುಗನೊಬ್ಬನ ಹೆಣವನ್ನು ನೋಡುವಾಗ ಭಯ, ದುಃಖ, ಬೇಸರಗಳೆಲ್ಲವೂ ಆಗಿದ್ದವು. ಹರೆಯದ ಯುವಕರು ಅವನ ಹೆಣವನ್ನು ತೆಗೆಯುವ ಪ್ರಯತ್ನದಲ್ಲಿದ್ದಾಗ, ತಿಪ್ಪೇಸ್ವಾಮಿಯ ಅಪ್ಪ ಹತ್ತಿರದಲ್ಲಿ ಕಟ್ಟೆಯ ಮೇಲೆ ಕುಳಿತು ದುಃಖಿಸುತ್ತಿದ್ದ ದೃಶ್ಯ ನೆನೆದರೆ ಕರುಳು ಕಿವುಚುತ್ತಿತ್ತು. ಆದರೆ ಅವನ ಆತ್ಮಹತ್ಯೆಗೆ ಸರಿಯಾದ ಕಾರಣ ಅಲ್ಲಿ ನೆರೆದ ಯಾರಿಗೂ ಗೊತ್ತಿರಲಿಲ್ಲವಾದ್ದರಿಂದ ಮನಸ್ಸಿಗೆ ತೋಚಿದಂತೆ ಊಹಿಸುತ್ತಿದ್ದರು. ಮರುದಿನ ಶಾಲೆಯ ಪ್ರಾರ್ಥನೆಯ ಸಮಯದಲ್ಲಿ ತಿಪ್ಪೇಸ್ವಾಮಿಯ ಆತ್ಮಕ್ಕೆ ಶಾಂತಿ ಕೋರಲು ಒಂದು ನಿಮಿಷ ಮೌನಾಚರಣೆ ಮಾಡಿದಾಗ ತಮ್ಮ ಗೆಳೆಯ ಇನ್ನು ತಮಗೆ ಸಿಗುವುದಿಲ್ಲ ಎಂಬ ಭೀಕರ ಸತ್ಯಕ್ಕೆ ನಲುಗಿ ಇವರು ಬಿಕ್ಕಿದ್ದರು. ಗೆಳೆಯ ತಿಪ್ಪೇಸ್ವಾಮಿಯ ಸಾವಿಗೆ ಕಾರಣವನ್ನು ಅವರು ಊಹಿಸಬಲ್ಲವರಾಗಿದ್ದರು. ಎರಡು ದಿನಗಳ ಹಿಂದೆ ಊರಿನ ಜಾತ್ರೆಯಲ್ಲಿ ನಡೆದ ಒಂದು ಘಟನೆ ಅದಕ್ಕೆ ತಳುಕು ಹಾಕಿಕೊಂಡಿತ್ತು.

ಅವತ್ತು ಊರಿನ ಜಾತ್ರೆಯಿತ್ತು. ಸುತ್ತಲಿನ ಹತ್ತಾರು ಊರಿನವರು ಬರುವ ದೊಡ್ಡ ಜಾತ್ರೆಯದು. ಒಂದೇ ಸಲಕ್ಕೆ ಜೋಡಿ ರಥವನ್ನು ಎಳೆಯುವಾಗ ಎಲ್ಲಿ ನೋಡಿದರಲ್ಲಿ ಜನರು ಕಾಣುತ್ತಿದ್ದರು. ಸುಬ್ಬರಾಯ, ತಿಪ್ಪೇಸ್ವಾಮಿ ಮತ್ತು ಅವರ ಗೆಳೆಯರೆಲ್ಲರೂ ಜಾತ್ರೆಯಲ್ಲಿ ಹಲವಾರು ಆಸೆಗಳನ್ನು ಇಟ್ಟುಕೊಂಡು ಹೋಗಿದ್ದರು. ಅದರಲ್ಲಿ ಮುಖ್ಯವಾದದ್ದು ಹುಡುಗಿಯರನ್ನು ನೋಡುವುದು, ಸಾಧ್ಯವಾದರೆ ಅವರ ದೇಹವನ್ನು ಕಳ್ಳತನದಲ್ಲಿ ಸವರುವುದಾಗಿತ್ತು. ತಿಪ್ಪೇಸ್ವಾಮಿಯೂ ಅವರ ಜೊತೆ ಉತ್ಸಾಹದಿಂದ ಸೇರಿಕೊಂಡಿದ್ದ. ಆದರೆ ಹುಡುಗಿಯರ ವಿಷಯದಲ್ಲಿ ಅವನ ಆಸಕ್ತಿ ಕಡಿಮೆಯೆಂದು ಸುಬ್ಬರಾಯರಿಗೆ ಗೊತ್ತಿತ್ತು. ಹುಡುಗಿಯರ ಬಗ್ಗೆ ಉತ್ಸಾಹದಿಂದ ಮಾತನಾಡುವುದಾಗಲಿ, ಅವರ ಕಡೆ ದಿಟ್ಟಿಸಿ ನೋಡಿ ಕೈಗೆ ಸಿಗುತ್ತಿಲ್ಲವೆಂಬ ಹತಾಶೆಯಿಂದ ಒದ್ದಾಡುವುದಾಗಲಿ ಅವನಲ್ಲಿ ಕಾಣುತ್ತಿರಲಿಲ್ಲ. ಸುಮ್ಮನೆ ಎಲ್ಲರೂ ಹುಡುಗಿಯರ ಬಗ್ಗೆ ಮಾತನಾಡುವಾಗ, ಗುಂಪಿನಿಂದ ಹೊರಗುಳಿಯುವ ಭಯದಲ್ಲಿ ಅವನೂ ಏನೋ ವಿಪರೀತವಾಗಿ ಹುಡುಗಿಯರ ಬಗ್ಗೆ ಹೇಳುತ್ತಿದ್ದನಾದರೂ, ಅದು ನೈಜವಲ್ಲವೆಂಬ ಭಾವ ಇವರಿಗೆ ಬರುತ್ತಿತ್ತು. ಅವನು ತನ್ನನ್ನು ಅಗತ್ಯಕ್ಕಿಂತಲೂ ಹೆಚ್ಚಾಗಿ ಮುಟ್ಟುವುದು, ಮೈಮೇಲೆ ಬೀಳುವುದು, ಮೂತ್ರ ಹೊಯ್ಯಲು ಹೋದಾಗ ತನ್ನ ಕಡೆಗೆ ಆಸೆಯ ಕಂಗಳಿಂದ ನೋಡುವುದನ್ನು ಸುಬ್ಬರಾಯರು ಗಮನಿಸಿದ್ದರು. ಆದರೆ ಆ ಚಿಕ್ಕ ವಯಸ್ಸಿನಲ್ಲಿ ಅದು ಅಸಹಜವೆಂದು ಅವರಿಗೆ ಅನ್ನಿಸಿರಲಿಲ್ಲ.

ಜಾತ್ರೆಯ ಗಲಾಟೆಯಲ್ಲಿ ನಡೆದದ್ದು ಒಂದು ಚಿಕ್ಕ ಘಟನೆಯಾಗಿತ್ತು. ಇವರೆಲ್ಲಾ ತಮ್ಮ ಕಣ್ಣಿಗೆ ಕಂಡ ಹುಡುಗಿಯರ ಮುಟ್ಟಾಟದಲ್ಲಿ ತೊಡಗಿದಾಗ, ಇದ್ದಕ್ಕಿದ್ದಂತೆಯೇ ಊರಿನ ಹಿರಿಯರೊಬ್ಬರ ದೊಡ್ಡ ಮಗ ರುದ್ರೇಗೌಡ ಕೆನಲಿ ಕೆಂಡವಾಗಿ, ತಿಪ್ಪೇಸ್ವಾಮಿಯ ಅಂಗಿಯನ್ನು ಹಿಡಿದುಕೊಂಡು ಕೆನ್ನೆಗೆ ರಪರಪನೆ ಬಾರಿಸಿದ್ದ. ಅದಕ್ಕೆ ವಿರೋಧಿಸದ ತಿಪ್ಪೇಸ್ವಾಮಿ "ತಪ್ಪಾಯ್ತು, ತಪ್ಪಾಯ್ತು" ಎಂದು ಬೇಡಿಕೊಳ್ಳುತ್ತಿದ್ದ. ರುದ್ರೇಗೌಡನಿಗೆ ಅದರಿಂದ ಸಮಾಧಾನವಾಗದೆ, ಮತ್ತೊಮ್ಮೆ ಕೆನ್ನೆಗೆ ಬಿಗಿದು ನೆಲಕ್ಕೆ ದೂಡಿದ್ದ. ಇವರೆಲ್ಲಾ "ಏನಾಯ್ತು, ಏನಾಯ್ತು" ಎಂದು ವಿಚಾರಿಸಿದರೂ ಇಬ್ಬರೂ ಉತ್ತರವನ್ನು ಕೊಡಲಿಲ್ಲ. ತಿಪ್ಪೇಸ್ವಾಮಿ ಅಳುತ್ತಾ ಮನೆಗೆ ಹೋಗಿದ್ದ.

ರುದ್ರೇಗೌಡ ಅಲ್ಲಿಗೇ ಆ ಸಂಗತಿಯನ್ನು ಬಿಡಲಿಲ್ಲ. ಅದಕ್ಕೆ ಕಾರಣ ತಿಪ್ಪೇಸ್ವಾಮಿಯ ಮತ್ತು ರುದ್ರೇಗೌಡನ ಕುಟುಂಬಕ್ಕೂ ಇದ್ದ ದ್ವೇಷ. ಜಾತ್ರೆಯ ಮರುದಿನ ಬೆಳಿಗ್ಗೆ ಬೆಳಿಗ್ಗೆ ರುದ್ರೇಗೌಡ ಅವರ ಮನೆಗೆ ಹೋಗಿದ್ದೇ, ಅಂಗಳದಲ್ಲಿ ನಿಂತು ಕೂಗಾಡಿ ಬಿಟ್ಟಿದ್ದ. ಜನರೆಲ್ಲಾ ಸೇರಿದ್ದರು. "ಅಪ್ಪ ಅನ್ನಿಸಿಗೊಂಡೋನು ಅದೆಂತಾ ಮಗನ್ನ ಹುಟ್ಟಿಸೀಯಲೇ ಮಾವಾ? ನಿನ್ನೆ ಜಾತ್ರೆನಾಗೆ ನಿನ್ನ ಮಗ ನನ್ನ ತುನ್ನಿಗೆ ಕೈ ಹಾಕಿ ಎಳೆದಾಡಿ ಬಿಟ್ಟ. ಅವನು ಗಂಡಸಾ, ಬೇರೆ ಇನ್ನೇನನ್ನಾ? ಸುಮ್ಮನೆ

ಸೀರೆ ಉಡುಸಿ ಜೋಗತಿ ಮಾಡು" ಅಂತ 'ಥೂ' ಎಂದು ನೆಲಕ್ಕೆ ಉಗಿದು, ನಡೆದ ಸಂಗತಿಯನ್ನು ಅಷ್ಟೂ ಜನರಿಗೆ ತಿಳಿಯುವಂತೆ ಅರುಹಿದ್ದ. ನೆರೆದ ಜನರೆಲ್ಲಾ ಮುಸಿಮುಸಿ ನಕ್ಕಿದ್ದರು. ತಿಪ್ಪೇಸ್ವಾಮಿಯ ಅಪ್ಪನಿಗೆ ದೊಡ್ಡ ಅವಮಾನವಾಗಿತ್ತು. ಮಗನನ್ನು ಹಿಡಿದು ತಂದು "ಹಂಗೆ ಮಾಡಿದಿಯೇನಲೆ, ಬೊಗಳು" ಎಂದು ಕೇಳಿದ್ದ. ಅದಕ್ಕೆ ಹೆದರಿಕೊಂಡ ತಿಪ್ಪೇಸ್ವಾಮಿ "ತಪ್ಪಾಯ್ತು, ತಪ್ಪಾಯ್ತು. ಇನ್ನೊಮ್ಮೆ ಹಂಗೆ ಮಾಡಲ್ಲ" ಎಂದು ಅವರಪ್ಪನಿಗೆ ಅಳುತ್ತಾ ಬೇಡಿಕೊಂಡಿದ್ದ. ಅವರಪ್ಪನ ಮರ್ಯಾದೆ ಇಡೀ ಊರಿನ ಜನರ ಮುಂದೆ ಹೊರಟು ಹೋಗಿತ್ತು. ಜನ್ಮಾಂತರದ ದ್ವೇಷವನ್ನೆಲ್ಲಾ ಸೇರಿಸಿಕೊಂಡು, ಅಲ್ಲಿಯೇ ಹತ್ತಿರದಲ್ಲಿದ್ದ ಹುಣಸೆ ಮರದ ಬರಲನ್ನು ತೆಗೆದುಕೊಂಡು ರಪರಪನೆ ಬಾರಿಸಿ ಬಡಿದಿದ್ದ. ಅವನ ಮೈಮೇಲೆ ಬಾಸುಂಡೆಗಳು ಮೂಡಿದರೂ ಅವನ ಸಿಟ್ಟು ಶಮನವಾಗಿರಲಿಲ್ಲ. ಕೊನೆಗೆ ಯಾರೋ ಹಿರಿಯರು ಹೋಗಿ ಬಿಡಿಸಿಕೊಳ್ಳಬೇಕಾಯ್ತು. ಆ ಗುಂಪಿನಲ್ಲಿ ಇದ್ದ ತನ್ನ ಗೆಳೆಯ ಸುಬ್ಬರಾಯನನ್ನು ಅತ್ಯಂತ ದೀನವಾದ ದೃಷ್ಟಿಯಲ್ಲಿ "ಹೇಗಾದರೂ ಮಾಡಿ ಕಾಪಾಡು" ಎನ್ನುವಂತೆ ತಿಪ್ಪೇಸ್ವಾಮಿ ನೋಡಿದ ನೋಟ, ಸುಬ್ಬರಾಯರಿಗೆ ಈಗಲೂ ಮೈಯಲ್ಲಿ ನಡುಕ ಹುಟ್ಟಿಸುತ್ತೆ.

ಮರುದಿನ ಬೆಳಿಗ್ಗೆ ತಿಪ್ಪೇಸ್ವಾಮಿಯ ಹೆಣ ಊರಿನ ದೊಡ್ಡ ಬಾವಿಯಲ್ಲಿ ತೇಲಾಡಿತ್ತು. ನೀರು ಕುಡಿದ ಹೆಣ ಊದಿಕೊಂಡಿತ್ತು. ಹೆಣದ ಮೈಮೇಲೆ ಬಾಸುಂಡೆಗಳು ಇನ್ನೂ ಸ್ಪಷ್ಟವಾಗಿ ಕಾಣುತ್ತಿದ್ದವು. "ಏನೋ ಸಿಟ್ಟಿಗೆ ಅಪ್ಪ ಹೊಡೆದರೆ ಈ ಹುಡುಗ ಹಿಂಗೆ ಮಾಡೋದಾ?" ಅಂತ ಊರಿನ ಜನ ತಿಪ್ಪೇಸ್ವಾಮಿಯದೇ ತಪ್ಪೆನ್ನುವಂತೆ ಮಾತನಾಡಿದ್ದರು. ರುದ್ರೇಗೌಡ ಹೆಣ ನೋಡಲು ಬಂದಿದ್ದ. "ಹರೆಯದ ಹುಡುಗ ತಪ್ಪು ದಾರಿ ಹಿಡೀತಿದ್ರೆ ದೊಡ್ಡೋರು ನಾವು ತಿದ್ದಬೇಕಲ್ರಿ? ಸುಮ್ಮನೆ ಇರೋಕೆ ಆಗುತ್ತಾ?" ಎಂದು ಎಲ್ಲರ ಮುಂದೆ ತನ್ನನ್ನು ಸಮರ್ಥಿಸಿಕೊಂಡು ಹೇಳಿದ್ದ.

ತನ್ನ ಮಗ ಮೋಹನಸ್ವಾಮಿ ಆ ದಾರಿಯನ್ನೆಲ್ಲಿ ತುಳಿಯುತ್ತಿದ್ದಾನೋ ಎಂಬ ಭಯ ಸದ್ದಿಲ್ಲದೆ ಸುಬ್ಬರಾಯರ ಹೃದಯದಲ್ಲಿ ಬೇರೂರಿತ್ತು. ಚಿಕ್ಕಂದಿನಲ್ಲಿ ಸರಿಯಾಗಿ ಅರ್ಥವಾಗದ ಗೆಳೆಯ ತಿಪ್ಪೇಸ್ವಾಮಿಯ ವರ್ತನೆ, ಈಗ ಮಗನನ್ನು ನೋಡುವಾಗ ಪೂರ್ತಿಯಾಗಿ ಸ್ಪಷ್ಟವಾಗಿತ್ತು. ಅವನ ಕಣ್ಣುಗಳನ್ನು ದಿಟ್ಟಿಸಿ ನೋಡಿದಾಗ ಅವರಿಗೆ ತಿಪ್ಪೇಸ್ವಾಮಿಯನ್ನೇ ಕಂಡಂತಾಗಿ ಬೆಚ್ಚಿ ಬೀಳುತ್ತಿದ್ದರು. ಆದ್ದರಿಂದ ಯಾವತ್ತೂ ಅವನನ್ನು ಕಟುವಾಗಿ ನಿಂದಿಸುವುದಾಗಲಿ, ಹೊಡೆಯುವುದಾಗಲಿ ಮಾಡಲಿಲ್ಲ. ಆದರೆ ಒಳಗೊಳಗೇ ಮಗನ ಸ್ವಭಾವ ಅವರನ್ನು ಕಾಡುತ್ತಿತ್ತು. ಅವನನ್ನು ಆಡಿಸಿ, ನಗಿಸಿ, ಎತ್ತಿ ಮುದ್ದಾಡುತ್ತಿದ್ದ ಅವರ ಸ್ವಭಾವವನ್ನು ಅವರಿಗೆ ಮತ್ತೆ ಮುಂದುವರೆಸಲು

ಸಾಧ್ಯವಾಗಲಿಲ್ಲ. ತಮ್ಮ ಪುರುಷತ್ವದ ಸೋಲಿನಂತೆ ಅವನು ಅವರ ಕಣ್ಣಿಗೆ ಕಾಣುತ್ತಿದ್ದ. ಯಾರಿಗಾದರೂ ತಮ್ಮ ನೋವನ್ನು ಹೇಳಿಕೊಳ್ಳಲೇ ಬೇಕಾಗಿತ್ತು. ಒಂದು ದಿನ ಹಗೂರಕ್ಕೆ ಸುಭದ್ರಮ್ಮನ ಮುಂದೆ ಆ ವಿಷಯವನ್ನು ತೆಗೆದರು.

"ಯಾಕೋ ಮೋಹನನ ಬೆಳವಣಿಗೆ ಸರಿಯಾಗಿ ಆಗ್ತಾ ಇಲ್ಲ ಅನ್ನಿಸ್ತಾ ಅದೆ" ಅಂತ ನಿಧಾನಕ್ಕೆ ವಿಷಯವನ್ನು ತೆಗೆದರು. ಆಕೆಗೆ 'ಗೇ', 'ಹೋಮೋ' ಅನ್ನುವ ಪದಗಳು ಖಂಡಿತಾ ತಿಳಿದಿಲ್ಲವೆಂದು ಅವರಿಗೆ ಗೊತ್ತಿತ್ತು. ಆದ್ದರಿಂದ ಸಾಧ್ಯವಾದಷ್ಟು ಸೌಮ್ಯ ಸ್ವರೂಪದಲ್ಲಿ ಅವನ ಪರಿಸ್ಥಿತಿಯನ್ನು ವಿವರಿಸಲು ಪ್ರಯತ್ನಿಸಿದರು. ಆದರೆ ಸುಭದ್ರಮ್ಮಗೆ ಗಂಡ ಹೇಳಲು ಪ್ರಯತ್ನಿಸುತ್ತಿರುವುದೇನೆಂದು ಊಹಿಸಲೂ ಸಾಧ್ಯವಿರಲಿಲ್ಲ.

"ಅವನಿಗೇನು ಆಗ್ಯದೆ? ಉಂಡು-ತಿಂದು ಗಟ್ಟಿ ಮುಟ್ಟಿಯಾಗಿದ್ದಾನೆ... ನೋಡಿದ್ರೆ ದೃಷ್ಟಿ ತಾಕೋ ಹಾಗೆ ಎತ್ತರಕ್ಕೆ ಬೆಳದಾನೆ" ಎಂದು ಪ್ರತಿಯುತ್ತರಿಸಿದರು.

"ಅದಲ್ಲನೇ... ಯಾಕೋ ಗಂಡಸ್ತನ ಬಂದಿಲ್ಲ ಅನ್ನಿಸ್ತದೆ... ಮದುವಿ ಆಗೋ ಹಂಗಿಲ್ಲೇನೋ ಅಂತ ಅನುಮಾನ ಬರ್ತದೆ..." ಎಂದು ಉಗುಳು ನುಂಗುತ್ತಾ ಹೇಳಿದ್ದರು.

ಸುಭದ್ರಮ್ಮ ಆ ಮಾತಿಗೆ ಸಿಟ್ಟಿಗೆದ್ದರು. "ನಿಮಗೆ ತಲಿ ನೆಟ್ಟಗದೇನ್ರಿ? ಏನು ಮಾತು ಅಂತ ಆಡ್ತಿದೀರಿ? ಹೊಟ್ಟೀಲೆ ಹುಟ್ಟಿದ ಮಗಗೆ ಅಂಥಾ ಕೆಟ್ಟಮಾತು ಆಡಬಹುದಾ?" ಎಂದು ಒಂದೇ ಸಮನೆ ಅಳಲಾರಂಭಿಸಿದರು. ಯಾಕಾದ್ರೂ ಮೋಹನಸ್ವಾಮಿಯ ವಿಷಯ ಇವಳ ಮುಂದೆ ತೆಗೆದೆನೋ ಎಂದು ಸುಬ್ಬರಾಯರಿಗೆ ಖೇದವಾಗಲಾರಂಭಿಸಿತು. "ನೀನು ಎಲ್ಲಾದಕ್ಕೂ ಅಳೋದು ಮಾಡಬೇಡೆ ಮಾರಾಯ್ತಿ... ನಂಗೆ ಏನೋ ಹಂಗೆ ಅನ್ನಿಸ್ತು, ಹೇಳಿದೆ... ತಪ್ಪು ಅನ್ನಿಸಿದ್ರೆ ನೀನು ನಂಬಬೇಡ... ಹಿಂಗೆ ಅಳೋದು ನಿಲ್ಲಿಸು..." ಎಂದು ಹೇಳಿಬಿಟ್ಟು ಹಿತ್ತಲಿಗೆ ಹೊರಟು ಹೋದರು. ಅಳುವ ತನಕ ಅತ್ತು, ಅನಂತರ ಕಣ್ಣು ಒರೆಸಿಕೊಂಡ ಸುಭದ್ರಮ್ಮ, ಏನೋ ನಿರ್ಧರಿಸಿಕೊಂಡಂತೆ ಹಿತ್ತಲಿಗೆ ಬಿರು ನಡಿಗೆಯಲ್ಲಿ ಹೋಗಿ, ಗಂಡನ ಮುಂದೆ "ಯಾವತ್ತೂ ನಿಷ್ಠೆಯಿಂದ ಭಗವಂತನ ಪೂಜೆ ಮಾಡಿದಾಕಿ ನಾನು. ನನಗೆ ಅಂತಹ ಮೋಸ ಆತ ಮಾಡಲ್ಲ" ಎಂದು ದೃಢವಾದ ಧ್ವನಿಯಲ್ಲಿ ಹೇಳಿ, ಮತ್ತೆ ಮುಂದೆ ಮಾತಾಡದಂತೆ ಮನೆಯೊಳಕ್ಕೆ ದುಡುದುಡು ಹೊರಟು ಹೋದಳು.

^^^

ಗಂಡನ ಮುಂದೆ ಆವೇಶದಿಂದ ಮಗನ ಬಗ್ಗೆ ಪ್ರತಿಷ್ಠೆಯ ಮಾತಾಡಿದ್ದರೂ ಒಳಗೊಳಗೇ ಸುಭದ್ರಮ್ಮಗೆ ಕಸಿವಿಸಿಯಾಗಲಾರಂಭಿಸಿತ್ತು. ತನ್ನ ಒಡಲಿನಿಂದ ರಕ್ತ ಮಾಂಸ ಸಹಿತವಾಗಿ ಹೊರಬಿದ್ದ ತನ್ನದೇ ಜೀವದ ತುಣುಕಿನ ಬಗ್ಗೆ ಯಾವುದೇ ಅಪಸ್ವರವನ್ನು ಕೇಳಲು ಆಕೆ ಸಿದ್ಧಳಿರಲಿಲ್ಲ. ಪ್ರೀತಿಯನ್ನು ಧಾರೆಯೆರೆದು ಬೆಳೆಸಿದ ತನ್ನ ಮಗನಿಗೆ ಅಂತಹ ಕೆಡುಕು ಎಂದೂ ಆಗಲು ಸಾಧ್ಯವಿಲ್ಲವೆಂದು ಆಕೆ ದಟ್ಟವಾಗಿ ನಂಬಿದ್ದಳು. ಆದರೂ ಕಸಿವಿಸಿ. ಎಲ್ಲವೂ ಸರಿಯಿಲ್ಲವೆಂಬ ಹತಾಶೆಯ ಭಾವ. ಮೊನ್ನೆ ಮೊನ್ನೆಯವರೆಗೂ ಅವನು ಕೊಳಾಯಿಯಿಂದ ನೀರು ತರುವಾಗ ಕೊಡವನ್ನು ಕಂಕುಳಲ್ಲಿ ಹೆಂಗಸರಂತೆ ಇಟ್ಟುಕೊಂಡು ಬರುತ್ತಿದ್ದ ಎಂಬ ಸಂಗತಿ ಆಕೆಗೆ ಬೇಡ ಬೇಡವೆಂದರೂ ಕಾಡುತ್ತಿತ್ತು. ಭುಜದ ಮೇಲೆ ಇಟ್ಟುಕೊಂಡು ಬಾರೋ ಎಂದು ಯಾರೆಷ್ಟೇ ಹೇಳಿದರೂ ಒಪ್ಪಿರಲಿಲ್ಲ. ತನ್ನ ಸರಿವಯಸ್ಸಿನ ಗಂಡು ಹುಡುಗರ ಜೊತೆ ಗೋಲಿ, ಬುಗುರಿ ಆಡುವಲ್ಲಿ ಯಾವ ಆಸಕ್ತಿಯೂ ಇಲ್ಲದ ಇವನು, ತಾನು ಅಪರೂಪಕ್ಕೆ ವಯರಿನಲ್ಲಿ ಬುಟ್ಟಿ ಹೆಣೆಯುವುದನ್ನು ಶುರು ಮಾಡಿದರೆ, ತಾನು ಕಲಿಯುವುದಕ್ಕೂ ಮುಂಚೆಯೇ ಬುಟ್ಟಿಯ ಹೆಣಿಗೆಯನ್ನು ಮಾಡಿ ಮುಗಿಸಿ ಬಿಡುತ್ತಿದ್ದ. ಇಂಜಿನಿಯರಿಂಗ್ ಎರಡನೇ ವರ್ಷದಲ್ಲಿರುವಾಗಲೂ ಒಮ್ಮೆ ಮೋಹನಸ್ವಾಮಿಯ ವಿಚಿತ್ರ ಸ್ವಭಾವವನ್ನು ಗಮನಿಸಿದ್ದರು. ಕುಂಕುಮ ಮತ್ತು ತುಪ್ಪವನ್ನು ಎಡಗೈಯಲ್ಲಿ ಕಲೆಸಿ, ಕನ್ನಡಿಯ ಮುಂದೆ ನಿಂತು ಅದನ್ನು ತುಟಿಗೆ ಹಚ್ಚಿಕೊಳ್ಳುತ್ತಿರುವುದನ್ನು ಅವರು ನೋಡಿ ದಂಗಾಗಿದ್ದರು. ಆಗೊಮ್ಮೆ ಈಗೊಮ್ಮೆ ಊರಿನ ಹೆಂಗಸರು, ಮದುವೆ ಬೇಡವೆನ್ನುವ ತನ್ನ ಮಗನ ಗಂಡಸ್ತನದ ಬಗ್ಗೆ ಕುಹಕದ ಮಾತಾಡುವುದು ಅವರ ಕಿವಿಗೆ ಬಿದ್ದಿತ್ತು.

ಕೆಲಸಕ್ಕೆ ಸೇರಿ ಎರಡು ಮೂರು ವರ್ಷಗಳಾದ ಮೇಲೆ ಒಮ್ಮೆ ಮೋಹನಸ್ವಾಮಿ ಊರಿಗೆ ಬಂದಿದ್ದ. ಸಂಜೆಯ ಹೊತ್ತು ಬಂದವನು, ಗಡದ್ದಾಗಿ ಉಂಡು ಮಲಗಿಕೊಂಡಿದ್ದ. ಬೆಂಗಳೂರಿನಲ್ಲಿ ಹೋಟೆಲಿನ ಊಟಕ್ಕೆ ಬೇಸತ್ತ ಮಗ, ಮನೆಗೆ ಬಂದಾಗ ಹಾಕಿದ್ದೆಲ್ಲವನ್ನೂ ಪುಷ್ಕಳವಾಗಿ ಉಂಡು ಗೊರಕೆ ಹೊಡೆಯುತ್ತಾ ಮಲಗುವುದನ್ನು ಕಂಡಾಗ ಸುಭದ್ರಮ್ಮನಿಗೆ ಖುಷಿಯಾಗುತ್ತಿತ್ತು. ರಾತ್ರಿಯ ಒಂದು ಹೊತ್ತಿನಲ್ಲಿ ಎಲ್ಲರೂ ಮಲಗಿಕೊಂಡಿದ್ದಾಗ, ನಿಧಾನಕ್ಕೆ ಅವನ ಮಂಚದ ಬಳಿ ಹೋಗಿ ಕುಳಿತಿದ್ದರು. ತಾವು ಮಾಡಬೇಕೆಂದುಕೊಂಡ ಪರೀಕ್ಷೆ ಅವರಿಗೆ ನಾಚಿಕೆಯನ್ನು ತರುತ್ತಿತ್ತು. ಆದರೂ ಸತ್ಯವನ್ನು ಕಂಡುಕೊಳ್ಳುವ ಹಟ ಅವರದಾಗಿತ್ತು. 'ಮೋಹನ ಎಷ್ಟಾದರೂ ನನ್ನ ಮಗ, ಒಂಬತ್ತು ತಿಂಗಳು ಹೊಟ್ಟೆಯಲ್ಲಿ ಹೊತ್ತು ಹೆತ್ತವಳು ನಾನು. ಅವನು ಎಷ್ಟೇ ದೊಡ್ಡವನಾದರೂ ಈವತ್ತಿಗೂ ನನ್ನ ಪುಟ್ಟ ಕಂದನೇ ಸರಿ. ಅವನು ಹೇತ ಕುಂಡಿಯನ್ನು ತೊಳೆದವಳು ನಾನು. ಅವನನ್ನು ಬೆತ್ತಲೆಯಾಗಿ

ಬಚ್ಚಲಿನಲ್ಲಿ ನಿಲ್ಲಿಸಿ ಸ್ನಾನ ಮಾಡಿಸಿದವಳು ನಾನು. ಅವನು ಜ್ವರ ಬಂದು ಮಲಗಿದಾಗ ಚಡ್ಡಿ ಬದಲಾಯಿಸಿದವಳು ನಾನು. ನನಗ್ಯಾವ ನಾಚಿಕೆ? ನನಗೇತರ ಸಂಕೋಚ? ಭಗವಂತಾ, ನನ್ನ ತಪ್ಪನ್ನು ಕ್ಷಮಿಸು. ನನಗೆ ಯಾವ ದುರುದ್ದೇಶವೂ ಇಲ್ಲ' ಎಂದುಕೊಳ್ಳುತ್ತಾ ಧೈರ್ಯವನ್ನು ತೆಗೆದುಕೊಂಡು, ಹಗೂರಕ್ಕೆ ಅವನ ಹೊದಿಕೆಯನ್ನು ಸರಿಸಿ, ಅವನ ಲುಂಗಿಯನ್ನು ಸರಿಸಿ, ಅವನ ಶಿಶ್ನವನ್ನು ಅತ್ಯಂತ ನಾಚಿಕೆ ಮತ್ತು ಸಂಕೋಚದಿಂದ ಮುಟ್ಟಿ ನೋಡಿದ್ದಳು. ಅದು ನಿಗುರಿಕೊಂಡಿದ್ದು ಗೊತ್ತಾದದ್ದೇ ಆಕೆಗೆ ಅತ್ಯಂತ ಸಂತೋಷವಾಗಿತ್ತು. ಎಲ್ಲಾ ಅನುಮಾನಗಳು ಪರಿಹಾರವಾದಂತೆ ಆಕೆಯ ಮನಸ್ಸು ನಿರಾಳವಾಗಿತ್ತು.

ಆದರೆ ಆ ಸೂಕ್ಷ್ಮ ಭಾಗದ ಸ್ಪರ್ಶಕ್ಕೆ ಮೋಹನಸ್ವಾಮಿಗೆ ಎಚ್ಚರವಾಗಿತ್ತು. ಯಾರೋ ತನ್ನ ಮರ್ಮಾಂಗವನ್ನು ಮುಟ್ಟಿದ್ದು ಅವನಿಗೆ ಗೊತ್ತಾಗಿತ್ತು. ಎದ್ದು ಕಣ್ಣು ಬಿಟ್ಟರೆ ಮಂಚದ ತುದಿಯಲ್ಲಿ ಕುಳಿತಿರುವ ಅಮ್ಮನನ್ನು ಕಂಡು ಅವನಿಗೆ ಹೆದರಿಕೆ ಮತ್ತು ಅಸಹ್ಯವಾಗಿ ಬಿಟ್ಟಿತ್ತು. "ಏನಮ್ಮಾ ಇದು?" ಅಂತ ಅತ್ಯಂತ ದುಃಖದ ಧ್ವನಿಯಲ್ಲಿ ಕೇಳಿ, ಲುಂಗಿಯನ್ನು ಸರಿಪಡಿಸಿಕೊಂಡಿದ್ದ. ಮಗನಿಗೆ ತಮ್ಮ ವರ್ತನೆ ಗೊತ್ತಾಗಿ ಹೋಯ್ತೆಂಬ ದಿಗಿಲಾದರೂ "ತಾಯಿ ಸಂಕಟ ನಿಂಗೇನು ತಿಳೀತದೆ? ನೀನು ಗಂಡಸು ಹೌದೋ ಅಲ್ಲೋ ಅಂತ ಊರ ಜನ ಮಾತಾಡ್ಲಿಕ್ಕೆ ಶುರು ಮಾಡ್ಯಾರೆ. ಸತ್ಯ ಏನು ಅಂತ ನೀನು ಕೂಡಾ ಹೇಳುವಲ್ಲಿ. ನಾನು ಇನ್ನೇನು ಮಾಡ್ಲಿ?" ಎಂದು ಸುಭದ್ರಮ್ಮ ಮುಸಿಮುಸಿ ಅತ್ತಿದ್ದರು. ಮೋಹನಸ್ವಾಮಿಗೆ ಪರಿಸ್ಥಿತಿ ಈಗ ಸಂಪೂರ್ಣವಾಗಿ ಅರ್ಥವಾಗಿ, ಅದಕ್ಕೆ ಹೇಗೆ ಪ್ರತಿಕ್ರಿಯಿಸಬೇಕೋ ತಿಳಿಯದೆ ಸುಮ್ಮನಾದ. ಸ್ವಲ್ಪ ಹೊತ್ತು ಕಣ್ಣೀರು ಹಾಕಿದ ಸುಭದ್ರಮ್ಮ, ಕೊನೆಗೆ ತಾವೇ ಸಮಾಧಾನ ಮಾಡಿಕೊಂಡು "ದೇವರು ದೊಡ್ಡವನು. ನನ್ನ ಹೊಟ್ಟೇಲಿ ಗಂಡು ಹುಡುಗನ್ನೇ ಹುಟ್ಟಿಸ್ಯಾನೆ. ಇನ್ನು ನಂಗೆ ಯಾವ ಭಯಾನೂ ಇಲ್ಲ. ಯಾರು ಏನು ಹೇಳಿದ್ರೂ ನಾನು ಹೆದರಲ್ಲ" ಎಂದು ಹೇಳಿ, ಅವನ ತಲೆಯನ್ನು ಸವರಿ, ಹಣೆಗೆ ಮುತ್ತು ಕೊಟ್ಟು "ಇನ್ನ ನೀನು ನಿಶ್ಚಿಂತೆಯಿಂದ ಮಲಗಿಕೋ ನನ್ನಪ್ಪಾ" ಎಂದು ಮುದ್ದಿಸಿ, ದೇವರ ಮನೆಗೆ ಹೋಗಿ, ತುಪ್ಪದ ದೀಪವನ್ನು ಹಚ್ಚಿ "ನನ್ನ ಕೈ ನೀನು ಬಿಡಲಿಲ್ಲ ಪ್ರಭೋ" ಎಂದು ಭಕ್ತಿ ಭಾವದಿಂದ ಅವನ ಕೃಪೆಯನ್ನು ಕೊಂಡಾಡಿ, ನಮಸ್ಕರಿಸಿ, ಗಂಡನ ಪಕ್ಕ ಹೋಗಿ ಮಲಗಿ, ಅವರನ್ನು ಎಬ್ಬಿಸಿ 'ನನ್ನ ಮಗ ಗಂಡಸು ಅಂತ ನಂಗೆ ಗ್ಯಾರಂಟಿ ಗೊತ್ತಾಯ್ತು' ಎಂದು ಸಂತೋಷದಿಂದ ಹೇಳಿಕೊಂಡರು.

ಆಕೆ ಹೋದ ಮೇಲೆ ನಡೆದ ಘಟನೆಯನ್ನು ಜೀರ್ಣಿಸಿಕೊಳ್ಳಲಾಗದ ಮೋಹನಸ್ವಾಮಿ ಬಹಳ ಹೊತ್ತು ಒದ್ದಾಡಿದ್ದ. ತನ್ನ ಆ ಹೊತ್ತಿನ ಉದ್ರೇಕಕ್ಕೆ ಕನಸಿನಲ್ಲಿ ಬಂದ ಹರೆಯದ ಹುಡುಗನ ಬೆತ್ತಲೆಯ ದೇಹ ಕಾರಣವೆಂಬ ಸತ್ಯವನ್ನು

ನುಡಿದರೆ, ಅಮ್ಮನಿಗೆ ಆ ವಿಚಾರ ಅರ್ಥವೂ ಆಗಲಿಕ್ಕಿಲ್ಲವೆಂದು ಅನ್ನಿಸಿ ಸಣ್ಣಗೆ ನಡುಗಿದ್ದ. ತನ್ನ ಅಸಹಾಯಕ ಪರಿಸ್ಥಿತಿಯ ಬಗ್ಗೆ ಆ ನಿಶರಾತ್ರಿಯಲ್ಲಿ ನಿಟ್ಟುಸಿರು ಬಿಟ್ಟಿದ್ದ. ಮತ್ತೆ ಅವನಿಗೆ ನಿದ್ರೆ ಬರಲಿಲ್ಲ. ಮರುದಿನ ಅಮ್ಮ-ಅಪ್ಪನ ಮುಖ ನೋಡಲೂ ಸಾಧ್ಯವಿಲ್ಲದಂತಾಗಿ, ಬೆಂಗಳೂರಿಗೆ ವಾಪಸು ಹೊರಟು ಹೋದ. ಅನಂತರ ಊರಿಗೆ ಬರುವುದಕ್ಕೂ ಅಂತಹ ಆಸಕ್ತಿಯಿಲ್ಲದಂತಾಗಿತ್ತು.

^^^

ಮೋಹನಸ್ವಾಮಿ ಪಿಯುಸಿ ಓದುತ್ತಿದ್ದ ಹೊತ್ತಿನಲ್ಲಿ ಸುಬ್ಬರಾಯರು ತಮ್ಮ ಗೆಳೆಯರೊಬ್ಬರ ಮಗನ ಮದುವೆಯ ಮಾತುಕತೆಗಾಗಿ ಬಳ್ಳಾರಿಗೆ ಹೋಗಿದ್ದರು. ಗೆಳೆಯ ಒತ್ತಾಯ ಮಾಡಿ ಕರೆದುಕೊಂಡು ಹೋಗಿದ್ದ. ಇವರು ಗಟ್ಟಿಯಾಗಿ ಏನೂ ಮಾತನಾಡುವವರಲ್ಲ ಎಂದು ಗೊತ್ತಿದ್ದರೂ, 'ನೀನು ಪಕ್ಕ ಇದ್ರೆ ನಂಗೆ ಧೈರ್ಯ ಬರ್ತದೆ ಬಾರೋ' ಎಂದು ಕರೆದುಕೊಂಡು ಹೋಗಿದ್ದ. ಮಧ್ಯಾಹ್ನ ಎರಡಕ್ಕೆ ಶುರುವಾದ ಮಾತುಕತೆ, ವರದಕ್ಷಿಣೆಯ ವಿಷಯದಲ್ಲಿ ಮೇಲೆ ಕೆಳಗೆ ಇಳಿಯುತ್ತಾ ಕಡೆಗೆ ಐವತ್ತು ಸಾವಿರಕ್ಕೆ ಒಪ್ಪಂದಕ್ಕೆ ಬಂದಿತ್ತು. ಎರಡು ಕೆಜಿ ಬೆಳ್ಳಿ, ನಲವತ್ತು ತೊಲ ಬಂಗಾರ, ಹುಡುಗನಿಗೆ ಬಜಾಜ್ ಸ್ಕೂಟರ್ ಮತ್ತು ಒಳ್ಳೆಯ ವಾಚನ್ನು ಕೊಡಬೇಕೆಂದು ನಿಶ್ಚಯವಾಯ್ತು. ಪುರೋಹಿತರನ್ನು ಕರೆಸಿ, ಎಲ್ಲವನ್ನೂ ವಿವರವಾಗಿ ಪತ್ರದಲ್ಲಿ ಬರೆಸಿ, ಬೀಗರಿಬ್ಬರೂ ಸಹಿ ಹಾಕಿದರು. ಆ ಪತ್ರಕ್ಕೆ ಗಂಡಿನ ಕಡೆಯವರ ಪರ ಸಾಕ್ಷಿಯಾಗಿ ಇವರಿಗೇ ಸಹಿ ಹಾಕಲು ಹೇಳಿದ್ದರು. ಪತ್ರದಲ್ಲಿ ಸಹಿ ಮಾಡುವಾಗ ಇವರಿಗೆ ತಮ್ಮ ಮಗನ ಭವಿಷ್ಯವನ್ನು ನೆನೆದು ಕೈ ನಡುಗಿತ್ತು. 'ತನ್ನ ಮೋಹನಸ್ವಾಮಿಯಿಂದ ಇಂತಹ ಯಾವ ಮರ್ಯಾದೆಯೂ ನನಗೆ ದಕ್ಕುವುದಿಲ್ಲ. ಅವನಿಂದ ಮುಂದಿನ ಬದುಕಿಗೆ ಯಾವ ಉಪಯೋಗವೂ ಇಲ್ಲ. ಅವನಿಂದ ತನ್ನ ವಂಶ ಉದ್ಧಾರವೂ ಆಗುವುದಿಲ್ಲ. ತನಗೆ ಸ್ವರ್ಗದಲ್ಲಿ ಮುಕ್ತಿಯೂ ದಕ್ಕುವುದಿಲ್ಲ. ಎಂತಹ ಹೇಡಿ ಮಗನನ್ನು ಹುಟ್ಟಿಸಿಬಿಟ್ಟೆ! ಇವನಿಂದಾಗಿ ಬದುಕಿನಾದ್ಯಂತ ತಾನು ಸಮಾಜದಿಂದ ಅವಮಾನವನ್ನು ಅನುಭವಿಸುತ್ತಲೇ ಇರಬೇಕು. ಎಲ್ಲರ ಮುಂದೆ ತಲೆ ಎತ್ತಿ ತಿರುಗದೆ, ಹಿಡಿಯಾಗಿ ಬದುಕಬೇಕು' ಎಂದು ಗಾಢವಾಗಿ ಅನ್ನಿಸಿಬಿಟ್ಟಿತು. ಈ ಅನಿಸಿಕೆ ದಟ್ಟವಾಗುತ್ತಾ ಹೋಗಿ, ಕೂತಲ್ಲಿ-ನಿಂತಲ್ಲಿ ಅವರನ್ನು ಆಕ್ರಮಿಸಲಾರಂಭಿಸಿತು. ಮತ್ತೆ ತಿರುಗಿ ಊರಿಗೆ ವಾಪಸು ಬಂದ ನಂತರ ಅವರ ವರ್ತನೆಯೂ ಬದಲಾಗಿ ಹೋಯ್ತು. ಮೋಹನಸ್ವಾಮಿಯನ್ನು ಪ್ರೀತಿಯಿಂದ ನೋಡುವುದಕ್ಕೂ ಸಾಧ್ಯವಿಲ್ಲದ ಸ್ಥಿತಿಯನ್ನು ತಲುಪಿಬಿಟ್ಟರು. ಅವನಿಗಾಗಿ

ಏನು ಖರ್ಚು ಮಾಡಿದರೂ ಅದು ನೀರಿನಲ್ಲಿ ಹೋಮ ಮಾಡಿದಂತೆ ಎಂದು ಅನ್ನಿಸಲಾರಂಭಿಸಿತು. ಮಗನ ಕಣ್ಣಲ್ಲಿ ಕಣ್ಣಿಟ್ಟು ನೋಡುವುದನ್ನು ಬಿಟ್ಟುಬಿಟ್ಟರು. ಅವನ ಎಲ್ಲ ಬೇಡಿಕೆ, ವರ್ತನೆಗಳು ಕಿರಿಕಿರಿಯೆನ್ನಿಸಲಾರಂಭಿಸಿದವು. ಸುಭದ್ರಮ್ಮ ಮಗನ ಬಗ್ಗೆ ಹೆಮ್ಮೆಯಿಂದ, ಪ್ರೀತಿಯಿಂದ ಮಾತನಾಡಿದರೆ ಸಿಟ್ಟಾಗುತ್ತಿದ್ದರು. ಬಾಲ್ಯದಲ್ಲಿ ತಿಪ್ಪೇಸ್ವಾಮಿಯ ಸ್ಥಿತಿಯನ್ನು ನೋಡಿದಾಗ ಮೂಡಿದ ಅನುಕಂಪ, ಈಗ ಮಗನ ವಿಚಾರದಲ್ಲಿ ಮೂಡಲಾರದಂತಾಗಿತ್ತು.

ಕೆಲವೇ ತಿಂಗಳಿನಲ್ಲಿ ಮೋಹನಸ್ವಾಮಿಯ ಎಂಟ್ರನ್ಸ್ ಪರೀಕ್ಷೆಯ ಫಲಿತಾಂಶಗಳು ಹೊರಬಂದವು. ಉತ್ತಮ ರ್‍ಯಾಂಕ್ ಪಡೆದು ಪಾಸಾಗಿದ್ದ ಮೋಹನಸ್ವಾಮಿಗೆ ಬೆಂಗಳೂರಿನ ಸರಕಾರಿ ಇಂಜಿನಿಯರಿಂಗ್ ಶಾಲೆಯಲ್ಲಿ ಸೀಟು ಸಿಕ್ಕಿತ್ತು. ಊರಿನ ಎಲ್ಲರೂ ಅವನ ಯಶಸ್ಸನ್ನು ಕಂಡು ಸಂಭ್ರಮಿಸುವಾಗ, ಸುಬ್ಬರಾಯರು ಮಾತ್ರ ಚಿಂತೆಗೀಡಾದರು. ಇಂಜಿನಿಯರಿಂಗ್ ಓದಿಸಲು ಏನಿಲ್ಲವೆಂದರೂ ನಲವತ್ತರಿಂದ ಐವತ್ತು ಸಾವಿರ ಖರ್ಚಾಗುತ್ತದೆ. ಸರಕಾರಿ ಕಾಲೇಜೆಂದರೂ ಊಟ–ತಿಂಡಿಗೆ, ಹಾಸ್ಟೆಲಿಗೆ, ಊರಿಗೆ ಬಂದು ಹೋಗುವ ಪ್ರಯಾಣಕ್ಕೆ ಖರ್ಚು ಮಾಡಲೇ ಬೇಕಲ್ಲವೆ? ಮುಂದೆ ಮದುವೆಯೂ ಆಗದ, ವರದಕ್ಷಿಣೆಯನ್ನೂ ತರದ, ವಂಶವನ್ನೂ ಉದ್ಧಾರ ಮಾಡದ ಈ ಹುಡುಗನಿಗೆ ಅಷ್ಟೊಂದು ಖರ್ಚು ಮಾಡುವ ಅವಶ್ಯಕತೆಯೇನಿದೆ? ಅದರ ಬದಲು ಆ ಹಣವನ್ನು ಮಗಳ ಮದುವೆಗೆ ಬಳಸುವುದು ಜಾಣತನವಲ್ಲವೆ?

ಮಗನನ್ನು ಇಂಜಿನಿಯರಿಂಗ್ ಓದಿಸುವ ವಿಷಯದಲ್ಲಿ ಕಠಿಣರಾಗಿಬಿಟ್ಟರು. ತನ್ನ ಕೈಯಿಂದ ಸಾಧ್ಯವೇ ಇಲ್ಲವೆಂದು ಕೈಚಾಚಿ ಬಿಟ್ಟರು. ಅಲ್ಲಿಯೇ ಊರಲ್ಲಿ ಡಿಗ್ರಿ ಓದಿ ಯಾವುದಾದರೂ ಗುಮಾಸ್ತನ ಕೆಲಸಕ್ಕೆ ಸೇರಿಕೊಂಡು ಬಿಡು ಎಂದು ಪರೋಕ್ಷವಾಗಿ ತಿಳಿಸಿದರು. ಆದರೆ ಅದ್ಯಾರು ಮಗನ ತಲೆಯಲ್ಲಿ ಧೈರ್ಯ ತುಂಬಿದ್ದರೋ ಗೊತ್ತಿಲ್ಲ, ಓದಲು ಹೋಗಿಯೇ ತೀರುತ್ತೇನೆಂದು ಹಟಹಿಡಿದು ಬಿಟ್ಟ. ಗಂಡನ ಮನಸ್ಸಿನ ಸಂಗತಿಯನ್ನು ಅರಿಯದೆ ಸುಭದ್ರಮ್ಮ 'ಹೆಂಗೋ ಸಾಲ ಸೋಲ ಮಾಡಿದ್ರೆ ಆಯ್ತು ಬಿಡ್ರಿ. ಇರೋನು ಒಬ್ಬ ಮಗ. ಬೇಕಂದ್ರೆ ನಂದೂ ಒಂದಿಷ್ಟು ಬಂಗಾರ ಮಾರಲಿಕ್ಕೆ ಕೊಡ್ತೀನಿ' ಎಂದರೂ ಇವರು ಒಪ್ಪಲಿಲ್ಲ. ಮಗ ಪೂರ್ತಿ ಹಟ ಹಿಡಿದ ಮೇಲೆ, 'ನಿನ್ನಿಷ್ಟ' ಎಂದು ಅವನಿಗೇ ಜವಾಬ್ದಾರಿ ಒಪ್ಪಿಸಿ ಕೈ ತೊಳೆದುಕೊಂಡರು.

ಮೋಹನಸ್ವಾಮಿ ಬೆಂಗಳೂರಿಗೆ ಹೊರಟು ನಿಂತ. ಹಣಕಾಸಿನ ಸಹಾಯವಿಲ್ಲದೆ ಎಷ್ಟು ದಿನ ಅಲ್ಲಿದ್ದಾನು? ಇಂದಲ್ಲ ನಾಳೆ ವಾಪಸು ಬಂದೇ ಬರುತ್ತಾನೆ ಎಂದು ಇವರು ಭಾವಿಸಿದರು. ಹಾಗಂತ ಯಾರ ಮುಂದೂ ಹೇಳದೆ, ದಿನ ಕಾಯುತ್ತಾ ಕುಳಿತರು.

ಆದರೆ ಮೋಹನಸ್ವಾಮಿ ಯಾವುದಕ್ಕೂ ಮತ್ತೆ ಅಪ್ಪನ ಮುಂದೆ ಕೈ ಒಡ್ಡಲಿಲ್ಲ. ಅದು ಹೇಗೆ ಹಣ ಸಂಪಾದಿಸಿಕೊಂಡನೋ, ಯಾರ ಬಳಿ ಸಾಲ ತೆಗೆದುಕೊಂಡನೋ, ಹೇಗೆ ಅದೆಲ್ಲವನ್ನೂ ತೀರಿಸಿದನೋ ಇವರಿಗೆ ಕೇಳಿ ಅರಗಿಸಿಕೊಳ್ಳುವ ಧೈರ್ಯವಿಲ್ಲ. ಯಾರ ಹಿಡಿತಕ್ಕೂ ಸಿಗದಂತೆ ಅವನು ಬೆಳೆಯಲಾರಂಭಿಸಿದ. ಇವರಿಗೆ ಮಗನನ್ನು ಎದುರಿಸುವ ಧೈರ್ಯ ಕುಗ್ಗಲಾರಂಭಿಸಿತು. ಊರಿಗೆ ಅವನು ಬಂದಾಗ ಅವನ ಕಣ್ಣು ತಪ್ಪಿಸಿ ತಿರುಗಲಾರಂಭಿಸಿದರು. ಪ್ರತಿ ತಿಂಗಳು ಅವನು ಹಣ ಕೊಡಲು ಶುರು ಮಾಡಿದ ತಕ್ಷಣ, ಅದನ್ನು ಮುಟ್ಟುವ ಧೈರ್ಯವನ್ನೂ ಕಳೆದುಕೊಂಡು ಬಿಟ್ಟರು. ಮಗಳ ಮದುವೆಯ ಸಂಪೂರ್ಣ ಖರ್ಚನ್ನು ಅವನೊಬ್ಬನೇ ನಿಭಾಯಿಸಿದಾಗ, ಇನ್ನಷ್ಟು ಭೂಮಿಯೊಳಕ್ಕೆ ಕುಸಿದರು. ಹಿಂದಿನ ತಮ್ಮ ನಿರ್ಧಾರ ಎಡೆಬಿಡದೆ ನಿರಂತರವಾಗಿ ಅವರನ್ನು ಕಾಡಲಾರಂಭಿಸಿತು.

ಎಲ್ಲರ ಮುಂದೆ ನಯ-ವಿನಯದಿಂದ ವರ್ತಿಸುವ ಮಗನ ಬಗ್ಗೆ ತಾನು ಎಂತಹ ಅನ್ಯಾಯವನ್ನು ಎಸಗಲು ಪ್ರಾರಂಭಿಸಿದೆ? ಬರೀ ಅವನ ಲೈಂಗಿಕತೆಗೆ ಮಹತ್ವ ಕೊಟ್ಟು ಇಡೀ ಒಂದು ಜೀವವನ್ನು ಕಡೆಗಣಿಸಿ ಬಿಟ್ಟೆನೆ? ಯಾವುದೋ ವರದಕ್ಷಿಣೆ ಹಣ ತನಗೆ ಬರುವುದಿಲ್ಲ ಎಂಬ ಕ್ಷುಲ್ಲಕ ಸಂಗತಿ ತನ್ನನ್ನು ಅಷ್ಟೇಕೆ ಕಾಡಿತು? ಅಂತಹ ನೂರುಪಟ್ಟು ವರದಕ್ಷಿಣೆಯ ಹಣವನ್ನು ಮಗ ಈಗ ಸ್ವಂತ ಸಂಪಾದಿಸಿ ಬಿಟ್ಟಿದ್ದಾನೆ. ಯಾವು ಯಾವುದೋ ದೇಶಗಳನ್ನು ಸುತ್ತಿ ಬಂದಿದ್ದಾನೆ. ತಮಗೂ ಒಮ್ಮೆ ಬನ್ನಿರೆಂದು ಕರೆದಿದ್ದಾನೆ. ಆದರೆ ಹೋಗುವ ಧೈರ್ಯವಿಲ್ಲ. ಮನೆಯ ಪರಿಸ್ಥಿತಿಯೇ ಬದಲಾಗಿ ಬಿಟ್ಟಿದೆ. ಒಂದು ಕಡ್ಡಿ ಕರಿಬೇವನ್ನು ಖರೀದಿಸಲೂ ತಮ್ಮ ಮುಂದೆ ಕೈಯೊಡ್ಡುತ್ತಿದ್ದ ಸುಭದ್ರಮ್ಮ, ಈಗ ಒಡವೆಗಳನ್ನೂ ಇವರಿಗೆ ಹೇಳದೆ ಖರೀದಿಸಿ ಬಿಡುತ್ತಾಳೆ. ಮಗ ಸಂಪಾದಿಸಿದ ಹಣದ ಮೇಲೆ ಅಪ್ಪನಿಗಿಂತಲೂ ಅಮ್ಮನಿಗೆ ಹೆಚ್ಚಿನ ಅಧಿಕಾರ ಇರುತ್ತದೆ. ತನ್ನ ಹೃದಯಕ್ಕೆ ತೊಂದರೆಯಾದಾಗ ಯಾವುದೇ ಮಾತನ್ನು ಕೇಳದೆ ಬೆಂಗಳೂರಿಗೆ ಕರೆದುಕೊಂಡು ಹೋಗಿ, ಬಹು ದುಬಾರಿ ಆಸ್ಪತ್ರೆಯಲ್ಲಿ ಆಪರೇಷನ್ ಮಾಡಿಸಿ, ಪ್ರೀತಿಯಿಂದ ನೋಡಿಕೊಂಡಿದ್ದ. ಸುಭದ್ರಮ್ಮನ ಮಂಡಿನೋವಿಗೂ ಸರಿಯಾದ ಚಿಕಿತ್ಸೆ ಕೊಡಿಸಿ, ಈಗವಳು ಸುಖವಾಗಿ ಓಡಾಡಿಕೊಂಡಿರುವಂತೆ ಮಾಡಿದ್ದಾನೆ. ಒಬ್ಬ ಮಗ ಇದಕ್ಕಿಂತಲೂ ಹೆಚ್ಚಿಗೆ ಏನು ಮಾಡಲು ಸಾಧ್ಯ? ಮದುವೆಯಾದರೆ ಮಾತ್ರ ಋಣ ತೀರಿಸಿದಂತೆಯೆ? ಬಳ್ಳಾರಿಯ ಹುಡುಗಿಯನ್ನು ಐವತ್ತು ಸಾವಿರ ವರದಕ್ಷಿಣೆ ಪಡೆದು ಮದುವೆಯಾದ ತಮ್ಮ ಗೆಳೆಯನ ಮಗನ ಸಂಸಾರದ ಸ್ಥಿತಿಯನ್ನು ಅವರು ಚೆನ್ನಾಗಿ ಬಲ್ಲರು. ಅಪ್ಪ-ಅಮ್ಮ ಇಬ್ಬರನ್ನೂ ಹೊರ ಹಾಕಿದ್ದಾನೆ. ಹೆಂಡತಿಯನ್ನಾದರೂ ಸುಖದಲ್ಲಿ ಇಟ್ಟಿದ್ದಾನಾ? ಅದೂ ಇಲ್ಲ. ಎರಡು ಮಕ್ಕಳನ್ನು ಹುಟ್ಟಿಸಿದ್ದಾನೆನ್ನುವುದು ಮಾತ್ರ ಅವನ ಸಾಧನೆ. ಅದರಲ್ಲಿ ಸಂಭ್ರಮಿಸುವ ಸಂಗತಿಯೇನಿದೆ?

ಹೇಗಾದರೂ ಮಾಡಿ ಮಗನಿಗೆ ತಾನು ಮಾಡಿದ ಅನ್ಯಾಯವನ್ನು ತಿಳಿಸಿ, ಅವನ ಕ್ಷಮಾಪಣೆ ಕೇಳಬೇಕೆಂಬುದು ಅವರ ಮನಸ್ಸಿನಲ್ಲಿ ಗಟ್ಟಿಯಾಗಿ ಕುಳಿತು ಬಿಟ್ಟಿತು. ಆದರೆ ಧೈರ್ಯ ಮೂಡುತ್ತಿರಲಿಲ್ಲ. ಅವನು ಊರಿಗೆ ಬಂದಾಗಲೆಲ್ಲಾ ಅವನ ಮುಂದೆ ಮಂಡಿ ಬಗ್ಗಿಸಿ ಕೂತು ಕೈ ಜೋಡಿಸಿ ಬಿಡಬೇಕೆಂದು ಅಂದುಕೊಳ್ಳುತ್ತಿದ್ದರು. ಆದರೆ ಯಾಕೋ ಅದು ತಮಾಷೆಯ ಸಂಗತಿಯಾಗಿ ಬಿಡುತ್ತದೇನೋ ಎಂದು ಹಿಂಜರಿಯುತ್ತಿದ್ದರು. ವರ್ಷದಿಂದ ವರ್ಷಕ್ಕೆ ಅವರ ಕ್ಷಮಾಪಣೆ ಮುಂದೂಡುತ್ತಲೇ ಬಂದಿತ್ತು. ಆದರೆ ಈಗ ಸಾವು ಹತ್ತಿರ ಬಂದು ಕುಳಿತಿದೆ. ಇನ್ನು ತಡ ಮಾಡುವಂತಿಲ್ಲ. ಮಾತೂ ಬಿದ್ದು ಹೋಗಿದೆ. ಬರೆದು ತಿಳಿಸೋಣವೆಂದರೆ ಕೈ ನಡುಗುತ್ತದೆ. ಯಾವುದೇ ಕ್ಷಣದಲ್ಲಿಯೂ ಉಸಿರು ನಿಂತು ಹೋಗುವ ಸಾಧ್ಯತೆಯಿದೆ. ಬೇಗನೆ ಮಗ ಬಂದು ಬಿಡಲಿ, ಒಮ್ಮೆ ಅವನ ಮುಂದೆ ಕೈ ಜೋಡಿಸಿ ಬಿಡುತ್ತೇನೆ. ಮೋಹನ, ನನ್ನ ಮೋಹನ... ನಂದು ತಪ್ಪಾಯಿತು. ದೊಡ್ಡವನಾಗಿ ಸಣ್ಣತನವನ್ನು ಮಾಡಿದೆ. ಅಪ್ಪನೊಬ್ಬ ಮಾಡಬಾರದ ತಪ್ಪನ್ನು ಮಾಡಿಬಿಟ್ಟೆ. ನನ್ನ ಕ್ಷಮಿಸಿ ಬಿಡು ಕಂದಾ... ಬೇಗನೆ ಬಾ... ನಿನ್ನ ಕೈಹಿಡಿದು ಕ್ಷಮಿಸೆಂದು ಕೇಳುವೆ... ಬೇಗ ಬಾ...

^^^

ಹದಿಮೂರನೆಯ ದಿನ ಸಿಹಿ ಮುಟ್ಟಿಸಿಕೊಂಡು ಮೈಲಿಗೆ ಕಳೆದುಕೊಂಡ ಮೇಲೆ, ಸಾಯಂಕಾಲದ ಹೊತ್ತು ಮೋಹನಸ್ವಾಮಿಯು ಗೋಪಾಲಭಟ್ಟರನ್ನು ಕಾಣಲು ಹೋದ. 'ಬಡಬ್ರಾಹ್ಮಣ, ತುಂಬಾ ಕಷ್ಟದಲ್ಲಿ ಇದ್ದಾನೆ. ನಿನ್ನ ಜೊತೆ ಏನೋ ಮಾತಾಡಬೇಕು ಅಂತಾನೆ. ಹೋಗಿ ಬಾ' ಎಂದು ಅವನಮ್ಮನೇ ವಶೀಲಿ ಹಚ್ಚಿ ಕಳುಹಿಸಿಕೊಟ್ಟಿದ್ದಳು. ಅಮ್ಮ ಅತ್ಯಂತ ಪವಿತ್ರವೆಂದು ನಂಬಿಕೊಂಡಿದ್ದ ಬಳೆ, ಕುಂಕುಮ, ಓಲೆ, ಮಾಂಗಲ್ಯಗಳನ್ನು ಕಳಚಿಕೊಂಡು ಕತ್ತಲಿನ ಮೂಲೆಯಲ್ಲಿ ಕುಳಿತಿದ್ದರೂ, ಈ ಭಟ್ಟನ ಸಂಸಾರದ ತಾಪತ್ರಯಕ್ಕೆ ಮಿಡಿದ ಪರಿಗೆ ಅವನು ಮೃದುವಾಗಿದ್ದ. ಅಪ್ಪನ ಶ್ರಾದ್ಧ ಕಾರ್ಯವನ್ನು ಗೋಪಾಲಭಟ್ಟರು ಸಾಂಗೋಪವಾಗಿ ನಡೆಸಿಕೊಟ್ಟಿದ್ದರು. ಭಟ್ಟರ ಹೆಂಡತಿಯು ಅಡುಗೆಯ ಜವಾಬ್ದಾರಿಯನ್ನು ವಹಿಸಿಕೊಂಡಿದ್ದಳು. ತಮ್ಮ ಊರಿನಲ್ಲಿ ಇಂತಹವಕ್ಕೆಲ್ಲಾ ಸೌಲಭ್ಯವಿಲ್ಲವೆಂದು, ಹಂಪಿಯ ತುಂಗಭದ್ರಾ ನದಿಯ ತೀರದ ಮೇಲೆ ಅಪರಕರ್ಮವನ್ನು ನಡೆಸುವುದೆಂದು ನಿಶ್ಚಯಿಸಲಾಗಿತ್ತು. ಹಣದ ಅಡಚಣೆಯಿಲ್ಲದ್ದರಿಂದ ಮೋಹನಸ್ವಾಮಿ ಅವರು ಹೇಳಿದ್ದಕ್ಕೆಲ್ಲಾ ಒಪ್ಪಿಕೊಂಡಿದ್ದ. ಐದು ದಿನ ಮುಂಚೆಯೇ ಇಲ್ಲಿಗೆ ಬಂದಾಗಿತ್ತು.

ಕರ್ಮ ಕಾರ್ಯಗಳೆಲ್ಲವೂ ಮೋಹನಸ್ವಾಮಿಗೆ ಹೊಸತು. ದೈವತ್ವದಲ್ಲಿ ಅಂತಹ ನಂಬಿಕೆ ಈ ಸದ್ಯಕ್ಕಂತೂ ಅವನಿಗಿಲ್ಲ. ಈಗ ಬಂಧು-ಬಳಗದವರ ಎಲ್ಲಾ ಕಣ್ಣುಗಳು ತನ್ನ ಮೇಲೆಯೇ ಇರುವುದರಿಂದ ಯಾವುದನ್ನೂ ವಿರೋಧಿಸದೆ ಗೋಪಾಲಭಟ್ಟರು ಹೇಳಿದಂತೆ ಮಾಡಿ ಬಿಟ್ಟಿದ್ದ. ಅಂತಹ ಕಷ್ಟವೇನೂ ಆಗಿರಲಿಲ್ಲ. ಆದರೆ ಕಾಗೆಗೆ ಪಿಂಡ ಹಾಕುವ ಹೊತ್ತಿನಲ್ಲಿ ಮಾತ್ರ ವಿಪರೀತ ಕಿರಿಕಿರಿಯಾಗಿತ್ತು. ಕಾಗೆ ಅದೇನು ಮಾಡಿದರೂ ಪಿಂಡಕ್ಕೆ ಬರಲಿಲ್ಲ. ಯಾರು ಯಾರೋ ಹೋಗಿ ಏನೇನೋ ಬೇಡಿಕೊಂಡು ಬಂದರೂ ಕಾಕರಾಯ ಸಂತೃಪ್ತಿಯಾಗಿರಲಿಲ್ಲ. ಆ ಹೊತ್ತಿನಲ್ಲಿ ಸುಭದ್ರಮ್ಮ ಹಟ ಹಿಡಿದುಬಿಟ್ಟಳು. 'ಅವರಿಗೆ ಬೇರೆ ಏನೂ ಆಸೆ ಇರಲಿಲ್ಲ. ಮಗನ ಮದುವೆ ನೋಡಿ ಕಣ್ಣು ಮುಚ್ಚಬೇಕು ಅಂತ ಅಂದುಕೊಂಡಿದ್ರು. ನನ್ನ ಮುಂದೆ ಸಾಕಷ್ಟು ಸಾರಿ ಹಂಗೆ ಹೇಳ್ಯಾರೆ. ಆ ಆಸೆ ಹಂಗೇ ಉಳಕೊಂಡು ಬಿಡ್ತು. ಅದಕ್ಕೇ ಅವರು ಬಂದು ಊಟ ಮಾಡ್ತಿಲ್ಲ' ಎಂದು ಒಂದೇ ಸಮನೆ ಕಣ್ಣೀರು ಸುರಿಸುತ್ತಾ ರಾಗವಾಗಿ ಹೇಳಿಕೊಳ್ಳಲಾರಂಭಿಸಿದಳು. 'ಹೋಗಿ ಬೇಡಿಕೋ ಹೋಗೋ. ಯಾಕೆ ಎಲ್ಲಾರ ಸಿಟ್ಟಿಗೆ ಗುರಿಯಾಗ್ತಿ' ಎಂದು ಮೋಹನಸ್ವಾಮಿಯ ಅಕ್ಕ ಜಾನಕಿ, ತನ್ನ ಎರಡು ವರ್ಷದ ಮಗನನ್ನು ಸಮಾಧಾನ ಪಡಿಸುತ್ತಾ ಕೂತವಳು ಆಜ್ಞೆ ಮಾಡಿದಳು. ಮೋಹನಸ್ವಾಮಿ ಜಪ್ಪಯ್ಯಾ ಎಂದರೂ ಕದಲಲಿಲ್ಲ. 'ಅವನು ಒಪ್ಪಲ್ಲೇ, ನಂಗೆಲ್ಲಾ ಗೊತ್ತು. ಅವರು ಇರಬೇಕಾಲಕ್ಕೂ ಮೊಮ್ಮಗನ ಸುಖ ಕೊಡಲಿಕ್ಕೆ ಒಪ್ಪಿಗೊಳ್ಳಲಿಲ್ಲ. ಈಗ ಸತ್ತ ಮೇಲೂ ಅದಕ್ಕೆ ಒಪ್ಪಿಗೊಳ್ಳಲ್ಲ. ಹಟ ಅವನದು, ಬರೀ ಹಟ' ಎಂದು ಸುಭದ್ರಮ್ಮ ಇನ್ನಷ್ಟು ರಾಗ ಎಳೆಯಲಾರಂಭಿಸಿದಳು. 'ಹೋಗಪ್ಪಾ ಮೋಹನ, ಇಲ್ಲಾ ಅನ್ನಬೇಡ...' ಎಂದು ಉಳಿದ ಹಿರಿಯ ತಲೆಗಳೂ ಅನುಪಲ್ಲವಿ ಹಾಡಲಾರಂಭಿಸಿದರು. ಮೋಹನಗೆ ಸಿಟ್ಟು ಬರಲಾರಂಭಿಸಿತ್ತು. ಆ ಹೊತ್ತಿನಲ್ಲಿ ಗೋಪಾಲಭಟ್ಟರೇ ಉಪಾಯದ ದಾರಿಯನ್ನು ಮಾಡಿಕೊಟ್ಟರು. 'ನೀವು ಹೋಗಿ ಅಲ್ಲಿ ನಿಂತು ಮನಸ್ಸಿನಲ್ಲಿ ಏನು ಸರಿ ಅನ್ನಿಸುತ್ತೋ ಅದನ್ನ ಬೇಡಿಕೊಳ್ರಿ ಮೋಹನರಾವ್... ಎಲ್ಲರಿಗೂ ಕೇಳುವಂತೆ ಹೇಳೋದೇನೂ ಬೇಡ...' ಎಂದು ಒಪ್ಪಿಸಿ ಕಳುಹಿಸಿ ಕೊಟ್ಟರು. ಸಿಟ್ಟು ಸಿಟ್ಟಿನಿಂದಲೇ ಮೋಹನಸ್ವಾಮಿ ಎದ್ದು ಪಿಂಡವನ್ನು ಇಟ್ಟಿದ್ದ ಕಂಬದ ಮುಂದೆ ಹೋಗಿ ನಿಂತ.

ಅಪ್ಪನಿಗೆ ಏನೆಂದು ಬೇಡಿಕೊಳ್ಳುವುದು? ಅದು ಯಾವ ಆಸೆ ಅವನಿಗಿತ್ತೋ ಯಾರಿಗೆ ಗೊತ್ತು? ಸಾಯುವ ಮುಂದೆ ತನ್ನ ಕೈಗಳೆರಡನ್ನೂ ಹಿಡಿದುಕೊಂಡು ಒಂದೇ ಸಮನೆ ಕಣ್ಣೀರು ಸುರಿಸಿದ. ಯಾಕೆ, ಏನು ಎಂದು ಒಂದೂ ತಿಳಿಯಲಿಲ್ಲ. ಅಷ್ಟೆಲ್ಲಾ ಅಳುವಂತಹ ಕಷ್ಟವನ್ನು ನಾನು ಅವನಿಗೆ ಅದೇನು ಕೊಟ್ಟಿರುವೆ? ಮದುವೆಯಾಗುವುದಿಲ್ಲವೆಂದು ಸ್ಪಷ್ಟವಾಗಿಯೇ ಹೇಳಿದ್ದೆ. ಬೇರೆಲ್ಲಾ ರೀತಿಯಿಂದಲೂ

ಚೆನ್ನಾಗಿಯೇ ನೋಡಿಕೊಂಡಿಲ್ಲವೆ? ಅಪ್ಪನ ನೂರೆಂಟು ಪ್ರಶ್ನೆಗಳನ್ನು ಊಹೆ ಮಾಡಿ ಮಾಡಿ ಅಮ್ಮ-ಮಗ ಇಬ್ಬರೂ ಕೇಳಿದರೂ ಯಾವುದಕ್ಕೂ ಸುಬ್ಬರಾಯರು ಹೌದೆಂದು ತಲೆ ಹಾಕಲಿಲ್ಲ. ಬರೆದಾದರೂ ತೋರಿಸಪ್ಪಾ ಎಂದರೆ ಕೈ ನಡುಗಿ ಪೆನ್ನು ಬಿದ್ದುಹೋಯ್ತು. ಎದ್ದು ಕೂಡಲೂ ಸಾಧ್ಯವಾಗದ ಸ್ಥಿತಿಯಲ್ಲಿ ಬರೆಯುವುದಾದರೂ ಹೇಗೆ? ಮಾತನಾಡಲು ಹೊರಟರೆ ಬರೀ ಗೊರಗೊರ ಸದ್ದು. ತಾನು ಏನೆಂದು ಅರ್ಥ ಮಾಡಿಕೊಳ್ಳುವುದು? ನನ್ನ ಎರಡು ಕೈಗಳನ್ನು ತನ್ನ ಕೈಗಳಲ್ಲಿ ಬೆಚ್ಚಗೆ ಹಿಡಿದುಕೊಂಡು ಒಂದೇ ಸಮನೆ ಅತ್ತರೆ ಅದಕ್ಕೆ ಅರ್ಥವೇನು? ಅದೆಲ್ಲಾ ಸಾಯುವುದಕ್ಕೆ ಮುಂಚೆ ನಡೆದ ಸಂಗತಿಯಾದರೆ, ಈಗ ಸತ್ತ ಮೇಲೆಯೂ ಅಂತಹದೇ ಕಿರಿಕಿರಿಯ ಪ್ರಸಂಗ. ಮೋಹನಸ್ವಾಮಿಗೆ ಅಲ್ಲಿಂದ ಎದ್ದು ನಡೆದು ಬಿಡಬೇಕೆಂದು ಅನ್ನಿಸುತ್ತಿತ್ತು. ಅಷ್ಟೊಂದು ಜನರ ಮುಂದೆ ಅಂತಹ ಉದ್ಧಟತನ ಬೇಡವೆಂದು ಸುಮ್ಮನೆ ಕೈ ಮುಗಿದು ನಿಂತ.

'ಅಪ್ಪ, ನಿನ್ನ ಕಷ್ಟ ಏನೋ ನಂಗೆ ಗೊತ್ತಿಲ್ಲ... ನಿಂಗೆ ಇಷ್ಟ ಇದ್ದರೆ ಬಂದು ಊಟ ತಿನ್ನು, ಇಲ್ಲಾ ಅಂದ್ರೆ ಬಿಡು... ನಾನಂತೂ ನಿನ್ನ ಊಟದ ಸಲುವಾಗಿ ಮದುವಿ ಆಗಲ್ಲ... ಮತ್ತೊಂದು ಹೆಣ್ಣಿನ ಬಾಳನ್ನ ಹಾಳು ಮಾಡೋದಕ್ಕೆ ನಾನು ಸಿದ್ಧ ಇಲ್ಲ... ನನ್ನದಲ್ಲದ ಬದುಕನ್ನು ನಾನು ಬದುಕಬೇಕೆಂದು ನೀನು ಬಯಸಬೇಡ... ನಿನಗೆ ಆ ಹಕ್ಕಿಲ್ಲ' ಎಂದು ತುಸು ಖಾರವಾಗಿಯೇ ಮನಸ್ಸಿನಲ್ಲಿ ಬೇಡಿಕೊಂಡ. ಎಲ್ಲಿಂದಲೋ ಕಾಗೆಯೊಂದು ಪುರ್ರನೆ ಬಂದು ಪಿಂಡವನ್ನು ಸ್ವೀಕರಿಸಿ ನಭಕ್ಕೆ ಹಾರಿಯೇ ಬಿಟ್ಟಿತು. 'ಹೋ' ಎಂದು ನೆರೆದ ಜನಸಮುದಾಯವೆಲ್ಲಾ ಹರ್ಷೋದ್ಗಾರದಿಂದ ಕೂಗಿತು. 'ಪವಾಡ ಮಾಡಿಬಿಟ್ರಲ್ರೀ ಮೋಹನರಾವ್' ಎಂದು ಭಟ್ಟರೂ ಮೆಚ್ಚುಗೆ ಸೂಚಿಸಿದರು. 'ನಂಗೊತ್ತಿತ್ತು... ಅದೊಂದೇ ಆಸೆ ಅವರಿಗೆ ಇದ್ದಿದ್ದು...' ಎಂದು ಸುಭದ್ರಮ್ಮ ಈಗ ಸಂತೋಷದ ಕಣ್ಣೀರನ್ನು ಸುರಿಸುತ್ತಾ ಪ್ರಲಾಪಿಸಲಾರಂಭಿಸಿದರು. 'ಹಾಗಿದ್ರೆ ಇನ್ನ ಮೋಹನಗೆ ಹೆಣ್ಣು ಹುಡುಕಲಿಕ್ಕೆ ಶುರು ಮಾಡಬೇಕಾಯ್ತು' ಎಂದು ಒಬ್ಬರು ಗುಂಪಿನ ಮಧ್ಯದಿಂದ ಮಾತಿನ ಬಾಣವನ್ನು ಒಗೆದರು. ಅದಕ್ಕೊಂದಿಷ್ಟು ಜನ ನಕ್ಕರು.

ಪೂರ್ವೋಕ್ತದ ಬ್ರಾಹ್ಮಣರ ಊಟ ಮುಗಿದ ಮೇಲೆ ಆ ಎಲೆಗಳನ್ನು ಕರ್ಮ ಮಾಡಿದ ಹಿರಿಯ ಮಗನೇ ಎತ್ತಬೇಕು. ಅವನಿಗೆ ಮದುವೆಯಾಗಿದ್ದರೆ ಹೆಂಡತಿಯ ಸಹಾಯವನ್ನು ತೆಗೆದುಕೊಳ್ಳಬಹುದಾಗಿತ್ತು. ಅದು ಸಂಪ್ರದಾಯ. ಹತ್ತಾರು ಜನರು ಪಡಸಾಲೆಯಲ್ಲಿ ಕುಳಿತು ನೋಡುತ್ತಿರುವಾಗ, ಬ್ರಾಹ್ಮಣರ ಉಂಡ ಎಲೆಯ ಎಂಜಲನ್ನು ತೆಗೆಯುತ್ತಾ ಮೋಹನಸ್ವಾಮಿಗೆ ದುಃಖವಾಗಿತ್ತು. ಚಿಕ್ಕಂದಿನಲ್ಲಿ ಗೋಮಯ ಮಾಡಿ ಅಭ್ಯಾಸವಿದೆಯಾದರೂ, ಕೆಲಸಕ್ಕೆ ಸೇರಿದ ಮೇಲೆ ಮತ್ತೆ ಅವನು ಮಾಡಿರಲಿಲ್ಲ. ಮೊದಲೇ ಭಯಂಕರ ಸೆಕೆ, ಬಿಸಿಲಿನ ಧಗೆ, ಅಪರೂಪಕ್ಕೆ ಹಾಕಿಕೊಂಡ

ಧೋತ್ರ ಶಲ್ಯಗಳ ಕಿರಿಕಿರಿ, ಅವೆಲ್ಲವುದರ ಮಧ್ಯೆ ಈ ಎಂಜಲನ್ನು ಬಳಿಯುವ ಕೆಟ್ಟ ಸಂಪ್ರದಾಯ. 'ಮದುವೆ ಮಾಡಿಕೊಂಡಿದ್ರೆ ಈ ಕಷ್ಟ ಇರತಿರಲಿಲ್ಲ ನೋಡು' ಎಂದು ಯಾರೋ ಪುಗಸಟ್ಟೆ ವಿಮರ್ಶೆಯನ್ನು ಮಾಡಿದರು. 'ನಿಜ, ನಿಜ' ಎಂದು ಇನ್ನೊಂದೆರಡು ಧ್ವನಿಗಳು ಅದಕ್ಕೆ ಸಹಮತವನ್ನು ವ್ಯಕ್ತ ಪಡಿಸಿದವು. ಇವನಿಗೆ ಎಲ್ಲ ಬಿಟ್ಟು ಬೆಂಗಳೂರಿಗೆ ಓಡಿ ಹೋಗಬೇಕೆನ್ನಿಸಿತು. ತನ್ನ ಅಸಹಾಯಕತೆಗೆ ಕಣ್ಣಿಂದ ಒಂದೆರಡು ಹನಿ ನೀರು ಜಾರಿ, ಆ ಗೋಮಯ ನೀರಿನೊಡನೆ ಸೇರಿಕೊಂಡಿತ್ತು. ಗೋಪಾಲಭಟ್ಟರಿಗೆ ಅವನ ಸ್ಥಿತಿ ಅರ್ಥವಾಗಿತ್ತು. 'ಮೋಹನರಾವ್, ಅದೆಲ್ಲಾ ಹಳೇ ಸಂಪ್ರದಾಯ. ಯಾರಾದ್ರೂ ಹೆಂಗಸರ ಸಹಾಯ ತೊಗೊಳ್ಳಿ. ಏನೂ ತಪ್ಪಿಲ್ಲ' ಎಂದು ಹೇಳಿ ಮತ್ತೊಮ್ಮೆ ಮೋಹನನ ಸಹಾಯಕ್ಕೆ ಬಂದಿದ್ದರು. ತಕ್ಷಣ ಜಾನಕಿ ಎದ್ದು ತಮ್ಮನ ಕೈಯಿಂದ ಎಂಜಲೆಲೆಗಳನ್ನು ತೆಗೆದುಕೊಂಡಳು.

ಈ ಎರಡೂ ಘಟನೆಗಳಲ್ಲೂ ಗೋಪಾಲಭಟ್ಟರು ತಮ್ಮ ಅಂತಃಕರಣದ ಸ್ವಭಾವದಿಂದ ಮೋಹನನ ಸಹಾಯಕ್ಕೆ ಬಂದಿದ್ದರು. ಆದ್ದರಿಂದ ಅವರ ಮೇಲೆ ಮೋಹನಸ್ವಾಮಿಗೆ ಒಂದು ರೀತಿಯ ಪ್ರೀತಿ ಮತ್ತು ಗೌರವ ಬೆಳೆದಿತ್ತು. ಅವರು ತನ್ನನ್ನು ಕಾಣಲು ಹೇಳಿರುವ ವಿಷಯ ತಿಳಿಯುತ್ತಲೇ, ಯಾವ ಕಾರಣಕ್ಕಿರಬಹುದೆಂದು ಹೆಚ್ಚು ಆಲೋಚನೆ ಮಾಡದೆ ಹೊರಟು ಬಿಟ್ಟಿದ್ದ. ಅವರ ಮನೆ ವಿರೂಪಾಕ್ಷ ದೇವಸ್ಥಾನದ ಹಿಂದಿನ ಕೆಲವು ಗಲ್ಲಿಗಳನ್ನು ಹಾದರೆ ಸಿಗುತ್ತದೆಂದು ತಿಳಿಯಿತು. ಮುಂಚೆ ರಥಬೀದಿಯಲ್ಲಿಯೇ ಇದ್ದ ಕಲ್ಲುಕಂಬಗಳ ಛತ್ರಗಳಲ್ಲಿ ಒಂದನ್ನು ಮನೆಯಾಗಿ ಮಾಡಿಕೊಂಡಿದ್ದರಂತೆ. ಸರಕಾರದವರು ಅದನ್ನೆಲ್ಲಾ ತೆರವುಗೊಳಿಸಿದ ಮೇಲೆ ಈಗ ಹಿಂದೆಲ್ಲೋ ಒಂದು ಮಣ್ಣಿನ ಮನೆಯನ್ನು ಕಟ್ಟಿಕೊಂಡಿದ್ದರು.

^^^

ದೂರದಲ್ಲಿ ತುಂಗಭದ್ರಾ ನದಿ ಹರಿಯುತ್ತಿತ್ತು. ದಂಡೆಯಲ್ಲಿ ಒಂದು ಕಡೆ ಮಣ್ಣಿನ ಮನೆಯೊಂದನ್ನು ಎಬ್ಬಿಸಿಕೊಂಡಿದ್ದರು. ಅದರ ಅಕ್ಕ-ಪಕ್ಕ ಯಾವುದೇ ಮನೆಯಿರಲಿಲ್ಲ. ಆದರೆ ದೊಡ್ಡ ದೊಡ್ಡ ಬಂಡೆಗಳು ಒಂದಕ್ಕೊಂದು ಆಸರೆಯನ್ನು ಕೊಟ್ಟುಕೊಂಡು ಹತ್ತಿರದಲ್ಲೇ ನಿಂತಿದ್ದವು. ಒಂದು ಬಂಡೆ ಇವರ ಮನೆಯ ಹಿಂಬದಿಯ ಗೋಡೆಯಾಗಿತ್ತು. ಮತ್ತೊಂದು ಬಂಡೆಯ ಮೇಲೆ ಯಾರೋ ಆಂಜನೇಯನ ಚಿತ್ರವನ್ನು ಕೊರೆದಿದ್ದರು. ಯಾರೋ ಅದಕ್ಕೆ ಪೂಜೆಯನ್ನೂ ಮಾಡಿ, ಕುಂಕುಮ ಹಚ್ಚಿದ್ದರು. ಅದೇ ಕಲ್ಲಿನ ತುದಿಯ ಮೇಲೆ ಕಾಗೆಯೊಂದು ಕುಳಿತು 'ಕಾವ್, ಕಾವ್' ಎಂದು ಕೂಗುತ್ತಿತ್ತು.

ಅಂಗಳದಲ್ಲಿ ಗೋಪಾಲಭಟ್ಟರು ಕುಳಿತುಕೊಂಡು ಬೀಸಣಿಕೆಯಿಂದ ಬೀಸಿಕೊಳ್ಳುತ್ತಾ, ಆ ದಿನದ ವೃತ್ತಪತ್ರಿಕೆಯನ್ನು ಓದುತ್ತಿದ್ದರು. ಅಂಗಳಕ್ಕೆ ಅಂಟಿಕೊಂಡಂತೆ ಒಂದು ಹಸುವಿನ ಕೊಟ್ಟಿಗೆಯಿತ್ತು. ಅಲ್ಲಿ ಎರಡು ಆಕಳುಗಳು ತಮ್ಮ ಪಾಡಿಗೆ ತಾವು ಹುಲ್ಲು ತಿನ್ನುತ್ತಿದ್ದವು. ಮನೆಯ ಮುಂದೆ ಸೊಗಸಾದ ದೊಡ್ಡ ರಂಗೋಲಿಯನ್ನು ಹಾಕಲಾಗಿತ್ತು. ಮನೆಯ ಸುತ್ತ ಮುತ್ತ ಹಲವಾರು ಹೂವಿನ ಗಿಡಗಳನ್ನು ಬೆಳೆಸಲಾಗಿತ್ತು. ಸಂಜೆಯ ಹೊತ್ತಾದ್ದರಿಂದ ಬೆಳಗಿನ ಧಗೆಯೆಲ್ಲಾ ಕಳೆದು, ಸ್ವಲ್ಪ ಮಟ್ಟಿಗೆ ತಂಪು ಹಬ್ಬಲಾರಂಭಿಸಿತ್ತು. ಇಳಿ ಸಂಜೆಯಾದ್ದರಿಂದ ಬೆಳಕು ನಿಧಾನಕ್ಕೆ ಕಡಿಮೆಯಾಗುತ್ತಿತ್ತು.

ಮೋಹನಸ್ವಾಮಿಯನ್ನು ನೋಡಿದ್ದೇ ಗೋಪಾಲಭಟ್ಟರು 'ಬರ್ರಿ, ಬರ್ರಿ...' ಎಂದು ಪ್ರೀತಿಯಿಂದ ಆಹ್ವಾನಿಸಿದರು. ಮನೆಯ ಜಗುಲಿಯ ಮೇಲೆ ಒಂದು ಚಾಪೆಯನ್ನು ಹಾಸಿ ಇವನನ್ನು ಸತ್ಕರಿಸಿದರು. 'ಇವಳೇ...' ಎಂದು ಕೂಗು ಹಾಕಿದರು. ಉತ್ತರ ಬರಲಿಲ್ಲ. ಮತ್ತೊಮ್ಮೆ 'ಇವಳೇ...' ಎಂದರು. ಈ ಬಾರಿ ಅವರ ಮಗಳು ಹೊರಗೆ ತಲೆ ಹಾಕಿ 'ಅಮ್ಮ ರಾಮ ದೇವರ ಗುಡೀಗೆ ಭಜನಿ ಮಾಡಲಿಕ್ಕೆ ಹೋಗ್ಯಾಳಪ್ಪ...' ಎಂದು ಉತ್ತರಿಸಿದಳು. ಹಾಗೇ ಸೂಕ್ಷ್ಮವಾಗಿ ಮೋಹನಸ್ವಾಮಿಯ ಕಡೆಗೆ ಕಣ್ಣು ಹಾಯಿಸಿದಳು. ಸುಂದರವಾದ ಮುಖವದೆಂದು ಮೋಹನಸ್ವಾಮಿ ಕಂಡುಕೊಂಡ. 'ಹಂಗಾರೆ ನೀನೇ ಒಂದು ಲೋಟ ಕಾಫಿ ಮಾಡಮ್ಮ...' ಎಂದು ಅಪ್ಪಣೆ ಕೊಟ್ಟರು. ಮುಖ ಮರೆಯಾಯ್ತು.

'ಮನಿ ಹುಡುಕೋದು ಕಷ್ಟ ಆಯ್ತೇನೋ... ಊರ ಹೊರಗೆ ಮಾಡಿಕೊಂಡೀವಿ...' ಎಂದು ಪೇಚಾಡಿದರು. 'ಇಲ್ಲ, ಇಲ್ಲ... ಈ ಊರಾಗೆ ಎಲ್ಲರಿಗೂ ನಿಮ್ಮ ಹೆಸರು ಗೊತ್ತದೆ. ಕೇಳಿದ್ರೆ ತೋರಿಸಿದ್ರು' ಎಂದು ಮೋಹನಸ್ವಾಮಿ ಉತ್ತರಿಸಿದ. 'ಮುಂಚೆ ರಥಬೀದಿನಾಗೆ ಮನೆ ಇದ್ದಾಗ ಚಂದಾಗಿತ್ತು... ಏನು ಮಾಡಾಣ, ತೆರವು ಮಾಡಿಸಿಬಿಟ್ರು... ಅಪ್ಪನ ಕಾಲದಿಂದ ಅಲ್ಲೇ ಇದ್ವಿ... ಈಗ ಇರಬಾರದು ಅಂತಾರೆ... ಯಾರ ಜೊತೀಗಾದ್ರೂ ಜಗಳ ಮಾಡಬೋದು, ಆಳೋ ಸರಕಾರದ ಜೊತೀಗೆ ಗುದ್ದಾಡೋದು ಹೆಂಗೆ ಸಾಧ್ಯ ಹೇಳ್ರಿ' ಎಂದು ತಮ್ಮ ಪರಿಸ್ಥಿತಿಯನ್ನು ಹೇಳಿಕೊಂಡರು.

ಅಷ್ಟರಲ್ಲಿ ಕಾಫಿ ಬಂತು. ಹತ್ತಿಯ ಸೀರೆಯನ್ನು ಉಟ್ಟುಕೊಂಡಿದ್ದ ಮೂವತ್ತರ ವಯೋಮಾನದ ಹುಡುಗಿ ಕಾಫಿಯನ್ನು ಸೀರೆಯ ಸೆರಗಿನಲ್ಲಿ ಹಿಡಿದುಕೊಂಡು ಬಂದು ಅವನ ಮುಂದಿಟ್ಟು ಹೊರಟು ಹೋದಳು. ಕಾಫಿ ರುಚಿಯಾಗಿತ್ತು. ಮನೆಯಲ್ಲಿ ಹಸುವಿರುವುದರಿಂದ ತಾಜಾ ಹಾಲಿನಿಂದ ಮಾಡಿದ್ದಿರಬೇಕು ಎಂದು ಮೋಹನ ಅಂದಾಜು ಮಾಡಿದ. ಒಂದೆರಡು ಗುಟುಕು ಕುಡಿದ ಮೇಲೆ 'ನನ್ನ

ಜೊತೆ ಏನೋ ಮಾತನಾಡಬೇಕು ಅಂತ ಹೇಳಿದ್ರಂತೆ? ಅಮ್ಮ ಹೇಳಿದ್ಳು...' ಅಂದ. ಗೋಪಾಲಭಟ್ಟರು ಉಗುಳು ನುಂಗಿದರು.

'ಈಗ ಕಾಫಿ ತಂದು ಕೊಟ್ಟಳಲ್ಲಾ, ಅವಳು ನನ್ನ ಮಗಳು... ಅಂಜಲಿ ಅಂತ ಹೆಸರು... ಮೂವತ್ತೆರಡು ವರ್ಷ... ತುಂಬಾ ಜಾಣೆ... ಆ ದೊಡ್ಡ ರಂಗೋಲಿ ಅದಲ್ಲಾ ಅಂಗಳದಾಗೆ, ಅದು ಅವಳೇ ಹಾಕಿದ್ದು... ಈ ಹೂವಿನ ಗಿಡ ಎಲ್ಲಾ ಅವಳೇ ಬೆಳೆಸಿದ್ದು... ಅಡಿಗಿ ಕೆಲಸದಾಗೂ ಜಾಣೆ... ಈಗ ನಾಲ್ಕು ವರ್ಷದ ಹಿಂದೆ ಗಂಡ ತೀರಿಕೊಂಡ... ಮೈನ್ಸ್ ಗಲಾಟೆಯಲ್ಲಿ ಏನೋ ದುಡ್ಡು ತಿಂದನಂತೆ... ಸರಕಾರದವರು ಹಿಡಿದು ಜೈಲಿಗೆ ಹಾಕ್ತಾರೆ ಅಂತ ಹೆದರಿಕೊಂಡು ಬಿಟ್ಟ... ಒಂದು ದಿನ ಬೆಳಿಗ್ಗೆ ಹಂಪಿ ಎಕ್ಸ್‌ಪ್ರೆಸ್‌ಗೆ ತಲೆ ಕೊಟ್ಟುಬಿಟ್ಟ...' ಎಂದರು. ಈ ವಿಷಯವೆಲ್ಲಾ ತನಗೇಕೆ ಹೇಳುತ್ತಿದ್ದಾರೆಂದು ತಿಳಿಯದೆ ಮೋಹನಸ್ವಾಮಿ ಅವ್ಯಕ್ತ ಚಿಂತೆಗೀಡಾದ. ಭಟ್ಟರು ಮುಂದುವರೆಸಿದರು. 'ಅತ್ತೆ ಮನೆಯವರು ಈಕಿನ್ನ ಇಟ್ಟುಗೊಳ್ಳಲಿಕ್ಕೆ ಒಪ್ಪಲಿಲ್ಲ. ನಮ್ಮನಿಗೆ ದೊಬ್ಬಿದ್ರು. ಸಾಲ ಮಾಡಿ ಮದುವಿ ಮಾಡಿದ್ದೆ ಮೋಹನರಾವ್... ಇನ್ನೂ ಸಾಲ ತೀರಿಲ್ಲ... ಆಗಲೇ ಈಕಿ ಮನೀಗೆ ಬಂದು ಕೂತಾಳೆ... ತಿಂಗಳಾ ತಿಂಗಳಾ ಸಾಲದ ಕಂತು ಕಟ್ಟುವಾಗ ದುಃಖ ಆಗುತ್ತೆ...' ಎಂದು ಪಂಚೆಯಿಂದ ಕಣ್ಣನ್ನು ಒರೆಸಿಕೊಂಡರು. ಮೋಹನಸ್ವಾಮಿ ಒಂದೆರಡು ಕ್ಷಣ ಸುಮ್ಮನೆ ಕುಳಿತ. ಆಮೇಲೆ ನಿಧಾನಕ್ಕೆ 'ಸಮಾಧಾನ ಮಾಡಿಕೊಳ್ರಿ...' ಎಂದು ಮೃದುವಾಗಿ ಹೇಳಿ, 'ಈಗ ನನ್ನಿಂದ ಏನು ಸಹಾಯ ಆಗಬೇಕು ಹೇಳಿ?' ಎಂದು ಮೂಲವಿಷಯವನ್ನು ಅರಿತುಕೊಳ್ಳಲು ಪ್ರಯತ್ನಿಸಿದ. ಬಹುಶಃ ದೊಡ್ಡ ಮೊತ್ತದ ಹಣದ ಸಹಾಯವನ್ನೇ ಕೇಳಬಹುದು ಎಂದು ಅಂದಾಜಿಸಿದ.

'ನೀವು ದೊಡ್ಡೋರು... ಓದಿಕೊಂಡೋರು... ಎಲ್ಲಾ ತಿಳಿದಿರ್ತದೆ... ಹೇಗನ್ನಾ ಮಾಡಿ ನಮ್ಮ ಹುಡುಗಿಯ ಕೈ ಹಿಡಿದು ಕಾಪಾಡಬೇಕು...' ಎಂದು ಎರಡೂ ಕೈಗಳನ್ನು ಜೋಡಿಸಿದರು. ವಿಷಯ ಎತ್ತ ತಿರುಗುತ್ತಿದೆ ಎಂದು ಮೋಹನಗೆ ಈಗ ಸೂಕ್ಷ್ಮವಾಗಿ ತಿಳಿಯಲಾರಂಭಿಸಿತು. 'ಭಟ್ಟರೆ, ನಿಮ್ಮ ಮಾತು ನಂಗೆ ಸರಿಯಾಗಿ ಅರ್ಥ ಆಗಲಿಲ್ಲ' ಎಂದ. 'ಆಕಿನ್ನ ಮದುವಿ ಮಾಡಿಕೊಂಡರೆ ನಿಮಗೂ ಒಂದು ಆಸರೆ ಆಗ್ತದೆ, ನಮಗೂ ಕಷ್ಟ ಕಳೀತದೆ' ಎಂದು ಭಟ್ಟರು ವಿವರವಾಗಿ ತಿಳಿಸಿದರು. ಮೋಹನ ಒಂದು ಕ್ಷಣ ಮೌನವಹಿಸಿದ. ಅನಂತರ 'ಭಟ್ಟರೆ, ತಾವು ತಪ್ಪು ತಿಳಕೊಂಡೀರಿ. ನನಗೆ ಮದುವೆ ಆಗೋ ಮನಸ್ಸಿಲ್ಲ. ಹಂಗೆ ಇದ್ದಿದ್ರೆ ಯಾವತ್ತೋ ಮದುವೆ ಆಗಿರ್ತಿದ್ದೆ. ಈಗ ನಲವತ್ತರ ತನಕ ಯಾಕೆ ಸುಮ್ಮನಿರ್ತಿದ್ದೆ ಹೇಳಿ?' ಎಂದು ಸಾವಧಾನದಿಂದಲೇ ಉತ್ತರಿಸಿದ. ಇಂತಹ ಪ್ರಶ್ನೆಗಳನ್ನು ಹಲವಾರು ಬಾರಿ ಹಲವಾರು ಜನರಿಂದ ಕೇಳಿದ್ದರಿಂದ ಅಂತಹ ಬೇಸರವೇನೂ ಅವನಿಗೆ ಆಗಲಿಲ್ಲ.

'ಹಾಗಲ್ಲ ಮೋಹನರಾವ್... ವಯಸ್ಸಿನಲ್ಲಿ ದೊಡ್ಡವನಾಗಿ ನಿಮಗೆ ಒಂದು ಮಾತು ಹೇಳ್ತೀನಿ, ತಪ್ಪು ತಿಳೀಬೇಡಿ... ವಯಸ್ಸು ಆಗ್ತಾ ಆಗ್ತಾ ನಿಮ್ಮನ್ನು ಯಾರಾದರೂ ನೋಡಿಕೊಳ್ಳೋರು ಬೇಕಾಗ್ತದೆ... ಅಪ್ಪ-ಅಮ್ಮ ಎಷ್ಟು ದಿನ ನೋಡಿಕೊಂಡಾರು ಹೇಳಿ? ಮನುಷ್ಯ ಒಬ್ಬನೇ ಇರಬಾರದು... ಅದೂ ನಲವತ್ತರ ವಯಸ್ಸು ಗಂಡಸರಿಗೆ ಗಂಡಾಂತರದ ವಯಸ್ಸು... ಜೊತೆಯಲ್ಲಿ ಅಡುಗೆ ಮಾಡಿ, ಕಾಳಜಿ ಮಾಡೋ ಜೀವ ಒಂದು ಇದ್ದರೆ ಒಳ್ಳೇದಾಗ್ತದೆ...' ಭಟ್ಟರ ಒತ್ತಾಯ ಮೋಹನಸ್ವಾಮಿಗೆ ಕಿರಿಕಿರಿ ಉಂಟು ಮಾಡಿತು.

'ನಿಮಗೆ ಹೇಗೆ ಹೇಳಲಿ ನಾನು? ಬೇಡ ಅಂದವರಿಗೆ ಮದುವೆಗೆ ಯಾಕೆ ಬಲವಂತ ಮಾಡ್ತೀರ?' ಈ ಬಾರಿ ಮೋಹನ ತನ್ನ ಮಾತಿನಲ್ಲಿ ಸ್ವಲ್ಪ ಸಿಟ್ಟನ್ನು ತೋರಿಸಿ, ಹೊರಡುವಂತೆ ಎದ್ದು ನಿಂತ. ಗೋಪಾಲಭಟ್ಟರೂ ಎದ್ದು ನಿಂತರು. ಆದರೆ ಮಾತು ನಿಲ್ಲಿಸಲಿಲ್ಲ. ಅಂಜುತ್ತಲೇ ಹೇಳಿಬಿಟ್ಟರು.

'ನಿಮಗೆ ಹಾಸಿಗೆ ಸಹವಾಸ ಬೇಡ ಅಂದ್ರೆ ಬಿಟ್ಟು ಬಿಡಿ... ಮಗಳಿಗೆ ಮುಂಚೆಯೇ ತಿಳಿಸಿ ಹೇಳಿಬಿಡ್ತೀನಿ... ಅದನ್ನ ನಿರೀಕ್ಷೆ ಮಾಡಬಾರದು ಅಂತ... ನಿಮ್ಮನ್ನ ಅದಕ್ಕೆ ಒತ್ತಾಯ ಮಾಡಲ್ಲ... ಆದರೆ ಮನೆಯಲ್ಲಿ ಅಡುಗೆ ಮಾಡೋದು, ಬಟ್ಟೆ ಒಗೆಯೋದು, ನಿಮ್ಮ ಯೋಗಕ್ಷೇಮ ನೋಡಿಕೊಳ್ಳೋದು... ಒಟ್ಟಾರೆ ಒಬ್ಬ ಸ್ನೇಹಿತೆ ಅಂತ ಇರಬೋದಲ್ಲಾ? ಅವಳಿಗೂ ಒಂದು ಬದುಕು ಸಿಗ್ತದೆ, ನಿಮಗೂ ಜನರ ಮಧ್ಯೆ ಮರ್ಯಾದೆಯಿಂದ ಹೆಂಡತೀನ್ನ ಕರಕೊಂಡು ಓಡಾಡಬಹುದು... ಯಾಕೆ ಎಲ್ಲಾರ ಕೈಯಿಂದ ಅನ್ನಿಸಿಗೊಳ್ತೀರಿ?'

ಮೋಹನಸ್ವಾಮಿ ಮೂಕನಾದ. ಇಂತಹ ಬಿನ್ನಹವೊಂದು ತನ್ನ ಬಳಿಗೆ ಬರುತ್ತದೆಂದು ಯೋಚಿಸಿರಲಿಲ್ಲ. ಆಗಲೇ ತನ್ನ ಲೈಂಗಿಕತೆಯನ್ನು ಈ ಬ್ರಾಹ್ಮಣ ಅರ್ಥಮಾಡಿಕೊಂಡು ಬಿಟ್ಟಿರುವನಲ್ಲಾ ಎಂದು ಅಚ್ಚರಿ, ಸಿಟ್ಟು, ಬೇಸರವೆಲ್ಲವೂ ಆದವು. ಈ ಬೇಡಿಕೆಯಲ್ಲಿ ಖಂಡಿತವಾಗಿಯೂ ಅಮ್ಮನದೂ ಪಾಲಿದೆಯೆಂದು ಮೋಹನಸ್ವಾಮಿಗೆ ಹೊಳೆದುಹೋಯ್ತು. ಆದರೂ ಸಹನೆ ಕಳೆದುಕೊಳ್ಳದೆ ಉತ್ತರಿಸಿದ.

'ನೋಡಿ ಭಟ್ರೆ... ಮನೆ ಕೆಲಸ ಮಾಡೋಕೆ ನಗರದಲ್ಲಿ ಯಾರಾದ್ರೂ ಜನ ಸಿಗ್ತಾರೆ... ಅದಕ್ಕೆ ಹೆಂಡ್ತೀನೆ ಬೇಕು ಅನ್ನೋ ಜರೂರತ್ತು ಇಲ್ಲ... ಹಾಸಿಗೆಯ ಸಂಬಂಧವಿಲ್ಲದ ಮದುವೆಯಲ್ಲಿ ನಂಗೆ ನಂಬಿಕೆಯಿಲ್ಲ... ಜಗತ್ತಿನ ಎದುರು ನಾಟಕ ಮಾಡಲಾರೆ...'

'ಹಂಗಾದ್ರೆ ನಿಮ್ಮಿಷ್ಟ... ಹೆಚ್ಚಿಗೆ ಹೇಳಲಾರೆ... ನನ್ನ ಮಾತು ಉದ್ಧಟತನ ಅನ್ನಿಸಿದ್ರೆ ಕ್ಷಮಾ ಮಾಡಿಬಿಡ್ರಿ...' ಎಂದು ಮತ್ತೊಮ್ಮೆ ಕೈ ಜೋಡಿಸಿ, ಅವನನ್ನು ಬೀಳ್ಕೊಡಲು

ಹೊರಟರು. ಅಲ್ಲಿಂದ ಹೊರಟರೆ ಸಾಕು ಎನ್ನುವಂತೆ ಮೋಹನಸ್ವಾಮಿಯೂ ಲಗುಬಗೆಯಿಂದ ಹೆಜ್ಜೆ ಹಾಕಿದ. ಅವರಿಬ್ಬರೂ ಗೇಟಿನ ಬಳಿ ಬಂದಿದ್ದರೋ ಇಲ್ಲವೋ, ಭಟ್ಟರ ಹೆಂಡತಿ ಮತ್ತು ಮತ್ತೊಬ್ಬ ಹರೆಯದ ಹುಡುಗ ಮನೆಗೆ ವಾಪಸಾಗುತ್ತಿರುವುದು ಬೀದಿಯ ದೀಪದ ಬೆಳಕಿನಲ್ಲಿ ಕಂಡಿತು. ಭಟ್ಟರ ಹೆಂಡತಿ ಮಡಿಯಲ್ಲಿ ಶ್ರಾದ್ಧದ ಅಡುಗೆ ಮಾಡಿ ಬಡಿಸುತ್ತಿದ್ದಳಾದ್ದರಿಂದ ಅವಳನ್ನು ಈಗಾಗಲೇ ಮೋಹನಸ್ವಾಮಿ ನೋಡಿದ್ದ. ಆದರೆ ಅವರ ಜೊತೆಯಲ್ಲಿನ ಸುಂದರ ಹುಡುಗನ ದೇಹದ ರಚನೆ ತೀರಾ ಪರಿಚಿತ ಅನ್ನಿಸಿತು. ಅವನು ಹತ್ತಿರ ಬರುತ್ತಲೇ ಗುರ್ತು ಹತ್ತಿಬಿಟ್ಟಿತು. ಡೆರಿಕ್! ಎಳೆಯ ಮೀಸೆಯ, ಹದವಾದ ಚರ್ಮದ, ಗಾಢ ಉಸಿರಿನ ವಾಸನೆಯ, ಇಪ್ಪತ್ತೈದರ ಹರೆಯದ ಡೆರಿಕ್! ಮೋಹನಸ್ವಾಮಿಯ ಗುರುತು ಅವನಿಗೂ ಗೊತ್ತಾಗಿರಬೇಕು. ನಿಂತಲ್ಲಿಯೇ ಚಡಪಡಿಸಲಾರಂಭಿಸಿದ. ಬಿಳಿಯ ಧೋತ್ರವನ್ನು ಉಟ್ಟು, ತೆಳುನೀಲಿ ಬಣ್ಣದ ಅಂಗಿಯನ್ನು ಧರಿಸಿ, ಹಣೆಗೆ ವಿಭೂತಿಯನ್ನು ಹಚ್ಚಿ, ಭ್ರೂಮಧ್ಯದಲ್ಲಿ ಕುಂಕುಮವನ್ನಿಟ್ಟಿದ್ದ ಡೆರಿಕ್ ಈಗ ಬೇರೆಯದೇ ಅವತಾರದಲ್ಲಿ ಕಾಣುತ್ತಿದ್ದ.

'ನನ್ನ ಮಗ ರಮೇಶ ಅಂತ... ಇಂಜಿನಿಯರಿಂಗ್ ಮೂರನೇ ವರ್ಷ ಓದಿ ನಿಲ್ಲಿಸಿ ಬಿಟ್ಟಾನೆ... ಪೂರ್ತಿ ಮಾಡಲಿಕ್ಕೆ ಆಗವಲ್ದು... ಏನಾದ್ರೂ ಕೆಲಸ ಬೇಕು ಅಂತ ಪ್ರಯತ್ನ ಪಡ್ತಿದಾನೆ... ಆದರೆ ಯಾವುದೂ ಸಿಗವಲ್ದು... ನೀವು ದೊಡ್ಡ ಕೆಲಸದಲ್ಲಿ ಇದೀರಾ ಅಂತ ಕೇಳಿದೀನಿ... ಏನಾದ್ರೂ ಅವನಿಗೆ ಅನುಕೂಲ ಮಾಡಿಕೊಡಲಿಕ್ಕೆ ಆಗುತ್ತಾ?' ಎಂದು ಗೋಪಾಲಭಟ್ಟರು ದೈನ್ಯದಿಂದ ಕೇಳಿದರು. ಭಟ್ಟರ ಹೆಂಡತಿ ಮಗನನ್ನು ಅವರ ಜೊತೆಗೆ ಮಾತನಾಡಲು ಬಿಟ್ಟು ಮನೆಯೊಳಗೆ ಹೊರಟು ಹೋದಳು.

ಮೋಹನಸ್ವಾಮಿಗೆ 'ಡೆರಿಕ್'ನ ಅನಿರೀಕ್ಷಿತ ದರ್ಶನದಿಂದ ಹೇಗೆ ಪ್ರತಿಕ್ರಿಯಿಸಬೇಕೆಂದು ತಿಳಿಯಲಿಲ್ಲ. ಆದರೂ ಸಾವರಿಸಿಕೊಂಡು ರಮೇಶನಿಗೆ ನೇರವಾಗಿ 'ಬೆಂಗಳೂರಿನಲ್ಲಿ ಏನು ಮಾಡಿಕೊಂಡಿದೀರ?' ಎಂದು ಕೇಳಿದ. ರಮೇಶ ಮಾತನಾಡಲಿಲ್ಲ. 'ಮಾತಾಡೋ ರಮೇಶ... ದೊಡ್ಡ ಜನ ಅವರು... ಏನಾದ್ರೂ ನಿಂಗೆ ಸಹಾಯ ಮಾಡ್ತಾರೆ... ಬರೀ ಬೀದಿ ಬೀದಿ ಅಲೆಯೋದು ನಿಲ್ಲಿಸಿ, ಒಂದಿಷ್ಟು ಏನಾದ್ರೂ ಜವಾಬ್ದಾರಿ ತೊಗೋವಿಯಂತೆ' ಎಂದು ಗೋಪಾಲಭಟ್ಟರು ಮಗನಿಗೆ ತಿಳಿ ಹೇಳಿದರು. ಬೇರೆ ದಾರಿಕಾಣದೆ ರಮೇಶ ಬಾಯಿಬಿಟ್ಟ, 'ಏನೋ ಚಿಕ್ಕಾಮುಟ್ಟ ಕೆಲಸ ಮಾಡಿಕೊಂಡಿದೀನಿ... ಸರಿಯಾದ ಕೆಲಸ ಏನೂ ಸಿಗವಲ್ದು...' ನೆಲ ನೋಡುತ್ತಾ ಉತ್ತರಿಸಿದ. ಅವನ ಉತ್ತರದಿಂದ ಮೋಹನಸ್ವಾಮಿಗೆ ಸ್ವಲ್ಪ ಗೆಲುವಾಯ್ತು. 'ಒಂದು ಕೆಲಸ ಮಾಡಿ... ನಮ್ಮ ಮನೆಗೆ ಒಂದಿಷ್ಟು ಸಲ ಬಂದು

ಹೋಗಿ ಮಾಡಿ... ನಿಮ್ಮ ಬಗ್ಗೆ ತಿಳಿದುಕೊಳ್ಳೋದಕ್ಕೆ ನಂಗೆ ಸಾಧ್ಯವಾಗುತ್ತೆ... ಏನಾದ್ರೂ ದಾರಿ ಹುಡುಕೋಣ... ಸಂಜೆ ಹೊತ್ತಿಗೆ ಬಂದ್ರೆ ನಾನು ಮನೆಯಲ್ಲಿರ್ತೀನಿ' ಎಂದು ಆದೇಶಿಸಿದ. ಗೋಪಾಲಭಟ್ಟರಿಗೆ ಮೋಹನಸ್ವಾಮಿಯ ಮಾತಿನಿಂದ ಸ್ವಲ್ಪ ಆಸೆ ಮೂಡಿತು. 'ನೀವು ಅಷ್ಟು ಸಹಾಯ ಮಾಡಿದ್ರೆ ಸಾಕು ಮೋಹನರಾವ್... ಮಗಳ ಕೈ ಹಿಡಿಯುವ ಸೌಭಾಗ್ಯ ವಿಧಿಲಿಖಿತದಲ್ಲಿಲ್ಲ... ಮಗನಿಗೆ ಸಹಾಯ ಮಾಡಿ...' ಎಂದು ದೈನ್ಯವಾಗಿ ನುಡಿದರು. ಅನಂತರ ಮಗನ ಕಡೆ ತಿರುಗಿ 'ಅವರನ್ನ ಕಾಣೋದಕ್ಕೆ ಆಗಾಗ ಅವರ ಮನೀಗೆ ಹೋಗ್ತಿಯಲ್ಲೇನೋ?' ಎಂದು ದಬಾಯಿಸಿದರು. ರಮೇಶ ತಲೆಯಲ್ಲಾಡಿಸಿದ.

25ನೇ ಆಗಸ್ಟ್ 2014

ಓದಿ ಓದಿ ಮರುಳಾಗಿ!

ಛಂದ ಪುಸ್ತಕ ಬಹುಮಾನ

ಹೊಸ ಕತೆಗಾರರನ್ನು ಗುರುತಿಸುವ ಸಲುವಾಗಿ ನಮ್ಮ ಪ್ರಕಾಶನ ಸಂಸ್ಥೆಯು ಕಳೆದ ಹದಿಮೂರು ವರ್ಷಗಳಿಂದ ಕತೆಗಳ ಹಸ್ತಪ್ರತಿ ಸ್ಪರ್ಧೆಯನ್ನು ನಡೆಸುತ್ತಾ ಬಂದಿದೆ. ಈವರೆಗೆ ಒಂದೂ ಕಥಾಸಂಕಲನವನ್ನು ಪ್ರಕಟಿಸದವರು ಈ ಸ್ಪರ್ಧೆಯಲ್ಲಿ ಭಾಗವಹಿಸಬಹುದು. ಇತರ ಪ್ರಕಾರಗಳಲ್ಲಿ ಒಂದೆರಡು ಪುಸ್ತಕಗಳನ್ನು ಪ್ರಕಟ ಮಾಡಿದವರೂ ಇದರಲ್ಲಿ ಭಾಗವಹಿಸುವ ಅವಕಾಶವಿರುತ್ತದೆ. ಮೊದಲ ಸುತ್ತಿನ ಆಯ್ಕೆಯನ್ನು ಪ್ರಕಾಶನದ ಸದಸ್ಯರು ಮಾಡಿ, ಕೊನೆಯ ಆಯ್ಕೆಗಾಗಿ ಸುಮಾರು ಹತ್ತು ಹಸ್ತಪ್ರತಿಗಳನ್ನು ನಾಡಿನ ಹಿರಿಯ ಸಾಹಿತಿಗಳಿಗೆ ಒಪ್ಪಿಸುತ್ತಾರೆ. ಆಯ್ಕೆಯಾದ ಹಸ್ತಪ್ರತಿಯನ್ನು ಪುಸ್ತಕ ರೂಪದಲ್ಲಿ ಪ್ರಕಟಿಸಿ, ಪ್ರಶಸ್ತಿ ಪತ್ರ, ಫಲಕ ಹಾಗೂ ಮೂವತ್ತು ಸಾವಿರ ರೂಪಾಯಿ ಬಹುಮಾನವನ್ನು ನೀಡಲಾಗುತ್ತದೆ. ಈವರೆಗೂ ಈ ಪ್ರಶಸ್ತಿಯಲ್ಲಿ ಬಹುಮಾನ ಪಡೆದವರ ವಿವರಗಳ ಪಟ್ಟಿಯನ್ನು ಮುಂದಿನ ಪುಟದಲ್ಲಿ ನೀಡಿದ್ದೇವೆ.

ಇವರಲ್ಲಿ ಮೌನೇಶ ಬಡಿಗೇರ, ಶಾಂತಿ ಕೆ ಅಪ್ಪಣ್ಣ, ಪದ್ಮನಾಭ ಭಟ್ ಶೇವ್ಕಾರ ಮತ್ತು ಸ್ವಾಮಿ ಪೊನ್ನಾಚಿ ಅವರಿಗೆ ಕೇಂದ್ರ ಸಾಹಿತ್ಯ ಅಕಾಡೆಮಿಯ ಯುವ ಪುರಸ್ಕಾರ ದೊರೆತಿದೆ. ವಿನಯಾ, ಶಾಂತಿ ಕೆ ಅಪ್ಪಣ್ಣ ಮತ್ತು ಪದ್ಮನಾಭ ಭಟ್ ಶೇವ್ಕಾರರ ಪುಸ್ತಕಗಳಿಗೆ ಕರ್ನಾಟಕ ಸಾಹಿತ್ಯ ಅಕಾಡೆಮಿಯ ಪುಸ್ತಕ ಬಹುಮಾನ ಅಥವಾ ದತ್ತಿ ಬಹುಮಾನಗಳು ಸಂದಿವೆ. ಇನ್ನೂ ಹಲವಾರು ನಾಡಿನ ಪ್ರಮುಖ ಪ್ರಶಸ್ತಿ ಮತ್ತು ಬಹುಮಾನಗಳೂ ಈ ಕೃತಿಗಳಿಗೆ ಲಭ್ಯವಾಗಿವೆ.

ನೀವು ಈ ಸ್ಪರ್ಧೆಯಲ್ಲಿ ಭಾಗವಹಿಸಬೇಕೆ? ಹಾಗಿದ್ದರೆ ನಮ್ಮ ಮುಂದಿನ ವರ್ಷದ ಸ್ಪರ್ಧೆಯ ಆಹ್ವಾನವನ್ನು ಖ್ಯಾತ ಕನ್ನಡ ನಿಯತಕಾಲಿಕಗಳಲ್ಲಿ ಅಥವಾ ಸಾಮಾಜಿಕ ಜಾಲತಾಣಗಳಲ್ಲಿ ನಿರೀಕ್ಷಿಸಿರಿ. ಹೆಚ್ಚಿನ ವಿವರಗಳಿಗೆ 98444 22782 ಗೆ ಸಂದೇಶ ಕಳುಹಿಸಿರಿ.

ಛಂದ ಪುಸ್ತಕ ಬಹುಮಾನ ಪಡೆದ ಕೃತಿಗಳು

ಕತೆಗಾರರು	ಕಥಾಸಂಕಲನ	ತೀರ್ಪುಗಾರರು
ಸುನಂದಾ ಪ್ರಕಾಶ ಕಡಮೆ	ಪುಟ್ಟ ಪಾದದ ಗುರುತು	ಅಶೋಕ ಹೆಗಡೆ/ ಸುಮಂಗಲಾ
ಅಲಕ ತೀರ್ಥಹಳ್ಳಿ	ಈ ಕತೆಗಳ ಸಹವಾಸವೇ ಸಾಕು	ಕೇಶವ ಮಳಗಿ/ ಸುಮಂಗಲಾ
ಲೋಕೇಶ ಅಗಸನಕಟ್ಟೆ	ಹಟ್ಟಿಯೆಂಬ ಭೂಮಿಯ ತುಣುಕು	ಬೊಳುವಾರು ಮಹಮದ್ ಕುಂಞಿ
ವಿನಯಾ	ಊರ ಒಳಗಣ ಬಯಲು	ನೇಮಿಚಂದ್ರ
ಸಂದೀಪ ನಾಯಕ	ಗೋಡೆಗೆ ಬರೆದ ನವಿಲು	ಅಮರೇಶ ನುಗಡೋಣಿ
ಕಣಾದ ರಾಘವ	ಮೊದಲ ಮಳೆಯ ಮಣ್ಣು	ಕೆ. ಸತ್ಯನಾರಾಯಣ
ಬಸವಣ್ಣೆಪ್ಪಾ ಕಂಬಾರ	ಆಟಿಕೆ	ಕುಂ. ವೀರಭದ್ರಪ್ಪ
ಮೌನೇಶ ಬಡಿಗೇರ	ಮಾಯಾಕೋಲಾಹಲ	ಓ.ಎಲ್. ನಾಗಭೂಷಣಸ್ವಾಮಿ
ಪದ್ಮನಾಭ ಭಟ್ ಶೇವ್ಕಾರ	ಕೇಪಿನ ಡಬ್ಬಿ	ಎಂ. ಎಸ್. ಆಶಾದೇವಿ
ಶಾಂತಿ ಕೆ ಅಪ್ಪಣ್ಣ	ಮನಸು ಅಭಿಸಾರಿಕೆ	ಎಚ್.ಎಸ್. ರಾಘವೇಂದ್ರ ರಾವ್
ದಯಾನಂದ	ದೇವರು ಕಚ್ಚಿದ ಸೇಬು	ನಾ. ಡಿಸೋಜಾ
ಸ್ವಾಮಿ ಪೊನ್ನಾಚಿ	ಧೂಪದ ಮಕ್ಕಳು	ಎಂ. ಎಸ್. ಶ್ರೀರಾಮ್
ಶಶಿ ತರೀಕೆರೆ	ಡುಮಿಂಗ	ಲಲಿತಾ ಸಿದ್ಧಬಸವಯ್ಯ
ಛಾಯಾ ಭಟ್	ಬಯಲರಸಿ ಹೊರಟವಳು	ತಾರಿಣಿ ಶುಭದಾಯಿನಿ
ಕಾವ್ಯಾ ಕಡಮೆ	ಮಾಕೋನ ಏಕಾಂತ	ಟಿ.ಪಿ. ಅಶೋಕ

ಛಂದ ಪುಸ್ತಕ ಬಹುಮಾನ

ಪುಟ್ಟ ಪಾದದ ಗುರುತು – ಸುನಂದಾ ಪ್ರಕಾಶ ಕಡಮೆ – ₹ 120

ಈ ಕತೆಗಳ ಸಹವಾಸವೇ ಸಾಕು – ಅಲಕ ತೀರ್ಥಹಳ್ಳಿ – ₹ 60

ಹಟ್ಟಿಯೆಂಬ ಭೂಮಿಯ ತುಣುಕು – ಲೋಕೇಶ ಅಗಸನಕಟ್ಟೆ – ₹ 180

ಗೋಡೆಗೆ ಬರೆದ ನವಿಲು – ಸಂದೀಪ ನಾಯಕ – ₹ 60

ಮೊದಲ ಮಳೆಯ ಮಣ್ಣು – ಕಣಾದ ರಾಘವ – ₹ 140

ಆಟಿಕೆ – ಬಸವಣ್ಣೆಪ್ಪಾ ಕಂಬಾರ – ₹ 100

ಮಾಯಾಕೋಲಾಹಲ – ಮೌನೇಶ ಬಡಿಗೇರ – ₹ 140

ಕೇಪಿನ ಡಬ್ಬಿ – ಪದ್ಮನಾಭ ಭಟ್, ಶೇವ್ಕಾರ – ₹ 150

ಮನಸು ಅಭಿಸಾರಿಕೆ – ಶಾಂತಿ ಕೆ ಅಪ್ಪಣ್ಣ – ₹ 230

ದೇವರು ಕಚ್ಚಿದ ಸೇಬು – ದಯಾನಂದ – ₹ 120

ಧೂಪದ ಮಕ್ಕಳು – ಸ್ವಾಮಿ ಪೊನ್ನಾಚಿ – ₹ 120

ಡುಮಿಂಗ – ಶಶಿ ತರೀಕೆರೆ – ₹ 90

ಬಯಲಲರಸಿ ಹೊರಟವಳು – ಛಾಯಾ ಭಟ್ – ₹ 120

ಮಾಕೋನ ಏಕಾಂತ – ಕಾವ್ಯಾ ಕಡಮೆ – ₹ 130

ಕಥಾಸಂಕಲನ

ಶಕುಂತಳಾ – ಗುರುಪ್ರಸಾದ್ ಕಾಗಿನೆಲೆ – ₹ 80

ಜುಮುರು ಮಳೆ – ಸುಮಂಗಲಾ – ₹ 160

ಶಾಲಭಂಜಿಕೆ – ಡಾ. ಕೆ. ಎನ್. ಗಣೇಶಯ್ಯ – ₹ 130 (6ನೆಯ ಮುದ್ರಣ)

ಕಾರಂತಜ್ಜನಿಗೊಂದು ಪತ್ರ – ಸಚ್ಚಿದಾನಂದ ಹೆಗಡೆ – ₹ 150

ಹಕೂನ ಮಟಾಟ – ನಾಗರಾಜ ವಸ್ತಾರೆ – ₹ 80

ಕಾಲಿಟ್ಟಲ್ಲಿ ಕಾಲುದಾರಿ – ಸುಮಂಗಲಾ – ₹ 80

ಹುಲಿರಾಯ – ಕೀರ್ತಿರಾಜ್ – ₹ 80

ನಿರವಯವ – ನಾಗರಾಜ ವಸ್ತಾರೆ – ₹ 125

ಹನ್ನೊಂದನೇ ಅಡ್ಡರಸ್ತೆ – ಸುಮಂಗಲಾ – ₹ 170

ಗಾಳಿಗೆ ಮೆತ್ತಿದ ಬಣ್ಣ – ಕರ್ಕಿ ಕೃಷ್ಣಮೂರ್ತಿ – ₹ 120

ಕನ್ನಡಿ ಹರಳು – ಪದ್ಮನಾಭ ಭಟ್, ಶೇವ್ಕಾರ – ₹ 130

ಒಂದು ಚಿಟಿಕೆ ಮಣ್ಣು – ಲಕ್ಷ್ಮಣ ಬಾದಾಮಿ – ₹ 130

ಬಂಡಲ್ ಕತೆಗಳು – ಎಸ್ ಸುರೇಂದ್ರನಾಥ್ – ₹ 160

ದೇವರ ರಜಾ – ಗುರುಪ್ರಸಾದ್ ಕಾಗಿನೆಲೆ – ₹ 150

ಕಟ್ಟು ಕತೆಗಳು – ಎಸ್ ಸುರೇಂದ್ರನಾಥ್ – ₹ 210

ಪ್ರಬಂಧ

ಪೂರ್ವ ಪಶ್ಚಿಮ – ಎಂ. ಆರ್. ದತ್ತಾತ್ರಿ – ₹ 80
ರಾಗಿಮುದ್ದೆ – ರಘುನಾಥ ಚ. ಹ. – ₹ 120
ಕುಟ್ಟವಲಕ್ಕಿ / ಗೊಜ್ಜವಲಕ್ಕಿ – ಪ್ರಶಾಂತ ಆಡೂರ – ₹ 140 / ₹ 140
ಮಿಸಳ್ ಭಾಜಿ – ಭಾರತಿ ಬಿ ವಿ – ₹ 160
ನೀ ಮಾಯೆಯೊಳಗೋ... – ವಿಕ್ರಮ ಹತ್ವಾರ – ₹ 120
ಸಾವೆಂಬ ಲಹರಿ – ಗುರುಪ್ರಸಾದ ಕಾಗಿನೆಲೆ – ₹ 140
ವೈದ್ಯ, ಮತ್ತೊಬ್ಬ – ಗುರುಪ್ರಸಾದ ಕಾಗಿನೆಲೆ – ₹ 120
ಅಪ್ಪನ ರ್‍ಯಾಲೀಸ್ ಸೈಕಲ್ – ದರ್ಶನ್ ಜಯಣ್ಣ – ₹ 110

ಅನುವಾದ

ದಿ ಚಾಯ್ಸ್ – ಈಡಿತ್ ಎವಾ ಎಗರ್ (ಜಯಶ್ರೀ ಭಟ್) – ₹ 280
ದೇಹವೇ ದೇಶ – ಗರಿಮಾ ಶ್ರೀವಾಸ್ತವ (ವಿಕ್ರಮ ವಿಸಾಜಿ) – ₹ 250
ಪರ್ಸೆಪೊಲಿಸ್– ಮಾರ್ಜಾನ್ ಸತ್ರಪಿ (ಪ್ರೀತಿ ನಾಗರಾಜ) – ₹ 395
ಗಾಳಿ ಪಳಗಿಸಿದ ಬಾಲಕ – ವಿಲಿಯಂ ಕಾಂಕ್ವಾಂಬಾ (ಕರುಣಾ ಬಿ ಎಸ್) – ₹ 180
ಅಮೋಸ್ ಫಾರ್ಚೂನ್ – ಎಲಿಝಬೆತ್ ಯೇಟ್ಸ್ (ಜಯಶ್ರೀ ಭಟ್) – ₹ 100
ನವ ಜೀವಗಳು – ವಿಲಿಯಂ ಡಾಲ್ರಿಂಪಲ್ (ನವೀನ ಗಂಗೋತ್ರಿ) – ₹ 250
ಮೈಕೆಲ್ ಕೆ – ಜೆ.ಎಂ. ಕುಟ್‌ಸೀ (ಸುನಿಲ್ ರಾವ್) – ₹ 170
ಲೇರಿಯೊಂಕ – ಹೆನ್ರಿ ಆರ್. ಓಲೆ ಕುಲೆಟ್ (ಪ್ರಶಾಂತ ಬೀಚಿ) – ₹ 140
ಅರೆಶತಮಾನದ ಮೌನ – ಯಾನ್ ರಫ್–ಓ'ಹರ್ನ್ (ಅರುಣ್) – ₹ 190
ಪರ್ವತದಲ್ಲಿ ಪವಾಡ – ನ್ಯಾಂಡೊ ಪರಾಡೊ (ಸಂಯುಕ್ತಾ ಪುಲಿಗಲ್) – ₹ 320
ಚಂದಿರ ಬೇಕೆಂದವನು – ಮಿಮಿ ಬೇರ್ಡ್ (ಪ್ರಜ್ಞಾ ಶಾಸ್ತ್ರಿ) – ₹ 180
ಬಂಡೂಲ – ವಿಕಿ ಕಾನ್‌ಸ್ಟಂಟೇನ್ ಕ್ರುಕ್ (ರಾಜ್ಯಶ್ರೀ ಕುಳಮರ್ವ) – ₹ 425
ರೆಬೆಲ್ ಸುಲ್ತಾನರು – ಮನು ಎಸ್ ಪಿಳ್ಳೈ (ಸಂಯುಕ್ತಾ ಪುಲಿಗಲ್) – ₹ 420
ಫಾಲೋಯಿಂಗ್ ಫಿಶ್ – ಸಮಂತ್ ಸುಬ್ರಮಣಿಯನ್ (ಸಹನಾ ಹೆಗಡೆ) – ₹ 280
ಜಗವ ಚುಂಬಿಸು – ಸುಬ್ರೊತೋ ಬಾಗ್ಚಿ (ವಂದನಾ ಪಿ ಸಿ) – ₹ 190
ಪರ್ದಾ ಅಂಡ್ ಪಾಲಿಗಮಿ – ಇಕ್ಬಾಲುನ್ನಿಸಾ ಹುಸೇನ್ (ದಾದಾಪೀರ್) – ₹ 380
ವಾಡಿವಾಸಲ್ – ಚಿ. ಸು. ಚೆಲ್ಲಪ್ಪ (ಸತ್ಯಕಿ) – ₹ 70
ನಾಲ್ಕನೇ ಎಕರೆ – ಶ್ರೀರಮಣ (ಅಜಯ್ ವರ್ಮಾ ಅಲ್ಲೂರಿ) – ₹ 100
ಮಾವೋನ ಕೊನೆಯ ನರ್ತಕ – ಲೀ ಕ್ವಿನ್‌ಶಿಂಗ್ (ಜಯಶ್ರೀ ಭಟ್) – ₹ 340

ವಸುಧೇಂದ್ರ

ಮನೀಷೆ – ಕತೆಗಳು – ₹ 120 (8ನೆಯ ಮುದ್ರಣ)

ಯುಗಾದಿ – ಕತೆಗಳು – ₹ 190 (9ನೆಯ ಮುದ್ರಣ)

ಚೇಳು – ಕತೆಗಳು – ₹ 120 (8ನೆಯ ಮುದ್ರಣ)

ಹಂಪಿ ಎಕ್ಸ್‌ಪ್ರೆಸ್ – ಕತೆಗಳು – ₹ 195 (9ನೆಯ ಮುದ್ರಣ)

ಮೋಹನಸ್ವಾಮಿ – ಕತೆಗಳು – ₹ 200 (6ನೆಯ ಮುದ್ರಣ)

ವಿಷಮ ಭಿನ್ನರಾಶಿ – ಕತೆಗಳು – ₹ 280 (4ನೆಯ ಮುದ್ರಣ)

ಕೋತಿಗಳು – ಪ್ರಬಂಧ – ₹ 120 (8ನೆಯ ಮುದ್ರಣ)

ನಮ್ಮಮ್ಮ ಅಂದ್ರೆ ನಂಗಿಷ್ಟ – ಪ್ರಬಂಧ – ₹ 75 (25ನೆಯ ಮುದ್ರಣ)

ರಕ್ಷಕ ಅನಾಥ – ಪ್ರಬಂಧ – ₹ 110 (5ನೆಯ ಮುದ್ರಣ)

ವರ್ಣಮಯ – ಪ್ರಬಂಧ – ₹ 200 (5ನೆಯ ಮುದ್ರಣ)

ಐದು ಪೈಸೆ ವರದಕ್ಷಿಣೆ – ಪ್ರಬಂಧ – ₹ 280 (5ನೆಯ ಮುದ್ರಣ)

ಹರಿಚಿತ್ತ ಸತ್ಯ – ಕಾದಂಬರಿ – ₹ 140 (5ನೆಯ ಮುದ್ರಣ)

ತೇಜೋ–ತುಂಗಭದ್ರಾ – ಕಾದಂಬರಿ – ₹ 450 (13ನೆಯ ಮುದ್ರಣ)

ಮಿಥುನ – ಶ್ರೀರಮಣರ ಕತೆಗಳು – ₹ 120 (8ನೆಯ ಮುದ್ರಣ)

ಎವರೆಸ್ಟ್ – ಜಾನ್ ಕ್ರಾಕೌರ್ – ₹ 360 (4ನೆಯ ಮುದ್ರಣ)

ಕಾದಂಬರಿ

ಎನ್ನ ಭವದ ಕೇಡು – ಎಸ್ ಸುರೇಂದ್ರನಾಥ್ – ₹ 75

ನ್ಯಾಸ – ಹರೀಶ ಹಾಗಲವಾಡಿ – ₹ 250

ಗುಣ – ಗುರುಪ್ರಸಾದ್ ಕಾಗಿನೆಲೆ – ₹ 150

ದ್ವೀಪವ ಬಯಸಿ – ಎಂ. ಆರ್. ದತ್ತಾತ್ರಿ – ₹ 250

ತಾರಾಬಾಯಿಯ ಪತ್ರ – ದತ್ತಾತ್ರಿ ಎಂ ಆರ್ – ₹ 160

ಅಗೆದಷ್ಟೂ ನಕ್ಷತ್ರ – ಸುಮಂಗಲಾ – ₹ 230

ಪ್ರಿಯೇ ಚಾರುಶೀಲೆ – ನಾಗರಾಜ ವಸ್ತಾರೆ – ₹ 295

ಋಷ್ಯಶೃಂಗ – ಹರೀಶ ಹಾಗಲವಾಡಿ – ₹ 125

ಅಂತು – ಪ್ರಕಾಶ ನಾಯಕ್ – ₹ 200

ಚುಕ್ಕಿ ಬೆಳಕಿನ ಜಾಡು – ಕರ್ಕಿ ಕೃಷ್ಣಮೂರ್ತಿ – ₹ 200

ಬರೀ ಎರಡು ರೆಕ್ಕೆ – ಸುನಂದಾ ಪ್ರಕಾಶ ಕಡಮೆ – ₹ 220

ದೀಪವಿರದ ದಾರಿಯಲ್ಲಿ – ಸುಶಾಂತ್ ಕೋಟ್ಯಾನ್ – ₹ 160

ದಾರಿ – ಕುಸುಮಾ ಆಯರಹಳ್ಳಿ – ₹ 395

ಕವಿತೆ

ಮದ್ಯಸಾರ – ಅಪಾರ – ₹ 60
ಪೂರ್ಣನ ಗರಿಗಳು – ಪೂರ್ಣಪ್ರಜ್ಞ – ₹ 30
ಹಲೋ ಹಲೋ ಚಂದಮಾಮ – ರಾಧೇಶ ತೋಳ್ಪಾಡಿ – ₹ 50

www.ingramcontent.com/pod-product-compliance
Lightning Source LLC
LaVergne TN
LVHW090322051026
849518LV00005B/1850